என் உயிர் நின்னதன்றோ

(பகுதி – 2)

அஃ

aelay
publish

என் உயிர் நின்னதன்றோ - 2
கதை
ஆசிரியர் : அ.ஈ 2022 ©
முதல் பதிப்பு : டிசம்பர் 2022
வெளியீடு : ஏலே பதிப்பகம்
5/175, பாத்திமா நகர், கூத்தென்குழி,
திருநெல்வேலி - 627104
தொடர்புக்கு : +91 9944992571

En Uyir Ninnadhandro - 2
Story

First Edition : December 2022
Pages: 454 Price : ₹ 590
ISBN : 978-93-5533-530-2
Aelay Publish
Contact : +91 9944992571
Designed by : Aelay publish team

நேர்ந்தளிப்பு

காலச்சுழலில் சிக்கி, அதன் விளைவால் ஏற்பட்ட வலிகளிலிருந்து தற்காத்துக்கொள்ளும் பொருட்டு காதல், பாசம், நட்பு என அன்பின் எவ்வித பரிமாணங்களையும் ஏற்கவும் முடியாமல், கடலளவு மனதில் சுரக்கும் அன்பை வெளிக்காட்டவும் முடியாமல் தங்கள் மனதைச் சுற்றி முள்வேலி அமைத்துக்கொண்டு வாழும் நெஞ்சங்களுக்கும், முள்வேலியை தாண்டி அவர்கள் அன்பை உணர்ந்து, அந்த அன்பு கரையைக் கடக்க உந்துகோலாகவும், வலியை போக்கும் அருமருந்தாகவும், நீங்கா நம்பிக்கையாகவும் இருக்கும் அன்புள்ளங்களுக்கும் இந்த நூலை நேர்ந்தளிக்கிறேன்.

- நட்புடன் கண்ணாவின்ஸ்

52

குடும்பத்து பெரியவர்கள், உற்றார், உறவினர் என அனைவரும், உருக்கப்பட்டு வட்டமாகத் தட்டப்பட்டிருந்த பொன்னிற்கு கடவுளை வேண்டி, ஆசிகள் வழங்கி அந்த நிகழ்வை சிறப்பித்தனர். பொன்னுருக்கு என்ற நிகழ்வு இனிதே நிறைவடைந்ததை உணர்த்தும் பொருட்டு, தங்களுக்கு அளிக்கப்பட்ட தாம்பூலத்தை வாங்கிக் கொண்டு பொற்கொல்லர்கள் மேடையிலிருந்து இறங்கியபின், சுந்தரமூர்த்தியும் மதுசூதனனும் ஒருவர் மற்றவர் கைகளில் குழைத்த சந்தனம் பூசிக்கொண்டனர். அதன்பிறகு உணவருந்த வருமாறு மணிமாறன் அழைத்ததையடுத்து, அனைவரும் உணவருந்தும் கூடத்துக்குச் சென்றனர்.

மிகப் பெரிய விருந்தினர் மாளிகையின் உணவருந்தும் கூடம் என்பதால், ஒரேநேரம் முந்நூறு நபர்கள் வசதியாக அமர்ந்து உணவருந்துவதற்கு ஏதுவாக இருந்ததைக் கண்ட தளிரின் குடும்பத்தினர், தளிரின் எதிர்காலம் அன்பும் செல்வமும் நிறைந்து சிறக்க மனதிற்குள் வாழ்த்தினர். ஆனந்தியும் குமரேசனும் உணவருந்திய பிறகு, விருந்தினர் மாளிகையை சுற்றிப் பார்க்க விரும்பியதால், மணிமாறன் அவர்களை அழைத்துச் செல்ல எத்தனிக்க, அவருக்காக பொற்கொல்லர்கள் காத்திருப்பதாக கவின்மாறன் வந்தழைக்கவும், சற்று தொலைவில் மகேந்திரவர்மனுடன் பேசிக்கொண்டிருந்த ரணதீரன்,

"நான் உங்களை அழைத்துச் சென்று சுற்றி காட்டுகிறேன்", என்று கூறியதைக் கேட்ட மணிமாறனும் மகேந்திரவர்மனும்,

"உங்களுக்கு எதற்கு அத்தான் வீண் சிரமம்", என்று ஒருங்கே கூற,

"இதிலென்ன சிரமம் மணிமாறா, நானும் பார்த்து வெகுகாலம் ஆகிறதே" என்று கூறி, "அது ஒரு காலம், நாமெல்லாம் சிறு குழந்தைகளாக ஒன்றாக

விளையாடினோம்", என்று எங்கோ பார்த்தபடி கூறிய ரணதீரன் நீண்ட மூச்சை இழுத்துவிட,

"சரி அத்தான், வாருங்கள் செல்வோம்", என்று கூறிய மகேந்திரவர்மன், "மாறா, நீ அங்குள்ள வேலைகளை கவனி", என்று கூறி மணிமாறனை அனுப்பிவிட்டு, "வாருங்கள் சம்பந்தி", என்று அழைத்தபடி முன்னே நடந்தார்.

மாளிகை முழுவதும், சுற்றுப்புறச் சுவர்களில் புறநானூற்றிலுள்ள போர் காட்சிகள் வரையப்பட்டிருப்பதைக் கண்ட குமரேசனின் உள்ளம் குதூகலித்தது. சிறு வயதுமுதல் தமிழின் மேலிருந்த பற்றினால் சங்க கால நூல்களை படித்து மனதில் இருத்தியிருந்தவருக்கு, தன் கண்முன் விரிந்த காட்சியைக் கண்டு உற்சாகம் பொங்கியது. சற்றுநேரம், ஒவ்வொரு காட்சியாக ரசித்து பார்த்தவர், முன்னே நடக்க, தன் கைபேசி ஒலிக்கவும், அதை எடுத்தவண்ணம் ஒதுக்கமாக சென்றார் மகேந்திரவர்மன்.

அவர் செல்வதைப் பார்த்தபடி நின்ற குமரேசனையும் ஆனந்தியையும் கண்ட ரணதீரன்,

"என்ன தம்பி அப்படியே நின்றுவிட்டீர்கள், வாருங்கள் நாம் முன்னே செல்வோம்", என்று உரிமையாய் அழைக்க சற்றே தயங்கியவர்களைப் பார்த்து, "எனக்கு எல்லோரையும் உறவுமுறை சொல்லி அழைத்துதான் பழக்கம். கூட்டிக் கழித்துப் பார்த்தால், நீங்கள் எனக்கு தம்பி முறைதான் வரும்", என்று கூறி. "வாருங்கள் செல்வோம்", என்றழைத்துச் சென்று, முதல் தளத்தில் உள்ள, கேளிக்கை கூடங்கள் மற்றும் விளையாட்டு கூடங்களை காண்பித்தவர், அதற்குமேலுள்ள இரண்டு கட்டுகள் படுக்கை அறைகள் என்று கூறி, மீண்டும் கீழே வந்து பின்கட்டில் உள்ள தோட்டத்தை நோக்கி அழைத்துச் சென்றார்.

சற்றுநேரம் அங்குள்ள மரங்கள் மற்றும் பூஞ்செடிகளைக் கண்டு களித்தவர்கள், மீண்டும் முன்கட்டிற்கு வர, அவர்களை வழிமறித்த ஒரு சிறுவன், குமரேசனின் கையில் ஒரு கசிங்கிய சிறு தாளை திணித்துவிட்டு ஓடினான். குழப்பத்தோடு அதை

பிரித்துப் பார்த்த குமரேசன் கணபொழுதில் முகமெங்கும் வியர்க்க கலவரத்தோடு தன் மனைவியைப் பார்த்தார்.

தன் கணவனின் கண்களில் தோன்றிய கலக்கத்தைக் கண்ட ஆனந்தி, பதற்றத்தோடு அவர் கையிலிருந்த தாளை வாங்கி படிக்க அதில், 'திருமணத்தை நிறுத்தவும், தளிர்மதிக்கு ஆபத்து', என்று சிறுவர்கள் எழுத்தைப்போல் கிறுக்கலாக எழுதப்பட்டிருந்ததைக் கண்டவர் மனதில் கலக்கமும் சந்தேகமும் ஒருங்கே எழ, தன் கணவனின் கையைப் பிடித்தார். இருவரின் கலக்கத்தையும் கண்டு பதறிய ரணதீரன்,

"என்ன ஆயிற்று தம்பி?", என்று குரலிலும் பதற்றம் தொனிக்க கேட்க, எதுவும் கூறாமல் தன் மனைவியின் கையிலிருந்த தாளை வாங்கி, ரணதீரனிடம் நீட்டினார், குமரேசன். அதைப் படித்ததும் தன் தாடையை வருடியபடி சிந்தனையில் இருந்த ரணதீரன், தன் தலையை இடம்வலமாக சில முறை அசைத்து,

"இது ஏதோ சிறுவர் கிறுக்கலாக தெரிகிறது. ஆனால் அதில் குறிப்பிட பட்டிருக்கிற விபரம், சிறுவர் விளையாட்டு போல் தோன்றவில்லை", என்று கூறி, அவர்களைக் கூர்ந்து ஒருமுறை பார்த்துவிட்டு, "அருணன் தம்பிக்கு தொழில்முறையில் எதிரிகள் அதிகம்தான், ஆனால், தம்பி மனது தங்கம், குறை சொல்லமுடியாது. அவன் எதிரிகளால் ஆபத்து என்று எண்ணிப்பார்த்தால்...", என்று இழுத்தவர், "இது காதல் திருமணம் என்பதால், அவர்கள் உறவு பற்றி ஏற்கனவே வெளியில் தெரிந்திருக்கும். இதுவரை தளிருக்கு எந்தவித சிக்கலும் வந்ததில்லை அல்லவா, இனிமேலும் ஒன்றும் வராது", என்றவர் இருகரங்களையும் தலைக்குமேல் உயர்த்தி கூப்பியபடி,

"குழந்தைக்கு என் அப்பன் முருகன் அருள் என்றைக்கும் இருக்கும்", என்று கூறினார்.

அதைக்கேட்ட கணம், தளிருக்கு நேர்ந்த விபத்து நினைவிற்கு வர, அதையொட்டி செழியன் கூறியவற்றை எண்ணிய குமரேசன், அவன் கண்களிலும் குரலிலும் ஒருவித குற்றவுணர்ச்சி நிறைந்திருந்ததாக நினைவு கூர்ந்தார். தளிரின் அறைக்கு அளிக்கப்பட்டிருந்த பாதுகாப்பு, செழியனைவிட்டு

கண்ணிமைக்கும் நொடிகூட அகலாத மெய்க்காப்பாளர்கள் என்று அனைத்தையும் ஒன்றாகக் கோர்த்தவர், தளிருக்கு நடந்தது விபத்து அல்ல என்று ஆணித்தரமாக நம்பியவுடன், செழியனை மணந்தால் அவள் உயிருக்கு ஆபத்து நேரும் என்று ரணதீரன் கையிலுள்ள தாளில் குறிப்பிடப்பட்டிருக்க, ஒரு நொடி நிலை தடுமாறி, தன் மனைவியைப் பிடித்து தன்னை திடப்படுத்திக்கொண்டார்.

குமரேசன் முகத்திலோடிய உணர்ச்சிப் போராட்டங்களைக் கண்டு மனதிற்குள் ரசித்த ரணதீரன், இந்த திருமணம் நின்றுவிடும் என்ற நிம்மதி படர, இறுதி ஆயுதமாக,

"எங்கிருந்தாலும் நம் குழந்தை நன்றாக வாழவேண்டும். கட்டிக்கொடுத்த பின் ஒவ்வொரு நொடியும் மடியில் நெருப்பைக் கட்டிக்கொண்டு இருக்கமுடியுமா?", என்றவர், பின்னாலிருந்து,

"அத்தான், சம்பந்தி நீங்கள் இங்கே இருக்கிறீர்களா? அடுத்தடுத்து வந்த அழைப்புகளால் உடனே வரமுடியாமல் போய்விட்டது", என்று கூறியபடி மகேந்திரவர்மன் வர,

"அதற்கென்ன மச்சான், நான்தான் இருக்கிறேனே", என்று கூறியபடி, "சரி தம்பி நாம் பிறகு சந்திப்போம்", என்று அனைவரிடமும் வணக்கம் கூறி விடைபெற்றார், ரணதீரன்.

சற்றுநேரத்தில், தங்கள் உறவினர்கள் ஒவ்வொருவராகக் கிளம்ப, அனைவருக்கும் விடைகொடுத்த குமரேசன் தம்பதியினர், செழியனிடமும், மணிமாறனிடமும் விடைபெற்று அங்கிருந்து கிளம்பினர். தன் இளைய மகள் சித்திரக்கொடியை தன் மைத்துனனுடன் அனுப்பிவிட்டு, தன் காரைக் கிளப்பிய குமரேசன், ஆனந்தியை அழைத்துக் கொண்டு செழியனின் இல்லத்திற்கு விரைந்தார். நுழைவு வாயிலில், தளிரின் பெற்றோரை அடையாளம் கண்டுகொண்ட பாதுகாவலர்கள் அவரை உள்ளே செல்ல அனுமதிக்க, வாயிலில் வந்து வரவேற்ற கரண் அவர்களை விருந்தினர் கட்டிற்கு அழைத்துச் சென்றான்.

காலையில் செழியனை அழைத்துக் கொண்டு அனைவரும் சென்றபின், சற்றுநேரம் முன் கூடத்தில் அமர்ந்து தொலைக்காட்சியைப் பார்த்த தளிர், அது சலிப்புற்றபின், செழியனின் நூலக அறைக்குச் சென்று ஒவ்வொரு நூலாக எடுத்துப் பார்த்தவள், தன் கருத்தை கவர்ந்த 'யவன ராணி' நூலை எடுத்து அங்கே இருந்த சொகுசு நாற்காலியில் அமர்ந்தாள். அதில் வரும் இளஞ்செழியன் - பூவழகி காதலை நினைத்தவள், தன் செழியனுக்கும் வாழ்க்கையில் எத்தனை சிக்கல்கள் என்று எண்ணி நீண்ட பெருமூச்சை இழுத்துவிட்டபடி கதையில் மூழ்கினாள். சற்றுநேரம் கழித்து, இன்டர்காமில் அழைத்த மேரி, தன் பெற்றோர் வந்திருப்பதாகக் கூற துள்ளியெழுந்த தளிர், மகிழ்ச்சியோடு விருந்தினர் கட்டிற்கு விரைந்தாள்.

அங்கு கலவரத்தில் வெளுத்த முகத்தோடு அமர்ந்திருந்த தன் தந்தையைப் பார்த்து அதிர்ச்சியுற்றவள், மெல்ல அவரை நெருங்கி,

"வாருங்கள் அம்மா, அப்பா", என்று வரவேற்றவள், "என்ன ஆயிற்று, அப்பா, என்னவோபோல் இருக்கிறீர்கள்", என்று முகத்தில் தோன்றிய கவலை குரலில் பிரதிபலிக்க கேட்டாள்.

"உடனே கிளம்பு, தளிர்", என்றவர் சுற்றும் முற்றும் பார்த்துவிட்டு, "ஒரு நொடி கூட இங்கிருக்க கூடாது", என்று கூறினார்.

தன் தந்தை கூறியதைக் கேட்டு அதிர்ந்த தளிர், அவர் முகத்தில் இதுவரை தான் கண்டிராத கலவரம் இருப்பதைப் பார்த்து,

"என்ன ஆயிற்று, அப்பா? என்ன ஆயிற்று அம்மா?", என்று இருவரிடமும் கேட்டாள்.

"இங்கிருந்தால், செழியனோடு இருந்தால் உனக்கு ஆபத்து", என்ற குமரேசனின் குரல் நடுங்குவதைக் கண்டவள், "இல்லை அப்பா", என்றாள்.

அவள் கூறியதைக்கேட்டு குழப்பத்தோடு பார்த்த குமரேசன்,

"விளக்கமாகக் கூறுவதற்கு நேரமில்லை", என்று வாயிலைப் பார்த்தபடி கூறியவர், "வா கிளம்பலாம்", என்று தளிரை அழைத்தார்.

"நீங்கள் என்னவென்று தெளிவாகக் கூறாமல், நான் எங்கும் கிளம்பபோவதில்லை", என்று கூறி, அவர் எதிரே இருந்த சோபாவில் அமர்ந்தாள்.

"செழியனோடு இருந்தால் உனக்கு ஆபத்து தளிர். நான் சொல்வதைக் கேள். தன் மகள் நன்றாக இருக்கவேண்டும் என்ற எண்ணம் எந்த தந்தைக்கும் இருக்கும் அல்லவா?", என்று கூறியவர், "இவனோடு நீ வாழும் ஒவ்வொரு நொடியும் ஆபத்து", என்று கூறனார்.

தான் கூறியவற்றிற்கு எந்தவித பதிலும் கூறாமல், நிர்மலமான கண்களோடு தன்னைப் பார்த்த தன் மகளை ஒரு கணம் கூர்ந்து நோக்கியவர்,

"அது உனக்கும் தெரியுமல்லவா?", என்று ஆழ்ந்த குரலில் கேட்டார். அதற்கும் எந்தவித பதிலும் கூறாமல் அமைதியாக இருந்த தன் மகளைப் பார்த்தவர்,

"தெரிந்தும் அவனோடு வாழவேண்டும் என்று எண்ணுகிறாயா?", என்று கேட்டார்.

நீண்ட மூச்சை இழுத்துவிட்ட தளிர், "அப்பா, நான் கூறுவதை சற்று நிதானமாகக் கேளுங்கள்", என்று தொடங்கியவள், அவர் ஏதோ சொல்ல முயல, "அப்பா ப்ளீஸ்", என்று கூறிவிட்டு மேலே தொடர்ந்து,

"நீங்கள் எண்ணுவதுபோல் செழியனுக்கு எதிரிகள் அதிகம், அதனால் ஆபத்து வருவதற்கு வாய்ப்புகள் உள்ளன. நீங்கள் கூறியதுபோல், ஒவ்வொரு நொடியும் ஆபத்து வரலாம், வராமலும் போகலாம்", என்று நிறுத்தியவள் அவர் கண்களை கூர்ந்து நோக்கி, "ஆனால், ஒவ்வொரு நொடியும் நான் மகிழ்ச்சியின் உச்சத்தில் இருப்பேன்", என்று கூறினாள்.

மீண்டும் ஏதோ சொல்வதற்கு எத்தனித்த குமரேசன், தளிரின் பார்வையைக் கண்டு சற்று தயங்க, "செழியன்

இல்லாத வாழ்க்கை ஆபத்தில்லா வாழ்க்கையாக இருக்கலாம், ஆனால், என்னால் ஒரு நொடி கூட இயல்பாக மூச்சுவிட முடியாது", என்று கூறினாள். சிறுவயது முதல், தளிர் தனக்கென்று எதுவும் பெரிதாகக் கேட்டதில்லை. இன்று, அவள் மூச்சுவிட முடியாத அளவு ஒருவன் காதலில் மூழ்கி அவனோடு வாழவேண்டும் என்று கூறுவதைக் கேட்டு மனது நெகிழ்ந்த வேளை, மதியம் ஒரு சிறுவன் தன் கையில் கொடுத்த தாளில் வெளிப்படையாக இருந்த எச்சரிக்கை நினைவிற்கு வர, கைகளால் தன் கண்களைத் துடைத்தவர்

"அதைப்பற்றி எல்லாம் எனக்கு கவலை இல்லை தளிர், இப்பொழுது என்னோடு வரப்போகிறாயா இல்லையா?", என்று கோபத்தோடு கேட்டார்.

பொன்னுருக்கு நிகழ்வு முடிந்து அனைவரும் உணவருந்த கிளம்பிய பொழுது, தன்னைப் பார்த்து இயல்பாக புன்னகைத்தபடி சென்ற தன் மாமனார், உணவருந்தி விடைபெறும்போது, ஒருவித கலக்கத்தோடு செல்வதைக் கண்ட செழியன் மனதிற்குள் ஏதோ உறுத்தி சுற்றுப்புறத்தை நோட்டமிட, தன்னை நோக்கி மீசையை முறுக்கியபடி புன்னகையோடு சென்ற ரணதீரனைக் கண்டான். அவன் பார்வையிலிருந்த ஏதோ ஒன்று தன் மனதிற்குள் எச்சரிக்கை மணி அடிக்க, சுரேஷிடம் உடனே கிளம்புவதற்கு ஏற்பாடு செய்யும்படி கூறினான். சற்று நேரத்தில், தன் குடும்பத்தினரிடம் விடைபெற்று தன் வீட்டிற்குச் சென்றவன், தன் மாமனார் வந்திருப்பதாக கரண் கூற, உடனடியாக உள்ளே விரைய, தன் மாமனாரின் கோபக்குரலைக் கேட்டு ஒரு கணம் தயங்கினான். தாழ்ந்த குரலில் தளிர் கூறியது கேட்காமலிருக்க, அதையடுத்து, 'இந்த திருமணம் நடக்காது. நடக்கக் கூடாது', என்று குமரேசன் கூறுவதைக் கேட்டு விருந்தினர் கட்டிற்குள் விரைந்தான்.

அங்கு தளிரும் குமரேசனும் கோபத்தின் உச்சியில் முகம் சிவக்க நின்றிருப்பதைப் பார்த்தவன்,

"என்ன ஆயிற்று மாமா? தளிர்?", என்று கேட்டான்.

"இந்த திருமணம் நடக்காது", என்று குமரேசன் கூற

"ஏன்?", என்று கேட்டான்.

"உன்னால் தளிருக்கு ஆபத்து", என்றவர், "தளிரை என்னோடு அனுப்பிவை. இப்பொழுதே", என்று அழுத்தமாகக் கூறினார்.

அதைக் கேட்டு அதிர்ந்த செழியன்,
"என் மனைவி எப்பொழுது வேண்டுமானாலும் எங்கு வேண்டுமானாலும் செல்லலாம். அவளுக்கு விருப்பமிருந்தால்", என்றவன் கண்களில் அரிதாய் தென்படும் எரிமலையின் உக்கிரம் தெரிய, "ஆனால் அவள் விருப்பமில்லாமல் ஒரு அடி கூட இங்கிருந்து அசல நான் அனுமதிக்க மாட்டேன்", என்றான்.

அவன் பார்வையைக் கண்டு ஒரு கணம் தயங்கியவர்,
"தளிருக்கு நடந்தது விபத்தல்ல, திட்டமிடப்பட்ட செயல் என்று நான் கூறுகிறேன். இதை மறுத்துச் சொல். உடனே நான் உங்கள் திருமணத்திற்கு சம்மதிக்கிறேன்", என்று செழியனைப் பார்த்து கூறினார்.

தன் கூற்றிற்கு மறுப்பு கூறாமல் தலை குனிந்த செழியனைக் கண்டு தன் மனதில் உள்ள சந்தேகம் நிவர்த்தியானதை எண்ணியவர், தளிரின் முகத்தைப் பார்க்க, அதில் எந்தவித அதிர்ச்சியோ குழப்பமோ இல்லாததைக் கண்டவுடன்,
"இது உனக்கும் தெரியும் இல்லையா தளிர்" என்றவர் குரல் இறங்கியதைக் கண்ட செழியன்,
"அந்த விபத்து திட்டமிடப்பட்ட செயல்தான், மாமா", என்று தாழ்ந்த குரலில் கூறினான்.

அவர் மேலே ஏதோ சொல்ல தொடங்க,
"அது மட்டுமல்ல, என் எதிரிகளால் தளிர் கடத்தப்பட்டிருக்கிறாள்", என்று கூற தன்னை எரித்துவிடுவது போல் பார்த்த குமரேசனை நெருங்கிய செழியன், "தளிரின் மெய்க்காப்பாளனால் மீட்கப்பட்டாள். இது வெளியில்

யாருக்கும் தெரியாது. உங்களிடம் எதையும் மறைக்க விரும்பவில்லை, மாமா. இப்பொழுதுகூட யாரோ அவளை பின்தொடர்ந்து கொண்டிருக்கிறார்கள். அதைப்பற்றி எங்கள் மெய்க்காப்பாளர்கள் துப்பறிந்து கொண்டிருக்கிறார்கள்", என்று கூற, அதிர்ச்சியுடன் செழியனை நோக்கிய தளிர், அவன் என்ன சொல்ல போகிறான் என்று புரியாமல் விழித்தாள். தானே மேலும் தொடர்ந்து, "என் எதிரிகளால் தளிருக்கு ஒவ்வொரு நொடியும் ஆபத்து இருப்பது உண்மை. அது நான் அறிந்தது, ஆனால் அத்தனை ஆபத்துகளிலிருந்தும் அவளைக் காக்க என்னால் முடியும் என்ற நம்பிக்கை இருக்கிறது. அவள்மேல் ஒரு துரும்புகூட படாமல் என் உயிரைக் கொடுத்தும் நான் காப்பேன்", என்றவன், "ஆனால், அவள் இல்லாமல் என்னால் ஒரு நொடிகூட இயல்பாக மூச்சுவிட முடியாது, மாமா", என்று கூறினான்.

தளிர் கூறிய அதே சொற்கள் செழியனும் கூறுவதைக் கேட்டவர், காதலில் கட்டுண்ட இரண்டு உயிர்களை பிரிக்க வேண்டிய சூழ்நிலைக்கு தள்ளப்பட்ட விதியை நொந்து, மீண்டும் தனக்கு வந்த எச்சரிக்கை குறிப்பை நினைவு கூர்ந்து,

"இந்த திருமணம் நடந்தால் தளிருக்கு ஆபத்து", என்று கூறி கெஞ்சலாக செழியனை நோக்கினார்.

தாங்கள் இருவரும் ஒருவர் மற்றொருவரை பிரிந்து வாழ இயலாது என்று தன் மாமனாருக்கு எப்படி புரியவைப்பது என்று புரியாமல் விழித்த செழியனைக் கண்ட தளிர்,

"அப்பா, நான் இந்த உலகில் வாழக்கூடியது இன்னும் ஒருமணிநேரம் என்ற நிலை வந்தாலும், செழியனின் மனைவியாக வாழ்ந்து மடிவேனே ஒழிய, ஒருநாளும் என் அருணனை பிரிந்து வேறொருவனை மணக்கமாட்டேன்", என்று உறுதியோடு கூறி தன் தந்தையைப் பார்த்தவள், வந்ததிலிருந்து அமைதி காத்துக்கொண்டிருந்த தன் அன்னையை நோக்கி, "அப்பாவை மணந்தால் உங்களுக்கு ஆபத்து என்ற நிலையிருந்தால், இவரை விடுத்து வேறோருவரை மணந்திருப்பீர்களா, அம்மா?", என்று கேட்டு கூர்ந்து நோக்கினாள்.

அவள் கண்களில் தோன்றிய உறுதியையும், தன் வார்த்தைக்காக காத்திருந்த செழியனையும் கண்ட குமரேசன், தன் மனைவி தன் கையோடு கைகோர்க்க, தளிரின் கேள்விக்கான ஆனந்தியின் பதிலை அறிந்தவர் காதலின் மகிமையை அந்த நொடியில் உணர்ந்தார். ஒருவரில்லாமல் மற்றவர் உயிர்வாழ்தல் அரிது என்று தனக்கு புரியவைக்க முயலும் இளம் நெஞ்சங்களை பிரிக்க மனமில்லாமல், தொப்பென்று சோபாவில் சரிந்தவர், தன் சட்டைப்பையிலிருந்த கசிங்கிய தாளை எடுத்து செழியனிடம் நீட்டினார்.

அதை வாங்கி படித்த செழியன் குழப்பத்தோடு தன் மாமனாரை நோக்க, அவனை நெருங்கிய தளிர் அவனிடமிருந்து அதை வாங்கி படித்தாள். இது ரணதீரனின் செயல் என்று நொடியில் உணர்ந்த செழியன், விடைபெறும் முன் தன்னை நோக்கி தன் மீசையை முறுக்கியதன் பொருளை புரிந்து வேகமாக மூச்சை உள்ளிழுத்தவன்,

"ரணதீரன்", என்று கூறினான்.

அதைக்கேட்டு குழப்பத்தோடு விழித்த தளிரைக் கண்டவன்,

"இன்றைய நிகழ்ச்சிக்கு ரணதீரன் வந்திருந்தான்", என்று கூறினான். அதைக் கேட்டு அதிர்ந்த தன் மகளை ஒன்றும் புரியாமல் பார்த்த குமரேசன்,

"இதைப் பார்த்தபிறகு என்னால் உங்கள் திருமணத்திற்கு எப்படி ஒத்துக்கொள்ள முடியும்", என்று கேட்டார்.

"இது உங்களுக்கு எப்படி கிடைத்தது, மாமா?", என்று கேட்டு, தன் கைபேசியை எடுத்து சுரேஷை அழைத்தவன், கார்த்தியையும் கரணையும் உடன் அழைத்து வரும்படி கூறினான். அனைவரும் வந்ததும், "உங்களுக்கு இது எப்படி கிடைத்தது, மாமா?", என்று மீண்டும் கேட்டான். அவர் தயங்கியதைக் கண்ட ஆனந்தி, தாங்களிருவரும் விருந்தினர் மாளிகையை சுற்றிப்பார்க்க விழைந்ததையடுத்து நடந்தவற்றை ஒன்றுவிடாமல் கூறினார். இளையவர்கள் அனைவருக்கும் அங்கு நடந்தது என்னவென்று விளங்கிவிட

அவர்களின் பார்வையின் பொருள் புரியாமல் விழித்த ஆனந்தியும் குமரேசனும் ஒருவரையொருவர் நோக்க,

"உங்களிடம் அவ்வளவு உரிமையாகப் பேசியவன் தான் ரணதீரன்", என்ற தளிர், "எனக்கு விபத்து நேர காரணமானவனும் அவனே", என்று கூறினாள்.

தன் மகளின் விபத்துக்கு காரணமாக இருந்தது மட்டுமல்லாது, அவளுக்கு ஆபத்து வரக்கூடும் என்று தன்னிடமே எச்சரிக்கை செய்து, தளிருக்கு எந்தவித ஆபத்தும் வரக்கூடாதென்று நல்லவன் போல் கடவுளிடம் வேண்டி நடித்ததை எண்ணிய குமரேசன் மனதில் கலக்கம் நீங்கி கோபம் ஏற செழியனை நோக்கியவர்,

"குறித்த நாளில் இந்த திருமணம் நடக்கும், என் மகளுக்கு தீங்கிழைக்கும் எண்ணத்தோடு யார் நெருங்குகிறார்கள் என்று நான் பார்க்கிறேன்", என்று கூறி, வழக்கமாக தளர்ந்திருக்கும் மீசையை முறுக்கியவரின் கண்களில் தோன்றிய ஒளியைக் கண்டு அனைவரும் வியந்து நோக்கினர்.

53

இளம் வயதியில் முன்கோபியாக தன் சிற்றூரில், எங்கு என்ன தப்பு நடந்தாலும் தட்டிக்கேட்கும் இளவட்டங்களின் தலைவனாக இருந்த குமரேசன், தனக்கு வேலைகிடைத்து, திருமணமாகி, பட்டணத்திற்கு வந்த பிறகு, தன் மனைவியின் அன்பும், இரு பெண் குழந்தைகளின் தகப்பன் என்ற பொறுப்புணர்ச்சி தந்த பொறுமையும் இணைய நாளடைவில் மிக அமைதியான மனிதராக மாறியிருந்தார். தன் மகளுக்கு எங்கிருந்து எந்தவித ஆபத்து வரக்கூடுமோ என்று கலங்கியதால், இந்த திருமணம் நடக்கக் கூடாது என்று எண்ணியவர், தற்பொழுது தன் மகளுக்கு ஆபத்து என்று தன்னிடமே எச்சரித்த ரணதீரன் மேல் மனதில் எரிமலையென கோபம் எழ, "குறித்த நாளில் இந்த திருமணம் நடக்கும், என் மகளுக்கு தீங்கிழைக்கும் எண்ணத்தோடு யார் நெருங்குகிறார்கள் என்று நான் பார்க்கிறேன்", என்று கூறி, வழக்கமாக தளர்ந்திருக்கும் மீசையை முறுக்கினார்.

குமரேசனின் மனநிலையில் தென்பட்ட மாறுதலைக் கண்டு திகைத்த இளவட்டங்களைப் பார்த்த ஆனந்தி, தன் கணவரை நோக்கி பெருமிதமாகப் புன்னகைத்தார். தளிருக்கு நேர்ந்த விபத்தில் தொடங்கி, அதையடுத்து பூபதி அரங்கேற்றிய கடத்தல் மற்றும் தற்சமயம் தளிரைப் பின்தொடர்பவர் வரை பல கேள்விகள் கேட்ட குமரேசனிடம் எதையும் மறைக்காமல் விளக்கமாக அனைவரும் பதிலளித்தனர். அவர் கேட்டுக் கொண்டதற்கிணங்க தனக்கு காண்பிக்கப்பட்ட தளிர் கடத்தப்பட்டபின், கரணாலும் கார்த்தியாலும் மீட்கப்பட்ட காணொலியைக் கண்டவர், அதில் தளிரின் துணிச்சலைக் கண்டு மனமெங்கும் பெருமிதம் பரவ, தன் மகளின் தலையை வருடியபடி, அங்கே இருக்கும் அனைவரும் தன் மகளின் பாதுகாப்பிற்கு பொறுப்பெடுத்துள்ளனர் என்ற எண்ணம் அளித்த நிம்மதியில் அறையைச் சுற்றி ஒருமுறை பார்த்தார்.

மேரி, அனைவருக்கும் தேநீரும் பலகாரங்களும் ஏற்பாடு செய்ய, அதை அருந்தியதும், அனைவரிடமும் விடைபெற்று கிளம்பினர் குமரேசன் தம்பதியினர். அதன்பின் காலார தோட்டத்தில் நடக்கலாம் என்று கூறி தளிர் செழியனை நோக்க, அவள் பார்வையிட்ட கட்டளையை உடனே நிறைவேற்றும் பொருட்டு அவளை அழைத்துக்கொண்டு தோட்டத்தை நோக்கி நடந்தான். இருவரும் நடந்தவேளை இன்று நடந்த நிகழ்ச்சியைப் பற்றி செழியன் கூற, ரணதீரன் தன் பெற்றோரிடம் நடத்திய நாடகத்தைத் தவிர அனைத்தும் நன்றாக நடந்திருக்கிறது என்று மகிழ்ந்த தளிர், காலையிலிருந்து தான் செய்தவற்றை பற்றி கூறினாள். இருவரும் சற்றுநேரம் நடந்து, தோட்டத்திற்கு நடுவே அமைக்கப்பட்டிருந்த செயற்கை நீர்வீழ்ச்சியுடன் சேர்ந்த சிறு குளத்தின் அருகே சென்று, அங்கிருந்த கல்லினால் செதுக்கப்பட்டிருந்த இருக்கைகளில் அமர்ந்தனர். இன்று நடந்த உணர்ச்சி போராட்டத்திற்கு பிறகு கிடைத்த அமைதியும், அந்த ரம்மியமான சூழ்நிலைக்கேற்ப இதமாக வீசிய தென்றலால் உந்தபட்டு தங்கள் முகத்தில் தெறித்த நீர்த் துளிகளை ரசித்தவாறு தளிரை பின்னிருந்து அணைத்தபடி அமர்ந்திருந்த செழியன் மனதிற்குள் ஆழ்கடலின் அமைதியிருந்தாலும், தன் உடல் முழுவதும் ஆழிப்பேரலையாக எழுந்த காதலில் சிக்கிய படகாய் தத்தளித்தவன், மெல்ல குனிந்து தளிரின் பின்னங்கழுத்தில் தன் இதழ்களால் அழுந்த முத்தமிட்டான். சூடான அவன் இதழ் தன்னை தீண்டியதிலிருந்து அவன் மனநிலையை உணர்ந்த தளிர், அவன் மார்பில் மேலும் சாய்ந்தாள். தளிரின் கழுத்து தன் பார்வையிலிருந்து மறைந்துவிட, அவள் காதுமடலை தன் இதழ்களால் உரசியவன்,

"மாமா திருமணம் நடக்கக் கூடாது என்று கூறிய கணம் நீயில்லா வாழ்க்கையை எண்ணினேன் கண்ணம்மா, என் மூச்சே நின்றுவிட்டது", என்றவன் குரல் நடுங்கக் கூறினான். அதைக்கேட்டு, தன்னை அணைத்திருந்த அவன் கையை தன் கைகளால் உயர்த்தி, அவன் விரல்கள் ஒவ்வொன்றாக முத்தமிட்டுக் கொண்டிருந்த தளிர் அப்படியே உறைந்தாள். தன் கைகளில் விழுந்த நீர்த் துளியை உணர்ந்து, தளிரின்

முகத்தை நிமிர்த்திய செழியன், அவள் கண்களில் வழிந்த நீரைக் கண்டு பதறி,
"என்ன ஆயிற்று, கண்ணம்மா?", என்று கேட்டான்.

அவன் கேள்விக்கு பதிலேதும் கூறாமல் அவன் கண்களோடு தன் கண்களைக் கலந்தபடி அமர்ந்திருந்தவள் சற்றுநேரம் கழித்து, ஆழ்ந்த மூச்சை இழுத்துவிட்டு,
"எதற்காக என்மீது இத்தனை அன்பு வைத்திருக்கிறாய்?", என்று கேட்டாள்.

அதைக்கேட்டு குழம்பிய செழியன், ஒன்றும் புரியாமல் அவளை நோக்க, தன் பார்வையைத் தளர்த்தியவள்,
"எதற்காக அப்பா கூறியதைக்கேட்டு கலங்கினாய்?", என்று கேட்டாள்.

"அவர் இந்த திருமணத்தை நிறுத்திவிட்டால்", என்று பதறியவன் மேலே ஏதும் கூறும் முன், அவனை ஒற்றை பார்வையால் நிறுத்தியவள், "நிறுத்திவிட்டால்?", என்று கேட்டு ஒற்றை புருவத்தை உயர்த்தினாள்.

அவள் கூறுவதன் பொருள் புரியாமல் விழித்தவனைக் கண்டு இளமுறுவல் பூத்தவள்,
"நான் யார்?", என்று கேட்டாள்.

"நீ என் உயிர்", என்று கூறுவதைக் கேட்டு புன்னகைத்தவள்,

"உனக்கு நான் என்ன உறவு?", என்று 'உறவை' அழுத்திக் கேட்டாள்.

"என் மனைவி", என்றவன் குரலில் குழப்பம் தொனிக்க,

"என் தந்தை திருமணத்தை நிறுத்தினால், நான் உன் மனைவி இல்லையா?", என்று கேட்டவள், அவன் முகத்தில் குழப்பம் நீங்கி தெளிவு பிறந்ததைக் கண்டு, இதழ்கள் மேலும் புன்னகையில் விரிய, "இல்லையா?", என்று மீண்டும் கேட்டாள்.

அவள் கூறியது கேட்டு மெய் சிலிர்த்த செழியன்,

"என் மனைவிதான்....", என்று இழுத்துக் கூறியவன், "ஆனால்...", என்று மேலும் இழுக்க, அவன் கைகளைத் தன்னோடு அணைத்தவள்,

"ஆனால், மனைவி என்ற உரிமை எடுக்கமாட்டாய் அல்லவா?", என்று கேட்டாள்.

ஒரு கணம் தயங்கியவன், தன் தொண்டையை இருமுறை செருமிக் கொண்டு,

"வாழ்க்கையில் சிலவற்றிற்காக காத்திருத்தல் ஒரு தனி சுகம், தளிர். நான் கடலளவு உன்னை காதலித்தாலும், கரை கடந்து உன்னை அடையவேண்டும் என்றால், முறையாக உலகறிய உன்னை கைப்பிடிக்கும் நாள்வரை காத்திருப்பது அவசியம்", என்றவன், அவள் கண்களில் பரவிய காதலைக் கண்டு,

"ஆனால் இவ்வளவு காதலோடு என்னைப் பார்த்தால், காத்திருப்பது என் மனதை மிகவும் காயப்படுத்துகிறது", என்று கூறி, அவள் நெற்றியில் அழுந்த முத்தமிட்டான்.

அவன் கூறியதைக் கேட்ட தளிர் மனதில், தான் அவன் அருகிலிருந்தும், அவனுக்கு உரிமையிருந்தும், தனக்கு கொடுத்த ஒரு வாக்கிற்காக தவம்போல் தங்கள் திருமண நாளிற்காக தன்னவன் காத்திருக்கிறான் என்ற எண்ணம் மனதில் மகிழ்ச்சி, பெருமிதம், காதல் என்று அனைத்தையும் ஒருங்கே நிரப்ப, சற்றே எம்பி, அவன் இதழ்களை தன் இதழ்களால் சிறையெடுத்தாள்.

தளிரின் பெற்றோர் வந்து சென்றது சில மணிநேரங்கள் என்றாலும், பலவித உணர்ச்சிகளுக்கு ஆளான கரண், சுரேஷ் மற்றும் கார்த்தி, அவர்கள் கிளம்பும் முன் குமரேசன் தங்களிடம் செலுத்தியப் பார்வை மனதைக் குடைய, உடனடியாக சுரேஷின் அலுவலக அறைக்குச் சென்று, புதிதாய் தளிரின் அலுவலகம் அருகில் கண்டறிந்த அந்த காரைப் பற்றி தங்களுக்கு கிடைத்த விபரங்களை மீண்டும் ஆராய்ந்தனர்.

சற்றுநேரம் ஆராய்ந்தும் எதுவும் கண்டுபிடிக்க முடியாமல் திணறிய கரணும் கார்த்தியும் ஆளுக்கொரு நாற்காலியில் தங்கள் கழுத்தையும் தலையையும் அழுத்தியபடி அமர்ந்திருக்க, எந்த முறையில் தேடினாலும் அது தொடங்கிய இடத்திற்கே மீண்டும் கொண்டு வருவதை எண்ணி தன் கைகளால் மேசையில் குத்தினான், சுரேஷ். ஒருவரோடு ஒருவர் பேசாமல் தீவிர சிந்தனையில் ஆழ்ந்திருந்த அம்மூவர் இடையே இருந்த அமைதியை குலைக்கும் வண்ணம் ஒலித்த தன் கைபேசியை எடுத்து காதில் பொருத்திய கார்த்தி மறுமுனையில் கூறப்பட்ட விபரத்தைக் கேட்டு துள்ளி எழுந்தவன், பதற்றத்தோடு அருகிலிருந்த கணினியை உயிர்ப்பித்து அதில் வந்திருந்த மின்னஞ்சலில் உள்ள இணைப்பைத் திறந்து, விரிதிரையில் பகிர்ந்தான்.

கார்த்தி அவசரமாக எழுந்து கணினியை நெருங்கவும், விரிதிரையில் பகிர ஏற்பாடுகள் செய்த கரண், அவன் இணைப்பைத் திறந்து பகிரவும் சுரேஷின் அருகே சென்று நின்றான். நேரலையாக பகிரப்பட்ட காணொலியைப் பார்த்தபடி நின்ற மூவரும், அந்தி கருக்கும் பொழுதில் அந்த மர்ம கார் ஓர் பல் பொருள் அங்காடி முன் நிற்பதைக் கண்டனர். சற்றுநேரத்தில் கடைக்குள்ளிருந்து, கருப்பு கண்ணாடி மற்றும் தொப்பி அணிந்த ஒரு இளம் பெண் வெளியில் வந்து அந்த காருக்குள் சட்டென்று ஏறி காரைக் கிளப்புவதைக் கண்டு உறைந்தனர்.

தன் அணைப்பிற்குள் இருந்த தளிர் தந்த முத்தத்தில் கிறங்கி நெகிழ்ந்த செழியன், சற்றுநேரம் கழித்து, மூச்சுவாங்கியபடி இருவரும் விலக, தளிரின் கண்களின் ஓரம் கசிந்த நீரை தன் இதழ்களால் ஒற்றியெடுத்தபடி தன்னோடு சேர்த்தணைத்தவன் கன்னத்தோடு தன் கன்னத்தை இழைத்த தளிர்,

"யாரும் மானிடரே இல்லாத இடத்தில்
சிறு வீடு கட்டி கொள்ள தோன்றும்
நீயும் நானும் அங்கே வாழ்கின்ற வாழ்வை
மரம்தோறும் செதுக்கிட வேண்டும்", என்று தாழ்ந்த குரலில் அவன் காதுக்குள் பாடினாள்.

அவள் கழுத்தில் முகம் புதைத்து அவள் பாடுவதை ரசித்துக் கேட்டவன் புன்னகைக்க, தன் கழுத்தில் அவன் இதழ் விரிந்ததை உணர்ந்தவள், அவன் முகத்தை தன் முகத்திற்கு நேரே வைத்து,

"என்ன?", என்று கேட்டாள். அதற்கு வேகமாக இடம்வலமாக தன் தலையை செழியன் அசைக்க, சிந்தனையோடு கேள்வியாய் ஒற்றை புருவத்தை உயர்த்த,

"உன் அலாதி அன்பினில்

நனைந்தபின் நனைந்தபின்

நானும் மழையானேன்", என்று ஆழ்ந்த குரலில் பாடியதைக் கேட்டு கண்மூடி ரசித்தாள். சுற்றுப்புறம் மறந்து, இருவரும் நேரம் செல்வது தெரியாமல் அமர்ந்திருக்க, வீட்டிற்குள் அமர்ந்து தங்கள் முன் விரிதிரையில் மீண்டும் மீண்டும் ஓடிய அந்த பெண் காருக்குள் ஏறும் காட்சியைக் கண்ட மூவரும், எத்தனை பேர் முயன்றாலும், இதுவரை எந்த விபரமும் கண்டுபிடிக்க முடியாமல் தங்களைத் திணறடிக்கும் நபர் ஒரு இளம்பெண் என்று அறிந்தவர்கள் மனதில் அந்த பெண்ணைப் பற்றி மேலும் விபரங்கள் அறியவேண்டும் என்று ஒருவித ஆர்வம் படர, ஒவ்வொருவரும் தங்கள் முகத்தில் புன்னகையைத் தவழவிட்டபடி திரையைப் பார்த்தனர்.

காணொலியில் அந்த குறிப்பிட்ட பகுதியை மெதுவாக ஓடவிட்ட கார்த்தி, சட்டென்று ஒரு காட்சியில் நிறுத்தி, அதை விரிவுபடுத்தினான். கண்ணாடி, தொப்பி அணிந்திருந்தவள், கையில் உறை அணிந்திருந்தாலும், கடையில் வாங்கிய பொருட்கள் அடங்கிய பையை ஒரு கையிலிருந்து மற்ற கைக்கு மாற்றிய வேளை, கையுறை அகல, கையில் பச்சைகுத்தப்பட்டிருந்த வினோதமான ஒரு வடிவத்தைப் பார்த்த மூவரும், அதைவைத்து இந்த பெண்ணைப் பற்றிய விபரத்தை அறியலாம் என்று எண்ணினர்.

இருள்சூழ தொடங்கவும், தாங்கள் அமர்ந்திருந்த இடத்திலிருந்து கிளம்பி வீட்டிற்கு திரும்பிய தளிரும் செழியனும், முன்கட்டில் தங்களை புன்னகையோடு

வரவேற்ற மூவரையும் கண்டு புன்னகைத்தபடி தங்கள் கட்டிற்குள் சென்றனர். இரவு உணவருந்தி படுத்த வேளை, அந்த பெண்ணின் கையில் இருந்த வடிவத்தை பார்த்த கணத்திலிருந்து தன் மனதில் ஏதோ உறுத்தியபடி இருந்ததை எண்ணிய கார்த்தி, அதைப்போன்ற வடிவத்தை முன்பு எங்கோ பார்த்திருந்ததாகத் தோன்ற அதைப் பற்றிய சிந்தனையுடன் உறங்கினான். ஏதேதோ தொடர்புகளற்ற காட்சிகள் கண்முன் விரிய, இறுதியாக முகமறியா ஒரு பெண்ணின் உருவத்தைக் கண்டவன் இனம்புரியாத உணர்வு மனமெங்கும் படர புன்முறுவலோடு உறங்கினான்.

காலையில் எழுந்து அனைவரும் பரபரப்பாக தங்கள் அலுவலகங்களுக்கு கிளம்பினர். வார நாட்கள் முழுவதும் காலையில் தன் தேர்வுக்கு படித்துவிட்டு, பின் அலுவலகம் சென்ற தளிர், தன் வேலைகளை முனைப்புடன் செய்துவர, செழியன் வழக்கம்போல், சந்திப்புகளிலும் பேச்சுவார்த்தைகளிலும் தன் நாட்களை கடத்தினான். நாள்தோறும் தன் அண்ணனோடு அலுவலகம் வந்த நிலா, காலைப் பொழுதுகளில் தென் அமெரிக்காவில் உள்ள குழு முந்தைய நாள் அளித்த அறிக்கைகளைத் தொகுத்து, தன் அண்ணியும், மாறன் குரூப்ஸ் தலைமை நிர்வாக அதிகாரியுமான திவ்யாவுடன் பகிர்ந்தவள், மதிய உணவிற்கு பிறகு காலையில் முடித்த வேலைகளின் குறிப்புகளைத் தொகுத்து, மாலை தென் அமெரிக்க குழுவோடு பணியாற்றினாள். அடுத்த வாரம் முழுவதும், அரபு நாடுகளில் நடக்கவிருந்த மிகப்பெரிய முதலீட்டாளர்கள் சந்திப்பிற்காக ரோஸி இரண்டு வாரங்களாக ஆராய்ந்து கொடுத்த குறிப்புகளை வெள்ளிக்கிழமை மதியம் அவளுடன் விவாதித்த செழியன், ஞாயிறு மாலை கிளம்புவதற்கு தயாராக இருக்கும்படி கூறி அவளுக்கு விடைகொடுத்து வீட்டிற்கு கிளம்பினான்.

ஒரு வாரமாக அந்த காணொலியில் இருந்த பெண்ணின் கையில் பச்சைகுத்தப்பட்டிருந்த வடிவத்தைப் பற்றி பல வழிகளில் முயன்றும் கண்டுபிடிக்க முடியாமல் மூவரும் திணற, அடுத்த வாரம் சுரேஷ் செழியனுடன்

சென்றுவிடுவதால், கரண் தளிருக்கு இரட்டிக்கப்பட்ட பாதுகாப்பிற்கு தலைமையேற்றதையடுத்து, அவனுக்கும் வேலை அதிகமிருக்கும் என்று உணர்ந்ததால், தன்னால் இயன்றவரை அந்த பெண்ணைப் பற்றிய விபரங்களை அறியவேண்டும் என்று எண்ணிய கார்த்தி, தானே அவளை பின்தொடர்வதென முடிவெடுத்தான்.

ஞாயிற்றுக்கிழமை தான் அரபு நாடுகளுக்கு கிளம்ப வேண்டியிருந்ததால், சனிக்கிழமை தளிருடன், வீட்டிலும் தோட்டத்திலும் கழித்தான் செழியன். திருமணத்திற்காகவும், இறுதி தேர்வுக்கு படிக்க வேண்டியிருந்ததாலும், அடுத்த வாரம் வெள்ளிக்கிழமை முதல் தன் வேலையிலிருந்து விடைபெற இருந்த தளிர், தான் பயிற்சிக்கு சேர்ந்த வாரமும், இப்பொழுது வேலையிலிருந்து விடைபெறும் வாரமும் செழியன் அரபு நாடுகளுக்குச் செல்ல வேண்டிய சூழ்நிலைகளின் ஒற்றுமையை எண்ணி, மனதிற்குள் வியந்தாள். ஞாயிறு மதியம் உணவருந்தியபின் சுரேஷ் மற்றும் ரோஸியுடன் கிளம்பிய செழியனுக்கு விடைகொடுத்தாள்.

செழியன் உடன் இல்லாததால், நீண்ட இரவுகளையும் பகல்களையும் ஒரு வாரமாக சிரமத்தோடு கடத்திய தளிர், வெள்ளிக்கிழமை தன் வேலைகளை முடித்து ரம்யாவிற்கு மின்னஞ்சல் அனுப்பிவிட்டு, விமலிடம் விடைபெறுவதற்காக அவன் அறைக்கதவைத் தட்டிவிட்டு உள்ளே நுழைந்தாள். அவனிடம் பேசிக் கொண்டிருந்த வேளை மீண்டும் மீண்டும் தவிர்த்தாலும் தொடர்ந்து கைபேசி ஒலிக்க, அதை எடுத்து பேசும்படி கூறிய விமலிடம் மன்னிப்பு கேட்ட வண்ணம் அதை எடுத்து காதில் பொருத்தியவள், மறுமுனையில் கூறப்பட்ட விபரத்தைக் கேட்டு அதிர்ந்த தளிர், விமலிடம் விடைபெற்று கிளம்பினாள். தன் கைபேசியிலிருந்து கரணை அழைத்த தளிர், உடனடியாக தான் கிளம்பவேண்டும் என்று கூறி, அவனை வரும்படி கூறிவிட்டு, செழியனை அழைத்தாள். முக்கியமான ஒரு பேச்சு வார்த்தையில் இருந்த செழியன்,

எதிர் பாராத வேளை தளிர் தன்னை அழைப்பதைக் கண்டு முதல் ஒலிப்பிலேயே எடுக்க,

"அருணன், அப்பாவிற்கு விபத்து, தன் நண்பரோடு காரில் சென்றிருக்கிறார், கார் திடீரென்று கட்டுப்பாட்டை மீற, பதற்றத்தில் அவர் நண்பர், ஒரு பாலத்தில் மோதிவிட்டார்", என்று பதற்றத்தோடு தளிர் கூற,

"நீ உடனே கிளம்பு தளிர், நான் இரவுக்குள் வந்துவிடுவேன்", என்று கூறி அழைப்பைத் துண்டித்தவன், சுரேஷிற்கும் ரோஸிக்கும் குறுஞ்செய்தியாக விபரத்தை அனுப்பினான்.

செழியன் வந்துவிடுவானென்ற விபரம் அளித்த சிறு நம்பிக்கையில், கரண் வந்தவுடன், அவனை இங்கிருந்தே தன் தந்தை அனுமதிக்கப்பட்டிருந்த மருத்துவமனைக்குச் செல்லும்படி கூறினாள். எப்படியும் தாங்கள் சென்றடைய இரவாகிவிடும் என்று கூறிய கரண், வீட்டிற்குச் சென்றுவிட்டு கிளம்பலாம் என்று கூற அதை மறுத்துவிட, காரை கிளப்பிய கரண், வெளியூர் பயணத்திற்கு தங்களுக்கு தேவையான பாதுகாப்பு வாகனங்களுக்கு ஏற்பாடுகளை செய்தவண்ணம், காரின் வேகத்தை அதிகரித்தான்.

54

தன் பயிற்சி முடிந்து பகுதிநேரமாக வேலை பார்த்த தளிர், தன் திருமணத்தை முன்னிட்டும், இறுதி தேர்வுக்கு படிப்பதற்கும் தன் பகுதி நேர வேலையில் இருந்து வெள்ளிக்கிழமையோடு விடைபெற, தன் வேலைகளை முடித்து ரம்யாவிற்கு மின்னஞ்சல் அனுப்பியவள், விமலிடம் விடைபெற எண்ணி அவன் அறைக்குச் சென்றாள். கதவை தட்டிவிட்டு உள்ளே நுழைந்த தளிரைக் கண்ட விமல் உற்சாகமாக,

"வாருங்கள் தளிர், திடீரென்று நீங்கள் வேலையிலிருந்து விடைபெற வேண்டும் என்று முடிவெடுத்துவிட்டீர்கள் போல் இருக்கிறதே?", என்று கேட்டான்.

"ஆமாம் சர், திருமணத்திற்கு இன்னும் சில வாரங்களே இருக்கின்றன, திருமணம் முடிந்து ஒரு மாதத்தில் இறுதி தேர்வுகள் வருகின்றதால், இப்பொழுதே தேர்வுக்கு படிக்கலாம் என்று நினைக்கிறேன் சர்", என்று கூறியவள், "நான் அழைப்பிதழ் கொடுப்பதற்கு மீண்டும் வருவேன், சர்", என்று கூறி புன்னகைத்தாள்.

"நிச்சயம் வருவேன், தளிர்", என்று புன்னகையோடு கூறிய விமல் மேலே ஏதோ கூற எத்தனித்த வேளை தன் கைபேசி ஒலிக்க, அதனை துண்டித்தாள். மீண்டும் மீண்டும் ஒலிக்க,

"கோ அஹெட் தளிர்", என்று கூறினான் விமல்

"ஸாரி சர்", என்று கூறிவிட்டு தன் கைபேசியில் வந்த அழைப்பை எடுத்து காதில் பொருத்தியவள், மறுமுனையில் யாரோ மருத்துவமனையின் ஊழியர், தன் தந்தைக்கு நடந்த விபத்தைப் பற்றிய விபரம் கூற, அதைக்கேட்டு அதிர்ந்தவள் முகம் வெளுத்ததைக் கண்டு,

"என்ன ஆயிற்று தளிர்", என்று கேட்டான், விமல்

சற்றுநேரம் அமைதியாக இருந்தவள்,

"நான் உடனே கிளம்பவேண்டும் சர்", என்று கூறி அவனிடம் விடைபெற்று சென்றாள்.

அவசரமாகக் கிளம்பிய தளிரை குழப்பத்தோடு பார்த்த விமல், அலுவலக உதவியாளரை அழைத்து, தளிர் பத்திரமாகக் கிளம்புகிறாளா என்று உறுதி செய்யுமாறு கூறினான். தன் இருக்கைக்குச் சென்று தன் கைப்பையை எடுத்தபடி, கைபேசியில் கரணை அழைத்து உடனடியாகக் கிளம்ப வேண்டும் என்று கூறி அழைப்பைத் துண்டித்தவள், செழியனை அழைத்தாள். விபரம் அறிந்ததும், தளிரை உடனே ஊருக்கு கிளம்பும்படி கூறிய செழியன், தான் இரவிற்குள் வந்துவிடுவதாக வாக்கு கொடுத்தான். கரண் வந்ததும் உடனடியாக காரில் ஏறிய தளிர், அவன் பல முறை, வீட்டிற்குச் சென்று அனைத்து பாதுகாப்பு ஏற்பாடுகளும் செய்துகொண்டு கிளம்பலாம் என்று கூறினாலும், அதை திட்டவட்டமாக மறுத்துவிட்ட தளிர் இங்கிருந்து நேரே செல்லவேண்டும் என்று பிடிவாதமாகக் கூற, தன் காரிலிருந்தே தங்கள் பயணத்திற்கு வேண்டிய பாதுகாப்பு வாகனங்களை ஏற்பாடு செய்தவண்ணம் காரின் வேகத்தை அதிகரித்தான், கரண். நகரின் எல்லையை அடைந்த வேளை தங்கள் காரின் முன்னும் பின்னுமாக நான்கு செரோக்கிகள் இணைய, அதை சட்டை செய்யாமல், இலக்கற்று வெறித்தபடி அமர்ந்திருந்த தளிரைக் கண்ட கரண், அவள் மனநிலை உணர்ந்து, ஏதும் பேசாமல் விரைவாகக் காரை செலுத்தி, இரவேறி சற்றுநேரத்தில், தளிரின் தந்தை அனுமதிக்கப்பட்டிருந்த மருத்துவமனையை அடைந்தான்.

மருத்துவமனை வாயிலில் கார் நின்றவுடன், அவசரமாக இறங்கிய தளிர் உடனடியாக உள்ளே செல்ல அவள் கண்களில் உள்ள வெறித்த பார்வையைக் கண்ட கரண், தானும் இறங்கி அவளை பின்தொடரும் முன் தன் கைகளால் சைகை செய்ய, பின்னாலிருந்த காரிலிருந்த மெய்க்காப்பாளர்களுள் ஒருவன் இறங்கி, தளிரின் காரை எடுத்துக்கொண்டு அங்கிருந்து கிளம்பினான்.

எதைப்பற்றியும் சிந்திக்காமல் உள்ளே நுழைந்த தளிர் வரவேற்பாளரின் முன் நிற்பதைக் கண்ட கரண், அவளருகே சென்று, வரவேற்பாளரிடம் விபரமறிந்து தீவிர சிகிச்சை பிரிவிற்கு அழைத்துச் சென்றான். அங்கு, காத்திருப்பு அறையில் தன் கண்களில் வழிந்த நீரை துடைக்கும் திடமில்லாமல் அமர்ந்திருந்த தன் அன்னையைக் கண்ட தளிர், மெல்ல அவளருகில் சென்று அமர்ந்தாள்.

தன் மகளைப் பார்த்த ஆனந்தி, அவள் தோளில் சாய்ந்து குலுங்கி குலுங்கி அழுதவர், கேவல்களின் ஊடே நடந்த விபரத்தைக் கூறினார். ஒரு வாரமாக சற்று தொலைவில் இருந்த நகரத்திலுள்ள கிளையில் நடந்த புதிய விதிமுறைகளுக்கான செய்முறை வகுப்புகளுக்காக தன் அலுவலக நண்பருடன் அவர் காரில் சென்று வந்திருக்கிறார். இன்று வகுப்புகள் மதியத்தோடு முடிந்துவிட, உணவருந்திவிட்டு கிளம்பியிருக்கின்றனர். வரும் வழியில், அவர் நண்பர் உறங்கிவிட்டாரோ அல்லது கவனம் சிதறிவிட்டதோ, எதிரில் வந்த பேருந்தை கவனிக்கவில்லை. அருகே வந்ததும் பதற்றத்தில், காரின் கட்டுப்பாட்டை இழந்தவர், அருகே இருந்த பாலத்தில் மோதிவிட்டார். அங்கே இருந்தவர்கள் உடனடியாக மருத்துவமனையில் சேர்த்திருக்கிறார்கள். அவர் கைபேசியில் இருந்த அவசர அழைப்பில் உள்ள ஆனந்தியை அழைத்த மருத்துவமனையினர், அவர் கல்லூரியில் வகுப்பில் இருந்த காரணத்தால் எடுக்காமல் போக, அடுத்திருந்த தளிரின் எண்ணைத் தொடர்பு கொண்டிருக்கிறார்கள்.

தன் அன்னையைத் தேற்றிய தளிர்,
"டாக்டர் என்ன சொன்னார்கள், அம்மா?", என்று கேட்டாள்.

"முதலுதவி செய்திருக்கிறார்கள் தளிர், காலில் அதிகமாக அடிப்பட்டிருக்கிறதாம். ஏதேதோ படிவங்களை நிரப்பி கையெழுத்திடுமாறு கூறினார்கள், எனக்கு எதுவும் புரியவில்லை", என்று கூறினார்.

தன் அன்னை ஏதும் தெளிவாகவோ பகுத்தறிந்து சிந்திக்கவோ முடியாத நிலையில் இருக்கிறார் என்று உணர்ந்த தளிர், தான் சென்று தந்தையைப் பார்த்துவிட்டு வருவதாக ஆனந்தியிடம் கூறிவிட்டு உள்ளே சென்றாள். அங்குள்ள செவிலியரிடம் தன் தந்தையைக் காண வேண்டும் என்று கூறி, அவர் கூறிய வழிமுறைகளைச் செய்துகொண்டு நுழைந்தவள், அடுத்தடுத்து திரைகளால் மறைக்கப்பட்டு வரிசையாக போடப்பட்டிருந்த கட்டில்களைக் கடந்து, அங்குள்ள நான்காம் கட்டிலில் படுத்திருந்த தன் தந்தையைக் கண்டு அதிர்ச்சியில் உறைந்தாள். சிறுவயது முதல், மிக அமைதியான மனிதராக இருந்த தன் தந்தையிடம், அந்த ஆழ்ந்த அமைதியை மீறி ஒரு கம்பீரம் இருப்பதைக் கண்டிருக்கிறாள். இன்று, மருத்துவமனையின் பெரிய கட்டிலில் சிறியதாக தெரிந்த தன் தந்தையைப் பார்த்தவள், அதுவரை கட்டுப்படுத்திய கண்ணீர் தடையின்றி வழிய, உடனடியாக செழியனின் மார்பில் சாய்ந்து அழவேண்டும் என்று மனது ஏங்க, தன்னை மிகவும் முயன்று கட்டுப்படுத்தினாள். கண்ணீரால் திரையிடப்பட்டு பார்வை மங்கலாகத் தெரிய மெல்ல நடந்து தன் அன்னை அமர்ந்திருந்த இடத்திற்கு வந்தவள், தன் எதிரே இருந்த ஒருவர் மீது மோதியதன் விளைவாகத் தடுமாறி விழப்போனவளை அணைத்தபடி பிடிக்க, அந்த தீண்டலில் ஒரு கணம் திகைத்து, தன் கண்களை இருமுறை சிமிட்டி, கண்ணீரை அகற்றியவள், ஆறுதலோடு தன்னை நோக்கிய செழியனைக் கண்டு, அந்த கணமே இடம் பொருள் அனைத்தையும் மறந்து அவனை அணைத்து மார்பில் சாய்ந்து தன் மனதிலுள்ள வலி தீருமளவு அழுதாள்.

தளிர் தன்னை அழைத்து தன் தந்தையின் விபத்தைப் பற்றிய விபரத்தைக் கூற, அங்கிருந்த வேலைகளை உடனடியாக முடித்துக்கொண்டு கிளம்பிய செழியன், ரோஸியை பாதுகாப்பாக அனுப்பிவிட்டு, சுரேஷுடன் குமரேசன் அனுமதிக்கப்பட்டிருந்த மருத்துவமனைக்கு வந்தான். செழியனையும் சுரேஷையும் வாயிலில் சந்தித்த கரண், தளிரை அழைத்து வந்த விபரத்தைக் கூறிவிட்டு, இந்த விபத்தைப் பற்றிய மேலும் விபரங்களை சேகரிக்கும் பொருட்டு காவல் நிலையத்திற்குச் செல்வதாகக் கூறி

அவர்களிடமிருந்து விடைபெற்று சென்றான். தீவிர சிகிச்சை பிரிவின் காத்திருப்பு அறையை அடைந்த செழியன், தளிரின் அன்னையிடம் அமைதியான குரலில் ஆறுதலாக பேசிக்கொண்டிருந்த வேளை, அறையின் கதவு திறக்கப்பட அங்கே கட்டுப்பாடின்றி வழிந்த கண்ணீரோடு நடந்து வந்த தளிரைக் கண்டவன் அவள் மனநிலையை உணர்ந்து அவளை நெருங்கினான். தான் வந்ததை பாராமல் தன் மேல் மோதி விழப்போனவளை அவள் விழும்முன் பிடித்தவன், அவளை மெல்ல அணைத்தான். தன் அணைப்பில் ஒரு கணம் திகைத்த தளிர், தன்னை இனம் கண்டுகொண்டவுடன் மார்பில் சாய்ந்து விம்மி அழ, அவள் தலையையும் முதுகையும் வருடியபடி, அவளை அமைதிப்படுத்தினான். சற்றுநேரத்தில், தளிரின் அழுகை குறைந்து விம்மலாக மாற, அவளை அணைத்தபடியே அழைத்துச் சென்று, ஒரு நாற்காலியில் அமரச்செய்தான்.

சில நிமிடங்கள் அமைதியாகக் கடக்க, அங்கு ஒரு மருத்துவர் குழுவோடு வந்த, மருத்துவமனையின் தலைமை மருத்துவர் செழியனை நோக்கி தலையசைத்துவிட்டு சென்றதைக் கண்ட தளிர், வியந்து நோக்க, மிக மெல்லியதாகப் புன்னகைத்தான். சிறிது நேரத்தில் வெளியில் வந்த மருத்துவர்களைக் கண்டதும் செழியனும் மற்றவர்களும் எழ, தன் தொண்டையைச் செருமியபடி தலைமை மருத்துவர்,

"காலில் பலமாக அடிப்பட்டதில் பந்துகிண்ணமூட்டில் சிதைவு ஏற்பட்டிருக்கிறது. உடனடியாக சிகிச்சை செய்தால், மேற்கொண்டு ஏதும் சிக்கல் ஏற்படாமல் தடுக்க முடியும், மிஸ்டர்.செழியன்", என்றவர், செழியனின் அருகில் நின்ற தளிரையும் அவளுக்கு பின்னால் இருந்த ஆனந்தியைப் பார்த்தவர் நீண்ட மூச்சை இழுத்துவிட்டு, "அவர் தலையில் இடப்பகுதி காரின் கண்ணாடியில் இடித்ததால், அதில் உள்ளூர சிறிது இரத்த கசிவு ஏற்பட்டுள்ளது. அந்த கசிவு நிற்பதற்காகவும், அந்த பகுதியில் இரத்தம் கட்டாமல் இருப்பதற்காகவும் தற்பொழுது மருந்துகள் ஏற்றிக்கொண்டிருக்கிறோம். இரத்த கசிவு நின்றபிறகு அறுவை சிகிச்சை செய்ய இயலும், அதுவரை செயற்கையாக

அவரை ஆழ்நிலை உறக்கத்தில் வைத்திருக்கிறோம். எல்லாம் சரியாகச் சென்றால், நாளை மதியத்திற்குள் கசிவு நின்று, அங்கே உறைந்திருக்கும் இரத்தக்கட்டும் கரைந்துவிடும். மாலை அறுவை சிகிச்சை செய்யலாம். அதுவரை அவருக்கு நல்ல ஓய்வு தேவை", என்று கூறிவிட்டு கிளம்பினார்.

தளிரை தோளோடு அணைத்த செழியன்,

"அத்தை, நீங்களும் தளிரும், இங்கிருந்து ஐந்து நிமிட தொலைவில் ஏற்பாடு செய்யப்பட்டிருக்கும் விடுதியில் சென்று உறங்குங்கள், நான் இங்கு இருக்கிறேன்", என்று கூற, அதை மறுத்த ஆனந்தி,

"இல்லை தம்பி, நீங்கள் இருவரும் சென்று ஓய்வெடுங்கள், நான் இங்கே இருக்கிறேன்", என்று கூறினார். தளிரின் முகத்தைப் பார்த்த செழியன், அவள் தன் அன்னையைப் பிரிந்து எங்கும் செல்லும் மனநிலையில் இல்லை என்று உணர்ந்தான். அவர்கள் யாரும் எதுவும் சாப்பிடவில்லை என்று நினைத்து,

"அத்தை, தளிர், நான் ஒரு யோசனை சொல்கிறேன்", என்றவன், சுரேஷைப் பார்த்து தலையசைத்தபடி, "இப்பொழுது, இங்கிருந்து நாம் செய்ய வேண்டியது எதுவும் இல்லை. நாம் எல்லோரும் அங்கு சென்று சற்று ஓய்வெடுப்போம். காலையில் இங்கே வருவோம்", என்று அமைதியான குரலில் கூற, சரியென்று ஆனந்தி தலையசைக்க, அனைவரையும் அழைத்துக்கொண்டு மருத்துவமனையில் இருந்து வெளிவந்த செழியன், அங்கு தயார் நிலையில் இருந்த காரில் அவர்களை ஏற்றிக்கொண்டு சுரேஷ் ஏற்பாடு செய்திருந்த விடுதிக்குச் சென்றான்.

அந்த மூன்று நட்சத்திர விடுதியின், மூன்றாம் தளம் முழுவதும் தங்களுக்கு என்று ஒதுக்கப்பட்டு, செழியனின் மெய்க்காப்பாளர்கள் தங்கியிருந்த அறைகளைக் கடந்து, இறுதியில் இருந்த ஒரு தொகுப்பு அறையை அடைந்து உள்ளே நுழைந்த ஆனந்தி, மீண்டும் தன் மருமகனை வியந்து நோக்க,

"அத்தை இதில் மூன்று படுக்கை அறைகளும், ஒரு முன்கூடமும், உணவருந்தும் அறையும் உள்ளது, உங்களுக்கு

வசதியான அறையை தேர்ந்தெடுங்கள்", என்றவன் ஆனந்தி முதல் அறையை நோக்க, "சரி அத்தை, அந்த அறையில் ஓய்வெடுங்கள்", என்று கூறி தளிரைப் பார்த்து, "அம்மாவைப் பார்த்துக்கொள், தளிர். ஏதாவது தேவையென்றால் குரல் கொடு, வருகிறேன்", என்று கூறிவிட்டு, சற்று உட்பக்கமாக இருந்த அறைக்குள் நுழைந்தான்.

அவன் செல்வதைப் பார்த்துக்கொண்டு நின்ற பெண்கள் இருவரும், சற்றுநேரம் அங்கிருந்த சோபாவில் அமர்ந்திருக்க, அழைப்பு மணி ஒலிக்கவும், மெல்ல எழுந்து கதவைத் திறந்த தளிர், அங்கே உணவுத் தட்டோடு காத்திருந்த ஒருவனைக் கண்டு வியந்தவள், பின்னாலிருந்து, "கம் இன்", என்று கூறிய செழியனின் குரலைக் கேட்டு, உணவு கொண்டு வந்த நபர் உள்ளே நுழைய வழிவிட்டு நின்றாள். குளித்து உடைமாற்றி வந்திருந்த செழியன், சிறு புன்னகையோடு,

"ஏதும் சாப்பிடும் மனநிலையில் நீங்கள் இல்லை. ஆனால், சிறிதேனும் ஏதாவது அருந்தவேண்டும் என்பதால், சூப் மற்றும் பழங்கள். அருந்துங்கள்", என்று ஆனந்தியைப் பார்த்து கூறினான். அவன் கூறியதற்கு மறுப்பு கூறும் மனநிலையில் இல்லாத ஆனந்தி பெயருக்கு உண்ணலாம் என்று எண்ணி சூப்பை அருந்தினார். அதன்பிறகுதான் தன் பசி தனக்கே தெரியவர செழியனை வியந்து பார்த்தவர், பழங்களை உண்டார். தளிரை உணவருந்த வைத்து தானும் உண்ட செழியன், இருவரிடமும் விடைபெற்று தன்னறைக்குள் முடங்கினான்.

நாள் முழுவதும் ஏற்பட்ட உணர்ச்சி போராட்டங்களினால் உண்டான அயற்சியினால் உறக்கம் தழுவ தன் அறைக்குள் நுழைந்த ஆனந்தி, உடன் வந்த தன் மகளின் முகத்தைக் கூர்ந்து நோக்கியவர்,

"நீ உங்கள் அறைக்குச் செல், தளிர்", என்று கூற, அதைக்கேட்டு சற்றே அதிர்ந்து நோக்கிய தளிரைப் பார்த்து புன்னகைத்தவர், "நான் நன்றாக ஓய்வெடுப்பேன், தளிர். தம்பி இன்றுதான் வெளியூரில் இருந்து வந்திருக்கிறார்", என்று கூறி உள்ளே சென்றார்.

தன் அன்னை உறங்கும்வரை அவரோடு அமர்ந்து பேசிக்கொண்டிருந்த தளிர், அவர் உறங்கியபின், செழியனின் அறைக்குச் சென்றாள். அவசரமாக பேச்சு வார்த்தையை முடித்துக்கொண்டு வந்ததால், அதற்குரிய ஆவணங்களை கட்டிலில் படுத்தபடி முறையாக சரிபார்த்து ரோஸிக்கு மின்னஞ்சல் அனுப்பியவிட்டு, தன் மடிக்கணினியை பக்கத்திலிருந்த முக்காலியில் வைத்தவன், அறைக் கதவை திறந்துகொண்டு உள்ளே நுழைந்த தளிரை வியந்து பார்த்து,

"அம்மா உறங்கிவிட்டார்களா?", என்று கேட்டான்.

ஆமென்று தலையசைத்த தளிர், அவன் அருகே அமர்ந்து, அவன் கன்னத்தில் அழுந்த முத்தமிட்டவள்,

"நன்றி அருணன்", என்று கூறினாள். அவள் கண்களில் துளிர்த்த நீரை விரல்களால் துடைத்த செழியன், "உன் தாய் தந்தையர் எனக்கும் தாய் தந்தையர்தான் தளிர்", என்று கூறி அவள் நெற்றியில் முத்தமிட்டவன், அவள் படுப்பதற்கு இடம்விட்டு தள்ளிப்படுத்தான். தளிர் உறங்கும்வரை அவள் புருவங்களை நீவிவிட்டவன், அவள் உறங்கியதற்கு அறிகுறியாக அவள் மூச்சு சீரானதை உணர்ந்து, தானும் கண்கள் மூடினான்.

பலவித கனவுகளும் காட்சிகளும் கண்முன் விரிய திடுக்கிட்டு விழித்த தளிர், புதிதாகத் தோன்றிய அறையைச் சுற்றிப்பார்த்தவள், நேற்றைய நினைவுகள் ஒன்றன்பின் ஒன்றாக வர, அருகில் செழியனைக் காணாது அதிர்ந்தாள். முன்னறையில் கேட்ட பேச்சுக்குரல்களைக் கூர்ந்து கவனித்தவள், மெல்ல எழுந்து முன்னறைக்கு வந்தாள். அங்கே கன்னத்தில் நீர் வழிய, தன் அன்னையின் தோளில் சாய்ந்து அமர்ந்திருந்த தன் தங்கையைக் கண்டாள். சற்று தொலைவில் இருந்த சோபாவில் அமர்ந்து ஏதோ விவாதித்துக்கொண்டிருந்த செழியனையும் சுரேஷையும் கண்டு, சித்திரக்கொடியை சுரேஷ் அழைத்து வந்திருக்கிறான் என்று உணர்ந்தவள் செழியன் அருகில் சென்று அமர்ந்தபடி,

"எப்பொழுது வந்தாய் கொடி", என்று கேட்டாள். தன் அன்னையைப் கூர்ந்து பார்த்துவிட்டு, செழியனை நோக்கி,

"நாம் மருத்துவமனைக்கு எப்பொழுது கிளம்புவோம், அருணன்?", என்று கேட்டாள்.

சுரேஷை நோக்கிய செழியன், கிளம்புவதற்கு எல்லாம் தயாராக இருக்கிறது என்று அவன் தலையசைக்க,

"அனைவரும் குளித்து உணவருந்தியபின் கிளம்பலாம், தளிர்", என்று கூற, ஆனந்தியை நோக்கிய தளிர்,

"இன்னும் அரைமணிநேரத்தில் அங்கு செல்வோம், அம்மா", என்று கூறியவள், தான் ஏதும் மாற்றுடைகள் எடுத்து வராதது நினைவிற்கு வர, செழியனை நோக்கினாள். அவள் பார்வையின் பொருளை உணர்ந்தவன், புன்னகையோடு,

"அனைத்தும் உள்ளே அடுக்கிவைக்கப்பட்டிருக்கின்றன, தளிர்", என்று கூறினான்.

எல்லாவற்றையும் எப்படி இவனால் முன்யோசனையோடு நிறைவேற்ற முடிகிறது என்று மனதிற்குள் வியந்தவள், புன்னகைத்தபடி உள்ளே சென்றாள். அனைவரும் உணவருந்தியதும், அவர்களை அழைத்துக்கொண்டு மருத்துவமனைக்குச் சென்றான் செழியன். நேற்று முழுவதும் காவல் நிலையத்தில் கார்த்தியின் துப்பறிவாளர்களோடு இணைந்து, குமரேசனக்கு நடந்தது உண்மையில் விபத்துதானா அல்லது ஏதேனும் திட்டமிடப்பட்ட செயலா என்று ஆராய்ந்தான், கரண். இது சந்தேகத்திற்கு இடமில்லாத ஒரு விபத்து என்ற முடிவுக்கு வந்தவன், நீண்ட மூச்சை இழுத்துவிட்டு, தன்னை ஆசுவாசப்படுத்திக்கொண்டு, அதிகாலையில் விடுதிக்கு வந்து சுரேஷிடம் விபரத்தைக் கூறிவிட்டு தனக்கு ஒதுக்கப்பட்டுள்ள அறைக்குள் நுழைந்து கட்டிலில் சரிந்தான்.

அனைவரும் மருத்துவமனைக்குச் சென்று காத்திருப்பு அறையில் அமர்ந்திருக்க, சற்றுநேரத்தில் உள்ளிருந்து வந்த மருத்துவர் தங்களை நோக்கி வருவதைப் பார்த்த செழியன் எழ,

"மிஸ்டர் குமரேசன் கண்விழித்துவிட்டார். தலையில் உள்ள இரத்த கசிவு நின்றுவிட்டது. மதியம் நான்கு

மணியளவில் அறுவை சிகிச்சை தொடங்கிவிடுவோம்", என்று கூறினார்.

அவருக்கு நன்றி தெரிவித்து விடைகொடுத்த செழியன், தளிரிடம் அவள் அன்னையை உள்ளே அழைத்துச் செல்லுமாறு கூறிவிட்டு, அவர்கள் உள்ளே சென்றவுடன், அங்கிருந்த நாற்காலியில் அமர்ந்து காத்திருந்தான். சற்றுநேரத்தில் வெளியே வந்த தளிர், சாளரத்தின் அருகே நின்று கைபேசியில் பேசிக்கொண்டிருந்த செழியனைக் கண்டு அவனருகில் சென்றாள். தன் அருகே தளிர் வருவதை உணர்ந்த செழியன் அழைப்பைத் துண்டித்துவிட்டு திரும்பியவன், மெல்லிய புன்னகையோடு நெருங்கி,

"அப்பா எப்படி இருக்கிறார்கள், தளிர்?", என்று கேட்டான். அவளை அழைத்துச் சென்று நாற்காலியில் அமரச்செய்து, அருகிலிருந்த கௌன்டரிலிருந்து காபி வாங்கி அவளை பருகச் செய்தபடி, அவள் கூறிய விபரங்களைக் கேட்டான்.

மதியம் குறிக்கப்பட்ட நேரத்தில் குமரேசனின் அறுவை சிகிச்சை முடிந்து அவரை அந்த மருத்துவமனையில் உள்ள மிக வசதியான அறைக்கு அழைத்துச் சென்றனர். இரண்டு வாரங்கள் மருத்துவமனையில் இருந்து சிகிச்சை பெறவேண்டும் என்று மருத்துவர்கள் கூறிவிட, எப்படியாவது அவரை தங்களோடு அழைத்துச் சென்றுவிடலாமென்று முயன்ற செழியன், மருத்துவர்களுடன் பலவித பேச்சுவார்த்தைக்குப் பின்னர் ஐந்து நாட்கள் தாங்கள் அவர் குணமடைவதை கண்காணித்துவிட்டு, அதன் பிறகு முடிவெடுப்பதாக கூறினர்.

தளிரின் தந்தைக்கு நேர்ந்த விபத்தால், அவள் அலுவலகத்திலிருந்து நேரே கிளம்பிவிட, சுரேஷும் செழியனும் கூட மருத்துவமனைக்குச் சென்றுவிட, மறுநாள் தான் பின்தொடரும் காரிலுள்ள காரிகையை எப்படியாவது பிடித்துவிடவேண்டும் என்ற உந்துதலால் காலையிலிருந்து அந்த காரை பின்தொடர்ந்தான், கார்த்தி. இரவில், அந்த கார் கண்ணிமைக்கும் நேரத்தில் மையிருட்டில் மறைந்துவிட, மதியத்திலிருந்து சாப்பிடாததால் பசியெடுக்கவும், ஒரு

உணவு விடுதிக்குச் சென்று உணவருந்தினான். காரும் கண்முன்னே மறைந்துவிட, அந்த பெண்ணின் கையில் பச்சை குத்தப்பட்டிருந்த வடிவத்தைப் பற்றியும் எந்தவித விபரமும் அறியாததால் மனதிற்குள் சலித்தவன், உணவருந்தியதும் தன் காரை கிளப்பிக்கொண்டு வீட்டிற்குச் சென்றான். வெகுநேரம் கழித்து வந்ததால், அங்கு தனக்காக காத்திருந்த வீட்டு மேலாளர் மேரியிடம் மன்னிப்புக்கேட்டுவிட்டு தன் அறைக்குச் செல்லும் முன் சற்றுநேரம் முன்கூடத்தில் அமர்ந்து தொலைக்காட்சியை இயக்கியவன், தனக்கு சூடாக பால் கொண்டு வந்து கொடுத்த சமையல்காரர் கரீமுக்கு நன்றி கூறியபடி கையில் வாங்கினான். அவர் முன்னங்கையில் நீண்ட நங்கூர வடிவில், அதன் தலைப்பகுதியில் ஒரு வில்லும் வாளும் ஒன்றுடன் ஒன்று உராய்வதைப் போன்ற வடிவத்தில் பச்சை குத்தப்பட்டிருந்ததைக் கண்டு உறைந்தான்.

55

ஒரு வாரத்திற்கும் மேலாக தங்களை சுற்றவைத்த அந்த மர்ம காரில் உள்ள காரிகையைப் பின்தொடர்ந்த தன் குழுவினர், நாள்தோறும் பல இடங்களுக்கு அவள் அந்த காரில் சுற்றினாலும், எங்குமே காரைவிட்டு இறங்கவில்லை, அப்படியே ஏதேனும் தேவைகளுக்காக இறங்கினாலும், பெரும்பாலும் ஆள் நடமாட்டம் அதிகமுள்ள இடத்தில் கூட்டத்தில் கலந்துவிடுவதால், அவளை பின்தொடர்பவர்களும் முகத்தையோ வேறு அடையாளங்களையோ காண்பது அரிதாக இருப்பதாகக் கூற, அதைக்கேட்டு பொறுமையிழந்த கார்த்தி, தானே அவளை பின்தொடர்வதென முடிவெடுத்து களத்தில் இறங்கினான்.

தன் துப்பறியும் நிறுவனத்தை தொடங்கி முதல் இரண்டு ஆண்டுகள், களத்தில் இறங்கி வேலை செய்தாலும், பிறகு அப்பணிகளை தன் கீழ் வேலை பார்க்கும் துப்பறிவாளர்கள் பார்த்துக்கொள்ள, தான் பெரும்பாலும் தொழிலை முன்னேற்றுவது, புதிய வாடிக்கையாளர்களைக் கண்டறிந்து அவர்களுடன் ஒப்பந்தங்களுக்கான பேச்சுவார்த்தைகளில் ஈடுபடுவதென அலுவலக பணிகளை மேற்கொண்டதால், நெடுநாட்கள் கழித்து களத்தில் இறங்கி அதுவும், தன் நிறுவனத்தின் மிகச் சிறந்த துப்பறிவாளர்களுடன் கண்ணாமூச்சி ஆட்டம் ஆடும் ஒரு பெண்ணை பின்தொடர்வதை எண்ணியவன், மெல்லிய புன்முறுவலை இதழ்களில் தவழவிட்டு தன் காரைக் கிளப்பினான்.

நேற்று அவசரமாக தளிரும் கரணும் கிளம்பிவிட, செழியனும் சுரேஷும் அரபு நாடுகளிலிருந்து நேரே தளிரின் தந்தை குமரேசன் சிகிச்சைக்காக அனுமதிக்கப்பட்டிருந்த மருத்துவமனைக்குச் சென்றுவிட, அலுவலகத்திலிருந்து தன் பணி முடிந்து வந்த நிலாவுடன் உணவருந்திய கார்த்தி, அவள் தன் அறைக்குள் முடங்கியபின், சுரேஷின் அலுவலக

அறைக்குள் நுழைந்து, அங்குள்ள விரிதிரையில் அந்த பெண்ணின் காணொலியை ஓடவிட்டு மீண்டும் கூர்ந்து பார்த்தான்.

ஆயிரம் முறை பார்த்திருந்தாலும், ஒன்றும் கண்டறிய முடியாமல் போக, அந்த பெண்ணின் கையில் பச்சைகுத்தப்பட்டிருந்த அந்த வடிவத்தை பெரிதுபடுத்தி இடைநிறுத்தியவன், அதில் இரு கால்வட்டங்கள் ஒன்றுடன் ஒன்று உராய்ந்தபடி இருக்க, ஒரு கால் வட்டத்தை குறுக்கே வெட்டியதுபோல் ஒரு நேர்கோடு செல்வதைக் கண்டு இத்தனை நாட்கள் பலவிதமாகத் தேடினாலும் இப்படி ஒரு வடிவம் எங்குமே கிடைக்காமல் போனதை எண்ணி தன் தாடையை வருடியபடி அதை உற்று நோக்கினான்.

பொதுவாகவே தன்னை சுற்றிலும் உள்ளவற்றை கூர்மையாகக் கண்காணிக்கும் பழக்கமுடையவனாதலால், முதன்முறை இந்த வடிவத்தை காணொலியில் அந்த பெண்ணின் கையில் பார்த்ததிலிருந்தே இந்த வடிவத்தை எங்கோ பார்த்திருப்பதாக மனதிற்குள் தோன்றிய எண்ணம் நாளுக்கு நாள் அதிகமாவதை உணர்ந்து மனதிற்குள் வியந்தான். தன் குழுவினர் கொடுத்த அறிக்கையின்படி, வழக்கமாக நகரைக் கடந்து ஒரு சிற்றூரின் எல்லையில் இருந்துதான், அந்த கார் நாள்தோறும் வெளிவருகிறதென்று கூறப்பட்டிருக்க, அந்த இடத்திற்கு வந்தான்.

சுற்றிலும் பலவித பழத்தோட்டங்களும் முட்காடுகளும் நிறைந்திருக்க, அவற்றிற்கு நடுவே சிறு சாலை வருவதைக் கண்டவன், எதற்காக தன் ஆட்களால் கார் எங்கிருந்து வருகிறதென கண்டறிய முடியவில்லை என்ற கேள்வி எழ, சற்று தூரம், அந்த சாலையில் தன் காரை செலுத்தினான். கண்ணுக்கெட்டும் தூரம் வரை, அங்கே முட்காடுகளும், தோப்புகளும் இருப்பதைக் கண்டவன், அந்த சாலையின் முடிவில் பெரும் நீரோடையும், அதற்கடுத்து வனப்பகுதியும் உள்ளதைக் கண்டு, இந்த வனப்பகுதிக்குள்ளோ அல்லது தோப்புகளுக்குள்ளோ அந்த பெண்ணின் உறைவிடம் இருக்கவேண்டுமென்று எண்ணினான். சுற்றிலும் இருந்த

மரங்களால் காலை கதிரவன் இங்கே நுழைவதற்கு நேரமெடுக்கும் என்று உணர்ந்த கார்த்தி, தன் காரை திருப்பிக்கொண்டு, தன் குழுவினர் குறிப்பிட்டிருந்த இடத்திற்குச் சென்று, காத்திருந்தான்.

சற்றுநேரத்தில், தன்னை கடந்த அந்த காரைக் கண்டவன், மெல்ல தன் காரை கிளப்பினான். சிறிது இடைவெளி விட்டு பின்தொடர்ந்தாலும், ஆளரவமற்ற அந்த சாலையில் தன்னைக் கண்டுக்கொள்வது எளிதென்று எண்ணிய கார்த்தி தன் காரின் வேகத்தை அதிகரித்தான். முதலில் நேரே ரணதீரனின் இல்லம் அமைந்திருந்த பகுதியை அடைந்த கார், அங்கே ஒதுக்கமாக இருந்த மரநிழலில் காத்து நின்றது. சற்றுநேரத்தில், ரணதீரன் தன் வீட்டிலிருந்து கிளம்ப, அதைப் பின்தொடர்ந்த மர்ம காரை பின்தொடர்ந்தான் கார்த்தி. இந்த காரில் இருக்கும் நபருக்கும், ரணதீரனுக்கும் என்ன தொடர்பு இருக்கக்கூடும் என்று சிந்தித்தவண்ணம் தன் காரை செலுத்தினான்.

ரணதீரன் காரிலிருந்து ஒருவன் இறங்கி, சுற்றும் முற்றும் பார்த்துவிட்டு எதிர்த்திசையில் நடக்க, சற்றுநேரம் அதை கண்காணித்த கார், மீண்டும் ரணதீரனை பின்தொடர்வதைக் கண்ட கார்த்தி, குழப்பத்தோடு அந்த காரை பின்தொடர்ந்து தன் காரை செலுத்தினான். தன் கூற்றிற்கிணங்க, தன் ஆணைக்காகக் காத்திருந்த தன் குழுவினருக்கு விபரத்தைக் கூறி, ரணதீரன் காரிலிருந்து இறங்கியவனின் புகைப்படத்தை அவர்களுக்கு அனுப்ப, அவர்கள் அவனை பின்தொடர்ந்தனர்.

சற்றுநேரத்தில், தங்களுக்கு முன்னால் இன்னொரு கார் அவனை பின்தொடர்வதாக அவர்கள் கூற, கார்த்தியின் மனதில் ரணதீரனை பின்தொடர்ந்த கார் எதற்காக அந்த இடத்தில் தயங்கி நிற்கிறது என்ற சந்தேகத்திற்கான விடைகிடைத்தது. தான் ஏற்கனவே எண்ணியபடி, அந்த மர்ம காரில் வலம்வரும் காரிகை தனியாளாக இந்த வேலையை செய்வது கடினம் என்பதற்கு இணங்க, அவள் அளித்த தகவலின் பேரில், ரணதீரனின் ஆளை பின்தொடர மற்றொரு கார் வந்ததை அறிந்த கார்த்தியின் மனதிற்குள், இனம்புரியாத

உணர்ச்சி தோன்ற, இதழ்விரிய புன்னகைத்தவன், கனக்காரியமாக அந்த காரிகையை பின்தொடர்ந்தான்.

நாள் முழுவதும், பல இடங்களுக்குச் சுற்றியபின், மாலை மீண்டும் அந்த தோப்புகள் நிறைந்த சாலைநோக்கி அந்த கார் செல்ல, மனதில் சற்று சலிப்போடு பின்தொடர்ந்தவன், இருள் சூழ்ந்தவேளை அந்த கார் குறிப்பிட்ட இடத்தில் மறைய, ஸ்ட்டீயரிங்கில் ஓங்கி குத்திவிட்டு தன் காரை கிளப்பினான். வழியில் ஒரு உணவகத்தில் உணவருந்தியவன், அந்த பெண்ணைப் பற்றியும், அவள் கையிலிருந்த வடிவத்தைப் பற்றியும் சிந்தித்தபடி, தன் மனம்போன போக்கில் தன் காரை செலுத்தி, நள்ளிரவு நெருங்கும்வேளை வீட்டை அடைந்தான். முன் கட்டிலிருந்த பாதுகாவலர்களிடம் சற்று உரையாடிவிட்டு உள்ளே நுழைந்தவன், விருந்தினர் கட்டின் முன்கூடத்தில் ஒரு சோபாவில் அமர்ந்தபடி தனக்காக காத்திருந்த வீட்டு மேலாளர் மேரியைக் கண்டான். தன் தாய் வயது நிரம்பிய அந்த பெண்மணி, கவலை படர்ந்த முகத்தோடு காத்திருப்பதைக் கண்டவன், தான் வருவதற்கு நேரமெடுக்கும் என்று அவரிடம் கூறாமல்விட்டதை எண்ணி மனதிற்குள் நொந்தபடி,

"ஸாரி ஆன்டி. நான் வருவதற்கு நேரமாகும் என்று நான் உங்களுக்கு முன்பே கூறியிருக்க வேண்டும்", என்று கூறியவன் குரலில் ஒருவித குற்றவுணர்ச்சி இருப்பதைக் கண்ட மேரி,

"என்ன தம்பி இதற்கெல்லாம் மன்னிப்பு கேட்டுக்கொண்டு. நீங்கள் உணவருந்தினீர்களா? இல்லை கரீமை ஏதோ ஒன்று செய்ய சொல்லட்டுமா?", என்று கேட்டார்.

"உணவருந்திவிட்டேன், சற்று தலைவலியாக இருக்கிறது, சூடாக காபி கிடைக்குமா?", என்று நெற்றிப்பொட்டை தன் கைகளால் அழுத்தியபடி கூறினான்.

"இப்பொழுது காபி அருந்தினால், உறங்க முடியாது. பால் அருந்தி பாருங்கள். தலைவலி சரியாகவில்லை என்றால், கரீம்

மருந்து தயாரித்து கொடுப்பான்", என்று கூறிவிட்டு உள்ளே நுழைந்தார்.

அவர் செல்வதைப் பார்த்த கார்த்தி, கரீம் வரும்வரை தொலைக்காட்சியை இயக்கியபடி அங்கிருந்த சோபாவில் சரிந்தவன், அயற்சியின் மிகுதியால் கண்ணயர்ந்தான். சிறு தட்டில் ஒரு குவளையை எடுத்து வந்த நடுத்தர வயதையொத்த கரீம், மெல்ல உலுக்க, தன் கண்களை கசக்கியபடி விழித்தவன், விண்ணென்று தெறித்த தலையை அழுத்தியவாறு எழுந்தான். அவன் நெற்றியில் கைவைத்துப் பார்த்த கரீம், மிக சூடாக இருந்தததைக் கண்டு, கவலை தோய்ந்த முகத்தோடு அவன் கையில் குவளையைக் கொடுத்தார். அவருக்கு நன்றி கூறியபடி அதை வாங்கியவன், அவர் கையில் ஏதோ வேறுபாடு தெரிய குழப்பத்தோடு பாலை அருந்தியபடி சிந்தித்தான்.

இதுவரை முழுக்கை சட்டையோ ஜிப்பாவோ அணிந்தே காட்சியளித்தவர் படுக்கையிலிருந்து எழுந்து தனக்காக பால் காய்ச்சி எடுத்துவந்திருப்பதால், முழங்கைவரை உள்ள ஒரு உள் சட்டையை அணிந்திருப்பதைக் கண்டவன், தன்னால் இவர் தூக்கமும் கெட்டுவிட்டதே என்று மனதிற்குள் நொந்தபடி குடித்துமுடித்த குவளையை அவரிடம் நீட்டினான். அதை வாங்கியவர் கையில் பச்சைகுத்தப்பட்டிருந்த ஒரு வடிவம் அவன் கண்களைக் கவர, அதை உற்றுப் பார்த்தவன், நீண்ட ஒரு நங்கூரத்தின் தலைபகுதியில், வில்லும் வாளும் ஒன்றுடன் ஒன்று உராய்ந்ததைப்போல் இருக்கும் ஓவியத்தைக் கண்டு, பொதுவாக இதிலிருக்கும் வடிவங்கள் தனித்தனியாக பச்சை குத்தப்பட்டாலும், இதுபோல் ஒன்றாக, ஏதோ உட்பொருளோடு இருப்பதை பார்த்ததில்லை என்று எண்ணினான். அதைக் கூர்ந்து நோக்க, வில்லும் வாளும் உராய்ந்த பகுதியின் மேல் பகுதி, தன்னையும் தன் ஆட்களையும் பல நாட்களாக சுற்றவிடும் அந்த காரிகையின் கையில் தாங்கள் காணொலியில் பார்த்த வடிவத்தை ஒத்திருப்பதைக் கண்டவன் அதிர்ச்சியில் உறைந்தான்.

அவன் அதிர்ச்சியை உணராது, தன்னறைக்குள் செல்ல எத்தனித்த கரீமின் கையை பின்னிருந்து கார்த்தி இழுக்க, அதை எதிர்பாராத கரீம், தன்னிச்சையாக அவன் கையை முறுக்கி முன்னால் இழுத்தார். மெல்லிய உடலமைப்பு உள்ள கரீம், நாள்தோறும் உடற்பயிற்சி செய்து கட்டான உடலமைப்போடு வாட்டசாட்டமாக இருக்கும் தன்னை மிக சுலபமாக முன்னிழுத்ததை எண்ணி வியந்த கார்த்தி, அவர் கண்களில் உள்ள கோபத்தைக் கண்டு,

"மன்னித்துவிடுங்கள் அண்ணா, உங்கள் கையிலுள்ள இந்த வடிவத்தைப் பற்றி சில விபரங்கள் அறியவேண்டும்", என்று கூறினான். அதுவரை கோபத்தில் சிவந்தமுகத்தில் ஒருவித பதற்றம் தோன்ற, சட்டென்று அவனை விடுவித்த கரீம், வெடுக்கென்று திரும்பி நடந்தார். அவரை பின்தொடரலாம் என்று எத்தனித்தவன், சற்று தொலைவில் விளக்குகளை அணைத்தபடி வந்த ஒரு பணியாளைக் கண்டு, அனைவரும் உறங்கும் நேரமென்பதாலும் கரீமை நாளை சந்தித்து விபரம் அறியலாம் என்று எண்ணியதாலும், தன்னறைக்குள் நுழைந்தவன், சுரேஷை அழைத்து விபரத்தைக் கூறினான்.

மாலை அறுவை சிகிச்சை முடிந்து அறைக்கு மாற்றப்பட்டபின், அனைவரின் மனம் சற்றே இலகுவாகியிருக்க, தனக்கு முக்கியமான ஒரு காணொலி அழைப்பு இருப்பதாகக் கூறிய செழியன், தளிரிடம் விடைபெற்று விடுதிக்குச் சென்றான். அவன் செல்வதை பார்த்தபடி அமர்ந்திருந்த தளிரை நெருங்கிய ஆனந்தி,

"நேற்றிலிருந்து நமக்கு தேவையானவற்றை முன்யோசனையோடு பார்த்துப்பார்த்து செய்கிறார். நீ உடன் இருக்கும்போது, பார்வை உன்னைத் தாண்டி எங்கும் செல்லவில்லை, தளிர். நீயில்லாத நேரங்களிலும், யாரும் எளிதில் நெருங்க முடியாத, கண்ணுக்கு தெரியாத ஒரு நெருப்பு வட்டம் அவரைச் சுற்றியிருக்கிறது", என்று கூறினார். தன் கண்களினோரம் கோர்த்த நீர்த் துளியை துடைத்தபடி அவள் முகத்தை வருடி நெட்டி முறித்தவர், "நாங்கள் சல்லடைபோட்டு தேடினாலும் கண்டெடுக்கமுடியாது. அவருக்கு நீயென்றும், உனக்கு அவரென்றும் அந்த இறைவன்போட்ட முடிச்சு", என்று கூறினார்.

பொதுவாக கணீரென்று பேசும் தன் அன்னை, எதிர்பாராத வேளை இவ்வாறு மனம் நெகிழ்ந்து பேசுவதை வியந்து பார்த்த தளிர், அவர் கூறியது நூற்றுக்கு நூறு உண்மையென்று உணர்ந்ததால் மெல்லியதாக புன்னகைத்தாள். நேற்று செழியன் வந்ததிலிருந்து அனைத்து விபரங்களையும் அவனே பொறுப்பெடுத்து செய்கிறான் என்று அறிந்திருந்த தளிரின் மனதில் நேற்றிலிருந்து அவன் நடவடிக்கையில் ஏதோ ஒருவித மாற்றம் தெரிவதாக ஒரு உறுத்தல் இருப்பதை அவளால் உதறமுடியாமல் இருந்தது. வழக்கமாக தன் அருகாமையிலே இருக்க வேண்டுமென்று எண்ணும் செழியன், இப்பொழுது முடிந்த அளவு தன்னைவிட்டு ஒதுங்கி இருப்பதாக உணர்ந்தவள், ஆனால் இங்கேயிருக்கும் சூழ்நிலையில் தான் குடும்பத்தினரோடு இருக்குமாறு வழி செய்து அவன் ஒதுங்குகிறான் என்று எண்ணி, அவனிடம் தோன்றிய சிறு விலகலும் தன்னை வருத்துவதை உணர்ந்து மனதுக்குள் வருந்தினாள்.

தொழில் தொடர்பான காணொலி அழைப்பு முடிந்ததும், சுரேஷை அழைத்த செழியன், ஏறத்தாழ அரைமணிநேரம் நீண்ட பேச்சுவார்த்தையில் இறங்கினான். அது முடிந்ததும், தன் கைக்கடிகாரத்தில் மணியைப் பார்த்தவன், மணி எட்டாக பத்து நிமிடங்கள் என்று கண்டு, உடனடியாக சுரேஷை அழைத்துக்கொண்டு மருத்துவமனைக்கு விரைந்தான்.

செவிலியர் அளித்த உணவை தன் மாமனார் உண்ணும்வரை அனைவரோடும் அமர்ந்து பேசிக்கொண்டிருந்தவன், தன் கைபேசியில் வந்த அழைப்பை எடுத்து சற்று ஒதுக்கமாக இருந்த சாளரத்தின் அருகே நின்று தாழ்ந்த குரலில் பேசினான். தன் தந்தை உணவருந்தி மருந்தை உண்டு கண்ணயரவும் கிளம்பலாம் என்று ஆனந்தி கூற, செழியனை அழைக்க வந்த தளிர், தன் தோளில் கைவைக்க, சற்றே திடுக்கிட்ட செழியன், மெல்லிய புன்னகையோடு அவளை ஒற்றைக்கையால் அணைத்தவன், அழைப்பைத் துண்டித்துவிட்டு அனைவரையும் அழைத்துக்கொண்டு விடுதிக்கு வந்தான்.

அனைவரும் உணவருந்தி அவரவர் அறைக்குள் முடங்க, தன் அன்னை உறங்கியவுடன் அறைக்கு வந்த தளிர், தன் மடிக்கணினியில் மும்முரமாக அச்சடித்தபடி யாரிடமோ உரையாடிக் கொண்டிருந்த தன் கணவனைக் கண்டு, புன்னகைத்தபடி அவனருகில் வந்தமர்ந்து, அவன் கன்னத்தில் அழுந்த முத்தமிட்டு,

"என் கண்ணன் மிகவும் மும்முரமாக ஏதோ செய்வதாகத் தெரிகிறது?", என்று கேட்டாள்.

"வழக்கமான வேலைதான், தளிர். அப்பா நன்றாக உணவருந்தினார்களா? அம்மா உறங்கிவிட்டார்களா? கொடி என்ன செய்கிறாள்? அடுத்த வாரம் ஏதோ இன்டர்னல்ஸ் இருப்பதாகக் கூறினாளே", என்று கேட்க, அவனை காதல் பெருக பார்த்த தளிர், மீண்டும் அவன் கன்னத்தில் முத்தமிட்டு,

"ஐ லவ் யூ, அருணன்", என்று கூறினாள். முதன்முறை அவள் கூறிய 'ஐ லவ் யூ' வை கண்கள் மூடி செழியன் அனுபவிக்க, ரெஃப்ரஷ் செய்வதற்காக குளியலறைக்குள் நுழைந்தாள். அவள் செல்வதை உறுதி செய்த செழியன், தன் மடிக்கணினியில் தான் செய்துகொண்டிருந்த வேலையில் மூழ்கினான்.

அனைவரும் தங்கள் அறைகளுக்குள் முடங்கியபின், தன் டீமை அழைத்து வழக்கம்போல் அவர்களோடு இன்று முழுவதும் நடந்தவற்றை குறித்து சற்றுநேரம் விவாதித்த சுரேஷ், அவர்களுக்கு விடைகொடுத்துவிட்டு தன் அறைக்குள் நுழைந்து தன் கட்டிலில் சரிந்தான். சற்றுநேரம் நிலாவோடு காணொலி அழைப்பில் உரையாடிவிட்டு, கண்ணயரும் பொழுதில் தன் கைபேசி ஒலிக்க, வெடுக்கென்று எழுந்தவன், அதில் கார்த்தியின் எண்ணைக் கண்டு உடனே எடுத்து காதில் பொருத்தினான். அவன் கூறியவற்றை பொறுமையாகக் கேட்ட சுரேஷ், அவனை கரீமிடம் எதுவும் கேட்கவேண்டாம் என்று கூறியவன், தான் ஃபாதர் மைக்கேலிடம் இதைப் பற்றி விசாரிப்பதாகக் கூறி அழைப்பைத் துண்டித்தான். ஃபாதர் வழக்கம்போல் தொண்டாற்றுவதற்கு கம்போடியா சென்றிருப்பதால், அவருக்கு இப்பொழுது அதிகாலை என்று

உணர்ந்த சுரேஷ், காலையில் அவரிடம் பேசவேண்டும் என்று மனதிற்குள் குறித்துக்கொண்டான்.

காலையில் மருத்துவமனைக்கு அனைவரும் செல்ல, அவர்களை அங்கே விட்டுவிட்டு, அருகே இருந்த ஒரு கபேக்குச் சென்ற சுரேஷ், அங்கிருந்து ஃபாதரை தொடர்புகொண்டு கார்த்தி கூறிய விபரத்தைக் கூறி, அதைப்பற்றி மேலும் விளக்குமாறு கூறினான். முதலில் சற்று தயங்கிய ஃபாதர், அவன் பிடிவாதமாக இருக்க, தனக்கு தெரிந்த விபரங்களைக் கூறக்கேட்ட சுரேஷின் மனதிற்குள் ஏற்பட்ட பிரமிப்பு, ஒரு வாரம் கழித்து, குமரேசனை அந்த மருத்துவமனையில் இருந்து விடுவித்து, செழியனின் வீட்டிற்கு அழைத்துச் செல்ல ஏற்பாடுகள் நடக்க, அதை மேற்பார்வையிட்டவன் முகத்தில் பிரதிபலித்ததைக் கண்ட செழியன், வாரம் முழுக்க அவனிடம் பலமுறை கேட்டும் அதற்கு விடைகிடைக்காமல்போக, தன் நண்பனைப் பார்த்து வியப்புடன் புன்னகைத்தான்.

நாள்தோறும், செழியன் அனைவரையும் நன்கு கவனித்துக் கொண்டாலும், நாளுக்கு நாள் அவன் தன்னிடமிருந்து விலகுவதாக எண்ணி மனதிற்குள் புழுங்கிய தளிர், தன் தந்தை மருத்துவமனையிலிருந்து விடுவிக்கப்பட்டு தன் வீட்டிற்கு அழைத்துச் செல்லும் வழியில், அனைவரையும் தன் காரில் உடனழைத்துச் சென்ற செழியனின் முகத்தில் ஒருவித குறுகுறுப்பும் பதற்றமும் ஒருங்கே தெரிய, அதன் காரணம் புரியாமல் தவித்தாள்.

நள்ளிரவு நெருங்கும்வேளை வீட்டின் நுழைவு வாயிலில் நுழைந்து, வீட்டை அடைந்து கார் நின்றவேளை சுற்றிலும் பல திசைகளில் இருந்து பல வண்ண வேட்டுகள் ஒரேநேரத்தில் விண்ணில் பாய, வீட்டிற்குள் இருந்து புன்னகைத்தபடி மணிமாறன், கார்குழலி உள்ளிட்ட அனைவரும் வெளியேவர ஒன்றும் புரியாமல் குழம்பிய தளிர், சுற்றிலும் நோக்கினாள். தன் பெற்றோரும், தங்கையும் முகம் மலர்ந்து புன்னகைக்க, தன் காதுக்கு வெகு அருகில்

தீண்டிய செழியனின் மூச்சுக்காற்றுப்பட்டு ஒரு கணம் மெய்சிலிர்த்தவள்,

"இனிய பிறந்த நாள் வாழ்த்துக்கள், கண்ணம்மா", என்று காதுக்குள் ஒலித்த தன்னவனின் ஆழ்ந்த குரலைக் கேட்டு சுற்றுபுறம் மறந்து, அவனை தன்னோடு சேர்த்தணைத்தாள்.

56

குமரேசனுக்கு அறுவை சிகிச்சை முடிந்த மறுநாள், செழியனும் மற்றவர்களும் மருத்துவமனைக்குச் சென்று அவரை சந்திக்க, தன் டீமை கவனத்துடன் இருக்கும்படி கூறிவிட்டு, ஒரு கபேக்குச் சென்ற சுரேஷ், ஃபாதர் மைக்கேலிடம் கார்த்தி கூறிய விபரங்களை தெரிவித்து, அந்த வடிவத்தின் பின் இருக்கும் மர்மத்தைப் பற்றி விளக்கமாகக் கூறும்படி கேட்டான். அவர் குரலில் ஒருவித வியப்பும் தயக்கமும் இருப்பதை உணர்ந்து,

"ஃபாதர், செழியனைப் பற்றி உங்களுக்கு தெரியாதது ஒன்றுமில்லை. தளிர் அவன் வாழ்வில் கிடைத்த அரிய பரிசாக கருதுகிறான். தளிரில்லா வாழ்வை நினைத்தாலே மூச்சுவிட சிரமமாக இருக்கிறது என்று அவள் தந்தையிடம் கூறினான்", என்றவன் நீண்ட மூச்சை இழுத்துவிட்டு,

"இப்பொழுது, தளிரை பின்தொடரும் ஒரு காரைப் பற்றி கிடைத்த விபரங்கள் அனைத்தும் போலியாக இருக்க, எங்கள் கையில் இருக்கும் ஒரே விபரம் அந்த கன்னியின் கையில் உள்ள வடிவத்திற்கும், நம் கரீமின் கையில் உள்ள வடிவத்திற்கும் உள்ள ஒற்றுமையே. ப்ளீஸ் ஃபாதர்", என்று கேட்க சற்றுநேரம் மறுமுனையில் எந்த சத்தமும் இல்லாததால், தயக்கத்தோடு, "ஃபாதர்", என்று அழைத்தான்.

"என்னால் அதிக விபரங்களை போனில் கூறமுடியாது சுரேஷ்", என்றவர், "ஒன்று மட்டும் உறுதியாகக் கூற முடியும். என்னவென்றால், அந்த வடிவம் பச்சைகுத்தப்பட்டிருக்கும் நபர்களால் செழியனுக்கோ, அவன் குடும்பத்திற்கோ, அவன் வாரிசுகளுக்கோ எந்தவித துன்பமும் வராது. இதற்கு நான் சாட்சி", என்று கூறியவரின் குரல் நெகிழ்ந்திருக்க, மிக அரிதாக உணர்ச்சிகளுக்கு உள்ளாகும் ஃபாதர், இவ்வளவு அழுத்தமாகக் கூறினால், அதற்கு உட்பொருள் இருக்கும் என்று அறிந்திருந்த சுரேஷ், மேலும் விபரங்கள் அறியவேண்டும் என்ற ஆர்வமும், இந்த மர்மத்தை

அவிழ்க்கவேண்டும் என்ற ஆசையும் தன்னைக் குடைய, "நீங்கள் சொல்வது புரிகிறது ஃபாதர், ஆனால் இதைப் பற்றிய முழு விபரமும் எனக்கு வேண்டும். தற்சமயம் ஏறத்தாழ இருபதுபேர் இந்த பெண்ணை கண்காணித்து வருகின்றனர். அவர்கள் அனைவரும், நாள்தோறும் எந்தவித விபரமும் கிடைக்காத விரக்தியில் இருக்கின்றனர். எங்களைப் பொருத்தவரையில் அந்த பெண்ணும், கார்த்தி கூறியதுபோல், அவளின் கூட்டாளிகளும், தளிருக்கு எந்நேரமும் ஆபத்து விளைவிக்க கூடிய எதிரிகள்.

நீங்கள் முழு விபரமும் கூறி, அவர்கள் எதிரிகள் அல்ல என்று நானும் கார்த்தியும் நம்பினாலொழிய, கிடைக்கும் சந்தர்ப்பத்தில், அவர்களை தாக்கியேனும் பிடிக்கும் மனநிலையில் உள்ளனர் எங்கள் குழுவினர். உண்மையிலேயே அவர்கள் எதிரிகள் அல்லவென்றால் அவர்கள் தாக்கப்படுவது நல்லதல்ல அல்லவா, ஃபாதர்?", என்று ஆழ்ந்த குரலில் கேட்க, அதில் தொக்கியிருந்த எச்சரிக்கையை எண்ணி மனதிற்குள் சிரித்துக்கொண்டவர், வீணாக யாருக்கும் இன்னல் நேரவேண்டாம் என்ற எண்ணத்தோடு சுரேஷிடம் விபரத்தைக் கூறத் தொடங்கினார்.

"ஏறத்தாழ முப்பது ஆண்டுகளுக்கு முன் அதியனுக்கும் அவன் குடும்பத்துக்கும் தன் அண்ணனால் ஆபத்து நேரக்கூடும் என்று எண்ணிய குந்தவி, சில வாரங்கள் மிகக் கூர்மையாக சிந்தித்து, ஒரு முடிவுக்கு வந்தாள். அது குறித்து அதியனின் தந்தை சற்குண பாண்டியனிடம் பேசினாள்", அதன் முழுசாரமும் அறிந்தவர்கள், அவ்விருவருமே என்றிருக்க, சற்குணம் தன்னிடம் கூறிய விபரங்கள் என்று கூறிய ஃபாதர் மேலும் தொடர்ந்து, "குந்தவி சற்குணத்திடம் இரண்டு காரியங்களை உடனடியாக செய்யும்படி கேட்டுக்கொண்டாள். ஒன்று, தனக்கு மாறன் குரூப்ஸ் குடும்பத்தினர் அளித்த அனைத்து சொத்துக்களையும், தன் பெயருக்கும் அதியன் மற்றும் அவன் வாரிசுகளுக்கும் என்று மாற்றி எழுதச் செய்தாள். இது எனக்கும், அதியனின் தங்கை பூங்கொடிக்கும் முன்பே தெரிந்த விபரம். ஆனால், சற்குணம் அவன் மரணப்படுக்கையில் என்னிடம் கூறிய விபரம்

என்னவென்றால், குந்தவியின் வேண்டுகோளுக்கிணங்க, அதியனையும் அவன் வாரிசுகளையும் எந்தவித ஆபத்துகளிலிருந்தும் தங்கள் உயிரைக் கொடுத்தும் காப்பாற்ற வலிமையுள்ள ஒரு குழுவை தானே முன்னின்று தேர்ந்தெடுத்திருக்கிறான். தங்களை மீறி அதியனுக்கோ அவன் வாரிசுகளுக்கோ ஏதேனும் இன்னல் நேர்ந்தாலோ, அல்லது அவர்களால் அதியனையோ அவன் வாரிசுகளையோ காப்பற்றமுடியாமல் போனாலோ அவர்கள் தங்கள் உயிரை மாய்த்துக்கொள்வார்கள் என்று அவர்கள் அனைவரும் குந்தவியின் முன்னிலையில் சபதமெடுத்திருக்கிறார்கள்", என்று கூறியவர், சுரேஷிடமிருந்து எந்தவித பதிலும் வராமல்போக, "சுரேஷ், நீயும் கார்த்தியும் அனைவருக்கும் தெரிந்த செழியனின் கவசமென்றால், இவர்கள் யாருக்கும் தெரியாத, தெரிந்து கொள்ளவும் முடியாத கவசங்கள்", என்று கூறினார்.

அவர் கூறியதைக் கேட்டு வியந்த சுரேஷ், மனதில் குந்தவியைப் பற்றி தனக்கு செழியன் கூறியவற்றையும், இப்பொழுது ஃபாதர் கூறிய விபரங்களையும் ஒப்பிட்டுப் பார்த்தவன், அவ்வளவு மென்மையான மனம் படைத்த ஒருவர், எத்தனையோ நபர்களை ஒன்று திரட்டி, அவர்களை இப்படி ஒரு சபதமெடுக்கும் அளவுக்கு தூண்டியிருக்கிறார் என்றால், அவர் மனதில் செழியனின் தந்தையைப் பற்றி மிக உயர்ந்த எண்ணமும் ஆழ்ந்த அன்பும் இருக்கவேண்டும் என்று நினைத்தவன், அதே வியப்பு குரலில் தொனிக்க,

"நீங்கள் கூறிய குழுவில் யாரெல்லாம் இருக்கிறார்கள், ஃபாதர், முப்பது ஆண்டுகளுக்கு முன் அமைக்கப்பட்ட குழு என்று வைத்துப்பார்த்தாலும், நாங்கள் அந்த காணொலியில் கண்டது, இருபத்தியைந்து மிகாத ஒரு இளம்பெண்", என்று கூறினான்.

"இதில் உள்ள சூட்சமமே, அந்த குழுவில் யாரெல்லாம் இருக்கிறார்கள், அவர்களைப் பற்றிய விபரங்கள் எதுவும், அந்த குழுவினரைத் தவிர யாருக்கும் தெரியாது. அதிலும், அவர்களுக்குகூட தங்கள் கூட்டாளிகளைப் பற்றி மட்டுமே தெரியுமே ஒழிய மொத்த உறுப்பினர்களின் எண்ணிக்கையோ

விபரமோ தெரிய வாய்ப்பில்லை. நீ கூறிய அந்த இளம்பெண், இக்குழுவில் உள்ள ஒருவரின் வாரிசாக இருக்கலாம், இல்லை அவரால் இந்த குழுவிற்காக வளர்க்கப்பட்டிருக்கலாம்", என்று கூறியவர், "சுரேஷ், இங்கு என்னை தேடி குழந்தைகள் வருகின்றனர். நான் சென்று அவர்களோடு விளையாடப்போகிறேன்", என்று கூறினார்.

உலகிலேயே சிறந்த உதவி, மற்றவருக்கு நம் நேரத்தை செலவழித்து, அவர்களை புரிந்துகொள்ளுதல் தான் அதிலும் குழந்தைகளோடு நாம் கழிக்கும் நேரம், அவர்கள் வாழ்க்கைக்கு மிக மிக அவசியமான முதலீடு என்னும் திடமான எண்ணம் உடைய ஃபாதர் இதற்குமேல் தன்னிடம் பேசமாட்டார் என்று அறிந்த சுரேஷ்,

"விபரங்களை பகிர்ந்ததற்கு நன்றி ஃபாதர்", என்று கூறி அழைப்பைத் துண்டித்தான்.

ஃபாதர் கூறிய விபரங்கள் மிக குறைவே என்றாலும், அதைப்பற்றி ஆழமாக சிந்தித்த சுரேஷ், செழியன் வீட்டிலிருக்கும் தோட்டக்கார பாட்டா என்று தங்களால் அழைக்கப்படும் முருகானந்தம், வீட்டின் மேலாளர் மேரி ஆன்டி மற்றும் சமையல்காரர் கரீம் அண்ணா என இவர்கள் அனைவரும் ஏதோ ஒரு பணி செய்து கொண்டு, சிறுவயது முதல் செழியன் வாழ்ந்த இடங்களை சுற்றியே வாழ்ந்திருக்கிறார்கள் என்று உணர்ந்தவன் அதன் உட்பொருள் விளங்க பெரும் வியப்புக்குள்ளானான். இதே போன்று எத்தனை குழுக்கள் உள்ளனவோ என்று சிந்தித்தவன், ஃபாதர் கூறுவதை வைத்துப் பார்த்தால், அவர்களாக முன்வந்து கூறினாலொழிய அறிவது கடினம் என்று எண்ணி இதழ்களில் புன்னகையை தவழவிட்டபடி தான் அருந்திய காபிக்கு பணம் செலுத்திவிட்டு அங்கிருந்து கிளம்பினான்.

கரணுடன் தன்னறைக்குச் சென்று கார்த்தியை காணொலி அழைப்பிற்கு அழைத்தவன், அவர்களிடம் ஃபாதர் கூறிய விபரங்களை சுருக்கமாக பகிர, அவர்கள் முகங்களிலும் தன்னைப் போன்றே வியப்பும் ஆயிரமாயிரம் கேள்விகளும் தொக்கி நிற்பதைக் கண்டு புன்னகைத்தான்.

"ஏதோ பழைய படங்களில் வருவது போல் இருக்கிறது நண்பா", என்று கார்த்தி கூற, அதைக்கேட்டு கலகலவென சிரித்த சுரேஷ், "நான் மனதில் நினைத்ததை நீ கூறிவிட்டாய், நண்பா", என்றவன், கரண் கண்களும் சிரிப்பை அடக்கியதால் ஒளிர,

"நாம் இந்த காரிகையை பின்தொடர்வதை விட்டுவிட்டு மற்ற வேலையை பார்ப்போமா, கரண்", என்று கேட்டான். ஒரு கணம் கரணின் கண்களில் தோன்றி மறைந்த ஒருவித ஏமாற்றத்தை மனதில் குறித்துக்கொண்ட சுரேஷ், அவன் தோளில் தட்டியபடி, "உனக்கு வேண்டுமென்றால், அவளை பின்தொடரலாம், கரண்", என்று கூறியவன், கார்த்தியைப் பார்த்து கண்ணடிக்க, "ஆமாம் நண்பா, நம் கரணுக்கு தேவையென்றால் நாம் அவளை தேடவேண்டும்தானே", என்று கூற, வெட்கத்தில் முகம் சிவக்க, மிகவும் முயன்று தன்னை கட்டுப்படுத்தியபடி அமர்ந்திருந்த கரண், சுரேஷின் கைபேசி ஒலிக்கவும் தப்பித்தோம் என்று எண்ணி நீண்ட பெருமூச்சை இழுத்துவிட்டான்.

அழைப்பைத் தொடர்ந்து தன் வேலைகளில் சுரேஷ் மூழ்க, காரை எடுத்துக்கொண்டு மருத்துவமனைக்குச் சென்றான், கரண். நாள்தோறும் சிறப்பான மருத்துவத்தினாலும், தன் குடும்பத்தினரின் அரவணைப்பினாலும் நாளுக்கு நாள் குமரேசனின் உடல்நிலை முன்னேறியது. செழியன் தன்னிடமிருந்து விலகுகிறான் என்று முதலில் தன் மனதில் சிறு உறுத்தலாக தோன்றிய எண்ணம், நாட்கள் செல்லச்செல்ல மனதைக் குடைய யாரிடமும் இதைப்பற்றி பேசமுடியாமல் தவித்தாள், தளிர். அனைவர் முன்னிலையிலும் தனிமையிலும் தன்னிடம் மிக கனிவாகவும் அன்பாகவும் செழியன் நடந்துகொண்டாலும், அவன் தன்னிடமிருந்து ஏதோ மறைக்கிறான் என்ற எண்ணம் மனதைவிட்டு அகலாமல் இருக்க, தன்னைத்தானே நொந்து கொண்டாள். நினைத்துப் பார்த்தால், தான் அவனை நெருங்கும் போது, அவனிடம் ஒருவித பதற்றம் தெரிவதாக எண்ணியவள், அதைத்தவிர ஓரிரு முறை அவன் கைபேசியில் பேசிக் கொண்டிருந்தபோது தான் அவனருகில்

சென்றவேளை உடனடியாக அதை துண்டித்ததை நினைத்து குழம்பினாள். தன் தந்தை உணவருந்தி சற்று ஓய்வெடுக்க, அன்னையும் தங்கையும் சோபாவில் அமர்ந்தபடி உறங்க, அலுவலக வேலையாக செழியன் அறையில் இருக்க, ஒற்றை நாற்காலியில் அமர்ந்து ஆழ்ந்த சிந்தனையில் இருந்த தளிர், செழியனிடமே நேரில் கேட்கலாம் என்று எண்ணி அந்த சிந்தனைகளுக்கு முற்றுப்புள்ளி வைத்துவிட்டு, தன் கைபேசியில் முகநூல் மற்றும் படவரியில் உள்ள செய்தி ஊட்டங்களை பார்த்தாள்.

மதியம் தன் அழைப்புகள் முடிந்தபின், மருத்துவமனைக்கு வந்த செழியன், தேநீர் அருந்தும் நேரமென்பதால், தான் தங்கியிருந்த விடுதியில் இருந்து கொண்டுவந்த சில தின்பண்டங்களை ஆனந்தியிடம் கொடுத்தான். அறையில் தளிரைக் காணாது திகைத்தவனிடம், அவள் கொடியுடன் கீழ் தளத்திலுள்ள உணவகத்திற்குச் சென்றிருப்பதாக கூறினார், ஆனந்தி. தளிரின் மெய்க்காப்பாளர்கள் உடன் சென்றிருப்பார்கள் என்று அறிந்திருந்த செழியன், இதுதான் சரியான நேரமென்று, தளிரின் பிறந்த நாள் கொண்டாட்டத்திற்காக தான் செய்திருக்கும் ஏற்பாடுகளைப் பற்றி கூற பெரியவர்கள் இருவரும் ஆர்வமுடன் அதில் இணைந்துகொண்டனர். தலைமை மருத்துவர் தன்னை அழைப்பதாக ஒரு செவிலியர் வந்து கூற, உடனே கிளம்பியவன், வழியில் சந்தித்த தளிரை உடன் அழைத்துக்கொண்டு தலைமை மருத்துவரின் அறைக்குச் சென்றான்.

அறுவை சிகிச்சை முடிந்து ஐந்து நாட்களில், குமரேசனின் உடல்நிலையில் எதிர்பார்த்ததைவிட விரைவாக முன்னேற்றம் இருப்பதாகக் கூறிய தலைமை மருத்துவர், இரண்டு நாட்களில் தையல் பிரித்த பிறகு வீட்டிற்கு அழைத்துச் செல்வது பற்றி உறுதியாகக் கூறுவதாக கூறி அவர்களுக்கு விடைகொடுத்தார். மகிழ்ச்சியான செய்தியை உடனடியாக அனைவரிடமும் தெரிவிக்கும்படி தன்னிடம் கூறிய செழியன், தன் கைபேசியில் யாரையோ அழைத்தபடி வேறு திசையில் சென்றவனை வியப்புடன் பார்த்த தளிர், தன்

தலையை இடம்வலமாக அசைத்தபடி தன் தந்தையின் அறைக்குச் சென்றாள். தன் பெற்றோரிடம் மருத்துவர் தெரிவித்ததைக் கூறியவள், செழியன் எங்கே என ஆனந்தி கேட்க, அவன் ஒரு அழைப்பில் இருப்பதாக எங்கோ பார்த்தபடி கூறினாள்.

இரண்டு நாட்களில் கட்டை பிரித்து, உள்ளே புண் ஆற தொடங்கியிருந்ததைக் கண்ட மருத்துவர்கள், குமரேசனை இரண்டு நாட்களில் விடுவிப்பதாகக் கூறினர். அடுத்த இரண்டு நாட்கள், செழியன் எந்தவித பதற்றமும் இல்லாமல் இயல்பாக இருந்ததாக எண்ணிய தளிர், தன் தந்தையை விடுவித்து அழைத்துச் செல்வதற்குரிய வழிமுறைகள் முடித்துக் கொண்டு வந்த செழியன், அனைவரையும் அழைத்துக்கொண்டு மருத்துவமனையில் இருந்து கிளம்பினான். மாலை ஐந்து மணியளவில், ஓட்டுனர் இருக்கையில் கம்பீரமாக அமர்ந்து தன்னைப் பார்த்து புன்னகைத்த தன்னவனைக் கண்ட தளிர், முன்னொரு முறை அவன் காரை செலுத்தியது நினைவிற்கு வர, தன் பெற்றோரும் தங்கையும் வசதியாக அமர உதவிவிட்டு, ஆர்வமாக தன் அருகே வந்தவளைக் கண்டு புன்னகைத்தபடி காரைக் கிளப்பினான், செழியன்.

தங்களுக்கு முன்னே உள்ள காரில் சுரேஷும், பின்னே உள்ள காரில் கரணும் வர, முன்னும் பின்னுமாக மொத்தம் ஐந்து கார்கள் வரிசையாக செல்ல பயணித்தவர்கள், வழியில் ஒரு உணவகத்தில் இரவு உணவை முடித்துவிட்டு, நள்ளிரவு நெருங்கும் வேளை செழியன் வீட்டின் நுழைவு வாயிலைக் கடந்து உள்ளே சென்றனர். உணவருந்திய பின் அனைவரும் ஒருவர் பின் ஒருவராக கண்ணயர, அதைப்பார்த்து புன்னகைத்த செழியன், தன்னைப் பார்த்தபடி காதலோடு அமர்ந்திருந்த தளிரின் கையை தன் கையோடு கோர்த்து அவள் முன்னங்கையில் முத்தமிட்டான். வீட்டை நெருங்கி வாயிலை அடைய, பல வண்ணங்களில் வாண வேடிக்கைகள் அனைத்து திசைகளிலிருந்தும் விண்ணில் பாய, திகைத்து நோக்கிய தளிர், வீட்டிற்குள் இருந்து புன்னகைத்தபடி மணிமாறன், கார்குழலி, பூங்கொடி, அவர் கணவர் சந்திரன், நிலா, கார்த்தி, ரோஸி, பிரான்ஸிஸ் என அனைவரும் வர, தன்

பெற்றோரை நோக்க, அவர்களின் முகத்தில் ஏதோ இரகசியத்தை மறைத்த குறும்பு தோன்றுவதைக் கண்டு வியந்தாள். தன் காதுக்கு வெகு அருகில் தீண்டிய செழியனின் மூச்சுக்காற்றை உணர்ந்து மெய்சிலிர்த்து திரும்பும் முன்,

"இனிய பிறந்தநாள் வாழ்த்துக்கள், கண்ணம்மா", என்று அவன் கூற, அவனைத் தன்னோடு அணைத்தவள் மனதில், அந்த கணத்தில், இத்தனை நாட்கள் அவன் தன்னிடமிருந்து மறைத்து ஒதுங்கிச் சென்றது அனைத்துமே இதற்குத்தான் என்று உணர்ந்து, அவன்மீது காதல் பெருக, "நன்றி, அருணன்", என்று கூறி அவன் கன்னத்தில் அழுந்த இதழ் பதித்துவிட்டு காரிலிருந்து இறங்கினாள்.

வாயிலில் நின்ற அனைவரும் தளிருக்கு வாழ்த்து கூறி வரவேற்று, குமரேசனை நலம் விசாரித்து வீட்டிற்குள் அழைத்துச் சென்றனர். மெழுகுவர்த்திகளால் அலங்கரிக்கப்பட்ட விருந்தினர் கட்டின் முன்கூடத்தை அடைந்த தளிர், அங்கே அமைக்கப்பட்டிருந்த மேசையில் வைக்கப்பட்டிருந்த கேக்கை அனைவரின் வாழ்த்தொலிகளின் ஊடே வெட்டி, அவர்களோடு உண்டு மகிழ்ந்தாள்.

சற்றுநேரத்தில், இரவுக்கான கொண்டாட்டங்கள் முடிந்து அவரவர் அறைகளுக்குச் செல்ல, செழியனுடன் தங்கள் கட்டிற்குச் சென்ற தளிர், உள்ளே சென்ற மறுகணம், அவனை அணைத்தபடி, அவன் இதழ்களை தன் இதழ்களால் சிறையெடுத்தாள். மனம் முழுக்க, தன் தந்தையின் மருத்துவத்திற்கும் அதையொட்டி தங்கள் குடும்பத்திற்கு தேவையான அனைத்தையும் செய்தவன், இவற்றிற்கு இடையே தன் பிறந்த நாளை தானே மறந்திருக்க, அதை நினைவு வைத்து, அதற்கான கொண்டாட்டத்திற்கு ஏற்பாடு செய்ததை எண்ணி அதனால் உண்டான இன்ப அதிர்ச்சியும், களிப்பும் நிறைந்திருக்க, அவனை முத்தமிட்டாள். சற்றுநேரத்தில் அவனை விடுவிக்க, புன்னகைத்தபடி அவளை நோக்கியவன், பரிசுத்தாள் சுற்றிய ஒரு சிறு பெட்டியை கொடுத்து அவள் முகத்தைக் கூர்ந்து நோக்கியபடி நிற்க, அதைத் திறந்த தளிர் உள்ளிருந்த பரிசைக் கண்டு வியந்து விழிவிரித்து நோக்கினாள்.

57

தன் தந்தையின் சிகிச்சையை ஒட்டி, அனைவரின் தேவைகளையும் பார்த்துப் பார்த்து செய்த செழியன், தன்னிடம் ஏதோ மறைக்கிறான், தன்னிடமிருந்து ஒதுங்குகிறான் என்று ஒரு வாரத்திற்கும் மேலாக எண்ணி மனதிற்குள் புழுங்கிய தளிர், தானே மறந்திருந்த தன் பிறந்தநாளை இவ்வளவு சிறப்பாக கொண்டாடி, இவை அனைத்தும், தனக்கு இன்ப அதிர்ச்சியாக இருக்க வேண்டுமென்று இரு குடும்பத்தாருடன் இணைந்து மிக முயன்றிருக்கிறான் என்று உணர்ந்தவள், மனம் நெகிழ்ந்திருக்க, விருந்தினர் கட்டில் கேக் வெட்டி அனைவருடனும் கொண்டாடினாள். அனைவரும், கேக்கும் பழச்சாறும் அருந்தி கொண்டாட, மணி ஒன்றை கடந்து சில நிமிடங்களில், பெரியவர்கள் ஒருவர் இருவராக தங்கள் அறைகளுக்குச் சென்றுவிட இளையவர்களுள் பல நாட்களுக்குப்பிறகு சந்திக்கும் சுரேஷும், நிலாவும், கொண்டாட்டங்களின் ஆரவாரத்திலிருந்து சற்று ஒதுக்கமாக ஒரு சோபாவில் அமர்ந்து பேசிக் கொண்டிருந்தனர். கார்த்தி ரோஸி தம்பதியினருடன் உரையாடிக் கொண்டிருக்க, அவர்கள் அனைவரையும் புன்னகையுடன் பார்த்த தளிர், இவை அனைத்தையும் துளி விபரம் கூட தனக்கு தெரியாத வண்ணம் செய்து முடித்துவிட்டு, ஒன்றும் தெரியாத சிறுவன் போல் ஒரு ஒற்றை நாற்காலியில் அமர்ந்திருந்த தன் கணவனைக் கண்டவள், அவனை நெருங்கி, ஒற்றைப் பார்வை வீசிவிட்டு தங்கள் கட்டிற்குள் நுழைந்தாள்.

வழக்கம்போல், தன் பார்வையின் கட்டளைக்குக் கட்டுப்பட்டு தன் பின்னால் வந்தவனை தன்னோடு சேர்த்தணைத்த தளிர், இதை எதிர்பாராமல் திகைத்தவனின் இதழ்களை தன் இதழ்களால் சிறையெடுத்தாள். நெடு நாட்கள் தன் மனதிலிருந்த நெருடல் தெளிந்து, தன்னவன் தனக்காக செய்திருக்கும் ஏற்பாடுகளைக் கண்டு பெருகிய

காதலை இவ்வளவு நேரம் பெரியவர்களும் நண்பர்களும் உடன் இருந்ததால் வெளிக்காட்ட முடியாமல் திணறியவள், தன் மனதில் பெருகி, உணர்வுகளில் கரைபுரண்டு ஓடும் காதல் அனைத்தையும் ஒற்றை முத்தத்தில் வெளிப்படுத்தினாள். சற்றுநேரம் கழித்து தன்னை விடுவித்த தளிரின் மலர்ந்த முகத்தைப் பார்த்தவன், அவள் கண்களை விடுவிக்காமல் தன் பேன்ட் பாக்கெட்டிலிருந்து பரிசுத்தாள் சுற்றிய சிறு பெட்டியை எடுத்து அவளிடம் நீட்டினான்.

அவன் கண்களில் தோன்றிய ஒருவிதமான ஒளியைக் கண்டு, விரிந்த புன்னகையுடன் அதை வாங்கி அவசரமாக பரிசுத்தாளைப் பிரித்து, பெட்டிக்குள் நோக்க, முன்கூடத்தில் உள்ள மங்கிய வெளிச்சத்திலும் பெட்டிக்குள் ஏதோ மின்னுவதைக் கண்டு கூர்ந்து நோக்கியபடி மெல்ல வெளியில் எடுத்தாள். அதில், வெண் தங்கத்தில் சிறு சிறு வடிவங்கள் மெல்லிய சங்கிலிகளால் கோர்க்கப்பட்டு கொத்தாக ஒரு வளையத்தில் சிறு கொக்கியால் பிணைக்கப்பட்டிருந்ததை வியப்போடு நோக்கினாள்.

மிக மெல்லிய சங்கிலிகளில் மிக நுணுக்கமாக கலைநயத்தோடு செய்யப்பட்டிருந்த இதயம், சாவியுடன் கூடிய பூட்டு, ஹெலிகாப்டர், விமானம் படகு, ஈஃபிள் கோபுரம், மோதிரம், கார் வடிவங்களைக் கண்டு அவற்றை வியந்து நோக்கியவள், அவை பறைசாற்றும் தங்கள் காதலின் நினைவுகளை எண்ணினாள். அவற்றுடன் தட்டையான நிலப்பரப்பில் வீடு போன்று ஒரு வடிவம் இருப்பதைக் கண்டு அதன் உட்பொருள் புரியாமல் செழியனை நோக்கியவள், அவன் கண்கள் குறும்பில் மிளிர்ந்தாலும் எதுவும் கூறாமல் இருந்ததைக் கண்டு அவன் மனதில் உள்ளதை அறிந்தால் எவ்வளவு நன்றாக இருக்கும் என்று எண்ணினாள்.

தன் கையிலிருந்த சாவிக் கொத்தை மீண்டும் பார்க்க, மனதில் தன்னவனின் மேல் காதல் பெருகுவதை உணர்ந்து, கண்களின் ஓரத்தில் துளிர்த்த நீரை அவன் காணும் முன், அவன் மார்பில் தன் முகத்தைப் புதைத்தாள்.

தளிரை அணைத்தபடி நின்ற செழியன், தன் சட்டை ஈரமாவதை உணர்ந்து,

"என்ன ஆயிற்று, கண்ணம்மா?", என்று பதறினான்.

ஒன்றுமில்லை என்று கூறும்பொருட்டு அவன் மார்பில் முகத்தைப் புதைத்தபடி இடம்வலமாக தலையை அசைத்தாள். அவள் மனது மிக மென்மையானது என்று அறிந்திருந்தவன், மேலே எதுவும் கேட்காமல், சிறு குழந்தைபோல் அவளை தன் கைகளில் ஏந்தியபடி மேலே சென்று அவளை வசதியாக படுக்கச்செய்தான். அவளை அணைத்தபடி படுத்து, அவள் தலையையும் முதுகையும் சீராக வருட, சற்றுநேரத்தில், தளிர் உறங்கியதை உறுதி செய்ததும், அவள் நெற்றியில் முத்தமிட்டு தானும் கண்ணயர்ந்தான்.

அதிகாலையிலேயே விழித்த செழியன், தளிரின் உறக்கம் கலையா வண்ணம் எழுந்து, குளியலறைக்குள் புகுந்தான். குளித்து உடை மாற்றி வந்தவன் சத்தம் செய்யாமல் கீழே சென்று தளிருக்கு பிறந்தநாள் சிறப்பாக காலை உணவு சமைக்கத் தொடங்கினான். அடுத்த இரண்டு மணிநேரங்களில் சக்கரைப்பொங்கல், கேசரி, வடை, பூரி, உருளை கிழங்கு என பலவித உணவு வகைகளை செய்து, அவற்றை வெப்பம் குறையாமல் இருக்கும்படி அதற்குரிய பாத்திரங்களில் வைத்தவன், அனைத்தையும் ஒரு தட்டில் ஏந்தியபடி தன்னறைக்குச் சென்றான்.

அவற்றை படுக்கையின் அருகிலிருந்த முக்காலியில் வைத்தவன், தன் கைக்கடிகாரத்தில் மணியைப் பார்த்து ஏழரை என்றறிந்து, புன்னகைத்தபடி மெல்ல படுக்கையை நெருங்கி, இறகால் வருடுவதுபோல் தளிர் இடக்கண்ணை தன் இதழ்களால் வருடினான். உறக்கத்தில் சிணுங்கியவளைக் கண்டு மேலும் இதழ் விரிய புன்னகைத்தவன், அதேபோல் அவள் வலக்கண்ணை வருட மெல்ல உறக்கம் கலைய விழித்தவளின் நெற்றியில் அழுந்த முத்தமிட்டு விலகியவனை எழ விடாமல் கழுத்தைச் சுற்றி வளைத்த தளிரின் கைகளை உணர்ந்து மெல்ல சிரித்தபடி,

"பிறந்தநாள் வாழ்த்துக்கள், கண்ணம்மா", என்றவன் அவள் நெற்றியில் மீண்டும் முத்தமிட்டு, "உணவு தயாராக இருக்கிறது, தளிர்", என்று கூறினான்.

தன் கைகளை விலக்கி செழியனை விடுவித்த தளிர், மெல்ல எழுந்து அவன் கன்னத்தில் தன் கன்னத்தை இழைத்துவிட்டு தன் அறைக்குச் சென்றாள். குளித்து வெளியே வந்தவள், கட்டிலில் ஒரு புத்தாடை இருப்பதைக் கண்டு புன்னகைத்தபடி அதை அணிந்தாள். அதனுடன் வைக்கப்பட்டிருந்த அணிகலன்களை அணிந்தவள், செழியனின் அறைக்கு வர, இருவரும் உணவருந்துவதற்கு ஏதுவாக செழியன் ஏற்பாடு செய்திருப்பதைக் கண்டாள். புன்னகையோடு உள்ளே வந்தவளின் கன்னத்தில் முத்தமிட்டபடி ஒற்றை ரோஜாவை அளிக்க, பதிலுக்கு அவன் கன்னத்தில் முத்தமிட்டு இருக்கையில் அமர்ந்தவள், இருவருக்கும் உணவை பரிமாறினாள். சற்றுநேரம் பேசியபடி இருவரும் உணவருந்தி முடிக்க, தன் சட்டைப்பையிலிருந்து பரிசுத்தாள் சுற்றிய ஒரு பெட்டியை எடுத்து தளிரிடம் நீட்டினான்.

அதைப் பார்த்து புன்னகைத்தவள், அவனிடமிருந்து அதை வாங்கி அவசரமாக பிரிக்க, உள்ளே சிறிய கருப்பு நிறத்தில் இருந்த லெக்ஸஸ் காரின் சாவியைக் கண்டு வியப்பும் மகிழ்ச்சியும் ஒருங்கே அடைந்தாள். அன்றொரு நாள், இளையவர்கள் அனைவரும் சேர்ந்து கேளிக்கை பூங்காவிற்குச் சென்றிருந்தவேளை, தன் குடும்பத்து இளைஞர்கள் தன்முன் இயல்பாக இல்லாததைக் கண்டு சற்று ஒதுக்கமாக உள்ள மரநிழலில் செழியன் அமர, அனைவரோடும் கோ கார்ட்டிங் என்று மிகச் சிறிய கார் ஓட்டும் விளையாட்டிற்குச் சென்ற தளிர், அதிலிருந்து திரும்பும்போது நிலா தன் காரோட்டும் திறமையை வியந்து பாராட்ட, தனக்கு காரோட்டுவதில் அதிக விருப்பமென்பதால், பதினெட்டு வயது நிறைந்தவுடன் தான் செய்த முதல் வேலை காரோட்டி படித்து ஓட்டுனர் உரிமம் பெற்றது தான் என்று கூறிய தளிர் நிலாவிடம் தான் காரோட்ட படிக்கும்போது நடந்த சுவையான நிகழ்வுகளை நகைச்சுவை ததும்பக் கூறினாள். இப்பொழுது அதை நினைத்துப்

பார்த்தவள், சற்றுத் தொலைவில் அமர்ந்திருந்த செழியன் தன்னைக் கூர்ந்து நோக்கியதைக் கண்டது நினைவிற்கு வர, நிலாவிடம் கேட்டு விபரமறிந்து தனக்கென்று ஒரு காரை பரிசளித்திருக்கிறான் என்றும், நேற்று இரவு அளித்த சாவிக்கொத்தும் இந்த பரிசுக்கான முன்னோடி என்றும் உணர்ந்ததும் துள்ளி எழுந்து, அவன் கன்னத்தில் தன் இதழ்களை ஒற்றியெடுத்தபடி முன் கட்டிற்கு விரைந்தாள்.

அவள் செல்வதைப் பார்த்தபடி புன்னகைத்தவன், தன் கைபேசியிலிருந்து சுரேஷிற்கு குறுஞ்செய்தி அனுப்பினான். தளிர் முன் கட்டிற்கு விரைவதையும் அவள் பின்னால் செழியன் செல்வதையும் பார்த்து, விருந்தினர் கட்டின் முன் கூடத்தில் அமர்ந்திருந்த பெரியவர்கள் புன்னகைக்க, வாயிலில் வந்து நின்ற நீல நிறத்தில் காலை வெயிலில் மிளிர்ந்த காரைக் கண்டவள், உள்ளத்தில் உற்சாகம் பெருக, அருகிலிருந்த செழியனை தழுவிவிட்டு காருக்கருகில் சென்று, ஆர்வத்துடன் ஓட்டுனர் இருக்கையில் அமர்ந்து, செழியனை நோக்கி ஹார்ன் அடித்தாள். அதைக்கண்டு சிரித்தபடி, செழியன் காரில் ஏற, தளிர் காரைக் கிளப்பினாள்.

பின்னால் இரண்டு செரோக்கிகள் தொடர்வதை கண்ணாடியில் கண்ட தளிர், எதிர்க்காற்று முகத்தில் மோத இன்பமாகப் புன்னகைத்தபடி காரைச் செலுத்த, தன் மனைவியின் புன்னகையை ரசித்தபடி அமர்ந்திருந்தான், செழியன். இருவரும் நாள் முழுவதும் வெளியில் இருப்பார்கள் என்று உணர்ந்த இளையவர்கள் அனைவரும் செழியன் தங்களுக்கு கொடுத்திருந்த பணிகளை செய்வதில் முனைந்தனர்.

காலையில் காரில் கிளம்பிய தளிரும் செழியனும், நகரின் எல்லையைக் கடந்து, சற்று தொலைவில் உள்ள கடற்கரையை ஒட்டி அமைந்திருந்த நகருக்குச் சென்று மதிய உணவு முடித்து, சற்றுநேரம் கடற்கரையில் அமைக்கப்பட்டிருந்த சிறு தோப்பில் விளையாடிவிட்டு, அங்கிருந்த நார்களினால் வெய்யப்பட்டிருந்த ஊஞ்சல்களில் ஓய்வெடுத்தார்கள். மாலை, வீட்டிற்கு திரும்ப எத்தனிக்க, காலையிலிருந்து காரை ஓட்டியதில் சற்றே களைத்திருந்த

தளிரிடம், தான் ஓட்டுவதாகக் கூறி, அவளை வசதியாக பக்கத்து இருக்கையில் அமரச்செய்த செழியன் காரைச் செலுத்தினான். முகத்தில் மிதமாக வீசிய எதிர்க்காற்றும், அயற்சியும் ஒருங்கே தாக்க, சற்றுநேரத்தில் உறக்கத்தில் ஆழ்ந்த தளிரின் முகத்தில் விழுந்த கூந்தலை விலக்கி, அவளைப் பார்த்து புன்னகைத்தபடி காரைச் செலுத்தினான்.

கார் நின்ற அதிர்வில் விழித்த தளிர், கண்களுக்கு நேரே விழுந்த வெளிச்சத்தால் ஒரு கையால் ஒளியை தடுத்தபடி, மறுகையால் தன் கண்களைக் கசக்கினாள். வீட்டிற்கு வந்துவிட்டோம் என்று எண்ணிய தளிர், எதிரே விரிந்த காட்சியைக் கண்டு வியப்போடு செழியனை நோக்க, புன்னகையால் விரிந்த அவன் முகத்தைக் கண்டவள், தன் பிறந்தநாளுக்கென்று அவன் இதுவரை கொடுத்த இன்ப அதிர்ச்சிகளில் இதுவே பெரியது என்று நினைத்து, காரிலிருந்து இறங்கவும், அங்கே காத்திருந்த வரவேற்பாளர்களைத் தொடரும்படி செழியன் சைகை செய்தான்.

பார்ப்பதற்கு ஒரு ரிசார்ட் போன்று தோன்றிய அந்த இடத்தின் பல கட்டுகளைக் கடந்து வரவேற்பாளர்களுடன் குழப்பத்தோடு சென்ற தளிர், அவர்கள் முன்னும் பின்னும் தன் மெய்க்காப்பாளர்களில் இருவர் உடன் வருவதைக்கண்டு ஆறுதலாக புன்னகைத்தபடி நடந்தாள். அவர்கள் காட்டிய அறையை அடைந்து, அங்கே தனக்கு ஒப்பனைகள் செய்வதற்காக நியமிக்கப்பட்டிருந்த பெண்களைக் கண்டவள், செழியன் ஏற்பாடு செய்திருக்கும் திட்டம் என்னவென்று புரியாதபோதும், ஏதோ நடக்கிறது என்ற குறுகுறுப்பு உந்த, அவர்கள் தங்கள் வேலையைப் பார்க்க, பொறுமையாகக் காத்திருந்தாள். அடுத்த அரைமணிநேரம் தனக்கு புத்தாடை அணிவித்து, ஒப்பனைகள் செய்வதில் தங்கள் கைவண்ணத்தைக் காட்டியவர்கள், முடிந்ததற்கான அறிகுறியாக எதிரே இருந்த கண்ணாடியின் திரையை விலக்க, அதில் மிளிர்ந்த தன் பிம்பத்தைக் கண்டு புன்னகைத்தவள், கதவு தட்டப்படும் ஒலிகேட்க, திறக்கும்படி சைகை செய்தாள். கருநீல வண்ண கோட் அணிந்து, பூங்கொத்தை கையில் ஏந்தியபடி தன்னைக் கண்டு காதல் பெருக நின்ற

செழியனைக் கண்டு, புன்னகையோடு அவனை நெருங்க, தன் கையிலிருந்த பூங்கொத்தை அவளிடம் கொடுத்தவன், லேசாக தன் இதழ்களை அவள் கன்னத்தில் ஒற்றியெடுத்து, தன் கைகளை முன்னே நீட்ட, அதோடு தன் கைகளைக்கோர்த்து அவனோடு நடந்தாள், தளிர்.

சற்று தொலைவில், சிறுசிறு விளக்குகளால் அலங்கரிக்கப்பட்ட புல்வெளியின் வாயிலில் செழியனுடன் நுழைந்த தளிர், அதே கணம் வாழ்த்தொலிகள் எங்கும் ஒலிக்க அங்கே குழுமியிருந்த சிறுவயது, பள்ளி, கல்லூரி நண்பர்கள் மற்றும் உறவுகளில் உள்ள இளவட்டங்களைக் கண்டு வியப்பும் உற்சாகமும் பெருக, செழியனை அணைத்தவள், "ஐ லவ் யூ, செழியன்", என்று கூறி கன்னத்தில் அழுந்த முத்தமிட்டு தன் நண்பர்களை நோக்கி விரைந்தாள்.

தளிரின் பிறந்தநாள் பார்ட்டி முடிந்து பின்னிரவில் சோர்ந்து வீடு திரும்பிய இளையவர்கள், அவரவர் அறைகளுக்குள் முடங்கினர். காலை சற்று நேரம் கழித்து விழித்த செழியனும் தளிரும் கிளம்பி கீழே வர, அங்கே காலை உணவை எடுத்து வைத்தபடி தங்களை வரவேற்ற கார்குழலியையும், முன்கூடத்தில் அமர்ந்து தொலைக்காட்சியில் செய்திகள் பார்த்துக்கொண்டிருந்த மணிமாறனையும் கண்டவர்கள் ஒருவரையொருவர் பார்த்து புன்னகைத்துவிட்டு மணிமாறன் அருகில் உள்ள சோபாவில் வந்தமர்ந்த செழியனைக் கண்ட கார்குழலி, சமையலறைக்குள் நுழைந்த தளிரை அழைத்துக்கொண்டு முன் கூடத்திற்கு வந்து

"உங்கள் இருவரிடமும் நாங்கள் பேச வேண்டியிருக்கிறது, உங்கள் மண வாழ்விற்காக நீங்கள் இதைச் செய்வீர்கள் என்று எதிர்ப்பார்க்கிறேன்", என்று கூறி, தயக்கத்துடன் செழியனை நோக்கினார். அதைக் கண்ட செழியன்,

"அம்மா, இந்த திருமணமும், தளிருடனான என் வாழ்வும் சிறக்க, எதையும் செய்ய ஆயத்தமாக இருக்கிறேன்", என்று உறுதியுடன் கூறினான்.

58

செழியன் லாவகமாக காரை செலுத்துவதை ரசித்தபடி அமர்ந்திருந்த தளிர், முகத்தில் அடித்த மாலைத் தென்றல் தாலாட்ட, அதோடு தன் அயற்சியும் சேர்ந்துக்கொள்ள இயல்பாகக் கண்ணயர்ந்தாள். கார் நின்றதை உணர்ந்து விழித்தவள் எதிரில் உள்ள வெளிச்சத்தைக் கண்டு குழம்பியபடி, கார் நின்ற இடத்தில் கோட் அணிந்தும், சீருடை சேலை அணிந்தும் தான் இறங்குவதற்கு வழிவிட்டு நின்ற வரவேற்பாளர்களைக் கண்டாள். மனதில் ஏதோ குறுகுறுக்க அருகே புன்னகையோடு அமர்ந்திருந்த செழியனை நோக்கியவள், அவர்களுடன் செல்லும்படி அவன் கண்களால் சைகை செய்ய, காரிலிருந்து இறங்கி அவர்களைப் பின்தொடர்ந்தாள். சில கணங்களில், தன் மெய்க்காப்பளர்களுள் தன் திருமணம் உறுதி செய்வதற்கு கரணுடன் வந்து தன் வீட்டில் தங்கியிருந்தபோது தனக்கு நண்பர்களாகிப்போன ப்ரியா மற்றும் செல்வி அந்த வரவேற்பாளர் குழுவுடன் இணைந்துகொள்ள புன்னகையோடு சென்றாள். ஒரு தொகுப்பறைக்குள் தன்னை அழைத்துச்சென்றவர்கள், வாயிலில் விடைபெற்றுவிட, தன் மெய்க்காப்பாளர்களுடன் உள்ளே நுழைந்தவள், அங்கே ஏழு பேர் கொண்ட ஒப்பனையாளர்கள் குழு ஆயத்தமாக இருப்பதைக் கண்டு விரிந்த புன்னகையுடன் அவர்கள் காட்டிய ஒற்றை நாற்காலியில் அமர்ந்தாள்.

சில நிமிடங்களில் அறைக் கதவு தட்டப்பட அதைத் திறந்த செல்வி, உள்ளே அனுமதித்த தனக்கு பழச்சாறு கொணர்ந்த பரிமாறுபவருக்கு நன்றி கூறியபடி அதை வாங்கிய தளிர், அவர் செல்லவும், பழச்சாறை அருந்தியபடி, தன் முன்னால் பரப்பப்பட்டிருந்த மூன்று ஆடைகளைக் கூர்ந்து நோக்கினாள். இளம் சிவப்பு, சந்தனம், அடர் கடற்பச்சை நிறங்களில் விதவித வடிவங்களில் இருந்த மூன்றுமே தன்

அழகை உயர்த்திக்காட்டும் என்று உணர்ந்த தளிர், அவற்றுள், அடர் கடற்பச்சை நிற ஆடையை தேர்ந்தெடுக்க, மற்ற ஆடைகளை அங்கிருந்து ஒதுக்கியவர்கள், தேர்ந்தெடுக்கப்பட்ட ஆடைக்குரிய அணிகலன்களை எடுத்து வந்து, தங்கள் பணியில் இறங்கினார்கள். வெதுவெதுப்பான வெந்நீரில் குளித்து வந்த தளிருக்கு உடை மாற்ற உதவியவர்கள், அனைத்துவிதமான ஒப்பனைகளும் அலங்காரங்களும் செய்ய, அடுத்த அரைமணிநேரத்தில் விலக்கப்பட்ட கண்ணாடித்திரையில் தன் பிம்பத்தைப் பார்த்த தளிர், நிறைவாகப் புன்னகைத்தாள். அதே நேரம் கதவு திறக்கப்படும் ஒலி கேட்டு, அதைத் திறந்த செல்வி, வாயிலில் செழியனைக் கண்டு ஒதுங்கி நிற்க, தன் கண்ணெதிரே மேற்கத்திய உடையில் பொலிவுடன் மிளிர்ந்த தன்னவளைக் கண்டு மூச்சுவிடவும் மறந்து பார்த்தபடி நிற்க, மேலும் விரிந்த புன்னகையுடன் அவனை நெருங்கினாள், தளிர். தன்னை நோக்கி நடந்த தளிரைக் கண்டு இதழ்களில் தன்னிச்சையாக புன்னகை விரிய நின்ற செழியன், அவள் தன்னை நெருங்கியதும், கன்னத்தில் தன் இதழ்களை ஒற்றியெடுத்தபடி தன் கைகளில் இருந்த பூங்கொத்தை நீட்டினான். முகம்மலர அதை வாங்கிய தளிர், நீட்டிய அவன் கைகளோடு தன் கைகளைக்கோர்த்து அவனுடன் நடந்தாள்.

சற்று தொலைவில், வெண்ணிற தொடர் விளக்குகளால் அலங்கரிக்கப்பட்டிருந்த புல்வெளி நோக்கி தளிரை அழைத்துச் சென்ற செழியன், அதன் வாயிலில் நுழையவும் பல குரல்களில் ஒருங்கே ஒலித்த வாழ்த்தொலியைக் கேட்ட தளிர், சுற்றிலும் தன் பார்வையை செலுத்தினாள். அங்கே, தன் சிறுவயது, பள்ளி, இளங்கலை மற்றும் முதுகலை கல்லூரி நண்பர்கள் உடன் தன் குடும்பத்து உறவுகளிலுள்ள இளவட்டங்கள் குழுமியிருந்ததைக் கண்டு வியப்புடன் செழியனை நோக்கினாள். அவள் பார்வைக்கு சிறு புன்னகையே பதிலாக அளித்த செழியன் ஒருபுறம் கைகளால் சைகை செய்ய, அங்கே தன் தங்கை சித்திரக்கொடி, நிலா, சுரேஷ், கார்த்தி, ஃப்ரான்ஸிஸ், ரோஸி மற்றும் கரண் புன்னகைத்தபடி நிற்பதைக் கண்டு, இவை அனைத்தையும் ஏற்பாடு செய்த குழுவினர் அவர்கள் என்று உணர்ந்தவள்,

அனைத்திற்கும் முழுமுதற் காரணமான தன்னவனை அணைத்து, அவன் காதுக்குள், "ஐ லவ் யூ, அருணன்", என்று கூறிவிட்டு, தன் நண்பர்களை சந்திக்கச் சென்றாள். தன் தங்கையும் நண்பர்களும் நின்றிருந்த இடத்தை நெருங்கிய செழியன், தான் எதிர்பார்த்ததைவிட மிக பிரம்மாண்டமாக செய்தவர்களுக்கு நன்றி கூறி தன் தங்கையைத் தோளோடு அணைத்தபடி நின்றான்.

நண்பர்கள் அனைவரையும் சந்தித்து அவர்கள் வந்து தன் பிறந்தநாளை சிறப்பித்ததற்கு நன்றி கூறிய தளிர், அனைவரும் வாழ்த்துப்பாடல் பாட, கேக் வெட்டி முதல் துண்டை செழியனுக்கு ஊட்டினாள். எல்லோருக்கும் பகிரப்பட்ட கேக்கை உண்டவர்கள், அதைத்தொடர்ந்து, இரவு உணவு ஏற்பாடு செய்யப்பட்டிருந்த இடத்தை அடைந்தார்கள். அனைவரும் ஆங்காங்கே வட்ட வட்டமாக அமைக்கப்பட்டிருந்த மேசையில் அமர, இளங்கலை நண்பர்கள் அமர்ந்திருந்த மேசையை அடைந்த தளிர், அங்கே நண்பர்களுடன் உரையாடிக்கொண்டிருந்த கயலைப் பார்த்து புன்னகைத்தபடி,

"ஹாய், புதுப்பெண்ணே, உன்னை பார்ப்பதே அரிதாக இருக்கிறதே?", என்று கூறினாள்.

"என் கதை பழைய கதை, அம்மணி, நீங்கள் தான் இங்கே புதுப்பெண். அதுவும், செழியன் அத்தானையும், அவர் உடன் எந்நேரமும் இருக்கும் மெய்க்காப்பளர்களையும் கடந்து காற்றுகூட உன்னை நெருங்க முடியாதே, நாங்கள் எம்மாத்திரம்", என்று கூறி போலியாக நீண்டு ஒரு பெருமூச்சை இழுத்துவிட அதைக்கண்டு சிரித்த நண்பர்களுடன் இணைந்து சிரித்த தளிர், சற்று ஒதுக்கமாக ஒரு மேசையில் அமர்ந்தபடி தன்னைப் பார்த்துக்கொண்டிருந்த செழியனைக் கண்டு தன்னிச்சையாக கண்களில் காதல் பெருக, அதைக்கண்ட மஞ்சு,

"இங்கு இத்தனைபேர் அமர்ந்திருக்கும் போது கூட நம் மதிக்கு அவள் கண்ணாளனே கண்ணுக்கு தெரிகிறாரே கயல்", என்று கூறினாள்.

"ஆமாம் மஞ்சு", என்று கூறிய கயல், "தளிர் பத்திரமாக நடந்து அத்தான் அருகில் செல்வது கடினம் போல் தெரிகிறது, நான் அவளை அவரிடம் ஒப்படைத்துவிட்டு வருகிறேன்", என்று கூறி தளிரின் கையைப் பிடித்து இழுத்துச் சென்றவள், தளிரைப் பார்த்தபடி புன்னகையோடு அமர்ந்திருந்த செழியனை நெருங்கியதும்,

"அத்தான், இப்படியா பட்டிக்காட்டான் மிட்டாய் கடையைப் பார்ப்பதுபோல் பொது வெளியில் உன் காதலியைப் பார்ப்பது. மற்றவர்கள் உன்னைப்பற்றி என்ன நினைப்பார்கள்", என்று கூறியவள், தன்னை சட்டை செய்யாமல் அமர்ந்திருந்த செழியனைக் கண்டு போலியாக,

"அப்பப்பா, நீ ஆளே தலைகீழாக மாறிவிடுவாய் என்று நான் நினைக்கவில்லை. இளங்காதலர்களுக்கு நடுவே நானெதற்கு. நான் செல்கிறேன்", என்றவள், தன்னிச்சையாக செல்லுமாறு கையசைத்த செழியனைக் கண்டு சிரித்தபடி தன் நண்பர்களுடன் சென்று அமர்ந்தாள்.

கயல் சென்றவுடன், தளிரின் கையைப்பற்றி அவளை அருகே அமரச்செய்த செழியன்,

"நீ மிகவும் பொலிவாக இருக்கிறாய், கண்ணம்மா", என்று கூறி, அவள் முன்னங்கையில் முத்தமிட்டான்.

அவன் கண்களில் ஒருவித கிறக்கம் தெரிந்ததைக் கண்ட தளிர், அவன் உயிர் துடிப்பு தன் பார்வையின் விளிம்பில் உள்ளது போன்று தன்னை பார்க்கும் தன் கணவனைக் கண்டு மனதில் பெருகிய காதலால் ஒளிர்ந்த கண்களால் அவனைப் பார்த்தவள்,

"நான் இந்த கதிரவனை பிரதிபலிக்கும் நிலா தான், என் பொலிவும் இருளும் உன்னிடமிருந்துதான் பிறக்கின்றன", என்று மெல்லிய குரலில் கூறினாள்.

அதைக்கேட்டு கூர்மையான மூச்சை உள்ளிழுத்தவன்,

"என் புவியீர்ப்பு விசையே நீதானே, கண்ணம்மா. நான் நிலவைச் சுற்றும் சூரியன்", என்று கூற, அவன் கன்னத்தில் ஆழ்ந்த முத்தமிட்டவள், தாங்கள் அமர்ந்திருந்த இடத்திற்கு

அருகே சுரேஷும் மற்றவர்களும் வர, அனைவருடனும் சேர்ந்து உணவருந்தினாள்.

சிலமணிநேரங்களில், ஒருவர் இருவராக செழியன் தங்களுக்கென்று பதிவு செய்திருந்த அறைகளுக்குச் செல்ல, அனைத்தையும் பார்த்துக்கொள்ளும்படி சுரேஷிடம் கூறிவிட்டு சோர்ந்திருந்த தளிரை அழைத்துக்கொண்டு வீட்டிற்கு கிளம்பினான் செழியன். வீட்டை அடைந்து தங்களறைக்குச் சென்று உடைமாற்றிய செழியனும் தளிரும், கட்டிலில் சரிந்த அடுத்த நொடி உறக்கத்தில் ஆழ்ந்தனர். அடுத்த அரைமணிநேரத்தில் அனைத்து வேலைகளையும் முடித்த சுரேஷ், அனைவரையும் அழைத்துக்கொண்டு தன் காரைக் கிளப்பி, வீட்டிற்கு வந்தவுடன் அனைவரும் தங்களறைகளுக்குச் செல்ல, நிலாவுடன் சற்றுநேரம் விருந்தினர் கட்டின் முன்கூடத்தில் அமர்ந்திருந்தான். சற்றுநேரத்தில் அவளை உறக்கம் ஆட்கொள்ள, அவளை அவளது அறைக்கு அழைத்துச் சென்று படுக்கவைத்து அவள் நெற்றியில் முத்தமிட்டு வெளியேறினான்.

அடுத்த கட்டிற்குச் செல்லும் வழியில், கார்த்தியின் அறையில் விளக்கு ஒளிர்ந்ததைக் கண்ட சுரேஷ், விழா முடிந்து கிளம்பியதிலிருந்து சோர்வுடன் அமைதியாக இருந்த கார்த்தி அயற்சியின் காரணமாக உறங்கியிருப்பான் என்று எண்ணியவேளை, விளக்கு அணைக்கப்படாமல் இருக்க சிந்தித்தபடி அவன் அறையை அடைந்து, கதவை தட்டிவிட்டு உள்ளே நுழைந்தான். எங்கோ வெறித்தபடி படுத்திருந்த தன் நண்பனை வியப்புடன் பார்த்தவன், அவன் கண்களின் ஓரம் துளிர்த்த நீர்த்துளிகளைக் கண்டு திகைத்தான். தான் வந்தது கூட தெரியாமல் படுத்திருந்த கார்த்தியைக் கண்ட சுரேஷ், அவனை உலுக்கி விபரம் அறியலாம் என்று எண்ணி அவனை நெருங்கியவேளை அவன் தன்னிச்சையாக புரண்டு படுக்க, இப்பொழுது பேசும் மனநிலையில் அவன் இல்லையென்று அறிந்து, விளக்கை அணைத்துவிட்டு, வெளியேறி கதவை அடைத்தவன், தன்னறைக்குச் சென்று உடை மாற்றி கட்டிலில் சரிந்து, கார்த்தியைப் பற்றி சிந்தித்தபடி உறங்கினான்.

ஒரு வாரமாக மருத்துவமனைக்கும் விடுதி அறைக்கும் அலைந்ததில், குமரேசனின் உடல்நிலையை எண்ணி ஒருவித கலக்கத்துடனே உறங்கிய தளிரும் செழியனும், கடந்த இரண்டு நாட்களாக பிறந்த நாள் கொண்டாட்டங்களில் கழிந்ததால், போதிய அளவு உறக்கம் இல்லாததால், நன்கு உறங்கியவர்கள், விடிந்து வெகுநேரம் கழித்தே விழித்தனர். சென்ற நாட்களின் அலுப்பு தீர வெந்நீரில் குளித்து உடை மாற்றியவர்கள், கைகோர்த்தபடி கீழ் தளத்திற்கு வர, அங்கே காலை உணவை எடுத்து வைத்தபடி தங்களை வரவேற்ற கார்குழலியையும், முன்கூடத்தில் அமர்ந்து தொலைக்காட்சியில் செய்திகள் பார்த்துக்கொண்டிருந்த மணிமாறனையும் கண்டவர்கள் ஒருவரையொருவர் பார்த்து புன்னகைத்துவிட்டு மணிமாறன் அருகில் உள்ள சோபாவில் வந்தமர்ந்த செழியனைக் கண்ட கார்குழலி, சமையலறைக்குள் நுழைந்த தளிரை அழைத்துக்கொண்டு முன் கூடத்திற்கு வந்து

"உங்கள் இருவரிடமும் நாங்கள் பேச வேண்டியிருக்கிறது, உங்கள் மண வாழ்விற்காக நீங்கள் இதைச் செய்வீர்கள் என்று எதிர்ப்பார்க்கிறேன்", என்று கூறி, தயக்கத்துடன் செழியனை நோக்கினார். அதைக் கண்ட செழியன்,

"அம்மா, இந்த திருமணமும், தளிருடனான என் வாழ்வும் சிறக்க, எதையும் செய்ய ஆயத்தமாக இருக்கிறேன்", என்று உறுதியுடன் கூற, தன்னைப் பார்த்து ஊக்கத்துடன் தன் கணவர் புன்னகைக்க,

"தம்பி", என்று அழைத்து தயக்கத்தோடு நிறுத்த, அவர் கைகளைப் பற்றி ஆறுதலாக வருடியவன்,

"எதுவாக இருந்தாலும் தயங்காமல் சொல்லுங்கள், அம்மா", என்று கூறினான்.

சற்றுநேரம், எப்படி தொடங்குவது என்று சிந்தித்தபடி அமர்ந்திருந்த கார்குழலி, நீண்ட மூச்சை இழுத்துவிட்டு,

"நம் குடும்ப வழக்கபடி, தங்கள் குலம் தழைத்து வளர, திருமணத்திற்கு முன்பு நம் குல முன்னோர்களுக்கு மணமக்கள் விரதமிருந்து வழிபடும் நிகழ்வு உள்ளதல்லவா", என்று கூற, திருமண விழா தொடங்குவதற்கு அறிகுறியாக,

திருமணத்திற்கு மூன்று நாட்களுக்கு முன்பு நடக்கும் அந்த நிகழ்வைப் பற்றி குடும்பத்தில் அனைவரும் அறிந்திருக்க, அதைப்பற்றி இவ்வளவு தயக்கத்தோடு பேசுவதற்கு என்ன இருக்கிறது என்று குழம்பிய செழியன் தன்னிச்சையாக ஆம் என்று தலையை அசைத்தான்.

"உன் மணவாழ்வு சிறந்து, குலம் தழைக்க, முன்னோர்களின் ஆசியை வேண்டி, நீ அந்த விரதத்தை இரண்டு வாரங்கள் கடைப்பிடிக்க வேண்டும்", என்று கூறிய கார்குழலியின் கண்களிலிருந்த வலியைக் கண்ட செழியன், எதற்காக தான் அவ்விதம் விரதமிருக்கவேண்டும் என்று சிந்தித்தான். தன் தந்தை, பாட்டன் என்று யாரும் இப்பொழுது உயிருடன் இல்லாத வேளை, தன் குலம் என்ற வரிசையில் தான் மட்டுமே இருப்பதை உணர்ந்த செழியன், தன்னை சிறுவயதிலிருந்து தாங்கள் பெற்ற மகனாக வளர்த்த தன் சித்தப்பாவும் சித்தியும் கூற தயங்கும் விபரம் இன்னவென்று அறிந்து விழிவிரித்து அவர்களை நோக்கினான்.

கூரிய அறிவுள்ள செழியன் காரணத்தை புரிந்துகொண்டான் என்று உணர்ந்த மணிமாறன்,

"என் பூட்டனார் மாறவர்மன் தன் திருமணத்திற்கு முன் இதைப்போன்று விரதம் இருந்து அவர் மனைவி குழலாமணியை மணந்தார் என்று அவரைப் பற்றிய செப்பு பட்டையத்தில் இருக்கிறது, செழியா. விரதத்தின் முறைகளும் அதில் குறிப்பிடப் பட்டிருக்கின்றன", என்றவர், அந்த செப்பு பட்டயத்தின் புகைப்படத்தை செழியனிடம் நீட்ட அதை வாங்கியவன் தன்னருகே அமர்ந்திருந்த தளிரிடம் காண்பித்தான். பழைய தமிழ் எழுத்துக்களில் எழுதப்பட்டிருக்க, இதைப்போன்று தன் குடும்பத்தைப் பற்றி பல பட்டயங்களைப் படித்து இருந்த செழியனும், தமிழ்மீது தீரா பற்றுள்ள தன் தந்தை, சிறுவயதுமுதல் தன்னை பழக்கியிருந்ததால் தளிரும் இயல்பாக அதில் எழுதப்பட்டிருந்ததை படித்தனர்.

அதில் குறிப்பிட்டிருந்த விபரத்தின் சாரம் என்னவென்றால், செழியன் இரண்டு வாரங்கள் வெளியூர்,

வெளிநாடு என்று எங்கும் பயணிக்க கூடாது. இரண்டு வேளை குளித்து, முன்னோர்களை வழிபட்டு, தானே சமைத்த உணவுகளை காலை, மாலை என்று இரண்டு வேளைகள் மட்டுமே உண்ணவேண்டும். கத்தியும் இரத்தமும் பார்க்க கூடாது. தனக்கு நிச்சயிக்கப்பட்ட பெண்ணின் வாழ்வு சிறந்து, தன் குலம் செழிக்க வேண்டி குலத்தில் தனித்துநிற்கும் மணமகன் செய்யும் தவம் என்று எழுதியிருக்க, பெரியவர்கள் தயக்கத்தை உணர்ந்த தளிர் செழியனைப் பார்த்துவிட்டு மேலும் படித்தாள். விரதம் நிறைவேறும் நாள், மணமக்கள் இருவரும் தங்கள் இல்லத்தில், அதிகாலை எழுந்து குளித்து, நாள் முழுவதும் உண்ணா நோன்பிருந்து, மாலை விரதத்தை முடிக்கும் விதம் பால் அருந்தி உறங்கவேண்டும்.

இதைப் படித்த இருவரின் முகங்களையும் பார்த்த மணிமாறன்,

"நீங்களிருவரும் ஒருவரைப்பிரிந்து மற்றவர் சில நாட்கள் கூட இருப்பது கடினம் என்று தெரியும், செழியா. அதனால் இதைப்பற்றி உங்களிடம் கூறவேண்டாம் என்று நாங்கள் அனைவரும் எண்ணியிருந்தோம்", என்றவர் தன் மனைவியைப் பார்த்து சிறிதாக புன்னகைத்து, "உன் அம்மாவின் மனதில் ஒருவித உறுத்தல் இருந்துகொண்டே இருக்க, உங்களிடம் கூறி, உங்கள் கருத்து என்னவென்று கேட்கலாம் என்று முடிவெடுத்தோம்", என்று கூறி இளையவர்களை நோக்கினார். தளிரும் செழியனும் ஒருவரையொருவர் பார்க்க, தன்னவளின் பார்வையிட்ட கட்டளையை உணர்ந்தவன்,

"நாங்கள் சம்மதிக்கிறோம், அம்மா", என்று கூறினான்.

அதுவரை கலக்கத்தோடு இருவரையும் பார்த்தபடி அமர்ந்திருந்த கார்குழலி, செழியன் கூறியதைக் கேட்டு துள்ளி எழுந்து, தளிரின் முகத்தை வருடி நெட்டி முறித்தவர், அவள் கன்னத்தில் முத்தமிட்டார். அங்கிருந்த இறுக்கமான சூழ்நிலையை கலைக்கும் வண்ணம், சுரேஷும், கார்த்தியும் பின்தொடர உள்ளே நுழைந்த நிலா,

"இங்கு என்ன தனி மாநாடு நடந்துகொண்டிருக்கிறது", என்று கேட்டவள், உணவருந்தும் மேசையில்

வைக்கப்பட்டிருந்த உணவு வகைகளின் மணத்தை ஆழ்ந்து நுகர்ந்து, இன்பமாக புன்னகைக்க அதைக்கண்டு கலகலவென சிரித்த மணிமாறன்,

"அனைவரும் உணவருந்துவோம்", என்று கூறினார்.

அனைவரும் பேசியபடி உணவருந்த, பேச்சில் கலந்துகொள்ளாமல், உணவை விரல்களால் அளைந்தபடி அமர்ந்திருந்த கார்த்தியைப் பார்த்த அனைவரும், தங்கள் பேச்சை நிறுத்திவிட்டு அவனைக் கூர்ந்து நோக்க, அதை சிறிதும் சட்டை செய்யாமல் உணவை அளைந்துகொண்டிருந்தான். அவன் நிலை அனைவருக்கும் சிரிப்பையும் கலக்கத்தையும் ஒருங்கே அளிக்க, அவன் கண்களை கூர்ந்து நோக்கிய தளிர் மனதில் ஏதோ தோன்ற, தன் தொண்டையைச் செருமியபடி,

"என் நண்பர்களை சந்திக்க ரிசார்ட்டிற்குச் செல்கிறேன், நிலா", என்று உரக்க கூறியவள், "உடன் வருகிறாயா?", என்று கேட்க, "நான் வருகிறேன்", என்று உற்சாகமாகக் கூறிய கார்த்தியைக் கண்டு அனைவரும் கலகலவென சிரித்தனர்.

59

செழியன் தளிருக்கு பரிசாக அளித்த காரில் அவ்விருவரும் சென்றபின், சுரேஷும் கரணும் பிறந்தநாள் விழா நடக்கும் ரிசார்ட்டின் பாதுகாப்பு ஏற்பாடுகளையும், விழா அலங்காரங்களையும் கவனிப்பதற்காக தங்கள் ஆட்களை அழைத்துக்கொண்டு சென்றனர். நிலாவும் ரோஸியும் ஆடைகளை தேர்ந்தெடுத்து, ஒப்பனைகளுக்கு ஏற்பாடுகளையும் பார்த்துக்கொள்ள, கார்த்தியும் ஃப்ரானஸிஸும் மதியத்திலிருந்து வரவிருக்கும் விருந்தினர்களை வரவேற்று அவரவர் அறைகளில் தங்குவதற்கு உதவிசெய்ய ரிசார்ட்டின் வரவேற்பறையில் அமர்ந்திருந்தனர். ஒருவர் இருவராகவும் சிறு குழுக்களாகவும் வந்த விருந்தினர்களை வரவேற்று அவர்களை அவர்களுக்கு ஒதுக்கப்பட்டிருந்த அறையில் விட்டுவிட்டு வந்த கார்த்தி, சற்று ஓய்வாக ஒரு கல் நாற்காலியில் அமர்ந்து சோம்பல் முறித்தவேளை வெகு அருகில்,

"இங்கு பழச்சாறு எங்கே கிடைக்கும்?", என்று கேட்ட தேன்குரல் தன் காதில் நுழைந்து இதயத்தில் நிறைய, அந்த குரல் வந்த திக்கை நோக்கியவன், அங்கே மூன்று இளம் பெண்கள் நிற்பதைக் கண்டான்.

தளிரின் பிறந்த நாளுக்கென்று இந்த ரிசார்ட் முழுவதும் இன்றும் நாளையும் தங்கள் கட்டுப்பாட்டில் இருந்தவேளை, பொது மக்கள் யாரும் வரமுடியாது என்று அறிந்திருந்த கார்த்தி, தான் வரவேற்ற விருந்தினர்களில் இவர்களை பார்க்காததால், ஃப்ரான்ஸிஸ் வரவேற்றிருப்பான் என்று எண்ணியவன் அவர்கள் வேறுபுறம் திரும்பியிருந்ததால் அவர்களின் முகங்களை, அதில் குறிப்பாக அந்த தேன்குரலியைக் கண்டறிய முடியாமல் திணறினான். அவர்கள் நின்ற இடத்தை நெருங்கியவன், எதிரே வந்த ஒரு

இளைஞன் அவர்களை தோளோடு தழுவி வரவேற்று கலகலப்பாக பேசியபடி தொலைவிலிருந்த மர நிழலுக்கு அழைத்துச் செல்வதைக் கண்டு தன் மனதிற்குள் ஒரு உறுமல் சத்தம் கேட்க அதிர்ந்தான். முகம்கூட தெரியாத அந்த பெண் யாருடன் பேசினால் தனக்கென்ன என்று தன் மனதை அமைதிப்படுத்த எண்ணியவன், மனது புயல் கொண்ட கடல் போலிருக்க, தன் தலையை இடம்வலமாக அசைத்தபடி ஃப்ரான்ஸிஸ் இருந்த இடத்திற்குச் சென்றான். பலவித வேலைகளில் நாள் முழுவதும் ஈடுபட்டு தன் மனதை திசைதிருப்பியவன் மனதின் ஓரத்தில் அந்த குரலை மீண்டும் கேட்டுவிடமாட்டோமா என்ற ஆவல் குடைந்துகொண்டே இருந்ததை நிறுத்தமுடியாமல் திணறினான்.

மாலை, அனைத்து அலங்காரங்களும் முடிந்தநேரம் விருந்தினர்கள் விழா நடக்கும் புல்வெளிக்கு வரத்தொடங்கினர். சற்றுநேரத்தில் செழியனும் தளிரும் வந்துவிட்டனர் என்று அறிந்த கார்த்தி, இந்த விழாவுக்கென்று செழியனுக்காக நிலாவும், ரோஸியும் தேர்ந்தெடுத்து காலையிலேயே தன்னிடம் ஒப்படைத்த ஆடைகளை எடுத்துக்கொண்டு செழியனின் அறைக்குச் சென்றான். செழியனின் அறைக்கதவை தட்டிவிட்டு உள்ளே நுழைந்தவேளை மீண்டும் அந்த தேன்குரல் சற்று தொலைவில் கேட்க, பரபரப்பாக தன் தலையை நீட்டிப்பார்த்தவன், சிறு குழுவாக பெண்கள் விழா நடக்கும் இடத்தை நோக்கி நடப்பதைக்கண்டு சற்றுநேரம் அந்த திசையை வெறித்தபடி நிற்க,

"வா நண்பா, உள்ளே வா", என்று உள்ளிருந்து ஒலித்த செழியனின் குரலைக் கேட்டதும், உள்ளே நுழைந்து கதவை தாழிட்டான். இருவரும் சற்றுநேரம் பேசியபடி விழாவிற்கு கிளம்பியதும், செழியன் தளிரை அழைக்கச் செல்ல, விழா நடக்கும் புல்வெளியை அடைந்தான், கார்த்தி. அங்கே சுரேஷ் அனைவருடனும் நிற்க, அருகே சென்று அவர்களுடன் பேசிக்கொண்டிருந்தவன் கண்கள் நொடிக்கு நூறுமுறை விருந்தினர்களின் ஊடே ஒளிந்திருக்கும் தன் தேன்குரல் தேவதையைத் தேடின. செழியனின் அறையிலிருந்து பார்த்தபோது, அந்த மூன்று பெண்களில் ஒருத்தி கருநீலநிற

ஆடையை அணிந்திருந்ததைக் கண்டவன், அந்தப்பெண்ணை தொடர்ந்தால், காலையிலிருந்து தன்னை வதைக்கும் பெண்ணை கண்டுவிடலாம் என்று எண்ணி, கூர்ந்து தேட, அதே நிறத்தில் நான்கு பெண்கள் அங்கு இருந்ததைக் கண்டு மனதிற்குள் நொந்துகொண்டான்.

செழியனும் தளிரும் நுழையவும் விழா தொடங்க, யாரும் அறியாமல், அந்த நான்கு பெண்களையும் கண்களால் தொடர்ந்தவன், அங்கே இருந்த சத்தத்தில் யார் பேசுவதும் தெளிவாகக் கேட்காமலிருந்ததை உணர்ந்து சோர்வுற்றான். சற்றுதொலைவில், தன் இளங்கலை நண்பர்களிடம் பேசிக்கொண்டிருந்த தளிரை ஏதோ கூறி ஒதுக்கமாக அமர்ந்திருந்த செழியனிடம் இழுத்துச் சென்ற கயலைக் கண்டு புன்னகைத்தவன், கயல் சென்ற திக்கை பார்த்து புன்னகைத்தபடி திரும்பிய கருநீல ஆடை அணிந்திருந்த ஒரு கன்னியின் கருவிழிகளின் மீளா ஆழத்தில் விழ, தன் பார்வையில் கட்டுப்பட்டிருந்த அந்த பெண்ணை உலுக்கிய நண்பனொருவன், அவளைத் தன்புறம் திருப்பி ஏதோ கூற, அங்கு நடைபெற்றுக்கொண்டிருந்த உரையாடலில் மூழ்கியவளைப் பார்த்த வண்ணம் வேரூன்றி நின்றான்.

தன் தோளைத் தட்டிய கைகளால் தன்னிலை அடைந்தவன், அங்கே சுரேஷ் உணவருந்த தன்னை அழைத்தபடி நின்றதைக் கண்டு, மீண்டும் ஒருமுறை அந்த பெண்ணை நோக்கி தன் பார்வையை செலுத்திவிட்டு, தன் நண்பனைத் தொடர்ந்தான். காலையில் இருந்து தன் மனதில் நிறைந்து குறுகுறுத்த அந்த குரல் இந்த பெண்ணுடையது என்று மனது உறுதியாகக் கூற, எதையும் காரண காரியங்களோடு ஆராயும் மூளை முன்னின்று குழப்பியது. தற்பரிமாற்ற முறையில் ஆங்காங்கே வைக்கப்பட்டிருந்த பலவித உணவு வகைகளை வரிசையாகச் சென்று எடுத்துக்கொண்டு தங்கள் இருக்கைக்குச் சென்றவர்களைப் பார்த்த கார்த்தி, தானும் தன் நண்பர்களுடன் சென்று உணவை எடுத்துக்கொண்டு செழியனும் தளிரும் அமர்ந்திருந்த இடத்திற்குச் சென்றான். அனைவரும் உணவருந்தி அவரவர் அறைகளுக்குச் செல்ல, தான் அமர்ந்திருந்த இடத்திற்கு வெகு

அருகில் ஒலித்த தேன்குரலைக் கேட்டு வெடுக்கென திரும்ப, தன் ஒற்றைப் பார்வையில் தன்னை கட்டிப்போட்ட காரிகையே தன்னை வதைத்த குரலுக்குரியவள் என்று உணர்ந்த நொடி, தன் உடல், பொருள், ஆவி அனைத்தும் அவளிடம் சரணடைந்ததை உணர்ந்து உயிர் சிலிர்த்தவன், அவள் தன்னை கடந்து செல்வதைப் பார்த்த வண்ணம் நின்றான்.

செழியனும் தளிரும் வீட்டிற்கு கிளம்பியபின், அனைத்து விருந்தினர்களும் தங்களுக்குரிய அறைகளுக்குச் சென்றதை உறுதி செய்துகொண்டு நண்பர்களுடன் வீட்டிற்கு வந்த கார்த்தி, ரோஸியும் ஃப்ரான்ஸிஸும் தங்களுக்கு ஒதுக்கப்பட்ட அறைக்குச் சென்றுவிட, சுரேஷின் கையுடன் கைகோர்த்தபடி வந்த நிலா, அவனை இழுத்துக்கொண்டு விருந்தினர் கட்டின் முன்கூடத்திலுள்ள சோபாவில் அமர்ந்ததைக் கண்டு புன்னகைத்தபடி நடந்த கரணை நோக்கி கண்ணடித்த கார்த்தி, அவன் மெய்க்காப்பாளர்கள் கட்டிற்குள் நுழைந்தபின், தன்னறைக்குச் சென்று கட்டிலில் சரிந்தான்.

செழியன் தளிரையும், சுரேஷ் நிலாவையும் தங்கள் வாழ்வின் பொருளே அவர்கள்தான் என்று பார்ப்பதை பலமுறை கண்டு மனதிற்குள் சிரித்திருக்கிறான். ஆனால், இன்று கண்ட கன்னியின் கண்களில் தன் வாழ்வின் பொருள் உணர்ந்தவன், சிறுவயதிலிருந்து எந்நேரமும் வாக்குவாதம் செய்துகொண்டிருந்த தன் பெற்றோரைப் பார்த்து வளர்ந்ததால், நாளடைவில் திருமணத்தின் பால் நாட்டமில்லாமல் இருந்த கார்த்தி, பெயர் தெரியாத அந்த பெண்ணின் கண்ணோடு கண் கலந்த நொடி, எப்பொழுதும் அவளைத் தன் அணைப்பிற்குள் வைத்து பாதுகாக்க வேண்டும் என்ற உணர்வு தோன்ற, அந்த விழிகளிலிருந்து நீர் வழிந்தால் அதை தாங்கும் திடம் தன்னிடம் இல்லை என்று உணர்ந்தான். இவ்வளவு நாட்கள் தன் கட்டுப்பாட்டிற்குள் இருந்த உணர்ச்சிகள் மடைவுடைந்த வெள்ளம்போல் பெருகி தன்னை மூழ்கடிக்க, கண்களில் வழிந்த நீரைத் துடைக்கும் உணர்வுகூட இல்லாமல் படுத்திருந்தான். எப்பொழுது உறங்கினானென்று தெரியாது, ஆனால் கனவில் அந்த கன்னி

வர, இன்பமாக உறங்கியவன், காலை நேரம் கழித்து விழித்து, கனவில் வந்த கன்னியை காணாமல் சோர்வுற்றான். குளித்து கிளம்பி வெளியே வந்தவன், முன் கூடத்தில் சுரேஷும் நிலாவும் தளிரின் அன்னையுடனும், தங்கையுடனும் பேசிக்கொண்டிருந்ததைக் கண்டு அருகே சென்றான்.

குமரேசனுக்கு அவர் அறையிலேயே உணவு பரிமாற ஏற்பாடு செய்திருந்ததால், அவருடனே தாங்கள் உணவருந்தியதாக நிலாவிடம் ஆனந்தி கூறியதைக் கேட்ட கார்த்தி, தனக்கு பசி என்ற உணர்வே இல்லை என்று எண்ணி குழம்பினான்.

"என்ன ஆயிற்று, நண்பா?", என்று சுரேஷ் கேட்க, ஒன்றுமில்லை என்று தலையை அசைக்க, தன்னைக் கூர்ந்து பார்த்த தன் நண்பனைக் கண்டு லேசாக புன்னகைத்தான்.

"எனக்கு பசிக்கிறது", என்று நிலா கூற, அவளை அழைத்துக்கொண்டு உள் கட்டிற்கு கிளம்பிய சுரேஷ், தன் இருக்கையில் அசையாமல் எங்கோ வெறித்தபடி அமர்ந்திருந்த கார்த்தியை வியப்புடன் பார்த்து, தன் தொண்டையைச் செருமினான். அதைக்கேட்டு தன்னை நோக்கிய கார்த்தியை நோக்கி ஒற்றை புருவத்தை உயர்த்த, பதற்றத்துடன் எழுந்தவனைக் கண்டு புன்னகைத்தபடி நடந்தான்.

அனைவரும் பேசியபடி உணவருந்த, வழக்கமாக ஆர்வத்துடன் கலகலப்பாக பேசியபடி உணவருந்தும் கார்த்தி, எதுவும் பேசாமலும், உண்ணாமல் உணவை விரல்களால் அளைந்தபடியுப் அமர்ந்திருந்ததைக் கண்டு அனைவரும் ஏதோ விந்தையான உயிரினம் கார்த்தியின் உருவத்தில் அமர்ந்திருப்பதைப் போல் எண்ணி வியப்புடன் புன்னகைத்தனர். அவன் கண்களைக் கூர்ந்து நோக்கிய தளிர் மனதில் ஏதோ தோன்ற, தன் தொண்டையைச் செருமியபடி,

"என் நண்பர்களை சந்திக்க ரிசார்ட்டிற்குச் செல்கிறேன், நிலா", என்று உரக்க கூறியவள், "உடன் வருகிறாயா?", என்று கேட்க, "நான் வருகிறேன்", என்று உற்சாகமாக கூறிய கார்த்தியைக் கண்டு அனைவரும் சிரித்தனர். கன்னங்களும்

காது மடல்களும் சிவக்க விழித்த நண்பனைக் கண்ட செழியனும் சுரேஷும் ஒருவரையொருவர் பார்த்துவிட்டு,

"யார் நண்பா உன்னை இந்த நிலைமைக்கு உள்ளாக்கியது?", என்று செழியன் கேட்க,

"தேன்குரலி", என்று ஏதோ கனவுலகில் உலா வருவதுபோல் கூற

"யார்?", என்று குழப்பத்துடன் கேட்டான், சுரேஷ்.

புதிதாக காதல் வயப்பட்ட ஆண்களின் உலகமே வேறு. அது சொர்க்கத்திலிருப்பது போல் கண்களில் விண்மீன் தெரியும், மேகத்தில் மிதப்பதுபோன்று தோன்றும், அதேநேரம் நரகத்தின் நெருப்பிற்கு நடுவே நிற்பதுபோல் தகிக்கும். தாங்கள் அனுபவித்த அந்த வேதனையான இன்பத்தில் திளைக்கும் நண்பனை விரிந்த புன்னகையுடன் செழியனும் சுரேஷும் பார்க்க,

"நீ விரைவாக சாப்பிட்டால், உடனே சென்று உன் 'தேன்குரலி'யைக் காணலாம்", என்று மணிமாறன் கூற, கடகடவென உணவருந்தியவனைப் பார்த்து கலகலவென சிரித்தனர் பெண்கள்.

முதல் ஆளாக உணவருந்திவிட்டு, பொறுமையை இழுத்து பிடித்தபடி குறுக்கும் நெடுக்கும் நடந்துகொண்டு மற்றவர்களுக்காக காத்திருந்த கார்த்தியைக் கண்ட ரோஸி ஒற்றைப் பார்வையில் அவன் நிலையை உணர்ந்து,

"கார்த்தி!!!!", என்று வியப்புடன் விளித்தவள், "யாரந்த தேவதை?", என்று கேட்க, "தேன்குரலி", என்று பின்னாலிருந்து செழியன், தளிர், சுரேஷ் மற்றும் நிலா ஒருங்கே கூற ஒன்றும் புரியாமல் விழித்தாள்.

அதைக் கண்டு கலகலவென சிரித்த நிலா,

"இவனை இந்த நிலைக்கு ஆளாக்கியிருக்கும் அந்த பெண்ணை கண்டுபிடிக்கத்தான் நாங்கள் கிளம்புகிறோம், நீங்களும் வாருங்கள்", என்று அழைத்தாள். ஒருவழியாக அனைவரும் கிளம்ப, ரிசார்ட்டை நெருங்க நெருங்க, கார்த்தியின் பதற்றம் அதிகரிப்பதைக் கண்ட நண்பர்கள்,

ஒருவரையொருவர் பொருள் பொதிந்த பார்வையை செலுத்தியபடி பயணித்தனர்.

சிறுசிறு குழுக்களாக ஆங்காங்கே விளையாட்டுகளில் ஈடுப்பட்டிருந்த தன் நண்பர்களிடம் சற்றுநேரம் பேசியபடி அடுத்தடுத்த குழுவிற்குச் சென்ற தளிர், தன் இளங்கலை தோழிகளில் சிலர் ஒரு பெரிய மரத்தடியில் கல்லில் செதுக்கப்பட்டிருந்த நாற்காலிகளில் அமர்ந்திருந்ததைக் கண்டு அருகே சென்று,

"ஹாய் வாண்டூஸ்", என்று கூறியபடி தளிர் அங்கிருந்த ஒரு நாற்காலியில் அமர,

"வா, தளிர், நீயே இவளிடம் கேள், நாங்கள் நேற்றிரவிலிருந்து கேட்கிறோம், எங்கோ வெறித்தபடி அமர்ந்திருக்கிறாள், தானாக சிரிக்கிறாள், இல்லையென்றால் சோர்வாக இருக்கிறாள்", என்று மஞ்சுவைக் காட்டியபடி மாலதி கூற,

"ஆமாம் மதி, சரியாக உண்ணக்கூட இல்லை", என்று முகத்தில் கவலை படர கூறிய சத்யா, மேலும் தொடர்ந்து, "என்ன நடக்கிறது என்று புரியவில்லை", என்று கூற, அதைக் கேட்டு கலகலவென சிரித்த தளிர், தன் கைபேசியிலிருந்து செழியனுக்கு 'ஆளை கண்டுபிடித்துவிட்டேன்', என்று கூறி, தான் இருக்கும் இடத்தை குறுஞ்செய்தியாக அனுப்பியபடி, "கவலை படாதே சத்யா, இவள் நிலைமைக்கு என்ன காரணம், குறிப்பாக யார் காரணம் என்று எனக்கு தெரியும்", என்று கூறியவள், தன் நண்பர்கள் புடைசூழ வந்த கார்த்தியைக் கண்டு புன்னகைத்தபடி அவன்புறம் கையைக் காட்டினாள்.

அங்கு நடப்பது புரியாமல் விழித்த தோழிகள், கண்ணுடன் கண் கலந்து நின்ற மஞ்சுவையும் அங்கே வந்தவர்களின் நடுவே நின்ற ஒருவனையும் பார்த்து, தளிர் கூறியதன் பொருளும், மஞ்சுவின் நடவடிக்கைகளிலிருந்த மாற்றங்களின் காரணமும் விளங்க, தங்களுக்குள் புன்னகைத்தபடி தளிரிடம் விடைபெற்று செல்ல சற்றுநேரம் இருவரையும் பார்த்துக்கொண்டிருந்த மற்றவர்களும் அங்கிருந்து கிளம்பினர்.

தளிரின் பிறந்தநாள் கொண்டாட்டம் முடிந்து, கார்த்தியும் மஞ்சுவும் தங்கள் காதலை ஒருவருக்கொருவர் பரிமாறிக்கொள்ள, வெவ்வேறு ஊர்களில் இருந்ததால், கைபேசி அழைப்புகளிலும், குறுஞ்செய்திகளிலும் அது நாளொரு மேனி, பொழுதொரு வண்ணமாக வளர, இரண்டு வாரங்களில், தங்கள் காதலுக்கு மஞ்சுவின் பெற்றவர்களிடம் அனுமதி பெற்றான் கார்த்தி. நாள்தோறும், ஒரு மருத்துவ குழு தன்னை பரிசோதித்து உரிய சிகிச்சைகள் அளித்ததால், இரண்டு வாரங்களில் ஊன்றுகோல் கொண்டு தன்தளத்தில் நடக்கும் அளவிற்கு குமரேசனின் உடல்நிலை முன்னேறி இருந்தது. செழியனின் விரதத்தைப் பற்றி அறிந்த தளிரின் பெற்றோர், விரதம் தொடங்குவதற்கு இரண்டு நாட்கள் முன் தங்கள் பெண்ணை அழைத்துக்கொண்டு தங்கள் ஊருக்கு கிளம்புவதாகக் கூறினர். இருவீட்டு பெரியவர்களும் ஒரே இடத்தில் இருந்ததால், திருமணம் தொடர்பான அனைத்து வேலைகளையும் அனைவரும் இணைந்தே செய்தனர்.

தன் பிறந்த நாள் முடிந்து இரண்டு நாட்களில் தன் தங்கை கல்லூரிக்கு கிளம்பிவிட, அனைத்து வேலைகளுக்கும் ஊடே நாள்தோறும் தன் இறுதித்தேர்வுக்கு படித்தாள் தளிர். இன்னும் இரண்டு நாட்களில் தளிர் இங்கிருந்து கிளம்பிவிடுவாள் என்று எண்ணிய செழியன், அவளைப் பிரிந்து இருக்கவேண்டிய நிலையை எண்ணி மனதிற்குள் மருகினாலும், அடுத்து வரும்வேளை முறைப்படி மணந்த மனைவியாக, தன் உயிரில் கலந்த உறவாக வருவாள் என்ற எதிர்பார்ப்பு தந்த குறுகுறுப்பும் ஒருங்கே தாக்க தன் மனநிலையை தானே அறியமுடியாமல் இருந்ததை எண்ணி வியந்தான். தங்கள் மனநிலையின் பிரதிபலிப்பை மற்றவர் கண்களில் கண்ட இருவரும், ஏதும் கூறாமல் ஒருவரை ஒருவர் அணைத்தபடி படுக்கையில் அமர்ந்திருக்க, பொழுது விடிந்ததற்கு அறிகுறியாக சாளரத்தின் வழியே வந்த ஒளிக்கீற்றுகளைக் கண்டவர்கள், சிறு பிரிவின் வலியை எண்ணி கண்களிலிருந்த தடையின்றி வழிந்த கண்ணீரை துடைக்கும் திடமின்றி இருந்தனர்.

ஒருவழியாக தளிர் தன் பெற்றோருடன், தன் மெய்க்காப்பாளர் படை புடைசூழ கிளம்ப, கார் கண்ணிலிருந்து மறையும்வரை அங்கே நின்ற செழியன், வெடுக்கென்று திரும்பி நடக்க, அவனை தடுக்கவோ பின்தொடரவோ மனமில்லாமல், சிறுபிரிவையும் தாங்க முடியாமல் திணறும் தங்கள் குழந்தைகளைப் பார்த்த பெரியவர்கள், நீண்ட பெருமூச்சை இழுத்துவிட்டபடி தங்கள் வேலைகளில் மூழ்கினர். செழியன் விரதமிருந்த இரண்டு வாரங்கள் கழிந்து, விரதத்தின் இறுதிநாள், அதிகாலையில் விழித்து குளித்துவிட்டு, தன் வீட்டிலுள்ள சாமியறைக்குச் சென்ற தளிர், உண்ணா நோன்பிருக்க, இரண்டு வாரங்கள் புரிந்த கடுந்தவத்தை நிறைவேற்றும் விதமாக, காலையிலிருந்து நோன்பிருந்ததை அடுத்து மாலை குளித்துவிட்டு பாலை அருந்தி படுக்கச்சென்றான் செழியன். அதேபோல் தன் விரதத்தை முடித்த தளிர், மறுநாள், தன் தாய் வழி உறவினர்களும், அதற்கு மறுநாள் தந்தை வழி உறவினர்களும் விருந்து வைத்தனர். பதினேழாம் தேதி திருமணம் என்றும், அதற்கு முதல் நாள் நிச்சயதார்த்தம் என்றிருக்க, மணமகன் வீட்டினருக்கென்று ஏற்பாடு செய்திருந்த விடுதியில், பதினைந்தாம் தேதியிலிருந்து அனைவரும் வரத் தொடங்கினர். நிச்சயதார்த்தம் தொடங்கி, மணமகனென்ற மிடுக்குடன் அங்கிருந்த அலங்கரிக்கப்பட்ட நாற்காலியில் அமர்ந்திருந்த செழியன், தன் முன்னே தன் மாமன் சுந்தரமூர்த்தியும், தளிரின் தாய் மாமன் மதுசூதனனும் உடைகள், பழங்கள், மங்கல பொருட்கள், நகைகள் நிறைந்த பெரிய தாம்பூலங்களை ஒருவருக்கொருவர் மாற்றிக்கொள்ள, தன் மாமன் கொடுத்த தாம்பூலத்திலிருந்த புடவையை அணிந்தபடி சற்றுநேரத்தில் அங்கு வந்த தளிரைக் கண்டு அவள் அழகை கண்களால் பருகியபடி விழிவிரிய அமர்ந்திருந்தான்.

60

தளிரின் பிறந்தநாள் முடிந்து இரண்டு வாரங்களில், அடுத்த இரண்டு மாதங்களுக்கான அனைத்து வெளிநாட்டு பயணங்களையும், காணொலி சந்திப்பிற்கு மாற்றியமைத்த செழியன், நேரில் செல்லவேண்டிய சந்திப்புகளை ரோஸியை கவனித்துக்கொள்ளுமாறு கூறினான். எல்லா வேலைகளையும் முடித்தவன், தான் விரதம் தொடங்குவதற்கு இரண்டு நாட்களுக்கு முன், தளிரை அழைத்துச் செல்வதாக தன்னிடம் தன் மாமனார் கூற, சரியென்று தலைசைத்துவிட்டு தன்னறைக்குச் சென்றான்.

இரண்டு வாரங்கள் தளிரைக் காணாமல், தளிரின் குரலைக் கேளாமல் பிரிந்து இருப்பதைக் காட்டிலும், தன் குடும்பத்தினர் கூறிய விரதமுறைகள் மிக இலகுவானதே என்று எண்ணினான், செழியன். தளிர் கிளம்புவதற்கு முன்னிரவு பெயருக்கு உணவை கொரித்த இருவரும், பேசும் திடமின்றி ஒருவர் கையை மற்றவர் கோர்த்தபடி கட்டிலில் படுத்திருந்தனர். விடிந்து வெகுநேரம் படுக்கையிலேயே இருக்க, தளிர் கிளம்புவதற்கு நேரமாவதை உணர்ந்த செழியன், மெல்ல எழுந்து அவளை கிளம்பச் செய்தான். உடைகள் எல்லாம் அடுக்கி பயணத்திற்கு ஆயத்தமாக இருக்க, தன் உடைமாற்றும் அறையிலிருந்து வெளிவந்த தளிரை, அவள் அறையின் வாயிலில் கைகட்டி சாய்ந்து நின்றபடி பார்த்த செழியன், அவளை நெருங்கி அவள் இதழ்களை தன் இதழ்களால் போர்த்தினான். தன் மனநிலையை அந்த முத்தத்தில் தெரியபடுத்தியவன், அதே உணர்வுடன் அவளும் தன்னை முத்தமிட்டதை உணர்ந்து சற்றுநேரத்தில் விடுவித்து, அவள் கண்களில் வழிந்த நீரை தன் இதழ்களால் ஒற்றியெடுத்துவிட்டு, அவளை அழைத்துக்கொண்டு முன் கட்டிற்குச் சென்றான்.

அடுத்த அரைமணிநேரத்தில், தன் பெற்றோர்களுடன் தளிர் கிளம்பிவிட, அந்த வெறுமையைத் தாங்கமுடியாமல் வெடுக்கென்று திரும்பி தன் அறைக்குச் சென்று கட்டிலில் சரிந்தவன், சற்றுநேரத்தில் அங்கிருந்த அமைதி வெறுமையை அதிகரிப்பதை உணர்ந்து, எழுந்து தன் அலுவலக அறைக்குள் நுழைந்தவன், அடுத்த வாரத்தில் இருக்கும் பேச்சுவார்த்தைகளுக்கு வேண்டிய அடிப்படை வேலைகளை செய்வதில் முனைந்தான். வெகுநேரம் கழித்து தன் பின்னங்கழுத்தை வலதுகையால் அழுத்திவிட்டபடி மணியைப் பார்த்தவன், மாலை நான்கு மணி என்றறிந்து, தான் மதியம் உணவருந்தாதது நினைவிற்கு வர மெல்ல எழுந்து சமையலறைக்குச் சென்றான்.

சமைத்து முடித்துவிட்டு, குளித்து வந்தவன், தான் வீட்டை அடைந்துவிட்டதாக தளிர் குறுஞ்செய்தி அனுப்பியிருந்ததைப் பார்த்தவுடன் அவளை அழைத்தான். தளிருடன் பேசியபடி உணவருந்திய செழியன், அழைப்பு முடிந்ததும் மீண்டும் தன் அலுவலக அறைக்குள் நுழைந்தான். பயணத்தின்போது, திருமணத்திற்கு முன் தன் பெற்றோருடன் இரண்டு வாரங்கள் இருப்பதற்கு வாய்ப்பு கிடைத்திருக்கிறது என்று எண்ணிய தளிர், செழியனின் அருகாமை இல்லாமல் இருக்கவேண்டும் என்ற எண்ணமே தன்னை வதைப்பதை நினைத்து மனம் வாடினாள். சோர்ந்து தன் தோள் சாய்ந்ததை உணர்ந்து தன் மகளின் தலையை ஆறுதலாக வருடினார் ஆனந்தி.

தான் குறித்துவைத்த பணிகளை முடித்துவிட்டு நாற்காலியில் அமர்ந்தபடி தன் உடலை முறுக்கிய செழியன், நள்ளிரவு கடந்துவிட்டதை உணர்ந்து, வெகுநேரம் கணினியில் வேலை பார்த்ததால் கரித்த கண்களை கசக்கிவிட்டு எழுந்து தன் அறைக்குச் சென்று கட்டிலில் சரிந்தான். காலை எழுந்து, குளித்து கிளம்பி கீழ் தளத்திற்கு வந்தவன், அங்கு தனக்காக காத்திருக்கும் நிலாவையும், தன் நண்பர்களையும் கண்டு இளமுறுவல் பூத்து, அவர்களுடன் உணவருந்திவிட்டு அலுவலகத்திற்குச் சென்றான். மாலை வீட்டிற்கு வந்து இளைப்பாறிய செழியனை அழைத்த கார்குழலி, அதிகாலையில் எழுந்து செய்ய வேண்டியவற்றை

குறித்து விரிவாகக் கூறி, விரதம் சிறக்க வாழ்த்து கூறிவிட்டு அழைப்பைத் துண்டித்தார்.

உணவருந்திவிட்டு கட்டிலில் படுத்தபடி, சற்றுநேரம் காணொலி அழைப்பில் தன்னுடன் பேசிக்கொண்டிருந்த செழியனின் குரல் தழுதழுக்க, விழிகளில் நீர் கோர்ப்பதைக் கண்டு, இந்த இரண்டு வார பிரிவின் வலி மனதை வதைக்க அதை வெளிகாட்டிக்கொள்ளாமல்,

"இருவரும் இணைந்தே இந்த விரதத்தை முடிப்போம், அருணன். நம் வாழ்க்கை சிறக்கதானே பெரியவர்கள் இதை கூறியிருக்கின்றனர்", என்று கூறினாள். அவள் கூறியதற்கு பதிலேதும் கூறாமல் ஆமென்று தலையசைத்த செழியன், அதற்கு மேல் பேசமுடியாமல் அழைப்பைத் துண்டித்தான்.

அவன் மனநிலையை உணர்ந்த தளிர், தன் விழிகளில் வழிந்த நீரை துடைக்கும் திடமின்றி வெறித்தபடி படுத்திருந்தாள். தங்கள் வாழ்க்கையில் ஒரு நொடி கூட பிரியக் கூடாது என்று மனதில் தோன்றிய கடவுள்களிடமெல்லாம் வேண்டியவள், வெகுநேரம் கழித்து கண்ணயர்ந்தாள். அதிகாலை நான்கு மணிக்கு விழித்த செழியன் மனதில், இரவில் இருந்த வலி மறைந்து, முதல்நாள் நோன்பை தொடங்குவதற்கு உண்டான உறுதி உருவாகியிருந்ததை எண்ணி வியந்தவன், குளித்து, புத்தாடை அணிந்து, கீழ் தளத்திற்குச் சென்றான். அங்கே ஒரு சிறிய அறையில், தன் அன்னை கூறியிருந்த முறையில், தன் பெற்றோர் உட்பட முன்னோர்களின் புகைப்படங்கள் சீராக வைக்கப்பட்டிருக்க, அவற்றின் முன் ஒரு வாழையிலையில் தேங்காய், பழம், பூ, வெற்றிலை என அனைத்தும் வைத்திருந்ததைக் கண்டவன், உள்ளே சென்று, தன் நோன்பு எந்தவித இடையூறும் இன்றி, இனிதே நிறைவேறி, தளிருடனான தன் வாழ்வு சிறக்க அருள் புரியும்படி மனமுருக வேண்டினான். சமையலறைக்குள் நுழைந்து தனக்குரிய உணவை சமைத்தவன், அவற்றை முன்னோர்களுக்கு படைத்துவிட்டு தான் உண்டான். மணி ஏழு என்று கைக்கடிகாரத்தில் கண்டவன், தன் அலுவலக அறைக்குள் நுழைந்தான்.

அலுவலகம் கிளம்புவதற்கு எல்லாம் ஆயத்தமாக இருப்பதாக சுரேஷ் தன் கைபேசியில் அழைக்க, மடிக்கணினியை கையிலெடுத்தபடி கிளம்பினான். அதிகாலை நான்கு மணிக்கு விழித்த தளிரின் மனதிலும் ஒருவித உறுதியும் உற்சாகமும் தோன்ற புன்முறுவல் பூத்தவள், இன்று மாலை திருமண வேலைகளை கவனிப்பதற்காக தன் தாயின் பிறந்த ஊரான மகிழம்பூருக்கு கிளம்ப வேண்டும் என்று தன் மாமா கூறியது நினைவிற்கு வர, தன் திருமணத்திற்கும் அதற்கு முன்னால் நடக்கும் நிகழ்வுகளுக்கும் தேவையான ஆடை, அணிகலன்களை எடுத்து வைப்பதில் முனைந்தாள். சோர்வு நீங்கி உற்சாகமாக வலம்வந்த தங்கள் மகளைப் பார்த்து ஆனந்தியும், குமரேசனும் புன்னகைத்துக் கொண்டனர்.

மாலை அலுவலகத்திலிருந்து திரும்பிய செழியன், காலையில் செய்தது போலவே, குளித்து, முன்னோர்களை வழிபட்டு, சமைத்து, படைத்துவிட்டு உண்டான். எல்லாம் முடிந்ததும், சற்றுநேரம் தன் அலுவலக அறையில் இருந்து ஒரு காணொலி சந்திப்பை நடத்தியவன், அதன் குறிப்புகளை ரோஸிக்கு மின்னஞ்சலில் அனுப்பிவிட்டு, படுக்கையில் சரிந்தான். மாலை கிளம்பிய தளிரின் குடும்பத்தினர், இரவேறி சற்றுநேரத்தில் மகிழம்பூர் வந்தடைந்தனர்.

மறுநாள், தன் விரதமுறைகளை கடைபிடித்துவிட்டு தன் அலுவலகத்திற்குச் சென்றான் செழியன். அதேநேரம், மகிழம்பூரில், உறவுமுறைகள் ஒவ்வொரு குடும்பமாக வர, வீடு விழா கோலம் பூணத் தொடங்கியது. வீட்டின் புழக்கடையில் இருந்த முட்காடு திருத்தப்பட்டு, உணவு சமைக்கும் இடமும், பந்தி பரிமாறும் இடமும் அருகருகே அமைக்கப்பட்டன. ஊரின் பெரிய வீட்டில் திருமணமென்றால், ஊருக்கே விழா போன்றுதான் என்று கூறும்படி, காலையும் மாலையும் பல பந்திகளில் உறவினர்களும், ஊர்மக்களும் உணவருந்தினர். மணமகள் வீட்டில் திருமணகளைகட்ட தொடங்கியவேளை, மாறன் குடும்பத்தினரின் பரம்பரை துளிர்த்து வளர்ந்த இடமான புலவன்மேடு என்ற சிற்றூரில், திருமணத்தின் முதல்

அழைப்பிதழை தங்கள் குலதெய்வத்தின் முன் வைத்து வழிபட்ட மணிமாறனும் கார்குழலியும், தங்கள் குலத்தின் மூத்த தலைமுறையில் உள்ள மணிமாறனின் பாட்டன்வழி உறவுகளிடம் அழைப்பிதழ்களைக் கொடுத்து, அவர்களின் ஆசியுடன் மற்றவர்களுக்கு கொடுக்க தொடங்கினர்.

செழியனின் விரதமும், இருவீட்டில் திருமணத்திற்கு அனைவருக்கும் தேவையான ஆடை, அணிகலன்களை வாங்கும் பணிகள் செவ்வனே நடக்க, தளிருக்கு தங்கள் குடும்பத்திலிருந்து வழங்கும் சீர் வரிசைகளை பட்டியலிட்டு அவற்றை வாங்கி, அடுக்கிவைக்கும் பொறுப்பேற்றிருந்த தளிரின் அத்தை மற்றும் சித்திமார்கள், ஒவ்வொருவரும் தங்கள் குடும்பத்தின் நினைவு தளிருக்கு என்றும் இருக்கும் வண்ணம் திறம்பட செய்தனர். செழியனும் அவன் குடும்பத்தினரும், தளிரைத் தவிர வேறொரு செல்வம் தேவையில்லை என்று முன்னரே கூறியிருந்தாலும், தங்கள் குழந்தைக்கு தாங்கள் எந்தவித குறைவும் இன்றி சிறப்பாக செய்யவிரும்புவதாக தளிரின் வீட்டினர் திடமாகக் கூறிவிட, அவர்கள் மனம் நோகாமல் இவற்றை எப்படி தவிர்க்கலாம் என்று சிந்தித்த செழியன், நொடியில் அதற்கு ஒரு தீர்வு கண்டுவிட, சரியென்று சம்மதித்தான்.

தன் முடிவை சுரேஷிடமும் ரோஸியிடமும் கூறி ஆவன செய்யுமாறு கேட்டுக்கொண்டவன், இதை தளிருக்கு தான் அளிக்கும் நிச்சயதார்த்த பரிசாக கொடுப்பதற்கு ஏற்பாடுகள் செய்தான். திருமணத்திற்கு இன்னும் ஒரு வாரமென்று இருக்கும் நிலையில், மதிய உணவு முடித்து அனைவரும் சற்று இளைப்பாறியவேளை, கையில் புதிதாக முடைந்த ஒரு நார் பெட்டியை ஏந்தியபடி உற்சாகமாக உள்ளே வந்த தளிரின் தாய் மாமா மதுசூதனன்,

"ஆனந்தி, தங்கச்சி", என்று அழைக்க, பின் கட்டில் திருமணத்திற்கான பலகாரங்கள் செய்வதற்காக வந்திருந்த சமையல் கலைஞர்களிடம் அவர்களுக்கு தேவையான பொருட்களின் பட்டியலைக் கேட்டு எழுதிக்கொண்டிருந்த ஆனந்தி, விரைந்து முன்கட்டிற்கு வர, "ஆனந்திம்மா, இங்கே பார்", என்று கூறி முகம் மலர புன்னகைத்தார்.

திருமண பலகாரங்களை, தளிருக்கும் மற்ற உறவுகளுக்கும் கொடுப்பதற்காக தங்கள் குல வழக்கப்படி புதிதாக பெட்டி முடைந்து வாங்கிவர சென்றிருந்த தன் அண்ணன், அவற்றில் பெரிதாக இருந்த ஒன்றை கையில் ஏந்திகொண்டு நின்றதைக் கண்ட ஆனந்தி, அவர் உற்சாகத்தின் பொருள் புரியாமல் விழித்தபடி,

"என்ன ஆயிற்று, அண்ணா?", என்று கேட்டார்.

"இந்த பெட்டியைப் பார்", என்று மீண்டும் கூற, அங்கே குழுமியிருந்த உறவுகள் நெருங்கி வந்து அந்த பெட்டியை கையில் வாங்கி பார்க்க, இளவட்டங்களுடன் பேசிக்கொண்டிருந்த தளிரும் என்ன நடக்கிறது என்று பார்ப்பதற்கு முன் கூடத்திற்கு வந்தாள். அங்கே வியந்து பார்த்தபடி தன்னை சுற்றியிருந்த அனைவரையும் பார்த்த மதுசூதனன்,

"இந்த பெட்டியைப் பாருங்கள், எவ்வளவு சீராக முடையப்பட்டிருக்கிறது. இதை முடைந்தவர், இந்த வட்டாரத்திலேயே தலைமுறை தலைமுறையாகப் பேரெடுத்த குடும்பத்திலிருந்து வந்தவர். அவர் முடையும் பெட்டியிலிருந்தே மணப்பெண்ணின் குணத்தை கணித்துவிடுவார்", என்றவர் தானே மேலும் தொடர்ந்து, "அவர் நம் தளிரை பற்றி என்ன கூறினார் என்று தெரியுமா?", என்று கேட்டவரின் கண்கள் ஆர்வத்தில் ஒளிர்ந்ததைக் கண்டு அனைவரும் புன்னகைக்க, "அவர், 'இந்த பொண்ணு ரொம்ப தங்கம், ஐயா. இந்த மாதிரி குணமுள்ள பொண்ணு இந்த காலத்துல பாக்க முடியாது. பையன் தவம் பண்ணிருக்கணும்' என்று கூறினார். அதிலும் வெகு காலம் கழித்து இப்படி ஒரு பெண்ணுக்கு முடைவதில் வெகுவாக மகிழ்ந்தார்", என்று கூற, பெரியவர்கள் மனம் நிறைந்த புன்னகையை உதிர்க்க, தன்னை பார்க்காமல், பழகாமல் எப்படி ஒருவர் கணிக்க முடியும் என்று தளிர் சிந்தித்தவேளை,

"அது எப்படி பெரியப்பா? உங்களிடமிருந்து பணம் பறிப்பதற்காக சொல்லியிருப்பார்கள்", என்று பின்னாலிருந்து ஒரு குரல் எழ,

"எடு துடப்பக்கட்டைய", என்று ஒலித்த குணசீலி பாட்டியின் குரலைக் கேட்ட நொடி, கேள்விகேட்ட தளிரின் ஒன்றுவிட்ட மாமன் மகன் கதிர் பாட்டியிடம் மாட்டிக்கொண்டதை உணர்ந்து விழித்ததைக் கண்டு அனைவரும் கலகலவென சிரித்தனர். அனைவரும் வழிவிட முன்னே வந்த குணசீலி பாட்டி, மதுசூதனன் கையிலிருந்து அந்த பெட்டியை வாங்கி சுற்றிப்பார்த்தவர்,

"அவன் சொன்னதுல என்ன தப்பு, என்ன வடிவமா வந்துருக்குது", என்று கூறி தளிரின் முகவாயை தடவி முத்தமிட்டவர், கதிரின் காதைப் பிடித்து திருகியபடி,

"சும்மா சும்மா எல்லாத்தையும் எகத்தாளமா பேசக்கூடாது. இத செய்றவங்க இரண்டு நாள் விரதமிருந்து சாமிக்கு படையல்போட்டு செய்வாங்க. பொண்ணோட குணத்த பொறுத்து வடிவமா வரும்", என்று கூறி அனைவரையும் தன் கண்களால் அளந்தார். அவரை எதிர்த்துபேசுவதும் ஒரு பாறாங்கல்லில் தங்கள் தலையை தாங்களே முட்டிக்கொள்வதும் ஒன்று என்று உணர்ந்திருந்த இளவட்டங்கள், அமைதியாக தங்கள் வேலைகளை கவனிக்கச் சென்றனர்.

இருவீட்டிலும், தாய் வழி மற்றும் தந்தை வழி உறவுகள் மணமகனுக்கும் மணமகளுக்கும் விருந்து வைக்கும் நிகழ்வு, செழியனின் விரதத்தால், அது முடியும்வரை ஒத்திவைக்கப்பட்டது. வீட்டில் நடந்த திருமண வேலைகளில் தளிருக்கும், தன் அலுவலக வேலைகளில் செழியனுக்கும் இரண்டு வார விரதம் நாளையோடு முடியப் போகிறது என்ற எண்ணம் அளித்த மகிழ்ச்சியில் இருவரும் உறங்கினார்கள்.

மறுநாள், தத்தம் வீடுகளில் அதிகாலை நான்கு மணிக்கு விழித்த செழியனும் தளிரும், குளித்து சாமியறையில் அமர்ந்து நோன்பிருக்க தொடங்கினர். மாலை பொழுது சாய்ந்தபின் எழுந்து குளித்து வந்து, தூய்மையான பசும்பால் காய்ச்சி அருந்திவிட்டு உறங்கினர். திருமணத்திற்கு இன்னும் நான்கு நாட்களே இருந்தவேளை, தங்கள் விரதங்களை எந்தவித இடையூறும் இன்றி முடித்தனர் செழியனும் தளிரும்.

மணமகனுக்கு நடக்கவிருந்த நிகழ்வுகளுக்காக தன்னை நகரிலிருந்த தங்கள் குடும்பத்து விருந்தினர் மாளிகைக்கு விடிவதற்கு முன் வரும்படி கார்குழலி இட்ட கட்டளைக்கேற்ப, செழியனும், மாப்பிள்ளை தோழர்களான சுரேஷும் கார்த்தியும் காலை ஐந்து மணிக்கு விருந்தினர் விடுதியின் வாயிலில் நின்றனர்.

இரண்டு வாரங்களில் வளர்ந்திருந்த தாடி மீசையுடன் நின்ற செழியனைப் பார்த்த கார்குழலி, அவனை தோளோடு அணைத்து அவன் நெற்றியில் முத்தமிட்டார். மூவரையும் அழைத்துக்கொண்டு புழக்கடைக்குச் செல்ல, அங்கே தன் சித்தப்பாவும் வளர்ப்புத் தந்தையுமான மணிமாறன், தன் பெரியப்பாக்களுடன் நிற்பதைக் கண்டு அவர்கள் அருகே சென்று இரு கை கூப்பி வணக்கம் தெரிவித்துவிட்டு, அங்கே போடப்பட்டிருந்த முக்காலியில் அமர்ந்தான். அங்கே ஆயத்தமாக நின்றிருந்த முதியவர் ஒருவர், அவனருகே வந்து அவன் தலையில் கைவைத்து ஆசி வழங்கி, தன் கையோடு கொண்டு வந்திருந்த சிறு பெட்டியிலிருந்து ஒரு கத்தியை எடுத்து, செழியனின் கன்னங்களின் இருபுறமும் தொட்டு வணங்கிவிட்டு அவன் தாடியை கத்தியால் லேசாக செதுக்கினார். அது முடிந்தபின், அவருடன் வந்திருந்த இளைஞன், நிகழ்காலத்திற்கு ஏற்றார்போல் செழியனின் முடியை திருத்தி, நவீன கருவிகொண்டு தாடியை முற்றிலுமாக வழித்து, மீசையை செதுக்கினான். எல்லாம் முடிந்து மணமகனென்ற களையுடன் துலங்கும் செழியனைப் பார்த்த கார்குழலி கையசைக்க உள்ளிருந்து வந்த இருவர் ஆலத்தி சுற்றிச் சென்றனர். இவை நடந்த வேளை, தளிரின் தாய் வழி உறவுகள் விருந்திற்கு ஏற்பாடு செய்திருக்க, காலையிலேயே அவர்கள், தளிரை மங்கல நீராட்டி, குலம் சிறக்க வாழ்த்தி விருந்து படைத்தனர்.

நிச்சயதார்த்தத்திற்கு முந்தைய நாள், தளிரின் தந்தைவழி உறவுகள் விருந்து படைக்க, செழியன் தன் தந்தையின் உடன்பிறப்புகளிடம் ஆசிபெற்று, தன் மெய்க்காப்பாளர் படை புடைசூழ காரில் முன்னே செல்ல, அதை தொடர்ந்து, அவன் குடும்பத்தினர், அவரவருக்கு வசதியான

வாகனங்களில் பின்தொடர்ந்தனர். விரதம் முடிந்து கைபேசியில் பேசிக்கொண்ட செழியனும் தளிரும், நிச்சயதார்த்த நிகழ்ச்சியின்போது நேரில் சந்திப்பதாக முடிவெடுத்ததால், இருவருமே மற்றவரை காணும் ஆவலுடன் இருந்தனர். சுரேஷும், கார்த்தியும் செழியனோடு இருக்க வேண்டுமென்பதால், கரணிடம் இந்த திருமணத்தின் முழு பாதுகாப்பையும் ஒப்படைத்திருந்தனர். மணமகன் வீட்டினருக்கென்று மதுசூதனன், நகரத்தின் மிகப்பெரிய மூன்று நட்சத்திர விடுதியை பதிவு செய்திருந்தார். தளிரைப் பெண்பார்க்க வந்தபொழுது அனைவரும் தங்கிய விடுதியென்பதால், கரண் அனைத்து பாதுகாப்பு ஏற்பாடுகளையும் சரிபார்த்து, அந்த விடுதியை தன் கட்டுப்பாட்டிற்குள் வைத்திருந்தான்.

அனைவரும் பொழுது சாயும் தருணத்தில் விடுதியை அடைந்து தங்களுக்கு ஒதுக்கப் பட்டிருந்த அறைகளில் முடங்கினர். மார்ச் பதினாறாம் தேதி, ஏறத்தாழ இருபது நாட்கள் கழித்து தளிரை சந்திக்கபோகிறோம் என்ற எண்ணம் இரவு முழுவதும் தன்னை உறங்கவிடாமல் செய்ய, புரண்டு புரண்டு படுத்தவன், காலை விடிவதற்கு இரண்டு மணிநேரங்களுக்கு முன்பே விழித்தபடி கட்டிலில் படுத்து வெறித்துக் கொண்டிருந்தான், செழியன். நாளை தன் மனைவியாக, தன்னவளாக தளிரை ஊரறிய கரம்பற்றும் நொடியை எண்ணி சிலிர்த்தவன், இன்பமாக ஏதோ பாட்டை முணுமுணுத்தபடி குளியலறைக்குள் நுழைந்தான்.

மகிழம்பூரில், வீட்டின் விரிந்த முன் கூடத்திலேயே இரவு நிச்சயதார்த்தமும், காலை திருமணமும் செய்வதென்று முடிவாகியிருந்ததால், விடிவதற்கு முன்பே எழுந்த உறவினர்கள், அலங்காரங்கள், சமையல் மேற்பார்வையிடுவது, விருந்தினர் உபசரிப்பு என்று முன்னிரவு குணசீலி பாட்டியால் பகிர்ந்து கொடுக்கப்பட்ட வேலைகளை செவ்வனே செய்வதில் முனைந்தனர். காலை உணவு முடிந்தபின், இளவட்டங்கள், புழக்கடையில் ஒரு பகுதியில் தங்களுக்கு ஒப்பனைகள் செய்ய வந்திருந்த குழுவினரை மொய்த்தனர். ஒவ்வொருவராக தங்களுக்கு

வேண்டிய அலங்காரங்களையும், தங்களை மெருகேற்றகூடிய சேவைகளை செய்த கலைஞர்களை புகழ்ந்தபடி, அடுத்தடுத்த வேலைகளில் இறங்கினர்.

செழியன் கூறியிருந்ததையொட்டி, தளிருக்கு நகரில் மிகச்சிறந்த அழகு கலை நிபுணரை வரவழைத்திருந்ததால், அவளுக்கு என்று ஒரு தனி குழு, அவள் உடை, சிகை அலங்காரங்களையும் ஒப்பனைகளையும் செய்தனர். தன் குடும்பத்தினரின் ஒப்பனைகளுக்கு தாங்கள் தங்கியிருந்த விடுதியிலேயே அனைத்திற்கும் ஏற்பாடு செய்திருந்தான், செழியன். எல்லோரும் கிளம்பி மகிழம்பூர் செல்ல ஆயத்தமானதும், விடுதி வாயிலில் ஆலத்தி சுற்றி, செழியன் காரில் ஏற, அவனுடன் மணிமாறன், கார்குழலி, நிலா மற்றும் கவின்மாறனும் சென்றனர். தளிரின் நண்பர்களுக்கும் இதே விடுதியில் அறைகள் ஒதுக்கப்பட்டிருந்ததால், மதியம் வந்து சேர்ந்த மஞ்சுவை சந்தித்த கார்த்தி, தன் காரில் அவளையும், அவள் நண்பர்களையும் அழைத்து வருவதாகக் கூற, சுரேஷ் செழியனின் காரில் சென்றான். ரோஸியும் ஃப்ரான்ஸிஸும் தங்கள் காரில் வர, செழியனின் குடும்பத்தினர் அனைவரும் தங்கள் கார்களை கிளப்ப, மகிழம்பூரின் மண் சாலைகள் தொடர்வண்டி போல் வந்த கார்களின் வேகத்தில் அதிர்ந்தன.

வரிசையாக வந்து நின்ற கார்களில் வந்திறங்கிய மணமகன் வீட்டினரை முகம் மலர வரவேற்ற தளிரின் குடும்பத்தினர், பெண்கள் தாங்கள் கொண்டு வந்திருந்த தாம்பூலங்களை அடுக்கிவைக்க வழிசெய்தனர். தளிரின் திருமணம் உறுதி செய்தபோது வரமுடியாத உறவுகளும் இன்று வந்திருந்தததால், அவர்கள் செழியனை சந்திக்க மிகுந்த ஆவலோடு இருந்தனர். பரபரப்பு சற்றே தளர்ந்ததும், தன் காரிலிருந்து வெளியேறிய செழியனை தளிரின் அத்தை சாந்தியும், ஒன்றுவிட்ட சித்தி வைதேகியும் ஆலத்தி சுற்றி வரவேற்க, தன் இளமஞ்சள் முழுக்கை சட்டையும் வெண்பட்டு வேட்டியுடனும், சீராக படிய சீவப்பட்ட தலைமுடி அசைய, கண்களில் மகிழ்ச்சி ததும்ப, செதுக்கிய மீசையின் கீழ் புன்னகையில் விரிந்த இதழ்களோடு அனைவருக்கும் இரு கை கூப்பி வணக்கம் கூறியபடி உள்ளே

நுழைந்த செழியனைக் கண்ட தளிரின் உறவினர்கள் மனநிறைவோடு புன்னகைத்தனர்.

(தொடரும்)

61

காலை எழுந்தது முதலே மனதில் ஒருவித குறுகுறுப்பு இருந்ததை உணர்ந்த தளிர், நெடுநாட்கள் கழித்து செழியனை சந்திக்கப்போவதால் மனதிற்குள் பெருகிய காதல் அளித்த உற்சாகத்தால் முகம் மலர எழுந்தாள். நாள் முழுவதும் அந்த உற்சாகத்தோடு வலம்வந்த தளிரைக் கண்ட பெரியவர்கள் புன்னகைக்க, இளவட்டங்களின் கேலிகளுக்கு இடையே உணவருந்திவிட்டு, தன்னை அல்லும் பகலும் பாதுகாக்கும் தன் மெய்க்காப்பாளர்களுடன் சற்றுநேரம் உரையாடினாள்.

தனக்கு ஒப்பனை செய்ய வந்திருக்கும் குழுவினரை முற்றிலுமாக சோதனை செய்தபின், தன்னறைக்குள் அனுமதித்த ப்ரியாவும், செல்வியும் எச்சரிக்கையுடன் கதவருகே நின்றதைப் பார்த்து தோழமையுடன் புன்னகைத்தவள், ஒப்பனைகள் தொடங்கவும் அவற்றில் கவனம் செலுத்தினாள். கை மற்றும் கால் நகங்கள் திருத்தப்பட்டு, புருவங்கள் செதுக்கப்பட, இருகைகளிலும், கால்களிலும் நான்கு இளம்பெண்கள் மருதாணியைக் கொண்டு தங்கள் கைவண்ணங்களை காட்டி பலவித வடிவங்களை வரைவதை ஆர்வத்துடன் பார்த்தாள்.

அடிப்படை வேலைகள் முடிந்ததும், அனைவரும் உணவருந்தச் செல்ல, தன் கைகளில் காய்ந்து கொண்டிருக்கும், மருதாணிக்கொண்டு தீட்டப்பட்ட ஓவியங்களைப் பார்த்தபடி அமர்ந்திருந்த தளிர், தன்னறைக்குள் உணவு தட்டுடன் வந்த தன் தங்கை சித்தரக்கொடியைப் பார்த்து புன்னகைத்தவள், ப்ரியாவையும், செல்வியையும் உணவருந்திவிட்டு வருமாறு அனுப்பினாள்.

தன் இளங்கலை படிப்பிற்காக வெளியூர் சென்றதிலிருந்து தன் தங்கையுடன் அதிக நேரம் கழிக்கமுடியாமல் இருக்க, இப்பொழுது, திருமணாகி செல்வதென்ற எண்ணம் ஏனோ வினோதமான உணர்வை அளிக்க, கண்களினோரம் கோர்த்த நீரை முயன்று கட்டுப்படுத்தி, தனக்கு உணவு ஊட்டிவிட்ட கொடியின் கண்களில் வழிந்த நீரைக் கண்டு, அதற்குமேல் கட்டுப்படுத்த முடியாமல், அவளை அணைத்த தளிர், மனது ஆறும்வரை அழுதாள். சற்றுநேரத்தில் அமைதியடைந்த இருவரும் உணவருந்தி முடிக்க, உள்ளே வந்த ஒப்பனை குழுவினர், கைகளில் காய்ந்திருந்த மருதாணி களிம்பைக் கழுவி, சிகை அலங்காரத்தைத் தொடங்கினர். மாலை, வீட்டில் மங்கல வாத்தியங்கள் முழங்க தொடங்கி, நிச்சயதார்த்தம் தொடங்கிவிட்டதை உணர்த்த, செழியனை சில நிமிடங்களில் பார்க்கப்போகிறோம் என்ற உணர்வு உடல் முழுவதும் குறுகுறுப்பை ஏற்படுத்த, அன்றலர்ந்த மலராய் புன்னகைத்தவள்,

"அத்தான் வந்துவிட்டார், அக்கா", என்று சித்திரக்கொடி கூற, கண்ணாடியில் மிளிர்ந்த தன் உருவத்தை பார்த்துவிட்டு தன் அறையிலிருந்து வெளியேறினாள்.

அனைவருக்கும் வணக்கம் கூறியபடி உள்ளே வந்த செழியன், முன் கூடத்தில் சற்று இடைவெளி விட்டு எதிரெதிரே போடப்பட்டிருந்த இரு பெரும் நாற்காலிகளில் ஒன்றில் அமரும்படி மதுசூதனன் சைகை செய்ய, அதில் அமர்ந்தபடி, சுற்றிலும் தன் கண்களைச் செலுத்தி, தளிரைத் தேடினான். செழியன் முன்னால் அடுக்கி வைக்கப்பட்டிருந்த தாம்பூலங்களை சரிபார்த்த குணசீலி பாட்டி,

"மாப்பிள்ளைக்கு பொண்ண பாக்குறதுக்கு ரொம்ப ஆசை, கண்ணு சுத்தி சுத்தி தேடுது", என்று கூற, காதுகள் சூடேற வெட்கத்தில் புன்னகைத்தபடி அமர்ந்திருந்த செழியனைக் கண்ட அனைவரும் கலகலவென சிரித்தனர். மேலும் வெட்கத்தில் தன் கழுத்தை இடக்கையால் வருடியபடி திரும்பியவன், தன் அத்தை சாந்தி கையைப்பிடித்து அழைத்துவர அங்கு கூடியிருந்தவர்களுக்கு வணக்கம்

கூறியபடி நின்ற தளிரைக் கண்டு மெய்மறந்து விழிவிரித்து பார்த்தபடி அமர்ந்தான்.

முதலில் தளிரின் மருதாணி தீட்டப்பட்ட கால்களைக் கண்ட செழியனின் இதயதுடிப்பின் வேகம் அதிகரிக்க, மெல்ல கண்களை உயர்த்தியவன், மாணிக்க நிற பட்டுப்புடவையில், தேவதையென மிளிர்ந்த தன்னவளைப் பார்த்தவன், அவள் காதுமடலில் விழுந்து அசைந்த கூந்தல் கீற்றுடன் சேர்ந்து ஆடிய தொங்கட்டான், லேசாக சிவப்பேறிய கன்னங்கள், மைதீட்டப்பட்ட கண்களிலிருந்து முளைத்த நீண்டு வளைந்த இமைகளைக் கண்டு மூச்சுவிட மறந்து, அவளை நோக்க,

"மாப்பிள்ளைய யாராவது எழுப்புங்கப்பா", என்று ஒரு குரலும், "விழுந்துட்டாரு", என்று ஒரு குரலும் பின்னாலிருந்து வர கலகலவென அனைவரும் சிரிக்க, செழியனை நோக்கிய தளிர் தன் கண்களை அவன் கண்களுடன் கலக்க,

"பொண்ணும்தான்ப்பா", என்று வேறொரு குரல் வந்த நொடி, நிலா தன் அண்ணனையும், சித்திரக்கொடி தன் தமக்கையையும் உலுக்க தன்னிலை அடைந்த இருவரும் விரிந்த புன்னகையை தங்கள் இதழ்களில் படரவிட்டனர். தளிரை அழைத்து வந்த சாந்தி, செழியனுக்கு எதிரே இருந்த நாற்காலியில் அமரச்செய்துவிட்டு விலகி சென்றார். நெடுநாட்களுக்கு பிறகு காணும் தன்னவளை தன் மார்போடு அள்ளி அணைத்து, தன் ஏக்கம் தீரும்வரை முத்தமிடவேண்டும் என்று அலைபாய்ந்த மனதை மிக முயன்று கட்டுப்படுத்திய செழியன், இயல்பான புன்னகையை தன் இதழ்களில் தவழவிட்டு அமர்ந்திருந்தான்.

இயல்பாக அமர்ந்திருந்த செழியனின் கருவிழிகள் விரிந்து அதில் தகிக்கும் காதலைக் கண்ட தளிர், அவன் நிலையை தான் அறிந்துகொண்டதற்கு அறிகுறியாக அவனை நோக்கி கண்ணடிக்க, தன்னை புரிந்துகொண்டாள் என்று அறிந்தவன் மேலும் புன்னகைத்தான். மணமக்கள் இருவரும் தங்கள் கண்களால் உரையாடிக்கொண்டிருக்க, முதலில் செழியனுக்கும் தளிருக்கும் தனித்தனியே பலவித

பொருட்களைக் கொண்டு இருவீட்டு பெரியவர்களும் கண்ணேறு கழித்தனர். அதன் பிறகு மணமக்களின் தாய் மாமன்மார் இருவரும், ஒருவருக்கொருவர் சந்தனம் பூசிகொள்ள, நிச்சயதார்த்தம் தொடங்கியது. முதலில் பூக்கள், பழங்கள், ஒரு பொற்சங்கிலி, வெற்றிலை, பாக்கு, மஞ்சள், குங்குமம் முதலிய மங்கல பொருட்கள் வைக்கப்பட்ட தாம்பூலத்தை சுந்தரமூர்த்தி வழங்க, அதை வாங்கி தன் மனைவியிடம் கொடுத்த மதுசூதனன், அதேபோன்று ஒரு தாம்பூலத்தை தான் அளித்தார்.

அடுத்ததாக, தளிருக்கு மணமகன் வீட்டினர் அளிக்கும் பரிசுகளாக நிச்சயப்பட்டு, பூச்சரம், நகைகள், ஒப்பனை பொருட்களை ஆசிகள் வழங்கி ஒவ்வொன்றாக தளிரிடம் கொடுக்க, அவற்றை வாங்கிய தளிரை, உடை மாற்றுவதற்கு உள்ளே அழைத்துச் சென்றனர்.

தளிர் உள்ளே சென்ற பிறகு, பெரியவர்கள் இருவரும் ஏதோதோ பேசிக்கொண்டிருக்க, அவற்றில் கவனம் செலுத்தாத செழியன், அவ்வப்பொழுது தன் பார்வையை தளிர் வரும் திக்கை நோக்கி செலுத்தியபடி அமர்ந்திருந்தான். சிறிது நேரத்தில், தங்க சரிகை இழைத்த மாதுளைமுத்து நிறப்பட்டில், பரிசாக அளித்த பொன் நகைகள் அணிந்து அழைத்துவரப்பட்ட தளிரைக் கண்டவன், இதழ்களில் தன்னிச்சையாக புன்னகை விரிய, தன்னருகில் வந்தமர்ந்தவளிடம்,

"ஹாய், கண்ணம்மா, மிகவும் அழகாக இருக்கிறாய்", என்று அவளுக்கு மட்டும் கேட்கும் விதம் கூறி கண்ணடித்தான்.

அவன் கூறியதற்கு பதில் கூறும் முன், இருவரின் மாமன்மார்களும், இருவருக்கும் மலர்மாலையை அணிவித்தனர். அதைத்தொடர்ந்து, செழியனும் தளிரும் மாலைகள் மாற்றிகொள்ள, செழியனிடம் சிறு மோதிர பெட்டியை நீட்டினார் சுந்தரமூர்த்தி. அதிலிருந்த மோதிரத்தை எடுத்த செழியன், தளிரின் வலக்கை மோதிரவிரலில் அணிவிக்க, அதேபோல், தன்னிடம் தன் மாமா நீட்டிய மோதிரத்தை செழியனின் வலக்கையில்

அணிவித்தாள். இருவரையும் ஒன்றாக நிற்கவைத்து கண்ணேறு கழித்தபின், அருகருகே அமர, அவர்களுக்கு பெரியவர்கள் ஆசிகள் வழங்கினர். சற்றுநேரத்தில் உறவினர்கள் உணவருந்தும் இடத்தை நோக்கிச் செல்ல, தளிருடன் தனிமையில் விடப்பட்ட செழியன், அவளுக்கு தான் கொடுக்கவேண்டிய பரிசை தன்னிடம் கொடுக்கும்படி சுரேஷிடம் கண்ணசைத்தவன், அவன் வரும்முன் தன்னை சூழ்ந்த தளிரின் உறவிலுள்ள இளவட்டங்களைக் கண்டான். அத்தானென்றும், அண்ணனென்றும் அனைவரும் தங்களை சுற்றி அமர்ந்து தங்கள் கேலிகளைத் தொடங்க, புன்னகையுடன் அமர்ந்திருந்த செழியனின் உடலில் தோன்றிய பதற்றத்தை உணர்ந்த தளிர், மெல்ல அவன் கைகளைப் பிடித்த கணம், பதற்றம் நீங்கியவன், இயல்பாக அனைவரோடும் உரையாடலில் கலந்துகொண்டான்.

சற்றுநேரத்தில், ஆனந்தி வந்து இளவட்டங்களை அங்கிருந்து விரட்டியவர், செழியனையும் தளிரையும் உணவருந்த அழைத்துச் சென்றார். அங்கே இருவருக்கும் தனித்தனியாக இலை போட்டு பரிமாறுவதுபோன்ற பாவனையில் தங்களை கேலி செய்ய ஆயத்தமாக சூழ்ந்து நின்ற தன் தங்கையையும், தன் நண்பர்களையும் கண்டவன், தன் கண்களை சுழற்றினான்.

"என்ன நண்பா, சலித்துகொள்கிறாய்?", என்று கேட்ட கார்த்தி, "முதலில் இந்த அல்வாவை எடுத்து தங்கச்சிக்கு ஊட்டு", என்றுகூறி செழியன் இலையில் சிறிது பாதாம் அல்வாவை வைத்தான். தன் கையில் எடுத்து தளிரின் அருகே நீட்ட சற்றே தயங்கிய தளிரைக் கண்டவன்,

"பயப்படாதே மதி, இதுவரை உணவருந்தியவர்கள் அனைவரும் நன்றாக இருக்கிறார்கள்", என்று கூறினான். செழியன் ஊட்டியதை அருந்திய தளிர், தன் இலையில் வைத்த மைசூர்பாகை செழியனுக்கு ஊட்டுமாறு கயல் சைகை செய்ய, அதை எடுத்து அவனிடம் நீட்ட உடனே வாங்கிய செழியனைக் கண்டு கலகலவென சிரித்தபடி,

"மைசூர்பாகு தித்திப்பாக இருக்கிறதல்லவா, அத்தான்?", என்று கேட்க, தளிரின் முகத்தைப் பார்த்தபடி ஆமென்று தலையசைத்தவன், கயலிடம் திரும்பி,

"என் தளிர் அளித்தால் மிளகாய் கூட தித்திக்கும்", என்று தன் கண்களை சிமிட்டியபடி கூற, செழியனும் அனைவருடன் சேர்ந்துகொண்டு தன்னை கேலி செய்வதைக் கண்ட தளிர், அவன் முதுகில் குத்தினாள்.

சரியாக அதேநேரம் உள்ளே வந்த குணசீலி பாட்டி,

"அடியாத்தி, இது என்ன கூத்து", என்றவர், "ஏம்மா ஆனந்தி, இப்படியா உம்மவ அவ வூட்டுகாரன அடிப்பா? இந்த கொடுமைய நா எங்க போய் சொல்லுவேன்", என்று அலறியபடி தன்னருகே வந்த பாட்டியை முறைத்த தளிர், ஏதும் கூறும் முன்,

"இதெல்லாம் நாலு சுவத்துக்குள்ள வச்சிக்கணும் கண்ணு", என்று கூறி அங்கு சுற்றிநின்ற இளவட்டங்களைப் பார்த்து கண்ணடிக்க, கலகலவென அனைவரும் சிரிக்க வெட்கத்தில் கன்னம் சூடேற குனிந்த தளிரை தன்னோடு சேர்த்தணைத்த செழியன், அவள் தலையில் முத்தமிட, அதிர்ந்து நோக்கிய குணசீலி பாட்டி, தன் சேலையால் தன் முகத்தை மறைத்துக்கொண்டு அங்கிருந்து வேகமாக வெளியேறினார். அவர் செல்வதைப் பார்த்து சிரித்த இளையவர்களின் கேலிகளுக்கிடையே உணவருந்தி முடித்த செழியனும் தளிரும் நிலாவும் கயலும் முயன்று இருவரும் தனிமையில் சந்திக்கும் வாய்ப்பை ஏற்படுத்தி கொடுக்க, எந்தவித இடர்பாடும் இன்றி வீட்டின் முதல் தளத்திலுள்ள நிலா முற்றத்தில் சந்தித்தனர்.

அந்த இடமும், அங்கு பொழிந்த நிலவும், முதல் நாள் தாங்கள் சந்தித்து மனம் கலந்த அந்த நிலா முற்றத்தை நினைவு படுத்த, அந்த நினைவில் மனமிளகிய செழியன், தளிரை நெருங்கி அணைத்தவண்ணம் அவள் நெற்றியில் தன் இதழை ஒற்றியெடுத்தவன், அடுத்த கணம், அவள் இதழ்களை சிறையெடுத்தான். ஏறத்தாழ மூன்று வார பிரிவின் வலி தீரும்வரை முத்தமிட்டவன், மெல்ல விடுவித்து, அவள் கண்களில் கோர்த்த நீரை தன் இதழ்களால் துடைத்தான்.

ஒருவரையொருவர் பார்த்தபடி நின்ற இருவரில் முதலில் தன்னிலை அடைந்த தளிர், தான் கையோடு கொண்டுவந்திருந்த சிறு பையிலிருந்து பரிசுத்தாள் சுற்றிய ஒரு சிறிய பெட்டியை நீட்டினாள்.

மிக மென்மையாக அதை பிரித்தவன், உள்ளே பிறைநிலவை பின்னிருந்து அணைத்தபடி இருந்த கதிரவன் தோற்றத்தில் பளிங்கு கல்லில் குடைவரை ஓவியமாக இருந்த நுண்சிலையை சுற்றியிருந்த கண்ணாடி பந்து கோர்க்கப்பட்ட ஒரு சாவி கொத்தைக் கண்டவன், 'தளிர்மதியை அணைக்கும் அருணன்' என்று அந்த நுண்சிலை உணர்த்திய பொருள் புரிந்து மெய்சிலிர்த்தான். செழியனுக்காக வாங்கிய பரிசுப்பொருளை கொடுப்பதற்கு தக்க தருணத்தை எதிர்பார்த்திருந்த தளிர், இன்று கொடுப்பதென முடிவுசெய்திருந்தாள். தன் மனதை தொட்ட அந்த பரிசிற்கு நன்றி கூறும் விதமாக தளிரின் கன்னத்தில் முத்தமிட்ட செழியன், தன் சட்டைப்பையிலிருந்து ஒரு தட்டையான பரிசை எடுத்து நீட்டினான்.

ஆர்வத்தோடு, பரிசுத்தாளை நீக்கிய தளிர், உள்ளே ஏ.டி.எம் அட்டை வடிவத்தில் ஒரு அட்டை இருந்ததைக் கண்டு குழப்பத்தோடு அவனை நோக்கினாள். அவள் குழப்பத்தைக் கண்டு இளமுறுவல் பூத்த செழியன், அவள் காதருகே குனிந்து,

"எல்லாம் நாளை தெரிந்துவிடும், கண்ணம்மா", என்று கூறி, அவள் காது மடலில் முத்தமிட, ஒன்றும் புரியாமல் குழம்பிய தளிரை நோக்கி தன் கண்களை சிமிட்டினான். அதேநேரம் ஒலித்த தன் கைபேசியை எடுத்து, அழைப்பது சுரேஷென்று அறிந்து காதில் பொருத்தி,

"ஐந்து நிமிடங்கள்", என்று கூறி அழைப்பைத் துண்டித்து,

"கிளம்ப வேண்டும், தளிர்", என்றவன் அவள் கண்களை கூர்ந்து நோக்கிவிட்டு தன் கைக்கடிகாரத்தைப் பார்த்து, "இன்னும் எட்டு மணிநேரங்கள், கண்ணம்மா", என்று கூறி, அவள் இதழில் அழுந்த முத்தமிட்டு அங்கிருந்து கிளம்பினான்.

அவன் செல்வதைப் பார்த்த தளிரின் கண்களில் கோர்த்த நீரை முயன்று கட்டுபடுத்தியவள், சற்றுநேரம் கழித்து தன் அறைக்குச் சென்று கட்டிலில் சரிந்து, இன்ப கனவுகள் வலம்வர உறங்கினாள். அதிகாலை நான்கு மணிக்கு, தன்னை எழுப்பிய தன் அன்னையைக் கண்டவள், மனதில் ஒருவித பாரமும், வெறுமையும் தோன்ற, தன் அன்னையை அணைத்து கண்ணீர் வடித்தாள். திருமணத்தன்று அனைத்து தாய்க்கும் மகளுக்கும் மட்டுமே புரியும் அந்த கண்ணீர் மொழிக்கு தளிர் மட்டுமென்ன விதிவிலக்கா? தன் மகளின் மனநிலையை உணர்ந்த ஆனந்தியின் கண்களிலும் நீர்கோர்க்க, அதை துடைத்த வண்ணம்,

"என் கண்ணு, தங்கம், உனக்கென்ன குறைச்சல், ராணி போன்ற வாழ்க்கை அமைந்திருக்கிறது", என்று தன் மகளின் முகவாயை வருடி முத்தமிட்டவர், தளிரை எழுப்பி குளியலறைக்குள் அனுப்பினார்.

குளித்து புதுப்பட்டுடுத்தி தன் வீட்டு பெரியவர்களிடம் ஆசிபெற்று மணமகளுக்குரிய ஒப்பனைகள் முடிந்து அமர்ந்திருந்த தளிர், கடிகாரம் ஆறென்று காட்ட செழியன் வரும்நேரம் என்று எண்ணியவள், கீழ் தளத்தில் ஒலித்த மங்கல வாத்தியங்களைக் கேட்டு, தன்னவன் தன்னை கைபிடிக்க வந்துவிட்டான் என்று உணர்ந்தாள். சற்றுநேரத்தில், புது மணற் பரப்பப்பட்ட மனையில், பெரியவர்கள் அனைவரும் வாழ்த்துகூற, தளிரின் கழுத்தில் மங்கல நாணை அணிவித்தவன், மகிழ்ச்சியும் பெருமையும் பொங்க தன் மனதில் நிறைந்தவளை கைபிடிக்க, அந்நொடி மகிழ்ச்சியும், காதலும் பெருக தளிரின் கண்களில் கோர்த்த நீரை தன் விரல்களால் துடைத்த செழியன், அவளை தோளோடு அணைத்தான். அதையடுத்து தம்பதிகளாக இருகுடும்பத்து பெரியவர்களிடம் ஆசிவாங்கிய செழியனும் தளிரும், தங்களுக்கு ஏற்பாடு செய்திருந்த விளையாட்டுகளை முடித்துவிட்டு, வரவேற்பு நிகழ்வில் அனைவரும் அன்பளிப்புகள் வழங்குவதற்கு ஏதுவாக வீட்டின் முன்கட்டில் போடப்பட்டிருந்த சிறுமேடையில் மனதில் பெருகிய மகிழ்ச்சி முகத்தில் பிரதிபலிக்க நிற்பதைக் கண்ட ரணதீரன் மனதிற்குள்,

"தவறு செய்துவிட்டாய், தளிர். உன் தந்தையின் பேச்சை கேட்டு இந்த திருமணத்தை நிறுத்தியிருக்க வேண்டும்", என்று தன் தாடியை வருடியபடி எண்ணியவன், மேலும் தொடர்ந்து, "இனிமேல் என்ன நடந்தாலும், அதன் பாவம் உன்னை சேரும்", என்று மெல்லிய குரலில் கூறினான்.

62

நிச்சயதார்த்தம் முடிந்து, தனிமையில் சந்தித்த செழியனும் தளிரும் ஒருவருக்கொருவர் பரிசுகளைப் பரிமாறி கொண்ட பிறகு, தளிரிடம் விடைபெற்று சென்ற செழியன், தன் அறைக்குச் சென்று குளித்து உடைமாற்றி தன் கட்டிலில் சரிந்தான். உறக்கம் வராமல் புரண்டு புரண்டு படுத்தவன், வெகுநேரம் கழித்து தன்னைமீறி கண்ணயர்ந்தான். அதிகாலை மூன்றரை மணிக்கு விழித்த செழியன், மனதில் மகிழ்ச்சியும், உற்சாகமும் கரைபுரண்டாலும், இனம்புரியாத பொறுப்புணர்ச்சியும், அதை எண்ணி ஒருவித பதற்றமும் தன் மனதை அழுத்துவதை உணர்ந்தவன், இதைப்பற்றி யாரிடம் பேசுவதென்று அறியாமல் தவித்து, அறையிலிருந்து வெளியே வர, தன் அறைக்கு பக்கத்திலிருந்த முற்றத்தில் நின்றுகொண்டிருந்த தன் வளர்ப்பு தந்தையைக் கண்டு, மனதில் ஏதோ ஒரு உந்துதல் தோன்ற அருகே சென்றான்.

தன் பின்னே கேட்ட காலடி சத்தத்தைக் கேட்டு தன் கண்களைத் துடைத்தபடி திரும்பிய மணிமாறன், அங்கு கண்களில் ஒருவித குழப்பத்தோடு நின்றிருந்த செழியனைக் கண்டவர் புன்னகைத்தபடி அருகில் வருமாறு சைகை செய்தார். அருகில் வந்த ஏதோ கேட்பதற்கு வாயெடுத்தவன், தயங்கி நிற்கவும் அவன் தோளில் கைபோட்ட மணிமாறன்,

"திருமணத்தை நினைத்து பயமாக இருக்கிறதா?", என்று கேட்க சற்றே வியப்புடன் தன் வளர்ப்புத் தந்தையை நோக்கி

ஆமென்று தலையசைத்தான். அதைக் கண்டு மேலும் விரிந்த புன்னகையுடன், "நல்லது", என்றார்.

ஒன்றும் புரியாமல் விழித்த செழியனைப் பார்த்து ஆறுதலாகப் புன்னகைத்தவர்,

"திருமணம் உன் மனதில் இனம்புரியாத ஒரு அழுத்தத்தை உருவாக்குகிறது என்றால், நீ உன் வாழ்க்கையில் வேறொருவருக்கு முன்னுரிமை அளிக்கும் பக்குவத்திற்கு வந்துவிட்டாய் என்று பொருள், செழியா", என்றார். அதைக்கேட்டு குழப்பத்தோடு தன்னைப் பார்த்த செழியனைக் கண்டவர், ஐந்து வயது சிறுவனாக முதன்முதலில் ஃபாதர் மைக்கேலின் கைகளை பிடித்துக்கொண்டு தன் பெரிய கண்களை உருட்டியபடி பதற்றத்தோடு பார்த்ததுபோல், இப்பொழுது தன்னை பார்க்கும் தன் முதல் குழந்தையைக் கண்டு மேலே தொடர்ந்து,

"என் அண்ணன் திருமணம் முடித்துக்கொண்டு வீட்டிற்கு வந்தபொழுது, நான் கல்லூரி விடுமுறைக்கு வீட்டிற்கு வந்திருந்தேன். வாசலில் நின்ற இருவரும் ஒருவருக்கொருவர் பார்த்துக்கொண்டு இருந்ததை என் அறையிலிருந்து பார்த்துவிட்டு, என் தந்தையை அழைப்பதற்காக உள்ளே சென்றேன்", என்று கூறி, அன்றைய நாளை நினைவு கூர்ந்தவர், தன்னிலை அடைந்து,

"அன்று இருவர் கண்களும் கலந்து நின்ற வேளை, ஒருவர்மீது மற்றவர் கொண்டிருந்த அன்பு, காதல், மதிப்பு என அனைத்தும் துலங்கியது. அதே பார்வையை நீ தளிரைப் பார்க்கும் ஒவ்வொரு வேளையும் நான் காண்கிறேன், செழியா", என்று கூற,

"என் மகனுக்கு அதிகாலையிலேயே ஏதோ அறிவுரை வழங்குவதுபோல் தெரிகிறது?", என்று கேட்டபடி அருகில் வந்து செழியனின் நெற்றியில் முத்தமிட்டார், கார்குழலி.

அவரைக் கண்டு இளமுறுவல் பூத்த செழியனைக் கூர்ந்து நோக்கியவர்,

"ஒரு அன்பான கணவனாக, கனிவான தந்தையாக மொத்தத்தில் ஒரு சிறந்த குடும்பத்தலைவனாக நீ இருப்பாய், செழியா. வீணே மனதைக் குழப்பிக்கொள்ளாதே", என்றவர்

செழியன் கண்கள் ஒருவித குற்றவுணர்ச்சியுடன் இருள்வதைக் கண்டு, இருவரையும் தங்கள் தொகுப்பறைக்கு அழைத்துச் சென்று முன்னறையிலிருந்த சோபாவில் அமரச் செய்தார், கார்குழலி. செழியன் அருகில் அமர்ந்து, அவன் கையைப் பற்றியபடி,

"நீ மிகவும் அன்பானவன், செழியா. நீ வெளியில் காண்பித்ததில்லை என்றாலும், உன் மனதில் கடலளவு அன்பு எப்பொழுதும் நிறைந்திருக்கும். அந்த கடல் கரையைக் கடப்பதற்கு காரணமாக இருந்தது தளிர்", என்று கூறி புன்னகைத்தவரிடம்,

"உங்கள் இருவரையும் நான், என்னை நெருங்கவும் விடவில்லையே", என்று எங்கோ பார்த்தபடி கூறினான்.

அதைக்கேட்டு புன்னகைத்த மணிமாறன்,

"நெருங்கினால்தான் அன்பு புலப்படுமா, தம்பி? நீ விடுமுறைக்கு வரும் நாட்களில், எங்களுக்கோ உன் தம்பி, தங்கைக்கோ உடல்நிலை குன்றினால், மீண்டும் சரியாகி நடமாடும் வரை இரவெல்லாம் விழித்து தொலைவிலிருந்து பார்த்தபடி நிற்பாய். நிலாவும், கயலும் விளையாடும்போது அவர்களின் மகிழ்ச்சிக்காக மிகவும் முயன்று அவர்கள் கூறும் அனைத்தையும் செய்வாய்", என்று கூற, அந்த நினைவுகளால் புன்னகைத்த செழியனைக் கண்டு விரிந்த புன்னகையோடு, சிறுவயதில் யாருக்கும் தெரியாமல் செழியன் செய்த குறும்புகளை கார்குழலி விளக்க கண்களில் நீர் பெருக கலகலவென சிரித்தவன், தன்னை உயிரினும் மேலாக அன்பு செய்யும் இருவரையும் ஒன்றாக சேர்த்தணைத்தவன்,

"நன்றி அம்மா, அப்பா", என்று குரலிலும் நன்றியுணர்ச்சி தொனிக்கக் கூறினான்.

அதைக்கேட்டு கலங்கிய தன் கண்களை துடைத்த கார்குழலி, அவன் தோளில் மெல்ல அடித்தவர், மணியைப் பார்த்து,

"நீ சென்று குளித்துக் கிளம்பி வா, செழியா", என்று கூறி அவனை அறைக்கு அனுப்பிவிட்டு, தன் கணவரின் தோளில் சாய்ந்து,

"இப்பொழுதுதான் என்னைப் பார்க்க கூச்சப்பட்டு உங்கள் பின்னால் ஒளிந்துகொள்ளும் சிறுவனாக பார்த்தது போல் இருக்கிறது. இன்று அவன் தனக்கென்று ஒரு வாழ்க்கையை அமைக்க முதலடி எடுத்துவைக்க போகிறான்", என்று கூற, ஆமென்று தலையசைத்த மணிமாறன், தன் மனைவியின் தலையில் முத்தமிட்டார். தன்னறைக்கு வந்த செழியன், அங்கு சுரேஷும் கார்த்தியும் தனக்காகக் காத்திருப்பதைக் கண்டு புன்னகைத்தபடி குளியலறைக்குள் நுழைந்தான்.

அதிகாலை எழுந்து, தன் அன்னையுடன் உரையாடிக்கொண்டிருந்த தளிர், தன் அறைக் கதவை திறந்தபடி உள்ளே வந்த தன் அத்தை சாந்தியைப் பார்த்து புன்னகைத்தாள். பதிலுக்கு புன்னகைத்த சாந்தி, ஆனந்தியை நோக்கி,

"அண்ணி, எல்லாம் ஆயத்தமாக இருக்கிறது", என்று கூறி, தளிரை நெருங்கி அவள் முகவாயை வருடி நெட்டி முறித்தார். தன் அன்னையும், அத்தையும் அழைத்துச் செல்ல, கீழ்த்தளத்தில் உள் கட்டிலுள்ள முற்றத்தை அடைந்தவள், அங்கு தனக்காக காத்திருந்த மகளிரைக் கண்டு விழிவிரித்து தன் அன்னையை நோக்க, அவர் நடுவில் போடப்பட்டிருந்த ஒரு முக்காலியில் அமரும்படி சைகை செய்ய, அதில் அமர்ந்தாள். திருமணம் குறித்தும், வாழ்க்கை குறித்தும் இன்பமாக வாழ்த்து பாடல்களை பாடியவண்ணம் மங்கல நீராட்டினர். அதைக் கேட்டு புன்னகைத்தபடி அமர்ந்திருந்த தளிருக்கு கண்ணேறு கழித்து அறைக்கு அழைத்துச் செல்ல, அங்கே ஆயத்தமாக காத்திருந்த ஒப்பனை குழுவினர், தளிருக்கு ஒப்பனைகள் செய்வதில் முனைந்தனர்.

குளித்து வெளியே வந்த செழியனுக்கு அவன் அணியவிருக்கும் பட்டு வேட்டியையும், அரக்கு நிற பட்டு சட்டையும் கொடுத்த சுரேஷ், அவன் அதை அணிந்து தலை வாரி முடித்தவேளை அறையின் அழைப்பு மணி அடிக்க, அதை திறந்த கார்த்தி,

"வாருங்கள், ஃபாதர்", என்று கூறி வரவேற்க உள்ளே வந்த ஃபாதர் மைக்கேலைக் கண்ட செழியன் இன்பமாக

புன்னகைத்தபடி அவர் அருகே சென்றான். "காட் ப்ளஸ் யூ மை சன்", என்று கூறி செழியனை ஆசீர்வதித்தவர், தன் அங்கியிலுள்ள பையிலிருந்து ஒரு சிறு பெட்டியை எடுத்து, அதிலிருந்து கதிரவன் வடிவத்தில் உள்ள பதக்கம் கோர்க்கப்பட்ட ஒரு தங்கச் சங்கிலியை அவனுக்கு அணிவித்து,

"உன் பெற்றோர் உனக்காக வாங்கியது, செழியா", என்று கூறினார்.

வியப்புடன் அதைப் பார்த்த செழியனின் கண்களின் ஓரம் நீர் கோர்க்க, அதேநேரம் உள்ளே வந்த கார்குழலியைக் கண்டு தன்னிலை அடைந்தவன், தன் தொண்டையைச் செருமியபடி,

"எப்பொழுது வந்தீர்கள் ஃபாதர்? காற்றழுத்தம் காரணமாக, உங்கள் விமானம் தாமதமாகிவிட்டதல்லவா", என்று கேட்டான். கம்போடியாவில் தான் சென்றிருந்த பணி நிறைவடையாததால், ஃபாதர் வருவதற்கு ஒரு வாரம் தாமதமாகி இருந்த நிலையில், நேற்று மதிய விமானத்தில் கிளம்புவதற்கு அனைத்து ஏற்பாடுகளும் செழியன் செய்திருந்தவேளை, அங்கே நிலையில்லாத காற்றழுத்தத்தினால் அவர் பயணம் மேலும் தாமதப்பட்டு நள்ளிரவு கடந்த பின்பே விடுதியை அடைந்தார். ஃபாதரை வரவேற்று ஆசிபெற்ற கார்குழலி, மேலும் இரண்டு சங்கிலிகள், கைச்சங்கிலி, மோதிரங்கள் அணிவிக்க,

"என்ன அம்மா, நகைக்கடை பொம்மை போன்று அலங்காரம் செய்கிறீர்கள்", என்று அங்கலாய்த்த செழியனிடம்,

"நீதான் மணமகன் என்று பார்த்தவுடனே தெரியவேண்டாமா, ராஜா", என்று கூறி அவன் கன்னத்தை வருடி முத்தமிட்டார்.

குடும்பத்திலுள்ள பெரும்பாலான பெண்கள் இரவே தங்களுக்கு தேவையான சிகை அலங்காரங்களை செய்துகொள்ள, மற்றவர்கள் அதிகாலையிலேயே ஒப்பனை குழுவினர் முன் நின்றனர். செழியன் கிளம்பிவிட்டான் என்று கார்குழலி கூற, அனைவரையும் கிளம்பும்படி துரிதப்படுத்தினார், மணிமாறன். அனைவரும் தங்கள்

ஒப்பனைகள் முடிந்து விடுதியின் வாயிலில் குழும, ஆலத்தி சுற்றி செழியனுக்கு கண்ணேறு கழித்து, அவன் காரில் ஏறிக் கிளம்ப, மற்றவர்கள் தங்கள் கார்களில் கிளம்பினர்.

இரவு வெகுநேரம் கழித்து வந்த ஃபாதரை வரவேற்று அவருக்கு ஒதுக்கப்பட்டிருந்த அறையில் அவரை விட்டுவிட்டு, தன்னறைக்குச் சென்று படுத்த சுரேஷ், மாலை நிச்சயதார்த்தத்தின் போது, தன் பட்டுச்சேலை தன்மீது உராய வலம் வந்த நிலாவை எண்ணி தனக்குள் புன்னகைத்தவன், சற்று தொலைவில் தன்னைபோன்றே புன்னகைத்தபடி படுத்திருந்த கார்த்தியைக் கண்டு விரிந்த புன்னகையுடன் கண்ணயர்ந்தான். காலையிலிருந்து எவ்வளவு முயன்றாலும் நிலாவைக் காணாது தவித்தவன், செழியனுடன் காரில் ஏறும்வரை அவளைத் தேடிவிட்டு சற்றே சலிப்புடன் சென்றான்.

ஒப்பனைகள் முடிந்து, தன் தங்கையும், உறவுகளிலுள்ள இளவட்டங்களும் சூழ அமர்ந்திருந்த தளிருக்கு, காலை உணவை ஊட்டிய குணசீலி பாட்டி, அவள் முகத்தை தடவி நெட்டி முறித்து, தலையில் முத்தமிட்டுச் சென்றார். கீழே ஒலித்த மங்கல வாத்தியங்கள் மணமகன் வீட்டினர் வந்துவிட்டதை உணர்த்த, இன்னும் சில மணிநேரங்களில் பெரியவர்கள் ஆசியுடன் உலகறிய செழியனின் மனைவியாகப் போவதை எண்ணி புன்னகைத்தாள், தளிர். அவள் புன்னகையை ரசித்தபடி உள்ளே வந்த குமரேசன், அவள் தலையில் கைவைத்து தன் மனம் கவர்ந்தவனைக் கைபிடிக்கும் நேரம் முதல், வாழ்வின் ஒவ்வொரு நொடியும் இன்பமுற்று இருக்கவேண்டும் என்று அனைத்து தெய்வங்களையும் வேண்டி ஆசி வழங்கினார்.

வீட்டு வாயிலில் வந்து நின்ற காரிலிருந்து இறங்கிய செழியனுக்கு தளிரின் அத்தை சாந்தி ஆலத்தி சுற்ற, அவனை உள்ளே நுழையவிடாமல் வழிமறித்து நின்ற சித்திரக்கொடி உட்பட தளிரின் தங்கை முறையிலுள்ள பெண்கள் பதினைந்துபேர் நிற்பதைக் கண்ட செழியன் இதழ்விரிய புன்னகைத்தான்.

"எங்களுக்கு கொடுக்க வேண்டியதை கொடுக்காமல் உள்ளே செல்ல முடியாது"

"என்ன அத்தான் பார்க்கிறீர்கள், எங்கள் அக்காவை அவ்வளவு எளிதாக கொத்திக் கொண்டு செல்லலாம் என்று எண்ணாதீர்கள்"

"எங்கள் வீட்டு பெண் வேண்டுமென்றால், முதலில் எங்களை நன்றாகக் கவனிக்க வேண்டும்", என்று பல குரல்கள் ஆங்காங்கே கேட்க, லேசாக வெட்கத்தில் காதுமடல் சிவப்பதைப் பார்த்து,

"அய்யயோ அத்தான், எங்களிடமே இவ்வளவு வெட்கப்பட்டால், அக்காவிடம் எப்படியோ", என்று ஒருத்தி கூற,

"இப்படி அப்பாவியாக இருந்தால் எங்கள் அக்காவிடம் வேலைக்காகாது", என்று மற்றொருவள் கூறினாள்.

அதை கேட்டு முன்னால் வந்த கார்த்தி,

"உங்கள் அனைவரையும் கைக்குள் போடும் வித்தை அறிந்தவன் எங்கள் மணமகன்", என்று கூற,

"எங்கே அதில் ஒன்றிரண்டை காட்ட சொல்லுங்கள், பார்ப்போம்", என்று பின்னாலிருந்து ஒரு குரல் வந்தது.

"நீங்கள் ஆலத்தி சுற்றி, மணமகனை உள்ளேவிட்டால், உங்களுக்கு கொண்டு வந்திருக்கும் பரிசுகள் கிடைக்கும்", என்று கூறிய சுரேஷ், பரிசுகள் நிறைந்த ஒரு பையை எடுத்து தன் முன் வைத்தான்.

"அத்தான் பேசமாட்டாரோ", என்று ஒருத்தி கேட்க,

"அம்மணிகளே, உங்கள் அக்கா இல்லாமல் நான் வாழ்வது கடினம், கொஞ்சம் தயவு காட்டுங்கள்", என்று கூறி செழியன் தன் கைகளை மேலே உயர்த்த கலகலவென சிரித்த இளம்பெண்கள் ஒவ்வொருவராக முன்வந்து, அரும்புகள்,

பூச்சரங்கள், மாம்பழங்கள், பலாச் சுளைகள், வாழைப் பழங்கள், இனிப்பு வகைகள், வெள்ளி நாணயங்கள், மங்கல பொருட்கள், மிட்டாய்கள், கற்கண்டு, தீபங்கள், ஆடைகள், பொன் நகைகள், திருமணக் காட்சியை உணர்த்தும் சிறு பொம்மைகள், அலங்காரப் பொருட்கள் என்று செழியனுக்கு ஆலத்தி சுற்றி, சுரேஷ் அளித்த பரிசுத்தாள் சுற்றிய சிறு பெட்டியை வாங்கியபடி செழியன் உள்ளே நுழைய வழிவிட்டனர்.

தன் குடும்பத்தினர் தொடர உள்ளே வந்த செழியனை வரவேற்ற மதுசூதனன், அவனுக்கு மாலை மற்றும் ஒரு பொற்சங்கிலி அணிவித்து உள்ளே அழைத்துச் சென்றார். செழியனிடம் பரிசுகள் பெற்ற பெண்கள், சற்று ஒதுக்கமாக சென்று அவற்றை பிரிக்க, உள்ளே, ஒரே விதமான பொன்னாலான சங்கிலி, கம்மல்கள், கைச்சங்கிலி என அனைத்தும் அடுக்கி வைக்கப்பட்ட நகைப்பெட்டியை விழிவிரித்து பார்த்தனர் மணமகன் வீட்டினரை உணவருந்த அழைத்துச் செல்ல, மணமகனுக்கு என்று ஒதுக்கப்பட்டிருந்த அறையில் செழியன், சுரேஷ் மற்றும் கார்த்திக்கு உணவு பரிமாறினர் தளிரின் தம்பிமார்கள். தளிரைக் கைப்பிடிக்க போகிறோம் என்ற மகிழ்ச்சியில் பசியறியாது இருந்த செழியனை, நாள் முழுவதும் நிற்க வேண்டும் என்பதால், சற்றேனும் உண்ணும்படி செய்தனர் நண்பர்கள்.

சற்றுநேரத்தில் மங்கல வாத்தியங்கள் ஒலித்து திருமணச் சடங்குகள் தொடங்குவதை உணர்த்தின. திருமணம் நடக்கவிருக்கும் மங்கல மனையில் புது மணல் பரப்பப்பட்டிருக்க, அங்கே அமர்ந்திருந்த முதியவர் ஒருவர், சைகை செய்ய, மதுசூதனன் சென்று மனையில் அமர்ந்தார். அவருக்கு ஒரு மாலையை அணிவித்தவர், மீண்டும் சைகை செய்ய, தளிரை அழைத்து வந்தனர். பச்சை நிற பட்டுச்சேலையில் தேவதையென மிளிர்ந்த மணமகளைக் கண்ட செழியன் குடும்பத்தினர், நிறைவாக புன்னகைக்க, அழகு துலங்க தன்னருகே அமர்த்தப்பட்ட தன் மருமகளைப் பார்த்து பெருமிதமாக புன்னகைத்த மதுசூதனன், முதியவர் கொடுத்த மாலையை அணிவித்து, மெல்லிய பொற்கீற்றால் ஆன, கங்கணத்தை தளிரின் கையில் கட்டினார். அதன்பிறகு,

வெற்றிலை சுற்றிய தேங்காயை அளித்தவர், மணமகன் வீட்டினர் அளித்த திருமணப்பட்டு, நகைகள், மங்கலப் பொருட்கள் சீராக அடுக்கி வைக்கப்பட்டிருந்த ஒரு தாம்பூலத்தை தன் கண்களில் ஒற்றி தளிருக்கு அளித்தவேளை மங்கல வாத்தியங்கள் ஒலிக்க, அதை வாங்கிய தளிரை உடை மாற்ற அழைத்துச் சென்றனர். அதைத் தொடர்ந்து திருமணத்தை நடத்தும் முதியவர் சைகை செய்ய, மதுசூதனன் எழுந்து, சுந்தரமூர்த்தி அமர்ந்தார். அதையடுத்து அங்கே வந்தமர்ந்த செழியனுக்கு மாலை அணிவித்து, அவன் கைகளில் கங்கணம் கட்டிய சுந்தரமூர்த்தி, மணமகள் வீட்டினர் வழங்கிய புத்தாடைகள், மங்கல பொருட்கள் வைக்கப்பட்டிருந்த தாம்பூலத்தை அளிக்க, அதை வாங்கிக்கொண்டு தனக்கு ஒதுக்கப்பட்டிருந்த அறைக்குச் சென்றான்.

உடைமாற்றி வந்து மனையில் அமர்ந்த செழியனின் இதயத்துடிப்பின் வேகம் அதிகரிக்க, தன் கண்களை சுழற்றியபடி இருக்க, சற்றுதொலைவில் பொன்னிற பட்டுப்புடவை நிழலாடுவதைக் கண்டவன் தன் கண்களை மெல்ல உயர்த்தினான். நடைக்கேற்ப கால் கொலுசு ஒலியிட, இடையில் அசைந்த ஒட்டியானம், மருதாணியிட்ட கைகளில் குலுங்கிய வளையல்கள், கழுத்திலிருந்து இறங்கி அவள் மார்பில் ஆடிய சங்கிலி, காதிலிருந்தபடி கன்னத்தை உரசும் தொங்கட்டான், நெற்றியில் விளையாடும் சுட்டி என்று பார்த்தவன், தன்னருகே வந்தமரந்த தளிரின் பின்னலிடப்பட்ட நீண்ட கூந்தலில் தைக்கப்பட்ட மல்லிகை அரும்புகளின், மணத்தை ஆழ்ந்து உள்ளிழுத்து, அவளருகில் குனிந்து,

"ஐ லவ் யூ, கண்ணம்மா", என்றான். மணமகன் வீட்டினர் அளித்த புடவை மற்றும் அணிகலன்களை அணிந்து தலை குனிந்தபடி தன் அத்தை அழைத்துவர, செழியன் அருகே மனையில் அமர்ந்த தளிர், செழியன் ஆழந்து மூச்சை உள்ளிழுக்கவும், திரும்பி அவனைப் பார்த்தவள், வெண்பட்டு சட்டை, பொன்னாலான சரிகை மின்னும் பட்டு வேட்டி மற்றும் துண்டு அணிந்து இதழ்விரிந்த புன்னகையோடு அமர்ந்திருந்த தன்னவனைப் பார்த்து மூச்சுவிட மறந்து

அமர்ந்திருந்தாள். தன் கழுத்தில் அணிவிக்கப்பட்ட மாலையை சட்டை செய்யாமல் அமர்ந்திருந்தவள், மங்கல வாழ்த்தொலி முழங்க, செழியன் அணிவித்த மங்கல நாண் தன் மார்பில் தட்ட தன்னிலை அடைந்து, அவனை நோக்க, கலங்கிய கண்களும் விரிந்த புன்னகையுமாக தன்னை நோக்கி, கண்களின் ஓரம் கோர்த்த நீரை தன் விரல்களால் துடைத்து தன்னை அணைத்த செழியனின் தோளில் உரிமையாக சாய்ந்தாள், தளிர்.

63

தேவதைபோல் தன்னருகே வந்து அமர்ந்த தளிரின் பின்னலிடப்பட்ட கூந்தலில் தைக்கப்பட்டிருந்த மல்லிகை அரும்புகளின் மணம் தந்த மயக்கத்தில், அவளருகே குனிந்து "ஐ லவ் யூ, கண்ணம்மா", என்று கூறிய செழியன், மையிடப்பட்ட பெரிய கண்களை உயர்த்தி தளிர் தன்னை பார்க்க, தெளிந்த வானில் கதிரவனின் இதமான கீற்றுகள் நிறைந்த புதுமணல் பரப்பப்பட்டு, பூச்சரங்கள் கொண்டு அலங்கரிக்கப்பட்ட மனையில், அதில் நிலவின் பிம்பமாய், கன்னங்கள் சிவப்பேற நீண்டு வளைந்த இமைகளில் ஊடே வெளிப்பட்டு, தன் இதயத்தை துளைக்க, அந்த பார்வையிட்ட கட்டளைக்கு கட்டுப்பட்டு அவள் கண்களோடு தன் கண்களைக் கலந்தவன், தன் தோளில் தன் மாமா சுந்தரமூர்த்தி அணிவித்த மாலை தளிரை பார்ப்பதற்கு இடையூறு செய்ய, அதை சரிசெய்தான்.

சுற்றி நின்ற மங்கல மகளிர் ஒருங்கே ஏதோ வாழ்த்து கூற, அதை கருத்தில் ஏற்றாத செழியன், திருமணத்தை நடத்திவைக்கும் முதியவர், மங்கல நாணை ஒரு தட்டில் வைத்து தன் தங்கையிடம் நீட்டியதைக் கண்டான். நிலா அந்த தட்டை ஃபாதர் மைக்கேலிடம் கொடுக்க, அதை வணங்கி ஆசி அளித்ததும், தன் குடும்பத்து மூத்த தலைமுறைகளிடமும், தளிர் குடும்பத்தின்

பெரியவர்களிடமும் ஆசிபெற எடுத்துச் சென்ற அந்த சிலகணங்களில், சிறு ஊசிக்கு பயந்து மருத்துவரை ஒரு வழி செய்து கொண்டிருந்த ஒரு இளம் பெண்ணைக் கண்டு, நிலாமுற்றத்தில் இருவரும் மனங்கலந்து, மருத்துவமனையில் திடீரென்று திருமணம் செய்து, பல இன்னல்களைக் கடந்து, இன்று உலகறிய மணமுடிக்கவிருப்பதை எண்ணியவன், தளிர் தன் வாழ்வில் கிடைத்தது வரமென்று உணர்ந்து கண்களின் ஓரம் நீர்கோர்க்க, அந்த முதியவர் தன் கையில் கொடுத்த மங்கலநாணை இதழ்களில் புன்னகைவிரிய கையில் ஏந்தியபடி, மனதில் இறைவனை வேண்டிக்கொண்டு, மங்கல வாத்தியங்கள் முழங்க, தளிருக்கு அணிவித்த நொடி கனவிலிருந்து எழுப்பப்பட்டவள் போன்று திகைத்து விழித்த தளிரின் கண்களில் கோர்த்த நீரை துடைத்து, அவளை தன் தோளோடு சாய்த்தான்.

மங்கல வாத்தியங்களின் ஒலி சற்று குறைய, தங்கள் இரு கைகளை கூப்பி அமர்ந்திருந்த மணமக்களை அனைவரும் வாழ்த்த, திருமணத்தை நடத்திய முதியவர், இருவர் சிரங்களிலும் கையை வைத்து ஆசி வழங்கி, இருவரையும் எழுந்திருக்கும்படி சைகை செய்தார். கைகோர்த்தபடி எழுந்த செழியனும், தளிரும் மனையின் முன் போடப்பட்டிருந்த ஒரு இருக்கையில் அமர்ந்திருந்த ஃபாதர் மைக்கேலின் அருகே செல்ல, தன் கண்களில் கோர்த்த நீரைத் துடைத்தபடி எழுந்தவர், மனதில் இறைவன், அதியன் மற்றும் பூந்தளிர் அனைவரின் ஆசிகளையும் வேண்டியபடி இருவரையும் வாழ்த்தினார். அடுத்ததாக மகேந்திரவர்மன் தம்பதியினர் மற்றும் குலசேகரன் தம்பதியினரிடம் ஆசிபெற்றவர்கள், பூங்கொடி மற்றும் சந்திரன் தம்பதியினரை நெருங்கினர். தன் அண்ணன் அதியனின் காதலுக்கும் திருமணத்திற்கும் தன்னால் முடிந்தவரை உதவியவர், இப்பொழுது அதியன் மகனும், தன் கண்ணுக்கு கண்ணான மருமகன் தன் மனங்கவர்ந்த பெண்ணை பெரியவர்கள் ஆசியுடன் திருமணம் செய்திருக்கிறான் என்று எண்ணியவர் கண்களில் நீர் பெருக தன் ஆசிகளை வழங்கினார்.

செழியனையும், தளிரையும் அணைத்து முத்தமிட, தன் கணவர் சந்திரன் தன் தோளில் கைவைக்க தன்னிலை அடைந்து மணமக்களை விடுவித்தார். அதைத் தொடர்ந்து தளிருடன் தன் வளர்ப்பு அன்னை தந்தையை நெருங்கிய செழியன், கண்களில் நீர் கோர்த்திருக்க, மனதில் நிறைந்த மகிழ்ச்சி முகங்களில் பிரதிபலிக்க நின்றவர்களைக் கண்டவன்,

"அம்மா", என்றழைத்தான். இருவரையும் சேர்த்தணைத்த கார்குழலி, தளிரின் கன்னத்தில் முத்தமிட்டு,

"நன்றி தளிர்", என்று கூற, கண்களில் வழிந்த நீரை துடைக்க திறன் இல்லாமல்,

அவரை அணைத்தாள், தளிர். அதிகாலையில் இருந்து, தன் அண்ணன் அதியனின் நினைவு தன் மனதில் நிறைந்திருந்த மணிமாறன், செழியன் தன்னிடம் வந்து பேசியபோது, முயன்று கட்டுப்படுத்தியபடி உரையாடினார். தன் கண்களைக் கூர்ந்து நோக்கி தன் மனநிலையை உணர்ந்த தன் மனைவி குழலி தன் மனதை திசைதிருப்புவதற்கு பல வேலைகளை பட்டியலிட்டு கொடுக்க, அவற்றை செய்வதில் கவனம் செலுத்தினார். இப்பொழுது, தன் அண்ணனின் சாயலில், தன் முன் வந்து நிற்கும் செழியனைப் பார்த்தவர் மனதில் கட்டுப்படுத்தி வைத்திருந்த உணர்ச்சிகள் கரைபுரள, கண்களில் நீர் வழிய மணமக்களை வாழ்த்தினார். செழியனும் தளிரும், தளிரின் பெற்றோரிடம் ஆசிபெற, அதை அடுத்து, இருவீட்டு பெரியவர்களும் முன்வந்து வாழ்த்தினர். அடுத்தடுத்த நிகழ்வுகள் தொடங்குவதற்கு முன் இருவரையும் உள்ளே அழைத்துச் சென்ற சாந்தி, அவர்களை ஒரு அறையில் சற்று ஓய்வெடுக்கும்படி அமரச்செய்தார்.

சற்றுநேரம் அமைதியாக இருந்த செழியனைக் கூர்ந்து நோக்கிய தளிர், தன் தொண்டையைச் செருமியபடி,

"திருமண வாழ்த்துக்கள், மிஸ்டர்.செழியன்", என்று கூற, அவள் விளையாட்டைப் புரிந்துகொண்ட செழியன்,

"வாழ்த்துக்கள், மிஸஸ்.செழியன்", என்று புன்னகைத்தபடி கூறினான்.

"ஐ லவ் யூ, அருணன்", என்று கூறி தன் தோளில் தலை சாய்த்தவளின் நெற்றியில் செழியன் முத்தமிட, கதவைத் திறந்தபடி உள்ளே வந்த இளம்பெண்களைப் பார்த்தவன், காலையில் தன்னை உள்ளே வரவிடாமல் ஒரு வழி செய்தவர்களை நோக்கி புன்னகைத்தான்.

"என்ன அத்தான், கொஞ்சம் நேரம் கிடைத்தாலும் அக்காவை விடமாட்டீர்கள் போல் இருக்கிறதே", என்று ஒருத்தி கேட்க,

அதைக் கேட்டு காதுமடல் சிவந்த செழியனைப் பார்த்து புன்னகைத்த மற்றொரு பெண்,

"நம் அக்கா சும்மா இருக்கவேண்டுமே முதலில்", என்று கூறவும் கலகலவென சிரித்த அனைவரையும் பார்த்து முறைத்த தளிரைக் கண்ட சித்திரக்கொடி, "ஒன்றுமில்லை அக்கா, அத்தான் கொடுத்த பரிசுக்கு நன்றி கூறலாமென்று வந்தோம்", என்று கூறியபடி செழியனிடம் திரும்பி, "அத்தான், ஓட்டுமொத்த இளம்பெண்களின் ஓட்டும் உங்களுக்குதான். அக்கா ஏதேனும் வம்பு செய்தால் எங்களிடம் கூறுங்கள், நாங்கள் பார்த்துகொள்கிறோம்", என்று கூற, எழுந்து அவள் காதை பிடித்து திருகிய தளிர், "நீ என் கட்சியில் தான் இருக்கவேண்டும்", என்று கூறி சுற்றியிருந்தவர்களைப் பார்த்து, "நீங்கள் அனைவரும்தான்", என்று கூறினாள்.

ஒருவரையொருவர் பார்த்துக்கொண்ட இளம்பெண்கள், மீண்டும் கலகலவென சிரித்தபடி,

"பார்க்கலாம், பார்க்கலாம்", என்று கூற, அனைத்தையும் செய்துவிட்டு ஒன்றும் தெரியாத சிறுவன்போல் அமர்ந்திருக்கும் தன்னவனைக் கண்ட தளிர்,

"என்ன மாயம் செய்தாய்?", என்று கேட்க, தான் கையோடு கொண்டுவந்திருந்த நகைப் பெட்டியை சித்திரக்கொடி நீட்ட அதைக் கண்ட தளிர், அனைவரும் ஒருங்கே செழியனின் பக்கம் சாய்ந்த காரணத்தை அறிந்து தன்னவனை நோக்கி புன்னகைத்தாள்.

காலையிலிருந்து பலமுறை முயன்றும் தன் கண்ணில் சிக்காமல் கண்ணாமூச்சு ஆடிய நிலாவை, செழியன் அருகே நின்றபடி தன் விழிகளால் தேடிய சுரேஷ், திருமணத்திற்கு நேரமாகிவிட்டதை உணர்ந்தவன், இந்நேரம் முன்னால் வந்து நிற்காமல் எங்கே சென்றாள் என்று குழம்பினான். சற்றுதொலைவில் கார்த்தியும் மஞ்சுவும் ஒருவரையொருவர் சீண்டிக்கொண்டிருந்ததைக் கண்டவன், தன்னவள் தன்னை வதைப்பதை எண்ணி மனதிற்குள் சலித்தபடி நிற்க, மங்கல நாணை ஒரு தட்டில் வைத்து அந்த முதியவர் நீட்ட, அதை வாங்கிய கைகளைக் கண்டு உற்சாகமாக நிமிர்ந்து நோக்கினான். மயில் கழுத்து நிற பட்டுச் சேலையும் அதற்கேற்ப அணிகலன்களையும் அணிந்து, பின்னலிடப்பட்ட கூந்தலில் பூச்சரங்கள் தொடுக்கப்பட்டிருக்க, கையில் வாங்கிய தட்டை எடுத்துக்கொண்டு திரும்பியவேளை, தன்னைப் பார்த்து கண்சிமிட்டிவிட்டுச் சென்ற நிலாவைப் பார்த்து, மூச்சுவிட மறந்தபடி நின்றான்.

சற்றுநேரம் கழித்து மங்கல வாத்தியங்கள் முழங்குவதைக் கேட்டு தன்னிலை அடைந்து சுற்றிலும் கண்களை சுழற்றி நிலாவைத் தேடியவன், எதிர்பாராதவேளை தன் பின்னாலிருந்து தன்னை யாரோ இடித்ததை உணர்ந்து, விரிந்த புன்னகையுடன், கைகளை பின்னே நீட்டி, நிலாவை பிடித்து முன்னே இழுத்து தன் தோளோடு சேர்த்தணைத்தான். திருமணம் முடிந்து மணமக்கள் பெரியவர்களிடம் ஆசிபெற, தன் கையோடு கைகோர்த்து நின்ற தன்னவளின் முன்னங்கையில் முத்தமிட்ட சுரேஷ், மணமக்களை சாந்தி உள்ளே அழைத்துச் சென்றதும், நிலாவை அழைத்துக் கொண்டு வெளியே சென்றான்.

மணமக்களை சூழ்ந்துகொண்ட இளவட்டங்களை அங்கிருந்து அகற்றிய சாந்தி, செழியனையும், தளிரையும் முன் கூடத்திற்கு அழைத்துச் சென்று, அங்கே மனைக்கு அருகே போடப்பட்டிருந்த பட்டு துணியில் எதிரெதிரே அமரச்செய்தார். மஞ்சள் நீர் நிறைக்கப்பட்டு நடுவில் வைக்கப்பட்டிருந்த சிறு தவலையைப் பார்த்த செழியனும்

தளிரும் ஒருவரையொருவர் பார்த்து புன்னகைத்தபடி தங்கள் கைகளை ஒருங்கே உள்ளேவிட, சுற்றியிருந்த இளவட்டங்களின் ஆரவாரம் அதிகரித்தது.

தளிரின் தங்கைமார்கள் செழியனை ஊக்குவிக்க, செழியனின் நண்பர்களும், குடும்பத்தினரும் தளிரின் பக்கம் இருக்க, நெடுநேரம் நீருக்கடியில் தங்கள் கைகள் கதைபேச, அமர்ந்திருந்த மணமக்களைப் பொறுமையை இழுத்துபிடித்தபடி அனைவரும் பார்த்து கொண்டிருக்க,

"நண்பா, இது சில நிமிடங்கள் ஆட வேண்டிய விளையாட்டு, நீங்கள் அமர்ந்திருப்பதை பார்த்தால் ஒரு வாரம் ஆனாலும் கைகளை எடுக்கமாட்டீர்கள் போல் இருக்கிறது. வேண்டுமென்றால் நாங்கள் சென்று சில நாட்கள் கழித்து வருகிறோம்", என்று கார்த்தி கூற அங்கே ஒரு சிரிப்பலை அடித்து ஓய்ந்தது. சில கணங்கள் கழித்து வெளியே எடுத்த தளிரின் கைகளிலிருந்த இரண்டு மோதிரங்களைப் பார்த்த அனைவருக்கும் செழியன் தன் கையில் கிடைத்ததையும் தளிருக்கு கொடுத்துவிட்டான் என்ற விபரம் புலப்பட, விட்டுக்கொடுக்கும் குணவாளன் தங்கள் வீட்டு மருமகன் என்று தளிரின் குடும்பத்து பெரியவர்கள் மனம் நிறைந்து புன்னகைத்தனர்.

அடுத்து நடந்த பந்து உருட்டுதல், மாலை மாற்றுதல், ஒருவர் தலையில் மற்றவர் அப்பளம் நொறுக்குதல் என்று வரிசையாக நடந்த விளையாட்டுகளில் இயல்பாக மணமகனும் அவனைச் சார்ந்தவர்களும் ஒரு அணியாகவும், மணமகளும் அவளைச் சார்ந்தவர்கள் எதிர் அணியாகவும் இருக்க கலகலப்பாக செல்ல கூடியவை, இங்கு வெளிப்படையாகவே செழியனும் தளிரும் ஒருவருக் கொருவர் விட்டுகொடுக்க, மணமக்கள் ஒரு அணியாகவும் சுற்றியிருப்பவர்கள் எதிரணியாகவும் மாறிப்போக, இளவட்டங்கள் தங்களுக்குள் முணுமுணுத்தபடி உணவருந்தச் சென்றனர். வீட்டின் பின்கட்டில் அனைவரும் உணவருந்தச் செல்ல, தளிர் செழியனுக்கு உணவு பரிமாறும் நிகழ்வுக்காக இருவரையும் உள்கட்டிலுள்ள உணவருந்தும் அறைக்கு அழைத்துச் சென்றனர்.

அனைத்து உணவு வகைகளும் அடுக்கிவைக்கப் பட்டிருக்க, அங்கே இருந்த இலையின் முன் அமர்ந்த செழியன், உடன் உண்ணும்படி தளிரை அழைக்க, தங்கள் குடும்ப வழக்கப்படி திருமணம் முடிந்து முதல் உணவை மனைவி பரிமாற, கணவன் உண்ட பிறகே மனைவி உண்ணவேண்டும் என்று கூறிய தளிரின் ஒன்றுவிட்ட சித்தியை கூர்ந்து பார்த்தவன், அதற்கான காரணத்தை கேட்டான். கணவனின் விருப்பமறிந்து மனைவி பரிமாற வேண்டுமென்பதால், உடன் அமர்ந்து உணவருந்தினால் பரிமாறுவதில் கவனம் செலுத்தமுடியாது என்று கூறினார். அதைக் கேட்ட செழியன், தான் உணவருந்தி முடிக்கும்வரை தளிர் பசியோடு காத்திருக்கவேண்டும் என்பதை அறிந்து மனம் கலங்கியவன், தன் மனைவியின் புன்னகையைக் கண்டு சரியென்று தலையசைத்தான். தளிர், முதலில் மைசூர்பாகு, வடை, பொரியல், அவியல், கூட்டு, பச்சடி என அனைத்தும் வைத்துவிட்டு, சாதமும் சாம்பாரும் வைக்க, ஒரு கவளம் எடுத்து தளிரிடம் நீட்டினான். அதைக்கண்டு தன்னை சுற்றி நின்ற அத்தையையும் சித்திமார்களையும் தயங்கியபடி தளிர் நோக்க,

"இப்பொழுது தளிர் பரிமாறுவதற்கு இடையூறு இருக்காதல்லவா, அத்தை?", என்று செழியன் கேட்க சற்றே திகைப்புடன் ஆமென்று தலையசைத்தார். தளிருக்கு உணவு ஊட்டியபடி தானும் உண்டவனை வியப்பாகப் பார்த்தபடி நின்ற முதுமகளிர், தங்கள் இதழ்களில் புன்னகையைத் தவழவிட்டு, இருவரும் உணவருந்தி முடித்தவுடன் சிறப்பாகக் கண்ணேறு கழித்தனர்.

சற்றுநேரத்தில் நடக்கவிருக்கும் வரவேற்பு நிகழ்ச்சிக்கு உடைகள் மாற்றி ஒப்பனை செய்வதற்காக செழியனும் தளிரும் அழைத்துச் செல்லப்பட்டனர். விளையாட்டுகள் முடிந்து, உணவருந்தச் சென்ற இளவட்டங்கள், உண்ட மயக்கத்தோடு அங்கிருந்த நாற்காலிகளில் சிறுசிறு குழுக்களாக அமர்ந்து, பாட்டுக்கு பாட்டு, சைகைகள் மூலம் வார்த்தைகளைக் கண்டறிவது, பாடல்களில் இடையில் வரும் வரிகளைப் பாடி படத்தின் பெயர் கண்டுபிடிப்பது என

பலவித விளையாட்டுகளில் ஈடுப்பட்டனர். முதலில் தங்கள் குழுக்களுக்குள்ளே நடந்த போட்டி நேரம் செல்ல செல்ல அனைத்து குழுக்களும் ஒன்றாக சேர்ந்து விளையாடினர்.

ஒருவருக்கொருவர் கேலி, கிண்டல் என விளையாட்டில் மும்முரமாக இருக்க, சற்று எட்ட அமர்ந்திருந்த பெரியவர்கள் அவற்றை ரசித்தபடி அமர்ந்திருக்க, சிறிது நேரம் கழித்து, அவர்களும் விளையாட்டுகளில் ஈடுபட அந்த இடம் களைகட்டியது. அதிலும் குணசீலி பாட்டியைக் கேலி செய்வதுபோல் தளிரின் ஒன்றுவிட்ட மாமாவின் மகன் ஏதோ பாட, அதை தொடர்ந்து, அவர் பதில் பாட்டு பாடி, அவனை ஒருவழி ஆக்கிவிட, அவரிடமிருந்து எப்படி தப்பித்துகொள்வது என்று தெரியாமல் அவன் விழிப்பதைக் கண்டு அனைவரும் கலகலவென சிரித்தனர்.

நீல கோட் - சூட்டும், வெண்ணிற சட்டையும் அணிந்த செழியன், மரகத பச்சை பட்டும், அதற்கு இணையான அணிகலன்களும் அணிந்த தளிரின் கையோடு கைகோர்த்தபடி மிடுக்காக, இதழ்களில் புன்னகைவிரிய அவளை அழைத்துக்கொண்டு முன்கட்டில் போடப்பட்டிருந்த சிறு மேடையை அடைந்தான். இருவரையும் கிழக்குநோக்கி நிற்கவைத்து கண்ணேறு கழித்தபின், அவர்கள் மேடை மேல் ஏற, விருந்தினர் ஒவ்வொரு குடும்பமாகவும், சிறுசிறு குழுக்களாகவும் வந்து மணமக்களை வாழ்த்தி, அன்பளிப்பு கொடுத்து, புகைப்படங்கள் எடுத்துக்கொண்டு கிளம்பினர். திருமணத்தை கூட்டத்திற்குள் ஒருவனாக இருந்து பார்த்த ரணதீரன், வரவேற்பு நிகழ்வு நடக்க, சற்று தொலைவில் நின்று, முகம் மலர்ந்த புன்னகையுடன் ஒருவரையொருவர் பார்த்த செழியனையும் தளிரையும் பார்த்து, "தவறு செய்துவிட்டாய், தளிர், உன் தந்தையின் பேச்சை கேட்டு இந்த திருமணத்தை நிறுத்தியிருக்க வேண்டும்", என்று தன் தாடியை வருடியபடி எண்ணியவன், மேலும் தொடர்ந்து, "இனிமேல் என்ன நடந்தாலும், அதன் பாவம் உன்னை சேரும்", என்று மெல்லிய குரலில் கூறியவன், தன் பின்னாலிருந்து தன் தோளை அழுத்தி,

"அத்தான், எப்பொழுது வந்தீர்கள், உங்களை நான் முன்பே பார்க்கவில்லையே, உணவருந்தினீர்களா?", என்று கேட்ட மகேந்திரவர்மனைப் பார்த்து இதமாக புன்னகைத்து,

"கண்கள் நிறைய திருமணத்தை பார்த்தேன். வயிறு நிறைய உணவருந்தினேன். மனம் நிறைய என் அப்பன் முருகனை வேண்டி மணமக்களை வாழ்த்திவிட்டு கிளம்பவேண்டும், மச்சான்", என்று கூறி தன் இருகைகளையும் உயர்த்தி கடவுளை வேண்டுவதுபோல் கண்கள் மூடினான். மிகுந்த மரியாதையுடன் அவனைப் பார்த்த மகேந்திரவர்மன்,

"உங்களைப் போன்ற பெரியோர்கள், ஆன்றோர்கள் ஆசி குழந்தைகளுக்கு நிச்சயம் வேண்டும், வாருங்கள் அத்தான்", என்று கூறி ரணதீரனின் கையைப்பிடித்து அழைத்துச் சென்றார்.

கார்த்தியும், சுரேஷும், மஞ்சுவுடனும் நிலாவுடனும் இணைந்துகொண்டு செழியனையும், தளிரையும் கேலி செய்து வறுத்துகொண்டிருக்க, உடனமர்ந்திருந்த ரோஸியும் ஃப்ரான்ஸிஸும் கலகலவென சிரிக்க, நகைப்பொலி நிறைந்திருந்த மேடை ரணதீரன் வந்ததும் சட்டென்று அமைதியாகிவிட குழப்பத்தோடு பார்த்த மஞ்சு ஏதோ கேட்க வாயெடுக்க, கார்த்தியின் கண்ணசைவில் அமைதியாக நின்றாள். அனைவரும் அமைதியாகிவிட,

"குழந்தைகள் ஏதோ விளையாடிக் கொண்டிருக்கின்றனர். நாம் வந்தது சூழ்நிலையை மாற்றிவிட்டதுபோல் இருக்கின்றது, மச்சான்", என்று கண்களை மூடி ஏதோ முணுமுணுத்தவன், கண்களைத் திறந்து, "என் அப்பன் அருள் என்றைக்கும் இருக்கும்", என்று கூறி, தளிரை ஆழ்ந்து நோக்கிவிட்டுச் சென்றான். அவன் பார்வை மனதிற்குள் ஏதோ ஒருவித பயத்தை உருவாக்க கலங்கிய தளிர், தன் தோளில் அழுந்தப் படிந்த செழியனின் கைகள் அளித்த உறுதியில் ஆழ்ந்த மூச்சை இழுத்துவிட்டாள். தளிரின் இளங்கலை நண்பர் குழு மேடைக்கு வர, மீண்டும் களைகட்டியது வரவேற்பு நிகழ்வு.

வரவேற்பு முடிந்து, விருந்தினர்கள் நண்பர்கள் என ஒருவர் இருவராகக் கிளம்ப, இரு குடும்பத்து நெருங்கிய உறவுகளே

சூழ்ந்திருக்க, தளிரை புகுந்த வீட்டிற்கு அனுப்பிவைப்பதற்காக அனைவரும் வாயிலில் குழுமினர். நாளை அனைவரையும் மீண்டும் சந்திக்கப் போகிறோம் என்ற எண்ணம் இருந்தாலும், மணமாகி கிளம்புவது என்றால், மனதிற்குள் சொல்லவொண்ணா பாரம் அழுத்த, தடையின்றி வழிந்த கண்ணீரைத் துடைக்கும் திடமின்றி தன் பெற்றோர், தங்கை, சுற்றத்தாரிடம் விடைபெற்றாள் தளிர். கண்ணீர் மல்க தன் மகளின் உச்சி முகர்ந்து ஆசிகள் அளித்த குமரேசன், பேசும் திடமின்றி கண்களில் நீர் கசிய நின்றிருந்த தன் மனைவியின் கைகளை ஆறுதலாகப் பற்றினார். செழியனின் குடும்பத்தினர் அனைவரும் தங்கள் கார்களில் கிளம்ப, கார்த்தியும் மஞ்சுவும் உடன் வர, செழியனுடன் அவன் காரிலேறிய தளிர் மகிழம்பூர் எல்லை தாண்டிய பிறகு சில கார்களை விடுத்து பெரும்பாலான கார்கள் வேறுபுறம் திரும்ப குழப்பத்தோடு செழியனை நோக்கினாள். தன்னுடன் காரிலேறிய தளிரின் கண்களில் வழிந்த நீரை தன் விரல்களால் துடைத்த செழியன், அவள் நெற்றியில் முத்தமிட்டு அவளை தன் தோளோடு சாய்த்தபடி பயணித்தவன், சற்றுநேரத்தில் குழப்பத்தோடு தன்னை பார்த்த தளிரை நோக்கி புன்னகைத்தான்.

ஒரு மிகப்பெரிய சொகுசு அடுக்குமாடி குடியிருப்பின் வாயிலைக் கடந்த கார்கள், சற்று உள்ளே சென்று இடப்புறம் திரும்ப அந்த தொகுப்பு குடியிருப்பின் ஒரு பகுதி செழியனின் மெய்க்காப்பாளர்களால் பாதுகாக்கப் பட்டிருப்பதைக் கண்ட தளிர், செழியனுடன் இறங்கினாள். தங்களுக்கு முன் நின்ற காரிலிருந்து இறங்கிய சுரேஷ், நிலா, மணிமாறன், கார்குழலியைக் கண்ட தளிர், பின்னாலிருந்த காரிலிருந்து, ஃப்ரான்ஸிஸ், ரோஸி, பூங்கொடி மற்றும் சந்திரன் இறங்குவதைக் கண்டாள். அனைவரும் உள்ளே செல்ல, அவளை உடன் செல்லவிடாமல் தடுத்த செழியன், வேறுபுறம் அழைத்துச் சென்றான்.

அங்கிருந்த ஒரு தனிப்பட்ட லிப்டை, தனக்கு பரிசளித்ததை ஒத்த ஒரு கார்டை காட்டி திறந்து, பத்து தளங்கள் கொண்ட அந்த அடுக்குமாடி குடியிருப்பின், பத்தாம் தளத்தை அழுத்தினான். அதைத்தொடர்ந்து ஒரு ரகசிய

குறியீட்டை அழுத்த, உடனடியாக உயிர்பெற்ற லிப்டில் செழியனுடன் சென்றவள் மனதில் ஏதோ ஒரு குறுகுறுப்பு தோன்ற, முயன்று அடக்கிய உற்சாகத்தில் ஒளிர்ந்த செழியனின் கண்களைக் கூர்ந்து நோக்கினாள். தளிர் ஏதும் கூறும்முன், லிப்ட் திறக்க, அங்கே ரோஸியும், பூங்கொடியும் ஆலத்தி சுற்றி வரவேற்க, லிப்டிலிருந்து வெளியே வந்தவள், தன்முன் விரிந்த மிகப் பெரிய முன்கூடத்தை விழிவிரித்துப் பார்த்த தளிரைப் பார்த்து புன்னகையோடு, கையைப்பிடித்து உள்ளே அழைத்துச் சென்றான் செழியன்.

64

கண்ணேறு கழித்து வீட்டிற்குள் வந்த செழியனையும் தளிரையும், நடு கூடத்திற்கு அழைத்துச் சென்ற கார்குழலி, இருவரையும் சோபாவில் அமரச்செய்தார். பூங்கொடி உள்ளேயிருந்து பாலும் பழமும் எடுத்துவந்து செழியனுக்கும் தளிருக்கும் ஊட்டினார். தன் கண்களை சுழற்றி அறையைச் சுற்றிப் பார்த்த தளிர், கடந்த வாரம் தன் அத்தை மற்றும் சித்திமார்கள் பட்டியலிட்டு, எடுத்துவைத்த பொருட்கள் அனைத்தும் இங்கே சீராக அடுக்கிவைக்கப்பட்டிருந்ததைக் கண்டு வியந்தாள். பலவிதங்களில் செழியன் மறுத்தும் பெரியவர்கள் கொடுப்பதாகக் கூற, இறுதியில் அவன் ஒப்புகொண்டதற்கு காரணம் உணர்ந்தவள், தன்னைப் பார்த்து புன்னகைத்தபடி அருகில் அமர்ந்திருந்த செழியனை நோக்கி ஒற்றை புருவத்தை உயர்த்த,

"நாமிருவரும் அடிக்கடி வரவேண்டியிருக்கும், தளிர், நம் மெய்க்காப்பாளர்கள் அனைவருடனும் அங்கே தங்கி மாமாவை துன்புறுத்த வேண்டாமென்று எண்ணினேன். அனைவரும் இங்கே சந்திக்கலாமல்லவா?", என்று செழியன் கேட்க, விழிவிரித்து பார்த்தபடி ஆமென்று தலையசைக்க, "மேலும், நம் குல வழக்கப்படி, புதிதாக மணமுடித்தவர்கள் முதலில் தங்கும் 'புக்கில்' என்ற வீடும் நமக்கு வேண்டுமல்லவா? அதனால்...", என்றவன், தன் கண்களைச் சுழற்றிக் காட்டினான்.

வீட்டை சுற்றிப்பார்த்துவிட்டு, மணமக்களிடம் உரையாடிக்கொண்டிருந்த நண்பர்களும் பெரியவர்களும், பொழுது சாய்ந்து சற்றுநேரத்தில் கிளம்ப தனிமையில் விடப்பட்ட செழியனும் தளிரும் ஒருவர்மீது ஒருவர் பொருள்பொதிந்த பார்வையை செலுத்தினர். சோபாவில் தன்னருகே அமர்ந்திருந்த தளிரை சிலகணங்கள் கூர்ந்து பார்த்த செழியன், தன் இடக்கையால் தன் தலைமுடியை அழுந்த கோதியபடி,

"நான் குளித்துவிட்டு வருகிறேன்", என்று கூறிவிட்டு குளியரறைக்குள் நுழைந்தான். சற்றுநேரத்தில் கையில்லா உற்சட்டையும், அரை கால்சட்டையும் அணிந்து, வெளியேவந்த செழியனைப் பார்த்து புன்னகைத்தபடி குளியலறைக்குள் நுழைந்தாள், தளிர். குளித்து தன் தலைமுடியை துவட்டியபடி வெளியே வந்த தன் மனைவியைப் பார்த்த செழியன், விழிவிரித்து நோக்கி, மூச்சை இழுத்துப்பிடித்தான்.

தன் பார்வையிலிருந்து செழியனின் கண்களை விடுவிக்காமல் அவனை நெருங்கிய தளிர், அவன் நெற்றியில் முத்தமிட, முயன்று மிடறு விழுங்கிய செழியன், அவளை அணைத்து அருகே அமரச்செய்து, அவள் கால்களை தன் மடியில் வைத்து பாதங்களை அழுத்தியபடி,

"களைப்பாக இருக்கிறதா, கண்ணம்மா? இன்று வெகுநேரம் நிற்க வேண்டியிருந்ததே", என்று அக்கறையோடு கேட்க, அவன் கண்களைக் கூர்ந்து பார்த்த தளிர்,

"இப்பொழுது அயற்சி ஏதும் இல்லை, அருணன்", என்றவள் தானே தொடர்ந்து, "நாம் பெரியவர்கள் முன்னிலையில் திருமணம் செய்தது ஏதோ கனவுபோல் இருக்கின்றது. இதுவரை இல்லாத கண்ணுக்கு புலப்படாத ஏதோ ஒரு பிணைப்பு மனதில் தோன்றியது", என்றாள்.

தன் மனதில் ஓடும் எண்ணங்களை தளிர் கூறக் கேட்டவன் புன்னகையோடு ஆமென்று தலையசைத்து,

"ஆமாம் தளிர்", என்றவன், "இன்று நீ வானிலிருந்து இறங்கிய தேவதையாகக் காட்சியளித்தாய், அதற்காகவே

இன்னும் எத்தனைமுறை வேண்டுமானாலும் உன்னை மணப்பேன்", என்று கூறி கண்சிமிட்டினான்.

அதைக்கேட்டு புன்னகைத்த தளிர், மெல்ல தன் கைகளை நீட்டி அவன் தலைமுடியைக் கலைத்தாள். ஏதோ நினைத்தவள் போல்,

"இன்று நிலாவும், மஞ்சுவும் என் கண்ணில் அவ்வளவாக சிக்கவில்லையே", என்று கேட்க தோள்களை குலுக்கியபடி சத்தமில்லாமல் சிரித்தவன்,

"சுரேஷும், கார்த்தியும் அவர்களை விடுவித்தால்தானே", என்று கூறினான்.

"மஞ்சு இயல்பில் மிகவும் பொறுமைசாலி, கூச்சமுடையவள், கார்த்தி அண்ணாவுடன் சேர்ந்துகொண்டு ஆளே மாறிவிட்டாள்", என்று தளிர் கூற,

"காதல் யாரையும் மாற்றிவிடும், தளிர்", என்று ஆழ்ந்த குரலில் கூறினான்.

அவன் பார்வை எங்கோ வெறித்திருப்பதைக் கண்ட தளிர் மெல்ல எழுந்து அவன் மடியில் அமர, தன்னிச்சையாக அவள் இடையை தன் கைகளால் சுற்றி வளைக்க, அவன் இடக்கன்னத்தில் கண்ணிலிருந்து தாடைவரை நீண்டிருந்த வெட்டுக்காயத் தழும்பை வருடியபடி அவன் இதழ்களை தன் இதழ்களால் சிறையெடுத்தாள்.

சற்றுநேரம் கழித்து பசியால் இருவர் வயிறும் மெல்லியதாக உறும, விலகிய இருவரும் ஒருவரையொருவர் பார்த்து கலகலவென சிரித்தனர். மெல்ல எழுந்த தளிர் உணவருந்தும் அறைக்குச் சென்று தன் மாமியார் கொடுத்திருந்த உணவு வகைகளை எடுத்து ஒரு தட்டில் வைக்க, அவளை பின்தொடர்ந்து அவளை பின்னிருந்து அணைத்த செழியன், அவள் பின்னங்கழுத்தில் முத்தமிட நெருங்க சட்டென்று விலகிய தளிர், ஏமாற்றத்தோடு செழியன் முறைத்ததைப் பார்த்து கலகலவென சிரித்தாள். தன் சிரிப்பைக் கண்டு தன்னைமீறி சிரித்த செழியனைக்

கையைப்பிடித்து அழைத்துச் சென்று, ஒரு நாற்காலியில் அமரச்செய்தவள், இடக்கையால் அவன் தலையை கோதி,

"என் ராஜா", என்று கூறி, அவன் நெற்றியில் முத்தமிட்டு, தட்டிலிருந்த சப்பாத்தியை விண்டு குருமா தொட்டு ஊட்டினாள்.

உணவருந்தியபின் இருவரும், சற்றுநேரம் தொலைகாட்சியைப் பார்த்துகொண்டிருக்க, தன் அணைப்பிலிருந்த தளிரின் கன்னத்தில் அழுந்த முத்தமிட்ட செழியன்,

"உறங்கச்செல்வோமா, தளிர்", என்றவன், "இரண்டு நாட்கள் சரியாக உறங்கவில்லை அல்லவா?", என்று கூறினான். ஏறத்தாழ ஐந்து மாதங்கள் தனக்களித்த வாக்கிற்காக தன் உணர்வுகளை கட்டுப்படுத்தி தவமிருந்த செழியன், இன்றும் அவன் தன் உணர்வுகளை தனக்குள்ளே பதுக்கிக்கொண்டு தன்னுடைய நலனை நினைக்கிறான் என்ற எண்ணம் தோன்றி கண்களில் நீர் கோர்க்க, முயன்று கட்டுப்படுத்திய தளிர், சரியென்று தலையசைத்தவள், உள்ளே சென்று உறங்குவதற்கு ஆயத்தமான செழியனின் நெற்றியில் அழுந்த முத்தமிட்டு, அவன் மார்பில் சாய்ந்தாள்.

ஒருவரில் மற்றவர் கரைந்து, உடல், மனம், உயிரால் ஒருவரை மற்றவர் நிறைத்து, இருவரும் ஒருவரென கலந்து காதல் களியாட்டம் முடிந்து, தளிரின் கலைந்த சிகை கோதி தலையில் முத்தமிட்டு செழியன் படுக்கையில் சரிய, கிறங்கிய புன்னகையுடன் அவன் நெற்றியில் முத்தமிட்டு, அவன் மார்பில் தஞ்சம் புகுந்தாள், தளிர். பொழுது விடிந்து நேரங்கழித்து விழித்த செழியன், தன் மார்பில் தலைசாய்த்து, இதழ்விரிந்து புன்னகைத்தபடி உறங்கும் தளிரை ரசித்தபடி படுத்திருந்தவன், மெல்லக் குனிந்து அவள் நெற்றியில் முத்தமிட்டு விலகிய தன்னை எழவொட்டாமல் வளைத்த கரங்களை உணர்ந்து புன்னகைத்தபடி, மூடிய கண்களோடு தளிர் ஏதோ முணுமுணுக்க, குனிந்து அவள் இதழ்களை தன் இதழ்களால் சிறையெடுத்தான்.

தன் இதழ்களை விடுவித்த செழியனை நோக்கி இதழ்விரிய புன்னகைத்த தளிர், எட்டி கடிகாரத்தை நோக்க, அதில் மணி ஒன்பதென்று பார்த்தவள் சட்டென்று எழ, அவளை மீண்டும் தன்னை நோக்கி இழுத்தவன்,

"மதிய உணவிற்கு வந்தால் போதுமென்று நிலா குறுஞ்செய்தி அனுப்பியிருக்கிறாள்", என்று கூறியபடி மீண்டும் அணைத்து தன்னிலையிழக்கச் செய்தான்.

வீட்டின் முன் வரிசையாக செரோக்கிகள் வந்துநிற்க, நடுவிலிருந்த காரிலிருந்து இறங்கிய தன் மகளையும் மருமகனையும் பார்த்த குமரேசன் உள்ளே குரல் கொடுக்க, ஆலத்தியுடன் வந்த இரு பெண்கள் கண்ணேறு கழித்து உள்ளே அழைத்துச் செல்ல, உடன் வந்த செழியனின் குடும்பத்தினரையும் நண்பர்களையும் வரவேற்றார், ஆனந்தி. புதுமண தம்பதியை சாமி அறைக்கு அழைத்துச் சென்ற சாந்தி, அவர்களுக்கு புத்தாடைகள் வழங்கி மாற்றிவருமாறு கூறினார். சற்றுநேரத்தில் புத்தாடை அணிந்துவந்து தன்னிடம் ஆசிபெற்று, கறிவிருந்திற்குச் சென்ற, ஒரே விதமான புன்னகையோடு வலம் வந்த தன் மகளையும் மருமகனையும் மனதிற்குள் வாழ்த்தியபடி முன்கூடத்தில் அமர்ந்திருந்தார், குமரேசன். காலையிலிருந்து வீட்டுப்பெண்கள் பக்குவமாய் சமைத்த இளம் ஆட்டுக்கறியை விரும்பி உண்ட அனைவரும், உண்ட மயக்கம் தீர பழங்கதைகள் பேசி அமர்ந்திருக்க, தளிரும் செழியனும் இன்று இங்கேயே தங்க வேண்டுமென்ற ஒரு கட்டு இருந்ததால், மாலை நெருங்க தளிரையும் செழியனையும் தவிர்த்து அனைவரும் கிளம்பினர். செழியனின் மெய்க்காப்பாளர்கள் அவனுக்கும் தன் மகளுக்கும் எவ்வளவு முக்கியமென உணர்ந்த குமரேசனும் ஆனந்தியும், வீட்டின் ஒரு பகுதியை அவர்கள் புழக்கத்திற்கு ஒதுக்கியிருந்தனர்.

தளிரின் குடும்பத்தினரை அழைத்துச் சென்று தங்கள் 'புக்கில்லை' சுற்றிப்பார்க்கும்படி செய்த செழியனை அனைவரும் ஒருங்கே வாழ்த்த, தன் குடும்பத்திலுள்ள சிறியவர்களை பரிசுகளினாலும் (தன் வீட்டு இளைஞர்கள் அனைவருக்கும் தங்களுக்கு வேண்டிய இருச்சக்கர

வாகனங்கள் வாங்கவதற்கு ஏற்பாடு செய்திருக்கிறான் என்று இன்றைய விருந்தின்போது அறிந்தாள்), பெரியவர்களை தன் பண்பினாலும் ஒருங்கே தன்புறம் இழுத்துவிட்டு சற்று ஒதுக்கமாக அமர்ந்திருக்கும் தன்னவன்மேல் காதல் பெருக, அவனைப் பார்த்தபடி நின்ற தளிரின் தோளை அணைத்த அவளின் அத்தை சாந்தி,

"பழங்கதைகளில் தேடினாலும் இவர் போன்ற குணவாளன் கிடைப்பது அரிது, தளிர்", என்று கூறி அவள் கன்னத்தில் முத்தமிட்டார். இரவேறியதும், இளைஞர்கள் அனைவரும் நிலா சோறு உண்ணவேண்டும் என்று பிடிவாதம் செய்ய, மணிமேகலை பாட்டி அனைவருக்கும் ஊட்ட, பெரியவர்கள் சிறியவர்கள் என அனைவரும் குழந்தைகளாக மாறி இன்பமாக உணவருந்த முதன்முதலில் இப்படி ஒரு அன்பிற்கு அறிமுகப்படுத்தப்பட்ட செழியன் அவ்வப்பொழுது கலங்கிய கண்களை முயன்று கட்டுப்படுத்தி, புன்னகையுடன் அமர்ந்திருந்தான்.

ஒற்றைப் பார்வையில், செழியனின் மனநிலையை உணர்ந்து அவன் கையை தன் கையோடு கோர்த்து அதை மெல்ல வருடியபடி அமர்ந்திருந்த தளிர், இரவு இருவரும் முதல் தளத்திலிருந்த தன் அறைக்குள் தனிமையில் விடப்பட, தன் மடியில் சாய்ந்து தன் மனதிற்குள் சூறாவளியாய் சுழன்ற உணர்ச்சிகள் நிர்மலமாகும்வரை குழந்தைபோல் விம்மி அழுத தன் கணவென்னும் குழந்தையை மடியில் ஏந்தி, அவன் தலையை கோதியபடி அமர்ந்திருந்த தளிர், நெடுநேரம் கழித்து அவன் மூச்சு சீராகவும், உறங்கிவிட்டான்

என்று உணர்ந்து, அவனை நன்றாக படுக்கவைத்து, அவனை அணைத்தவாறு தானும் கண்ணயர்ந்தாள்.

மறுநாள் அதிகாலையிலேயே எழுந்த தளிரும் செழியனும் குளித்து புத்தாடைகள் அணிந்து கீழே வர, அவர்களை அழைத்துக்கொண்டு அனைவரும், தங்கள் வீட்டு பெண்ணை ஒருவனுக்கு கட்டிகொடுத்தபிறகு, குல தெய்வமும் மாறி விடுவதால், தங்கள் குல தெய்வத்திற்கு பொங்கலிட்டு, அவர் அருளுடன் கணவனின் குல தெய்வத்தை வழிபட தொடங்கவேண்டும் என்ற கட்டு தளிரின் குலத்தில்

இருந்ததால், தங்கள் குலதெய்வ கோவிலுக்குச் சென்றனர். மகிழம்பூர் கடந்து ஒரு மலையை அடைந்தவர்கள், அருவியும் நன்னீர் சுனையும் ஒருங்கே அமைந்து, மலையடியில் குடையப்பட்டிருந்த அய்யனார் கோவிலின் முன் வளர்ந்திருந்த முட்செடிகளை சீர்திருத்திய இளவட்டங்கள், களைத்து அருகிலிருந்த குகையில் ஓய்வெடுக்க, புதுப் பானையில், சுனைநீரை நிரப்பி எடுத்து வந்த தளிர், பொங்கலிட அதை படைத்து அனைவரும் உண்டனர். மதியம் சற்று ஓய்வெடுத்தபிறகு சிறியவர் பெரியவர் வேறுபாடில்லாமல் அருவியிலும் சுனையிலும் விளையாடினர். மாலை நெருங்கவும் காட்டு விலங்குகள் வெளியில் வரும் நேரமென்பதால், தங்கள் வீட்டிற்கு திரும்பினர். முந்தைய நாள் செழியனின் குடும்பத்தினர் அனைவரும் தாங்கள் தங்கியிருந்த விடுதியிலிருந்து கிளம்பி, மகேந்திரவர்மனின் ஆணைக்கிணங்க தங்கள் மூதாதையரின் ஊரான புலவன்மேட்டிற்கு வந்து தங்கள் குல முன்னோர்கள் வாழ்ந்த இல்லத்திற்குள் தங்கள் வீட்டின் புது குலமகளை வரவேற்க ஆயத்தமாக இருந்தனர்.

அனைவருடன் அருவியில் விளையாடியதிலும், செழியனுடன்

வீட்டில் நடத்திய காதற்போரிலும் அயர்ந்து உறங்கிய தளிர், காலை தன் இடக்கண்ணில் அழுந்த படிந்த வெப்பமான இதழ்களை உணர்ந்து உறக்கத்திலும் புன்னகை பூத்தவள், மெல்ல தன் கண்களைத் திறந்தாள். தன்னை ஆர்வமுடன் பார்த்தபடி ஒருக்களித்து படுத்திருக்கும் செழியனைக் கண்டவள், அறையில் தோன்றிய வெளிச்சத்தைப் பார்த்து திடுக்கிட்டு எழ,

"ரிலாக்ஸ், கண்ணம்மா", என்று இளமுறுவலுடன் கூறிய செழியன், "நாம் கிளம்புவதற்கு நேரமெடுக்குமென்று, அம்மாவிடம் கூறிவிட்டேன்", என்றான்.

இரண்டு மணிநேரத்திற்கு முன்பே, தாங்கள் கிளம்பியிருக்க வேண்டிய நிலையில், தான் விழிப்பதற்கே நேரமாகிவிட்டதை எண்ணிய தளிர், அதற்கு முழுக் காரணமானவன், தனக்கு முன்னே எழுந்து குளித்துவிட்டு,

நல்லபிள்ளையென்று தன் குடும்பத்திடம் பெயர் வாங்கியிருக்கிறான் என்று தன் அன்னையின் வசைபாட்டிலிருந்து அறிந்தவள், அதைக் கேட்டு ரசித்தபடி புன்னகையோடு அமர்ந்திருந்தவனைக் கண்டு கோபமும் புன்னகையும் ஒருங்கேவர, தன் அன்னையை மேலும் கோபமேற்றும் வகையில் இதழ்விரிய புன்னகைக்க, அதற்காக தன் அத்தையிடமும் பேச்சு வாங்கினாள், தளிர். ஒருவழியாக காலை உணவை முடித்துக்கொண்டு அனைவரிடமும் ஆசிபெற்று கிளம்பிய புதுமண தம்பதியினரை அழைத்துக்கொண்டு தன் ஆட்களுடன் கிளம்பிய கரண், நெடுஞ்சாலையை அடையவும் காரின் வேகத்தை அதிகரிக்க, வழியில் மதிய உணவை முடித்துவிட்டு, மூன்று மணியளவில் புலவன்மேட்டை அடைந்து, செழியனின் பரம்பரை வீட்டின் வாயிலில் நுழைந்து, பத்து நிமிடங்கள் கழித்து, கார் நின்ற இடத்தில், செழியனின் இல்லத்தைவிட பத்துமடங்கு பெரிதாக தன் கண்முன் விரிந்த மாளிகையை விழி விரித்து நோக்கினாள், தளிர்.

65

'**பு**லவன்மேடு உங்களை அன்புடன் வரவேற்கிறது', என்ற குறிப்புடன் கூடிய திசைப் பலகையைக் கண்ட தளிர் மனதில் இனம்புரியாத உணர்வு எழ, அருகே அமர்ந்திருந்த செழியனை நெருங்கி அவன் தோளில் சாய்ந்தவள், அவன் உடலில் மிக மிக மெல்லியதாக ஒரு நடுக்கம் இருப்பதை உணர்ந்து திகைத்து நோக்கினாள். தன் கண்களை சந்தித்த செழியனின் கண்களில் நீர் கோர்த்திருப்பதைக் கண்டவள், தன்னை நோக்கியதும், அவை ஒளிபெற்று, மெல்லிய கீற்றாய் அவன் புன்னகைக்க, தன்னிச்சையாக தானும் புன்னகைத்தாள். தன் தோள் சாய்ந்தவளின் தலையில் முத்தமிட்ட செழியன்,

"அதோ அங்கே பார், தளிர்", என்று இடப்புற சாளரத்தின் வழியே பார்க்கும்படி காட்ட அங்கே நோக்கியவள், அடுக்கடுக்காக மலைத்தொடர் அமைந்து, தங்கள் காரின் வேகத்தில், அவை தங்களை நோக்கி நகர்வதுபோன்ற காட்சியை ஏற்படுத்த, அதன் தொடர்ச்சியாக நீண்டு விரிந்து மரங்கள் அடர்ந்த காடுகளில் தொலைவில் நீர்வீழ்ச்சியின் பேரிரைச்சல், மெல்லிய ரீங்காரமாகக் காதில் நிறைய, அந்த காட்டின் எல்லையிலிருந்து சாலை வரை பச்சை பசேல் என்ற வயல்வெளி காற்றில் அலையலையாக எழுந்து தாழ்வதைக் கண்ட தளிர், அந்த காட்சி முழுவதையும் தன்னகத்தே பதிவுசெய்வதைப்போல் விழிவிரித்து பார்க்க, தன் காதுமடலை தீண்டிய செழியனின் வெப்பமான

மூச்சுக்காற்றை உணர்ந்து தன்னிலை அடைந்தாள். அவன் தன் விரல்களால் வேறொரு பகுதியை சுட்டிக்காட்ட, அதை

நோக்கியவள், வயல்வெளியை அடுத்த புல்வெளியில், ஐந்து பெண் மயில்கள் தங்கள் இரையைத் தேடிக்கொண்டிருக்க, அருகே இருந்த பாறையில் இரு ஆண் மயில்கள், அவர்களைக் கவர முற்பட்டு, தங்கள் தோகைகளை விரித்து, உடல் சிலிர்த்து நடனமாடிக்கொண்டிருந்ததைக் கண்டு ரசித்தாள். சற்றுநேரத்தில், தங்கள் கார் அந்த பாறையை நெருங்கி வளைவில் திரும்பும் முன், ஒரு பெண் மயிலும், ஆண் மயிலும் ஒன்றுடன் ஒன்று தங்கள் முகங்களை உராய்ந்தபடி நிற்க, அதைக் கண்டு புன்னகைத்தபடி திரும்பியவள், தன் கருவிழிகள் ஆழ்ந்து, விரிந்து அவற்றில் வெப்பம் தகிக்க தன்னை நோக்கிய செழியனைக் கண்டு, கழுத்தை நீட்டி அவன் கன்னத்தில் தன் இதழ்களை அழுந்தப் பதித்தாள்.

வளைவு திரும்பி சில கணங்களில், வானளாவ உயர்ந்த இரு தூண்களை இணைத்த மிகப் பெரிய இரும்பு கதவுகள் திறந்திருக்க, அங்கே நின்றிருந்த காவலர்கள் எழுந்து தங்கள் வலது கைகளை மார்பின் குறுக்கே நீட்டி, வலது உள்ளங்கையை இதயத்தில் வைத்து வணக்கம் செலுத்த, விரைவாக உள்ளே நுழைந்த காரிலிருந்து, சுற்றிலும் கண்களைச் செலுத்தியபடி பயணித்த தளிர், ஆங்காங்கே சிறுசிறு குழுக்களாக வீடுகள் அமைந்திருக்க, சாலையின் இருபுறங்களிலும் சிறு மீன்கள் துள்ளி விளையாடும், தெளிந்த நீரோடைகள் வளைந்து செல்வதைக் கண்டாள். அதையடுத்து, சற்று தொலைவில், சிற்றருவியின் ஒலியைக் கேட்டு எட்ட நோக்கியவள், அங்கே சிறு பாறைகளை அணைத்தபடி பாய்ந்த நதியைப் பார்த்து உற்சாகம் பெருக, கூர்ந்து நோக்க, நதியை அடுத்திருந்த தோட்டங்கள் அவள் கருத்தைக் கவர்ந்தன. பெயர் தெரியாத, பொதுவாக தான் பார்த்திராத பல மரங்கள் நிறைந்து, பல நிற மலர்களை சாலையில் தூவியிருக்க, இப்படியொரு பசுமையான இடத்தை இதுவரை கண்டிராத தளிர், ஏதோ கனவுலகில் மிதப்பதைப் போல் உணர்வு தோன்ற, தன் கைகளை அழுந்த பிடித்து, மெல்ல வருடிய செழியனின் கையை நோக்கியவள், கனவை மிஞ்சும்

நனவுகளை அளிக்க இவனால் மட்டுமே முடியும் என்று எண்ணி, நிமிர்ந்து அவன் கண்களை நோக்க,

"வீட்டை அடைந்துவிட்டோம், கண்ணம்மா, இறங்குவோமா?", என்று இளமுறுவலுடன் கேட்க, தன்னிச்சையாக சரியென்று தலையசைத்தாள்.

தன் கையைப் பற்றி இறங்குவதற்கு உதவிய செழியனைப் பார்த்து புன்னகைத்தவள், அவன் தன்னை சற்று முன்னே அழைத்துச் செல்ல, அங்கே வானளாவ உயர்ந்து, கடலலளவு விரிந்த மாளிகையைக் கண்டு உறைந்து நின்றாள். இதுவரை நிலாவும், ஃபாதர் மைக்கேலும் செழியனின் முன்னோர்கள் வாழ்ந்த வீட்டைப் பற்றி கூறினார்களேன்றி யாரும், அந்த 'வீடு' இருநூறுக்கும் மேற்பட்ட அறைகளைக் கொண்ட அரண்மனை என்று குறிப்பிடமால் விட்டதை எண்ணியவள், இந்த மாளிகையை வீடு என்று அழைத்தால், மற்ற வீடுகளை என்னவென்று அழைப்பது என்று மனதிற்குள் சிந்தித்து, தன்னை மீறி சிரிக்க, தன்னை நோக்கி ஒற்றை புருவத்தை கேள்வியாய் உயர்த்திய செழியனைக் கண்டு ஒன்றுமில்லை என்று இடம்வலமாக தலையசைத்தாள்.

கார் வந்ததை அறிந்து புதுமண தம்பதியனரை வரவேற்க ஆலத்தியுடன் இருவரிருவராக தட்டுகள் ஏந்தியபடி பன்னிரு முதுமகளிர் வர, அங்கே நடப்பவற்றை வியந்து பார்த்த தளிரை அழைத்துக்கொண்டு வாயிலை அடைந்தான் செழியன். வாயிலில் பெரியவர்கள் புன்னகையுடன் நிற்க, தங்களுக்கு கண்ணேறு கழித்த பின் செழியனும் தளிரும், பெரியவர்களை இருகை கூப்பி வணங்கிவிட்டு உள்ளே நுழைய, இருவரையும் சாமி அறைக்கு அழைத்துச் சென்ற கார்குழலி, விளக்கேற்றுமாறு கூற, அங்கிருந்த ஆளுயர வெண்கல குத்துவிளக்கை ஏற்றினாள், தளிர். அதன் பிறகு இருவரையும் ஓய்வெடுக்கும்படி கூறிய மணிமாறன், அதிகாலை மூன்று மணிக்கு எழுந்து தங்கள் குலதெய்வ கோவிலுக்குச் செல்ல வேண்டுமென்பதால் அனைவருக்கும் இரவு உணவு, மாலை ஏழு மணிக்கு பரிமாறப்படும் என்று கூற, அனைவரும் அவரவர் அறைகளுக்குச் சென்றனர். அதைத் தொடர்ந்து மணிமாறனும், கார்குழலியும் தளிரையும்

செழியனையும் அழைத்துக்கொண்டு, அந்த மாளிகையின் மேல்புறத்திலிருந்த படிக்கட்டை நெருங்கி, மணிமாறன் அருகிலிருந்த விசையை இயக்க, படிக்கட்டின் ஒரு பக்கத்திலிருந்த பிரம்மாண்டமான கடற்கரையின் எழிலை துல்லியமாக விவரித்த ஓவியம் விலகி லிப்ட் தென்பட அதைக் கண்டு வியந்தபடி செழியனின் கையைப் பற்றி உள்ளே நுழைந்தாள். லிப்ட் நின்று கதவு திறக்க, மிகப் பெரிதாக விரிந்த நிலா முற்றத்தைக் கண்டவள், அங்கிருந்து, பார்த்தால் தாங்கள் கடந்துவந்த மலைத்தொடர், காடு, சிற்றருவி, ஆறு என அனைத்தும் கண்முன் விரிந்து, மனதிற்கு இதமளிப்பதைக் கண்டு புன்னகையோடு முன்னே நடந்தாள். லிப்டின் இருபுறங்களிலும் அறைகள் விரிய, அங்கே பணிமக்களை தவிர யாரும் இல்லாததைக் கண்டு குழப்பத்தோடு பார்க்க,

"இந்த பகுதி முழுவதும் என் அண்ணனுக்குரியது, தளிர். இனிமேல் உங்களுடையது", என்று கூறியவர், அவள் முகத்தில் தோன்றிய கலவையான உணர்வுகளைப் பார்த்து புன்னகைத்தார்.

"முதலில் மலைப்பாக இருக்கும், தளிர், நாளடைவில் எல்லாம் பழகிவிடும்", என்று கூறிய கார்குழலி, அவள் தோளைத் தட்டிகொடுத்துவிட்டு தன் கணவரை அழைத்துக்கொண்டு கீழே சென்றார்.

தான் முன்பு எண்ணியதை நினைவுகூர்ந்த தளிர், தன் கைகளை விரித்து,

"இதை வீடு என்று கூறினால், வழக்கமான அளவில் இருக்கும் கட்டிடங்களை என்னவென்று அழைப்பது, மிஸ்டர்.செழியன்", என்று கேட்டு கண்கள் சிமிட்டினாள்.

"அளவு எதுவாக இருந்தாலும், வீடென்றால் அதில் எவ்வளவு அன்பும், அரவணைப்பும் நிறைந்திருக்கின்றதோ அதைக்கொண்டே அளவிட வேண்டுமல்லவா, கண்ணம்மா? இதுவரை இங்கே நிறைந்திருந்த அன்பை உணரும் வாய்ப்பில்லாமல் இருந்தேன். இன்று உன் கைகோர்த்து, உள்ளே நுழைந்த நொடி, இங்கு நிறைந்திருக்கும் அன்பை முழுமையாக அனுபவித்தேன்", என்று கூற, அவன்

கன்னத்தை தன் விரல்களால் வருடியவள், அவனை அழைத்துக்கொண்டு அறைகளை சுற்றிப்பார்க்க தொடங்கினாள்.

நடுக்கூடம், சமையலறை, உணவருந்தும் பகுதி, நூலகம், விளையாட்டறை, படுக்கையறை, குழந்தைகளுக்கான அறை என இயல்பாக வீடுகளில் இருக்கும் அறைகளே என்றாலும், அவை அளவில் மிக உயரமாய், பெரியதாய் இருந்து, அவற்றின் தொன்மை மாறாமல், தொழில் நுட்பங்கள் நிறைந்திருந்ததைக் கண்டு மனதிற்குள் வியந்தவள், ஒவ்வொரு அறைச்சுவர்களிலும் பலவித சங்ககால பாடல் காட்சிகள் மிகத் துல்லியமாக வரையப்பட்டிருந்ததைப் பார்த்து மகிழ்ந்தாள். அங்கே இருந்த ஒவ்வொரு அறைகலன்களும் மிகத் தொன்மையான மரத்தில், நுணுக்கமான வேலைப்பாடுகளுடன், நாசியை வருத்தாத மெல்லிய வாசனை திரவியங்களைக் கொண்டு துடைக்கப்பட்டிருப்பதை உணர்ந்தாள். அனைத்து அறைகளை சுற்றிப்பார்க்கும்போது, பல பணிமக்கள் ஆங்காங்கே நின்று தங்கள் கழுத்துகளை நீட்டி பார்ப்பதைக் கண்டவள், செழியனின் காதில் ஏதோ சொல்ல, தலையசைத்த செழியன் கைபேசியை எடுத்து ஒரு எண்ணை அழுத்தி ஏதோ முணுமுணுத்தான். இருவரும் மீண்டும் நிலா முற்றத்திற்கு வந்தவேளை அங்கே குழுமியிருந்த பணிமக்களைக் கண்டு புன்னகைத்த தளிர்,

"வணக்கம், என் பெயர் தளிர்மதி. இவர் மனைவி. குடும்பத்தின் பழக்கவழக்கங்கள் எனக்கு தெரியாத நிலையில் நீங்கள் அனைவரும் எனக்கு உதவவேண்டும்", என்றவள், அவர்கள் இதழ்களில் மெல்லிய புன்னகை மலர, "நீங்கள் அனைவரும் என்னை தளிர் என்றே அழைக்கவேண்டும்", என்றவள், அவர்களோடு அங்கே அமர்ந்து ஒவ்வொருவரைப் பற்றிய அடிப்படை விபரங்களையும், அவர்களின் விருப்புவெறுப்புகளையும் அறிந்தாள். பட்டணத்திலிருந்து புது மருமகள் வருகிறார் என்று அறிந்திருந்தவர்கள், தங்களோடு சரிசமமாக அமர்ந்து இயல்பாக உரையாடும் தளிர் தன் உற்சாக பேச்சால் தங்கள் மனதைக் கவர, மனம்விட்டு உரையாடினர்.

தளிர் அவ்வப்பொழுது, தங்கள் இல்லத்தில் தங்கியிருக்கும் பணியாட்களின் குடும்பங்களுடன் உரையாடிக்கொண்டிருப்பதை பார்த்திருந்த செழியன், இப்பொழுது மும்முரமாக அனைவருடனும் கலந்துரையாடிக் கொண்டிருப்பவளைக் கண்டு புன்னகைத்தபடி தங்களறைக்குள் நுழைந்து, சுவற்றில் மாட்டப்பட்டிருந்த தன் பெற்றோரின் படங்களைப் பார்த்தான். சிறுவயதுமுதல், தான் இங்கு வந்தபோதெல்லாம், தன் வளர்ப்பு அன்னையின் விருப்பத்திற்கிணங்க எப்பொழுதும் அவர்களுடனே தங்கியிருந்ததால், வீட்டின் இந்த பகுதிக்கு தான் வருவது இதுவே முதல்முறை என்று எண்ணினான். தன் தந்தை சிறுவயதுமுதல் வளர்ந்தது இந்த பகுதியில்தான் என்று உணர்ந்தவன், ஏதோ பலகாலம் இங்கே வாழ்ந்ததைப் போன்ற ஒருவித உணர்வு மனமெங்கும் நிறைந்திருக்க, தன்னை எண்ணி வியந்தபடி படுத்திருந்தவன் தன்னைமீறி உறங்கினான்.

வெகுநேரம் கழித்து அறைக்குள் நுழைந்த தளிர், ஆழ்ந்த உறக்கத்திலிருக்கும் செழியனைக் கண்டு மனதிற்குள் குறும்பு துளிர்க்க அவனை நெருங்கி அமர்ந்து, அவன் இதழ்களை தன் இதழ்களால் ஒற்றியெடுக்க, அடுத்த நொடி தன் உயிரில் மின்சாரம் தாக்க விழித்தவன், அவளை தன் மார்போடு சேர்த்தணைத்து,

"முத்தத்தை இடையில் நிறுத்தாதே", என்று கூறி அவள் இதழ்களை தன் இதழ்களால் சிறையெடுத்தான்.

மாலை, இரவு உணவருந்த வருமாறு அழைத்த பணிமகளிடம் சில கணங்களில் வருவதாக தெரிவித்தபடி கீழ் தளத்திற்குச் செழியனுடன் சென்ற தளிர், அவன் உடலில் ஒருவித பதற்றம் தோன்றியதை உணர்ந்து அவன் கையோடு கைகோர்த்தபடி செல்ல, தாங்கள் உணவருந்தும் அறைக்குள் நுழைந்த கணம், கலகலப்பாகப் பேசிக்கொண்டிருந்த அனைவரும் முகத்தில் அதிர்ச்சியுடன் உறைந்ததைக் கண்டு குழப்பத்தோடு அவனைப் பார்த்தவள் அவன் கண்களிலிருந்த கலக்கத்தை நோக்கி, இத்தனை ஆண்டுகளில் செழியன்

உணவருந்துவதற்காக இந்த அறைக்குள் நுழைவது இதுவே முதன்முறை என்று உணர்ந்தாள். செழியனின் மனநிலையை உணர்ந்த நொடி, கரித்துக்கொண்டு நீர் சுரக்க முனைந்த தன் கண்களை முயன்று கட்டுப்படுத்திய தளிர், இதழ்களில் புன்னகையை வரவழைத்துக்கொண்டு, அவன் கைகளைப் பற்றி இழுத்தபடி முன்னே நடந்து, கார்குழலியின் அருகில் அமரும்படி செய்தாள். ஏறத்தாழ நூறுபேர் ஒரேநேரம் உணவருந்தும்படி இருந்த அந்த அறையில் ஆங்காங்கே போடப்பட்டிருந்த இருக்கைகளில் பணிமக்கள் உணவு பரிமாற, உணவருந்திக்கொண்டிருந்த அனைவரும், செழியனை அழைத்து வந்த தளிரை குழப்பத்துடன் நோக்கியவர்கள், அடுத்து என்ன நடக்கப்போகிறது என்று ஆர்வத்துடன் பார்த்தனர். கார்குழலியின் கண்ணசைவின் பேரில், செழியனுக்கு ஒரு தட்டை வைத்து, அதில் உணவு வகைகளை பரிமாறிவிட்டு பணிமகன் அகல, தன் வளர்ப்பு அன்னையையும், தளிரையும் பார்த்து மெல்லியதாக புன்னகைத்துவிட்டு உணவை ஒரு கவளம் உண்டான், செழியன். செழியனுக்கு உணவு ஒத்துக்கொள்ளாது என்று அறிந்திருந்த அனைவரும், அவனைக் கூர்ந்து நோக்க, இயல்பாக உணவருந்தியவனைக் கண்ட இளையவர்கள் புன்னகையோடு தங்கள் உணவில் கவனம் செலுத்த, பெரியவர்கள் தளிரை பெருமிதமும் நன்றியும் கலந்த உணர்வோடு நோக்கினர். மணிமாறனின் கூற்றிற்கிணங்க நேரத்தோடு உணவை முடித்துக்கொண்டு படுக்கச்சென்ற அனைவரும், அதிகாலை மூன்று மணிக்கு எழுந்து குளித்து புத்தாடைகள் அணிந்து, ஐந்து மணிக்குள் தங்கள் கார்களை குலதெய்வ கோவிலை நோக்கி செலுத்தினர்.

சற்றுநேரம் தன்தளத்தில் பயணிக்க, பின் ஒரு மலைப்பாதையில் உயரே கார்கள் செல்வதை உணர்ந்த தளிர், சில நிமிடங்கள் கழித்து, மலையிலிருந்து கீழே இறங்கி, ஒரு பெரும் குகை வாயிலில் கார் நிற்க செழியனோடு கைகோர்த்தபடி உள்ளே நுழைந்தவள், அங்கே மிகப் பெரிய நீர்வீழ்ச்சியின் அடியில் பிரம்மாண்டமாக நிறுவப்பட்டிருந்த ஒரு சிற்பத்தை வியப்புடன் பார்த்தாள். வழக்கமாக குலதெய்வ கோவில்களில் இருக்கும் கடவுள்களின்

சிற்பங்கள் போல் அல்லாது, இடக்கையில் கூரிய ஈட்டி, முதுகில் வில்லும், அம்பறாத்தூணியில் பலவடிவ முனைகள் கொண்ட அம்புகளும், இடையில் நீண்ட வாளும், கை மற்றும் கால்களில் சிறுசிறு கட்டாரிகள் உறைகளில் செருகப்பட்டிருக்க, வலக்கையில் ஓலைச்சுவடி பிடித்திருக்கும் மிடுக்கான மாவீரன் ஒருவனின் சிற்பத்தைக் கண்டவள், தாழ்ந்த குரலில்,

"இவர் யார்?", என்று கேட்டாள்.

அதைக்கேட்ட கார்குழலி,

"இவர்தான் நம் குலத்தின் மூத்தோன் வீரன் மாற வளவன்", என்று கூற,

"இவரைப் பற்றி நீ அறிந்தால்தான், நம் குலத்தின் தொன்மையை நீ உணர முடியும், அதை அடுத்த தலைமுறைக்கு எடுத்துச் செல்லவும் முடியும், அம்மா", என்ற மகேந்திரவர்மன், அந்த நீர்வீழ்ச்சியின் கரையோரம் தாங்கள் நின்றிருந்த குகையில் அனைவரையும் அமரச்செய்து தங்கள் குலத்தின் வரலாற்றை விளக்க முற்பட்டு தன் தொண்டையைச் செருமியபடி,

"ஏறத்தாழ நானூறு ஆண்டுகளுக்கு முன், பேரரசுகள் எல்லாம் வீழ்ந்து, சிறு குறு நிலங்களை ஆண்டு வந்தவேளை, ஒருநாளும் வற்றாத நீர் வளங்களும், அதைக்கொண்டு நடந்த வேளாண் தொழில்களும், ஒரு முனையில் கடலும், மறுமுனையில் இந்த மலைத்தொடரும் எல்லையாக அமைந்து காதலும், வீரமும் நிறைந்த இந்த வளவநாட்டை ஆண்ட அரசன் நல்லான் வளவனின் அரண்மனையை ஒரு அமாவாசை இரவு தீக்கிரையாக்கினர் எதிரிகள். வளவ வம்சத்தை அழித்துவிட்டு நாட்டை தனதாக்கிக்கொள்ள முற்பட்ட நல்லானின் மைத்துனன் சாத்தன், அந்த கொலைத் தொழிலில் இறங்கியதை உணர்ந்த மக்கள், தங்கள் மன்னர் மாண்டபோதும், நல்லான் மீதுள்ள பற்றினால், சாத்தனை தங்கள் நாட்டிலிருந்து விரட்டினர். அதன்பிறகு தன் நண்பர்களோடு இணைந்து படைதிரட்டி வந்து வளவநாட்டை முற்றுகையிட்டான் சாத்தன். இதற்கிடையே, வளமிகுந்த இந்த சிற்றூருக்கு புதிதாய் வந்த ஒரு தமிழ்ப் புலவர், இந்த குகையில் தங்கி, மக்களுக்கு நன்மொழி

வழங்கிவந்திருக்கிறார். சில மாதங்கள் கடந்து, சித்தரை விழா கொண்டாட்டத்திற்காக ஆற்றின் கரையில் குழுமி ஆங்காங்கே சிறு குழுக்களாக ஆடல், பாடல், நீர் மற்றும் நில விளையாட்டுகளில் குழந்தைகளுடன் மக்கள் ஈடுபட்டிருக்க, இளங்காதலர்கள் படித்துறையிலும், நீருக்கடியில் நீந்தியும் இன்புற்றிருந்த வேளை அங்கு வந்த கொள்ளையர்கள், மக்களின் நகைகளையும், இளம்பெண்களையும் கவர்ந்து சென்றனர். மகிழ்வொலிகள் கேட்ட கரை முழுவதும் ஓலங்கள் கேட்பதை உணர்ந்த புலவர், அதன் காரணமுணர்ந்து, அந்த கொள்ளையர்களுடன் போரிட்டு, அனைவரையும் மீட்டிருக்கிறார். இந்நிகழ்ச்சி நடந்து சில நாட்களில், அங்கு குதிரையில் வந்த வீரர்கள், புலவரின் இருப்பிடத்தை ஊர்மக்களிடம் விசாரித்தனர். தங்கள் பெண்களைக் காத்தவரை காட்டிக்கொடுக்காமல் இருக்க, அந்த குதிரைப் படையின் தலைவன், தன் குதிரையிலிருந்து இறங்கி, அம்மக்களின் நன்றியையும், பண்பையும் பாராட்டி, தான் மட்டும் எந்தவித தளவாடங்களும் இல்லாமல் மக்கள் புடைசூழ, புலவரைப் பார்க்க விரும்புவதாக வேண்டிக்கேட்க, அவன் வேண்டுகோளை ஏற்ற முதுமக்கள் ஊரிலுள்ள அனைவரும் அவனைத் தொடர்ந்து சென்று தங்கள் புலவரைக் காக்கும்படி கூறினர். அதையடுத்து, புலவரின் குகையை அடைந்த அந்த படைதலைவன், உள்ளேயிருந்த புலவரைக் கூர்ந்து நோக்கி, தன் கண்களில் நீர் வழிய,

'இளவரசர் மாற வளவன், வாழ்க', என்று முழங்க, ஒன்றும் புரியாமல் விழித்த மக்களின் குழப்பத்தை நீக்கும் பொருட்டு, தன் தாடியை அகற்றி தன் முகம் காட்ட, தாங்கள் உயிருக்குயிராய் அன்பு செலுத்திய தங்கள் அரசன் நல்லான் வளவனின் சாயலில், அறமும் மறமும் ஒருங்கே நிறைந்து ஒளிபெற்ற கண்களைக் கண்ட மக்கள் மண்டியிட்டு தங்கள் மன்னனின் குலகொழுந்தை வணங்கினர். அரண்மனை எரிந்து நல்லானும் அவன் மனைவி குழலாயினியும் மாண்டுவிட, தீக்கு இரையாகாமல் தப்பித்த இளவரசன் படைதிரட்டி தன் நாட்டை மீட்டெடுக்கும் வரை தலைமறைவாக இருப்பதற்கே இங்கே வந்திருக்கிறான் என்று உணர்ந்த மக்கள், தங்கள் ஊருக்கு கிடைத்த

பெரும்பேறென எண்ணினர். புலவரால் வீழ்த்தப்பட்ட கொள்ளையர்களுள் உயிர் தப்பியவர்கள் பேசியதைக் கேட்டு அவர்களைத் தாக்கிய அந்த புலவர், பலவித படைத் தளவாடங்களில் சிறந்து விளங்கி, பல போர்முறைகளில் தேர்ந்த தங்கள் இளவரசனாகதான் இருக்கவேண்டும் என்று எண்ணிய தளபதி, கடவுளின் மீதுள்ள நம்பிக்கையால் தனக்கு நம்பிக்கையான ஆட்களோடு, தேடிக்கொண்டு வந்திருக்கிறான். அதன் பிறகு, அங்குள்ள மக்களுக்கு போர்பயிற்சி அளிக்கத் தொடங்கவும், இளவரசன் உயிருடன் இருக்கிறான் என்றும், அவன் படைதிரட்டுகிறான் என்ற விபரமும் பலவூர்களுக்கு பரவ, பெரு அளவில் மக்கள் குவிந்தனர். அம்மக்களை கொண்டு படை திரட்டி, தன் மாமன் சாத்தனை வென்ற மாறன், தனக்கு தஞ்சமளித்த மக்களை மதிப்பளிக்கும் பொருட்டு, வளவநாட்டின் தலைநகராக, ஈட்டி வீரர்கள் நிறைந்த இந்த புல்லுவன்மேட்டை உருவாக்கி, பெரும் அரண்மனையைக் கட்டி வாழ்ந்தார்", என்று நிறுத்தினார். அனைவரும் தன்னை கூர்ந்து நோக்குவதைக் கண்டு, மேலே தொடர்ந்து, "அவர் வழிவந்த தலைமுறைகள், அதன் பின்னர் வெள்ளையர்கள் காலத்தில் அவர்களுக்கு எதிராக பல போர்களை புரிந்து, இறுதியில் தோற்கும் நிலையில், தங்கள் குலத்தையும் செல்வத்தையும் காக்கும் பொருட்டு, புல்லுவன்மேட்டைச் சுற்றி முட்காடுகளை வளர்த்து, குகைகளுக்குள் பாதுகாத்து, போர்களத்தில் மாய்ந்தனர். அந்த புல்லுவன்மேடு நாளடைவில் மருவி, புலவன்மேடு ஆகியது. இன்று உலகளவில், நம் குடும்பம் பலவித தொழில்களையும், நற்பணிகளையும் செய்யும் அளவிற்கு வளர்ந்திருக்கிறது என்றால், அதற்கு முழுக்காரணம், நம் குலத்தில் தோன்றிய எங்கள் பூட்டன் மாறவர்மன். பலவித தொழில்களைத் தொடங்கி, அவற்றை வெள்ளையர்களுக்கு தெரியாமல் நடத்தி வர, பின் வந்த தலைமுறையினர், விடுதலையடைந்தபின் அனைத்தையும் சட்டபூர்வமானதாக மாற்றி, நம் நாடு வளர்வதற்கு, பலவிதங்களில் உதவியிருக்கின்றனர்", என்று கூறினார்.

மகேந்திரவர்மன் கூறிய குல வரலாற்றை கேட்ட தளிர், தான் இதுவரை எங்கும் கண்டோ கேட்டோயிராததை

எண்ணி வியக்க, அவள் மனதிலோடிய எண்ணங்களை உணர்ந்த செழியன்,

"இவை நம் குலத்திற்கு மட்டுமே தெரியவேண்டியவை தளிர். பொதுவில் பேசப்படவேண்டியதில்லை. வீட்டில் கீழ்த் தளத்திலுள்ள முதன்மை நூலகத்தில் இவற்றிற்கான சான்றுகள் இருக்கின்றன", என்று கூற, சரியென்று தலையசைத்தாள்.

அதைத் தொடர்ந்து,

"நம் குல வழக்கப்படி, நம் வீட்டிற்கு வரும் குலமகளுக்கு பரிசாகக் கொடுக்கும் உடைமைகளின் விபரம்", என்று கூறி அவர் பட்டியலை வாசிக்க, அதன் மதிப்பை எண்ணி மலைத்த தளிர், உடல் மெல்ல நடுங்க, அவளை ஆறுதலாக அணைத்து தன் தோளில் சாய்த்தான், செழியன்.

66

மகேந்திரவர்மன் கூறிய குல வரலற்றை கேட்ட தளிர், இப்படி ஒரு விபரம், பொதுவில் யாருக்கும் தெரியாமல், குடும்பத்திற்குள் இத்தனை தலைமுறையாக பாதுகாக்கப்பட்டு வருவதை எண்ணி வியப்பின் எல்லைக்கே சென்றவள் மனதில் ஓரத்தில், இவற்றில் எவ்வளவு உண்மையான விபரங்கள் உள்ளனவோ என்று நினைத்தாள். தங்கள் குல வரலாற்றை கண்ணிமைக்க மறந்து கேட்டுக்கொண்டிருந்த தன் மனைவியை ரசித்தபடி அமர்ந்திருந்த செழியன், அவள் கண்களில் லேசாக ஒரு தயக்கம் தெரிவதைக் கண்டு, புதிதாக இந்த விபரத்தை அறியும் யாரும் நம்புவது கடினம் என்று எண்ணினான். தான் ஐந்து வயது சிறுவனாக, தன் வளர்ப்பு தந்தை தன்னை அழைத்து வந்தவேளை, இதை அறிந்தபோது, தன் மனநிலையை நினைவு கூர்ந்தவன், தன் மனைவியின் காதுக்கருகே குனிந்து,

"இவை நம் குலத்திற்கு மட்டுமே தெரியவேண்டியவை தளிர். பொதுவில் பேசப்படவேண்டியதில்லை. வீட்டில் கீழ்த் தளத்திலுள்ள முதன்மை நூலகத்தில் இவற்றிற்கான சான்றுகள் இருக்கின்றன", என்று கூற, சரியென்று தலையத்தாள், தளிர்.

சற்றுநேரத்தில், நீர்வீழ்ச்சியின் மற்றொருபுறத்திலிருந்த குகை திறந்து, வெளியே வந்த இருவருள் முதலில் அனைவரையும் நெருங்கிய இளைஞன், மகேந்திரவர்மனை

நெருங்கி காதில் ஏதோ கூற, அவர் சைகை செய்ததன் பேரில், அனைவரும் அந்த பிரம்மாண்டமான சிற்பத்தின் அருகே சென்றனர். செல்வம் நிலையாமை, அறவொழுக்கம், எளியோர்க்கு உதவுதல் குறித்த திரிகடுக, நாலடியார் பாடல்களை கண்கள் மூடி பாடியபடி, தங்கள் குலதெய்வமான மாற வளவனை தொழுத முதியவர், கண்திறந்து அருணனையும், தளிரையும் அனைத்து செல்வங்களும் பெற்று புகழுற வாழும்படி ஆசி வழங்கிய பின், அனைவரும் உணவருந்திவிட்டு மீண்டும் முதலிலிருந்த குகைக்கு வர, தன் சட்டை பையிலிருந்து ஒரு தாளை எடுத்த மகேந்திரவர்மன் தளிரை நோக்கி,

"அம்மா தளிர், நம் குல மருமகள் தற்சார்புடன் இருக்கவேண்டும் என்பதற்காகவும், எந்த சூழ்நிலையிலும் தன் மனதிற்கொப்ப முடிவெடுக்கும் உரிமை இருக்கவேண்டுமென்பதாலும், திருமணம் முடிந்த உடனே, அவளுக்கென்று நம் குடும்பத்திலிருந்து திருமணப் பரிசாக, சிலவற்றை அளிப்பது வழக்கம். அதையொட்டி, உனக்கென அளிக்கப்படும் பரிசுகளின் பட்டியலை நான் படிக்கிறேன்", என்று கூறி ஒருமுறை தன் கண்களைச் சுழற்றி அனைவரின் கவனமும் தன்னிடத்தே இருப்பதை உணர்ந்தவர் மேலும் தொடர்ந்து, "நம் குலம் தழைத்த புலவனூரில் நெல் வயல், பழத்தோட்டம், புன்செய் நிலங்கள்'', என தொடங்கி, வீடுகள், அணிகலன்கள், வங்கி ஒப்பந்தங்கள், கையிருப்பு என பல கோடி மதிப்புள்ள சொத்துக்கள் தனக்கு பரிசாக கொடுப்பதாக குடும்பத்தின் தலைவரான மகேந்திரவர்மன் கூறுவதைக் கேட்ட தளிர் தனக்கு பரிசென்ற பெயரில் அளித்தவற்றின் மதிப்பை உணர்ந்து அதிர்ந்து நோக்க, அவளை ஆறுதலாக அணைத்த செழியன்,

"ரிலாக்ஸ் கண்ணம்மா", என்று கூறி அவள் முகத்தில் விழுந்த கூந்தல் கீற்றை ஒதுக்கினான். தளிரின் அதிர்ந்த முகத்தைப் பார்த்த அனைவரும் தங்கள் புன்னகைகளை மறைத்தபடி கிளம்ப, அருகில் வந்த கார்குழலி, செழியனின் அணைப்பிலிருந்த தளிரின் கன்னத்தை வருடிவிட்டு புன்னகைத்தபடி மணிமாறனுடன் சென்றார்.

தன் முன் உயர்ந்து நின்ற மாற வளவனின் சிற்பத்தைப் கண்ணெடுத்து பார்த்து, அருகிலிருந்த தன் கணவனைக் கூர்ந்து நோக்கி, இருவருக்கும் இருக்கும் உருவ ஒற்றுமையை பார்த்து வியந்தவள், மெல்ல புன்னகைக்க, அவள் கையைப்பிடித்து அழைத்துச் சென்று, தன் காரில் ஏறச்செய்தான் செழியன். அனைவரும் வீடு திரும்பியவேளை ஊரே விழாக்கோலம் பூண்டிருப்பதைக் கண்டு குழம்பிய தளிர், செழியனை நோக்க,

"மருமகளை வரவேற்க, பெரியவர்கள் நடத்தும் விழா, கண்ணம்மா. இது முழுக்க முழுக்க பெண்கள் முன்னின்று நடத்துவது. இரவு வெகுநேரம் வரை நடக்கும். ஆடல் பாடல் என ஊர் முழுவதும் சிரிப்பொலி நிறைந்திருக்கும்", என்று உற்சாகமாக விளக்கியவன், மேலும் தொடர்ந்து, "ஆனால், எட்டு மணிக்குமேல் ஆண்களை அனுமதிப்பதில்லை. அதற்கு பிறகு, உன்னை நாளைக் காலைதான் பார்க்கமுடியும்", என்று வாடிய முகத்துடன் கூற, அவன் கன்னத்தில் முத்தமிட்டாள் தளிர்.

அதிகாலையிலே கோவிலுக்கு செல்வதற்காக எழுந்ததால் அனைவரும் அலுத்திருக்க, வீட்டிற்குள் நுழைந்ததும், அவரவர் அறைகளுக்குள் முடங்கினர். பெண்கள் அனைவரும் மாலை விழாவிற்கு கிளம்ப வேண்டுமென்பதால் தளிரை நான்கு மணிக்கு ஆயத்தமாக இருக்கும்படி கூறிய கார்குழலியிடம் சரியென்று தலையசைத்துவிட்டு செழியனோடு தங்கள் அறைக்குச் சென்ற தளிர், இலகுவான உடைக்கு மாறி, அங்கிருந்த சோபாவில் சரிந்தவள்,

"அருணன், இன்று இப்படி ஒரு பரிசு வழங்குவார்கள் என்று என்னிடம் முன்பே ஏன் சொல்லவில்லை. திடீரென பெரிய மாமா கூறியதும், எனக்கு அதிர்ச்சியில் கைகள் வெடவெடத்துவிட்டன", என்று கூற லேசாக சிரித்தபடி, "உனக்கு பரிசுகள் அளிப்பார்கள் என்று நான் முன்பே கூறியிருந்தால் உனக்கு அதிர்ச்சி குறைந்திருக்குமா, கண்ணம்மா?", என்று கேட்டான்.

இடம்வலமாக தன் தலையை அசைத்து, தன் தோள்களை குலுக்கியபடி சிரித்த தளிர், "நிச்சயமாக இல்லை", என்றவள், தன் அருகில் வந்தமர்ந்த தன் கணவனின் மார்பில் சாய்ந்தவண்ணம், "என்னால் இவ்வளவு பெரிய பொறுப்பை ஏற்று செவ்வனே செய்யமுடியுமா, அருணன்?", என்று கேட்க, வியந்த செழியன் தன் ஒற்றை புருவத்தை உயர்த்த, அவன் முகத்தைப் பார்த்து, "இல்லை, அருணன், இவ்வளவு நிலபுலன்கள் என்றால், அவை ஏற்கனவே செம்மைப் படுத்தப்பட்டு, விளைச்சலுக்கு உட்படுத்தப்பட்டிருக்கின்றன. அவற்றை பராமரிக்கும் வேளாண் குடிமக்களும், மற்ற பரிசுகளான வீடுகள், ஒப்பந்தங்கள் என்று பார்க்கும்போது, நேரடியாகவோ, மறைமுகமாகவோ பலரின் வாழ்வாதாரத்திற்கு தொடர்பில் இருக்கும் பல பணிகளும், தொழில்களும் இணைந்தே இருக்கும், அவை அனைத்தும் ஒருங்கே என்னால் யாருக்கும் எந்தவித இன்னல்களும் இல்லாமல் பார்த்துக்கொள்ள முடியுமா?", என்று கேட்டவள், செழியனின் கண்கள் புதுவித ஒளியில் மின்ன, அவனைப் பார்த்து என்னவென்று சைகை செய்தாள்.

"கண்ணம்மா, உனக்கு பலகோடி மதிப்புள்ள சொத்து கிடைத்திருக்கிறது என்ற மகிழ்ச்சியோ, பெருமையோ இல்லாமல் அவற்றின் பின்னாலிருக்கும் உழைப்பாளர்களின் நலனைப் பற்றி கவலைப்படும் உன்னால் அவர்களை பார்த்துக்கொள்ள முடியாதென்றால், வேறு யாரால் முடியும், சொல்", என்று தன் தலையை சரித்து கேட்க, அவன் பாவனையைக் கண்டு புன்னகைத்தவள், அவன் தலைமுடியைக் கலைத்தபடி,

"என்னவோ, இவ்வளவு பணப்புழக்கம் இல்லாமல் ஒரு நடுத்தர குடும்பத்திலிருந்து நீ வந்திருக்க கூடாதா?", என்று கேட்க, சற்றே நாணத்தோடு புன்னகைத்த செழியன், "வந்திருந்தால்?", என்று கேட்டு அவள் கன்னத்தை தன் விரல்களால் வருடினான்.

"வந்திருந்தால் என்ன அருணன், ஒன்றும் மாறியிருந்திருக்காது. கல்கி அவர்கள் எழுதிய பார்த்திபன்

கனவு என்ற நூல் படித்திருக்கிறீர்களல்லவா? அதில், நாடு கடத்தப்பட்டு, மீண்டும் இரத்தன வியாபாரியாக வேடமிட்டு தன் நாட்டிற்கு வரும் சோழ இளவரசனிடம், பல்லவ இளவரசி, அவன் வாள் வலிமையால் ஒரு சிறு நிலத்தை வென்றாலும், அதற்கு அரசியாகவோ, அல்லது, படகோட்டியாக இருந்தால், அவன் குடிசைக்கு அரசியாகவோ வாழவதற்கும் ஆயத்தமாக இருப்பதாக ஒரு காட்சி வரும்", என்று கூற, அவள் என்ன சொல்லப்போகிறாள் என்ற குழப்பத்தோடு ஆமென்று செழியன் தலையசைக்க, மேலே தொடர்ந்த தளிர் "அதுதான் தமிழரின் காதல் அறம், அருணன். நீ யாராக இருந்திருந்தாலும், நாமிருவரும் எந்த சூழ்நிலையில் சந்தித்திருந்தாலும் உனக்கு நான், எனக்கு நீ", என்று கூறினாள். அவள் கூறியதை கண்கள்மூடி உள்வாங்கிய செழியன், திறந்த கண்களில் துளிர்த்த நீரை சட்டை செய்யாமல், தன் மார்பில் புதைந்திருந்த மனைவியின் முகத்தை மெல்ல நிமிர்த்தி அவள் இதழ்களை தன் இதழ்களால் சிறையெடுத்தான். சற்றே விலகி,

"பணம் இருப்பதும் தவறில்லை, கண்ணம்மா. நாம் நம் தேவைகளைப் பற்றி கவலைப்படாமல், சமூகத்தைப் பற்றி சிந்திக்கலாம்", என்று ஆழ்ந்த குரலில் கூற, இவ்வளவு பெரிய வாழ்க்கைத் தத்துவத்தை மிக இயல்பான ஒன்றாகக் கூறும் தன் கணவனை ஒருநொடி கூர்ந்து நோக்கியவள், அவன் இதழ்களில் அழுந்த முத்தமிட்டாள்.

மதிய உணவை தங்கள் கட்டிலேயே முடித்துக்கொண்ட தளிரும் செழியனும், உணவருந்தி, சற்றுநேரம் இளைப்பாற, படுக்கையின் அருகிலிருந்த முக்காலியில் ஒலித்த தன் கைபேசியை எடுத்த தளிர், அதில் நிலாவின் எண்ணைக் கண்டு உடனடியாக பதிலளித்தாள். நிலா, தங்களை வரவேற்பு விழாவிற்கு கிளம்பும்படி கூற, சரியென்று கூறி அழைப்பை துண்டித்துவிட்டு, செழியனை எழுப்பி குளியலறைக்கு அனுப்பிவிட்டு முன்னறைக்கு வந்தாள். அங்கே அடர் நீல நிறத்தில், தாங்கள் இருவரும் விழாவிற்கு அணியவேண்டிய புத்தாடைகளை சீராக வைத்திருந்த பணிமகள், தன்னை நீராட அழைக்க, அவளோடு செல்ல, உடனிருந்த பணிமகனொருவன், செழியனின் ஆடைகளை

எடுத்துக்கொண்டு உள்ளே சென்றான். பணிமகளை தொடர்ந்து நிலாமுற்றத்தின் மறுகோடிக்குச் சென்ற தளிர், அங்கிருந்த உட்புற செயற்கை குளத்தைக் கண்டாள். பணிமகளிர் பலவித நறுமண பொருட்கள் கொண்டு தான் குளிப்பதற்கு உதவ முன்வர, முதலில் நாணத்தால், தானே குளித்துக்கொள்வதாக தளிர் கூற, அவர்கள் முகங்கள் வாட சற்று ஒதுக்கமாக நின்றனர். அதைக் கண்டு கலங்கிய தளிர், அவர்களை தனக்கு உதவுமாறு கூற, மலர்ந்த முகத்தோடு வேலையில் இறங்கியவர்களைக் கண்டு புன்னகைத்தாள். தன் கூந்தலுக்கும், முகத்திற்கும் நறுமண சாந்துக்கள் பூச, நன்கு குளித்து புத்தாடை அணிந்தவள், அறைக்குள் நுழைய, கூர்மையான மூச்சை உள்ளிழுத்த செழியனின் கிறங்கிய பார்வையைக் கண்டு இதழ்விரிய புன்னகைத்தபடி அவனை நெருங்கி அவன் கழுத்தை சுற்றி தன் கைகளைக் கோர்த்தாள். அவள் கழுத்தில் முகம் புதைத்து மீண்டும் மீண்டும் நீண்ட மூச்சுக்களை உள்ளிழுத்த செழியன், மதுவுண்ட வண்டாக புன்னகைத்தபடி,

"இப்பொழுதே உன்னை கடத்திக்கொண்டு நம் வீட்டிற்குச் செல்லவா, தளிர்", என்று குளறியபடி கேட்டான். எப்பொழுதும் மிடுக்காக திடமாக பேசும் செழியன், தன்முன் குழைந்து நிற்பதைக் கண்ட தளிர், செழியனிடம் தனக்கிருக்கும் தாக்கத்தை எண்ணி கர்வம் கொண்டாள். அவன் தலைமுடியை கலைத்தபடி, "நாளை நம் வீட்டிற்குச் செல்லலாம், கண்ணா, இன்று இரவு மிக மிக முக்கியமான விழா இருக்கின்றதே", என்று கூறி கண்கள் சிமிட்ட, தன் கண்களைச் சுழற்றிய செழியன், அவள் பாவனையைக் கண்டு கலகலவென சிரித்தபடி அவள் கையோடு கைகோர்த்தபடி கீழ் தளத்திற்குச் சென்றான்.

விழா தொடங்கி முழுவீச்சில் நடந்துகொண்டிருக்க, பேத்தியென்றும் மகளென்றும் முதுமகளிர் சீராட்ட, அக்காவென்றும் தங்கையென்றும் இளம்பெண்கள் சூழ்ந்துகொள்ள, சிறுவர் சிறுமியர் அனைவரும் தனக்கு குழந்தைகளாக ஏற்றுகொள்ளும் படி தன்னிடம் அறிமுகப்படுத்திவிட்டுச் சென்ற பெற்றவர்களைக் கண்டு, தன்னை தங்கள் குடும்பத்தில் ஒரு உறவாக ஏற்றுக்கொண்ட

இந்த ஊர்மக்களின் அன்புக் கடலில் திளைத்த தளிர், கண்கள் அடிக்கடி குளமாவதைக் கண்ட செழியன், அவ்வப்பொழுது ஆறுதலாக அணைத்தபடி அருகில் நின்றான். ஏழு மணியளவில் உணவு பந்திகள் தொடங்க, ஆண்களை உணவருந்தச் செய்து, அவர்களை விழா நடக்குமிடத்திலிருந்து அகற்றிய விழாக் குழுவினர், அவர்கள் அனைவரும் சென்றபிறகு, விழா களைகட்ட தொடங்கியது.

மகளிர் அனைவரும் உணவருந்திய பிறகு, நிலாவுடனும் கயலுடனும் உலா வந்த தளிர், ஆங்காங்கே கும்மி, கோலாட்டம் முதல் மயிலாட்டம், ஒயிலாட்டம் வரை அனைத்து வகை ஆட்டங்களும், பாடல் நிகழ்ச்சிகளும் நடைபெற ஒவ்வொரு இடத்திலும் சற்றுநேரம் நின்று பார்த்தவள், சில ஆட்டங்களில் அங்கிருந்தவர்களின் அழைப்பிற்கிணங்க தானும் கலந்துகொண்டாள். சற்றுநேரம் கழித்து, சற்றே ஒதுக்கமாக ஓரிடத்தில் களைத்து அமர்ந்தவள், இந்த விழாவைப்பற்றி நிலாவும் கயலும் அளித்த விபரங்களை எண்ணிப்பார்த்தாள். பல ஆண்டுகளுக்கு முன், போர்களுக்கு தங்கள் வீட்டு ஆண்கள் சென்றுவிட, சோர்ந்திருக்கும் மகளிரை உற்சாகப்படுத்துவதற்கு தங்கள் குல முன்னோர்களால் அவ்வப்பொழுது நடத்தப்பட்ட இந்த விழா, கால மாறுதல்களுக்கு ஏற்ப, எந்தவித தயக்கமும் இன்றி, பெண்கள் தங்களுக்கு இழைக்கப்படும் முறையற்ற செயல்களை மனம்விட்டு தங்களிடம் பகிர்ந்துகொள்ள ஆண்டிற்கொருமுறை சித்திரை மாதம் முழுநிலவன்று பெரியவீட்டு பெண்கள் இந்த விழாவை பயன்படுத்தி இருக்கின்றனர். இப்பொழுதும், அது நடைமுறையில் உள்ளதை உணர்த்தும் வண்ணம், கார்குழலியும், பூங்கொடியும் வட்டமாக அமர்ந்திருக்கும் சிறு குழுவினருடன் உரையாடிக் கொண்டிருப்பதைக் கண்டாள். புதிதாக மணமுடிந்து வரும் குலமகளை வரவேற்கவும் அதேபோன்று விழா நடத்துவதால், தன்னைபோன்ற புது மருமகள்கள், இயல்பாகவே இந்த முறையை அறிந்துகொள்ள வழிவகுப்பதை அறிந்தவள், செழியனின் முன்னோர்கள் பலவகைகளில் சமூகத்திற்கு உதவியிருக்கின்றனர் என்று உணர்ந்தாள்.

பெண்களால் விழா நடக்கும் இடத்தினின்று அகற்றப்பட்ட வீரமிகுந்த ஆண்மக்கள் அனைவரும் பொறுப்புடன் தங்கள் குழந்தைகளை அழைத்துக்கொண்டு தங்கள் வீடுகளுக்குள் நுழைவதைக் கண்டு புன்னகைத்த செழியன், விருந்தினர் மாளிகையிலிருந்த தன் நண்பர்களைக் கண்டு உரையாடச் சென்றான். சில மணிநேரங்கள் கலகலப்பாக உரையாடிக் கொண்டிருந்த செழியன், நள்ளிரவு நெருங்கியவேளை தன்னறைக்குச் சென்று கட்டிலில் சரிந்தான். ஏறத்தாழ இரண்டு மணிநேரம் கழித்து அறைக்குள் களைத்து நுழைந்த தளிர், உடைமாற்றி செழியனின் அருகே படுத்தவள், தன்னிச்சையாக தன் பின்னங்கழுத்தின் தசைகளை சீரான வளைவுகளாக செழியனின் விரல்கள் அழுத்திகொடுக்க, தன்மீதுள்ள தன் கணவனின் அன்பில் உருகியவள், அவன் கன்னத்தில் அழுந்த முத்தமிட்டு, அவன் மார்பில் சாய்ந்து கண்ணயர்ந்தாள்.

மறுநாள் காலை முதல் அனைவரும் ஆற்றிலும், சிற்றருவிகளிலும் விளையாட, மாலை அவரவர் இல்லங்களுக்குத் திரும்பினர். பெரியவர்களிடம் விடைபெற்று, தங்கள் மெய்க்காப்பாளர்கள் புடைசூழ, தங்கள் இல்லத்திற்கு கிளம்பிய செழியனும் தளிரும், அதிகாலை தங்கள் இல்லத்தை அடைய, வீட்டு மேலாளர் மேரியின் மேற்பார்வையில், பணிமக்கள் ஆலத்தி எடுக்க, கடந்த சில மாதங்களாக தான் வாழ்ந்த வீட்டிற்குள் நுழைந்த தளிர், தங்கள் திருமணமும் அதையொட்டிய விருந்துகளும் முடிந்து மீண்டும் உள்ளே வந்தவேளை, மனதிற்குள் புதுவித உணர்வு தோன்றுவதைக் கண்டு செழியனை நோக்க, அவன் கண்களிலும் அதே பிரதிபலிக்க அவனோடு கைகோர்த்தபடி தங்கள் கட்டிற்குச் சென்றாள்.

பயண அலுப்பு தீர வெதுவெதுப்பான நீரில் குளித்த தளிர், கீழ் தளத்திற்குச் சென்று, அங்கு சமைத்துக்கொண்டிருந்த செழியனை பின்னிருந்து அணைக்க, ஒரு நொடி உறைந்த செழியன், கலகலவென சிரித்தபடி அவளை முன்னே இழுத்து,

"இன்னும் ஒரேயொரு வரவேற்பு நிகழ்ச்சி தளிர், அதன்பிறகு இரண்டு வாரங்கள்...", என்று இழுத்தான். இன்று மாலை தொழில்முறை வரவேற்பு நிகழ்ச்சி முடிந்தவுடன், தாங்கள் தேனிலவு செல்வதற்காக கிளம்புவோம் என்று அறிந்திருந்த தளிர், தேனிலவு குறித்த விபரம் எதுவும் தனக்கு தெரிவிக்காமல் மிக ரகசியமாக செழியன் வைத்திருப்பதை அறிந்திருந்தவள், அவன் தன்னை சீண்டுவதை புரிந்துகொண்டு பொய்க்கோபத்தில் முறைக்க,

"ரகசியம் என்றால் ரகசியம்தான், கண்ணம்மா. உன் பொய்க்கோபம் இதில் பலிக்காது. இத்தனை நாட்கள் பொறுத்துக்கொண்டாய், இன்னும் சில மணிநேரங்கள் தானே", என்று தன் கண்களை சிமிட்டியபடி கூறினான். அதைக் கண்டு காற்றில் பறந்த தன் பொய்க்கோபத்தை விடுத்து கலகலவென சிரித்தவள், தான் சமையலை பார்த்துகொள்வதாகக் கூறி, அவனை குளித்து வரும்படி அனுப்பினாள்.

மாலை, நகரின் மிகப்பெரிய ஐந்து நட்சத்திர விடுதியின் விழா கூடத்தில் தங்களுக்கு நடந்த வரவேற்பு, சில நாட்கள் சுற்றம் சூழ இருந்து, உணர்வு பூர்வமான விழாக்களுக்கு முற்றிலும் வேறுபாடாக மிகத் தொழில்முறையாக, ஒருவரிருவராக வந்து தங்களுக்கு பூங்கொத்துக்கள் கொடுத்து வாழ்த்து கூறிவிட்டுச் சென்ற தொழிலதிபர்களையும், அரசாங்க அதிகாரிகளையும் பார்த்து மனதிற்குள் சலித்த தளிர், தன்னைக் கண்டு தன் கண்களை சுழற்றிவிட்டு, கண் சிமிட்டிய செழியனைப் பார்த்து அவன் தன்னைக் கண்டுகொண்டான் என்று உணர்ந்து புன்னகைத்தாள். தன் அலுவலகத்திலிருந்து விமல், ரம்யா மற்றும் சிலர் வந்து வாழ்த்த, அவர்களுடன் சற்றுநேரம் உரையாடிய தளிர், அவர்கள் சென்றபின், விருந்தினர்களின் வரவு குறைய, தன்னை அழைத்த செழியனுடன் அங்கே தங்களுக்கென்று பதிவு செய்யப்பட்டிருந்த தொகுப்பறைக்குச் சென்று உடைமாற்றிவிட்டு, அந்த விடுதியின் மேல் தளத்தில் காத்திருந்த ஹெலிகாப்டரில் ஏறினாள்.

67

தங்கள் வரவேற்பு முடிந்து, செழியனுடன் அந்த விடுதியின் மேல் தளத்தில் தங்களுக்காக காத்திருந்த ஹெலிகாப்டரில் ஏறிய தளிர், முந்தைய நாளிரவு முழுவதும் பயணித்து, பிறகு மாலை நடந்த வரவேற்பில் கலந்துகொண்டதால் அலுத்திருந்தவள், பயணத்தின் ஊடே உறங்கியிருக்க வேண்டும். ஏனென்றால், வெகு நேரம் கழித்து விழித்தவள், சொகுசான பஞ்சணையில் செழியனின் இதமாக அணைப்பிற்குள் இருப்பதை உணர்ந்து திடுக்கிட்டு எழ, உறக்கம் கலைந்த செழியனைக் கண்டு, மீண்டும் அவன் அணைப்பிற்குள் வந்து, அவன் மார்பை சீராக தட்டிக்கொடுத்தபடி, ஹெலிகாப்டரிலிருந்து இந்த இடத்திற்கு எப்படி வந்தோமென்று குழம்பியபடி படுத்திருந்தாள். எவ்வளவு தீவிரமாக முயன்றாலும், எதுவும் நினைவிற்கு வராதிருக்க, எங்கிருக்கிறோமென்றும் புரியாமல் தவித்த தளிர், தேன்நிலவிற்கு வந்த பிறகும் தனக்கு எந்த விபரமும் கிடைக்கவில்லை என்று எண்ணியவள், எல்லாவற்றிற்கும் காரணமானவன், தன் அருகில் சலனமின்றி உறங்கிக்கொண்டிருப்பதைக் கண்டு, சற்றுநேரம் அவன் தலைமுடியை தன் விரல்களால் அளைந்து, சிறிது நேரத்தில் தானும் உறங்கினாள்.

உறக்கத்திலேயே வெறுமையை உணர்ந்த தளிர், தன் கைகளால் துழாவ, அருகில் செழியன் இல்லாததை அறிந்து வெடுக்கென தன் கண்களை திறந்து, படுத்திருந்தவாறே தன் கண்களைச் சுழற்றி அறையை அளந்தவள், அறையில் தன்னை தவிர யாரும் இல்லையென்று உணர்ந்து குழப்பத்தோடு எழுந்தாள். கதிரோன் கீற்றுகள் உள்ளே நுழைந்த சாளரத்தை நெருங்கிய தளிர், வெளியே வெண்ணிற தரையைக் கண்டு, இந்த இடத்திற்கு தான் ஏற்கனவே வந்திருக்கும் பரிச்சயம் தோன்ற, அறையிலிருந்தபடி இனம் கண்டுகொள்ளமுடியாமலிருந்ததால், அறையின் ஒருகோடியிலிருந்த நிலா முற்றத்தின் கதவைத் திறந்தாள். திடீரென இதமான காற்று முகத்திலடிக்க, கலைந்து முகத்தில் விழுந்த கூந்தலை தன் இடக்கையால் ஒதுக்கியபடி, தான் விழித்த கணத்திலிருந்து பழக்கப்பட்டிருந்த வெளிச்சத்தைவிட அதிக வெளிச்சமிருந்ததால், தன் கண்களைச் சுருக்கி, வெளிச்சத்திற்கு பழக்கியவள், தன் கண்முன்னே விண்ணைத் தொடும் அளவு பிரம்மாண்டமாய் எழுந்து நின்ற ஈஃபிள் கோபுரத்தைக் கண்டு உறைந்து நின்றாள்.

சில மாதங்களுக்கு முன்பு, ஓரிரவு இதே ஈஃபிள் கோபுரத்தின் சாட்சியாக செழியன் தன்னை மணந்துகொள்ளும்படி கேட்டது நினைவிற்கு வர, அதே சொகுசு கப்பலை தங்கள் தேனிலவிற்கு ஏற்பாடு செய்திருப்பதை உணர்ந்தாள். தன்னவன், தன்மேலுள்ள அன்பை எப்பொழுதும் ஒருவித கவித்துவத்துடன் வெளிப்படுத்துவதை எண்ணியவள், அந்த அன்பின் ஆழத்தை உணர்ந்து கண்களினோரம் நீர் கோர்க்க, திடீரென்று பின்னிருந்து தன்னை அணைத்து, தன் கழுத்தில் முகம்புதைத்த செழியன், வலது தோளில் அழுந்த முத்தமிட, அதனால் விரிந்த புன்னகையுடன், தன் கையை உயர்த்தி, அவன் சிகையைக் கலைத்த தளிர்,

"ஹேப்பி ஹனிமூன், மிஸ்டர்.செழியன்", என்று கூறினாள்.

தன் மனைவியின் சீண்டலை உணர்ந்தவன், தானும் சற்றுநேரம் விளையாட எண்ணி,

"ஹேப்பி ஹனிமூன் டு யூ டூ, மிஸஸ்.செழியன்", என்று புன்னகையோடு கூறினான். தன் கழுத்தில் விரிந்த அவன் புன்னகையை உணர்ந்தவள், அவன்புறம் திரும்பி அவன் மார்பில் சாய்ந்துகொள்ள, அன்றலர்ந்த மலராய் நின்ற தன் மனைவியை அணைத்தவன், அவள் காதருகில் குனிந்து,

"தேனிலவிற்கு ஆயத்தமா, தளிர்?", என்று கேட்க, கன்னங்கள் சிவக்க தன்னை நோக்கியவளின் கன்னத்தில் முத்தமிட்டவன்,

"காலை பொழுது மிக ரம்மியமாக இருக்கிறதல்லவா, கண்ணம்மா? நாம் சற்றுநேரம் இந்த காதல் நகரத்தை சுற்றிப்பார்ப்போமா?", என்று கேட்டான்.

அதற்கு சரியென்று தலையசைத்த தளிர், தன்னை விடுவிக்க முயன்ற செழியனை இறுக பற்றியவள், அவன் மார்பில் முத்தமிட, மெய் சிலிர்த்த செழியன், அவள் முகத்தை தன் இரு கைகளால் உயர்த்தி, அவள் கண்களோடு தன் கண்களை கலந்தான். தன்னைக் கூர்ந்து நோக்கிய கண்களில் பெருகும் அன்பு, காதல், ஆராதனை, பெருமதிப்பு, பெருமிதம் என அனைத்தையையும் கண்டவள், தன் உணர்வுகளை ஊசிமுனையில் நிறுத்த தன் கணவனின் ஒற்றைப் பார்வை போதுமென்று எண்ணி, தன் கைகளை அவன் கழுத்தில் கோர்த்து, அவன் இதழ்களை தன் இதழ்களால் சிறையெடுத்தாள்.

இருவரும் குளித்து, தங்கள் சொகுசு கப்பலில் பரிமாறப்பட்ட காலை உணவை உண்டு, கப்பலிலிருந்து ஒரு சிறிய படகில் பாரீஸ் நகருக்குள் சென்றனர். காலையில் நகரின் தொன்மையான அருங்காட்சியகம், கோவில்கள் என சுற்றிப்பார்த்தவர்கள், மதிய உணவருந்தியபின், அங்கிருந்த கடைத்தெருக்களில் வலம் வந்ததன் விளைவாக கைநிறைய சிறு குறு பைகளை ஏந்தியபடி தங்கள் கப்பலுக்குத் திரும்ப, நாள் முழுவதும் கால் நடையாகவும், ஆங்காங்கே கிடைக்கும் வாகனங்களிலும் பயணித்ததால் களைத்த தளிர், தங்கள் தொகுப்பறைக்குள் நுழைந்து, முன்னறையிலிருந்த சோபாவில் சரிந்தபடி,

"மனது மிக மிக இலகுவாக இருக்கிறது, அருணன், வழக்கமாக நம்மை சுற்றி இருக்கும் மெய்க்காப்பாளர்கள்

இல்லாமல், தங்கள் தேனிலவைக் கொண்டாடும் சராசரியான புதுமண தம்பதியரைப் போன்.....", என்று இடையில் நிறுத்தி வியந்து தன் கணவனைப் பார்க்க, தன் மனைவியின் முகபாவனையை ரசித்தபடி அவளருகே வந்தமர்ந்து, தன்னிச்சையாக அவள் கால்களை தூக்கி தன் மடியில் வைத்து, பாதங்களை அழுத்தியபடி,

"பிடித்திருக்கிறதா, கண்ணம்மா?", என்று கேட்டான்.

முன்னொரு நாள், இயல்பாகப் பேசிக்கொண்டிருந்தபொழுது, தங்களால் பொதுவில் சுற்றமுடியாது என்று செழியன் வருத்தமாகக் கூறியதும் தான் இந்த சூழ்நிலையை ஏற்றுக்கொண்டதாகக் கூறியதும் நினைவிற்கு வர, தனக்காக இன்று முழுவதும் மெய்க்காப்பாளர்கள் இல்லாதவண்ணம் ஏற்பாடு செய்திருக்கிறான் என்று உணர்ந்தவள் மனதில், மெய்க்காப்பாளர்கள் இல்லாமல் பொதுவில் செல்வது மிக பெரிய ஆபத்து விளைவித்திருக்ககூடும் என்று எண்ணிய நொடி மனம் கலங்கி திடுக்கிட்டு நோக்கினாள். அவளை தோளோடு அணைத்த செழியன்,

"மெய்க்காப்பாளர்கள் நம்முடன் இல்லையேயொழிய, நம்மவர்களும் பாரீஸ் நகர காவல்துறையும், நகரின் மிக பிரபலமான மூன்று துப்பறியும் நிறுவனங்களும் இணைந்து நகரை தங்கள் கட்டுப்பாட்டிற்குள் வைத்திருக்கின்றனர்", என்று கூறி கண்கள் சிமிட்ட, யாரும் நினைத்துக்கூட பார்க்க முடியாத பெரிய காரியங்களை தன் விரலசைவில் செய்துவிட்டு, தன்முன் குழந்தைபோல் கண்சிமிட்டும் தன்னவனைக் கண்டவள், அவன் தலைமுடியை கலைத்து, கன்னத்தில் முத்தமிட்டாள்.

சற்றுநேரம் இளைப்பாறியதும்,

"தளிர், குளித்து கிளம்புகிறாயா?", என்று கேட்டான்.

இன்றைய நாளுக்கான சுற்றிப்பார்த்தல் முடிந்துவிட்டதென எண்ணியவள், சற்றே வியப்புடன் செழியனைப் பார்க்க, அவன் ஏதும் கூறமால் புன்னகையோடு அமர்ந்திருப்பதைக் கண்டவள் மனதிற்குள் தன்னிடம், மறைப்பதற்காக கோபமும், என்ன இன்ப அதிர்ச்சி

வைத்திருக்கிறான் என்ற குறுகுறுப்பும் ஒருங்கே தோன்ற, நீண்ட பார்வையை அவனிடம் செலுத்திவிட்டு எழுந்தாள். அவள் கையைபிடித்து இழுத்து அருகில் அமரச்செய்த செழியன்,

"ரிலாக்ஸ் கண்ணம்மா, உனக்கு நிச்சயம் பிடிக்கும்", என்று ஆழ்ந்த குரலில் கூறி அவளை சிறு கலக்கத்தோடு பார்க்க,

"தெரியும், கண்ணா", என்று அவன் கன்னத்தை வருடியபடி கூறியவள், அவன் நெற்றியில் முத்தமிட்டுவிட்டு எழுந்து உள்ளறைக்குச் சென்றாள்.

சற்றே இருள் சூழத்தொடங்க, மாலை அணிவதற்குரிய இலகுவான ஆடைகளை அணிந்த செழியனும் தளிரும், சிறு படகில் கரையை அடைந்ததும், கண்களை சுழற்றிய தளிர், குழப்பத்தோடு செழியனை நோக்க,

"காலையில் நாம் சென்றது, இந்த செய்ன் நதியின் மற்றொரு பகுதி, தளிர், இது வேறு பகுதி", என்று கூற 'ஓ' என்று வியந்தவளின் கைகளைப் பிடித்து, அழைத்துச் சென்றான். சில நிமிடங்கள் நடந்து அந்த சிறு வீதியின் மூலையில் திரும்பிய தளிர், விழிவிரித்து நோக்கியபடி சட்டென்று நின்றாள்.

தொலைவிலிருந்து பார்த்த ஈஃபிள் கோபுரத்தை வெகு அருகில் பார்த்தவள், அதன் பிரம்மாண்டத்தையும், அதை சுற்றி அமைக்கப்பட்டிருந்த செயற்கை நீரூற்றுகளுடன் கூடிய சிறு தோட்டங்களையும் கண்ட தளிர் பேச்சற்று நின்றுவிட, அவள் இடையில் தன் வலக்கையை கோர்த்து, தன்னுடன் சேர்த்தணைத்த செழியன், அவள் தலையில் முத்தமிட, அவனை நோக்கியவளின் காதருகே குனிந்து,

"அங்கு செல்வோமா, கண்ணம்மா?", என்று கேட்டான். பேச முயன்று தன் தொண்டையை இருமுறை செருமியவள், முடியாமல்போக, சரியென்று தலையசைத்தாள். இருவரும் கோபுரத்தை நெருங்கியவேளை அங்கிருந்த அதிகாரிகள், பொதுமக்களை அப்புறப் படுத்துவதைக் கண்டவள், நொடியில் விபரம் புரிந்து, ஓரக்கண்ணால் செழியனை நோக்க, இயல்பாக தன் தோள்களை குலுக்கியவனைக் கண்டு அவனை நெருங்கி,

"தனிமை நல்லதே", என்று கூறி அவன் காதோரம் முத்தமிட உறைந்து நின்றவனின் கையை பிடித்து இழுத்தபடி முன்னே நடந்தாள்.

படிக்கட்டில் ஏறி, ஒவ்வொரு தளமாக பார்வையிட்டவர்கள், ஒவ்வொரு தளத்திலிருந்தும் கீழே பார்க்கும்வேளை காட்சிகள் விரிவடைந்து, வேறுவேறாக தெரிவதைக் கண்ட தளிர், உயரே செல்லச்செல்ல தன் மனமும் இலகுவாகி வருவதை, மேல்தளத்தில் நின்று தன் மனதிற்குள் எண்ணியவள், அருகில் செழியன், காற்றில் கலைந்த முடியை சட்டை செய்யாமல், விரிந்த புன்னகையுடன் கண்கள்மூடி நிற்பதைக் கண்டாள். இதுபோன்ற தருணங்களில் தன் கணவன், கல்லூரி மாணவனைப் போல் தோன்றுவதை உணர்ந்து, அவன் முன்நின்று, சற்றே எம்பி, தன் நெற்றியால் அவன் நெற்றியை முட்டினாள். சற்றே வியப்புடன் கண்விழித்த செழியனின் இதழ்களை தன் இதழ்களால் சிறையெடுக்க, முதலில் திகைத்த செழியன், முத்தத்தின் வேகத்தை அதிகரித்தான்.

மூச்சுவாங்கியபடி விலகிய இருவரும், ஒருவரையொருவர் பார்த்து புன்னகைத்தபடி நிற்க, சட்டென்று உயிர்பெற்றதுபோல், கோபுரத்தின் விளக்குகள் எரிய, திகைத்தவர்கள் கலகலவென சிரித்தபடி கீழே செல்ல எத்தனித்து, லிப்டிற்குச் செல்ல இரண்டாம் தளத்திற்கான விசையை செழியன் அழுத்துவதைக் கண்ட தளிர், புன்னகைத்தபடி அடுத்த இன்ப அதிர்ச்சியை எதிர்பார்த்து காத்திருந்தாள். லிப்ட் திறந்து, வெளியே வந்ததும், 'லே ஜூல்ஸ் வேர்ன்' என்ற பெயர் பலகையைக் கண்டவள், மறுபுறத்தில், முகமலர வரவேற்றபடி செழியனின் கையை குலுக்கிய கருநீல கோட் சூட் அணிந்த, நடுத்தர வயதையொத்த ஒருவர், ஃப்ரென்ச்சில் ஏதோ கேட்க, அவருக்கு புன்னகையுடன் பதிலளித்த செழியன், 'தளிர்மதி' என்று கூறி, தன்னை காட்டி ஏதோ கூறினான். மேலும் விரிந்த புன்னகையுடன் அவர் கூறுவதைக் கேட்ட செழியனின் கண்கள் பெருமிதத்தில் மின்னுவதைக் கண்ட தளிர், அதைக் கண்டு புன்னகைத்தாள். அதே கணம், அருகே வெண்ணிற

தொப்பி அணிந்து, வெண்ணிற சீருடையில் நின்றிருந்த தலைமை சமையலரான இளைஞன் ஏதோ கூற, அதை கேட்டு இன்பமாக சிரித்த செழியன், "ஃவீ ஃவீ", என்று கூற, பின் இருவரையும் உள்ளே அழைத்துச் சென்றார்கள்.

உள்ளே மிகப் பெரிய கூடத்தில் இருவர் மட்டுமே உணவருந்தும்படி ஏற்பாடு செய்யப்பட்டிருப்பதைக் கண்டவள், அங்கே ஆயத்தமாக நின்ற பரிமாறும் குழுவினர் ஒருங்கே குனிந்து வரவேற்க, தன் கையை பிடித்து அழைத்துச் சென்று தன்னை ஒரு இருக்கையில் அமரச்செய்த செழியன், உணவருந்தும் மேசையை சுற்றிச் சென்று தன் இருக்கையில் அமர்ந்தான். இருவரையும் நெருங்கிய ஒரு இளைஞன்,

"வெல்கம் சர், மேம்", என்று ஃப்ரென்ச் நெடியுடன் கூடிய ஆங்கிலத்தில் கூறியவன், மேலே தொடர்ந்து,

"ஐ அம் ஆலிவர், ஹெட் பேரர் ஃபார் யூ", என்று கூறி, இருவருக்கும் வரவேற்பு பானமாக பழச்சாறு இரு குவளைகளில் ஊற்றிவிட்டு, இன்றைய உணவு பட்டியலின் அட்டையை இருவரிடமும் அளித்த தலைமை பரிமாறுபவர் ஆலிவரைப் பார்த்து புன்னகைத்த தளிர், தலையசைத்து தங்களிடம் விடைபெற செழியனைக் கூர்ந்து நோக்கினாள்.

அவள் ஒற்றை பார்வையின் கட்டளையை அறிந்தவன்,

"என் மனைவியென்று உன்னை அறிமுகப்படுத்தி, உன் பெயர் தளிர்மதி என்று கூறவும், பெயரின் பொருளை கேட்ட ஹென்றியிடம், 'இளைய நிலா' என்று கூற, அதைக்கேட்டு நீ நிலா போல் தான் இருப்பதாக அவர் கூறினார். அப்பொழுது நீ புன்னகைத்தாய் அல்லவா, அதைக் கண்ட தலைமை சமையலர் ஜூலியன், புன்னகைக்கும் போது, நிலாவைவிட புதுமலர் என்ற பெயர் பொருந்துகிறது என்று கூற, நான் அதை ஆமோதித்தேன்", என்று கண்களில் பெருமிதமும் மகிழ்ச்சியும் மின்ன கூறினான். மாற்றான் ஒருவன் தன் மனைவியின் அழகை பற்றி வர்ணிப்பதைக் கேட்டு எந்தவித எதிர்மறையான எண்ணங்களும் இல்லாமல், இன்புறும் தன் கணவனின் மனப்பக்குவத்தை கண்டு வியந்து நோக்க, அவள் எண்ணவோட்டத்தை அறிந்தவன்,

"அதிக ஆர்பாட்டாமில்லா, கனிவான உன் அழகு யாரையும் தாக்கும், தளிர். அதை வெளிப்படையாக பாராட்டுவது இயல்பே. அதேவேளை, அந்த அழகும், அன்பும் எனக்கு மட்டுமே சொந்தம் என்ற உணர்வு என்னை கர்வம்கொள்ள செய்கிறது", என்று கூற, இவனால் எப்படி வாழ்க்கை தத்துவங்களை மிக இயல்பான ஒன்றாக சொல்லமுடிகிறது என்று எண்ணியவள், அவன் கூறுவதைப்போல், இவ்வளவு அழகு, ஆற்றல், ஆண்மை என அனைத்தும் கொண்டவன், தன் கண்ணசைவில் குழைந்துவிடுகிறான் என்ற எண்ணம் தனக்களிக்கும் கர்வத்தை நினைவுகூர்ந்து இன்பமாகப் புன்னகைத்தாள்.

அடுத்த இரண்டு மணிநேரங்கள், ஒன்றன்பின் ஒன்றாக தங்கள் விருப்பத்திற்கேற்ப பரிமாற, சுவைத்து உண்டவர்கள் களைத்து தங்கள் கப்பலுக்கு வர, குளித்து தலைதுவட்டியபடி வந்த தளிர், செழியன் குளியலறைக்குள் நுழைய, முன்னறையில் அமர்ந்து தொலைக்காட்சியை இயக்கியபடி, உணவு அருந்துதலின் ஊடே, தாங்கள் கூறியிருந்த உணவு வகையை சமைத்து கொண்டுவரும் இடைவேளையில், தாங்கள் அமர்ந்திருந்த கூடத்தின், ஒளி குறைக்கப்பட்டு, மெல்லிய கீற்றாய் மாற, காற்றில் தவழ்ந்த மனதை மயக்கும் இசையைக் கேட்ட செழியன், நீண்ட மூச்சை உள்ளிழுத்துவிட்டு எழுந்தவன், தன்னருகே வந்து குனிந்து ஒருகையை முன்னே நீட்ட, என்ன செய்யப்போகிறான் என்ற குழப்பத்தோடு நீட்டியிருந்த அவன் கையில் தன்கையை வைத்தவள், தன்னை எழுப்பி, இசைக்கேற்ப தன்னை சுழற்றி, இருவரையும் ஒருவரையொருவர் நெருங்கி உரசியபடி மேனாட்டு நடனமுறையில் ஆடவைத்தான். செழியனால் நடனமாட முடியும் என்று அறிந்திராத தளிர், முதலில் திகைத்தவள், சற்றுநேரத்தில் இசையில் மூழ்கி, தானும் அவனுக்கு இணையாக ஆடினாள். சில நிமிடங்கள், சுழன்று ஆடிய இருவரும், அந்த இசையின் ஒலி குறைய, ஒருவரையொருவர் அணைத்தபடி மூச்சுவாங்கி நிற்க, தளிரின் இதழ்களில் அழுந்த முத்தமிட்டான் செழியன்.

அதை நினைவு கூர்ந்தபடி அமர்ந்திருந்த தளிர், தன்னை பின்னாலிருந்து அணைத்தபடி அமர்ந்த செழியனைக் கண்டு திகைத்தவள், லேசாக புன்னகைத்து,

"உனக்கு மேனாட்டு நடனமுறை தெரியுமென்று முன்பே நீ கூறவில்லையே", என்று கேட்டு ஒற்றை புருவத்தை உயர்த்த,

"சர்ப்பரைஸ்", என்று கூறி புன்னகைத்தவன், "நீ மிக அழகாக நாட்டுப்புற நடனங்கள் ஆடுவாயென்று என்னிடம் கூறவில்லையே", என்று கூறி தன் புருவத்தை உயர்த்த, புலவன்மேட்டில் தான் ஆடியது, இவனுக்கு எப்படி தெரியுமென்று ஒரு கணம் குழம்பியவள், மனதில் நிலாவும் கயலும் தோன்ற, கலகலவென சிரித்தவள்,

"சிறு வயதில் கற்றுக்கொண்டேன்", என்று கூற, "நான் உனக்காக கற்றுக்கொண்டேன்", என்று ஆழ்ந்த குரலில் கூறினான். சற்றுநேரம் அவன் கண்களோடு தன் கண்களைக் கலந்தவள், உள்ளறையை நோக்க, அவள் ஒற்றை பார்வையின் கட்டளையை நிறைவேற்ற, அவளை தன் கைகளில் ஏந்தியபடி, முதன்மை படுக்கையறைக்குச் சென்று, அறைக்கதவை தாழிட்டான்.

அதிகாலையில் விழித்த தளிர், நேற்றைய நினைவுகளால் புன்னகைபூத்தவள், தன் இடையை கைகளால் வளைத்தபடி, தன்னருகே அயர்ந்து உறங்கிக் கொண்டிருக்கும் தன் கணவனைக் கண்டு, அவன் கலைந்த சிகையைச் சீராக்கியவள், சற்றுநேரம் படுத்திருந்தும், உறக்கம் வராமல்போக, செழியனின் உறக்கம் கலையா வண்ணம் எழுந்து, குளியலறைக்குள் புகுந்தாள். கதிரவனின் கீற்றுகள் தன்னை தீண்ட, கண்களை கசக்கியபடி விழித்த செழியன், அருகே தளிரைக் காணாது திகைத்தவன், முன்னறையில் கேட்ட தொலைக்காட்சியின் அரவத்தால், லேசாக புன்னகைத்தபடி எழுந்தான்.

முந்தைய நாளைப்போன்றே அருங்காட்சியகங்களுக்கும் கடைத்தெருக்களிலும் சுற்றியவர்கள் மாலை தங்கள் கப்பலை அடைந்து, சற்றுநேரத்தில் கப்பல் கிளம்புவதை உணர்ந்த தளிர், செழியனை வியந்து நோக்க, வழக்கமான மர்ம புன்னகையை அளித்தவனைக் கண்டவள், செல்லமாக அவன்

மார்பில் குத்திவிட்டு, கப்பலின் மேல் தளத்திற்குச் சென்றாள். கப்பல் நகர நகர பாரீஸ் நகரம் கண்களுக்கு மறைய, சுற்றிலும் நீல நிற நீர்வெளியைக் கண்டவள், மாலை வெயில், அந்த நீர் திரையில் பல வண்ண அற்புதங்களை படைக்க, அருகில் நின்ற செழியனின் மேல் சாய்ந்தபடி ரசித்தாள்.

அந்தி மயங்கும் நேரத்தில், கப்பலின் மேல்தளத்தில் அமர்ந்து வேடிக்கை பார்த்துகொண்டிருந்த தளிரின் அருகே உள்ளங்கையளவு உருவம் கொண்ட சிவப்பு நிற பறவை வந்தமர, அதை கூர்ந்து நோக்கியவள், சிறு குருவி வடிவில் இருந்தாலும், அதன் அலகு சற்றே நீண்டிருப்பதைக் கண்டு, மனதிற்குள் வியந்தபடி, அதனருகே தன் கையை வைக்க, தன் கையில் இயல்பாக தாவி அமர்ந்ததைக் கண்டு திகைத்தாள். அது தன் கையில் தத்தி தத்தி விளையாட அதன் அழகில் மயங்கினாள். சற்றுநேரத்தில், மஞ்சள், வெளிர்நீலம், கருநீலம், அடர் பச்சை என்று பல நிறங்களில் தன்னருகே வந்தமர்ந்த பறவைகளின் நடுவே அமர்ந்து குழந்தைபோல் விளையாடிய தன் மனைவியைக் கண்டு தொலைவிலிருந்து ரசித்த செழியன், அவளை நெருங்க, தான் நடப்பதற்கு வழிவிட்டு, மீண்டும் அங்கேயே வந்தமர்ந்த பறவைகளின் அறிவுக் கூர்மையை மனதிற்குள் மெச்சியபடி, தளிரை அணைத்தவாறு,

"அங்கே பார் கண்ணம்மா", என்றான்.

செழியன் காட்டிய திக்கை நோக்கியவள், அங்கே மரங்கள் அடர்ந்திருந்த ஒரு திட்டைக் கண்டாள். கப்பல் அத்திட்டை நெருங்க நெருங்க, அது பெரும் நிலப்பரப்பாக விரிவதை விழிவிரித்துப் பார்த்தாள். தன் மனைவியின் கண்களைக் கூர்ந்து நோக்கிய செழியன், அவள் காதருகே குனிந்து, காதுமடலை தன் பற்களால் தீண்டியவன்,

"நம் தேனிலவிற்கான உனக்கு என் பரிசு, கண்ணம்மா, கொன்றை மரங்கள் நிறைந்த 'குறுங்கொன்றை தீவு' ", என்று கூறினான்.

68

செழியன் கூறிய திக்கை நோக்கியவள், முதலில் மரங்கள் சூழ்ந்த சிறு மணற்திட்டு தோன்ற, சற்று நேரத்தில் கப்பல் அத்திட்டை நெருங்கியவேளை விரிந்த நிலப்பரப்பு தென்பட்டதைக் கண்டவள், வியந்து நோக்க, பின்னிருந்து அவள் காதுமடலை தன் பற்களால் தீண்டிய செழியன்,

"நம் தேனிலவிற்கான உனக்கு என் பரிசு, கண்ணம்மா. கொன்றை மரங்கள் நிறைந்த 'குறுங்கொன்றை தீவு' ", என்று ஆழ்ந்த குரலில் கூற மெய்சிலிர்த்தவள், கண்களை பக்கவாட்டில் திருப்பி அவனை நோக்கினாள். நீர் கோர்த்த கண்களோடு தன்னை பார்க்கும் தன் மனைவியின் கண்களில் பெருகிய நீரை தன் இதழ்களால் ஒற்றியெடுத்தவன்,

"இறங்குவோமா, கண்ணம்மா?", என்று கேட்டான். அதன் பின்னரே தங்கள் கப்பல் நின்று சில நிமிடங்கள் கடந்துவிட்டதென உணர்ந்தவள், சரியென்று தலையசைத்தாள்.

இருவரும் சிறு படகில் கரையை அடைந்த வேளை சுற்றிலும் இருள் சூழ்ந்திருக்க, கண்முன்விரிந்த சிறு தீபங்களால் அலங்கரிக்கப்பட்ட ஒரு மாளிகையைக்

கண்டவள், வியந்து நோக்கி மலைத்து நிற்க, அவள் காதுக்கு வெகு அருகில்,

"யாரும் மானிடரே இல்லாத இடத்தில் சிறு வீடு கட்டி கொள்ள தோன்றும்

நீயும் நானும் அங்கே வாழ்கின்ற வாழ்வை மரம் தோறும் செதுக்கிட வேண்டும்", என்று செழியன் தன் ஆழ்ந்த குரலில் மென்மையாக பாடினான். அன்றொரு நாள், இருவரும் வீட்டின் தோட்டத்திலிருந்த செயற்கை நீர்வீழ்ச்சியுடன் கூடிய சிறு குளத்தினருகே அமர்ந்திருந்தபோது, தான் பாடியதைக்கேட்டு செழியன் புன்னகைத்தது, நினைவிற்கு வர, அப்பொழுதே இந்த தீவை செழியன் வாங்கிவிட்டான் என்று உணர்ந்தவள், தன் பிறந்த நாளன்று தனக்கு பரிசாக அளித்த சாவி கொத்தில் தட்டையான நிலப்பரப்பில் வீடு போன்ற ஒரு வடிவும் இருந்ததை நினைவு கூர்ந்தவள், தன் கண்ணெதிரே இருக்கும் வீடு, அந்த வீட்டு வடிவத்தை ஒத்திருப்பதை எண்ணி, செழியனின் ஒவ்வொரு செயலுக்குப்பின்னும் தன்னை பற்றிய சிந்தனையும் காதலும் இருக்க, அவற்றை அவன் வெளிப்படுத்தும் விதத்தை எல்லாம் சிந்தித்தவள், அதற்கு மேல் தன் உணர்ச்சிகளைக் கட்டுப்படுத்த முடியாமல், செழியன்புறம் திரும்பி, அவன் மார்பில் முகம் புதைத்து விம்மி அழுதாள்.

கயலின் திருமணத்தன்று தளிரைக் கண்டு, இருவரும் மனம் கலந்தபின், அலுவலகத்தில் ஒருநாள், பலவற்றை வலைதளத்தில் உலவியபடி அமர்ந்திருந்த செழியனின் கண்களில், உடனடி விற்பனைக்கென்று அடையாளமிடப்பட்டிருந்த இந்த தீவைக் கண்டநொடி, அங்கே தளிருடனான வாழ்க்கையை கற்பனை செய்து, மன நிறைவடைந்தவன், உடனடியாக ரோஸியிடம் அதை வாங்கும்படி கூறினான். அதன்பிறகு, உலகின் முதன்மையான கட்டிடக்கலை நிபுணர்களை பணியிலமர்த்தி, இயற்கை அழகிற்கு குந்தகம் விளைவிக்காதவண்ணம் ஒரு அழகிய மாளிகையை தானே உடனிருந்து வடிவமைத்தான். ரோஸியின் நேரடி மேற்பார்வையில் நடைபெற்ற கட்டுமான பணி முடிவுபெற்றபின், நேரில் பார்க்கும்படி அழைத்த கட்டுமான நிறுவனத்திடம் தன் மனைவியுடன் இணைந்து

தானும் நேரில் பார்ப்பதாகக் கூறி, தளிருக்கு பரிசளித்து அவள் முகபாவனையை பார்க்கும் ஆசையில் இருந்தவன், சிறு சிறு குறிப்புகளை அவளுக்கு தெரிவித்து வந்தான். எல்லாம் நல்லமுறையில் நடந்து, இப்பொழுது நேரில் பார்க்கும் நேரம், தன் மார்பில் முகம் புதைத்து விம்மி அழும் தன் மனைவியைக் கண்டு என்ன செய்வதென்று தெரியாமல் விழித்தவன், அவள் கூந்தலை மெல்ல கோதியபடி,

"மன்னித்துவிடு கண்ணம்மா, உன்னை புண்படுத்தவேண்டும் என்று நான் இதை செய்யவில்லை. உனக்கு இங்கே தங்குவதற்கு விருப்பமில்லை என்றால், நம் கப்பலிற்குச் செல்வோம். இல்லையென்றால், பாரீஸிலோ லண்டனிலோ ஒரு விடுதியில் தங்குவோம்", என்று கூறினான். ஈரமான கண்களுடன் தன்னை நோக்கிய மனைவியின் ஒற்றை பார்வையிட்ட கட்டளைக்கு கட்டுப்பட்டு நிறுத்த,

"மிதமிஞ்சிய உன் அன்பு என் உணர்வுகளைப் புரட்டிபோடுகிறது, அருணன். உன் அன்பை அனுபவிக்கும் ஒவ்வொரு கணமும் என் நெஞ்சு விம்முகிறது. அது கரையைக் கடக்கும்போது கோர்க்கும் நீரை கட்டுப்படுத்தும் திடத்தை கண்கள் இழக்கின்றன", என்று கூறியவள் குழப்பத்தோடு செழியன் தன்னை நோக்க,

"மை டியர் கண்ணாளா, நீ அளித்த இந்த பரிசு எனக்கு மிகவும் பிடித்திருக்கிறது. இது மகிழ்ச்சி விஞ்சியதால் வந்த ஆனந்த கண்ணீர்", என்று கூறினாள். அதைக் கேட்டு, நீண்ட மூச்சை இழுத்துவிட்ட தன் கணவனைக் கண்டு, ஒரு கணம் தன் புன்னகை மாறினாலும் கலங்குபவனை எண்ணியவள், மீண்டும் கோர்த்த நீரை முயன்று கட்டுப்படுத்திவிட்டு, அவன் இடக்கன்னத்திலுள்ள தழும்பில் அழுந்த முத்தமிட்டவள்,

"உள்ளே செல்வோமா", என்று கேட்டு, ஓரடி எடுத்துவைக்க, தன் காலசைவில் சட்டென்று உயிர்பெற்ற பாதையை குறிப்பிடும் தானியங்கி விளக்குகளைக் கண்டவள், செழியனை நோக்கி தன் ஒற்றை புருவத்தை உயர்த்த,

"இருள் என்றால் உனக்கு கலக்கம் ஏற்படுமே, கண்ணம்மா", என்று எங்கோ பார்த்தபடி கூறினான்.

செழியனின் அறையில் உறங்கத் தொடங்கிய நாட்களில், ஓரிருமுறை இரவில் விழித்தபோது, செழியனின் உறக்கத்தைக் கலைக்காமல் இருளில் கலக்கத்தோடு சற்றுநேரம் விழித்தபடி படுத்திருந்தது நினைவிற்கு வர, சில நாட்களில், அந்த அறையில் இரவில் எப்பொழுதுமே கண்களை உறுத்தாத சிறு விளக்கு ஒளிர்வதை இயல்பாக எண்ணியவள், உறக்கத்திலும் தன் நலனை நினைக்கும் செழியனின் நெற்றியில் முத்தமிட்டு, அவன் கையைப் பிடித்து இழுத்தபடி அந்த மாளிகைக்குள் நுழைந்தாள்.

மிகப் பெரிதான சொகுசுகளும், தொழில் நுட்பங்களும் நிறைந்த மரத்தாலான அந்த மாளிகையின் வெளிப்புற தோற்றமே தன்னை ஈர்க்க, முன்கூடத்திற்குள் நுழைந்தவள், அறை முழுவதும் கண்களுக்கு குளுமையான விளக்குகள், தேவையான இடத்தில், தேவையான வெளிச்சம் செலுத்துமளவிற்கு அனைத்தும் தானியங்கியாக இருப்பதைக் கண்டு, செழியனை நோக்கி,

"மிகுந்த கலைநயம் வாய்ந்தவர் வடிவமைத்திருக்க வேண்டும்", என்று கூறினாள். அதைக் கேட்டு ஒளிர்ந்த செழியனின் கண்களைக் கண்டவள்,

"நீங்கள் வடிவமைத்தது அல்லவா?", என்று கேட்க, அவன் இதழ்களில் புன்னகைவிரிய,

அவனை அணைத்து,

"அனைத்தையும் பார்த்தபின் தகுந்த பரிசு வழங்கப்படும்", என்று கண்களை சிமிட்டியபடி கூறினாள்.

ஒன்றன்பின் ஒன்றாக அனைத்து அறைகளையும் சுற்றிப்பார்த்த தளிர், அந்த அறைகளின் சுவர்களில் தீட்டப்பட்ட ஓவியங்களையும், உள்ளே சீராக வைக்கப்பட்டிருந்த அறைகலன்களையும் கண்டவளின் கண்களில் தோன்றிய பலவித உணர்வுகளைக் கண்டு ரசித்தபடி உடன் நடந்தவன், படுக்கையறையை நெருங்கியதும் அவளை உள்ளே செல்லவிடமால் தடுத்து நிறுத்தினான். குழப்பத்தோடு தன்னைப் பார்த்த தளிரின் முன், அவளை ஏந்துவதைப்போல் கையை நீட்ட, மேல் நாடுகளில் திருமணம் முடிந்து முதல்முறை தன் வீட்டிற்கு வரும்

மனைவியை கணவன் கையில் ஏந்தி படுக்கையறைக்கு அழைத்துச் செல்ல வேண்டுமென்ற கட்டு இருக்க, அதை குறிப்பிட்ட தன் கணவனின் சைகையை உணர்ந்த தளிர் சரியென்று தலையசைக்க, அவளை கையில் ஏந்தியபடி தங்கள் அறைக்குள் நுழைந்தான், செழியன்.

கதிரவனின் ஒளிக்கீற்றுகள் மெல்ல தங்கள் கைகளை நீட்டி, இளம் காதலர்களை எழுப்ப முயற்சிக்க, அதற்கு போட்டியாக, சாளரத்திற்கு வெளியே குழுமிய புள்ளினங்கள் தங்களின் இசையால் தான் உள்ளே உறங்கும் தம்பதியினரை துயிலெழுப்ப முடியும் என்று பலவித ஒலிகளை எழுப்பிய வண்ணம் இருக்க, தங்கள் காதல் களியாட்டத்தின் நினைவுகளால் நிறைவான புன்னகை இதழ்களில் பொருந்த அயர்ந்து உறங்கிய செழியனும் தளிரும், வெகுநேரம் கழித்து, சோர்ந்து ஓய்ந்த புள்ளினங்கள் தங்கள் ஒலிகளைக் குறைத்துக்கொள்ள, கதிரவனோ தன் முயற்சியை தீவிரமாக்கி, தன் கீற்றுகளை இருவர்மீதும் செலுத்த, கண்களை கசக்கியபடி விழித்த தளிர், சாளரத்தின் அருகே தத்தி விளையாடிய சிறு குருவிகள் தன் கருத்தை ஈர்க்க, அருகே சென்று அங்கிருந்த சோபாவில் அமர்ந்து வேடிக்கை பார்த்தாள்.

தளிரின் அருகாமை இல்லாததை உணர்ந்து உறக்கத்தில் புரண்ட செழியன், சாளரத்தை பார்த்தவண்ணம் சோபாவில் அமர்ந்திருந்த தன் மனைவியின் அழகை ரசித்தபடி படுத்திருந்தவன், மெல்ல எழுந்து சென்று அவளை அணைத்து, தன் கண்முன் எழுந்த காட்சியைக் கண்டு மெய்மறந்து நின்றான். சாளரத்திற்கு வெளியே, விளையாடிய பறவைகளுக்குப் பின்னால், பல வண்ண பூக்களை சுமந்து, காற்றில் அசைந்த செடிகளை கடந்து தன் பார்வையை செலுத்தியவன், வெளிர் நீலநிற கடலிலிருந்த கிளம்பி சீரான இடைவெளியில் மீண்டும் மீண்டும் கரையை முத்தமிட்ட வெண்ணிற நுரையுடன் கூடிய அலைகளைக் கண்டு, மலைத்து நின்ற தன் கணவனை ஏறெடுத்துப் பார்த்த தளிர், காலை வெயிலில் மற்றொரு சூரியனாய் நிற்கும் தன் கணவனின் எழிலை தன் கண்களால் பருகினாள். தன் கையை

நீட்டிய செழியனின் கையோடு கைகோர்த்தபடி எழுந்த தளிரை அறையின் மறுகோடியிலிருந்த கதவைத் திறந்து, நிலாமுற்றத்தின் மறுபுறம் கற்கள் பதிக்கப்பட்ட நடைபாதையில் அழைத்துச் செல்ல, மரங்கள் அடர்ந்த பாதையைக் கடந்தபின், புற்கள் நிறைந்த பாறைகளைக் கண்ட தளிர் புன்னகைத்தபடி செழியனை நோக்க, ஒரு பாறையை கடந்து இடப்புறம் திரும்பியதும் கூர்ந்த மூச்சை உள்ளிழுத்து உறைந்து நின்றாள்.

பாறைகள் சூழ்ந்த அந்த நிலப்பரப்பில், ஒரு பெரிய பாறையிலிருந்து வெண்ணிற சிற்றருவியும், அதன் கீழே வண்ணமீன்கள் துள்ளியாடும் நீலப்பச்சை நிற சுனையும் இயற்கையாகவே அமைந்திருக்க, அதை ஒட்டிய பாறைகளில், கற்களாலான வளையங்கள் பொருத்தப்பட்டிருப்பதைக் கண்டவள், அருவியில் நின்று குளிப்பதற்கு ஏதுவாய், கீழே உள்ள பாறை செதுக்கப்பட்டிருப்பதை மூச்சுவிடவும் மறந்து பார்த்த தளிர், இயற்கை எழிலை குலைக்காமல், அதேநேரம் பாதுகாப்பாக நின்று குளிப்பதற்கு ஏற்ப வடிவமைத்திருப்பவர்களை மனதிற்குள் மெச்சியபடி, செழியனை கையோடு இழுத்துக்கொண்டு அருவியினடியில் சென்று நின்றாள்.

சீராக விழும் அருவியில், குழந்தைபோல் குதித்தாடும் தன் மனைவியைக் கண்ட செழயனின் மனதில் பெருகிய காதல், அவன் உடலையும் தாக்க, தகிக்கும் கண்களோடு தன்னை பார்க்கும் தன் கணவனின் நிலையை உணர்ந்த தளிர், அவனை நெருங்கி, மார்போடு உராய்ந்தவள், அவன் உடல் சிலிர்த்ததைக் கண்டு விரிந்த புன்னகையுடன் அவனைப் பார்க்க, அவளை தன்னோடு சேர்த்தணைத்தபடி, சுனையில் வீழ்ந்தான் செழியன். விழுந்த வேகத்தில் ஆழமாக சென்ற இருவரும் கலகலவென சிரித்தபடி மேலே எழ, அவனை விட்டு விலக, நீந்திச் சென்று அவளை அணைத்தான். வெகுநேரம் அருவியிலும், சுனையிலும் விளையாடியவர்களின் வயிறு பசியில் குறுகுறுக்க, கரையேறி நனைந்திருந்த உடைகளை பிழிந்துவிட்டு இருவரும் கைகோர்த்தபடி வீட்டிற்குச் சென்றனர்.

இருவரும் குளித்து உடைமாற்றி உணவருந்தும் அறைக்குச் சென்ற வேளை, அரவமில்லா மாளிகையில் அங்கே தங்களுக்கு காலை உணவு ஆயத்தமாகியிருந்ததைக் கண்ட தளிர், தன் ஒற்றை புருவத்தை உயர்த்தி செழியனை நோக்க,

"இந்த வீட்டின் பின்கட்டில் பணிமக்களும், நம் மெய்க்காப்பாளர்களும் தங்குவற்கு உறைவிடங்கள் இருக்கின்றன, கண்ணம்மா", என்று இயல்பாக கூறியவன்,

"நாமிருக்கும்போது யாரும் வீட்டிற்குள் வர அனுமதியில்லை. அதனால், நமக்குரிய தனிமை இந்த மாளிகை முழுவதும் நிறைந்திருக்கிறது", என்று கூறி கண்சிமிட்டினான்.

அவன் எண்ணவோட்டத்தை அறிந்த தளிர், இன்பமாக புன்னகைத்தபடி,

"அடுத்து எங்கே செல்லப்போகிறோம், அருணன்? உன் திட்டத்தை இப்பொழுதாவது என்னிடம் கூறலாமல்லவா?", என்று கேட்டாள்.

"இரண்டு நாட்கள் இங்கிருந்து தீவை சுற்றிப்பார்ப்போம், தளிர். அடுத்த பத்து நாட்கள் பகல் பொழுதில் சில நாடுகளை சுற்றிப்பார்த்துவிட்டு, இரவு தங்குவதற்கு இங்கே வந்துவிடுவோம்", என்றவன் புன்னகைத்தபடி, "அதன்பிறகு கிளம்பிவிடுவோம்", என்றான்.

திட்டம் எல்லாம் தெளிவாக இருந்தாலும், அவன் புன்னகை மனதில் குறுகுறுக்க, ஏதோ கேட்க எண்ணியவள், தன் தலையை இடம்வலமாக அசைத்துவிட்டு,

"நம் கப்பலில், எந்தெந்த நாடுகளை சுற்றிப்பார்க்க முடியும், அருணன்?", என்று கேட்க,

"நாளை உன் அதிவிரைவு ஜெட் விமானத்தை எடுத்துக்கொண்டு கரண் வருகிறான், கண்ணம்மா", என்று கூறினான். அதைக்கேட்டு விரிந்த புன்னகையுடன் செழியனைப் பார்த்த தளிர்,

"கரண், எனக்கு உடன்பிறவா தமையன் போன்றவன்", என்று கூற, அவள் கண்களில், தன் உயிரையும் மானத்தையும் காத்த தமையன் உடன்வர தேனிலவில் இருப்பதை எண்ணி

ஒருவித நாணமும் தயக்கமும் தோன்றுவதைக் கண்ட செழியன், "விமானத்தை கப்பலில் நிறுத்திவைத்து அவனும் கப்பலிலேயே, தங்கிக்கொள்வான்", என்று ஆறுதலாகக் கூறினான்.

இருவரும் உணவருந்தியபின், தளிரை அழைத்துக்கொண்டு தீவின் மற்றொரு பகுதிக்குச் செல்ல, அங்கே தரையில் மஞ்சள்நிற போர்வை விரிக்கப்பட்டதுபோல் கொன்றை மலர்கள் நிறைந்திருக்க, ஆங்காங்கே பளிங்கில் சிற்பங்களாக செதுக்கப்பட்டிருந்த சங்க நூல்களிலுள்ள காதல் காட்சிகளை ரசித்துப் பார்த்தவர்கள், அடர்ந்த மரங்களின் நடுவில் இயற்கையான நீரூற்றை செம்மைப்படுத்தி, பளிங்கினாலான செயற்கை நீரூற்றாக மேம்படுத்தப்பட்டு, அதைச் சுற்றி கல்லில் செதுக்கப்பட்ட நாற்காலிகளும், நீண்ட மேடைகளும் அமைந்து காண்போரின் கருத்தைக் கவர, அதை ரசித்தபடி செழியனின் தோளில் சாய்ந்து மேடையில் அமர்ந்திருந்த தளிர், அங்கிருந்த நிர்மலமான சூழ்நிலையை கிழித்தபடி ஒலித்த புள்ளினங்களின் இசையை கண்கள்மூடி கேட்டாள். சற்றுநேரத்தில், தன் காதோரம் அழுந்த படிந்த செழியனின் இதழ்களால் விழித்தவள், தன் முன்னே தன்னை மருண்டு பார்த்தபடி நின்ற ஒரு புள்ளிமானைக் கண்டு விழிவிரித்து நோக்கினாள்.

"அரவம் செய்யாமலிருந்தால், அவை நம்மருகே வருவன", என்று செழியனின் ஆழ்ந்த குரல் தன் காதுக்குள் ஒலிப்பதைக் கேட்டு சிலைபோல் அமர்ந்திருந்த தளிர், தன் இடப்புறத்திலிருந்து இரு மான்குட்டிகள் தன்னருகே வந்து நிற்க, மெல்ல தன் கைகளை முன்னே நீட்டியதைக் கண்டு அவை துள்ளியோட ஏமாற்றத்துடன் கண்கலங்கியவளை தன்னோடு சேர்த்தணைத்தான், செழியன். அவள் தலையில் முத்தங்களிட்டு, அவளை தேற்றிக்கொண்டிருந்தவன், சட்டென்று உறைந்தபடி அமர, தன் விழிகளை உயர்த்தி அவனை நோக்கினாள். விழிவிரித்து வெறித்தபடி அமர்ந்திருந்த தன் கணவனைக் கண்ட தளிர் அவன் பார்வையைத் தொடர, அங்கே தன் இரண்டு

மான்குட்டிகளுடன் நின்ற தாய் மான், தங்களை நோக்கி வருவதைக் கண்டவள், சற்றுதொலைவில் நின்றபடி, தங்களைக் கூர்ந்து நோக்கிய தாய் மான், சிறிதுநேரம் கழித்து தங்களை நெருங்க, தன்னிச்சையாக தன் கைகளை நீட்டினாள், தளிர். அதைக்கண்டு சட்டென்று நின்ற மான், மேலும் சிறிதுநேரம் தன்னையும் தன் கையையும் கூர்ந்துநோக்கியபடி நிற்க, மூச்சுவிட மறந்து அமர்ந்திருந்த தளிர், தன்னை நோக்கி மேலும் ஒரு அடி எடுத்துவைக்க, நீண்ட மூச்சை இழுத்துவிட்டாள்.

இருவரையும் நெருங்கிய தாய்மான், செழியனையும், தளிரையும் மாறி மாறி பார்த்துவிட்டு தளிரின் கையில் தன் முகத்தைவைத்து இழைத்தபடி ஒருவித ஒலியெழுப்ப சிலிர்த்த தளிரை அணைத்த செழியன், சற்றுதொலைவிலிருந்த மான்குட்டிகள், தன்னை நெருங்கி, தன் கால்களைச் சுற்றி விளையாடுவதைக் கண்டு பேச்சிழந்து, கண்களில் நீர் கோர்க்க அமர்ந்திருந்தான். வெகுநேரம் மான்களோடு விளையாடிய தளிரும் செழியனும், மாலை நெருங்குவதை உணர்ந்து, வீடு நோக்கி சென்றனர்.

அந்தி வானம் சிவந்த சற்றுநேரத்தில், இருள் சூழத் தொடங்க, கடலுக்கடியில் இளைப்பாறச் செல்லும் கதிரவனைப் பார்த்தபடி கடற்கரை மணலில் இருவரும் அமர்ந்திருக்க, சீராகத் தாளமிட்டு கரையைத் தொட்டுச்செல்லும் அலைகளின் ஓசையைக் கண்மூடி ரசித்தபடி தன் பின்னந்தலையில் இரு கைகளையும் கட்டி, மணற்பரப்பில் சரிந்த செழியனைக் கண்ட தளிர், புன்னகைத்தபடி அவன் மார்பில் தலைவைத்துப் படுத்தாள். அலையோசைக்கு இணையாக துடித்த செழியனின் இதயத்துடிப்பைக் கேட்ட தளிர், முதன்முறை ஹெலிகாப்டரிலிருந்து கிளம்பிய புழுதியின் ஊடே நடந்துச் சென்ற செழியனைக் கண்டதிலிருந்து இன்றுவரை தாங்கள் கடந்துவந்த இன்னல்களையும், அவற்றை கடக்க உறுதுணையாக இருந்த தங்கள் காதலின் அழகிய தருணங்களையும் நினைவு கூர்ந்தவளின் கண்கள் கலங்க, தன் சட்டை ஈரமாவதை உணர்ந்து விழித்த செழியன், தன்னை

நோக்கும் தன் மனைவியின் ஒற்றை பார்வையில் அவள் எண்ணவோட்டத்தை அறிந்து,

"நீ கரை, நான் அலை.. எத்தனை முறை பிரிந்தாலும் உன்னிடமே வருவேன்", என்று கூற, அதைக் கேட்டு மேலும் கலங்கிய கண்களை முயன்று கட்டுப்படுத்தியவள், அவன் இதழ்களை தன் இதழ்களால் சிறையெடுத்தாள்.

69

இருள் சூழ்ந்து சற்றுநேரத்திற்கு பிறகு, கைகோர்த்தபடி மெல்ல நடந்து தங்கள் வீட்டிற்குள் நுழைந்த தளிரும் செழியனும், குளித்து உடைமாற்றிவிட்டு முன்கூடத்திலுள்ள சோபாவில் அமர்ந்து தொலைக்காட்சியைப் பார்க்க, தளிரின் கழுத்தையும் முதுகு பகுதியையும் அழுத்திகொடுத்த செழியன், சிறிது நேரம் கழித்து, அவள் கால்களை தன் மடியில் வைத்து, பாதங்களை அழுத்தியபடி தொலைக் காட்சியில் தளிர் தேர்ந்தெடுத்து ஓடவிட்டிருந்த ஒரு கருப்பு வெள்ளை நகைச்சுவைப் படத்தில் மூழ்கி, அவ்வப்பொழுது சத்தம்வராமல் சிரித்தான். செழியனின் சிரிப்பு தன் கவனத்தை ஈர்க்க, அவனை நோக்கி தன் பார்வையைச் செலுத்தியவள், மனைவியின் கால்களை பிடித்துவிடும்பொழுது கூட எவ்வளவு கம்பீரமாக இருக்கிறான் என்று எண்ணியபடி, தன் மனதில் தோன்றுவதை வெளிப்படையாகக் கூறி,

"எந்தவித ஈகோவும் இல்லாமல், உன்னால் எப்படி என் காலை பிடிக்கமுடிகிறது?", என்று கேட்க,

"உனக்கு கால் வலிக்கிறதா?", என்று பதிலுக்கு கேட்டான்.

எதற்காக கேட்கிறான் என்று புரியாமல் ஆமென்று தளிர் தலையசைக்க,

"என் மனைவியின் வலியை போக்க நான் என்ன வேண்டுமென்றாலும் செய்வேன், கண்ணம்மா. மனைவியின் வலியைவிட தன் ஆணவம் பெரிதென்று எண்ணுபவன், தன் மனைவியை எந்நிலையிலும் காக்கும் ஆண்மையுள்ளவன் என்ற நம்பிக்கையை தன் மனைவிக்கு எவ்வாறு அளிப்பான்", என்று கால்களை அழுத்திக்கொண்டே கூற, பேச்சின்றி உறைந்தாள்.

தன் மனைவியிடமிருந்து பதில் வராதுபோக நிமிர்ந்து அவளைப் பார்த்தவன், அவள் கண்களில் கோர்த்த நீரை, தன் விரல்களால் துடைக்க, அவள் கண்களில் பெருகிய மதிப்பைக் கண்டு சற்றே நாணத்தோடு புன்னகைக்க, எழுந்து அவன் மடியில் அமர்ந்த தளிர், தன் மனதில் பெருகும் காதலையெல்லாம் ஒன்றாய் சேர்த்து, அவனை அழுந்த முத்தமிட்டாள்.

மறுநாள் அதிகாலையிலேயே விழித்த தளிர், குளித்து உடைமாற்றி சமையலறைக்குள் புகுந்தாள். தளிரின் கைமணத்தில் உருவான உணவு வகைகள், தங்கள் வாசனையை வீடு முழுக்க பரப்பி உணவு ஆயத்தமாகிவிட்டதை பறைசாற்றியவாறு நாசியில் நுழைந்து, தன் உணர்வுகளை தட்டியெழுப்ப, கண்களைக் கசக்கியபடி விழித்த செழியன், விரிந்த புன்னகையோடு குளியலறைக்குள் நுழைந்தான். இருவரும் உணவருந்திய பின் முந்தைய நாளைப் போலவே அருவியிலும் சுனையிலும் விளையாடியவர்கள், மதிய உணவிற்கு பிறகு, மான்களோடு விளையாடிவிட்டு, மாலை இளைப்பாறச் சென்ற கதிரவனுக்கு விடைகொடுத்த இளம் காதலர்கள் இரவு உணவருந்தியபின் சற்றுநேரம் சோபாவில் அமர்ந்திருந்த வேளை, கடிகாரத்தைப் பார்த்த செழியன்

"மீண்டும் கடற்கரைக்குச் செல்வோமா, தளிர்?", என்று கேட்டான்.

சிறுகுழந்தை போல் ஆர்வத்தில் மின்னும் கண்களுடன் தன்னைக் கெஞ்சுவதுபோல் பார்க்கும் செழியனின் தலைமுடியை தன் கையை நீட்டி கலைத்த தளிர், சரியென்று தலையசைக்க, அவளின் கையைப்பிடித்து செழியன் அழைத்துவர, அவர்களின் காலசைவினால் இயக்கப்பட்ட தரையில் பதிக்கப்பட்டிருந்த தானியங்கி பாதை விளக்குகள் வழிகாட்ட கடற்கரையை அடைந்தனர். சற்றுநேரம் வானையும் கடலையும் மாறி மாறி உற்றுப் பார்த்துக்கொண்டிருந்த செழியனின் கண்களில் ஆர்வம் அதிகரிப்பதைக் கண்ட தளிர், அவன் உற்சாகம் தன்னைத் தொற்றிக்கொள்ள, கடலைக் கூர்ந்து நோக்கினாள்.

சிறிதுநேரம் கழித்து, அதுவரை வெண்ணிறமாக கரையில் மோதிய அலைகள், சட்டென்று நீலநிறத்தில் கரையை அடைவதைக் கண்டவள், விழிவிரித்துப் பார்த்தபடி கல்லாய் சமைந்தாள். தளிரை நெருங்கி பின்னிருந்து அணைத்தபடி கடலை நோக்கிய செழியன்,

"இது ஒரு இயற்கை நிகழ்வு, கண்ணம்மா. கடலுக்குள் மழைபொழியும் காலங்களில், நுண்ணுயிரிகள் கடலின் மேல்மட்டத்திற்கு எழுந்து, அவை அலையோடு கரையை அடையும்போது, நடக்கும் வேதியியல் மாற்றங்களால் இவ்வித ஒளிர்வை ஏற்படுத்துகின்றன", என்று அவள் காதுக்குள் முணுமுணுத்தான். வெகுநேரம் ஒருவரையொருவர் அணைத்தபடி மெய்மறந்து அலைகளைப் பார்த்துக்கொண்டிருந்த செழியனும் தளிரும், மழைமேகம் கரையை அடைந்து தூறல்போடத் தொடங்க, வீட்டிற்குள் விரைந்தனர்.

உடைமாற்றிவிட்டு தலையை துவட்டியபடி சோபாவில் அமர்ந்திருந்த தளிர், சாளரத்தில் வழிந்த நீர்த் திவலைகளை, பார்த்து ரசித்துகொண்டிருக்க, தன் கை அணைப்பிற்குளிருந்து, தன் விழிகளை அகல விரித்து, குழந்தை போல் மழையைப் பார்க்கும் தன் மனைவியின் அழகை தன் கண்களால் பருகினான். ஆற்றல் மிகுந்த மின்னலொன்று தங்கள் வீட்டினருகே பாய்ந்து கண்களைப் பறிக்க, அதனைத் தொடர்ந்து வரும் இடியை எதிர்பார்த்து, தன் மார்பில் தஞ்சம்

புகுந்த தளிரின் நெற்றியிலும், தலையிலும் முத்தமிட்ட செழியன், இடியோசையைக் கேட்டு தன்னை இறுகப் பற்றிகொண்ட தளிரின் உடலில் லேசாக தோன்றிய நடுக்கத்தை நீக்கும் பொருட்டு, அவள் முதுகை தன் வலக்கையால் வருடியபடி அமர்ந்திருந்தான். சற்றுநேரத்தில் அவள் மூச்சு சீராகி, நிதானமான அவள் இதயதுடிப்பை தன் மார்பில் உணர்ந்தவன், அவள் முகத்தை உயர்த்த, உறக்கத்தில் முணுமுணுத்த தன் மனைவியைக் கண்டு புன்னகைத்தபடி, அவளை கைகளில் ஏந்தி படுக்கையில் படுக்கச் செய்து, அவள் நெற்றியில் முத்தமிட்டு தானும் கண்ணயர்ந்தான்.

இரவு முழுக்க பெய்த மழையில் நனைந்த மரங்களும் செடிகளும் கதிரவனின் கீற்றுகள் தீண்டியதால் மினுங்க, அதனருகே பறந்து வந்த வண்டுகளும், புள்ளினங்களும் குழம்பியபடி வேறுபுறம் சென்றன. உறக்கத்தில் திரும்பிய செழியனின் வெப்பமான மூச்சுக் காற்று தன் கழுத்தில் குறுகுறுக்க உறக்கம் கலைந்து விழித்த தளிர், மெல்ல எழ, அவளை எழவொட்டாமல் செய்த செழியனின் கைகளைக் கண்டு புன்னகைத்தவள், மீண்டும் படுத்து, மெல்ல செழியனின் காது மடலில் ஊதினாள். சட்டென்று விழித்த செழியன், குறும்பில் மிளிர்ந்த தன் மனைவியின் கண்களைக் கண்டு, அவளை மேலும் தன்னோடு சேர்த்தணைத்தவன், அவள் கழுத்தில் முகம்புதைத்து தன் இதழ்களால் சீண்டினான். அவன் சீண்டலிலிருந்து விலக எண்ணி சற்றுநேரம் முயன்றவள், அவன் அணைப்பு மேலும் இறுகுவதை உணர்ந்து, அவன் காதோரம் அழுந்த முத்தமிட, ஒரு நொடி உறைந்த செழியனின் அணைப்பிலிருந்து துள்ளி எழுந்தவள், அவனை நோக்கி தன் நாக்கை நீட்டி வேடிக்கை காட்டிவிட்டு, துள்ளிக் குதித்தபடி அருவியை நோக்கிச் சென்றாள். தன் மனைவியைப் பின்தொடர்ந்த செழியன், முதல் நாள் போன்றே அவள் உறைந்து நிற்பதைக் கண்டு அருகே சென்று அவளை தோளோடு அணைத்தபடி, புற்களின் நுனியில் நின்று வெயிலில் மினுமினுத்த நீர்த் துளிகளைக் கடந்து தன் கண்களை செலுத்தியவன், அருவி முழுவதும் வண்ணம் தீட்டப்பட்டது போன்று தோன்றும்படி விரிந்த வானவில்லைக் கண்டு மெய்மறந்து நின்றான். வெகுநேரம்,

அந்த வானவில்லைப் பார்த்தபடி நின்ற செழியனும் தளிரும் கண்ட காட்சியின் இன்பத்தை மனதில் இருத்தி, புரிதலோடு ஒருவரையொருவர் பார்த்துக்கொண்டு, கைகோர்த்தபடி நடந்து வீட்டை அடைந்தனர்.

குளித்துக் கிளம்பி கடற்கரைக்கு வந்த செழியனும், தளிரும் தங்களுக்காக காத்திருந்த படகில் ஏறி தங்கள் கப்பலை அடைய,

"வெல்கம் சர், தளிர்", என்று உற்சாகமாக வரவேற்ற கரண் தானே மேலும் தொடர்ந்து, "எப்படியிருக்கிறீர்கள்?", என்று கேட்டான்.

"மகிழ்ச்சியாக இருக்கிறோம், கரண்", என்று கூறியபடி நீட்டிய அவன் கையை குலுக்கிய செழியன், "நீ எப்படி இருக்கிறாய்? ஊரில் சுரேஷும், கார்த்தியும் நிலாவிடமிருந்தும், மஞ்சுவிடமிருந்தும் பாதுகாப்பாக இருக்கிறார்களா?", என்று ஆழ்ந்த குரலில் விசாரிக்க, அதற்கு பதில் கூறுவதற்காக வாயெடுத்த கரண், செழியன் விலாவில் தன் முழங்கையால் தளிர் குத்தவும், செழியன் கூறியதன் பொருள் புரிந்து, தன்னிடம் முதன்முறையாக நகைச்சுவையாக பேசும் செழியனை வினோதமாக பார்த்தான். தன்னை புன்னகையோடு நோக்கிய தளிரைக் கண்டு சற்றே நாணத்தோடு புன்னகைத்தபடி இருவரையும் அழைத்துக்கொண்டு கப்பலின் மேல் தளத்தில் நின்றுகொண்டிருந்த ஜெட்டை அடைந்தான்.

மூவரும் விமானத்திற்குள் நுழைந்த சிறிது நேரத்தில், கிளம்புவதற்கு தேவையான அனைத்து ஏற்பாடுகளும் முடிந்து, புறப்பட ஆயத்தமாக இருக்கிறது என்று விமானி கூறியது உள்ளேயிருந்த ஒலிபெருக்கியில் கேட்ட செழியனும் தளிரும், அங்கேயிருந்த இருக்கையில் அமர்ந்து சீட் பெல்ட் அணிந்தனர். பயணம் செய்வதாகவே தோன்றாத நிலையில், சற்றுநேரத்தில் தரையிறங்குவதாக ஒலிபெருக்கியில் விமானியின் குரல் கேட்டு ஆர்வத்துடன் சாளரத்தின் வழியே கீழே நோக்கியவள், விமான தளத்தில் வரிசையாக நின்ற வாகனங்களைப் பார்த்து, தங்கள் மெய்க்காப்பாளர்கள்

காத்திருப்பதை உணர்ந்து ஆறுதலாக நீண்ட மூச்சை இழுத்துவிட்டாள்.

அடுத்த அரை மணிநேரத்தில், கார்கள் புடைசூழ கடற்கரையை ஒட்டிய கிரேக்க நாட்டின் க்ரேட் நகரச் சாலையில் செல்ல, காரின் சாளரத்தின் வழியே பார்த்த தளிர், தான் காணும் காட்சிகளைப் பற்றி செழியனிடம் தொடர் வர்ணனை அளித்தபடி வர, தான் இயல்பாகக் கடந்து செல்லும் விபரங்கள்கூட தன் மனைவியின் கண்களின் வழியே பார்க்கும்போது மிகக் கவித்துவமாக தெரிவதை உணர்ந்தவன், தன் தொங்கட்டான் கன்னத்தில் உரசும்படி தலையை அசைத்துப்பேசும் தன் மனைவியின் அழகை ரசித்தபடி அமர்ந்திருந்தான்.

தங்கள் காரின் முன்னும் பின்னும் வந்த பாதுகாப்பு கார்கள் பல்வேறு திசைகளில் செல்ல, தங்கள் கார் நேரே செல்வதைக் கண்டு குழம்பிய தளிர், செழியனை நோக்க, புன்னகையோடு இயல்பாக தன் தோளை குலுக்கினான். மேலும் ஏதும் கேட்கும் முன் கார் நிற்க, கீழே இறங்கிய செழியன், தளிரை இறங்கச் செய்தபிறகு செழியனின் கைகைக்கிணங்க, தாங்கள் வந்த கார் கிளம்பிவிட, தன் கையோடு கைகோர்த்த தன் கணவனை நோக்கி புன்னகைத்தாள். கார் நின்ற மணற்திட்டின் இரு பக்கங்களிலும் வளைந்து சென்ற படிக்கட்டுகளைக் கண்ட தளிர், துள்ளிக்குதித்து செழியனை அழைத்துக்கொண்டு கீழே சென்றாள். தங்கள் தீவிலுள்ள கடலைப் போலல்லாது, பாய்ந்து அடிக்கும் அலையில் சில மணிநேரங்கள் விளையாடிய தளிர், தன்னைப் பார்த்து ரசித்தபடி கரையில் படுத்திருந்த செழியனின் அருகே களைத்து சரிய, அவளை தன் கைகளால் வாரி அணைத்தான்.

மதிய உணவிற்கு பிறகு, விமானத்தில் ஏறியவர்கள் அடுத்த சில மணிநேரங்களில் ஸ்பெய்ன் நாட்டின் உயரமான மலை நகரான சியரா நெவெடா என்ற நகரை அடைந்தனர். கிழக்கிலிருந்து மேற்கே பயணித்ததால், மதிய உணவு நேரத்திற்கு ஸ்பெய்னை அடைய, காலையில் கடலும் பாறைகளும் நிறைந்திருந்த இயற்கை சூழலிற்கு முற்றிலும்

மாறுபட்டு மலைகளும் காடுகளும் நிறைந்த சூழ்நிலையைக் கண்ட தளிர், சூழ்நிலைகள் பலவாறு மாறினாலும், தனக்கு திடமான துணையாக நிற்கும் செழியனைக் கண்டு மனதில் பெருகிய காதல் கண்களில் பிரதிபலிக்க புன்னகைத்தாள்.

சற்றுநேரம் அங்கிருந்த பலவிதமான பறவைகளையும், விலங்குகளையும் பார்த்து ரசித்தவர்கள், அடுத்ததாக லண்டன் மாநகரை அடைந்தனர். பல்வேறு மாளிகைகள் சூழ்ந்திருந்த நகரை, தெம்ஸ் நதியில் ஒரு சிறு படகிலிருந்து சுற்றிப்பார்த்தவர்கள், மாலை மங்கும் நேரம் ஒரு சிறு பூங்காவில் அமர்ந்து அங்குள்ள மக்களை வேடிக்கை பார்த்தபடி ஒரு மரமேடையில் கைகோர்த்து அமர்ந்திருந்தனர். சிறிது நேரத்தில், அந்த பூங்காவின் அருகே இருந்த ஒரு சிறு கபேயில் தங்களிருவருக்கும் காபி வாங்க செழியன் சென்றுவிட, தன் கண்களைச் சுற்றி நோட்டமிட்ட தளிர், அங்கு மழலைகளை நடக்க பழக்கிக் கொண்டிருந்த தாய்மார்களுக்கு, சற்று தொலைவில் சிறு குழந்தைகள் விளையாடிக் கொண்டிருக்க, அதனருகே இரு ஆண்கள் கைகோர்த்து இன்பமாக பேசியபடி நடை பயின்றுகொண்டிருக்க, அதனருகிலுள்ள கல்லில் செதுக்கப்பட்ட மேடையில் வயது முதிர்ந்த தம்பதியினர் அமர்ந்திருக்க, தன் தலையிலிருந்த தொப்பியை கழற்றிய கணவர், தன் மனைவியிடம் அதைக் காட்டி ஏதோ கூற, அதைக் கூர்ந்து பார்ப்பதற்காக குனிந்த தன் மனைவியின் கன்னத்தில் தன் இதழ்களை ஒற்றியெடுத்து குழந்தை போல் சிரிக்க, அவர் விளையாட்டை உணர்ந்து அவரின் மார்பில் தன் நடுங்கும் கைகளால் செல்லமாக குத்திய மனைவியைக் கண்டு தன் இதழ்களில் புன்னகைவிரிய அமர்ந்திருந்த தளிர், அன்பின் பலவித பரிமாணங்களை ஒரே இடத்தில் கண்டவள், தன் அன்பனை தேடி அவன் சென்ற திக்கை நோக்கி பார்வையை சுழற்ற, காக்கி நிற அரை கால் சட்டையும், வெளிர் மஞ்சள் நிற டீ-சர்டும் அணிந்து, தன்னைப் பார்த்து புன்னகைத்தபடி நடந்துவந்து கொண்டிருந்த செழியனைக் கண்டாள். அவன் பின்னால் வந்த இரு இளம்பெண்கள், அவன் கவனத்தை ஈர்க்க வேண்டி ஏதேதோ செய்ய, அதைப்பற்றிய சிந்தனை துளியுமில்லாமல் தன்னருகே வந்து,

தன் நெற்றியில் செழியன் தன் இதழ்களை ஒற்றியெடுக்க, பார்வை தன்னையறியாமல் அப்பெண்களிடம் செல்ல, அவர்கள் முகத்தில் ஏமாற்றத்துடன் அங்கிருந்து செல்வதைக் கண்டு மனதிற்குள், 'இவன் என்னவன்', என்ற எண்ணம் மேலோங்க, அவன் இதழ்களில் அழுந்த முத்தமிட்டாள்.

கடற்கரைகள், மலைத்தொடர்கள், மழைக்காடுகள் என்று ஒன்பது நாட்கள் பகல் முழுவதும் பல நாடுகளைச் சுற்றிப்பார்த்தவர்கள், கிளம்புவதற்கு முன்பு ஒரு நாளை தங்கள் தீவில் கழிக்க எண்ணியிருந்ததால், அதற்கு முந்தைய நாள் மாலை மங்கும் நேரம், வெனிஸ் நகரின் மிகச்சிறந்த உணவகத்தில் உணவருந்திவிட்டு, நகரின் நீர்வழிச் சாலைகளில் தங்கள் சிறு படகில் வலம் வந்தனர். இரவு தங்கள் தீவை அடைந்தவேளை கனமழை பொழிய, விரைவாக தங்களறைக்குச் சென்று முடங்கினர்.

காலை சிற்றருவியில் பொழுதைக் கழித்த செழியனும் தளிரும், மதியம் உணவருந்திவிட்டு கொன்றை மரங்கள் அடர்ந்த பகுதிக்குச் சென்றனர். அவர்களை எதிர்பாத்து காத்திருந்ததுபோல துள்ளி வந்த மான்களுடன் சற்றுநேரம் விளையாடிவிட்டு, தங்கள் அறைக்குச் சென்றனர். இரண்டு வாரங்கள் தனக்காக சொர்க்கத்தையே இந்த புவியில் படைத்துவிட்டு, இயல்பாக தங்கள் உடைமைகளை அடுக்கி வைத்துக் கொண்டிருந்த செழியனைப் பார்த்தபடி கட்டிலில் ஒருக்களித்து படுத்திருந்த தளிர், மனமெங்கும் அன்பும் காதலும் நிறைய, மெல்ல எழுந்து அவனை பின்னிருந்து அணைத்து, அவன் பின்னங்கழுத்தில் அழுந்த முத்தமிட்டாள். அந்த ஒற்றை முத்தம் தன் உடலில் மின்சாரத்தை பாய்ச்ச, மெய்சிலிர்த்த செழியன், மெல்ல அவளை நோக்கி திரும்ப, தன்னவனின் தகிக்கும் கண்களிலிருந்து அவன் நிலை உணர்ந்து கட்டிலை நோக்க, தன் மனைவியின் ஒற்றை பார்வையிட்ட கட்டளையை நிறைவேற்றும் எண்ணத்தோடு அவளை கைகளில் ஏந்தியபடி கட்டிலை அடைந்தான்.

தீவிலிருந்து சிறுபடகில், தங்கள் கப்பலை அடைந்தவர்கள், அங்கே தங்களுக்காக காத்திருந்த

விமானத்தில் ஏறினர். விமானம் கிளம்பி சற்றுநேரத்தில், தன் சீட் பெல்ட்டை கழற்றிய செழியன், தளிரையும் அதிலிருந்து விடுவித்து, சிறு படிக்கட்டில் அவளை அழைத்துக்கொண்டு அங்கிருந்த உடைமாற்றும் அறைக்கு அழைத்துச் சென்றான். அங்கே ஆயத்தமாக இருந்த கம்பளி ஆடைகளைக் கண்டு தன் ஒற்றை புருவத்தை உயர்த்தி செழியனை நோக்கினாள்.

தன் மனைவியின் பார்வையைக் கண்ட செழியனின் கண்கள் ஆர்வத்திலும், மர்மத்தை அவிழ்க்க துடிக்கும் ஆசையிலும் மின்ன, எதுவும் கூறாமல் இதழ்விரிய புன்னகையுடன் தன்னை நெருங்கி, தன் இதழ்களில் அழுந்த முத்தமிட்டுவிட்டு, சற்று விலகி தன் உடைகளை அணியத் தொடங்குவதைக் கண்டவள், தன் கணவன் தனக்களித்த பலவித இன்ப அதிர்ச்சிகளைக் கண்டு பழகிய தளிர், தனக்குள் புன்னகைத்தபடி தன் உடைகளை மாற்றினாள்.

விமானம் தரையிறங்கவிருக்கும் அறிவிப்பைக் கேட்டு, தங்கள் இருக்கைகளில் அமர்ந்தவர்கள், மெல்லிய குலுக்கலுடன் தரையிறங்கிய விமானத்திலிருந்து வெளியே வர, ஆளரவம் இல்லாமல் இருள் சூழ்ந்து கண்ணுக்கெட்டும் தொலைவுவரை பனி படர்ந்திருந்த நிலப்பரப்பைக் கண்ட தளிர், தங்கள் இயல்பான மூச்சுக்காற்று கூட புகையாக வெளியேறுவதைக் கண்டு இதழ்களில் விரிந்த புன்னகையுடன் சடசடவென கீழே இறங்கினாள். கீழே படர்ந்திருந்த பனியை சிறு உருண்டையாக உருட்டி, தன் மார்பில் குறிபார்த்து எறிந்த தன் மனைவியைக் கண்டு கலகலவென சிரித்தபடி கீழே இறங்கிய செழியன், தானும் சிறு சிறு பனி பந்துகளை உருவாக்கி தளிரின் மீது எறிந்தான்.

ஒருவர்மீது ஒருவர் பனி பந்துகளை எறிந்த வண்ணம் நேரம் செல்வது தெரியாமல் விளையாட, தங்களைச் சுற்றி இருள் படரவும் சட்டென்று திடுக்கிட்ட தளிரை ஒரே எட்டில் அடைந்த செழியன், அவளை தன் அணைப்பிற்குள் இழுக்க, செழியனின் உடலில் லேசான ஒரு நடுக்கம் இருப்பதை உணர்ந்து அவனை ஏறெடுத்து நோக்கியவள், அவன் கண்களில் தோன்றிய பதற்றத்தின் காரணம் புரியாமல் தவித்த

அடுத்த கணம் இருளை கிழித்தபடி வானிலிருந்து மஞ்சள் நிற ஒளிக்கீற்றுகள் படர்வதைக் கண்டு திகைத்து நோக்கினாள். சிறு குழந்தைபோல் மகிழ்ச்சியில் துள்ளிக் குதித்த செழியனைக் கண்டவள், வானில் மஞ்சள் நிறம், வெளிர் பச்சையாகி, சிறிதாக அடர்பச்சையாக மாறி, பனி படர்ந்த நிலப்பரப்பு முழுவதும் பச்சை விளக்கிடப்பட்டது போல் நிறம் மாறியதைக் கண்டு அதனழகில் மயங்கியவள், தன் காதுக்குள்,

"என் வாழ்வில் வடவை கனலாக வந்ததற்கு நன்றி, கண்ணம்மா. ஐ லவ் யூ!", என்று மெல்லிய குரலில் கூற, அவன் கூறுவதை உணர்ந்து விழிவிரிக்க, எப்பொழுதோ பள்ளியில் வடவை கனல் என்றழைக்கப்படும் அரோரா பொராலிஸ் என்ற இயற்கை விளைவைப் பற்றி படித்தவள், தான் அதை நேரில் பார்த்துக்கொண்டிருக்கிறோம் என்ற உணர்வு தோன்றியவேளை, சூழ்ந்திருந்த பச்சை ஒளி நின்று மீண்டும் இருள் சூழ, சட்டென்று கலங்கிய கண்களோடு செழியனைப் பார்த்தாள்.

வடவை கனலின் ஒளியில் மிளிர்ந்த தன் மனைவியின் அழகை தன் கண்களால் பருகிய செழியன், சட்டென்று இருள் சூழ, ஏமாற்றத்துடன் தன்னை நோக்கிய தளிரை தன் மார்போடு சேர்த்தணைத்தான். சில நொடிகள் இருளிலும் அமைதியிலும் கரைய, திடீரென ஒளிர்நீல நிற ஒளி இருளை ஊடுருவ கண்களை உயர்த்திய செழியனும் தளிரும் அடுத்த சில நிமிடங்கள் ஒன்றன்பின் ஒன்றாக சிவப்பு, நீலச்சிவப்பு, மஞ்சள், பச்சை என பல நிறங்களில் தங்கள் கண்களுக்கு இயற்கை அன்னை படைத்த விருந்தை கண்கொட்டாமல் பார்த்தபடி நிற்க, கண்களில் நீர்கோர்க்க நின்ற தளிரின் இதழ்களை தன் இதழ்களால் நிறைத்தவன், தன் வாழ்வே அந்த ஒற்றை முத்தத்தை சார்ந்திருப்பதைப் போன்று முத்தமிட்டான்.

70

செழியனின் முத்தத்தின் அழுத்தத்திலும், அதில் அவன் பொழிந்த காதலிலும் மனது நிறைந்து நிர்மலமானதை உணர்ந்த தளிர், தன் கண்களில் கட்டுப்பாடின்றி நீர் வழிய நின்றவள், தன் உடல் காற்றில் பறப்பதை போல் தோன்ற செழியனின் மார்பில் சரிந்தாள். உணர்ச்சிப் பெருக்கால் தன்னிலை இழந்து தன் மார்பில் சரிந்த தன் மனைவியின் முகத்தை உயர்த்திய வேளை, அவள் ஏதோ முணுமுணுக்க, அவளை குழந்தைபோல் தன் கைகளில் ஏந்தியபடி விமானத்தை நோக்கி நடந்து உள்ளே இருந்த படுக்கை அறையில் அவளை படுக்கச் செய்து, நனைந்திருந்த அவள் இமைகளிலிருந்து கசிந்த நீரை தன் இதழ்களால் ஒற்றியெடுத்தவன், அவளை அணைத்தபடி தானும் உறங்கினான்.

சில மணிநேரங்களில் தரையிறங்கிய விமானத்திலிருந்து, உறக்கம் கலையாதவாறு, தளிரை தன் கைகளில் ஏந்தியபடி, விமான தளத்தில் தங்களுக்காக காத்திருந்த காருக்கு அழைத்துச் சென்ற செழியன், கார் வீட்டை அடையும் வேளை விழித்த தளிரை மெல்ல இறங்க உதவிசெய்ய, நள்ளிரவு கடந்து சில மணிநேரங்கள் ஆகியிருந்ததால், நேரே

தங்கள் கட்டிற்குச் சென்ற இருவரும் உடைமாற்றிவிட்டு படுக்கையில் சரிந்த சில நொடிகளில், தங்கள் படுக்கை தந்த இதத்தை அனுபவித்தபடி உறங்கினர்.

காலைக் கதிரவன் வானில் தன் பயணத்தைத் தொடங்கிய வெகுநேரம் கழித்து விழித்த தளிர், சில நொடிகள் ஒன்றும் புரியாமல் குழம்பியவள், தன் இடையைச் சுற்றி படர்ந்திருந்த செழியனின் கையை அவன் உறக்கம் கலையாதபடி அகற்றிவிட்டு மெல்ல எழுந்து, தன் தலையை இடம்வலமாக பலமுறை அசைத்து தெளிவுபடுத்திக் கொண்டு தன் கண்களை திறந்து அறையை நோட்டமிட்டாள். இது செழியனின் அறையே என்று உணர்ந்தவள், அதில் ஏதோ வேறுபாடு தெரிய குழப்பத்தோடு பார்க்க, தன் அறையிலிருந்த சில அறைகலன்கள் இங்கே இருக்க, அறைகோடியில் புதிதாக தெரிந்த கதவைக் கண்டு எழுந்து அருகே சென்று, அதைத் திறந்தவள், உறைந்து நின்றாள்.

இதே தளத்தில் இந்த அறைக்கு எதிரே இருந்த தன்னறையின் உள்ளறையாக இருந்த உடைமாற்றும் அறையைவிட மூன்று மடங்கு பெரியதாக, நடுவில் சொகுசு நாற்காலியும் அதன் எதிரே அகன்ற கண்ணாடியும் இருப்பதைக் கண்டவள், ஒருபுறம் ஏறத்தாழ அனைத்து நிறங்களிலும் பலவகை ஆடைகள் இருக்க, மறுபுறம் பலவிதமான அணிகலன்களும், நகைகளும் சீராக அடுக்கிவைக்கப்பட்டிருப்பதை விழிவிரித்துப் பார்த்தவள், பின்னிருந்து அணைத்த செழியன் பின்னங்கழுத்தில் அழுந்த முத்தமிட, ஒரு கணம் திகைத்து, அவன் அணைப்பிற்குள் இதமாய் அவன் மார்பில் சாய,

"பிடித்திருக்கிறதா, கண்ணம்மா?", என்று காதோரம் தன் இதழ்கள் உரசக் கேட்டான்.

"ம்ம்", என்று கண்கள் மூடியபடி கூறியவள், அவன் அறையைப் பற்றி கேட்கிறான் என்று உணர்ந்து,

"இவ்வளவு பெரிய இடம் இங்கே இருந்தது என்று எனக்கு தெரியாது, அருணன்", என்று கூறியவள், ஏதோ சிந்தித்துவிட்டு, "என் பழைய உடை மாற்றும் அறை என்னவாயிற்று?", என்று கேட்டாள்.

தன் அணைப்பிலிருந்து தளிரை விடுவித்த செழியன், அவள் கையைப் பிடித்து அறைக்குள் அழைத்துச் சென்றான். உள்ளே செல்லச்செல்ல தான் முன்பு பார்த்திராத பல அடுக்குகளில் காலணிகளும், அணிகலன்களும் இருப்பதைக் கண்ட தளிர், அறைகோடியில் தென்பட்ட கதவை செழியன் திறக்கவும் தன் அறை தென்படுவதைக் கண்டு, செழியனின் அறையிலிருந்து, தன்னறைவரை உட்புறத்தில் உடைமாற்றும் அறையாக அமைக்கப்பட்டிருப்பதை உணர்ந்தாள்.

தன்னறையிலுள்ள அறைகலன்கள் சற்று மாற்றி அடுக்கப்பட்டு, குழந்தைகள் அறை போல் அமைக்கப்பட்டிருப்பதைக் கண்ட தளிரின் மனதிற்குள் செழியனின் சாயலில் ஒரு குழந்தையுடன் விளையாடுவதைபோல் காட்சிவிரிய, அந்த எண்ணம் அளித்த நிறைவில் கண்கள் கோர்க்க தன் கணவனை ஏறெடுத்துப் பார்த்தவள், அவன் கண்களினோரத்திலும் நீர் கோர்த்திருக்க, அவன் மனநிலையை உணர்ந்து, அவன் மார்பில் சாய்ந்துகொள்ள, தன்னிச்சையாக அவளை அணைத்தபடி நின்ற செழியனின் கைபேசி சிணுங்க, அதை எடுத்தான். கார்த்தியின் எண்ணைக் கண்டு புன்னகைவிரிய, அழைப்பை ஏற்று ஒலிபேசியை இயக்க,

"நண்பா, நம் திட்டப்படி உங்கள் தேனிலவு நேற்றிரவே முடிந்துவிட்டது, விடிந்து பல மணிநேரமாகியும் நீங்கள் எங்களை சந்திக்காமலிருப்பது கண்டிக்கத் தக்கது", என்று கண்டிப்பான குரலில் கூற,

"ஏய், போ", என்று ஒலித்த நிலாவின் குரலும், பின்னணியில் கார்த்தியின் முணுமுணுப்பும் கேட்டு, செழியனும் தளிரும் ஒருவரையொருவர் பார்த்து சிரிக்க,

"அண்ணா, ஸாரி அண்ணா, நாங்கள் எவ்வளவோ சொல்லியும் இந்த வானரம் கேட்டால் தானே, காலை ஏழு மணியிலிருந்து எங்களை தொணதொணக்கிறான்", என்று கூற,

'எப்பொழுது வருவார்களாம்?', என்று பின்னணியிலிருந்து கார்த்தியின் குரலும் அதையடுத்து, 'வரும்பொழுது வருவார்கள்', என்ற நிலாவின் சலிப்பேறிய குரலும், 'சும்மா இருங்களேன்' என்ற மஞ்சுவின் குரலும்', 'நண்பா!!!!', என்ற

சுரேஷின் எச்சரிக்கையும் ஒருங்கே கேட்க கலகலவென சிரித்தனர் செழியனும் தளிரும்.

"ஸாரி அண்ணா, நான் அழைப்பைத் துண்டிக்கிறேன்", என்று நிலா கூற,

"எங்கே இருக்கிறீர்கள்?", என்று கேட்டான் செழியன்.

"உன் கட்டின் முன்கூடத்தில்", என்று தயக்கத்தோடு கூற, "பதினைந்து நிமிடங்களில் அங்கே இருப்போம்", என்று தளிர் கூறவும், "ஹாய் தளிர்", என்று குதூகலித்த நிலா, "சரி", என்று கூறி அழைப்பைத் துண்டித்தாள்.

திருமணத்தையொட்டிய நிகழ்வுகளிற்கு பிறகு ஏறத்தாழ இரண்டு வாரங்கள், வெளியில் செல்லும் நேரங்களில் தங்களை நிழலாகத் தொடர்ந்த மெய்க்காப்பாளர்களை விடுத்து, தீவில் பெரும்பாலும் தனிமையில் இருந்த செழியனும் தளிரும் இயல்பு வாழ்க்கைக்கு திரும்ப வேண்டியதை எண்ணி மனதின் ஓரத்திலிருந்த தயக்கம், இந்த ஒற்றை அழைப்பில் காற்றில் கரைந்த கற்பூரமாய் கரைய, ஆறுதல் பெருமூச்சை ஒருங்கே இழுத்துவிட்ட, ஒருவரையொருவர் பார்த்து புன்னகைத்தபடி தங்களறைக்கு திரும்பினர்.

தேனிலவிலிருந்து திரும்பிய இளந்தம்பதியினரை வரவேற்கும் பொருட்டு அவர்களுக்கு இன்ப அதிர்ச்சியாக ஒரு விருந்திற்கு ஏற்பாடு செய்திருந்த நண்பர்கள் அதைப்பற்றி மென்குரலில் பேசிக்கொண்டிருக்க, படிக்கட்டில் கேட்ட காலடி ஓசைகள் வந்த திக்கை நோக்க, பொருத்தமான புன்னகை தங்கள் இதழ்களில் பொருந்தியிருக்க, களிப்பில் மிளிரும் கண்களோடு, கைகோர்த்தபடி தங்களை நோக்கி வந்த செழியனையும், தளிரையும் கண்ட நண்பர்கள் புன்னகையோடு எழ, துள்ளிச் சென்று தன் அண்ணனை அணைத்த நிலா,

"எப்படி இருக்கிறீர்கள்?", என்று இருவரையும் பார்த்து கேட்டாள்.

"நன்றாக இருக்கிறோம், நிலா", என்று கூறியவன், மெல்லிய புன்னகையுடன் சற்று ஒதுக்கமாக நின்ற சுரேஷைக் கண்டு, "என் நண்பனை என்ன செய்தாய், நிலா?", என்று கேட்க

"சிறு குழந்தை பார், நான் ஏதாவது செய்தவதற்கு", என்று இயல்பாகக் கூறிய நிலாவின் குரலில் கேலியை விஞ்சி ஒரு சலிப்பும் காட்டமும் இருப்பதை உணர்ந்த செழியன் மேலே கேட்கும் முன்பு,
"இவர்களைப் பற்றி தெரியாதா, நண்பா. டாம் அன் ஜெர்ரி தோற்றுவிடும், இன்று முறுக்கி கொள்வார்கள், நாளை இருவரும் ஒரு கட்சியில் சேர்ந்துகொண்டு நம்மை வறுப்பார்கள்", என்று கூறிய கார்த்தி, சற்று நேரம் ஆழ்ந்து சிந்தித்துவிட்டு,
"ஆனால் உங்களை போல் யாரும் இருக்கமுடியாது", என்று கூறி செழியனையும் தளிரையும் ஏறயிறங்க பார்த்தவன்,
"உங்கள் திருமணத்தில் நடந்த விளையாட்டுகளை எண்ணினால்...", என்று இழுக்க,

"எண்ணினால்?", என்று புருவங்களை சுருக்கி மஞ்சு கேட்க,

"ஒன்றுமில்லை", என்று கூறி அவளருகில் சென்று அமர்ந்தான்.

அதைக் கண்டு கலகலவென சிரித்த சுரேஷ்,
"நிலாவிடமிருந்து என்னை காப்பாற்ற துடித்த யாரோ ஒருவர் எங்கே இருக்கிறார்?", என்று அறையை தன் கண்களால் துழாவ, தன்னைக் கிண்டலடிக்கும் நண்பர்களை சட்டை செய்யாமல் விரிந்த புன்னைகையுடன் அமர்ந்திருந்த கார்த்தியைக் கண்ட அனைவரும் உரக்க சிரிக்க,
"ரோஸி எங்கே?", என்று கேட்டாள் தளிர்.

"இன்னும் சற்றுநேரத்தில் வந்துவிடுவதாக குறுஞ்செய்தி அனுப்பியிருக்கிறாள்", என்று கூறிய சுரேஷ், குறுஞ்செய்தி வந்ததற்கான அறிவிப்பொலியோடு தன் கைபேசி சிணுங்க அதை எடுத்துப் பார்த்தவன், கார்த்தியை நோக்கி தலையசைக்க, அதன் குறிப்பை உணர்ந்த மற்றவர்கள்

செழியனையும் தளிரையும் அழைத்துக்கொண்டு விருந்தினர் கட்டிற்குச் செல்ல, அங்கே தங்கள் குடும்பத்தினரும், ரோஸியும், ஃப்ரான்ஸிஸும் நிற்பதைக் கண்டு திகைத்து நின்றார்கள்.

இருவரையும் நெருங்கிய கார்குழலி, தளிரை தோளோடு அணைத்து கன்னத்தில் முத்தமிட்டவர், செழியனை அணைத்து, அவன் தாடையை வருடி முத்தமிட்டார். அதையடுத்து அனைவரிடமும் தாங்கள் கண்ட பல நாடுகளைப் பற்றி நகைச்சுவை ததும்ப கூறிய தளிர், ரோஸியை நோக்கி,

"குறுங்கொன்றை தீவை திறம்பட வடிவமைத்து, கட்டிடங்களை நிறுவியதற்கு நன்றி, ரோஸி. சொர்க்கத்தில் வாழ்ந்தது போல் இருந்தது", என்று கூற, திகைத்து விழித்த மற்றவர்களைப் பார்த்த தளிர், குழப்பத்தோடு செழியனை நோக்க மர்ம புன்னகை உதிர்த்த நண்பர்கள் நால்வரையும் கண்டாள்.

தன் இடையில் கைவைத்து புருவங்களை சுருக்கி நால்வரையும் தளிர் நோக்க, குறும்பு செய்து தாயிடம் மாட்டிகொண்ட பின் விழிக்கும் குழந்தைகள் போல் விழித்த செழியன், சுரேஷ், கார்த்தி மற்றும் ரோஸியைக் கண்ட பெரியவர்கள் தங்கள் புன்னகையைக் கட்டுப்படுத்த முயன்று பல திக்குகளை நோக்க, தங்கள் காதலர்களைக் கண்டு நிலாவும் மஞ்சுவும் கலகலவென சிரிக்க, தன் மனைவியை ரசித்தபடி அமர்ந்திருந்தான் ஃப்ரான்ஸிஸ்.

சற்றுநேரம் நீண்ட அமைதியை கிழித்த கார்குழலி,

"குறுங்கொன்றை, அழகான பெயர், உன் மனதை வெகுவாக கவர்ந்த அந்த தீவைப் பற்றி சொல், தளிர்", என்று புன்னகையை அடக்கிய குரலில் கூறவும், தீவை பற்றி கூறத் தொடங்கிய தளிர், அங்கிருந்த அருவி, கொன்றை மரக்காடு, மான்கள், நிறம் மாறும் அலைகள் என அனைத்தையும் விபரமாகக் கூற, விழிவிரித்து அமர்ந்திருந்த அனைவரையும் பார்த்த ரோஸி,

"நீ கூறிய அனைத்தையும் அந்த தீவின் கட்டுமான பணிகளை மேற்பார்வையிடுகையில் ஏற்கனவே

பார்த்திருந்தாலும், உன் விளக்கங்கள் மிகவும் கவித்துவமாக இருக்கின்றன, தளிர்", என்று கூறியவளை நோக்கிய செழியன்,

"நன்றி ரோஸி!", என்று நெகிழ்ந்த குரலில் கூறினான்.

தளிரின் விளக்கமான வர்ணனையைக் கேட்டு மெய்மறந்து அமர்ந்திருந்த அனைவரையும் கண்ட கார்குழலி,

"உணவருந்தும் நேரமாகிவிட்டது, வாருங்கள்", என்று கூறி உணவருந்தும் அறைக்கு அழைத்துச் சென்றார். கலகலப்பாக பேசியபடி கரீமின் கை வண்ணத்தில் படைக்கப்பட்ட உணவை உண்ட அனைவரும், முன் கூடத்தில் ஆங்காங்கே சிறு சிறு குழுக்களாக பேசிக்கொண்டிருக்க, எழுந்து கூடத்தின் நடுவே வந்த ரோஸி, அனைவரின் கவனமும் தன்புறம் திரும்பியதைக் கண்டு சற்றே தயக்கத்தோடு தன் கணவனை நோக்க, அவன் ஊக்கமாக புன்னகைத்தபடி எழுந்து தன் கைகளைப் பிடித்து கொண்டு நிற்க, நீண்ட மூச்சை இழுத்துவிட்டவள்,

"உங்கள் அனைவரிடமும் நாங்கள் ஒரு இன்பச்செய்தி கூறவேண்டும்", என்று கூறத் தொடங்கவும் துள்ளியெழுந்த கார்த்தி,

"நண்பா! வாழ்த்துக்கள்", என்று கூறி ஃப்ரான்ஸிஸை உயரே தூக்கி சுழற்ற, ரோஸியை நெருங்கிய கார்குழலி,

"மிக்க மகிழ்ச்சியான செய்தி கூறியிருக்கிறாய், ரோஸி, எனக்கு பதவி உயர்வு கொடுத்திருக்கிறாய்", என்று கூறி அவள் கன்னத்தில் முத்தமிட்டார். கல்லூரியில் தன் அன்னையை இழந்து, மனைவியின் பிரிவை தாங்கமுடியாமல் மதுவிற்கு அடிமையாகி தன்னை அழித்துக்கொண்ட தந்தை மறைந்தபின், தன்னை மகளென மனதார ஏற்ற செழியனின் வளர்ப்பு பெற்றோரின்மேல் கொண்டிருந்த அன்பு, தான் தாய்மையடைந்த வேளை மனது தாய்மடியைத் தேட, தன்னை அணைத்த ரோஸியின் கண்களில் வழிந்த கண்ணீரைத் துடைத்த கார்குழலி,

"மனதிற்குள் எதையும் சிந்தித்து குழம்ப கூடாது. அம்மா நானிருக்கிறேன், அல்லவா. என்னவேண்டுமென்றாலும், என்னிடம் கேட்கவேண்டும்", என்று கூறிவிட்டு, "எத்தனை மாதங்கள், ரோஸி?", என்று கேட்டார்.

"இரண்டாம் மாதம் தொடங்கியிருக்கிறது, அம்மா", என்று கூறினாள். இன்பமான செய்தியை கொண்டாடுவதற்காக இனிப்பு வகைகளை செய்வதாகக் கூறி சமையல் கட்டிற்குள் நுழைய, ரோஸிக்கு வாழ்த்து கூறிய ஆனந்தி, கார்குழலிக்கு உதவ முற்பட்டு சமையலறைக்குள் நுழைந்தார்.

ரோஸி கூறியதைக் கேட்டு உறைந்த செழியனையும், சுரேஷையும் கண்ட தளிரும், நிலாவும் எதுவும் புரியாமல் விழிக்க, உணர்ச்சிவேகத்தில் தன் நண்பனை தூக்கி சுழற்றிய கார்த்தியும் ஃப்ரான்ஸிஸை கீழே இறக்கிவிட்டு உறைந்து நின்றபதைக் கண்ட மஞ்சு, அவனை செழியனின் அருகே அமரச்செய்தாள். ஆண்கள் மூவரின் முகத்தைப் பார்த்து சிரித்த தன்னை, குழப்பத்தோடு பார்த்த பெண்களின் அருகே வந்த ரோஸி,

"நீங்கள் ஃப்ரான்ஸிஸின் முகத்தை பார்த்திருக்க வேண்டுமே", என்று கூறியபடி, தன் நண்பர்களின் அருகே வந்தாள்.

மனதிற்குள் சிறு குழந்தைகள் போல் சுற்றிவந்த நண்பர்கள், தங்களுள் ஒருவருக்கு வாரிசு உருவாகியிருக்கிறது என்ற எண்ணம், அடுத்த தலைமுறையை வரவேற்கும் நிலையில் தாங்கள் இருப்பதை உணர்ந்த கணம், தங்கள் தோழியின் கருவில் வளரும் கரு, இன்னும் ஏழு மாதத்தில் தங்கள் கையில் தவழும், தங்களை மாமாவென்று அழைக்கும் என்று பலவித எண்ணங்கள் ஒருங்கே மனதைத் தாக்க, வாழ்வில் தங்களுக்கு தெரியாத ஏதோ பெரிய கதவு திறக்கப்பட்டு அதை சார்ந்த காட்சிகள் மனக்கண்ணில் விரிவதைக் கண்டு மலைத்த தன் நண்பர்களின் மனநிலையை உணர்ந்த ரோஸி,

"செழியன், சுரேஷ், கார்த்தி நீங்கள் என் நண்பர்கள் மட்டுமல்ல. என் உடன்பிறவா சகோதரர்கள்", என்று கூற தன்னிச்சையாக தலையசைத்த செழியன், தளிரை நோக்கிவிட்டு, மெல்ல எழுந்து,

"வாழ்த்துக்கள் ரோஸி", என்று மெல்லிய குரலில் கூறி அவளைத் தோளோடு அணைத்தான்.

மகிழ்ச்சிக் கடலில் திளைத்த அனைவரும் இனிப்புகள் அருந்தி கொண்டாட, மாலை ரோஸிக்கும் ஃப்ரான்ஸிஸுக்கும் விடைகொடுத்தபின் பெரியவர்கள் அவரவர் அறைக்குள் முடங்கினர். ரோஸியையும் ஃப்ரான்ஸிஸையும் வீட்டில் விட்டுவிட்டு, மஞ்சுவுடன் வெளியே செல்வதாகக் கூறி காரை எடுத்துக்கொண்டு கார்த்தி கிளம்ப, சுரேஷுடனும் நிலாவுடனும் முன்கூடத்தில் அமர்ந்து பேசிக்கொண்டிருந்த வேளை, இரண்டு நாட்களில் வரவிருக்கும் நிலாவின் பிறந்தநாளை சிறப்பாகக் கொண்டாட வேண்டும் என்று கூறிய செழியன்,

"அண்ணனிடமிருந்து உனக்கு என்ன பரிசு வேண்டும், நிலா?", என்று கேட்க, நிலாவின் சலித்த பார்வையையும் சுரேஷின் தயங்கிய பார்வையையும் கண்டு, மனதிற்குள் துணுக்குற்றவன், தளிரை நோக்க, தன்னை நோக்கிய தளிரின் விழிகளில் இட்ட கட்டளைக்கிணங்க, எழுந்தான். சுரேஷை அழைத்துக்கொண்டு தோட்டத்தில் உலாவச் செல்ல, நிலாவை நோக்கிய தளிர், அவளருகில் அமர்ந்து,

"என்ன ஆயிற்று, நிலா?", என்று கேட்க, ஒன்றுமில்லை என்று இயல்பாக தன் தலையை இடம்வலமாக அசைத்தாள், நிலா. தளிரின் கூர்மையான பார்வையைக் கண்டவள், தன் மனதை துளைக்கும் பார்வையை தாங்க முடியாமல்,

"சுரேஷ் என்னிடம் இயல்பாகப் பேசி இரண்டு வாரங்கள் ஆகின்றன, தளிர்", என்று கூறியவளின் கண்கள் கலங்க, அதிர்ந்து நோக்கிய தளிர்,

"என்ன காரணம் என்று கேட்டாயா, நிலா?", என்று கேட்டாள்.

தோட்டத்தை அடைந்த செழியன், தன் நண்பனை ஒரு கல் நாற்காலியில் அமரச்செய்து,

"என்ன ஆயிற்று சுரேஷ்?", என்று கேட்டான்.

"ஒன்றுமில்லை நண்பா", என்று எங்கோ பார்த்தபடி கூற,

"என் கண்களைப் பார்", என்று கூறிய செழியனின் குரலில் இருந்த தீவிரத்தை உணர்ந்த சுரேஷ் தன் நண்பனின் கண்களை

நோக்க, தன்னை நோக்கிய தன் நண்பனின் கண்கள் கலங்கியிருந்ததைக் கண்ட செழியன்,

"நண்பா, என்னிடம் சொல்ல தயக்கம் என்ன?", என்று மென்மையாகக் கேட்டான்.

"நிலாவிற்கு நான் தகுதியானவன் அல்ல, நண்பா", என்று கண்களில் தோன்றிய வலி குரலிலும் தொனிக்க கூறிய சுரேஷை, இனம்புரியாத உயிரினத்தைப் பார்ப்பதுபோல் பார்த்த செழியன்,

"இது என்ன பிதற்றல்?", என்று கேட்டான்.

71

"நிலாவிற்கு நான் தகுதியானவன் அல்ல, நண்பா", என்று கண்களில் தோன்றிய வலி குரலிலும் தொனிக்கக் கூறிய சுரேஷை, இனம்புரியாத உயிரினத்தைப் பார்ப்பதுபோல் பார்த்த செழியன்

"இது என்ன பிதற்றல்?", என்று கேட்டு, கூர்ந்து நோக்க, அவன் பார்வையிலிருந்த உக்கிரத்தை தாங்கமுடியாமல், எங்கோ பார்த்தபடி தன் கண்களை துடைத்த சுரேஷ்,

"நிலாவை, நிலாவென்று பார்க்கும் பொழுதோ, என் நண்பனின் தங்கை என்று பார்க்கும்பொழுதோ எனக்கு ஒன்றும் தோன்றவில்லை. உன் திருமணத்தை ஒட்டிய நிகழ்வுகளைக் கண்டதிலிருந்து, நிலாவை மாறன் குடும்பத்தின் மகளென்றே பார்க்க முடிகிறது, நண்பா", என்று கூறி நீண்ட மூச்சை இழுத்துவிட்டு, செழியனின் கண்களை ஏறிட்டு நோக்கியவன்,

"மாறன் குடும்பம் இங்கே", என்று வலக்கையை தன் தோளுக்குமேல் உயர்த்தி, "நான் எங்கே...", என்று கூறிய சுரேஷ்,

"நிறுத்து, சுரேஷ்", என்று இரண்டு கத்திகள் உராய்வதைப் போன்ற குரலில் சீற்றத்தோடு கூறிய செழியனின் கண்கள் கோபத்தில் சிவந்து எரிமலையென தகிக்க, தான் மேலே கூறவந்ததை கூறாமல் நிறுத்தி மிடறு விழுங்கினான், சுரேஷ்.

தன் உயிர் நண்பன், தன்னைத் தானே தாழ்த்திக்கொண்டதை எண்ணி செழியனின் மனது சூறாவளியாய் சுழன்று அடிக்க, நீண்ட மூச்சுகளை இழுத்துவிட்டு தன்னை அமைதிப்படுத்தியவன், சுரேஷின் அருகே அமர்ந்து அவன் தோளில் கைபோட்டு,

"நண்பா, நான் கூறுவதைக் கவனமாகக் கேள், அதன் பின்னர் உனக்கு என்ன முடிவெடுக்க வேண்டும் என்று தோன்றுகிறதோ அதைச் செய். நான் என் முழுமனதுடன் சம்மதிக்கிறேன்", என்று கூறினான்.

செழியன் என்ன சொல்லபோகிறான் என்று புரியாமல் சரியென்று தலையசைக்க, தன் தொண்டையைச் செருமிய செழியன்,

"நிலா, மாறன் குடும்பத்தினள் என்பதுதானே உன் மனதை உறுத்துகிறது?", என்று கேட்க, ஆமென்று தலையசைத்தான், சுரேஷ்.

"மாறன் குடும்பத்தினர் மனிதர்கள்தான் என்று ஒப்புக்கொள்கிறாயா?", என்று கேட்க, செழியனின் போக்கு புரியாமல் ஆமென்று தலையசைப்பதைக் கண்ட செழியன், புன்னகைத்தபடி,

"அவர்களுக்கும் பசி, அன்பு, காதல், ஏக்கம், இன்பம், துன்பம் என்ற உணர்வுகள் இருக்கின்றன, அல்லவா?", என்று கேட்டவன் தானே மேலே தொடர்ந்து,

"இத்தனை எதிரிகள் இருந்தும், நான் இயல்பாக உலகை சுற்றிவருவது, என் உயிர் நண்பன் என் உயிரை காப்பான் என்ற நம்பிக்கையில், தானே?", என்று கேட்க, நிமிர்ந்து அமர்ந்த சுரேஷ், ஆமென்று தலையசைத்தான்.

"என் உயிரினும் மேலான என் தங்கையை நீ உயிருக்குயிராய், விரும்புகிறாயல்லவா?", என்று கேட்க

தன்னிச்சையாக ஆமென்று சுரேஷ் தன் தலையை அசைக்க, "நிலாவின் மனது குழந்தைபோன்றது. துடுக்காக குறும்புடன் பேசினாலும், எளிதில் கலங்கிவிடும் இளகிய மனது. அந்த குழந்தை மனதை என் நண்பனான சுரேஷைத் தவிர மென்மையாகப் பார்த்துக்கொள்ள கூடியவன் வேறுயாருமில்லை என்று நான் சொல்கிறேன், அதை நீ மறுக்கிறாயா?", என்று கேட்டான்.

தன் நண்பன் கூறியதைக் கேட்டு உறைந்தவன் மனதில் மீண்டும் நிலாவின் குடும்பத்தை பற்றிய எண்ணம் எழுந்து குழப்ப, அவன் பார்வையிலிருந்து சுரேஷின் எண்ணவோட்டத்தை அறிந்த செழியன்,

"நண்பா, உன்னிடத்தில் பல கோடிகள் இருக்கின்றன, நீ பணத்தை பற்றி கவலைப்பட ஏதுமில்லை", என்று கூற வியந்து நோக்கிய சுரேஷ்,

"என்ன சொல்கிறாய், நண்பா?", என்று கேட்டான்.

"நம் நிறுவனத்தின் வருமானம் குறித்து உனக்கு தெரியுமே, நண்பா", என்று கூறிய செழியன், தானே மேலே தொடர்ந்து, "அவை நம் நிறுவனம் தொடங்கிய காலம் முதலே, நான்கு பங்குகளாகப் பிரிக்கப்பட்டு, நம் நால்வர் பேரிலும் பலவிதங்களில் முதலீடு செய்யப்பட்டுள்ளன", என்று கூறியவன், தன் கைபேசியை எடுத்து சில விசைகளை அழுத்த, திரையில் விரிந்த விபரங்களை சுரேஷிடம் நீட்டினான். அதைப் பார்த்த சுரேஷ், அதில் பலவகையான சொத்துக்களும், கையிருப்பு என்று பல கோடிகள் இருப்பதைக் கண்டநொடி கைகள் நடுங்க செழியனை விழிவிரித்து பார்த்து,

"நீயும் ரோஸியும் இத்தனை ஆண்டுகள் பல தடைகளை உடைத்து உருவாக்கிய சொத்துக்களில் எங்களுக்கு எதற்கு நண்பா பங்கு?", என்று கேட்க, "நீயும் கார்த்தியும் இல்லாவிட்டால், நான் உயிருடன் இருப்பதேது, இந்நிறுவனத்தை நடத்துவதேது?", என்று தன் தலையை சரித்து கேட்க, ஐந்து வயது சிறுவனாய் தனக்கு அறிமுகமான செழியனின் முகம் நினைவிற்கு வர, மெல்லியதாய் புன்னகைத்த சுரேஷ், ஏதோ சிந்தித்தவன்,

"தளிருக்கு தெரியுமா?", என்று கேட்டான்.

"தெரியும்", என்று கூறியவன் தானே மேலே தொடர்ந்து, "குடும்பத்தைப் பற்றி எண்ணுகிறாயென்றால், உனக்காக சித்தப்பாவிடம் பெண்கேட்க நானிருக்கிறேன், ஃபாதர் மைக்கேல் இருக்கிறார், கார்த்தி, ரோஸி என அனைவரும் உன்னோடு இருக்கிறோம்", என்று கூற பேச்சற்று உறைந்தான்.

சற்றுநேரம் தன் நண்பனை சிந்திக்கவிட்டு அமைதியாய் செழியன் அமர்ந்திருக்க, அதேநேரம், சுரேஷ் தன்னிடமிருந்து ஒதுங்குவதை பற்றி கூறிய நிலாவின் கண்களில் வழிந்த நீரை துடைத்த தளிர், அவள் தன் மடியில் சாய்ந்து விம்மி அழ, ஆறுதலாக அவள் கூந்தலை வருடியபடி அமர்ந்திருந்தாள். அண்ணி, இரண்டாம் அன்னை என்பதற்கிணங்க, தன் மனதிலுள்ள பாரத்தை கூறிய நிலா, தளிரின் மடியில் அழுதபடி உறங்கினாள். தோட்டத்திலிருந்து கிளம்பி வீட்டிற்குள் வந்த செழியனும் சுரேஷும் நிலாவின் நிலை கண்டு திகைக்க, உயிரினும் மேலான தன் காதலியை கலங்க வைத்ததனால் மனதில் தோன்றிய குற்றவுணர்ச்சியினால் குன்றிய சுரேஷை ஆறுதலாக தட்டிகொடுத்த செழியன், தளிரின் கண்களோடு தன் கண்களைக் கலக்க, அவன் எண்ணமறிந்தவள், நிலாவை சோபாவில் நன்றாக படுக்கச் செய்து, செழியனிடம் ஒற்றை பார்வையை செலுத்திவிட்டு முன்னே நடந்தாள்.

தன் எண்ணத்தை ஒற்றை பார்வையில் புரிந்துகொள்ளும் தன் மனைவியை எண்ணி நெகிழ்ந்த செழியன், அவள் பார்வைக்கு கட்டுப்பட்டு சுரேஷை அழைத்துக்கொண்டு தளிரைத் தொடர்ந்தான். கணவனும் மனைவியும் கண்களால் பேசிக்கொண்டதன் பொருள் புரியாமல் குழம்பியபடி அவர்களுடன் சென்ற சுரேஷ், தளிர் மணிமாறன் தம்பதியினரின் அறைக் கதவை தட்டவும் துணுக்குற்று பின்வாங்க, அவன் கைகளை இறுகப்பற்றிய செழியன், அவனை நகரவொட்டாமல் தடுத்தான்.

கதவைத் திறந்த மணிமாறன், மூவரையும் கண்டு ஒருகணம் திகைத்து, பின் அவர்களை வரவேற்று உள்ளே

சோபாவில் அமரச்செய்ய, உள்ளறையிலிருந்து வந்த கார்குழலியைப் பார்த்த தளிர், புன்னகைத்தபடி,

"என் அண்ணாவிற்கு பெண் கேட்டு வந்திருக்கிறோம், அத்தை", என்றவள், திகைத்து நோக்கிய சுரேஷை சட்டை செய்யாமல், "பண்புமிக்கவர், நன்றாக படித்திருக்கிறார், பெரிய நிறுவனத்தின் பங்குதாரர்களுள் ஒருவர், நம் நிலாவை கண்ணுக்குள் வைத்து பார்த்துகொள்வார்", என்று கூறினாள். அதைக் கேட்டு கலங்கிய கண்களை முயன்று கட்டுப்படுத்திய சுரேஷ், செழியனை நோக்க, தன் நண்பனைப் பார்த்து புன்னகைத்த செழியன், மணிமாறனை நோக்கி,

"அப்பா, என்ன சொல்கிறீர்கள்?", என்று கேட்கவும் மணிமாறன் தன் மனைவியை நோக்க, எதுவும் கூறாமல் உள்ளறைக்குள் சென்ற கார்குழலியைக் கண்டு குழம்பிய சுரேஷ் கூர்ந்த மூச்சை உள்ளிழுத்து, மூச்சுவிட மறந்து மணிமாறனை நோக்கினான்.

இறுக்கமான முகத்தோடு அமர்ந்திருந்த மணிமாறன், தன் தொண்டையை செருமியபடி,

"எப்படி சொல்வதென்று சிந்திக்கிறேன், செழியா", என்று கூற, தன் மனதை கத்தியால் கிழித்ததைபோன்று வலிக்க, சுரேஷ், தன் தலையை குனிந்தபடி அமர்ந்திருந்தான். செழியன் ஏதோ கூற வாயெடுக்க, தன் பார்வையால் அவனை தேக்கிய மணிமாறான்,

"எங்கள் குடும்பத்தில் வளர்ந்த ஒருவன், நிலாவை ஏறத்தாழ ஆறு ஆண்டுகளாக காதலித்து வருகிறான். நிலாவும் அவன் மேல் உயிராய், இருக்கிறாள். மிகவும் பண்பானவன், அவளிடம் அதிர்ந்து பேசமாட்டான், அவளை மனதிற்குள் வைத்து தாங்குவான் என்ற நம்பிக்கை எனக்கு முதலிலிருந்தே உண்டு. அவனுக்கே என் மகளை கொடுக்கலாம் என்று எண்ணுகிறேன்", என்று கூறியவர், சட்டென்று சுரேஷ் தன் தலையை உயர்த்தி அவரை நோக்க, "என்ன சுரேஷ், கொடுத்துவிடலாமா?", என்று அவனைப் பார்த்து கேட்டு கண்சிமிட்டினார். அவர் கூறியதன் பொருள் உணர்ந்து மலைத்த சுரேஷைக் கண்டு, விரிந்த புன்னகையோடு, "என் மகள் நிறைநிலாவை நன்றாக பார்த்துகொள்வாயல்லவா?",

என்று கேட்க, பேச்சிழந்த சுரேஷ், ஆமென்று தலையசைத்தான்.

அதே கணம் உள்ளறையிலிருந்து இனிப்புகள் எடுத்துவந்த கார்குழலி,

"சுரேஷ் என்ன சொல்கிறான்?", என்று கேட்டபடி வர, "என்ன சுரேஷ், நிலாவை நீ விரும்புவது எங்களுக்கு இரண்டு ஆண்டுகளுக்கு முன்பே தெரியும், நீயாக எப்பொழுது வந்து பேசுவாய் என்று காத்திருந்தோம்", என்று கூறி தளிரை நோக்கி, "உன் அண்ணனாகிய சுரேஷுக்கு என் மகளை கொடுப்பதில் சம்மதம், தளிர்", என்று கூறியவர், அனைவருக்கும் இனிப்புகள் வழங்கினார்.

தன் தொண்டையை சிலமுறை செருமிய சுரேஷ், "என் உயிருக்குள் வைத்து பார்த்துகொள்வேன், அம்மா", என்று கூறியவன், மணிமாறனை நோக்கி, "நன்றி சர்", என்று கூற,

"குழலி மட்டும் அம்மா, நான் சர்ரா, என்ன அநியாயம்", என்று புருவத்தை சுருக்கி கேட்க, "நன்றி, அப்பா", என்று கூறியவனின் கண்கள் கலங்குவதைக் கண்டு,

"என்ன மச்சான், என் தங்கையிடம் எப்பொழுது சொல்ல போகிறாய்?", என்று அவன் முதுகைத் தட்டியபடி செழியன் கேட்க,

"முதலில் நிலாவிடம் இயல்பாகப் பேசுங்கள், அண்ணா, மனம் கலங்கியிருக்கிறாள்", என்று தளிர் கூறினாள்.

அதைக் கேட்டு குற்றவுணர்ச்சியில் மனது கலங்க, முயன்று திடப்படுத்திய சுரேஷ்,

"காரணமேயில்லாமல் அவளை வருத்திவிட்டேன்", என்று தொடங்கியவன் மேலே தொடர்ந்து, "நான் ஒரு திட்டம் வைத்திருக்கிறேன்", என்று தன் மனதிலுள்ள திட்டத்தைக் கூற, அதற்கு அனைவரும் ஒத்துழைப்பதாக சம்மதித்தனர். அதன் தொடக்க வேலையாக, தளிர் முன்கூடத்திற்குச் சென்று நிலாவை மீண்டும் தன் மடியில் படுக்கவைத்து கொள்ள, செழியனும் சுரேஷும் அப்பொழுதுதான் உள்ளே வருவதுபோல் வந்து மற்றொரு சோபாவில் அமர, ரோஸியையும் ஃப்ரான்ஸிஸையும் அவர்கள் வீட்டிலும்,

மஞ்சுவை அவள் விடுதியிலும் விட்டுவிட்டு கார் சாவியை சுழற்றியபடி உள்ளே வந்த கார்த்தி, நிலா உறங்கிகொண்டிருப்பதைக் கண்டு,

"குழந்தை உறங்குகிறது போலிருக்கிறதே?", என்று தனக்குள் பேசுவதுபோல் உரக்கக் கேட்டு கொண்டே அருகில் வந்து, அவள் காதருகில் குனிந்து,

"உர்ர்ர்ர்ர்", என்று கத்த, அதற்கு அசையாமல் படுத்திருந்த நிலாவைக் கண்டு

"இடிவிழுந்தாலும் அறியாதவாறு உறங்குகிறாளே, நாளை என் நண்பன் என்ன பாடுபடபோகிறானோ?", என்று கூறியவன், சுரேஷை நோக்கி, "என் அனுதாபங்கள் நண்பா", என்று தன் மார்பில் கைவைத்து கூறிய கணம் தன் பின்னந்தலையில் தலையணை வந்து விழ, தலையை தேய்த்தவாறு திரும்பிய கார்த்தி, தளிரின் அருகே இரண்டு கைகளிலும் தலையணைகளை பிடித்துகொண்டு தன் மீது எறிவதற்காக குறிபார்த்துக்கொண்டிருந்த நிலாவைக் கண்டவன், பொங்கிய சிரிப்பை கட்டுப்படுத்திய வண்ணம், இரு கைகளையும் மேலே உயர்த்தி,

"அம்மா, தாயே, பத்ரகாளி, உண்மையிலேயே இந்நிலைமையில் உன்னைப் பார்த்தால், என் நண்பனின் எதிர்காலத்தை எண்ணி பயமாக இருக்கிறது", என்று கூறியவன், தன்மீது எறியபட்ட தலையணை தன்னை நெருங்கும் முன் துள்ளி குதித்து விலகி, தன் அறையை நோக்கி ஓடியவன்,

"வாய்ப்பு கிடைக்கும்போதே தப்பித்துகொள், நண்பா", என்று கூறியபடி ஓட, தன்னை மீறி கலகலவென சிரிக்கும் சுரேஷைக் கண்ட நிலா, பல நாட்கள் கழித்து கேட்ட அவனின் சிரிப்பை வியந்து நோக்கியவள், அடுத்தகணம் கனல் கக்கும் விழிகளை அவன் மீது செலுத்திவிட்டு உள்ளறைக்குச் சென்றாள்.

அவள் சென்றதைக் கண்டு புன்னகைத்த சுரேஷிடம் விடைபெற்று தங்கள் கட்டிற்குச் சென்ற செழியனும் தளிரும், உள்ளே நுழைய தளிரின் கையைப் பிடித்து முன்கூடத்தின் ஒரு கோடியிலிருந்த அறைக்கு அழைத்துச் சென்றான், செழியன்.

மிகப் பெரிதாக இருந்த அந்த அறையின் ஒரு புறத்தில் கோப்புகளும் மடிக்கணினியும் இருப்பதைக் கண்டு, முதல் தளத்திலிருந்த செழியனின் அலுவலக அறை கீழே மாற்றப்பட்டிருப்பதைக் கண்ட தளிர், அதன் மறுபுறத்தில் தன் கல்லூரி இறுதிதேர்விற்கான நூல்களும், கோப்புகளும் அடுக்கப்பட்டு, ஒரு கணினியும் இருப்பதைக் கண்டவள், தன் இறுதிதேர்வுகள் நெருங்குவதை உணர்ந்து, தன் கணவனை நோக்கினாள்.

"நீ அனைத்தையும் ஏற்கனவே படித்துவிட்டாய், கண்ணம்மா. உன் குறிப்புகளை ஒருமுறை படித்தால்போதும்", என்றவன், அவளை கையைப் பிடித்து அழைத்துச் சென்று சுழல்நாற்காலியில் அமரச்செய்து, எதிரே இருந்த நாற்காலியை இழுத்து அவளருகே போட்டு அதில் அமர்ந்தபடி,

"நான் உன்னிடம் இவற்றைக் குறித்து பேசவேண்டும், தளிர்", என்று கூறி சில கோப்புகளை அவளிடம் நீட்டினான்.

அவற்றை வாங்கி பார்த்தவள், மகேந்திரவர்மன், மாறன் குடும்பத்திற்குள் தன்னை வரவேற்க கொடுத்த சொத்துகளின் விபரங்களும், அவற்றின் மாதாந்திர வரவுசெலவு கணக்குகளும் இருப்பதைக் கண்டு, மேலோட்டமாக அவற்றைப் பார்த்தவள், சற்றுநேரம் ஆழ்ந்து சிந்தித்துவிட்டு,

"இவற்றிலிருந்து கிடைக்கும் வருமானத்தை இதுவரை யார் பார்த்து கொண்டார்கள், அருணன்? இந்த நிலங்களில் விளைந்த விளைபொருட்களை என்ன செய்தார்கள்?", என்று கேட்டாள்.

தன் மனைவியை பெருமிதத்தோடு பார்த்த செழியன், புன்னகையோடு,

"இது நம் குடும்பத்தின் மொத்த சொத்திலிருந்து பிரித்து உனக்கென்று கொடுக்கப்பட்டது, கண்ணம்மா", என்று கூறியவன், தளிர் கூர்ந்து கவனிக்கிறாள் என்று உணர்ந்து தானே மேலே தொடர்ந்து,

"இதுவரை, மாறன் குரூப்ஸின் கணக்கிலிருந்ததால், மாறன் குரூப்ஸின் தலைமை நிர்வாக அதிகாரி, திவ்யா அண்ணியின்,

நேரடி நிர்வாகத்தில் இருந்தன. விளைபொருட்களும், அதை பாடுபட்டு விளைவிக்கும் வேளாண்குடிகளின் தேவைக்கு போக, மீதமுள்ளவை மாறன் குரூப்ஸ் நடத்தும் பல அறக்கட்டளைகள் செய்யும் நற்பணிகளுக்கு பயன்படுத்தப்பட்டன", என்றவன், புரிந்துகொண்டதற்கு அறிகுறியாக தளிர் தலையசைக்க,

"இப்பொழுது இவை அனைத்தும் உன் நேரடி கட்டுப்பாட்டில் இருக்கின்றன, தளிர். இவற்றை எவ்வாறு பயன்படுத்தலாம் என்று பொறுமையாக சிந்தித்து முடிவெடு", என்று கூறினான்.

ஆழ்ந்த சிந்தனையில் இருந்த தளிரின் கண்கள் நொடியில் பளிச்சிட,

"இவற்றில் நேரடி நிர்வாகத்திலிருக்கும் நிறுவனங்கள் அனைத்துமே வெற்றிகரமாக இயங்கிவருகின்றன. ஆனால் தனித்தனியாக இருப்பவற்றை ஒருங்கே இணைத்து நிர்வகிக்கவேண்டும். அதேபோல், விளைபொருட்களில் அனைவரின் தேவைக்குபோக விஞ்சியவை ஆதரவற்றோருக்கு பயன்படும்விதம்", என்று கூறியவள், செழியனின் இதழ்கள் புன்னகையால் விரிய, நிறுத்திவிட்டு என்னவென்பது போல் தன் ஒற்றை புருவத்தை உயர்த்த, ஒன்றுமில்லை என்று இடம்வலமாக தலையசைத்த செழியன், மேலே தொடரும்படி வலக்கையால் சைகை செய்ய, "அருணன், நாம் ஒரு அறக்கட்டளை தொடங்கி, அதன்மூலம் ஆதரவற்றோர் எந்த வயதினராய் இருந்தாலும், அவர்களின் பின்புலத்தை விசாரித்து, அவர்களுக்கு வேண்டிய உதவிகள் செய்யலாமல்லவா? அவர்கள் ஒரே குடும்பமாக தங்கும் வகையில் வீடுகள் அமைக்கலாம். யாராக இருந்தாலும் எந்தவித தயக்கமும் இல்லாமல் உணவருந்தி செல்லும் வகையில் தரமான உணவு வழங்கும் சிறுவிடுதிகளையும் அந்த அறக்கட்டளை மூலம் நிறுவலாம்", என்று கூறிக்கொண்டேச் சென்றவள், தன் இதழ்களில் அழுந்த பதிந்த செழியனின் இதழ்களால் ஒருகணம் திகைத்து, பெருமிதம்பொங்க தன்னை முத்தமிடும் தன் கணவனின் முத்தத்தில் பங்கெடுத்தாள்.

சிறிதுநேரம் கழித்து தளிரை விடுவித்த செழியன்,

"இவ்வளவு நிரல்யமான வாழ்க்கை துணை யாருக்கும் கிடைக்காது, கண்ணம்மா", என்றவன் மீண்டும் ஒருமுறை அவள் இதழ்களில் அழுந்த முத்தமிட்டு விலகி,

"என் மனதிலிருந்தவற்றை படம்பிடித்தது போல் கூறுகிறாய், தளிர்", என்று புன்னகையோடு கூற, பதிலுக்கு புன்னகைத்தவள்,

"இவையெல்லாம் ஒருங்கிணைப்பது முழுநேர வேலை, அருணன். என் வேலையை பார்த்துக்கொண்டே இதை எப்படி கவனிக்க முடியும்?", என்று கேட்க, மேலும் விரிந்த புன்னகையோடு,

"ஒரு தலைமை நிர்வாக அதிகாரியை நியமிக்கலாமல்லவா, கண்ணம்மா?", என்று கேட்டான்.

அவன் புன்னகையையும் கேள்வியையும் பார்த்தவள், சட்டென்று மிளிர்ந்த கண்களால்,

"ஐ லவ் யூ, அருணன், இவை அனைத்தையும் நம் மனதிலுள்ளதை புரிந்துகொண்டு, உள்ளார்ந்த அன்போடும் ஆர்வத்துடனும் செய்வதற்கு சிறந்த ஆள், நம் மஞ்சுவைவிட யார் இருக்கிறார்?", என்று கூற, தன் மனதை நொடியில் கணித்துவிடும் தன் மனைவியைக் கண்டு இன்பமாக சிரித்தவன்,

"நாளை மஞ்சுவிடம் விபரம் கூறி அவளின் சம்மதம் கேட்போம், கண்ணம்மா", என்றவன் தன் கைக்கடிகாரத்தை பார்த்து மணி ஏழென்று அறிந்து,

"தளிர், இன்று ரோஸி கருவுற்ற செய்தி, சுரேஷ் - நிலா திருமணம் என்று அடுத்தடுத்து இன்பமான செய்திகளாக கேட்கும்பொழுது, எனக்கு மனதில் ஒன்று தோன்றுகிறது", என்று கூறி மேலே தொடர்ந்து தன் மனதிலுள்ள திட்டத்தை விவரிக்க, அதைக் கேட்டு களிப்படைந்தவள், அவன் நெற்றியில் அழுந்த முத்தமிட்டாள்.

72

செழியன் தன் மனதில் தோன்றிய திட்டத்தை விபரமாகக் கூறக் கேட்டு, அதற்குப் பரிசாக அவனை முத்தமிட்ட தளிர், அவன் திட்டத்தை மெருகேற்றும் வகையில் சில ஆலோசனைகளை வழங்கியவள், அவன் கூறியதற்கிணங்க நண்பர்களுக்கு இன்ப அதிர்ச்சியாய் இருக்கும்பொருட்டு, மிக ரகசியமாக செயல்படுத்தவேண்டும் என்று எண்ணி, தன் ஒன்றுவிட்ட அண்ணனை கைபேசியில் தொடர்புகொண்டாள். இரவு தங்கள் கட்டிலேயே உணவை முடித்துகொண்ட தளிரும் செழியனும், முந்தைய நாள் இழந்த உறக்கத்தை ஈடுசெய்யும்விதம், விரைவாக உறங்கச் சென்றனர்.

அதிகாலை விழித்த தளிர், சற்றுநேரம் அசையாமல் படுத்திருந்தவள் மீண்டும் உறக்கம்பிடிக்காமல் இருக்க, எழுந்து குளியலறைக்குள் புகுந்தாள். குளித்து உடைமாற்றி வெளியே வந்த தளிர், ஆழ்ந்து உறங்கிக்கொண்டிருக்கும் செழியனைப் பார்த்தபடி சற்றுநேரம் கட்டிலில் அமர்ந்திருந்தவள், கதிரவனின் கீற்றுகள் சாளரத்தின் வழியே நுழைவதைக் கண்டு, செழியனின் சிகையைத் தன் கையால் கோதிவிட்டு கீழே உள்ள அலுவலக அறைக்குச் சென்று, தன் இறுதித்தேர்விற்காக எடுத்துவைத்திருந்த குறிப்புகளை பாடவாரியாக பிரித்து தனித்தனி கோப்புகளில் வைத்தவள், அவற்றுள் ஒன்றை எடுத்து படிக்கத் தொடங்கினாள்.

வெகுநேரம், ஆழ்ந்து படித்துக்கொண்டிருந்தவளின் கவனத்தை காற்றில் கலந்து வந்து நாசியை தீண்டிய காபியின் நறுமணமும், தன்னை சுற்றி அணைத்த வலிய கரங்களும், நெற்றியில் அழுந்த பதிந்த இதழ்களும் கலைக்க, நிமிர்ந்து நோக்கியவள், தன் கண்ணருகே தெரிந்த செழியனின் இடக்கன்னத்தில் உள்ள வெட்டுக்காய தழும்பை முத்தமிட்டு, சற்று விலகி,

"குட் மார்னிங் அருணன், நீங்கள் கூறியது போல், ஒருமுறை வாசிக்கும்பொழுதே அனைத்தும் நினைவிற்கு வருகின்றன", என்றாள். சுவற்றிலிருந்த கடிகாரத்தைக் கண்டு, மணி ஒன்பதென்றறிந்து வெடுக்கென எழுந்தவேளை நிலைதடுமாற, அவளை விழாமல் தாங்கிய செழியன்,

"குட் மார்னிங் கண்ணம்மா, ரிலாக்ஸ்", என்றவன், "காலை உணவு ஆயத்தமாக உள்ளது, உணவருந்திவிட்டு மஞ்சுவை அழைத்து பேசுவோமா?", என்று கேட்டான். சரியென்று கூறியபடி அவனுடன் கிளம்ப, குறுஞ்செய்தி வந்ததற்கான அறிவிப்பொலியில் தன் கைபேசி சிணுங்க அதை எடுத்துப் பார்த்தவள், அதில் வந்த எண்ணைக் கண்டு புன்னகையோடு குறுஞ்செய்தியை திறந்தபடி, செழியனின் கையைப் பிடித்து நிறுத்தினாள்.

அறை வாயிலை அடைந்ததும், தளிர் தன்னை நிறுத்தியதைக் கண்டு ஒற்றை புருவத்தை உயர்த்தி என்னவென்று கேட்ட செழியன் அதற்கு புன்னகையே பதிலாக தந்தவள், தன்னிடம் செலுத்திய பார்வைக்கு கட்டுப்பட்டு அவளுடன் மீண்டும் அறைக்குள் நடந்தான். தளிர் தன் கணினியை உயிர்ப்பித்தபடி தன் நாற்காலியில் அமர, அதன் கைப்பிடியில் சாய்ந்த செழியன், கணினி திரையில் விரிந்த வடிவத்தைக் கண்டவன், தளிரின் தலையில் முத்தமிட்டு,

"ஒரே இரவுக்குள் இவ்வளவு துல்லியமான வடிவத்தை உருவாக்கியிருக்கும், உன் அண்ணன் இளங்கோ மிகத் திறமைசாலி, கண்ணம்மா", என்ற மனமார பாராட்ட,

"ஆமாம் அருணன், அவனுக்குள் இவ்வளவு திறமை ஒளிந்துகொண்டிருக்கிறது என்று இப்பொழுதுதான் எனக்கே தெரியும்", என்றவள் சற்றுநேரம் சிந்தித்துவிட்டு, "இவ்வளவு திறமைசாலி எதற்காக திறமைக்கேற்ற அங்கீகாரம்

இல்லாமல் ஏதோ ஒரு சிறு நிறுவனத்தில் வேலை பார்க்கிறான்?", என்று கூறியவள், மீண்டும் கணினி திரையில் கவனம் செலுத்தினாள்.

சற்றுநேரம் இருவரும் கலந்தாலோசித்து, சில மெருகேற்றங்களை முடிவெடுத்தபின், தளிர் இளங்கோவை அழைத்து ஒலிபேசியை இயக்கினாள்,

"தளிர்", என்ற எதிர்முனையில் குரல் கேட்க,

"அண்ணா, நீ மிகவும் திறமைசாலி", என்று பாராட்ட, "இளங்கோ, எங்களிருவருக்கும் மிகவும் பிடித்திருக்கிறது", என்று தொடங்கிய செழியன், தாங்கள் எண்ணிய சில மாற்றங்களைக் கூற அதை பொறுமையாகக் கேட்ட இளங்கோ,

"அத்தான், நீங்கள் கூறுவது சற்றே புதிதாக இருக்கிறது. அந்த கோணத்தில் நான் சிந்திக்கவில்லை. நேரில் சந்திக்கும்போது விரிவாகப் பேசுவோம்", என்று கூற அதற்கு சம்மதித்த செழியன் நன்றி கூறிவிட்டு அழைப்பைத் துண்டித்தான்.

இருவரும் உணவருந்தி முன் கூடத்திற்கு வந்தவேளை, புயலென உள்ளே நுழைந்த நிலா,

"நாளுக்கு நாள் உன் நண்பர்கள் தங்களுக்கு மூளை முதுகில் இருக்கிறது என்று நிரூபித்துக்கொண்டிருக்கிறார்கள்", என்று கூற ஒருவரையொருவர் பார்த்து இளமுறுவல் பூத்த செழியனும் தளிரும் நிலாவை நோக்க,

"என்ன ஆயிற்று, நிலா? காலையிலேயே கொதித்துக்கொண்டிருக்கிறாய் இருக்கிறாய்", என்று கேட்டாள் தளிர்.

"சுரேஷும் கார்த்தியும் முன்கூடத்தில் ஏதோ பேசிக்கொண்டிருந்தவேளை நான் அங்கு சென்றதும், இருவரும் பேச்சை நிறுத்தி ஆளுக்கொரு திக்கை நோக்க, என்னவென்று கேட்டபடி சுரேஷின் அருகே அமர்ந்தேன்", என்றவள் நீண்ட மூச்சை இழுத்துவிட்டு,

"அதற்கு கார்த்தி, சுரேஷை என்னிடமிருந்து காப்பாற்ற முயற்சித்துக் கொண்டிருப்பதாகவும், சாந்த சொரூபியான உன் நண்பனுக்கேற்ற நல்ல வரன் பார்த்திருப்பதாகவும்

கூறினான்", என்று தன்னை நோக்கி கூறியவளின் கண்களில் நீர் கோர்ப்பதைக் கண்ட செழியன்,

"கார்த்தி உன்னிடம் வழக்கம்போல் தானே விளையாடுகிறான், நீயும் வழக்கம்போல் கையில் கிடைப்பதை அவன் மீது எறிந்தால் அமைதியாகியிருப்பானே", என்று இயல்பாகக் கூறினான்.

தன் அண்ணனின் குரலில் இருந்த ஏதோ ஒன்று உறுத்த அது என்னவென்று புரியாமல் நிலா குழம்ப, செழியனின் விலாவில் முழுங்கையால் குத்திய தளிர்,

"யார் என்ன கூறினால் என்ன, நிலா. உனக்குதான் சுரேஷ் அண்ணாவைப் பற்றி தெரியுமே?", என்று கேட்க, "அதுதானே இங்கே சிக்கல், கார்த்தி கூறுவதைக் கேட்டு பூம் பூம் மாடு போல் தலையாட்டிக் கொண்டு அமர்ந்திருக்கிறார்", என்று கூறியவளின் குரலில் உண்மையிலேயே கவலை தொனித்ததை உணர்ந்த செழியன்,

"அதெப்படி என் தங்கையை அருகே வைத்துக்கொண்டு மற்றவர் பேசுவதற்கு பூம் பூம் மாடுபோல் தலையாட்டலாம் என்று நான் இப்பொழுதே அவனிடம் கேட்கிறேன்", என்று கண்களை சிமிட்டியபடி கூறி, தளிரிடம் பார்வையை செலுத்திவிட்டு வெளியேறினான்.

தன் அண்ணன் கூறியதைக் கேட்ட நிலா கலகலவென சிரிக்க,

"நீ சிரித்தால் எவ்வளவு நன்றாக இருக்கிறது, நிலா", என்று கூறிய தளிர், சற்றுநேரம் ஆழ்ந்து சிந்தித்தவள்,

"மஞ்சுவையும் அழைத்துக்கொண்டு நாம் ஷாப்பிங் சென்று வருவோமா?", என்று கேட்க, உடனே உற்சாகமடைந்த நிலாவைக் கண்ட தளிர், தன் குடும்பத்தின் செல்வ மகளின் புன்னகையைக் காண என்னவேண்டுமென்றாலும் செய்யலாம், என்று மனதிற்குள் எண்ணியபடி தன் கைபேசியை எடுத்து சில எண்களை அழுத்தினாள்.

தன் தங்கையை காலையிலேயே கார்த்தி வம்பிழுத்ததை எண்ணி புன்னகைத்தபடி முன் கட்டிற்கு வந்த செழியனை தூக்கி உயரே சுற்றிய கார்த்தி,

"நண்பா, சுரேஷ் கூறியதை என்னால் நம்ப முடியவில்லை", என்றவன் செழியனை திடமாகத் தரையில் நிற்கச் செய்து, "ஆனால், எதற்காக நண்பா?", என்று கேட்டு கூர்ந்து நோக்கினான்.

"என்ன ஆயிற்று கார்த்தி?", என்று ஒன்றும் புரியாமல் விழித்தபடி கேட்க, மிக அரிதாக தங்களிடம் விளையாடும் செழியனைக் கண்ட கார்த்தியும் சுரேஷும் புன்னகைக்க, தன் நண்பர்களைக் கூர்ந்து நோக்கிய செழியன், நீண்ட மூச்சை உள்ளிழுத்துவிட்டு,

"சிறுவயது முதலே என்னிடம் பணமும் வசதியும் இருந்திருக்கிறது என்று உங்களுக்கு தெரியும். ஆனால் என் பெற்றோர் மேலிருந்த கோபமும், இந்த வெட்டுக்காயத்தைக் கண்டு அருவருப்பும், அனைவரையும் என்னிடமிருந்து விலக்கியே வைத்திருந்தன. நிலா, சித்தி, சித்தப்பா, கவின் என்மேல் கொண்டுள்ள அன்பை உணரக்கூட முடியாத அளவு என் மனதில் பதிந்திருந்த சலிப்பை மீறி, சுரேஷ் அளித்த அரணும், நீயும், ரோஸியும் என்னிடம் இயல்பாக உடன் பயிலும் மாணவனாகப் பழகியதால் உருவான நட்பும் நாளடைவில் பலமடங்கு வளர்ந்து, நம் நால்வரும் வாழ்நாள் வரை தொடரும் வண்ணம் தொழிலையும், வாழ்க்கையையும் அமைத்திருக்கிறோம்", என்றவன், தானே மேலே தொடர்ந்து,

"நம் நிறுவனத்தைத் தொடங்க முழு திட்டமும் வகுத்த ரோஸி, அதற்கு சார்புத் நிறுவனமான துப்பறியும் நிறுவனத்தைத் தொடங்கிய நீ, என் உயிர் காக்கும் அரணாக என்றென்றும் இருப்பதற்காக மெய்க்காப்பாளர் படை நடத்தும் சுரேஷ். நாம் நால்வரும் ஒருவரோடு ஒருவர் பிணைக்கப்பட்டவர்கள், நண்பா", என்று கூற அங்கு நீண்ட அமைதி நிலவியது.

சற்றுநேரம் கழித்து தன் தொண்டையைச் செருமிய கார்த்தி,

"உண்மைதான் நண்பா, அதே நேரம் பலவித குடும்ப சூழ்நிலைகளில் பல போராட்டங்களிலிருந்த ரோஸியையும் என்னையும் அவற்றிலிருந்து காப்பாற்றியது நீங்களிருவரும்

தான்", என்று கூறியவன் செழியனையும் சுரேஷையும் சேர்த்தணைத்தான். அதேநேரம் உட்கட்டிலிருந்து தன்னுடன் பேசியபடி நிலா வரும் அரவம் கேட்க சட்டென்று விலகி ஆளுக்கொரு திக்கை நோக்கியபடி மூவரும் தங்கள் கண்களைத் துடைத்ததை தொலைவிலிருந்தே கண்ட தளிர், ஒரே நேரத்தில் நான்கு பேருடன் சண்டைபோடும் திடமுள்ள மூவரும், மனதிற்குள் குழந்தைதான் என்று எண்ணியவள், தன் கணவனென்னும் குழந்தையைப் பார்த்து புன்னகைத்தபடி அவன் அருகில் வந்து,

"நாங்கள் ஷாப்பிங் கிளம்புகிறோம்", என்று கூற, அதைக்கேட்ட மூவரின் திடுக்கிட்ட முகபாவத்தைக் கண்டு கலகலவென சிரித்தாள்.

மூவரில் முதலில் தன்னிலை அடைந்த செழியன்,

"கண்ணம்மா, திடீரென்று ஷாப்பிங் என்றால், மெய்க்காப்பாளர்கள் பாதுகாப்பு ஏற்பாடுகள் செய்வதற்கு நேரமிருக்காதல்லவா?", என்று கேட்க,

"அல்லவா?", என்று கேட்ட தளிரின் குரலில் கேலி தொனித்திருக்க, பாதுகாப்பு முக்கியம், அதற்காக வீட்டிற்குள்ளேயே முடங்கு என்று சொல்வதும் நியாயமற்ற செயல் என்று உணர்ந்த செழியன், தளிரின் பார்வையில் ஏதோ தொக்கி நிற்பதைக் கண்டு, தன் ஒற்றை புருவத்தை உயர்த்தினான். தன் கணவன் தன்னைக் கண்டுகொண்டான் என்றுணர்ந்த தளிர் விரிந்த புன்னகையோடு,

"அதனால்தான் நாங்கள் துபைக்கு செல்ல தீர்மானித்திருக்கிறோம்", என்று கண்கள் சிமிட்டியபடி கூற, அதுவரை கவலை தென்பட்ட மூவர் முகங்களும் உற்சாகத்தில் மலர்வதைக் கண்டாள்.

தளிரின் அறிவுக் கூர்மையை மனதிற்குள் பாராட்டிய சுரேஷ்,

"துபை நம்மைவிட ஒன்றரை மணிநேரம் பின்னால் இருக்கிறது, இப்பொழுதே அங்கிருக்கும் நம் டீமை ஆயத்தப்படுத்தினால், நாம் சென்று ஷாப்பிங் முடித்து திரும்பும்வரை அவர்கள் அனைத்து ஏற்பாடுகளையும் கவனித்து கொள்வார்கள்", என்று உற்சாகமாகக் கூறியவன், கரணை அழைப்பதற்காக தன் கைபேசியை எடுக்க, உள்வரும்

அழைப்பில் கரணின் எண்ணைக் கண்டு உடனடியாக எடுத்து காதில் பொருத்தி,

"சொல் கரண்", என்று கூறினான்.

எதிர்முனையில்,

"சர், மேடம் கூறியதைப் போல் ஏற்பாடுகளின் திட்டம் ஆயத்தமாக இருக்கிறது, செயல்படுத்த உங்கள் அனுமதிவேண்டும்", என்று கூறக் கேட்ட சுரேஷ் வியப்புடன் தளிரை நோக்கினான்.

செழியனின் அணைப்பிற்குள் விரிந்த புன்னகையுடன் நின்றுகொண்டு தன்னை பார்ப்பவளைக் கண்டு புன்னகைத்தவன்,

"அனைத்தும் ஆயத்தமானதும், தெரியப்படுத்து", என்று கூறி அழைப்பைத் துண்டித்தான். அடுத்த ஒரு மணிநேரத்திற்குள், பலமுறை கொஞ்சியும், கெஞ்சியும் பார்த்து ஒன்றும் வேலைக்காகாமல், தங்களை விடுத்து, மஞ்சுவையும், ரோஸியையும் அழைத்துக்கொண்டு தளிரும் நிலாவும் கிளம்புவதைக் கண்ட கார்குழலி, ஆனந்தி மற்றும் சித்திரக்கொடியும் சேர்ந்துகொள்ள, ஆண்கள் அனைவரும் ஒருவர் முகத்தை மற்றவர் பார்த்தபடி நடுக்கூடத்தில் அமர்ந்திருந்தனர்.

அங்கே சூழ்ந்திருந்த அமைதியைக் கிழித்தபடி வந்த குறுஞ்செய்திக்கான அறிவிப்பொலியைக் கேட்டு தன் கைபேசியை எடுத்த செழியன், தளிரிடம் இருந்து,

'நன்றி அருணன்', என்று வந்த குறுஞ்செய்தியைக் கண்டு புன்னகைத்தவன், அதையடுத்து,

'ஒருவர் முகத்தை மற்றவர் பார்த்தபடி அமர்ந்திருப்பதைவிடுத்து, நிலாவின் பிறந்தநாள் கொண்டாட்டத்திற்கான வேலைகளைக் கவனியுங்கள்', என்று வந்த குறுஞ்செய்தியை படித்து கலகலவென உரக்க சிரிக்க, குழப்பத்தோடு அவனை பார்த்த மற்றவர்களிடம், தன் மனைவி கூறியதன் சாரத்தைக் கூற, புன்னகைத்தபடி எழுந்து ஆளுக்கொரு வேலையில் இறங்கினர்.

சுரேஷ், செழியனையும் கார்த்தியையும் அழைத்துக்கொண்டு ஒரு முக்கியமான வேலையை முடிப்பதற்காக வெளியே சென்றான். செழியனின் முன்கூடத்தில் அலங்காரம் செய்தால்தான், நிலாவுக்கு இன்ப

அதிர்ச்சியாக இருக்குமென்று அனைவரும் முடிவெடுத்திருக்க, விழாக்களுக்கு அலங்காரம் செய்யும் நிறுவனத்தின் ஆட்கள் வரவும், வேலைகள் மும்முரமடைந்தன. மாலை வந்து தங்கள் அறைக்குச் சென்று குளித்து உட்கட்டிற்கு வந்த நண்பர்கள், பெரியவர்கள் மேற்பார்வையில், ஃப்ரான்ஸிஸூம் கவினும் வழங்கிய ஆலோசனைகளின் படி முடிந்திருந்த அலங்காரங்களை மனநிறைவுடன் பார்த்தனர்.

தளிரின் அதிவிரைவு ஜெட்டில் துபையை அடைந்து, நாள் முழுவதும், பலவித உடைகள், அணிகலன்கள், காலணிகள் என தேர்ந்தெடுத்தபடி, 'த துபை மால்', என்ற நகரின் மிக பெரிய பேரங்காடியை வலம் வந்த மகளிர், மதிய உணவு முடித்து, இடையிடையே தின்பண்டங்கள் கொறித்து, மாலை களைத்து வீட்டிற்குள் நுழைய, முன் கூடத்தில் ஆங்காங்கே சிறு சிறு குழுக்களாக அமர்ந்து பேசிக்கொண்டிருந்த ஆண்களைக் கண்டு புன்னகைத்தபடி, தாங்கள் வாங்கிய பொருட்களை காண்பித்தனர். இரவு உணவை அனைவரும் விருந்தினர் கட்டில் உண்டபிறகு, அவரவர் அறைகளுக்குள் முடங்கினர்.

ஆழ்ந்த உறக்கத்திலிருந்த நிலா, நள்ளிரவு நெருங்கும் நேரத்தில், தடதட வென்று தன்னறைக் கதவு தட்டப்படும் ஓசைகேட்டு திடுக்கிட்டு விழித்தவள், கதவு விடாமல் தட்டப்படுவதைக் கண்டு விரைவாகச் சென்று கதவை திறக்க, கையில் பூங்கொத்துடன் புன்னகைத்தபடி நின்றிருந்த தன்னைக் கண்டு திகைத்தவளை நெருங்கி,

"இனிய பிறந்தநாள் நல்வாழ்த்துக்கள், குட்டிமா", என்று கூறிய சுரேஷ் அவள் நெற்றியில் முத்தமிட, ஏறத்தாழ இரண்டு வாரங்கள் கழித்து தன்னிடம் காதலொழுக பேசிய தன்னவனின் மார்பில் சாய்ந்தாள்.

தன்னிச்சையாக நிலாவை அணைத்த சுரேஷ், தன் சட்டை ஈரமாவதை உணர்ந்து, அவள் முகத்தை நிமிர்த்தி, அவள் கண்களோடு தன் கண்களைக் கலந்தவன், தன் இதழ்களால் அவள் கண்ணீரைத் துடைத்தான். தன் கைகளை பிடித்து அழைத்துக்கொண்டு, செழியனின் கட்டிற்குள் நுழைந்த சுரேஷை குழப்பத்தோடு பார்த்தவள், சட்டென்று உயிர்பெற்ற விளக்குகளுக்கு தன் கண்களை பழக்குவதற்காக

பலமுறை சிமிட்ட, முன்கூடம் முழுவதும் அலங்கரிக்கப்பட்டு, அனைவரும் புன்னகையோடு அங்கே நின்றிருப்பதைக் கண்டாள். நடுவே கேக் இல்லாததை உணர்ந்து திரும்ப, அங்கே ஒற்றை முழங்காலை தரையில் வைத்து, தன் கையை பிடித்த சுரேஷைக் கண்டவள், நீர் கோர்த்திருந்த அவன் கண்களோடு தன் கண்களை கலக்க,

"நிறைநிலா, நீ பிறந்ததுமுதல் உன்னை பார்த்திருக்கிறேன், சிறுவயதிலிருந்து பழகியதால் தோன்றிய தோழமை பருவமெய்தியபின் காதலாகி என்னை வருத்த, உன் படிப்பிற்கு இடையூறு ஏற்படாதவண்ணம் பார்த்துக்கொண்டேன். அதன்பிறகு எவ்வளவு தயக்கத்தோடு உன்னிடம் என் மனம் திறந்தேன் என்று உனக்கே தெரியும்", என்று கூறி புன்னகைத்தவன், தானே மேலே தொடர்ந்து, "யாருமற்ற எனக்கு ஒற்றை முத்தாய் கிடைத்த உறவு நீ, உன் பெற்றோரின் ஆசிகளுடனும், உன் தமையனின் ஆதரவுடனும், நம் நண்பர்களின் உதவியுடனும் இப்பொழுது உன் முன் நிற்கிறேன், என்னை மணந்தால் உன்னை என் உயிருக்குள் வைத்து பாதுகாப்பேன் என்று இந்த கணையாழியின் மூலம் உறுதி அளிக்கிறேன். என்னை மணக்க உனக்கு சம்மதமா?", என்று கூறி, தன் பேன்ட் பையிலிருந்து சிறு மோதிரப்பெட்டியை திறந்து நீட்டினான்.

சுரேஷின் வார்த்தைகள் உயிர்வரை சென்று தாக்க, தடையின்றி வழிந்த நீரைத் துடைக்க மனமில்லாமல் அவனைப் பார்த்தவள், அறையைச் சுற்றி தன் கண்களை செலுத்த, அனைவரும் தங்கள் கண்களில் ஆர்வமும் இதழ்களில் புன்னகையும் துலங்க நிற்க, மீண்டும் சுரேஷை நோக்கியவள், அவன் கண்களில் ஆர்வத்தை விஞ்சிய அச்சம் தென்பட, அதற்குமேல் தாங்க முடியாமல், ஆமென்று தலையசைத்தாள். புன்னகையுடன் எழுந்த சுரேஷின் கண்களில் ஒருவித தயக்கம் இருப்பதைக் கண்டவள்,

"சம்மதம் சுரேஷ்", என்று குரல் கம்ம கூற, விரலில் மோதிரத்தை அணிவித்தபடி, தன் இதழ்களை அவள் இதழ்களில் ஒற்றியெடுத்த சுரேஷின் இதழ்களை சிறையெடுத்தாள், நிறைநிலா., மணி ஒன்பதென்றறிந்து வெடுக்கென எழுந்தவேளை நிலைதடுமாற, அவளை விழாமல் தாங்கிய செழியன்,

"குட் மார்னிங் கண்ணம்மா, ரிலாக்ஸ்", என்றவன், "காலை உணவு ஆயத்தமாக உள்ளது, உணவருந்திவிட்டு மஞ்சுவை அழைத்து பேசுவோமா?", என்று கேட்டான். சரியென்று கூறியபடி அவனுடன் கிளம்ப, குறுஞ்செய்தி வந்ததற்கான அறிவிப்பொலியில் தன் கைபேசி சிணுங்க அதை எடுத்துப் பார்த்தவள், அதில் வந்த எண்ணைக் கண்டு புன்னகையோடு குறுஞ்செய்தியை திறந்தபடி, செழியனின் கையை பிடித்து நிறுத்தினாள்.

அறை வாயிலை அடைந்ததும், தளிர் தன்னை நிறுத்தியதைக் கண்டு ஒற்றை புருவத்தை உயர்த்தி என்னவென்று கேட்ட செழியன் அதற்கு புன்னகையே பதிலாக தந்தவள், தன்னிடம் செலுத்திய பார்வைக்கு கட்டுப்பட்டு அவளுடன் மீண்டும் அறைக்குள் நடந்தான். தளிர் தன் கணினியை உயிர்ப்பித்தபடி தன் நாற்காலியில் அமர, அதன் கைப்பிடியில் சாய்ந்த செழியன், கணினி திரையில் விரிந்த வடிவத்தைக் கண்டவன், தளிரின் தலையில் முத்தமிட்டு,

"ஒரே இரவுக்குள் இவ்வளவு துல்லியமான வடிவத்தை உருவாக்கியிருக்கும், உன் அண்ணன் இளங்கோ மிக திறமைசாலி, கண்ணம்மா", என்ற மனமார பாராட்ட,

"ஆமாம் அருணன், அவனுக்குள் இவ்வளவு திறமை ஒளிந்துகொண்டிருக்கிறது என்று இப்பொழுதுதான் எனக்கே தெரியும்", என்றவள் சற்றுநேரம் சிந்தித்துவிட்டு, "இவ்வளவு திறமைசாலி எதற்காக திறமைக்கேற்ற அங்கீகாரம் இல்லாமல் ஏதோ ஒரு சிறு நிறுவனத்தில் வேலை பார்க்கிறான்?", என்று கூறியவள், மீண்டும் கணினி திரையில் கவனம் செலுத்தினாள்.

சற்றுநேரம் இருவரும் கலந்தாலோசித்து, சில மெருகேற்றங்களை முடிவெடுத்தபின், தளிர் இளங்கோவை அழைத்து ஒலிபேசியை இயக்கினாள்,

"தளிர்", என்ற எதிர்முனையில் குரல் கேட்க,

"அண்ணா, நீ மிகவும் திறமைசாலி", என்று பாராட்ட, "இளங்கோ, எங்களிருவருக்கும் மிகவும் பிடித்திருக்கிறது",

என்று தொடங்கிய செழியன், தாங்கள் எண்ணிய சில மாற்றங்களைக் கூற அதை பொறுமையாக கேட்ட இளங்கோ,

"அத்தான், நீங்கள் கூறுவது சற்றே புதிதாக இருக்கிறது, அந்த கோணத்தில் நான் சிந்திக்கவில்லை, நேரில் சந்திக்கும்போது விரிவாகப் பேசுவோம்", என்று கூற அதற்கு சம்மதித்த செழியன் நன்றி கூறிவிட்டு அழைப்பை துண்டித்தான்.

இருவரும் உணவருந்தி முன் கூடத்திற்கு வந்தவேளை, புயலென உள்ளே நுழைந்த நிலா,

"நாளுக்கு நாள் உன் நண்பர்கள் தங்களுக்கு மூளை முதுகில் இருக்கிறது என்று நிரூபித்துகொண்டிருக்கிறார்கள்", என்று கூற ஒருவரையொருவர் பார்த்து இளமுறுவல் பூத்த செழியனும் தளிரும் நிலாவை நோக்க,

"என்ன ஆயிற்று, நிலா? காலையிலேயே கொதித்துக்கொண்டிருக்கிறாய் இருக்கிறாய்", என்று கேட்ட தளிர்,

"சுரேஷும் கார்த்தியும் முன்கூடத்தில் ஏதோ பேசிக்கொண்டிருந்தவேளை நான் அங்கு சென்றதும், இருவரும் பேச்சை நிறுத்தி ஆளுக்கொரு திக்கை நோக்க, என்னவென்று கேட்டபடி சுரேஷின் அருகே அமர்ந்தேன்", என்றவள் நீண்ட மூச்சை இழுத்துவிட்டு,

"அதற்கு கார்த்தி, சுரேஷை என்னிடமிருந்து காப்பாற்ற முயற்சித்துக் கொண்டிருப்பதாகவும், சாந்த சொரூபியான உன் நண்பனுக்கேற்ற நல்ல வரன் பார்த்திருப்பதாகவும் கூறினான்", என்று தன்னை நோக்கி கூறியவளின் கண்களில் நீர் கோர்ப்பதைக் கண்ட செழியன்,

"கார்த்தி உன்னிடம் வழக்கம்போல் தானே விளையாடுகிறான், நீயும் வழக்கம்போல் கையில் கிடைப்பதை அவன் மீது எறிந்தால் அமைதியாகியிருப்பானே", என்று இயல்பாகக் கூறினான்.

தன் அண்ணனின் குரலில் இருந்த ஏதோ ஒன்று உறுத்த அது என்னவென்று புரியாமல் நிலா குழம்ப, செழியனின் விலாவில் முழுங்கையால் குத்திய தளிர்,

"யார் என்ன கூறினால் என்ன, நிலா. உனக்குதான் சுரேஷ் அண்ணாவைப் பற்றி தெரியுமே?", என்று கேட்க, "அதுதானே இங்கே சிக்கல், கார்த்தி கூறுவதைக் கேட்டு பூம் பூம் மாடு போல் தலையாட்டிக் கொண்டு அமர்ந்திருக்கிறார்", என்று கூறியவளின் குரலில் உண்மையிலேயே கவலை தொனித்ததை உணர்ந்த செழியன்,

"அதெப்படி என் தங்கையை அருகே வைத்துக்கொண்டு மற்றவர் பேசுவதற்கு பூம் பூம் மாடுபோல் தலையாட்டலாம் என்று நான் இப்பொழுதே அவனிடம் கேட்கிறேன்", என்று கண்களை சிமிட்டியபடி கூறிய செழியன், தளிரிடம் பார்வையை செலுத்திவிட்டு வெளியேறினான்.

தன் அண்ணன் கூறியதைக் கேட்ட நிலா கலகலவென சிரிக்க,

"நீ சிரித்தால் எவ்வளவு நன்றாக இருக்கிறது, நிலா", என்று கூறிய தளிர், சற்றுநேரம் ஆழ்ந்து சிந்தித்தவள்,

"மஞ்சுவையும் அழைத்துக்கொண்டு நாம் ஷாப்பிங் சென்று வருவோமா?", என்று கேட்க உடனே உற்சாகமடைந்த நிலாவைக் கண்ட தளிர், தன் குடும்பத்தின் செல்வ மகளின் புன்னகையை காண என்னவேண்டுமென்றாலும் செய்யலாம், என்று மனதிற்குள் எண்ணியபடி தன் கைபேசியை எடுத்து சில எண்களை அழுத்தினாள், தளிர்.

தன் தங்கையை காலையிலேயே கார்த்தி வம்பிழுத்ததை எண்ணி புன்னகைத்தபடி முன் கட்டிற்கு வந்த செழியனை தூக்கி உயரே சுற்றிய கார்த்தி,

"நண்பா, சுரேஷ் கூறியதை என்னால் நம்ப முடியவில்லை", என்றவன் செழியனை திடமாக தரையில் நிற்கச் செய்து, "ஆனால், எதற்காக நண்பா?", என்று கேட்டு கூர்ந்து நோக்கினான்.

"என்ன ஆயிற்று கார்த்தி?", என்று ஒன்றும் புரியாமல் விழித்தபடி கேட்க, மிக அரிதாக தங்களிடம் விளையாடும் செழியனைக் கண்ட கார்த்தியும் சுரேஷும் புன்னகைக்க, தன் நண்பர்களை கூர்ந்து நோக்கிய செழியன், நீண்ட மூச்சை உள்ளிழுத்துவிட்டு,

"சிறுவயது முதலே என்னிடம் பணமும் வசதியும் இருந்திருக்கிறது என்று உங்களுக்கு தெரியும், ஆனால் என் பெற்றோர் மேலிருந்த கோபமும், இந்த வெட்டுக்காயத்தைக் கண்டு அருவறுப்பும், அனைவரையும் என்னிடமிருந்து விலக்கியே வைத்திருந்தன. நிலா, சித்தி, சித்தப்பா, கவின் என்மேல் கொண்டுள்ள அன்பை உணரகூட முடியாத அளவு என் மனதில் பதிந்திருந்த சலிப்பை மீறி, சுரேஷ் அளித்த அரணும், நீயும், ரோஸியும் என்னிடம் இயல்பாக உடன் பயிலும் மாணவனாக பழகியதால் உருவான நட்பும் நாளடைவில் பலமடங்கு வளர்ந்து, நம் நால்வரும் வாழ்நாள் வரை தொடரும் வண்ணம் தொழிலிலும், வாழ்க்கையும் அமைத்திருக்கிறோம்", என்றவன், தானே மேலே தொடர்ந்து,

"நம் நிறுவனத்தை தொடங்க முழு திட்டமும் வகுத்த ரோஸி, அதற்கு சார்பு நிறுவனமான துப்பறியும் நிறுவனத்தை தொடங்கிய நீ, என் உயிர் காக்கும் அரணாக என்றென்றும் இருப்பதற்காக மெய்க்காப்பாளர் படை நடத்தும் சுரேஷ். நாம் நால்வரும் ஒருவரோடு ஒருவர் பிணைக்கப்பட்டவர்கள், நண்பா", என்று கூற அங்கு நீண்ட அமைதி நிலவியது.

சற்றுநேரம் கழித்து தன் தொண்டையை செருமிய கார்த்தி,

"உண்மைதான் நண்பா, அதே நேரம் பலவித குடும்ப சூழ்நிலைகளில் பல போராட்டங்களிலிருந்த ரோஸியையும் என்னையும் அவற்றிலிருந்து காப்பாற்றியது நீங்களிருவரும் தான்", என்று கூறியவன் செழியனையும் சுரேஷையும் சேர்த்தணைத்தான். அதேநேரம் உட்கட்டிலிருந்து தன்னுடன் பேசியபடி நிலா வரும் அரவம் கேட்க சட்டென்று விலகி ஆளுக்கொரு திக்கை நோக்கியபடி மூவரும் தங்கள் கண்களை துடைத்ததை தொலைவிலிருந்தே கண்ட தளிர், ஒரே நேரத்தில் நான்கு பேருடன் சண்டைபோடும் திடமுள்ள மூவரும், மனதிற்குள் குழந்தைதான் என்று எண்ணியவள், தன் கணவனென்னும் குழந்தையைப் பார்த்து புன்னகைத்தபடி அவன் அருகில் வந்து,

"நாங்கள் ஷாப்பிங் கிளம்புகிறோம்", என்று கூற, அதைக்கேட்ட மூவரின் திடுக்கிட்ட முகபாவத்தைக் கண்டு கலகலவென சிரித்தாள்.

மூவரில் முதலில் தன்னிலை அடைந்த செழியன்,

"கண்ணம்மா, திடீரென்று ஷாப்பிங் என்றால், மெய்க்காப்பாளர்கள் பாதுகாப்பு ஏற்பாடுகள் செய்வதற்கு நேரமிருக்காதல்லவா?", என்று கேட்க,

"அல்லவா?", என்று கேட்ட தளிரின் குரலில் கேலி தொனித்திருக்க, பாதுகாப்பு முக்கியம், அதற்காக வீட்டிற்குள்ளேயே முடங்கு என்று சொல்வதும் நியாயமற்ற செயல் என்று உணர்ந்த செழியன், தளிரின் பார்வையில் ஏதோ தொக்கி நிற்பதைக் கண்டு, தன் ஒற்றை புருவத்தை உயர்த்தினான். தன் கணவன் தன்னைக் கண்டுகொண்டான் என்றுணர்ந்த தளிர் விரிந்த புன்னகையோடு,

"அதனால்தான் நாங்கள் துபைக்கு செல்ல தீர்மானித்திருக்கிறோம்", என்று கண்கள் சிமிட்டியபடி கூற, அதுவரை கவலை தென்பட்ட மூவர் முகங்களும் உற்சாகத்தில் மலர்வதைக் கண்டாள்.

தளிரின் அறிவுக் கூர்மையை மனதிற்குள் பாராட்டிய சுரேஷ்,

"துபை நம்மைவிட ஒன்றரை மணிநேரம் பின்னால் இருக்கிறது, இப்பொழுதே அங்கிருக்கும் நம் டீமை ஆயத்தபடுத்தினால், நாம் சென்று ஷாப்பிங் முடித்து திரும்பும்வரை அவர்கள் அனைத்து ஏற்பாடுகளையும் கவனித்து கொள்வார்கள்", என்று உற்சாகமாக கூறியவன், கரணை அழைப்பதற்காக தன் கைபேசியை எடுக்க, உள்வரும் அழைப்பில் கரணின் எண்ணைக் கண்டு உடனடியாக எடுத்து காதில் பொருத்தி,

"சொல் கரண்", என்று கூற

எதிர்முனையில்,

"சர், மேடம் கூறியதைப் போல் ஏற்பாடுகளின் திட்டம் ஆயத்தமாக இருக்கிறது, செயல்படுத்த உங்கள் அனுமதிவேண்டும்", என்று கூறக் கேட்ட சுரேஷ் வியப்புடன் தளிரை நோக்கினான்.

செழியனின் அணைப்பிற்குள் விரிந்த புன்னகையுடன் நின்றுகொண்டு தன்னை பார்ப்பவளைக் கண்டு புன்னகைத்தவன்,

"அனைத்தும் ஆயத்தமானதும், தெரியபடுத்து", என்று கூறி அழைப்பை துண்டித்தான். அடுத்த ஒரு மணிநேரத்திற்குள், பலமுறை கொஞ்சியும், கெஞ்சியும் பார்த்து ஒன்றும் வேலைக்காகாமல், தங்களை விடுத்து, மஞ்சுவையும், ரோஸியையும் அழைத்துக்கொண்டு தளிரும் நிலாவும் கிளம்புவதைக் கண்ட கார்குழலி, ஆனந்தி மற்றும் சித்திரக்கொடியும் சேர்ந்துகொள்ள, ஆண்கள் அனைவரும் ஒருவர் முகத்தை மற்றவர் பார்த்தபடி நடுக்கூடத்தில் அமர்ந்திருந்தனர்.

அங்கே சூழ்ந்திருந்த அமைதியை கிழித்தபடி வந்த குறுஞ்செய்திக்கான அறிவிப்பொலியை கேட்டு தன் கைபேசியை எடுத்த செழியன், தளிரிடம் இருந்து,

'நன்றி அருணன்', என்று வந்த குறுஞ்செய்தியைக் கண்டு புன்னகைத்தவன், அதையடுத்து,

'ஒருவர் முகத்தை மற்றவர் பார்த்தபடி அமர்ந்திருப்பதைவிடுத்து, நிலாவின் பிறந்தநாள் கொண்டாட்டத்திற்கான வேலைகளை கவனியுங்கள்', என்று வந்த குறுஞ்செய்தியை படித்து கலகலவென உரக்க சிரிக்க, குழப்பத்தோடு அவனை பார்த்த மற்றவர்களிடம், தன் மனைவி கூறியதின் சாரத்தை கூற, புன்னகைத்தபடி எழுந்து ஆளுக்கொரு வேலையில் இறங்கினர்.

சுரேஷ், செழியனையும் கார்த்தியையும் அழைத்துக்கொண்டு ஒரு முக்கியமான வேலையை முடிப்பதற்காக வெளியே சென்றான். செழியனின் முன்கூடத்தில் அலங்காரம் செய்தால்தான், நிலாவுக்கு இன்ப அதிர்ச்சியாக இருக்குமென்று அனைவரும் முடிவெடுத்திருக்க, விழாக்களுக்கு அலங்காரம் செய்யும் நிறுவனத்தின் ஆட்கள் வரவும், வேலைகள் மும்முரமடைந்தன. மாலை வந்து தங்கள் அறைக்குச் சென்று குளித்து உட்கட்டிற்கு வந்த நண்பர்கள், பெரியவர்கள் மேற்பார்வையில், ஃப்ரான்ஸிஸும் கவினும் வழங்கிய

ஆலோசனைகளின் படி முடிந்திருந்த அலங்காரங்களை மனநிறைவுடன் பார்த்தனர்.

தளிரின் அதிவிரைவு ஜெட்டில் துபையை அடைந்து, நாள் முழுவதும், பலவித உடைகள், அணிகலன்கள், காலணிகள் என தேர்ந்தெடுத்தபடி, 'த துபை மால்', என்ற நகரின் மிக பெரிய பேரங்காடியை வலம் வந்த மகளிர், மதிய உணவு முடித்து, இடையிடையே தின்பண்டங்கள் கொறித்து, மாலை களைத்து வீட்டிற்குள் நுழைய, முன் கூடத்தில் ஆங்காங்கே சிறு சிறு குழுக்களாக அமர்ந்து பேசிக்கொண்டிருந்த ஆண்களைக் கண்டு புன்னகைத்தபடி, தாங்கள் வாங்கிய பொருட்களை காண்பித்தனர். இரவு உணவை அனைவரும் விருந்தினர் கட்டில் உண்டபிறகு, அவரவர் அறைகளுக்குள் முடங்கினர்.

ஆழ்ந்த உறக்கத்திலிருந்த நிலா, நள்ளிரவு நெருங்கும் நேரத்தில், தடதட வென்று தன்னறைக் கதவு தட்டப்படும் ஓசைக்கேட்டு திடுக்கிட்டு விழித்தவள், கதவு விடாமல் தட்டபடுவதைக் கண்டு விரைவாகச் சென்று கதவை திறக்க, கையில் பூங்கொத்துடன் புன்னகைத்தபடி நின்றிருந்த தன்னைக் கண்டு திகைத்தவளை நெருங்கி,

"இனிய பிறந்தநாள் நல்வாழ்த்துக்கள், குட்டிமா", என்று கூறிய சுரேஷ் அவள் நெற்றியில் முத்தமிட, ஏறத்தாழ இரண்டு வாரங்கள் கழித்து தன்னிடம் காதலொழுக பேசிய தன்னவனின் மார்பில் சாய்ந்தாள்.

தன்னிச்சையாக நிலாவை அணைத்த சுரேஷ், தன் சட்டை ஈரமாவதை உணர்ந்து, அவள் முகத்தை நிமிர்த்தி, அவள் கண்களோடு தன் கண்களை கலந்தவன், தன் இதழ்களால் அவள் கண்ணீரை துடைத்தான். தன் கைகளை பிடித்து அழைத்துக்கொண்டு, செழியனின் கட்டிற்குள் நுழைந்த சுரேஷை குழப்பத்தோடு பார்த்தவள், சட்டென்று உயிர்பெற்ற விளக்குகளுக்கு தன் கண்களை பழக்குவதற்காக பலமுறை சிமிட்ட, முன்கூடம் முழுவதும் அலங்கரிக்கப்பட்டு, அனைவரும் புன்னகையோடு அங்கே நின்றிருப்பதைக் கண்டாள். நடுவே கேக் இல்லாததை

உணர்ந்து திரும்ப, அங்கே ஒற்றை முழங்காலை தரையில் வைத்து, தன் கையை பிடித்த சுரேஷைக் கண்டவள், நீர் கோர்த்திருந்த அவன் கண்களோடு தன் கண்களை கலக்க,

"நிறைநிலா, நீ பிறந்ததுமுதல் உன்னை பார்த்திருக்கிறேன், சிறுவயதிலிருந்து பழகியதால் தோன்றிய தோழமை பருவமெய்தியபின் காதலாகி என்னை வருத்த, உன் படிப்பிற்கு இடையூறு ஏற்படாதவண்ணம் பார்த்துக்கொண்டேன். அதன்பிறகு எவ்வளவு தயக்கத்தோடு உன்னிடம் என் மனம் திறந்தேன் என்று உனக்கே தெரியும்", என்று கூறி புன்னகைத்தவன், தானே மேலே தொடர்ந்து, "யாருமற்ற எனக்கு ஒற்றை முத்தாய் கிடைத்த உறவு நீ, உன் பெற்றோரின் ஆசிகளுடனும், உன் தமையனின் ஆதரவுடனும், நம் நண்பர்களின் உதவியுடனும் இப்பொழுது உன் முன் நிற்கிறேன், என்னை மணந்தால் உன்னை என் உயிருக்குள் வைத்து பாதுகாப்பேன் என்று இந்த கணையாழியின் மூலம் உறுதி அளிக்கிறேன். என்னை மணக்க உனக்கு சம்மதமா?", என்று கூறி, தன் பேண்ட் பையிலிருந்து சிறு மோதிரபெட்டியை திறந்து நீட்டினான்.

சுரேஷின் வார்த்தைகள் உயிர்வரை சென்று தாக்க, தடையின்றி வழிந்த நீரைத் துடைக்க மனமில்லாமல் அவனைப் பார்த்தவள், அறையைச் சுற்றி தன் கண்களை செலுத்த, அனைவரும் தங்கள் கண்களில் ஆர்வமும் இதழ்களில் புன்னகையும் துலங்க நிற்க, மீண்டும் சுரேஷை நோக்கியவள், அவன் கண்களில் ஆர்வத்தை விஞ்சிய அச்சம் தென்பட, அதற்குமேல் தாங்க முடியாமல், ஆமென்று தலையசைத்தாள். புன்னகையுடன் எழுந்த சுரேஷின் கண்களில் ஒருவித தயக்கம் இருப்பதைக் கண்டவள்,

"சம்மதம் சுரேஷ்", என்று குரல் கம்ம கூற, விரலில் மோதிரத்தை அணிவித்தபடி, தன் இதழ்களை அவள் இதழ்களில் ஒற்றியெடுத்த சுரேஷின் இதழ்களை சிறையெடுத்தாள், நிறைநிலா.

73

இரண்டு வாரம் சுரேஷ் தன்னிடம் இயல்பாகப் பேசாததால் உண்டான தவிப்பு, தன் பிறந்தநாள் பரிசாய் தன்னவனே கிடைத்த கணம், உற்றாரும் பெரியவர்களும் சுற்றி நிற்பதை மறந்து தன் மனக்கோட்டையின் தலைவனின் கண்களுக்குள் கரைந்த நிலா, தன் இதழ்களை ஒற்றி விலகிய சுரேஷின் இதழ்களை சிறையெடுக்க, அவள் மனநிலை புரிந்திருந்த அனைவரும் புன்னகையோடு பல திக்குகளை நோக்க, நிலாவைச் சீண்டுவதையே தன் வாழ்நாள் கொள்கையாக கொண்டிருந்த கார்த்தி,

"நண்பா... நாங்கள் அனைவரும் வெளியே சென்று சற்றுநேரம் கழித்து வரலாமா?", என்று கேட்க, அதே கணம் தன் தொண்டையைப் பலமாக செருமிய மணிமாறனின் குரலினைக் கேட்டு, தங்களை சுற்றி அமைந்திருந்த காதல் குமிழ் தகர்ந்துவிட சட்டென்று விலகிய சுரேஷும் நிலாவும் வெட்கத்தில் கன்னங்கள் சூடேற, காதுமடல்கள் கோவைப் பழமாய் சிவக்க, நிலத்தை நோக்கியபடி நின்றதைக் கண்டு அனைவரும் கலகலவென சிரித்தனர்.

இருவரின் நாணத்தையும் கண்ட செழியன், பொருள் பொதிந்த பார்வையை தளிரிடம் செலுத்த, தன் கட்டளையின் பேரில் இரண்டு பணிமக்கள் வந்து, கேக்கை வைத்துவிட்டுச் செல்ல,

"நிலா, கேக் வெட்டலாம் வா", என்று தளிர் அழைக்க, அனைவரின் கவனமும் கேக்கின் புறம் திரும்பியதை உணர்ந்து, நன்றியோடு தளிரைப் பார்த்தவள், தன்னருகே நின்றிருந்த சுரேஷை கையைபிடித்து அழைத்துச்சென்றாள்.

நிலா கேக்கை வெட்டியதும் சிறு பகுதியை நிலாவும் சுரேஷும் ஒருவருக்கொருவர் ஊட்ட, முன்னே வந்த தளிர், சீரான சிறு துண்டுகளாக வெட்டி அனைவரும் உண்ணும் வண்ணம் வைத்தாள். பெரியவர்கள், அவரவருக்கு தேவையான சிறு துண்டுகளை எடுத்து ஆங்காங்கே அமர்ந்து உண்ண, சுரேஷை நெருங்கி அவனை அணைத்த செழியன்,

"வாழ்த்துக்கள், மச்சான்", என்று கூற இருவரையும் நெருங்கிய கார்த்தி, நிலாவைப் பார்த்தபடி,

"நண்பா, எவ்வளவோ எடுத்துக் கூறினேன், என் பேச்சை யாராவது கேட்டால் தானே", என்று உரக்க அங்கலாய்த்தபடி நீண்ட பெரிய மூச்சை இழுத்துவிட்டவன், தன் மேல் எறிவதற்கு அருகில் பொருட்கள் ஏதாவது இருக்கின்றதா என்று தேடிய நிலாவைக் கண்டு குறும்புடன் புன்னகைத்துகொண்டே, சுரேஷை அணைத்தபடி,

"வன்மையான தோற்றமுடன் உள்ளுக்குள் மென்னையான மனம் படைத்த உன்னை முழுதாகப் புரிந்துகொண்டு, உன் வாழ்க்கைக்கு ஒளிவிளக்காக நிலா கிடைத்திருப்பது வரம், நண்பா", என்றவன் மேலே நோக்கி தன் கண்களை துடைத்தபடி, "என் குட்டித்தங்கையை கண் கலங்காமல் பார்த்துக்கொள்", என்று கூற, அதைக்கேட்டு ஒரு கணம் திகைத்த நிலா, இரண்டே எட்டில் அவர்கள் இருந்த இடத்தை அடைந்து, அவனைத் தோளோடு அணைத்தாள்.

சட்டென்று தன்னை அணைத்த நிலாவின் தலை முடியை விளையாட்டாக கார்த்தி கலைக்க, அனைவரும் புன்னகையோடு அவர்களைப் பார்க்க, கார்த்தியின் ஆழ் மனிதிலுள்ள அன்பு மிக அரிதாகவே வெளிப்படும் என்று உணர்ந்திருந்த மஞ்சு பெருமை பொங்க தன் உயிரானவனை நோக்கினாள். சற்றுநேரம் பேசிக்கொண்டிருந்த பெரியவர்கள் அவரவர் அறைகளுக்குச் செல்ல, காலை உணவிற்கு தங்கள் கட்டிற்கு வருமாறு தங்கள் நண்பர்களை அழைத்த

செழியனும் தளிரும் விடைபெற, ரோஸியும் தன் கணவனுடன் தங்களுக்கென்று ஒதுக்கப்பட்டிருந்த அறைக்குச் சென்றாள்.

ரோஸியுடனே விருந்தினர் கட்டிற்கு வந்த மற்றவர்கள் முன்கூடத்தில் அமர்ந்து சற்றுநேரம் பேசிக்கொண்டிருக்க, மஞ்சுவின் பார்வையிட்ட கட்டளையை புரிந்து, சுரேஷிடமும் நிலாவிடமும் விடைபெற்ற கார்த்தி, மஞ்சுவுடன் அவளறைவரைச் சென்று, இதழ்களில் அவளளித்த பரிசை எண்ணி இன்பமாகப் புன்னகைத்து கொண்டே தன்னறைக்குள் நுழைந்து கட்டிலில் சரிந்தான்.

அனைவரும் அவரவர் அறைகளுக்குள் முடங்க கிடைத்த முதல் தனிமையை உணர்ந்து தன் தோளில் தலை சாய்த்த நிலா, நீண்ட மூச்சொன்றை இழுத்துவிட, தன்னிச்சையாக அவள் நெற்றியில் அழுந்த முத்தமிட்டான், சுரேஷ். கண்மூடி அதை அனுபவித்த நிலா,

"நான் எதிர்பார்க்கவில்லை சுரேஷ், நீங்கள் என்னிடம் சரியாக பேசாமல் இருந்ததால் மிகவும் குழம்பினேன். நான் உங்களை ஏதோ ஒரு வழியில் புண்படுத்திவிட்டேன் என்று என் மனதில் உறுத்திக்கொண்டே இருந்தது", என்றவள், ஏதோ நினைத்தபடி ஒருகணம் சிலிர்த்து, "ஆனால் எவ்வளவு முயன்றாலும், என்னால் கண்டறிய முடியவில்லை. தளிரிடம் பேசும்பொழுதுகூட என்னால், எதுவும் குறிப்பிட்டு கூறமுடியவில்லை", என்று கூறியவள், மேலும் கூறவொட்டாமல் அவள் இதழ்களை தன் இதழ்களால் சிறையெடுத்த சுரேஷ், வெகுநேரம் தன் மனதிலுள்ள ஏக்கம், குழப்பம், குற்றவுணர்ச்சி என்று ஒன்றன்பின் ஒன்றாக அம்முத்தத்தின் வழியே வெளியேற, அவற்றை தன் முத்தத்தில் பெருகிய காதலால் நிலா தகர்க்க, இறுதியாக மனதில் ஆழ்கடல்போன்ற நிர்மலம் நிறைய, நிலாவை விடுவித்தவன், அவள் கண்களிலிருந்து வழிந்த நீரை தன் இதழ்களால் ஒற்றியெடுத்தபடி,

"என்னை மன்னித்துவிடு, நிலா", என்று தொடங்கி, தன் மனதில் ஏற்பட்ட குழப்பம், செழியனுடனான உரையாடல், அதன் பிறகு தளிர் தங்களை அழைத்துக்கொண்டு நிலாவின்

பெற்றோரிடம் சம்மதம் கேட்டது, அதற்கு அவர்கள் அளித்த பதில் என்று ஒன்றுவிடாமல் கூற பொறுமையாகக் கேட்ட நிலா,

"உங்கள் கலக்கம் புரிகிறது, சுரேஷ். ஆனால் நாமிருவரும் உயிருக்குயிராய் கலந்திருக்க, உங்கள் மனதிலுள்ளதை வெளிப்படையாக என்னிடம் கூறியிருக்க வேண்டுமல்லவா? நீங்கள் என்னைப் பார்க்கும் ஒவ்வொரு கணமும் உங்கள் கண்களில் பெருகும் காதலிற்கு இந்த உலகம் முழுவதும் ஈடாகாது", என்றவள், அவன் கண்களில் மீண்டும் குற்றவுணர்ச்சி படர்வதைக் கண்டு, "சுரேஷ், கண்ணா, ராஜா, ஒருவேளை என் பெற்றோர் எதிர்மறையாக கூறியிருந்தால், நான் உங்களைவிடுத்து வேறொருவரை எப்படி மணப்பேன்? வீட்டிலிருந்து வெளியேறி இருவரும் வேலைக்குச் சென்றுதான் நம் குடும்பம் நடத்தவேண்டுமென்ற சூழ்நிலை வந்தால் கூட, உங்கள் ஒற்றை பார்வைக்கு கட்டுப்பட்டு உங்களுடன் வந்திருப்பேனே", என்று கூறினாள்.

சிறுவயதிலிருந்து குழந்தைத்தனமாக வளர்ந்த நிலா தனக்காக அனைத்தையும் விடுத்து வருவதற்கும் ஆயத்தம் என்று கூறக்கேட்ட சுரேஷ் மனதில் நிலா தனக்கு கிடைத்த வரமென்று கார்த்தி கூறியது நினைவிற்குவர,

"உண்மைதான், குட்டிமா, நான் உன்னிடம் மனம்விட்டு பேசியிருக்க வேண்டும். நமக்குள் எந்தவித ஒளிவுமறைவும் இனிமேல் இருக்காது", என்று கூறி அதற்கு சான்றாக அவள் நெற்றியில் தன் இதழ்களை ஒற்றியெடுத்தான்.

காலை இளங்கதிரவனுக்கு முன்பே விழித்த செழியன், குளித்து உடைமாற்றி கீழ் தளத்திற்கு வந்து தன் நண்பர்களுக்கு வேண்டிய காலை உணவை சமைப்பதில் முனைந்தான். நிலாவின் பிறந்தநாள் என்பதால் இரண்டு வகை இனிப்பு வகைகளை செய்யலாம் என்று எண்ணி, அவற்றிற்கு தேவையான பொருட்களை எடுத்து, சமையல் கட்டின் நடுவிலிருந்த பெரிய மேடையில் வைத்தவேளை, கதவருகே நிழலாடுவதை உணர்ந்து நிமிர்ந்து நோக்கியவன், அங்கே புத்துணர்ச்சி பொங்க புதுமலராய் நின்று காதல் வழியும் பார்வையால் தன்னை நோக்கிக்கொண்டிருந்த தன்

மனைவியைக் கண்டு ஒரு கணம் திகைத்தவன், தன் இதழ்களில் இளமுறுவல் மலர, அவளருகே வந்து, அவளை உயரே தூக்கி,

"உன் பார்வையின் தாக்கத்திற்கான எதிர்வினையை தாங்கிக்கொள்வாயா கண்ணே?", என்று கேட்டு அவள் பதிலேதும் கூறுமுன் அவள் இதழ்களை தன் இதழ்களால் போர்த்தியவன், தன் மனதை அம்முத்தத்தில் வெளிப்படுத்தினான்.

அந்த முத்தத்தில் கரைந்த தளிரின் மூளை கனகாரியமாக தங்கள் நண்பர்கள் சிறுநேரத்தில் வந்துவிடுவார்கள் என்று நினைவுபடுத்த, மனமில்லாமல் விலகியவள், செழியனின் கண்களில் தெரிந்த ஏமாற்றத்தைக் கண்டு,

"தாங்கிக்கொள்வேன் என்று உனக்கும் தெரியும் கண்ணா. நண்பர்கள் வந்துவிடுவார்கள். நிலவின் ஒளியில் காதற்போர் தொடரும்", என்று கூறக் கேட்ட செழியனின் கருவிழிகள் மேலும் கறுத்து, காதலில் தகிப்பதைக் கண்டு,

"அதுவரை", என்று கூறி அழுந்த முத்தமிட, அதில் தன்னிலை அடைந்த செழியன் சற்றே விலகி,

"நான் சமையலைப் பார்த்துகொள்கிறேன், கண்ணம்மா, நீ சென்று படிக்கிறாயா?", என்று கேட்க, இல்லையென்று தலையசைத்தபடி சமையலறைக்குள் நுழைந்தாள், தளிர்.

ஆளுக்கொரு வேலையில் இறங்க, அடுத்த இரண்டு மணிநேரத்திற்குள், பலவித உணவு வகைகளும் இனிப்பு வகைகளும் ஆயத்தமாக, அனைத்தையும் உணவருந்தும் அறைக்கு எடுத்துச் செல்ல தொடங்கியவேளை முன் கூடத்திற்குள் நுழைந்த ரோஸியும் ஃப்ரான்ஸிஸூம் உதவ, எல்லாவற்றையும் அடுக்கி ஆயத்தப்படுத்தினர். அனைவரும் வந்தபின் கலகலப்பாக பேசியபடி உணவருந்தி முடிக்க, தன் தொண்டையைச் செருமியபடி எழுந்த செழியன்,

"தளிரும் நானும் உங்கள் அனைவருடனும் சிலவற்றை குறித்து கலந்தாலோசிக்க வேண்டும்", என்று கூற, ஆமென்று ஆர்வமுடன் தலையசைத்த தளிர்,

"செல்வோமா?", என்று கேட்க சிந்தனையுடன் அனைவரும் அவளை பார்த்தனர். இருவருடனும் அவர்களின்

அலுவலக அறையை அடைந்தவர்கள், அதன் உள்ளறையாக பத்துபேர் அமர்ந்து பேசுமளவில் இருந்த சிறு சந்திப்பறைக்குள் நுழைந்தபின், விரிதிரையை உயிர்ப்பித்த செழியன் தளிரை நோக்கி ஊக்கமாக புன்னகைத்தான்.

விரிதிரையில் தோன்றிய புகைப்படங்களை கண்டவர்கள், கூர்ந்து கவனிக்க,

"இவை எனக்கு பரிசாக கொடுக்கப்பட்ட புலவன்மேட்டிலுள்ள நன்செய், புன்செய், தோட்டங்கள் மற்றும் காடுகளின் படங்கள்", என்றவள், மேலே தொடர்ந்து, "இவற்றில் விளையும் பொருட்களுள் விளைவிப்பவர்களுக்கு கொடுத்ததுபோக மீதமுள்ளவை, இதுவரை மாறன் குரூப்ஸ் நிறுவனத்தின் கட்டுப்பாட்டிலுள்ள அறக்கட்டளைகளுக்கு பயன்படுத்தப்பட்டன. இப்பொழுது, என் நேரடி கட்டுப்பாட்டிற்கு வந்திருக்கின்றன. நம் தேவைகளுக்குப்போக மீதமுள்ளவை", என்று கூறியபடி அடுத்த காட்சி வில்லைக்குச் சென்று சுட்டிக்காட்டியவள், செழியன் மற்றும் நிலாவை விடுத்து அனைவர் முகங்களிலும் முதன்முதலில் தன் சொத்து மதிப்பை பார்த்தபோது தனக்கிருந்த உணர்வு பிரதிபலிப்பதைக் கண்டு விரிந்த புன்னகையுடன் அடுத்தடுத்த காட்சி வில்லைகளில் தன் கட்டுப்பாட்டிற்கு மாற்றப்பட்டுள்ள நிறுவனங்கள், பங்குகள், வங்கி ஒப்பந்தங்கள் என அனைத்தையும் விளக்கியவள், அவற்றின் மொத்த மதிப்பின் சுருக்கமான விளக்கத்தை திரையில் நிறுத்தி, கண்களை சுழற்றி அனைவரையும் நோக்கி,

"நான் விமல் இன்வெஸ்ட்மென்ட்ஸில் எனக்கு கிடைத்த வேலையை தொடர விரும்புகிறேன், அதேவேளை இவற்றை கவனித்து கொள்வதும் முழுநேர வேலை", என்று கூற அதற்கு இயல்பாக ஆமென்று தலையசைத்த ரோஸியை கண்டு புன்னகைத்தவள்,

"மஞ்சு, இவை அனைத்தையும் தலைமை நிர்வாக அதிகாரியாக பொறுப்பெடுத்து நீ நடத்தவேண்டும் என்று நாங்கள் விரும்புகிறோம்", என்று கூறினாள்.

தளிர் விளக்கமாக விவரித்த சொத்துக்களைப் பற்றிய விபரங்களைக் கேட்ட மஞ்சுவின் மனதில் அவற்றை எளியோர்களுக்கு உதவும் வண்ணம் பலவித சிந்தனைகள் எழ, மதி அனைவரையும் அழைத்து விளக்குவதற்கு காரணம் தங்களிடம் ஆலோசனைகள் பெறவே என்று எண்ணி, அவள் தன்னிடம் விபரம் கேட்டால் கூறும்விதம் சீராகத் தனக்கு தோன்றிய திட்டங்களை ஒழுங்குபடுத்தி வைத்திருக்க, எதிர்பாராதவேளை இவை அனைத்தையும் நிர்வகிக்கும் பொறுப்பை தனக்கு அளிக்க விரும்புவதாக கூறக் கேட்டவளின் தன் ஐம்புலன்களும் ஒருங்கே வேலை நிறுத்தம் செய்ய, திகைப்புடன் தளிரை நோக்கியபடி உறைந்தாள்.

தளிர் கூறியதைக் கவனித்த அனைவரும், மஞ்சுவை நோக்க, அவள் முகத்திலுள்ள அதிர்ச்சியைக் கண்டு இளமுறுவல் பூக்க,

"வாழ்த்துக்கள், மஞ்சு", என்று காதுக்குள் கூறி அவள் கன்னத்தில் கார்த்தி முத்தமிட தன்னிலை அடைந்து, தளிரையும் செழியனையும் மாறி மாறி பார்த்தவள், இறுதியாக தளிரை நோக்கி,

"மதி, இவ்வளவு பெரிய பொறுப்பை என்னால் ஏற்று திறம்பட செயல்படுத்த முடியுமென்று நம்புகிறாயா?", என்று கேட்க,

ஆமென்று தலையசைத்தபடி, "தொழிலில் கண்டிப்புடனும், அறக்கட்டளைகளை நிறுவி, எளியோருக்கு உதவுவதில் கரிசனையுடனும் இருந்து உன்னால் இவை அனைத்தையும் திறமையுடன் நடத்தமுடியும் என்று நாங்கள் நம்புகிறோம்", என்று தளிர் கூற, அனைவரும் அவள் கூற்றை ஆமோதிப்பது போல் தலையசைத்தைக் கண்ட மஞ்சு, 'பழகிய சில நாட்களில் அனைவருக்கும் தன் மேல் இவ்வளவு நம்பிக்கையா?' என்று மனதிற்கு வியந்தவள் இதழ்களில் மெல்லிய புன்னகை விரிய சரியென்று தலையசைத்தாள்.

மஞ்சுவின் கண்களில் ஒருவித தயக்கம் இருப்பதைக் கண்ட செழியன்,

"திடீரென்று இவற்றை உன்னிடம் ஒப்படைத்தால் குருவி தலையில் பனங்காயை வைத்ததுபோல் உனக்கு மூச்சுமுட்டும், மஞ்சு", என்று கூற, தான் மனதிற்குள் நினைப்பதை இயல்பாக செழியன் கூற கேட்டவள் விரிந்த புன்னகையுடன் அவனை நோக்க, "அதனால் உனக்கு அனைத்தும் பழகும்வரை மாறன் குருப்ஸ் தலைமை நிர்வாக அதிகாரி, திவ்யா ராஜசேகரனிடம் சில மாதங்கள் பயிற்சியெடுத்து படிப்படியாக முழு நீர்வாகத்தையும் உன் கட்டுப்பாட்டிற்குள் கொண்டு வருவோம். சரிதானே மஞ்சு?", என்று கேட்க உற்சாகமாக தலையசைத்தாள்.

அதையடுத்து, செழியன் முன்னால் வர, தளிர் இருக்கையில் அமர்ந்தாள். விரிதிரையில் வேறொரு கோப்பை பகிர, அங்கே நான்கு இதழ்கள் கொண்ட விரிந்த மலர் உள்ளதைக் கண்டு அனைவர் கண்களும் ஆர்வத்தில் மிளிர்ந்தன. அந்த படத்தை விரிவுபடுத்த, அதில் நான்கு வீடுகளுக்கான கட்டுமான திட்டம் விரிந்ததைக் கண்ட அனைவரும் வியந்து செழியனை நோக்க, தன் நண்பர்களைப் பார்த்து புன்னகைத்த செழியன்,

"எங்கள் திருமணம் முடிந்து சில நாட்களில், ரோஸி கருத்தரித்திருப்பது, சுரேஷ் நிலாவின் திருமணம் என இன்பச் செய்திகளைக் கேட்டதிலிருந்து, என் மனதில் நாம் ஒரே குடும்பமாக வாழ்ந்து, நம் வருங்கால சந்ததியினர் உறவுகளாக வளர வேண்டுமென்ற எண்ணம் தோன்றிக்கொண்டே இருந்தது. ஒரே மாதிரியான நான்கு வீடுகள், முன்கட்டு ஒவ்வொரு திக்கில், கார்களும் மற்றவர்களும் வந்து செல்வதற்கு வசதியாக இருக்க, பின் கட்டில் நான்கு வீடுகளையும் பிணைக்கும் வண்ணம், பாதைகள் அமைக்கப்பட்டு, அவை பொதுவில் புழங்கும், சிறுவர்களுக்கான விளையாட்டு பூங்கா", என்று கூற ரோஸி புன்னகைத்ததைக் கண்டவன், சுரேஷையும் கார்த்தியையும் நோக்கி, "ஆயுத பயிற்சிகளுடன் கூடிய உடற்பயிற்சி கூடம், அவரவர் வீடுகளில் தனியாக நீச்சல் குளங்கள் இருந்தாலும், பொதுவில் ஒரு நீச்சல் குளம்", என கூறியவன், ரோஸி, சுரேஷ், கார்த்தி என தன் நண்பர்களை நோக்கியபடி மேலே தொடர்ந்து, "நாம் அனைவரும் பலவித குடும்பசூழ்நிலைகளில் இருந்து வந்து, நட்பு என்ற

வளையத்திற்குள் ஒன்றானோம். அதை அடிப்படையாக வைத்து நம் வாழ்வையும் அமைத்துகொண்டோம். நாம் ஒன்றாக உறவாக வாழ்ந்தால் எவ்வளவு இன்பமாக இருக்கும்", என்று கேட்க, அனைவர் மனதிலும் அவன் கூறியவற்றின் காட்சிவிரிய புன்னகைத்தபடி நோக்கினர்.

சுரேஷும் கார்த்தியும் இதுவரை செழியனுடன் அவன் இல்லத்தில் அவர்களுக்கென்று ஒதுக்கப்பட்ட அறைகளில் தங்கியிருக்க, தங்கள் மனதிற்குள் காதல் நுழைந்த பிறகு, சிறிது காலத்தில் தங்களுக்கென்று குடும்பம் என்ற நிலை வரும்பொழுது, என்ன செய்யலாம் என்ற சிந்தனை அடிக்கடி வருவதை தவிர்க்க முடியாமல் இருக்க, தங்கள் நண்பன் அதற்கு மிக இயல்பாக ஒரு தீர்வை கண்டுபிடித்து அதை செயல் படுத்துவதற்கான திட்டத்துடன் தங்கள் முன் நிற்பதைக் கண்டு மனதிற்குள் பெரும்பாரம் இறங்கியதைப்போன்ற உணர்வு தோன்ற நீண்ட மூச்சை ஒருங்கே இழுத்துவிட்டனர்.

அவரவர் சிந்தனையில் திளைத்திருந்த வேளை, அந்த அமைதியைக் கிழித்தபடி தன் தொண்டையை செருமிய கார்த்தியை அனைவரும் நோக்க, மஞ்சுவை நோக்கி தன் நாற்காலியை திருப்பியவன்,

"செழியனைப்போன்று கலைநயமாகவும் சுரேஷைப்போன்று கவித்துவமாகவும் திருமணத்திற்கான உன் சம்மதத்தைக் கேட்க எனக்கு தெரியாது, மஞ்சு. உன் வாழ்க்கையை நிலைநிறுத்தும் வேலை கிடைத்திருக்கிறது. நாமிருவரும் வாழ்வதற்கு வீடும், உறவுகளும் கிடைத்திருக்கின்றன. நாம் முயன்று செய்யவேண்டியவை எதுவும் இல்லையென்ற நிலையில், என் வாழ்க்கையை உன்னுடன் தொடங்க எண்ணுகிறேன். ஒருவரைப்பற்றி ஒருவர் முழுமையாக அறிந்திருக்க, நம்மை அறிந்த நட்புகள் முன்னிலையில் கேட்கிறேன், என்னை மணந்து நம் வாழ்க்கையை தொடங்க சம்மதமா?", என்று கேட்க, அனைவரும் ஆர்வத்துடனும் புன்னகையுடனும் நோக்க, கார்த்தியின் கண்களில் தோன்றிய காதலில் கரைந்த மஞ்சு,

ஆமென்று தலையசைத்து அவன் இதழ்களில் அழுந்த முத்தமிட்டாள்.

74

கார்த்தி தன்னை மணமுடிக்கும்படி மஞ்சுவிடம் கேட்டு, அதற்கு மஞ்சு தன் சம்மதத்தைத் தெரிவித்தபின் அனைத்தும் துரிதமாக நடந்தன. அனைவரும் செழியனின் திட்டத்திற்கு தங்கள் சம்மதத்தை தெரிவிக்க, மதியம் நான்கு மணிக்கு வீட்டிற்கு வந்து தங்களை சந்திக்கும்படி இளங்கோவிற்கு குறுஞ்செய்தி அனுப்பினாள், தளிர். மகிழ்ச்சியில் மலர்ந்த முகத்தோடு கலகலப்பாக பேசியபடி உட்கட்டிலிருந்து வந்த இளவட்டங்களைப் பார்த்த கார்குழலி விபரம் கேட்க, தன் அன்னையின் அருகே சென்று அமர்ந்த நிலா,

"தளிரின் புது நிறுவனத்தின் தலைமை நிர்வாக அதிகாரியும், கார்த்தியின் வருங்கால மனைவியுமான மஞ்சுவை உங்கள் அனைவருக்கும் அறிமுகப்படுத்துவதில் மகிழ்ச்சி அடைகிறேன்", என்று கூற, தன் மகளை கூர்ந்து நோக்கியவர், அவள் கூறியதன் பொருள் உணர்ந்தவுடன் விரிந்த புன்னகையோடு எழுந்து, கார்த்தியின் அருகே சென்று அவன் தாடையை வருடி முத்தமிட்டு, மஞ்சுவை தோளோடு அணைத்து,

"இனிய செய்திகளாக தெரிவித்து, எங்களை தித்திப்பில் ஆழ்த்துகிறீர்கள்", என்று அனைவரையும் பார்த்துக் கூற,

"இன்னும் சிலவற்றையும் கூற வேண்டும் அம்மா", என்று கூறிய நிலா, தன் அண்ணனின் திட்டத்தை கூறினாள்.

அதை கேட்ட பெரியவர்கள் அனைவரும் செழியனை பெருமிதத்தோடு பார்த்து புன்னகைக்க, திடீரென தன்னை நோக்கி திரும்பிய அனைவரின் கவனத்தைக் கண்டு நாணத்தால் உடல் லேசாக நடுங்க தன் மனைவியை நோக்கவும், தன்னவனின் மனநிலையை புரிந்த தளிர், அவனை நெருங்கி அவன் கையோடு தன் கையைக் கோர்த்தபடி,

"நாம் சென்று நிலாவின் பிறந்தநாள் விருந்திற்கான ஏற்பாட்டை கவனிப்போமா?", என்று கேட்டாள்.

சரியென்று தலையசைத்த செழியனை அழைத்துக்கொண்டு முதன்மை சமையலறைக்குள் புகுந்த தளிர், கரீமுடனும், அவன் குழுவினருடனும் இணைந்து சமையலில் இறங்கினாள். அதேநேரம், முன்கூடத்தில் பெரியவர்கள், சுரேஷ் - நிலா திருமணத்தைப் பற்றி பேசிக்கொண்டிருக்க, சற்று ஒதுக்கமாக இருந்த சோபாவில் மஞ்சுவை தோளோடு அணைத்தபடி அமர்ந்திருந்த கார்த்தியின் அருகே வந்தமர்ந்த ரோஸி,

"உங்கள் திருமணத்தைப் பற்றி சிலவற்றை பேச வேண்டும்", என்று கூறினாள்.

ரோஸியின் ஆழ்ந்த குரல் மனதிற்குள் குடைய, ஃப்ரான்ஸிஸை நோக்கிய கார்த்தி, தன் நண்பன் தன் கண்களை சுழற்றியபடி தோளை குலுக்க, நீண்ட மூச்சை உள்ளிழுத்த கார்த்தி,

"பேசுவதற்கு என்ன இருக்கிறது ரோஸி?", என்று எங்கோ பார்த்தபடி கேட்டான்.

தன்னிடம் பேசுவதை தவிர்ப்பதற்காகவே விட்டேற்றியாக பேசுபவனை, தாயிடம் முறுக்கிக்கொண்டு அமர்ந்திருக்கும் குழந்தையைப் பார்ப்பதுபோல் கனிவுடன் பார்த்த ரோஸி, அவன் முடியை கோதியபடி,

"கார்த்தி, நான் சொல்வதைக் கேட்பாயல்லவா?", என்று கேட்டு அவனைக் கூர்ந்து நோக்க, தன் மனதைக் கண்ணாடி போல் பார்க்கும் தன் தோழியைக் கண்டு, அவளிடமிருந்து

தப்பிக்கும் வழியறியாது விழித்தவன், அவள் சொல்லப்போகும் விபரம் என்னவென்று தெரிந்தாலும், அவளே சொல்லட்டும் என்று அமைதியாக அமர்ந்திருந்தான். இருவரையும் மாறி மாறி பார்த்த மஞ்சு, ஒன்றும் புரியாமல் விழிக்க, அவளைப் பார்த்து ஆறுதலாக புன்னகைத்தபடி,

"கார்த்தி", என்றழைத்தாள். அவனிடமிருந்து பதில் வராமல் போக,

"கார்த்தி", என்று குரலில் சிறிது கண்டிப்புடன் அழைக்க,

"என்ன?", என்று சலிப்புடன் கேட்டான்.

"கார்த்தி, உன் திருமணத்தைப் பற்றி, உன் பெற்றோருக்கு", என்று கூற, கண்களில் கனல் தெறிக்க தன்னைப் பார்த்தவனை பொறுமையாக நோக்கி, "பெற்றோரிடம் சொல்லி, ஆசி பெறவேண்டும். அவர்கள் முன்னின்று உன் திருமணத்தை நடத்த வேண்டும் என்று எண்ணுவார்கள் அல்லவா?", என்று கேட்க

"அந்த எண்ணம் தோன்றுவதற்கு அவர்களுக்கு உரிமை இருக்கிறதா?", என்று கோபத்தோடு கேட்டான்.

சிறுவயதில், தன் பெற்றவரின் அரவணைப்பிற்கு ஏங்கிய வேளைகளில், விருப்பமற்ற தங்கள் திருமணத்திலிருந்து விடுபடவும் முடியாமல், இணைந்து வாழவும் மனமற்று, இருவருக்கும் உள்ள மனவேற்றுமையும் காழ்ப்புணர்வும் தங்கள் கண்களை மறைக்க, தங்கள் உறவின் அடையாளமான குழந்தையை உதாசீனப்படுத்த, தானாகவே வளர்ந்த கார்த்தி, இவ்வளவு ஒழுக்கம், நேர்மை எனும் குணங்களோடு கலகலப்பானவனாக வளர்ந்ததை எண்ணி அடிக்கடி வியந்த ரோஸி, அதில் பெரும் பங்கு, அவனின் உற்ற தோழனும் தன் கணவனும் ஆன ஃப்ரான்ஸிஸுக்கும் அவன் குடும்பத்திற்கும் இருக்கிறது என்று அறிந்திருந்தாள். கார்த்தியின் கேள்வியில் உள்ள நியாயத்தை உணர்ந்திருந்த ரோஸி,

"நீ கேட்பது நியாயமே, கார்த்தி, ஆனால் என் அனுபவத்தில் சொல்கிறேன் நான் அம்மாவை இழந்தபின், ஆதரவாய் இருக்கவேண்டிய என் தந்தை மதுவிற்கு

அடிமையானதை எண்ணி பல நாட்கள் கோபத்திலும் வெறுப்பிலும் இருந்திருக்கிறேன் என்று உனக்கு தெரியுமல்லவா?", என்று கேட்க, தன்னிச்சையாக ஆமென்று தலையசைத்த கார்த்தி, குழப்பத்தோடு பார்க்க, மேலே தொடர்ந்தவள்,

"என் திருமணத்தன்று என் கையை பிடித்து அழைத்துச்செல்ல அவர் இல்லாததை உணர்ந்த வேளை, மது அருந்தி கொண்டாவது என்னுடனே உயிருடன் இருந்திருக்கலாமல்லவா என்ற எண்ணமே என் மனதில் நிறைந்திருந்தது", என்று கூறக்கேட்டு திகைத்து விழிக்க அவனைக் கூர்ந்து நோக்கியபடி,

"நீங்கள் இருவரும் புதிதாக தொடங்கவிருக்கும் உங்கள் வாழ்க்கையை முழுமையாக அனுபவிக்க வேண்டுமென்றால், உன் பெற்றோரையும் அரவணைத்து நடக்க வேண்டும்", என்று கூறினாள்.

ரோஸி கூறியதைக் கேட்டு தன் பதிலை எதிர்பார்த்து தன்னை நோக்கிய மஞ்சுவின் விழிகளிலும் ரோஸியின் எண்ணமே பிரதிபலிப்பதைக் கண்டவன், தன்னவளின் பார்வைக்கு கட்டுப்பட்டு,

"சரி ரோஸி, நான் மஞ்சுவை அழைத்துச் சென்று அவர்களைச் சந்திக்கிறேன்", என்றவன் மஞ்சுவை நோக்கி, "பெரிய அளவு அன்பையோ, வரவேற்பையோ எதிர்பார்க்காதே, செல்லம்", என்று கூறினான். கார்த்தி ஒப்புக்கொண்ட மகிழ்ச்சியை சிறிது தொலைவில் அமர்ந்திருந்த தன் கணவனிடம் தன் வலக்கையின் கட்டைவிரலை உயர்த்திக் காட்டினாள். அதைக் கண்டு நீண்ட மூச்சை இழுத்துவிட்ட ஃப்ரான்ஸிஸ் எழுந்து வந்து தன் நண்பனை அணைக்க,

"நீயும் ரோஸியும் எங்களுடன் வருகிறீர்களா?", என்று கார்த்தி கேட்கவும்,

"நிச்சயமாக வருகிறோம், நாளை செல்வோமா?", என்று கேட்டான்.

நகரிலிருந்து இரண்டு மணிநேர பயணத்திலிருந்த சிற்றூரில் இருந்த கார்த்தியின் பெற்றோரை சந்திப்பதற்குச்

செல்வதற்கான ஏற்பாடுகளைப் பற்றி நால்வரும் கலந்தாலோசித்துக் கொண்டிருக்க, அதேநேரம், தன் மகளின் திருமணத்திற்கான நாள் குறிப்பதற்கான பேச்சுவார்த்தையில் இறங்கியிருந்த கார்குழலி, சமையல் கட்டிலிருந்து வெளி வந்த செழியனையும் தளிரையும் பார்த்து புன்னகைத்தபடி,

"நாளை ஃபாதரை சந்தித்து அவர் ஆசிபெற்று, இந்த மூன்று நாட்களில் ஒன்றைக் குறித்து வாருங்கள்", என்று கூறி தன் கையிலிருந்த சிறு தாளை தளிரிடம் அளித்தார்.

மிக விமர்சையாக படைக்கப்பட்டிருந்த விருந்தை, கலகலப்பாக பேசியபடி சுவைத்து உண்ட பின், பெரியவர்கள் தங்கள் அறைகளுக்குச் சென்றுவிட, இளையவர்கள் விருந்தினர் கட்டின் முன்கூடத்தில் அமர்ந்து தொலைக்காட்சி பார்த்துகொண்டு சிறுசிறு குழுக்களாக அமர்ந்திருக்க, தளிரின் ஒன்றுவிட்ட அண்ணன் இளங்கோ வந்திருப்பதாக மேரி கூறவும், செழியன் தன் நண்பர்களை அழைத்துக்கொண்டு ஆர்வத்துடன் முன்கட்டிற்குச் சென்றான். முன்கூடத்தில் ஆயத்தமாக இருந்த சந்திப்பறைக்குள் நுழைந்தவர்கள், இளங்கோவுடன் நீண்ட கலந்தாலோசனைக்குப் பின், அவரவர்கட்குரிய இல்லத்திற்கு தேவையான கூடுதல் வசதிகள் குறித்து எடுத்த முடிவுகளினால் உண்டான நிறைவுடன் இளங்கோவிற்கு நன்றி கூறியபடி எழ, செழியனின் பார்வையைப் புரிந்துகொண்ட ரோஸி, தன் கைப்பையில் இருந்து தன் பெயர், கைபேசி எண் முதலிய விபரங்கள் அடங்கிய தன் முகவரிகையை (விசிட்டிங் கார்ட்) இளங்கோவிடம் கொடுத்து நாளை மறுநாள் தன்னை அலுவலகத்தில் சந்திக்கும்படி கூறினாள்.

பலவித கட்டுமான திட்டங்களை வரைந்திருந்தாலும், தன் ஒன்றுவிட்ட தங்கையின் விருப்பத்திற்கிணங்க, இந்த திட்டத்தை வரையும் பொழுது தனக்கு கிடைத்த உற்சாகமும் ஊக்கமும் அளவிடமுடியாதவண்ணம் அதிகமாய் இருந்ததை எண்ணி வியந்த இளங்கோ, அனைவரும் தனக்கு நன்றியும் வாழ்த்துக்களும் கூறுவதைக் கண்டு மகிழ்ந்தவன், செழியனிடமும் தளிரிடமும் விடைபெற்று சென்றான். காலை ரோஸியையும் ஃப்ரான்ஸிஸையும் அழைத்துச்

செல்வதாகக் கூறிய காரத்தி, மஞ்சுவுடன் வெளியே சென்று வருவதாக கூறி மஞ்சுவை அழைத்துக்கொண்டு செல்ல, ரோஸியும் ஃப்ரான்ஸிஸூம் கிளம்ப, சிறு குழந்தைபோல் தன்னை நோக்கிய நிலாவைக் கண்ட சுரேஷ், அவளை அழைத்துக்கொண்டு வெளியே சென்றான்.

நண்பர்கள் அனைவரும் சென்றுவிட, தங்கள் கட்டிற்குள் நுழைந்த செழியனும் தளிரும் சற்றுநேரம் தங்கள் அலுவலக அறைக்குச் சென்று, தளிர் தன் படிப்பிலும், செழியன், தான் தேனிலவு சென்றிருந்த இரண்டு வாரங்களில் தன் நிறுவனத்தில் நடந்த வணிக பரிவர்த்தனைகளின் சுருக்கமான குறிப்புகள் என்று ரோஸி அளித்த கோப்பிலும் மூழ்கினர்.

மறுநாள், கார்குழலியின் வற்புறுத்தலினால் காலை உணவை பெயருக்கு கொறித்துவிட்டு கிளம்பிய கார்த்தி, தனக்காக காத்திருந்த மஞ்சுவை அழைத்துக்கொண்டு ரோஸியின் இல்லத்திற்குச் சென்றான். கார்த்தியின் முகத்தை கூர்ந்து பார்த்த ஃப்ரான்ஸிஸ், அவன் கையிலிருந்த சாவியை வாங்கியபடி ஓட்டுனர் இருக்கையில் அமர்ந்து காரை உயிர்ப்பித்தான். எப்பொழுதும் கலகலப்பாக ஏதாவது பேசிக்கொண்டே இருக்கும் கார்த்தி மௌனியாக அமர்ந்திருப்பதைக் கண்ட மஞ்சு, ஃப்ரான்ஸிஸிடம் கார்த்தியின் சிறுவயது குறும்புகளைப் பற்றி கூறும்படி கேட்க, நகைச்சுவை ததும்ப வேண்டுமென்றே மிகைப்படுத்திக்கூற, இடையில் புகுந்த கார்த்தி அவற்றின் உண்மையை விளக்க, கலகலப்பாக பேசியபடி சென்றவேளை, தன் பெற்றோர் இல்லத்தை நெருங்கி வளைவில் கார் திரும்பியதும், அங்கு தான் கண்ட காட்சியைக் கண்டு உறைந்தான், கார்த்தி.

ஃபாதர் மைக்கேலை சந்திப்பதற்காக செழியன் மற்றும் தளிருடன் கிளம்பிய சுரேஷை வழியனுப்பிய நிலா, பெரியவர்களையும், கவின் மற்றும் சித்திரக்கொடியையும் அழைத்துக்கொண்டு நகரின் மிகப்பெரிய மாலிற்குச் சென்றாள். தன்னை சந்திப்பதற்காக வந்த அனைவரையும் அன்புடன் வரவேற்ற ஃபாதர், முதன் முதலில் தளிர் தன்

மடத்திற்கு வந்திருப்பதால், மடத்தையும், அதைச் சுற்றியுள்ள பழத்தோட்டத்தையும், அங்கிருந்த குழந்தைகள் விடுதியையும், அனைவருடன் பேசியபடி சுற்றிக்காண்பித்தார். சுரேஷின் திருமணம் குறித்த விபரமறிந்து

"காட் ப்ளஸ் யூ, மை சன்", என்று கூறி ஆரத்தழுவியவர், கைக்குழந்தையாக இதே மடத்தின் வாயிலில் ஒரு துணியில் கிடத்தப்பட்டு, தன் பணிமக்களால் மீட்கப்பட்டு, தன் பராமரிப்பில் வளர்ந்து, சிறுவயது முதல் தனக்கு உற்ற நண்பனான செழியனின் பாதுகாப்பே தன் கடமையென்று வாழ்ந்து, தனக்கென்று ஒரு வாழ்க்கைத் துணையைத் தேர்ந்தெடுத்து, அவளை கைப்பிடிக்க தன் ஆசியை வேண்டி நிற்கும் சுரேஷை பெருமிதம் பொங்க பார்த்து புன்னகைத்தார். பின் அவர்களுடன் இணைந்து மதிய உணவை அருந்தியவர், கார்குழலி குறித்திருந்த நாட்களுள் ஒன்றான மே மாதம் இருபதாம் நாளை சுரேஷ் - நிலா திருமணத்திற்காக தேர்ந்தெடுத்தார். மாலை, அவரிடமிருந்து விடைபெற்ற தளிரின் மனதிற்குள் அந்த விடுதியிலிருந்த குழந்தைகளைக் கண்டதிலிருந்து, தாங்கள் தொடங்கவிருக்கும் அறக்கட்டளைகள் மூலம் செய்யவேண்டிய சில பணிகளுக்கான திட்டங்கள் எழ, அவற்றை பற்றி ஆழ்ந்து சிந்தித்தபடி பயணித்த தளிரை பார்த்த செழியன் புன்னகைதத்படி தங்கள் சிறுவயது நினைவுகளை சுரேஷுடன் பகிர்ந்தவண்ணம் பயணித்தான்.

வீட்டிற்குள் நுழைந்தவேளை விருந்தினர் கூடத்தில் என்றுமில்லா பரபரப்பு இருப்பதை உணர்ந்த சுரேஷ், கரணை அழைத்து என்னவென்று விசாரித்தபடி அவனுடன் சற்று ஒதுக்கமாக நடக்க, உள்ளே நுழைந்த செழியனும் தளிரும் நடுக்கூடத்தில் மலைப்புடன் அமர்ந்திருந்த கார்த்தியைக் கண்டு இதழ்களில் இளமுறுவல் படர அருகே சென்றனர். ரோஸி அனைவரிடமும் கார்த்தியின் பெற்றோர் வீட்டிற்குச் சென்றதிலிருந்து நடந்தவற்றை விளக்கிக்கொண்டிருக்க கூர்ந்து கவனித்தார்கள். வீட்டிற்குச் செல்லும் வரை ஒருவித பதற்றத்தோடு இருந்தவனை மஞ்சுவும் ஃப்ரான்ஸிஸும் ஒருவழியாக இயல்பாக்க முயல, வீட்டை அடைந்ததும்,

அங்கு முற்றத்தில் அமர்ந்து ஒருவரையொருவர் பார்த்து புன்னகைத்தபடி பேசிக்கொண்டிருந்த தன் பெற்றோரைப் பார்த்து திகைத்திருக்கிறான்.

ஒருவரிடமிருந்து ஒருவர் முடிந்தவரை விலகியிருக்க முயல்பவர்கள், இன்று இயல்பிலேயே அன்பால் பிணைக்கப்பட்ட தம்பதியினரைப்போல் பேசிக்கொண்டிருப்பதைக் கண்டவர்கள் அவர்களிடம் வணக்கம் கூறி உள்ளே நுழைய, ஐந்தாண்டுகளுக்கு முன் தங்கள் வீட்டைவிட்டு வெளியேறிய தன் மகனைப் பார்த்தவர்கள் முகத்தில் இன்பத்தைக் காட்டிலும் ஒருவித குற்றவுணர்ச்சி தென்பட, அனைவரையும் வரவேற்று உள்ளே அழைத்துச் சென்றனர். ரோஸி இயல்பாகப் பேசி நிலைமையை இலகுவாக்க, மனம் திறந்த கார்த்தியின் அன்னை பார்வதி, இரண்டு ஆண்டுகளுக்கு முன் ஒரு நாள் திடீரென வந்த காய்ச்சலின் விளைவாக, எழுந்து நடக்கமுடியாமல் படுக்கையில் முடங்கிவிட, தன் முகத்தில் விழிக்காவிட்டாலும் வீட்டிற்குள் வலம் வந்த தன் மனைவியை காணாது குழம்பிய கார்த்தியின் தந்தை அருணகிரி, பார்வதியின் அறைக்குள் நுழைய அங்கே எழமுடியாமல் படுத்திருந்தவரைக் கண்டு பதறியவர் வேண்டிய முதலுதவிகள் செய்து பார்த்துக்கொள்ள, இருவருக்கும் இடையே இனம் புரியாத நட்பு உருவானது. நாளடைவில் அது காதலாக உருமாறி, ஒருவரையொருவர் பேணுகின்றனர். ஐம்பது வயது கடந்த நிலையில் ஏறத்தாழ இருபத்தியொன்பது ஆண்டுகால உறவில் காலம் கடந்து பிறந்த காதலை எண்ணி வியந்த கார்த்தி ஆழ்ந்த சிந்தனையில் மூழ்கியிருக்கிறான் என்று சுருக்கமாக கூறினாள் ரோஸி. மேலே இத்தனை காலம் தங்கள் மனநிலையை முன்னிறுத்தி தங்கள் மகனை கவனிக்காமல் விட்டுவிட்டு, இப்பொழுது கார்த்தியின் திருமணத்தை முன்னின்று நடத்துவதென்பது நியாயமில்லை என்று இருவரும் ஒருங்கே கூறியுள்ளனர்.

ரோஸியின் கூற்றை கேட்டு அவளை கூர்ந்து நோக்கிய கார்த்தி, மஞ்சுவைப் பார்த்து,

"உனக்கும், உன் பெற்றோருக்கு சம்மதமென்றால், அடுத்த வாரம் நம் திருமணத்தை பதிவு செய்துகொள்ளலாம்", என்று கூற,

"நான் எடுத்து நடத்தும் திருமணத்தை ஒரு வாரத்தில் பதிவு செய்துகொள்வாயா?", என்று குரலில் கண்டிப்புடன் கார்குழலி கேட்க, திடுக்கிட்டு விழித்த கார்த்தியைக் கண்டு அனைவரும் புன்னகைக்க, தளிரை நோக்கிய கார்குழலி,

"ஃபாதர் என்ன சொன்னாரம்மா?", என்று கேட்டார்.

"மே இருபது, அத்தை", என்று தளிர் கூறவும் புன்னகை விரிய, "மிகவும் நல்லது", என்றவர், "என் மகளின் திருமணமும் மகனின் திருமணமும் ஒரே நாளில் நடக்கும்", என்று அனைவரையும் பார்த்து கூறினார். திருமணம் தொடர்பாக அனைவரும் சற்றுநேரம் உரையாட, மறுநாள் தங்கள் வேலைகளைக் கவனிக்க வேண்டுமென்று கூறி இரவே விடைபெற்ற தன் குடும்பத்தினரை மகிழ்வுடன் வழியனுப்பிய தளிர், தன் படிப்பில் மூழ்கினாள்.

மறுநாள் காலையில் செழியன் தன் அலுவலகம் கிளம்ப, சுரேஷ், நிலா மற்றும் கார்த்தியும் தங்கள் வேலைகளுக்குச் சென்றுவிட இன்றைய நாளுக்கான தன் படிப்பை முடித்த தளிர், முன் கூடத்திற்கு வர, அங்கு மஞ்சு தனக்காக காத்திருப்பதைக் கண்டு குழம்பியவள், இன்று மாறன் குரூப்ஸ் நிறுவனத்தின் தலைமை அலுவலகம் சென்று திவ்யாவை சந்திக்க வேண்டுமென்று நினைவிற்கு வர,

"மன்னித்துவிடு மஞ்சு, முழுவதுமாக மறந்துவிட்டேன். வெகுநேரம் காத்திருக்கிறாயா?", என்று குரலில் குற்றவுணர்ச்சியுடன் கூறிய தளிரை நோக்கி புன்னகைத்த மஞ்சு,

"ரிலாக்ஸ் மதி. நான் சற்றுநேரம் முன்புதான் வந்தேன், வந்தவுடன் நம் கரீம் அண்ணாவின் கைமணத்தில் நன்கு உணவருந்திவிட்டு, உண்டமயக்கம் தீர அமர்ந்திருக்கிறேன்", என்று கூறினாள்.

இருவரும் கிளம்பி மாறன் குரூப்ஸ் தலைமை அலுவலகத்தை அடைந்து, வரவேற்பாளரிடம் தங்கள்

விபரத்தை கூற, சட்டென்று எழுந்த இளம் பெண், உட்கட்டிற்கு அழைத்துச் சென்று மேல் தளத்தில் இருந்த தலைமை நிர்வாக அதிகாரியின் அறையை அடைந்து, இருமுறை தட்டிவிட்டு, உள்ளிருந்து ஏதோ ஒலி கேட்க, கதவை பணிவுடன் திறந்து தங்களை உள்ளே செல்லுமாறு சைகை செய்ய, அவளுக்கு நன்றி தெரிவித்துவிட்டு உள்ளே நுழைந்தனர். அதேநேரம் தன் அலுவலகத்தில் அனைத்து மேலாளர்களையும் நேரிலும் காணொலியிலும் சந்தித்து, உரையாடிய செழியன், அவரவர் துறையில் நடந்த பரிவர்த்தனைகளைக் குறித்து நீண்டநேரம் விவாதித்தவன், இறுதியில் அனைவரையும் பாராட்டிவிட்டு தன் சந்திப்பை முடித்தவேளை, தன் அறைக் கதவை தட்டிவிட்டு கையில் கோப்புகளுடன் உள்ளே நுழைந்த நிலாவைக் கண்டு புன்னகைத்தான்.

நாள்தோறும் காலையில் படிப்பும், தளிர் படிக்கும் நேரத்தில் மஞ்சு திவ்யாவுடன் பணியாற்ற, மதிய உணவிற்கு பிறகு தளிரும் மஞ்சுவும் அதைப் பற்றி கலந்தாலோசித்தனர். மஞ்சுவின் மென்மையான குணமறிந்து அதற்கேற்ப தன் அணுகுமுறையை மாற்றி அவளுக்கு பயிற்சி அளிக்க, ஒரே வாரத்தில் மஞ்சு தன்னைக் கண்டு தானே வியக்கும் அளவிற்கு மாற்றியிருந்தாள், திவ்யா. தன்னை போன்றே நடுத்தர குடும்பத்தில் பிறந்து வளர்ந்து, காதலின் விளைவால் மாறன் குடும்பத்தினளான திவ்யாவிற்கும் தன்னை போன்றே சிந்தனை இருப்பதால், நாளடைவில் அவளுக்கும் தனக்கும் கணவனின் ஒன்றுவிட்ட சகோதரனின் மனைவி என்ற உறவு முறையிலிருந்து முன்னேறி, ஒருவித தோழமையும் சகோதர பாசமும் பெருகுவதை உணர்ந்த தளிர், ஒரு வாரம் முடிவில், நிறுவனத்தையும் அறக்கட்டளையையும் பற்றி முழு திட்டமும் உருவெடுக்க, இரண்டு நாட்களில் தொடங்கவிருக்கும் தன் இறுதி தேர்வுகள் முடிந்ததும், தங்கள் திட்டத்தை செயல்படுத்துவதின் முதற்கட்டப்பணியை தொடங்க முடிவெடுத்தாள்.

75

காலை எழுந்தது முதலே ஒருவித பதற்றத்தோடு சுழன்று வந்த தன் மனைவியைக் கண்ட செழியன், தான் பலமுறை கூறியும் கேட்காமல் தானே சமையல் செய்வதாக பிடிவாதமாகக் கூறிச்செல்ல, சமையல் கட்டின் வாயிலில் கைகளைக் கட்டிகொண்டு கதவில் சாய்ந்து நின்றபடி அவளைப் பார்த்துக்கொண்டிருந்தான். தான் நறுக்கி வைத்த காய்கறிகள் கீழே விழவும் தன்னைத் தானே நொந்துகொண்டு அவற்றை சுத்தம் செய்ய குனிந்தவளை தன் கையை நீட்டி தடுத்தவன், அவளை இறுக அணைத்தான். தளிர் தன் அணைப்பிற்குள் இரண்டு முறை திமிர தன் அணைப்பை மேலும் இறுக்கியவன், அவள் முகத்தை உயர்த்தி இதழ்களில் அழுந்த முத்தமிட்டான். சற்றுநேரத்தில் அமைதி அடைந்த தளிரை சமையற்கட்டிலிருந்த முக்காலியில் அமரச்செய்தவன், கீழே விழுந்த காய்கறிகளை ஒதுக்கிவிட்டு, மீண்டும் காய்களை நறுக்கியபடி,

"என்ன ஆயிற்று கண்ணம்மா?", என்று கேட்க, ஒன்றுமில்லை என்று தலையசைத்தாள்.

அவள் கூறுவதை நம்பாமல் தன் ஒற்றை புருவத்தை உயர்த்தி தலை சாய்த்து நோக்க,

"ஒன்றுமில்லை அருணன்", என்று கூற, தன்னை மேலும் கூர்ந்து பார்க்கும் தன் கணவனின் பார்வையை தவிர்க்க முடியாமல் திணறியவள் நீண்ட மூச்சை இழுத்துவிட, காய்

நறுக்குவதை நிறுத்திவிட்டு அவளருகே வந்தவன், தன் கைகளுக்குள் அவள் கைகளை வைத்து பிடித்தபடி,

"கண்ணம்மா, ஒரு வாரம் தானே, நீ நன்றாக படித்திருக்கிறாய் அல்லவா, தேர்வைப் பற்றி குழம்பாதே. நானும் உன்னுடன் வரலாமென்று எண்ணினேன்", என்று கூற ஒளிபெற்ற கண்களுடன் தன்னை நோக்கியவளை தன் மார்போடு அணைத்தபடி, "நான் வந்தால், நீ உன் கல்லூரி நண்பர்களோடு இணைந்து இயல்பாக இருக்கமுடியாது என்று உணர்ந்ததால் உன்னை மட்டும் அனுப்பலாம் என்று முடிவெடுத்தேன்", என்று சிறு குழந்தைக்கு எடுத்துக் கூறுவதுபோல் கூறினான்.

செழியன் கூறுவது உண்மையே என்றாலும், திருமணமானதிலிருந்து அவன் மார்பில் தலைவைத்து, அவன் இதயத்துடிப்பின் சீரான ஓசையும், அவன் அணைப்பின் கதகதப்பும் ஒருங்கே அளிக்கும் இதத்தில் உறங்கியவள், இன்றிலிருந்து ஏறத்தாழ பத்து நாட்கள் தன்னவனை பிரிந்திருக்கவேண்டிய சூழ்நிலையை எண்ணி கலங்கிய கண்களோடு தன் கணவனை நோக்கினாள். உயிரை உருக்கும் தன் மனைவியின் முத்தமும் மனதை மயக்கும் அவளின் நறுமணமும் இல்லாமல் எப்படி நாட்களை கடத்தபோகிறோம் என்று கடந்த சில நாட்களாக கலங்கிய செழியன், இப்பொழுது தன் மனதிலுள்ள வலியை தளிரின் கண்களில் கண்டு, அவள் பார்வை தன் இதயத்தைக் காயப்படுத்துவதை உணர்ந்தவன், தளிர் எந்தவித திசைதிருப்புதலுமின்றி முழுக் கவனத்துடன் தேர்வை எழுதவேண்டும் என்ற எண்ணத்தால் தன் கண்களை மூடி தன்னை நிலைப்படுத்தி, அவளை நோக்கி,

"அனைத்து பாடங்களுக்கான குறிப்புகளை எடுத்து வைத்துவிட்டாயா, தளிர்?", என்று கேட்டான்.

தன் கணவனின் மனதை அவன் கண்களை இறுக்க மூடிய கணத்தில் உணர்ந்த தளிர்,

"இல்லை, அருணன். ஒருமுறை வாசித்துவிட்டு எடுத்து உள்ளே வைக்க வேண்டும்", என்று கூறியபடி எழுந்தவள், அலுவலக அறைக்குச் சென்றாள். மீண்டும் சமையலை தொடர்ந்த செழியன், காலை உணவை ஒரு சிறு

தள்ளுவண்டியில் வைத்து அலுவலக அறைக்கு எடுத்துச் சென்றான். இந்த வாரத்தில் பலமுறை கண்டதிலிருந்து தான் எதிர்பார்த்ததுபோல் படிப்பில் மூழ்கியிருந்த தளிரை நோக்கி புன்னகைத்தவன், அவளருகில் அமர்ந்து, அவளுக்கு ஊட்டியபடி தானும் உண்டான்.

நேற்று மாலை தன் வளர்ப்பு அன்னையும் தந்தையும் கவினுடன் ஊருக்குச் சென்றுவிட, இன்று முழுவதும் தளிருடன் கழிக்க எண்ணிய செழியன், தன் வேலைகளை வீட்டிலிருந்தே பார்ப்பதாகக் கூறிவிட, நிலாவை அழைத்துக்கொண்டு சுரேஷ் அலுவலகம் கிளம்பினான். காலை உணவு முடித்து மேலும் சிறிது நேரம் படிக்க விரும்புவதாக தளிர் கூற, தானும் தன் வேலைகளில் மூழ்கினான். சில மணிநேரங்கள் கழித்து சற்று ஓய்வெடுக்க எண்ணிய தளிர், செழியன் தன் மடிக்கணினியின் விசைபலகையில் தொடர்ந்து தட்டச்சிட்டுக்கொண்டிருக்க, எழுந்து அறையிலிருந்து வெளியேறியவள், அவனுக்கு தின்பண்டங்கள் அளித்துவிட்டு திரும்ப, கணினி திரையிலிருந்த தன் பார்வையை விலக்காமல் அவள் கையைப் பிடித்து நிறுத்திய செழியன்,

"ஐ லவ் யூ, கண்ணம்மா", என்று கூறி அவள் கையில் முத்தமிட, இளமுறுவலுடன் அவன் தலையைக் கோதிவிட்ட தளிர், சமையலறைக்குச் சென்று மதிய உணவை சமைக்க தொடங்கினாள்.

இருவரும் உணவருந்தியபின், சற்றுநேரம் ஓய்வெடுக்க எண்ணி தங்களறைக்குச் செல்ல, அறையை அடைந்த செழியனின் மனதில் தன் மனைவியின் அருகாமை இல்லாமல் தான் மட்டும் தனியே இந்த அறையில் இருக்கவேண்டும் என்ற எண்ணம் அளித்த உந்தலில் தளிரின் இதழ்களில் மிருதுவான நீண்ட முத்தத்தில் தன் ஏக்கத்தை பொழிய, அதை தொடர்ந்து இருவருக்கிடையில் நடந்த காதல் களியாட்டத்தால் நாணமுற்ற கதிரவன் மேகத்திற்கு பின் ஒளிந்துகொண்டான். மாலை, கரண் தலைமையில் பயணத்திற்கு உரிய மெய்க்காப்பாளர் படையுடன், தன்னவனின் நினைவுகள் மனதில் நிறைந்திருக்க, தன் கல்லூரி நோக்கி பயணித்தாள், தளிர்.

கல்லூரிக்குள் மாணவர்களுள் ஒருத்தியாக தான் இருக்கவேண்டியதால் அங்கே தனக்கு தனிப்பட மெய்க்காப்பாளர்கள் பாதுகாப்பளிக்க முடியாதென்பதை உணர்ந்த தளிர், அதிகாலை கல்லூரி விடுதியில் தன்னை விட்டுவிட்டு விடைபெற்ற கரண், தேர்வெழுதுவதற்காக சென்றவேளை, தேர்வுக் கூடத்திற்கு எதிரே அமைக்கப்பட்டிருந்த புல்வெளியில் போடப்பட்டிருந்த கல்நாற்காலியில் இயல்பாக அமர்ந்து தன் கைபேசியில் ஏதோ பார்த்துகொண்டு அமர்ந்திருப்பதைக் கண்டு, மனதிற்குள் வியந்தபடி உள்ளே நுழைந்தாள். காலை தேர்வு, மதிய ஓய்விற்குபின் மாலை சற்றுநேரம் படித்துவிட்டு, நாள்தோறும் செழியனுடன் அழைப்பிலும் குறுஞ்செய்தியிலும் உரையாடிவிட்டு பெருமூச்சுடன் அன்றைய பொழுதை முடித்துவிட்டு உறங்கச் சென்ற தளிர், ஒருவார காலமே என்றாலும் தொலைதூர உறவுமுறையை ஏக்கத்துடனும், ஒருவித குறுகுறுப்புடனும் கடத்தினாள்.

தளிர் கிளம்பிச்சென்றதிலிருந்து வீடு வெறிச்சோடியிருப்பதை உணர்ந்த செழியன், இரவு உணவை பெயருக்கு கொரித்துவிட்டு படுக்கையில் சரிந்தவன் அங்கே நிறைந்திருந்த தளிரின் நறுமணத்தை முகர்ந்தபடி தன்னைமீறி உறங்கினான். நாள்தோறும் காலையில் விரைவாகத் தன் வேலையைத் தொடங்கியவன், அலுவலகத்திற்குச் செல்லும் முன் இரண்டு சந்திப்புகளை காணொலி அழைப்பில் முடித்துவிட்டு கிளம்பினான். தன் முழு நேரத்தையும் வேலையில் கடத்தியவனைக் கண்ட அவன் தங்கையும், நண்பர்களும் அவன் நிலையைக் கண்டு கலங்கினர். தளிரின் இறுதித்தேர்வுக்கு முந்தைய நாள், செழியன் எவ்வளவு சொல்லியும் கேட்காமல் பிடிவாதமாக அவனை அழைத்துக்கொண்டு வெளியில் சென்றாள், நிலா.

வாரநாளானதால் மிதமான கூட்டத்துடன் இருந்த அந்த மாலில் தன் மெய்க்காப்பாளர்கள் பொது மக்களுக்கு இடையூறு இல்லாதவண்ணம் ஆங்காங்கே நின்றும், பாதுகாப்பு அறையிலிருந்தும் கண்காணிக்க, நிலா தனக்கு வேண்டிய ஆடைகள், அணிகலன்கள் என பல பொருட்களை

அணிந்து பார்த்து வாங்கும்வரை ஆர்வமாக நிலாவை பார்த்துக்கொண்டிருந்த சுரேஷைக் கண்டு தன் பொறுமையை இழுத்து பிடித்துகொண்டு அமர்ந்திருந்த செழியன், அங்கே காட்சிக்காக வைக்கப்பட்டிருந்த, மரகதங்கள் பதிக்கப்பட்ட ஒரு மெல்லிய கொடியில் சிறுசிறு பூக்கள் வடிவில் வைரங்களும் மாணிக்கங்களும் நேர்த்தியாக கோர்க்கப்பட்ட ஒரு அட்டிகை தன் கண்களைக் கவர அருகே சென்று கையில் எடுத்தவேளை

"இட்ஸ் காஸ்ட்லி சர், பீ கேர்ஃபுல்", என்று தன் குரலில் சலிப்பும் ஒருவித காட்டமும் தெறிக்க கூறிய விற்பனையாளரான இளம்பெண்ணை நோக்கி தன் ஒற்றை புருவத்தை உயர்த்தினான். பணம் செலுத்திக்கொண்டிருந்த சுரேஷும் நிலாவும் ஒருவித பதற்றத்துடனும் கோபத்துடனும் தான் இருக்கும் இடத்தை நெருங்குவதை தன் ஓரக்கண்ணால் பார்த்த செழியன்,

"மன்னித்துவிடுங்கள், இதை வாங்க வேண்டுமென்ற எண்ணத்தினால்தான் கையில் எடுக்க முயன்றேன். நீங்களே கவனமாக எடுத்து காண்பித்தால் பார்த்துவிட்டு பணம் செலுத்துகிறேன்", என்று கூற, ஒருகணம் திகைத்த அந்த பெண், அவன் கூறியபடி செய்ய, அந்த நகையை மனதிற்குள் தன் மனைவிக்கு அணிவித்து பார்த்த செழியன், உடனடியாக தன் பற்றட்டையை (க்ரெடிட் கார்ட்) எடுத்து நீட்டினான். பல லகரங்கள் பெருமான பொருளை, அதன் விலைகூட அறியாமல் வாங்க முயல்பவனைக் கண்டு வியந்தபடி அவன் நீட்டிய அட்டையை கையில் வாங்கியவள் நகையை எடுத்துக்கொண்டு பணம் செலுத்துமிடத்திற்குச் சென்றாள். தன்னருகில் வந்த நிலாவின் முகத்திலிருந்த திகைப்பைக் கண்டவன்,

"விற்பனையாளர்களுக்கு பலவித நெருக்கடிகள் இருக்கும், நிலா. நேரத்திற்கு உணவருந்தியிருக்க மாட்டார்கள், மேலாளரோ வேறுயாரோ கடிந்திருக்கலாம், இல்லையென்றால் வேறே ஏதாதவது தனிப்பட்ட காரணமிருக்கும்", என்று கூற, "நீ சொல்வது உண்மைதான் அண்ணா, ஆனால் அவற்றை கட்டுப்படுத்தி தங்கள் கடைக்கு வரும் வாடிக்கையாளர்களை இன்முகத்தோடு மரியாதையாக பேசி அவர்களின் தேவையை முன்னிருத்துவது தானே

இவர்களின் கடமை", என்று கேட்க, "ஆமாம் நிலா, அதேநேரம் அவர்களும் மனிதர்கள் தானே. ஒரு கணத்தில் சிந்திக்காமல் விழுந்த வார்த்தைகளை பெரிது படுத்தாமல்விடுவதே சிறந்தது", என்று இளமுறுவலுடன் கூற, திகைத்த முகத்துடன் அவன் கடவிப்பு அட்டையை நீட்டியபடி நின்ற விற்பனையாளரைப் பார்த்து ஆறுதலாக புன்னகைத்தபடி அவள் அளித்த சிறு பையை, வாங்கிக்கொண்டு நன்றிகூறிவிட்டு கிளம்பினான்.

மாலை, வீட்டிற்கு வந்து உணவருந்திவிட்டு படுக்கையில் சரிந்த செழியன், நாளை இந்நேரம் தளிர் தன் அணைப்பிலிருப்பாள் என்ற எண்ணம் தோன்றி இமைகள் மூடாமல் பிடிவாதம் செய்ய புரண்டு புரண்டு படுத்தவன், அதிகாலையிலேயே எழுந்து கைபேசியை எடுத்து சுரேஷை அழைத்தான். வழக்கம்போல் அமர்ந்திருந்த கரணைக் கண்டு புன்னகைத்தபடி தேர்வெழுதச் சென்ற தளிர், மாலை மீண்டும் செழியனை சந்திக்கப்போகிறோம் என்ற எண்ணம் தோன்றிய கணத்தில் உடல் சிலிர்க்க, மிக முயன்று தன் மனதைக் கட்டுப்படுத்தி தன் தேர்வில் கவனம் செலுத்தி, விரைவாக முடித்துக்கொண்டு வெளியே வர, அங்கே கரண் அமர்ந்திருந்த இடத்தில் கால்மேல் கால்போட்டு தன் கைகளைக் கட்டியபடி அமர்ந்திருந்த செழியனைக் கண்டு ஒருகணம் திகைத்தவள், துள்ளி குதித்தபடி நான்கே எட்டில் அவனிருந்த இடத்தை அடைந்தாள்.

தன்னை நோக்கி நடந்து வந்த தளிரை நோக்கி புன்னகைத்தபடி எழுந்த செழியன்,

"எப்படி இருக்கிறாய், கண்ணம்மா?", என்று கேட்டு, தன் பார்வையால் அவளை அளந்தபடி, "சரியாக உணவருந்தவில்லையோ?", என்று கேட்டான்.

"நன்றாகத்தான் உணவருந்தினேன், அருணன். விடுதி உணவு அப்படித்தான் இருக்கும், ஐயா வீட்டுணவை உட்கொண்டே மெலிந்துவிட்டார்போல் இருக்கிறது", என்று கூறியவள், அவன் கையோடு கைகோர்த்தபடி நடந்து, தன் கல்லூரியை சுற்றிக்காட்டியபடி விடுதியை அடைந்தாள். தளிரின் கல்லூரியை சுற்றிப்பார்த்தவன், ஆங்காங்கே நின்று பலர் தங்களை நோக்குவதை உணர்ந்தான். விடுதியிலிருந்து

அனைத்தையும் எடுத்து அடுக்கிவிட்டு, தன் நண்பர்களிடம் விடைபெற்று வரும்வரை வெளியில் காத்திருந்த செழியன், தளிரை வழியனுப்ப வந்த நண்பர்களிடம் கலகலப்பாக பேசியவன், அனைவரிடமும் விடைபெற்று தளிரை அழைத்துக்கொண்டு கிளம்பினான்.

தளிரின் தேர்வுகள் முடிந்து இரண்டு வாரங்களான நிலையில், மூன்று நாட்களில் நடக்கவிருந்த புதிய நிறுவனத்தின் கட்டுமான பணி, தொடக்க நிகழ்ச்சிக்கான ஏற்பாட்டைக் கவனித்தபடி மஞ்சுவுடன் உள்ளறையில் பேச்சுவார்த்தையில் மூழ்கியிருந்த தளிரைக் கண்ட செழியன், புன்முறுவலுடன் முன்கூடத்திற்குச் சென்றான். அங்கே வழக்கம்போல் ஒருவரையொருவர் வம்பிழுத்தபடி விளையாடிக்கொண்டிருந்த கார்த்தியையும் நிலாவையும் கண்டவன், இருவரின் விளையாட்டையும் சற்று ஒதுக்கமாக அமர்ந்து ரசித்துகொண்டிருந்த சுரேஷைக் கண்டு அவனருகில் சென்று அமர்ந்தான்.

செழியனைக் கண்டு புன்னகைத்த சுரேஷ், செழியன் தன் மைத்துனன் என்ற உணர்வு மேலிட விரிந்த புன்னகையுடன்,

"என்ன மச்சான், உள்ளே தங்கச்சி இன்னும் வேலையை முடிக்கவில்லையா?", என்று கேட்டான். ஆமாம் என்று தலையசைத்த செழியன், கடந்தவாரம் தன் தங்கையின் திருமணம் உறுதி செய்த நிகழ்ச்சியை நினைவுகூர்ந்தான். இதே வீட்டில், தன் குடும்பத்து பெரியவர்கள் முன்னிலையில் திருமணம் உறுதிசெய்தவேளை, நிலாவிற்கு பூச்சூட்டும் நிகழ்விற்கு சுரேஷின் அண்ணியென்ற முறையில் ரோஸி முன்னெடுத்து நடத்த, சுரேஷின் கண்களில் வழிந்த நீரைத் துடைத்த ஃப்ரான்ஸிஸைக் கண்ட செழியன், உணர்வால் உறவுகளான நண்பர்களைக் கண்டு மனம் நெகிழ தன் மனைவியைத் தோளோடு அணைத்தான். அதிலிருந்து இரண்டு நாட்களில், மணிமாறனும் கார்குழலியும் இளவட்டங்களை அழைத்துக்கொண்டு மஞ்சுவின் பெற்றோரிடம் கார்த்திக்கு பெண்கேட்டுச் செல்ல, தன் தோழிக்கு பூச்சூட்டி, தன் குடும்பத்திற்கு வரவிருக்கும் புதுகுலமகளை வரவேற்றாள், தளிர்.

பலவாறு எண்ணியபடி அமர்ந்திருந்த செழியன், உட்கட்டிலிருந்து மஞ்சுவுடன் பேசியபடி வந்த தளிரைக் கண்டு புன்னகைத்தவன், களிப்பில் மிளிர்ந்த கண்களோடு நடுவில் நின்று,

"அனைத்து அடிப்படை வேலைகளும் முடிவடைந்துவிட்டன, நாளை மாலைக்குள் முறையான அனுமதிகள் கிடைத்துவிடும்", என்று அறிவித்தவள் தானே தொடர்ந்து,

"நாளை மாலை நிர்வாகம் முழுவதையும் நம் மஞ்சுவிற்கு கொடுத்துவிட்டு, நாளை மறுநாள் நான் என் வேலையில் சேரப்போகிறேன்", என்று தன் கைகளை உயரே தூக்கியபடி கூற, தன் மனைவியை பெருமிதம் பொங்க பார்த்தான், செழியன்.

தன் விருப்பத்திற்கிணங்க, அனைத்து கோப்புகளிலும் அதிகாரபூர்வமாக மஞ்சு கையெழுத்திடும் நிகழ்விற்காக திவ்யாவை குடும்பத்துடன் விருந்திற்கு அழைத்திருந்த தளிர், இத்தனை ஆண்டுகளில் முதன்முறையாக செழியனின் இல்லத்திற்கு தங்கள் மகன் இரத்தினசேகரன் மற்றும் மகள் காஞ்சனா உடன் வந்த ராஜசேகரனும், திவ்யாவும் செழியனின் இல்லத்தை சற்றுநேரம் சுற்றிப்பார்க்க, இரத்தினசேகரன் செழியனிடமும், காஞ்சனா தளிரிடமும் மிக இயல்பாக பேசுவதைக் கண்டு திகைத்த ராஜசேகரன் தன் மனைவியை நோக்க, அவளின் புன்னகையைக் கண்டு, நீண்ட பெருமூச்சை இழுத்துவிட்டவன், மெல்ல செழியனுடன் உரையாடலில் கலந்து கொண்டான். உருவத்தில் ஒற்றுமை இருந்தாலும், இருவருக்குமிடையில் உள்ள பனி விலக சில நாட்களாகும் என உணர்ந்த திவ்யாவும் தளிரும் ஒருவருக்கொருவர் பொருள் பொதிந்த பார்வையை பரிமாறிக்கொண்டனர். நண்பர்கள் அனைவரும் வர, அனைவருக்கும் விருந்து பரிமாறப்பட கலகலப்பாக பேசியபடி உணவருந்தியவர்கள், பெரும் பொறுப்பை ஏற்றுக்கொள்வதாக கையொப்பமிட்ட மஞ்சுவை வாழ்த்திவிட்டு செழியனிடமும் தளிரிடமும் விடைபெற்று சென்றனர்.

மறுநாள் காலையிலேயே உற்சாகமாகக் கிளம்பிய தளிரை அவள் அலுவலகத்தில் விட்டுவிட்டு தன் அலுவலகத்திற்குச் சென்றான், செழியன். ஏறத்தாழ இரண்டு மாதங்கள் கழித்து அலுவலகத்திற்குள் நுழைந்த தளிர், இன்முகத்தோடு தன் எதிரே வந்தவர்களுக்கு காலை வணக்கம் கூறியபடி நேரே விமலை சந்திக்கச் செல்ல, ஏதோ காணொலி அழைப்பிலிருந்தவனிடம் தான் வேலைக்குச் சேர்ந்துவிட்டதை சைகையில் கூறிவிட்டு, ரம்யாவின் இருக்கைக்குச் சென்றாள். தளிரைக் கண்டதும் தன் இருக்கையிலிருந்து துள்ளி எழுந்து அவளை தோளோடு அணைத்த ரம்யா, தளிர் சென்ற நாளிலிருந்து இன்று காலைவரை நடந்தவற்றைக் கூற, விமலிற்கு திருமணம் உறுதியாயிருப்பதையும் நாள்தோறும் மாலை தன் வருங்கால மனைவியை அவள் அலுவலகத்திலிருந்து அழைத்து கொண்டு வெளியே செல்வதால், அந்நேரம் எந்த வேலை வந்தாலும் அதைவிடுத்து அவன் சென்றுவிடுவதையும் மேடை ரகசியம் போல் கூறினாள். ரம்யாவின் கூற்றைக் கேட்டபடி அருகே வந்த விமல்,

"ஒன்றுவிடாமல் தளிரிடம் ஒப்பித்துவிட்டாயா?", என்று கேட்க,

"வாழ்த்துக்கள், சர்", என்று கூற, சலிப்புடன் தன் கண்களை சுழற்றியவன்,

"இன்னும் இந்த சர்ரை விடவில்லையா?", என்று கேட்க,

"ஸாரி", என்று புன்னகைத்த தளிர், "வாழ்த்துக்கள், விமல்", என்று கூறினாள்.

சற்றுநேரம் இருவருடனும் பேசிக்கொண்டிருந்த விமல் விடைபெற, தான் இரண்டு நாட்களாக போராடிக் கொண்டிருக்கும் ஒரு வேலையைப் பற்றி ரம்யா விளக்க, அவள் கூறியதை பொறுமையாகக் கேட்ட தளிர், அவளிடமிருந்து கோப்புகளை பெற்றுகொண்டு தனக்கென ஒதுக்கப்பட்டிருந்த இருக்கையில் அமர்ந்து வேலையில் மூழ்கினாள்.

மறுநாள், அதிகாலையிலேயே எழுந்து அனைவரும் குளித்து புத்தாடை அணிந்து கிளம்ப, மாறன் குரூப்ஸ்

நிறுவனத்தின் தலைமை அலுவலகத்திற்கு வெகு அருகில், சீர்த்திருத்தப்பட்டு கட்டுமான பணி தொடங்குவதற்கான பெரிய பெரிய இயந்திரங்களும், பொறியாளர்களும், தொழில்நுட்பவியலாளர்களும், கட்டுமான பணிமக்களும் நிறைந்திருக்க, கதிரவனின் முதல்கீற்று நுழைந்த வேளை, அங்கே நிறுவப்பட்ட பெயர்ப்பலகையைக் கூர்ந்து பார்த்தவன், அதில் 'தளிர் அறக்கட்டளை', என்றிருப்பதைக் கண்டு பொருள் பொதிந்த பார்வையை தன் மனைவியிடம் செலுத்தினான்.

76

'**த**ளிர் அறக்கட்டளை' என்ற பெயரைக் கண்டு சற்றே வியப்போடு பொருள் பொதிந்த பார்வையோடு செழியன் தன் மனைவியை நோக்க, அவனைப் பார்த்து விரிந்த புன்னகையை செலுத்திய தளிர், மெல்ல அவன் அருகில் வந்து அவன் கையோடு கைகோர்த்துகொண்டு நின்றாள். அனைவரும் மலர்ந்த முகத்தோடு ஆங்காங்கே நிற்க, அடிக்கல் நாட்டும் நிகழ்ச்சி தொடங்குவதை உணர்த்தும் வகையில் இக்கட்டிடத்தின் பொறியாளரான இளங்கோவை அழைத்த முதியவர் ஒருவர், இக்கட்டுமான பணி நடக்கும்பொழுது அம்மண்ணில் வாழும் சிற்றுயிர்களுக்கு அறியாமல் தீங்கிழைத்துவிட்டாலும், அக்கட்டிடத்தினால் உண்டாகும் நற்பயனை முன்னிட்டு, அந்த தவறைப் பொறுத்து, இந்த கட்டிடத்தில் எல்லா வளங்களும் இன்பமும் நிறைந்திருக்க வேண்டி இயற்கையைத் தொழுது, அடிக்கல் நடும்படி சைகை செய்ய செழியனோடு முன்னே சென்ற தளிர், முதற்கல்லை நட்டாள். ஒருவர்பின் ஒருவராக செங்கல்லை அந்த முதியவரின் கூற்றிற்கிணங்க வைக்க, நிகழ்ச்சி நிறைவுற்றதைக் குறிக்கும்படி ஒரு தாம்பூலத்தில் பட்டு வேட்டி, சட்டை, பழங்கள், வெற்றிலை, பாக்கு, பணம் என வைத்து முதியவருக்கும், தனக்கும் அளித்த தளிரிடமிருந்து இளங்கோ விடைபெற்று செல்ல, தன் மனைவியைத் தோளோடு அணைத்த செழியன் அவள்

நெற்றியில் முத்தமிட்டான். தன் கைக்கடிகாரத்தைப் பார்த்து, காலை ஏழுமணி என்று உணர்ந்த செழியன், அனைவரும் அலுவலகம் செல்லவேண்டியிருந்ததால் அதற்குமுன் வீட்டில் காலை உணவை முடித்துவிட்டுச் செல்லலாம் என கூற, அனைவரும் சம்மதித்து அவரவர் கார்களை கிளப்பினார்கள்.

தங்கள் கார் கிளம்பியதும், தன்னருகே அமர்ந்திருந்த தன் மனைவியை இழுத்து தன் மடியில் அமரச்செய்த செழியன்,

"நன்றி கண்ணம்மா", என்று கூறி அவள் இதழ்களை தன் இதழ்களால் சிறையெடுத்தான். தன் கணவனின் மனம் நெகிழ்ந்திருப்பதை உணர்ந்து, அவன் முத்தத்தில் உருகிய தளிரை சற்றே விலக்கியவன்,

"பொதுவாக பார்ப்பதற்கு உன் பெயரிலேயே அறக்கட்டளை தொடங்கியிருப்பதாக தோன்றினாலும், உண்மையில் என் அம்மாவின் பெயரில் தொடங்கியிருக்கிறாய் என்று அனைவராலும் புரிந்துகொள்ள முடியாது, கண்ணம்மா", என்று ஆழ்ந்த குரலில் கூறியவன், அவளை பெருமிதத்தோடு நோக்கி, "ஆழமான பொருள்கொண்டு பெயரிட வேண்டுமென்று எப்படி சிந்தித்தாய்?", என்று கேட்டான்.

அவன் கண்களோடு தன் கண்களைக் கலந்த தளிர், "செழியன் இன்டர்நேஷனல் கார்ப்பொரேஷன் என்று உங்கள் தந்தையின் பெயரை உங்கள் நிறுவனத்திற்கு வைத்திருப்பதால், அன்னையின் பெயரை இதற்கு வைக்க வேண்டுமென்று இயல்பாக முடிவெடுத்தேன், அருணன்", என்று கூற அவளை வியந்து பார்த்த செழியனைக் கண்டு கலகலவென சிரிக்க, தன்னிச்சையாக புன்னகைத்த செழியன், இதுவரை தான் யாருக்கும் கூறாத தன் உள்மனதின் ரகசியங்களைக் கூட உள்ளங்கை நெல்லிக்கனியாக உணர்ந்து கொள்ளும் தன் மனைவியை நோக்கி தன் கண்களை சிமிட்ட, அவ்வப்பொழுது சிறு குழந்தையாய் மாறிவிடும் தன்னவனின் தலையைக் கோதியபடி அவன் நெற்றியில் முத்தமிட்டாள்.

காலை உணவை முடித்த அனைவரும் அவரவர் அலுவலகங்களுக்குச் சென்று தங்கள் பணிகளில் ஈடுபட, ரம்யா அளித்த கோப்புகளை ஆழ்ந்து படித்த தளிர், புதிதாக தங்கள் நிறுவனம் முதலீடு செய்யவுள்ள ஒரு நிறுவனத்தின் கணக்குகளும், மனிதவள விபரங்களும் குறிப்பிட்டிருக்க, அதில் ஒரு சிறு குறிப்பு விடுபட்டிருப்பதை உணர்ந்து, அதைப்பற்றி சிந்தித்தபடி நடந்தவளை, எதிரே புன்னகையோடு வந்த விமல் அவளை கையைக்காட்டி நிறுத்தினான். எதிர்பாராமல் தன்னை யாரோ வழிமறிப்பதைக் கண்டு திகைத்தவள், புன்னகைத்தபடி நின்ற விமலைப் பார்த்து நீண்ட மூச்சை இழுத்துவிட,

"என்ன ஆயிற்று தளிர்?", என்று கேட்டான்.

"ஒன்றுமில்லை விமல்", என்று கூற, அதை நம்பாமல் ஒருபுறம் தலை சாய்த்து பார்க்கவும், "ரம்யா அளித்த கோப்பில் உள்ள விபரங்களில் ஒரு சிறு குறிப்பு விடுபடுகிறது என்று எண்ணுகிறேன்", என்று கூற ஒரு கணம் கூர்ந்து நோக்கியவன், ரம்யாவை தன்னறைக்கு வருமாறு கூறியபடி தளிரை அழைத்து கொண்டுச் சென்றான். அடுத்த இரண்டு மணிநேரத்தில் மூவரும் விரிவாக விவாதித்ததில், தளிர் கூறியதுபோல் விடுபட்டிருந்த அந்த சிறு விபரம், தங்கள் நிறுவனத்திற்கு பல கோடிகள் இழப்பு ஏற்படுத்த கூடியவை என்று உணர்ந்த ரம்யாவும் விமலும் சீற்றமடைய, சற்றுநேரம் அமைதியாக இருந்த தளிர், விமலிடம், இந்த விபரங்களின் உண்மைத் தன்மையை அறிய கார்த்தியின் நிறுவனத்தை அணுகுமாறு கூறினாள்.

தான் வேலைக்குச் சேர்ந்த இரண்டாம் நாளே நிறுவனத்திற்கு நேரவிருந்த மிகப்பெரிய இழப்பைத் தடுத்துவிட்டதை உணர்ந்த தளிர், மகிழ்ச்சியாக அன்றைய வேலையை முடித்துவிட்டு வீட்டிற்கு கிளம்பியவள், தனக்காக காத்திருக்கும் கரணை நோக்கி புன்னகைத்தபடி காரில் ஏறினாள். இரண்டு வாரங்கள் இவ்வாறு கழிய, கார்த்தியின் நிறுவனத்தினர் அளித்த அறிக்கையின் படி, அந்த நிறுவனம் வேண்டுமென்றே தங்கள் நிறுவனத்தின் மேலிருந்த குற்றச்சாட்டுகளை மறைத்து பொய்யான

விபரங்களை கொடுத்திருந்ததை அறிந்த விமல், சட்டபூர்வமான நடவடிக்கைகள் எடுப்பதில் முனைந்தான்.

செழியன், வழக்கம்போல் புதிய நிறுவனங்களை கைப்பற்றுவதிலும், பழைய நிறுவனங்களை மேம்படுத்துவதிலும் ஈடுபட, தங்கள் அலுவலக வாழ்க்கையும் மணவாழ்க்கையும் சிறக்க தங்கள் நண்பர்களுடன் மகிழ்ச்சியாக நாட்களைக் கழித்தனர். தளிர் வேலைக்குச் சேர்ந்து மூன்று வாரங்களில், தங்கள் திட்டப்படி தங்கள் இல்லத்திற்கான கட்டுமான பணி தொடங்க, அடுத்த இரண்டு வாரங்களில் நடக்கவிருந்த சுரேஷ் - நிலா மற்றும் கார்த்தி - மஞ்சுவின் திருமணங்களுக்கான ஏற்பாடுகளைக் கவனிப்பதில் முனைந்தனர். தன் சித்தியும் தளிரும், நிலாவுடனும் மஞ்சுவுடனும் இணைந்தும், சில நேரங்களில் இருவர் மட்டுமே முனைந்தும் இரண்டு திருமணங்களுக்கான அனைத்து ஏற்பாடுகளையும் செய்வதைக் கண்ட செழியன், பலமுறை கேட்டதுபோல், தளிரின் அருகே அமர்ந்து

"நான் ஏதாவது உதவட்டுமா?", என்று கேட்க,

"வேண்டாம்", என்று இருவரும் ஒருங்கே கூற, தன் கைகளை உயரே தூக்கி, "உத்தரவு", என்று கூறி தன் அலுவலக அறைக்குள் நுழைந்தான்.

அலுவலக பணிகளையும், திருமண வேலைகளையும் முழுவீச்சில் கவனித்த தளிர், சில நாட்கள் அறைக்குள் வந்து உடைமாற்றியதுமே அயர்ந்து உறங்குவதைக் கண்ட செழியன், தளிருக்கு அவ்வப்பொழுது பழச்சாறுகள், தின்பண்டங்கள் என உண்பதற்கு அளித்தும், இரவுகளில் பாதங்களை நீவிவிட்டும் பார்த்துக்கொண்டான். காதலில் தகித்த தன் மனதை தன்னால் முயன்றவரை கட்டுப்படுத்தியவன், ஒருநாள் இரவு தன் மனைவியின் கால்களை நீவிவிட்டு, ஏக்கத்தோடு அவள் நெற்றியில் முத்தமிட்டு படுக்கையில் சரிந்து கண்களை மூட, தன் இதழ்களில் அழுந்த பதிந்த பூவிதழ்களால் தன் உடலில் பாய்ந்த மின்னலினால் விழிக்க, தன் கண்களோடு கண்களைக் கலந்தபடி தன்னைப் பார்த்து புன்னகைத்த தன் மனைவியை அணைத்தான்.

வார இறுதியில் பெருவாரியான கட்டுமான பணிகள் முடிக்கப்பட்ட தளிர் அறக்கட்டளையின் கட்டிடங்களை பார்வையிட்ட செழியனும் தளிரும், நகருக்கு வெளியே இருந்த கடற்கரைக்குச் சென்று அமைதியான கடற்கரையில் மணலில் அமர்ந்து, மிதமாக அடித்த அலைகளை ரசித்தபடி அமர்ந்திருக்க, செழியனின் தோளில் சாய்ந்தபடி

"இருவரும் வேலைகளில் மும்முரமாக ஈடுபட்டிருக்கிறோம், அருணன். மீண்டும் நம் தீவிற்குச் செல்லவேண்டும்போல் இருக்கிறது", என்று கூறினாள்.

தன்னிச்சையாக ஆமென்று தலையசைத்த செழியன்,

"எனக்கு உன் அருகாமை இருந்தால் போதும், கண்ணம்மா", என்று இயல்பாகக் கூற, தன் தலையை உயர்த்தி அவன் கண்களை நோக்கியவள், அதில் ஆர்ப்பாட்டமில்லாத, மூச்சுவிடுவதுபோல் இயல்பான காதல் தென்படுவதைக் கண்ட கணம் கண்களினோரம் துளிர்த்த நீர்த்துளிகளை முயன்று கட்டுப்படுத்தியபடி அவன் கன்னத்தில் முத்தமிட்டாள்.

தன் திருமணத்திற்கு வேண்டிய பணிகளோடு இணைந்து, தளிரின் அறக்கட்டளையின் மூலம் முதற்கட்டமாக செய்யவிருக்கும் பணிகளை தங்கள் திட்டப்படி செயல்படுத்துவதில் முனைந்த மஞ்சு, திவ்யாவுடன் கலந்தாலோசித்து, அவளின் அறிவுரைகள்படி வேலையில் இறங்கினாள். முதற்கட்டமாக, உற்றார் உறவினர்களால் கைவிடப்பட்ட குழந்தைகள், இளைஞர்கள், திருநங்கைகள், முதியவர்கள் பாதுகாப்பாகத் தங்குவதற்கும், உணவிற்கும் தடையில்லா வண்ணம் விடுதிகள் அமைப்பதற்கான கட்டுமான பணிகள் நடந்துகொண்டிருக்க, அதேவேளை நகரில் உணவும் உறைவிடமும் இன்றி தவிப்பவர்களின் பட்டியலை எடுத்து, அவர்களுக்கு தேவைப்படும் உதவிகளை வகைப்படுத்தி, தங்கள் விடுதியில் அனுமதிக்கப்பட உள்ளவர்களை நேரில் சந்தித்து, தங்கள் அறக்கட்டளையைப் பற்றி விளக்கமளித்து, அவர்களுக்குத் தேவையான பயிற்சிகள், பொருட்கள் என பகுத்தாய்ந்து அனைத்தையும் ஏற்பாடு செய்தாள். இது ஒருபுறமிருக்க, குறைந்த விலையில்

தரமான உணவு வகைகள் எளியோருக்கு கிடைப்பதற்கேற்ப, நகரின் பல இடங்களில் சிறு, குறு உணவுவிடுதிகள் தொடங்கும் திட்டத்தையும் செயல்படுத்துவதற்காக தான் தேர்ந்தெடுத்திருந்த எளிய குடும்பத்து இளைஞர் குழுக்களை நாள்தோறும் சந்தித்து அவர்களுக்கு தேவையானவற்றை செய்தாள்.

தங்கள் அறக்கட்டளைக்கும், அதன் திட்டங்களுக்கும் தாங்கள் எதிர்பார்த்ததைவிட அதிகமான வரவேற்பு கிடைத்ததை எண்ணி மகிழ்ந்த தளிரும் செழியனும், அதற்கு முழுமுதற்காரணமான மஞ்சுவிற்கும், தென் அமெரிக்க நாடுகளில் மக்களுடன் பணியிலிருக்கும் தன் குழுவினரை சிறப்பாக ஒருங்கிணைத்து அவர்களுக்கு வேண்டிய பொருட்கள் விரைவாக அவர்களை சென்றடைவதற்கு வேண்டிய ஏற்பாடுகளை திறம்பட செய்த நிலாவிற்கும் சிறப்பான விருந்திற்கு ஏற்பாடு செய்திருந்தனர்.

வெள்ளிக்கிழமை மாலை அலுவலகம் முடிந்து வந்த நண்பர்கள் செழியன் ஏற்பாடு செய்திருந்த கேளிக்கை விடுதியில் சந்திக்க, அனைவரும் கலகலப்பாக பேசியபடி உணவருந்திவிட்டு, விடுதி பணியாட்கள் தங்கள் கூட்டறைக்கு முன்னால் விறகுகள் கூட்டி சுடரொளி களியாட்டத்தைத் (கேம்ப் ஃபயர்) தொடங்க, இதமான இசையை ஒலிக்கவிட்டு, அதைச் சுற்றி தங்களின் அன்பர்களின் அணைப்பிற்குள் அமர்ந்து ஒருவரைப் பற்றி மற்றவர், அவர்களின் சிறுவயது குறும்புகளைக் கூறி கேலி செய்தபடி இருக்க, தன்னவனின் அணைப்பிற்குள் அமர்ந்திருந்த தளிரின் மனதில், 'நட்பு என்ற வளையத்திற்குள் ஒன்றானோம்', என்று அன்றொருநாள் செழியன் கூறியது நினைவிற்கு வர தன்னை சுற்றிலும் பார்வையை சுழற்றினாள்.

செழியனும் சுரேஷும் சிறுவயது முதல் நண்பர்கள் என்பதுபோல், கார்த்தியும் ஃப்ரான்ஸிஸும் சிறுவயது முதலே நண்பர்கள். இவர்களை இணைக்கும் நட்பே ரோஸி என்றிருக்க, அவளும் ஃப்ரான்ஸிஸும் காதலித்து மணமுடித்த பிறகு நட்பு உறவென்றாகியது. தானும் தன் தோழி கயலின்

திருமணத்திற்கு வந்தவேளை செழியனை சந்தித்து மனம்கலந்து இன்புற, சுரேஷும் நிலாவும் தங்கள் காதலை பரிமாறியபின், தன் தோழி மஞ்சு கார்த்தியை சந்தித்து இருவரும் காதலில் கரைந்ததை உணர்ந்தவள், செழியனின் கூற்று எவ்வளவு உண்மையென்று எண்ணினாள். ஆழ்ந்த சிந்தனையில் அமர்ந்திருந்த தளிரை குனிந்து நோக்கிய செழியன், அவள் பார்வையிலிருந்தே அவள் எண்ணவோட்டத்தை அறிந்தவன், அவள் நெற்றியில் தன் இதழ்களை அழுந்த பதித்தான்.

ஞாயிறன்று மதியம் வீட்டிற்குள் மெல்ல நுழைந்த இளவட்டங்களை தன் பார்வையால் அளந்த கார்குழலி, திருமணத்திற்கு மூன்று நாட்களே இருக்கும்வேளையில் இவர்கள் அனைவரும் சிறுகுழந்தைகள் போல் விளையாடிவிட்டு வருவதைக் கண்டு முறைக்க, அவர்கள் அனைவரும் விழிப்பதைப் பார்த்து தன்னைமீறி சிரித்தபடி, ரோஸியை ஓய்வெடுக்குமாறு கூறிவிட்டு மற்றவர்களை நோக்கியவர் அவரவர்களுக்கு பணிகளை ஒதுக்கி அவற்றை செய்யும்படி கட்டளையிட்டார்.

திருமணத்திற்கான நாள் நெருங்க நெருங்க தன் நண்பர்கள் இருவரும் ஆழ்ந்த சிந்தனையோடு ஆங்காங்கே அமர்ந்திருப்பதை சிலமுறை கண்ட செழியன், எந்த சூழ்நிலையிலும் மனம் கலங்காத தன் நண்பர்கள் திருமணத்தை எண்ணி கலங்குவதை உணர்ந்து, மாலை நடக்கவிருந்த நிச்சயதார்த்த விழாவிற்குமுன் அவர்களை முடிந்த அளவு இயல்பாக்க முயன்று அவர்கள் இருவரையும், ஃப்ரான்ஸிஸையும் தன் காரில் அழைத்துக்கொண்டு வெளியே சென்றான். சில மணிநேரங்கள் கடற்கரையில் விளையாடியதில் இலகுவான நண்பர்களைப் பார்த்து புன்னகைத்த செழியன், தளிரின் கட்டளைக்கிணங்க அவர்களுக்கு ஒப்பனைகள் செய்வதற்கு ஏற்பாடு செய்திருந்த நிபுணர்களிடம் அழைத்துச் சென்றான். நகரின் மிகப்பெரிய சொகுசு மண்டபத்தில் திருமணத்தையொட்டிய நிகழ்வுகளுக்கு ஏற்பாடு செய்திருந்த கார்குழலி கூறியதிற்கேற்ப நிச்சயதார்த்தம் நடப்பதற்கு சில

நிமிடங்களுக்குமுன் மணமகன்களான தன் நண்பர்களோடு மண்டபத்திற்குள் நுழைந்தான், செழியன்.

அலங்கரிக்கப்பட்ட இரு நாற்காலிகளில் அரக்கு நிற முழுக்கைச் சட்டையும் பட்டுவேட்டியும் அணிந்த சுரேஷும், அடர் சந்தன நிற அரைக்கைச் சட்டையும் பட்டுவேட்டியும் அணிந்த கார்த்தியும் அமர்ந்திருக்க சுரேஷின் முன்னால் நிலாவின் தாய்மாமா சுந்தரமூர்த்தியும், சுரேஷின் மாமனென்ற முறையில் தளிரின் தாய்மாமா மதுசூதனனும் அமர்ந்திருக்க, கார்த்தியின் முன் மஞ்சுவின் தாய்மாமா கோபாலும், கார்த்தியின் மாமனென்ற முறையில் தளிரின் தந்தை குமரேசனும் அமர்ந்திருந்தனர். அடர் மஞ்சள் பட்டுடுத்தி நிலாவும், மரகதப்பச்சை பட்டுடுத்தி மஞ்சுவும் அழைத்துவரப்பட முறையே கண்டு மயங்கிய சுரேஷும் கார்த்தியும் அவையோருக்கு வணக்கம் கூறி, தங்களுக்கு அளிக்கப்பட்ட புத்தாடையை வாங்கியபடி உள்ளே சென்றவர்களைக் காணாது ஏக்கப்பெருமூச்சுடன் ஒருவரையொருவர் பார்த்துக்கொண்டனர்.

பொன்னிற பட்டுடுத்தி வந்த நிலாவும் மஞ்சுவும் முறையே சுரேஷின் எதிரிலும், கார்த்தியின் எதிரிலும் அமர, பெரியவர்கள் தாம்பூலங்களை மாற்றிக்கொள்ள, இளையவர்கள் மோதிரங்களை மாற்றிக்கொண்டனர். மாலை தன் நண்பர்களை அழைத்துக்கொண்டு மண்டபத்திற்குள் நுழைந்த செழியன், பட்டுச்சேலை சரசரக்க மேடையில் சுழன்றுகொண்டிருந்த தன் மனைவியின் அழகை கண்களால் பருகியவன், நிச்சயதார்த்த விழா நடந்துகொண்டிருப்பதை மறந்து தன்னவளை பார்வையால் தழுவியபடி வலம் வந்தான். இரண்டு மூன்று முறை யாருமறியாவண்ணம் தன் விலாவில் குத்திய தளிரைக் கண்டு இதழ்விரிய புன்னகைத்தவன், தன் மனைவியைத் தாண்டி எதையும் பார்க்கும் திறனை இழந்தவன்போல் அவளையே சுற்றிச்சுற்றி வந்தான். விழா முடிந்து அனைவரும் கிளம்பியபின், பல வேலைகளில் ஈடுபட்டதால் வழிந்த வியர்வையைத் துடைத்தபடி நாற்காலியில் அமர்ந்த தளிர், தன் கணவனின்

கருவிழிகள் தகிப்பதைக் கண்டு அவன் நிலை உணர்ந்து புன்னகைக்க,

"தேவதைபோல் இருக்கிறாய், கண்ணம்மா", என்றவன், அவளை நெருங்கி அமர்ந்து கூந்தலில் சூடியிருந்த பூக்களை முகர்ந்தபடி, "என் தேவதை", என்றான். களைத்து வியர்வையில் நனைந்திருக்கும் தன்னை தேவதை என்று கூறும் தன் கணவன், தன்மீது அளவிடமுடியாத வண்ணம் காதல் கொண்டிருப்பதை உணர்ந்தவள், அவன் தாடையை வருடியபடி,

"என் ராஜா", என்று கொஞ்சியவள், "நேரமாகிறது, இன்னும் மூன்று மணிநேரத்தில் விழித்து வேலைகளை கவனிக்க வேண்டும்", என்று கூற, "மூன்று மணிநேரம் தூங்காமலிருப்பதற்கு என்னிடம் திட்டம் உள்ளது, கண்ணம்மா", என்று கூறி கண்சிமிட்டினான்.

விடுதியை அடைந்தவேளை கொண்டிருந்த களைப்பை காதல் வெல்ல, சற்றுநேரத்திற்குப் பிறகு செழியனை உறங்கச்செய்த தளிர், மூன்றரை மணிக்கு விழித்து, குளித்து உடைமாற்றி வந்தவள், செழியனை உலுக்கி எழுப்பினாள். இருவரும் கிளம்பி மண்டபத்திற்கு வந்த வேளை, பெரியவர்கள் ஆங்காங்கு நின்றிருக்க, மணமக்கள் அறைகளுக்குச் சென்று அனைத்தும் செவ்வனே நடக்கிறதா என்று பார்த்த செழியனும் தளிரும் எல்லாம் சிறப்பாக நடந்துகொண்டிருப்பதைக் கண்டனர்.

ஒப்பனை முடிந்து பெண் அழைப்பிற்காக அறையில் காத்திருந்த நிலாவை சந்திப்பதற்காக வந்த தன்னை கைகோர்த்து அழைத்துச் சென்ற தளிரைப் பார்த்து புன்னகைத்த செழியன், நிலாவை நோக்கி,

"அன்பற்று வறண்டிருந்த என் உள்ளத்திற்குள் நுழைந்த முதல் ஊற்று நீ, நிலா. உன் மனம்கொண்ட தலைவனை மணந்து மகிழ்ச்சியாக வாழ்வாய்", என்று கூறி அவள் நெற்றியில் முத்தமிட்டான். ஐந்து மணியளவில் மணப்பந்தலிற்கு அழைத்துவரப்பட்ட மணமக்களுக்கு புத்தாடை அளித்து மாற்றிவரும்படி கூறினார் மணிமாறன். உடைமாற்றிய வேளை, சுரேஷுக்கும் கார்த்திக்கும் பதற்றம்

அதிகரிப்பதைக் கண்ட செழியன், எல்லாம் தங்களின் துணைவியரைப் பார்க்கும்வரைதான் என்று மனதிற்குள் எண்ணினான்.

தன் எண்ணம் நூற்றுக்கு நூறு உண்மை என்று உணர்த்தும் வண்ணம், திருமணப் பட்டில் மணமேடையை அடைந்த நிலாவைக் கண்ட நொடி மூச்சுவிடவும் மறந்து மலைத்த சுரேஷை உலுக்கிய செழியன், தன் அருகில் வந்தமரும் மஞ்சுவைப் பார்த்த கார்த்தி, பார்வையால் அவளைத் தொடர, அவனை உலுக்கியபடி தன்னை நோக்கி கண்ணடிக்கும் ஃப்ரான்ஸிஸைக் கண்டு புன்னகைத்தான். இரண்டு திருமணங்களும் இனிதே நிறைவேற, நண்பர்களின் கேலிகளின் ஊடே திருமணத்தையொட்டிய விளையாட்டுக்களில் பங்கேற்றனர். செழியனையும் தளிரையும் கேலி செய்த கார்த்தி, மஞ்சுவின் ஒற்றைப் பார்வைக்குக் கட்டுப்பட்டு அனைத்து விளையாட்டுகளிலும் அவளுக்கு விட்டுக்கொடுக்க, நண்பர்கள் கிடைத்த வாய்ப்பை விடாமல், அவனை நன்றாகக் கவனித்தனர். சுரேஷும், நிலாவும் வெளிப்படையாகவே ஒருவருக்கொருவர் விட்டுக்கொடுக்க அவர்களைக் கண்டு அனைவரும் புன்னகைத்தனர். மாலை வரவேற்பு முடிந்து, தேனிலவு செல்லும் இரு தம்பதியினரை வழியனுப்பும் முன், அவ்விரு தம்பதியினர் முன் ஒரு சிறு அட்டைப்பெட்டியை நீட்டிய செழியன், அதிலிருந்து ஒரு சீட்டை எடுக்கும்படி கூறினான். உள்ளே இரண்டு சீட்டுகளே இருப்பதை உணர்ந்த கார்த்தியும் சுரேஷும் ஒருங்கே கையைவிட்டு ஆளுக்கொரு சீட்டு எடுத்து செழியனிடம் நீட்டினர். அதை வாங்கி பார்த்து புன்னகைத்த செழியன் தளிரிடம் காட்ட, தன் கையிலிருந்த பரிசுத்தாள் சுற்றிய இரண்டு சிறு பெட்டிகளை அளித்தாள்.

77

தளிர் அளித்த பரிசுத்தாள் சுற்றிய சிறு பெட்டிகளை கையில் வாங்கி பிரித்துப்பார்த்த மஞ்சுவும் நிலாவும் உள்ளே சிறு நுண்ணறி அட்டையைக் கண்டு குழப்பத்தோடு தளிரைப் பார்க்க,

"உங்கள் தேனிலவிற்கான அனைத்து ஏற்பாடுகளும் செய்யப்பட்டிருக்கின்றன. அதற்கான அட்டை இது. நீங்கள் எங்கு சென்றலும், என்ன வேண்டுமென்றாலும் இந்த அட்டையை பயன்படுத்திக் கொள்ளலாம்", என்று கூற அங்கிருந்து தொடர்ந்த செழியன், சுரேஷை நோக்கி, "நண்பா, நீங்கள் அனைவருமே ஒரே நாடுகளுக்குத்தான் செல்கிறீர்கள், ஆனால் இரு பிரிவாக. ஆஸ்திரேலியாவில் தொடங்கி, அமெரிக்கா வரை கிழக்கிலிருந்து மேற்காக கார்த்தியும் மஞ்சுவும் செல்ல, மேற்கிலிருந்து கிழக்காக நீங்களிருவரும் செல்லப் போகிறீர்கள்", என்று கூற இரு தம்பதியினருக்கும் ஒரே விதமாக, அதே நேரம் தங்களின் தனிமை குலையாத வண்ணம் திட்டமிட்டிருப்பதை உணர்ந்து புன்னகைத்தபடி, தங்களுக்கென்று காத்திருந்த கார்களில் ஏறினார்கள்.

இரு கார்களும் ஒன்றாக விமான நிலையத்தை அடைந்தபிறகு, ஒருவரையொருவர் ஆரத்தழுவி விடைகொடுத்த சுரேஷும், கார்த்தியும் தங்கள் மனைவிமார்களை அழைத்துக்கொண்டு வெவ்வேறு

திக்குகளில் சென்றனர். புதுமணத் தம்பதிகளை வழியனுப்பிவிட்டு, வீட்டிற்குச் சென்ற செழியனும் தளிரும் தங்களறைக்குச் சென்று உடைமாற்றி படுக்கையில் சரிந்து உறக்கத்தில் ஆழ்ந்தனர். சில நாட்களாக சரியான உறக்கமில்லாமல் பலவித வேலைகளில் ஈடுபட்டதால் ஏற்பட்ட களைப்பு ஆட்கொள்ள பகலவன் வானில் வலம் வந்து சில மணிநேரங்கள் கழித்து விழித்த செழியன், தன்னை அணைத்தபடி படுத்திருந்த தன் மனைவியின் உடலும், அவள் நாசியிலிருந்து வந்த வேகமான மூச்சுக்காற்றும் தகிப்பதைக் கண்டு பதறியபடி உலுக்கினான்.

சில நிமிடங்கள் முயன்றதில், சிவந்து மிரண்ட கண்களை சுழற்றி அறையைப் பார்த்த தளிர், ஒன்றும் புரியாமல் விழித்தபடி செழியனை நோக்க, குழப்பத்துடனும் கவலையுடனும் தன்னைக் கூர்ந்து நோக்கிக்கொண்டிருக்கும் தன் கணவனைக் கண்டவள், தன் தலையை உயர்த்தி அவன் இதழ்களை தன் இதழ்களால் சிறையெடுத்தாள். தளிரின் முத்தத்திலிருந்து அவள் மனநிலை புரியாமல் தவித்த செழியன், தன்னிச்சையாக அவள் முத்தத்தில் கரைய, சற்றுநேரத்தில் தளிரின் உடலிலிருந்த வெப்பம் தணிந்து, அவள் மூச்சு சீராவதை உணர்ந்தவன், மெல்ல உறக்கத்தில் ஆழ்ந்த தன் மனைவியின் தலையைக் கோதியபடி படுத்திருந்தான். தளிரின் பார்வையும் செயலும் அவள் ஏதோ கனவிலிருந்தது போல் தோன்ற தன் மனைவியைத் துன்புறுத்திய அந்த கனவு என்னவாயிருக்கும் என்று சிந்தித்தவன், அவள் நெற்றியில் முத்தமிட்டு எழுந்து குளியலறைக்குள் புகுந்தான்.

வெகுநேரம் கழித்து விழித்த தளிர் அருகில் செழியனை காணாமல் எழ, தன் எதிரே இருந்த நாற்காலியில் அமர்ந்திருந்த தன் கணவனைக் கண்டு புன்னகைத்தபடி துள்ளி எழுந்து அவன் மடியில் அமர்ந்தவள், அவன் முகத்தில் படர்ந்திருந்த கவலையைக் கண்டு குழப்பத்தோடு அவன் இடக்கன்னத்தில் இருந்த வெட்டுக்காயத் தழும்பை வருட, தன் கண்களை மூடி அனுபவித்த செழியனின் இதழ்களில் தன் இதழ்களை ஒற்றி எடுத்த தளிர்,

"என்ன ஆயிற்று, அருணன்?", என்று கேட்டாள்.

காலையில் இருந்த மனநிலைக்கு முற்றிலும் மாறாக உற்சாகமாக இருக்கும் தளிரிடம் கூறலாமா வேண்டாமா என்று சிந்தித்த செழியனைக் கூர்ந்து நோக்க, அவள் பார்வையின் கட்டளைக்கு கட்டுப்பட்டு,

"காலையில் உன் உடல் கனலாய் தகித்தது, கண்ணம்மா, கனவு ஏதேனும் கண்டு பயந்துவிட்டாயா?", என்று குரலில் கனிவுடன் கேட்ட செழியன் காலையில் நடந்ததை விளக்கினான். அதைக் கேட்டு சற்றுநேரம் அவனை திகைத்து நோக்கிய தளிர், அவன் கண்களில் தோன்றிய கலக்கத்தைக் கண்டு ஆழ்ந்து சிந்தித்தவள்,

"இல்லை அருணன், கனவு ஏதும் வந்ததுபோல் எனக்கு நினைவில்லையே, நான் சற்றுநேரம் முன்பு நான் விழித்தேன் என்றே, நீங்கள் கூறிதான் எனக்கு தெரியும்", என்று கூற அவளை கூர்ந்து நோக்கியவன், அவளுக்கு உண்மையிலேயே எதுவும் நினைவில்லை என்றுணர்ந்து நீண்ட பெருமூச்சை இழுத்துவிட்டு,

"சரி கண்ணம்மா", என்று கூறியவன் வயிறு பசியால் உறும,

"விழித்ததிலிருந்து எதுவுமே உண்ணவில்லையா?", என்று கேட்டு தன் ஒற்றை புருவத்தை உயர்த்தவும், குழந்தைபோல் புன்னகைக்க,

"ஐந்தே நிமிடங்கள், அருணன், நாம் கீழே சென்று விரைவாக சமைப்போம்", என்று கூறியபடி எழுந்து குளியலறைக்குள் புகுந்தாள்.

நேற்று திருமண விழாவில் நடந்த சில நகைச்சுவையான நிகழ்வுகளைப் பற்றி பேசி, சிரித்தபடி காலை உணவை சமைத்து உண்ட செழியனும், தளிரும், தங்கள் தோட்டத்தின் ஒரு பகுதியில் உருவாகிவரும் தங்களின் புதிய வீட்டின் கட்டுமான பணியை பார்வையிட்டுவிட்டு, பழத்தோட்டத்திற்குச் சென்று அங்கிருந்த நிழலில் படுத்தவண்ணம் ஆளுக்கொரு நூலை வாசித்தபடி ஓய்வெடுத்தனர். இரண்டு பணிமக்கள், கரீம் சமைத்த உணவை பரிமாற இயற்கை சூழலில் உணவருந்திய பின், இதமான தென்றல் தழுவ உறங்கியவர்கள், மாலை முருகானந்தம் அளித்த பழங்களை உண்டு, கைகோர்த்தபடி நடந்து தங்கள் இல்லத்தை அடைந்தனர். நாள் முழுவதும்

ஓய்வெடுத்த இருவரும், உடலும் மனதும் உற்சாகமுடனும் புத்துணர்ச்சியுடனும் இருக்க, மறுநாள் அலுவலகத்திற்கு செல்ல வேண்டியதால், கடந்த சிலநாட்கள் விடுமுறை எடுத்திருந்தையொட்டி தேங்கியிருந்த வேலைகளை முடிக்க எண்ணி அலுவலக அறைக்குச் சென்று வேலைகளில் மூழ்கினர்.

இரண்டு வாரங்கள் சுரேஷும், கார்த்தியும் இல்லாததால், செழியன் மற்றும் தளிரின் பாதுகாப்பு ஏற்பாடுகளை பலமுறை பார்வையிட்ட கரண், தன் மனதில் இனம்புரியாத ஒரு பதற்றம் நீங்காமலிருப்பதை உணர்ந்தவன், மீண்டும் ஒருமுறை சரிபார்த்தான். தன் குழுவினரின் துல்லியமான திட்டத்தையும் ஏற்பாடுகளையும் கண்டு அவர்களை பாராட்டியவன், தன் மனதிற்குள் தோன்றும் பதற்றத்தை எண்ணி தன்னைத்தானே நொந்துகொண்டான்.

தன் அலுவலகத்தின் பெரிய முடிவுகளை எடுப்பதற்கு நடத்தப்படும் சந்திப்புகள் அனைத்திலும் தளிர் அழைக்கப்படுவதாலும், அவளின் ஆலோசனைகளை விமல் கேட்பதாலும் புதிதாக வந்தவளின் வேகமான முன்னேற்றத்தைக் கண்டு மனதிற்குள் எழுந்த பொறாமையை வெளியே கூறமுடியாமல் தங்களுக்குள் பொருமிய சில மேலாளர்கள், அத்தகைய சந்திப்புகளில் பல கோணங்களில் சிந்தித்து, தங்களுக்கு புலப்படாத விபரங்களைக் கண்டறியும் அவள் அறிவுக் கூர்மையை உணர்ந்தவர்கள், தங்கள் மனதிலிருந்த எதிர்மறையான எண்ணங்களை விடுத்து அவளிடம் அன்புடனும் மதிப்புடனும் பழகினர். ரோஸி வெளிநாடுகளுக்கு செல்வதை குறைக்கும்படி கார்குழலி கூறியிருந்ததால், அலுவலகத்திருந்தே பெரும்பாலான வேலைகளை முடித்தவள், நிலாவின் பணிகளையும் சேர்த்து கவனித்துக்கொள்ள, வெளிநாட்டு பயணங்களை செழியன் பார்த்துக்கொண்டான்.

தன் நண்பர்களின் திருமணம் முடிந்து மூன்று நாட்களில் அரபு நாடுகளுக்குச் சென்ற செழியன், இரவேறி நெடுநேரம்

கழித்து வந்தவேளை, தங்கள் கட்டின் முன்கூடத்தில் தனக்காக காத்திருந்தபடியே உறங்கிப்போன தன் மனைவியைக் கண்டு ஒருபுறம் கவலை படர்ந்தாலும், மறுபுறம் தனக்காகதானே காத்திருக்கிறாள் என்ற எண்ணம் தந்த நிறைவை, வாயிலில் நின்றபடியே தன் கண்களை மூடி அனுபவித்தான். உள்ளே நுழைந்து குனிந்து தன்னவளை தன் கைகளில் ஏந்தி தங்களறைக்குச் சென்று படுக்கவைத்துவிட்டு குளித்து வந்தவன் அவளருகில் படுத்து, அவள் நெற்றியில் முத்தமிட்டபடி உறக்கத்தில் ஆழ்ந்தான்.

இரண்டு வாரங்கள் இவ்வாறு கழிய, ஒரு புதிய நிறுவனத்துடனான ஒப்பந்தத்திற்கு தாய்லாந்திற்குச் செல்ல வேண்டியிருந்ததால், பின்னிரவிலேயே செழியன் கிளம்பிவிட, அவனை வழியனுப்பிவிட்டு படுக்கையில் சரிந்தவள், சிறிதுநேரம் கழித்து உறங்கினாள். ஏதேதோ சம்பந்தமற்ற காட்சிகள் கண்களில் வலம்வர, திடுக்கிட்டு விழித்த தளிர், தன் உடல் வெப்பமாக இருந்ததை உணர்ந்து குழப்பத்தோடு எழ, இரண்டு வாரங்களுக்குமுன் செழியன் கூறியது நினைவிற்குவர, முகம் கழுவ எண்ணி குளியலறைக்குள் நுழைந்தாள். முகம் கழுவும் பொழுது, தன் வயிறை உள்ளிருந்து வெளியாக யாரோ புரட்டுவதுபோல் தோன்றிய கணம் தலைசுற்ற அருகிலிருந்த கைப்பிடியை பிடித்தப்படி தரையில் சரிந்தாள்.

சற்றுநேரம் கழித்து கண்விழித்தவள், தன் கண்களை சுழற்றி அறையை நோட்டமிட்டாள். தான் குளியலறையில் தரையில் அமர்ந்திருப்பதைக் கண்டு குழம்பிய தளிர், தன் நெற்றிப்பொட்டை அழுத்தியபடி நிமிர்ந்து அமர்ந்து, ஆழ்ந்து சிந்தித்தவள், கடந்த மாதத்திலிருந்து தனக்கு நாள் தவறியது நினைவிற்கு வர, தன்னிச்சையாக தன் வலக்கையால் தன் அடிவயிறை வருடினாள். தங்கள் காதலின் அரும்பு தன் வயிற்றில் வளர்கிறது என்று நொடிக்கு நொடி ஆழமாக உணர, தன் கணவனிடம் உடனடியாக அதைக்கூற வேண்டி தன் கைபேசியை எடுப்பதற்காக வெளியே வந்தவள், தங்கள் குலக் கொழுந்து உருவாகியிருக்கிறது என்ற இனிய செய்தியை அறியும் வேளை களிப்பில் மிளிரும் அவன்

கண்களை நேரில் காண வேண்டும் என்ற எண்ணம் அளித்த உந்துதலில், மாலை அவன் வரும்வரை காத்திருக்க எண்ணினாள்.

அயற்சி தன்னை ஆட்கொள்ள, சற்றுநேரம் படுத்திருந்த தளிர், தாமதமாக எழுந்ததால், காலை உணவை கரீமை சமைத்து கொடுக்கும்படி கூறிவிட்டு, அலுவலகம் செல்வதற்கு ஆயத்தமானாள். தான் தாய்மை அடைந்ததை உணர்ந்தவேளை முன்பில்லா வண்ணம் தன் முகம் ஒளிர்வதைக் கண்டு புன்னகைத்தபடி கீழே வந்து தன் கூற்றிற்கிணங்க தனக்காக எடுத்துவைக்கப்பட்டிருந்த உணவை உண்டபின், உற்சாகமாக கிளம்பி அலுவலகத்திற்குச் சென்றாள். காலையிலிருந்து ஒருவித களிப்புடன் அலுவலகத்தில் உலா வந்த தளிரைக் கண்டு புன்னகைத்தபடி அருகே வந்த விமல்,

"என்ன ஆயிற்று, அம்மணி இன்று புதிதாக மிளிர்வதாக தெரிகிறது?", என்று கேட்டு கண்சிமிட்டினான்.

ஒன்றுமில்லை என்று தலையை இடம்வலமாக அசைத்தவள், தன்னிச்சையாக விரிந்த புன்னகையுடன் தன் இருக்கைக்குச் செல்ல, சற்றுநேரம் அவளை பார்த்தபடி நின்ற விமல் புன்னகைத்தபடி தன் அறைக்குள் நுழைந்தான். மாலை நான்கு மணியளவில் செழியன் வந்துவிடுவான் என்றறிந்தவள், கரணை அழைத்து, தான் செழியனை சந்திக்க அவன் விமானம் தரையிறங்கும் இடத்திற்குச் செல்வதற்கு ஏற்பாடு செய்யும்படி கூறினாள். இன்றிரவு சுரேஷும் நிலாவும், நாளை இரவு கார்த்தியும் மஞ்சுவும் தங்கள் தேனிலவுகள் முடிந்து வரவிருக்க, இதுவரை தன் குழுவினர் அளித்த பாதுகாப்பு திட்டப்படி அனைத்தும் வெற்றிகரமாய் செல்வதைக் கண்டு மகிழ்ந்த கரண், திடீரென அதில் ஏற்பட்ட மாற்றத்தை எண்ணி சற்றே கலங்கினாலும், தன் மீதும், தன் குழுவினர் மீதும் உள்ள நம்பிக்கையாலும், தக்க காரணங்களின்றி தளிரிடம் மறுத்து கூறவியலாத காரணத்தாலும் அவள் கூறியபடி ஏற்பாடுகளைச் செய்ய, விமலிடம் விடைபெற்று சென்றாள்.

அலுவலக வாயிலில் தன் கார் நிற்பதைக் கண்ட தளிர், அதை வரவழைத்த கரணைப் பார்த்து புன்னகைத்தபடி அதை உயிர்ப்பித்தவள், கரணின் கட்டளைக்கிணங்க தனக்கு முன்னால் சென்ற செரோக்கியை பின்பற்றிச் சென்றாள்.

முந்தைய நாள் பின்னிரவிலேயே கிளம்ப வேண்டியிருந்ததால், தளிரின் உறக்கம் கலையாதவண்ணம் எழுந்து குளியலறைக்குள் சென்ற செழியன், பயணத்திற்கு ஆயத்தமாகி வந்தவேளை படுக்கையில் ஒருக்களித்து படுத்தபடி தன்னை நோக்கிய தன் மனைவியைக் கண்டு புன்னகைத்தவன், அவளருகே வந்தமர்ந்து அவள் நெற்றியில் தன் இதழ்களை ஒற்றியெடுத்தான். தன் கழுத்தை வளைத்த தளிரின் கரங்களை உணர்ந்து இன்பமாக சிரித்தவன், அவள் ஒற்றை பார்வைக்குக் கட்டுப்பட்டு, அவளை நோக்கி குனிய, தன் இதழ்களால் அவன் இதழ்களை சிறையெடுத்தாள். நீண்ட முத்தத்தில் கிறங்கியபடி விலகிய செழியன், தன் மனைவியின் நெற்றியில் முத்தமிட்டு கிளம்பியவன், நாள் முழுவதும் பல சந்திப்புகளில் ஈடுப்பட்டதால் களைப்புற்று, தன் பின்னங்கழுத்தை வருடியபடி விமானத்திலிருந்து இறங்க, அங்கே நின்றிருந்த தன்னவளைப் பார்த்து ஒரு கணம் திகைக்க, இரண்டே எட்டில் அவளை அடைந்து, அவளை தூக்கி தட்டாமாலை சுற்றினான்.

தன் கணவனின் குழந்தைத் தனமான விளையாட்டை எண்ணி கலகலவென சிரித்த தளிரை கீழே இறக்கியதும், தன் கையைப் பற்றி திடமாக நின்றவளைக் கண்டு புன்னகைத்தவன், மாலை வெயிலில் மிளிர்ந்த தன் மனைவியின் அழகை தன் கண்களால் பருகினான். காலையிலிருந்து குறுஞ்செய்திகளை அனுப்பிய பொழுதும், கைபேசியில் பேசியபொழுதும் புதுவித களிப்பு அவள் குரலிலிருந்ததை உணர்ந்தவன், தன்னை சந்திக்க அவள் வந்திருப்பதை எண்ணி தன் ஒற்றை புருவத்தை கேள்வியாக உயர்த்த, அதற்கு பதிலாக தன் காரை நோக்கிய தளிரின் பார்வையிட்ட கட்டளைக்குக் கட்டுப்பட்டு அவளுடன் நடந்து காரை அடைந்தான்.

தன் காரை உயிர்ப்பித்த தளிர், நேரே கடற்கரையை நோக்கி செலுத்துவதைக் கண்டு அவள் முகத்தைப் பார்த்தபடி அமர்ந்திருந்த செழியன், எதுவும் கூறாமல் அவள் காரோட்டுவதில் முனைந்திருக்க, அவள் நெற்றியில் விழுந்த முடியை மெல்ல விலக்கினான். செழியனிடம் நேரில் கூறவேண்டுமென தோன்றிய ஆர்வத்தால் காலம் கடத்தாமல் அவனை சந்திக்க எண்ணி வந்துவிட்டாலும், தன்னவனை நேரில் கண்ட நொடி, எப்படி சொல்லவேண்டும் என்று புரியாமல் தவித்தவள், தாங்கள் அடிக்கடி செல்லும் கடற்கரைக்குச் சென்று கூறலாம் என்று எண்ணினாள். தன் நெற்றி முடியை ஒதுக்கிய தன்னவனின் அன்பில் கரைந்தவள்,

"அருணன்", என்று அழைத்தாள்.

"சொல் கண்ணம்மா', என்று கூறினான்.

எதுவும் கூறாமல் அவன் கையைப் பற்றி தன் வயிற்றின் மேல் வைக்க, ஒரு கணம் புரியாமல் விழித்தவன், அடுத்த கணம் அவள் செயலின் பொருள் உணர்ந்து, விழிவிரித்து திகைத்து நோக்கினான். தன் கணவனின் முகபாவனையைக் கண்டு புன்னகைத்த தளிர், அவன் மனதில் தான் கூறியதன் பொருள் சிறிது சிறிதாக உணர, மெல்ல விரிந்த அவன் புன்னகையை தன் மனதில் பதியவைக்கும் விதம் அவனை ஆழ்ந்து நோக்கிய நொடி, தங்களுக்கு முன்னால் சென்ற தங்கள் மெய்க்காப்பாளர்களின் செரோக்கி திடீரென நிற்க, திடுக்கிட்டு தன் காரின் வேகத்தை குறைப்பதற்காக ப்ரேக்கை மிதித்தாள். அந்த செரோக்கியிலிருந்து வெளிவந்த இரண்டு மெய்க்காப்பாளர்கள் குண்டடிப்பட்டு நிலத்தில் சரிய, திகிலடைந்த தளிர் செழியனை நோக்கவும், காரின் தொலைதொடர்பு கருவியை இயக்கிய செழியன் கரணை அழைக்க,

"சர், நாம் முன்னிருந்தும் பின்னிருந்தும் தாக்கப்படுகிறோம், தளிரை இடதுபுறம் காரைத் திருப்பி அந்த சிறு தெருவிற்குள் செலுத்தும்படி கூறுங்கள், நான் இரண்டே நிமிடங்களில் உங்களை அடைகிறேன்", என்று கூற காரை விரைந்து திருப்பிய தளிர், கரணின் பின்னணியில் துப்பாக்கியால் சுடும் சத்தம் கேட்க,

"கரண், பாதுகாப்பாக இருங்கள்", என்று கூறினாள்.

"நிச்சயமாக தளிர்", என்றவன், "என் உயிரை கொடுத்தாவது, உங்கள் இருவரையும் காப்பேன்", என்று ஆழ்ந்த குரலில் கூறினான்.

யாரால் தாக்கப்படுகிறோம் என்று கரணுக்கு இன்னும் தெரியவில்லை என்று உணர்ந்த செழியன், நீண்ட மூச்சுகளை இழுத்துவிட்டான். கரண் கூறிய தெரு நெருக்கடியாக இருந்த போதிலும், வேகமாகவும், லாவகமகவும் காரை செலுத்தும் தளிரை மனதிற்கு பாராட்டியவன், அவளுக்கு பதற்றத்தை ஏற்றாமல் இருக்கும் பொருட்டு அமைதியாக அமர்ந்திருந்தான். அந்த தெருவின் முடிவில் விரிந்த முதன்மைச் சாலையில் எந்தபுறம் செல்லவேண்டும் என்று தயங்கிய தளிர், செழியனை நோக்க, அதே நொடி, இடப்புறத்திலிருந்து தங்களை நோக்கி வேகமாக வந்த காரைக் கண்டு வலப்புறம் திருப்பினாள். தங்கள் காரைத் தொடர்ந்த கார் தங்களை நெருங்க முடியாதவண்ணம் தன் காரின் வேகத்தை அதிகரிக்க,

"உங்களை பின்தொடரும் காரின் பின்னே வரும் காரில் நான் இருக்கிறேன். வேலையை முடித்துவிட்டு முன்னால் வருகிறேன்", என்று கரணின் குரல் ஒலித்ததைத் தொடர்ந்து கேட்ட துப்பாக்கி சத்தங்களைக் கேட்ட தளிர், அதன் பிறகு கரணிடமிருந்து வெகுநேரம் எந்தவொரு ஒலியும் கேட்காதிருக்க, கண்ணாடி வழியே பின்னால் பார்த்தவள், தங்களைத் தொடர்ந்த காரைத் தவிர வேறேதும் கார்கள் வராததைக் கண்டு குழப்பத்தோடு செழியனைப் பார்த்த தளிர், தன்னவனையும், தன் கருவில் வளரும் தங்கள் காதலின் கனியையும் காக்கும் பொறுப்பு தன்னுடையது என்ற எண்ணம் மட்டுமே மேலோங்கி இருக்க காரை விரைந்து செலுத்தினாள்.

கடற்கரையைக் கடந்து, மணற்திட்டுக்கள் நிறைந்த பகுதியை அடைந்தவேளை சற்றுதொலைவில் மீண்டும் இடம்வலமாக பிரியும் சாலையைக் கண்டவள், எந்த திக்கில் திரும்பலாம் என்று சிந்திக்கும் முன், தங்களை நோக்கி

முன்னாலிருந்து வந்த ஒரு கார் நேரே மோதுவதுபோல் வர, அதிலிருந்து விலக எத்தனித்து இடப்புறம் திருப்ப அதேநேரம் பின்தொடர்ந்து வந்த கார், தங்களை நெருங்குவதைக் கண்டாள். இருபுறமும் நெருக்கிய கார்களிலிருந்து தங்களை நோக்கி துப்பாக்கியால் சுடுவதைக் கண்டவள், அந்த தோட்டாக்களால் தங்கள் காரில் ஒரு கீறல்கூட விழாமல் அவை வலுவிழந்து விழுவதை உணர்ந்து தன் கணவனை நோக்க, எப்பொழுதும் கனிவும் அன்பும் நிறைந்திருக்கும் செழியனின் கண்கள் குரூரத்தால் சிவந்தன.

கதிரவன் மறைந்து இருள் சூழ்ந்த வேளை, தங்களைத் தாக்க முடியாமல் போனதால் சற்று தயங்கிய இரு கார்களும் பின்வாங்கியதைக் கண்டு நீண்ட பெருமூச்சை இழுத்துவிட்டவள், அதே வேளை பின்னாலிருந்து வெகுவேகமாக வந்த மற்றொரு கார் தங்களை மோதிய வேகத்தில் தங்கள் கார் நின்ற இடத்திலேயே சுற்றத் தொடங்க, காரை தன் கட்டுப்பாட்டிற்குள் கொண்டுவர வெகுவாக முயன்று நிறுத்திய தளிர், தங்கள் காரின் அனைத்து கண்ணாடிகளிலும் வண்ணச்சாயங்கள் அடிக்கப்பட்டு, எங்கும் நகர முடியாத வண்ணம் தாங்கள் மாட்டிக்கொண்டதை உணர்ந்து, செய்வதறியாது குழம்பினாள். திடீரென்று தங்கள் காரின் கூரைப்பகுதியை அரிவாள் மற்றும் கடப்பாரையால் தாக்க முயலும் ஓசை கேட்டதைத் தொடர்ந்து, உள்ளே நுழைந்த கடப்பாரையின் முனையை தளிரின் இடது தோளில் இறங்கவும், அவள் வலியால் துடித்ததைக் கண்ட செழியன், அவன் இருக்கையின் அடியிலிருந்த சிறு பெட்டியைத் திறந்து ஒரு துப்பாக்கியை எடுத்து, வெறிகொண்ட வேங்கையென வெளியில் பாய்ந்த அடுத்த நொடி, காரின் மேலிருந்த மூவர் குண்டடிபட்டு நிலத்தில் வீழ்ந்தனர்.

மேலும் ஒலித்த துப்பாக்கிச் சத்தத்திலிருந்து எதிர்பார்த்ததைவிட அதிகமான ஆட்கள் இருப்பதை உணர்ந்த தளிர், வலியாலும் இரத்தப்போக்காலும் கண்கள் சுழல, செழியன் எடுத்த பெட்டியிலிருந்த மற்றொரு துப்பாக்கியை கையில் எடுத்தபடி யாரும் அறியாதவாறு

இறங்கியவள் அருகேயிருந்த மரத்தடியில் சரிந்தாள். அரை மயக்கத்தில் முயன்று தன் கண்களை திறக்க, எதிரே ஒருவனை தன் காலால் உதைத்தபடி, மற்றொருவனை நோக்கி தன் துப்பாக்கியால் சுட்ட செழியன் திடீரென வெறித்த கண்களோடு நிலத்தில் சரிவதைக் கண்டு திடுக்கிட்டவள், அவன் பின்னாலிருந்து இரத்தம் வழிந்த கத்தியை துடைத்தபடி முன்னே வந்த மணிகண்ட பூபதியைக் கண்டாள். பூபதி கையசைக்க அருகே இருந்தவன், தன் கையிலுள்ள அரிவாளால் சரமாரியாக செழியனை வெட்ட, சற்றே ஒதுக்கமாக வந்து மணற்திட்டில் ஏறிய பூபதி, தன் கைபேசியில் யாரையோ அழைத்து,

"என் பகையை முடித்துவிட்டேன்", என்று கூறியபடி தன் கையை சொடுக்கிட, பின்னாலிருந்து மற்றொருவன் வந்து காரைச் சுற்றி பெட்ரோலை ஊற்றி தீ வைப்பதை பார்த்த தளிர்,

"அவளை காரோடு வைத்து சமாதி செய்துவிடுகிறேன், இனிமேல் செழியன் வம்சத்தினரால் உங்களுக்கு பிரச்சனை வராது", என்று கூற தன்னிச்சையாக தன் அடிவயிற்றின் மீது கையை வைத்த தளிர், காரிலிருந்து எடுத்து வந்த துப்பாக்கியால் அவன் மார்பை குறிவைத்துச் சுட, மணற்திட்டிலிருந்து கீழே விழுந்தான்.

துப்பாக்கிச் சத்தம் கேட்டு, மரங்களின் அருகே வந்தவர்களை நோக்கி இலக்கற்றுச் சுட, அவர்கள் சுற்றும் முற்றும் பார்த்துவிட்டு, வேகமாக தங்கள் காரில் ஏறிச் செல்ல, மெல்ல வெளிவந்த தளிர் செழியனை நெருங்கி அவன் தலையைத் தூக்கி தன் மடியில் கிடத்தினாள். இருவரின் கைபேசியும் எரிந்துகொண்டிருந்த காரில் இருக்க, ஆள் அரவமற்ற சாலையில் யாரிடமும் எந்தவித உதவியும் கேட்க முடியாத சூழ்நிலையில் இரத்த வெள்ளத்தில் கிடந்த தன் கணவனின் கன்னத்தை வருடியவள், மெல்லியதாக வந்த மூச்சு சிறிது சிறிதாக குறைவதைக் கண்டு, கண்களில் வழிந்த நீரை துடைக்கும் திறனில்லாது அமர்ந்திருந்த தளிர், ஒரு முறை துடித்த செழியனின் உடல் அசைவற்று உறைந்து மூச்சும் நின்றுவிட, தன் இதழ்களால் அவன் இதழ்களை சிறையெடுத்தாள். தான் அவனை முதன் முதலில் பார்த்தது முதல், தங்கள் காதலின் பரிசான தன் கருவிலிருக்கும்

குழந்தையைப் பற்றி தன்னவனிடம் கூறி, அவன் மகிழ்ச்சியைக் கண்ட நொடி வரை தங்கள் காதலின் நினைவுகள், பார்வைகள், தீண்டல்கள் என எல்லாவற்றையும் செலுத்தி முத்தமிட்டாள்.

78

தன்னவனின் அன்பெனும் ஊற்றினால் ஒவ்வொரு நொடியும் புதிதாய் மலர்ந்த தளிர், அவன் மறைந்துவிட்டான் என்று அறிந்த நொடி, யாரோ தன் இதயத்தை வாளால் வெட்டுவது போன்று வலித்து தன் உடலிலிருந்து உயிர் பிரிவது போல் உணர்ந்தாள். தன் தலையில் கனமான பாறை அழுத்துவதைப்போன்று இழப்பின் பாரம் தாக்க, ஆற்றாமையால் இலக்கற்று வெறித்து செழியனின் தலையைக் கோதியபடி அமர்ந்திருந்த வேளை, சற்று தொலைவில் கேட்ட துப்பாக்கி சத்தத்தைக் கேட்டு திடுக்கிட்டு விழித்தவள், தன் துப்பாக்கியையும், தன்னருகே இருந்த செழியனின் துப்பாக்கியையும் இருகைகளிலும் எடுத்துக்கொண்டு எழுந்தாள். பூபதி கைபேசியில் கூறியதை எண்ணிய தளிர், இது ரணதீரனின் செயல் என்று புரிந்ததும், தன் கருவிலிருக்கும் தங்கள் குழந்தையைக் காப்பாற்ற உறுதிகொண்டவள், பல கார்கள் வரும் ஓசை கேட்க, சோர்வில் சொருகிய கண்களைக் கசக்கி, தன் தலையை இடம்வலமாக உலுக்கி தன்னை திடப்படுத்தியவேளை, தன் உடலும் மனமும் சோர்வுறுவதை உணர்ந்து, காரில் வருபவர்களிடமிருந்து தன்னையும் தன் குழந்தையையும் காக்க எண்ணி, செழியனின் நெற்றியில் இறுதியாக ஒருமுறை தன் இதழ்களை ஒற்றி எடுத்து, அருகே இருந்த மரங்களுக்குள் ஓடினாள். சுற்றிலும் மரங்கள் அடர்ந்திருக்க, திக்கு தெரியாமல் இலக்கற்று ஓட, அம்மரக்கூட்டங்களின்

முடிவில், சில தற்காலிகக் குடிசைகள் இருப்பதைக் கண்டவள், அவற்றை நெருங்கிய வேளை சோர்வு தன்னை ஆட்கொண்டு கண்கள் இருள, நிலத்தில் சரிந்தாள்.

அதேநேரம், மரங்களின் ஊடேயிருந்து தளிர் துப்பாக்கியால் சுடுவதைக் கண்டு அவசரமாக தப்பித்த பூபதியின் கூட்டாளிகள் சென்ற காரை நோக்கி எதிரிலிருந்து வந்த கார்களிலிருந்து துப்பாக்கியால் தொடர்ந்து சுட, அதிலிருந்த இருவரும் தங்கள் உடல்களில் பல குண்டுகள் துளைத்ததால், மடிந்தனர். கட்டுப்பாடின்றி சென்று ஒரு மணற்திட்டில் மோதிய வேகத்தில் அந்த கார் கவிழ்ந்து தீ பிடிக்க, தன் கண்கள் எரிமலையென சிவக்க, குரூரமாக பார்த்து, தன் தலையை சிலுப்பிய நடுத்தர வயதினர், சற்று தொலைவில் தளிரின் கார் எரிந்துகொண்டிருப்பதைக் கண்டு விரைந்து செல்லுமாறு தன் ஓட்டுனருக்கு கையசைத்தார். அந்த காரை நெருங்கிய வேளை அது திடீரென உயரே எழுந்து வெடித்து சிதற, அந்த கனலின் ஊடே தன் காரை செலுத்தி, அந்த இடத்தை துழாவியவர், செழியனின் உடலைக் கண்டு கண்களில் படர்ந்த கவலை முகமெங்கிலும் பிரதிபலிக்க, காரிலிருந்து இறங்கி இரண்டே எட்டில் செழியனை அடைந்து, அவனை சிறு குழந்தைபோல் தூக்கி, தன் மடியில் கிடத்தினார்.

ஏறத்தாழ இருபத்தைந்தாண்டுகளுக்கு முன் ரணதீரனால் அரங்கேற்றப்பட்ட கோர விபத்தில் அதியனும், பூந்தளிரும் விபத்து நடந்த இடத்திலேயே இறந்துவிட, தன் இடக்கன்னத்தில் சிக்கிய கண்ணாடியின் வலியால் மயங்கி கிடந்த குழந்தையையும், அருகே நினைவற்று கிடந்த வீரமாதேவியையும் காப்பாற்றி உடனடியாக மருத்துவமனைக்கு கொண்டு செல்ல ஏற்பாடு செய்தவர், இப்பொழுது அதே செழியன் தன் கைகளில் மடிந்து கிடப்பதைக்கண்டு விம்மிய நெஞ்சை கட்டுப்படுத்த முடியாமல் ஓலமிட்டு கதறினார். திடீரென செழியன் நீண்ட பெருமூச்சை இழுத்துவிட்டதைக் கண்டு அவன் உயிருடன் இருப்பதை உணர்ந்து, களிப்புற்றவர், அவனை கைகளில்

ஏந்தியபடி எழுந்து தன் காரை நோக்கி ஓடி தன் காரில் கிடத்தினார்.

பல நூறாண்டுகள் இருளில் அடைக்கப்பட்டதைப் போன்று இருக்க, வெகுநேரம் கழித்து கண்விழித்த தளிர், மூச்சுவிட சிரமமாக இருக்க, தன் கண்களை திறக்க முயன்று முடியாமல் போக, தன் ஆற்றலை ஒன்று திரட்டி மற்ற புலன்களைக் கூர்மையாக்கி தான் படுத்திருந்த இடத்தை அளந்தாள்.

அருகில் பச்சிலையை தீயில் வாட்டுவது போன்ற மணம் நாசியை துளைக்க, அறையில் மூன்று நபர்கள் இருப்பதை உணர்ந்தவள், அவர்கள் மெல்லிய குரலில் பேசுவதை கவனித்தாள். தன்னருகே யாரோ வரும் அரவம் கேட்டு தன் இமைகளை திறக்க முயன்ற வேளை, தன் நெற்றியை தீண்டிய ஒரு மென்கரம் விலகவும்,

"ஓடம்பு குளுந்து கெடக்கு சாமி, மூச்சுபேச்சே இல்ல. ஏனாச்சும் செய்யுங்க", என்று கவலை தொனிக்க ஒலித்த இளம்பெண்ணின் குரலைத் தொடர்ந்து, இரண்டுமுறை இருமிய முதியவர் ஒருவர்,

"அட இரு புள்ள. தோளுல ஆழமா வெட்டிருக்கானுக, ரொம்ப ரத்தம் போயிருக்கு, இப்ப நா போட்ட கட்ட ஒரு வாரம் பிரியாம பாத்துக்கோ. நம்ம ரெண்டு உசுர காக்கணும்", என்று கூறியபடி, முன்பு தீயில் வாட்டிய ஒரு பச்சிலையை தன் மூக்கினருகே நீட்ட, தன்னால் சற்று இலகுவாக மூச்சுவிட்ட தளிர், மெல்ல தன் கண்களை திறக்க முயன்றாள். தன் கண்களைத் திறந்தவேளை அறையில் ஒளிர்ந்த சிறு விளக்கின் வெளிச்சத்திற்கேற்ப தன் கண்களை கசக்கி சரிசெய்தவள், தன்னெதிரே ஒரு இளம் பெண் நின்றிருக்க, இடப்புறத்தில் போடப்பட்டிருந்த ஒரு முக்காலியில் ஒரு பெரியவர் அமர்ந்திருக்க தன் தலையை கோதிய கரங்களைக் கண்டு வலப்புறம் திரும்பியவள், கருணையே உருவான ஒரு நடுத்தர பெண் நிற்பதைக் கண்டாள்.

"எந்த பாவி இப்டி செஞ்சானோ, அவேன் கட்டைல போக, மவராசி வாயும் வயிறுமா இருக்க, இப்டி செஞ்சிட்டாங்களே", என்று அவர் கூற, தான்

கருவுற்றிருப்பதை அறிந்தது முதல், செழியனின் உடல் தன் மடியில் துடித்து அவன் மூச்சு நின்றது வரை வரிசையாக நினைவிற்கு வர, தன்னவன் மறைந்துவிட்டான் என்ற எண்ணம் மனமெங்கும் நிறைய, கண்களிலிருந்து கட்டுப்பாடின்றி நீர் வழிவதைக் கண்ட அந்த பெண், அவள் கண்களைத் துடைத்தவர்,

"அழாத கண்ணு, சின்ன உசுருக்கு ஆவாது", என்று கூற, தனக்கும் செழியனுக்குமான உறவின் பரிசான குழந்தையை எப்படியாவது காக்க வேண்டும் என்ற எண்ணமே மனம் முழுவதும் நிறைய, தன் கண்ணீரை முயன்று கட்டுப்படுத்தியவள், மீண்டும் இருளுலகில் வீழ்ந்தாள்.

விமானம் தரையிறங்கிய கணத்திலிருந்து கரணைத் தொடர்புகொள்ள முயன்ற சுரேஷ் முடியாமல் போக, செழியனை அழைக்க அதற்கும் பலனில்லாமல் இருக்க, செழியனின் இருப்பிடத்தை அறிய முயன்று, அதற்கான செயலியைத் திறந்தான். அந்த செயலி செயலிழந்திருப்பதைக் கண்டு பதற்றத்தோடு, வீட்டிலிருக்கும் தன் மெய்க்காப்பாளர் படையை தொடர்புகொண்டான். அழைப்பை எடுத்து பதற்றத்தோடு பேசிய அவர்களின் தலைவன், மாலை தாக்குதல் நடந்த வேளை கரண் அளித்த விபரங்களை சுருக்கமாக கூறி, கரணின் தொடர்பு முறிந்ததலிருந்து என்ன நடந்தது என்று அறிவதற்கு சென்றிருக்கும் தன் குழுவினரிடமிருந்து எந்த விபரமும் கிடைக்கவில்லை என்று கூற, உலகமே எதிர்விசையில் சுழல்வதுபோல் தோன்ற, அதிர்ந்து விழித்தவனின் முகத்தைக் கவலையோடு நோக்கிய நிலா என்னவென்று கேட்க, மென்குரலில், தான் அறிந்தவற்றைக் கூறக்கேட்டு கலங்கிய தன் மனைவியை தோளில் சாய்த்தவன்,

"நான் உன்னை வீட்டில் விட்டுவிட்டு உடனடியாக அங்கு செல்கிறேன், நிலா", என்று கூறினான்.

அடுத்த அரைமணிநேரத்தில் தாக்குதல் நடந்த இடத்திற்குச் சென்ற சுரேஷ், வழிநெடுகிலும் ஆங்காங்கே அசைவற்று கிடந்தவர்களைக் கண்டு, கரண் எதிர்பார்த்ததைவிட பெரிய தாக்குதல் நடந்திருக்கிறது என்று

நினைத்தான். வெடித்து சிதறிய தளிரின் கார் துண்டுகளைக் கண்டு காரிலிருந்து இறங்கிய சுரேஷ், அங்கும் பலர் மடிந்து கிடப்பதைப் பார்த்து. செழியன் மற்றும் தளிர் அங்கே இருக்கிறார்களா என்று அங்கே கிடந்தவர்களை ஒவ்வொருவராக நெருங்கி தன் நடுங்கும் கைகளால் புரட்டினான். எங்கு தேடியும் இருவரையும் காணாது தன் தலையைப்பிடித்தபடி தரையில் அமர, குறுஞ்செய்தி வருவதை உணர்த்தும் அறிவிப்பொலியைக் கேட்டு தன் கைபேசியை எடுத்து பார்க்க, திரையில் விரிந்த ஒரு முகவரியைக் கண்டு குழம்பியவன், அதேநேரம் தான் அளித்த தகவலின் பேரில் வந்த காவல் துறையினரிடம் தனக்கு தெரிந்த விபரங்களைக் கூறி அவர்களிடமிருந்து விடைபெற்று தன் காரை எடுத்துக்கொண்டு கிளம்பினான்.

அறியப்படாத எண்ணிலிருந்து தனக்கு வந்த முகவரியைக் கண்ட சுரேஷ், பணத்திற்காக யாரேனும் செழியனையும் தளிரையும் கடத்தியிருப்பார்களோ என்ற கோணத்தில் சிந்தித்தவேளை, தான் கண்ட காட்சிகளின் கோரம், இது வெறும் கடத்தல் அல்ல என்று பறைசாற்ற, கலங்கிய கண்களை துடைத்தபடி விரைந்து காரை செலுத்தியவன், அந்த முகவரியை அடைந்து காரிலிருந்தபடியே சுற்றிலும் நோட்டமிட்டான்.

பாழடைந்த குடியிருப்பு போன்று ஆளரவமற்று இருக்கும் இடத்தில், காரை நிறுத்திய சுரேஷ், ஒரு துப்பாக்கியை உட்சட்டைக்குள் வைத்துவிட்டு, மற்றொரு துப்பாக்கியை கையில் ஏந்தியபடி காரிலிருந்து இறங்க, தொலைவில் யாரோ நிற்பதைக் கண்டு அருகே சென்றான். தன்னை பின்தொடரும்படி சைகை செய்துவிட்டு உள்ளே நுழைந்தவனைக் கண்டு ஒரு கணம் குழம்பினாலும், தான் மிகுந்த எச்சரிக்கையோடு இருக்கவேண்டும் என்று எண்ணிய சுரேஷ், ஒரு கூடத்தை கடந்து உள்ளே செல்ல, அடுத்திருந்த அறையில் இரு இளம் பெண்களும் சில ஆண்களும் நிற்க, தன் முன் வந்து நின்ற நடுத்தர வயதினனைக் கண்ட நொடி துப்பாக்கியை உயர்த்த, அவன் அதைக் கண்டு எந்தவித எதிர்ப்பும் தற்காப்பு முயற்சியும் செய்யாது,

"சுரேஷ்", என்று அழைக்க திடுக்கிட்டான். அங்கிருந்த சூழ்நிலையை அளவிட முயன்று தன் கண்களைச் சுழற்றியவன், அங்கிருந்தவர்கள் கையில் பச்சைகுத்தப்பட்டிருந்த வடிவத்தைக் விழிவிரித்து நோக்கி, "செழியன் எங்கே?", என்று ஆழ்ந்த குரலில் கேட்டான்.

தங்களை பார்வையால் எடைபோட்ட சுரேஷை பார்த்தபடி நின்றவர், தன் கையிலுள்ள வடிவத்தைக் கண்டு திகைத்ததை எண்ணி, நீண்ட பெருமூச்சுவிட்டபடி,

"ஆமாம் சுரேஷ், நாங்கள் குந்தவி அம்மையின் சேனையை சேர்ந்தவர்கள். நான் இவர்களின் தலைவன். என் பெயர் செங்கோடன்", என்று கூறினார்.

புரிந்ததற்கு அறிகுறியாக தலையசைத்த சுரேஷ், "செழியன் எப்படி இருக்கிறான்?", என்று கேட்க, அதுவரை கற்பாறையாக தோன்றிய அவர் முகத்தில் ஏதோ ஒரு மாற்றம் தெரிந்ததை உணர்ந்தவன், கூர்ந்து கவனிக்க, அவர் கண்களில் நீர் கசிவதை பார்த்து குழம்பியவனை, கையைப்பிடித்து அழைத்துச் சென்றவர், ஒரு கண்ணாடி கதவை வழியே பார்க்கும்படி கூற, அங்கே உடல் முழுவதும் கட்டுக்களுடன், பலவித மருத்துவ கருவிகள் பொருத்தப்பட்டு, அசைவற்று கிடந்த தன் நண்பனைக் கண்டு அதிர்ச்சியில் உறைந்தான்.

சிறுவயது முதல் சற்று ஒதுக்கமாக இருந்தாலும் எப்பொழுதுமே ஒருவித மிடுக்குடன் இருக்கும் தன் நண்பன், முகம் கறுத்து, பொலிவிழந்து, உடல் முழுக்க கட்டுகளுடன் படுத்திருப்பதைக் கண்ட நொடி, தன் காலுக்கடியிலிருந்து பூமி நழுவுவதுபோல் தோன்ற நிலை தடுமாறிய சுரேஷை செங்கோடன் பிடித்துகொள்ள மெல்ல தன்னிலை அடைந்தவன், அதேநேரம் அருகேயிருந்த அறையிலிருந்து வந்த மெல்லிய விம்மலைக் கேட்டு, கேள்வியாய் செங்கோடனை நோக்க, எதுவும் கூறாமல் அவனை அடுத்த அறைக்கு அழைத்துச் சென்றார். அங்கே மார்பிலும் கைகளிலும் கட்டுகளுடன் நினைவிழந்து படுத்திருந்த கரணைக் கண்டவன், அவன் முகம் பார்த்தபடி அவனருகே

அமர்ந்திருந்த ஒரு கன்னியைக் கண்டு குழப்பத்தோடு செங்கோடனை பார்க்க,

"என் மகள் மகிழினி", என்று கூற, தாங்கள் பல நாட்களாக தேடி அலைந்த மர்ம கார் கன்னி இவள்தான் என்றுணர்ந்தவன், செங்கோடனை நோக்கி,

"தளிர்?", என்று கேட்டதற்கு இடம்வலமாக தன் தலையை அசைத்தார்.

செழியனையும் தளிரையும் யார் தாக்கினார்கள் என்று எந்தவித சான்றும் கிடைக்காமல் தவித்த சுரேஷ், செழியனின் உடல்நிலையில் எந்தவித முன்னேற்றமும் இல்லாதிருந்ததைக் கண்டு மிகுந்த வருத்தத்திற்கு உள்ளானான். செழியனைக் காப்பாற்றி, மருத்துவம் பார்த்த செங்கோடனின் கூற்றிற்கிணங்க, தாக்கியவர்கள் யாரென்று அறியும்வரை செழியன் உயிருடன் இருப்பது வெளியில் தெரியாமலிருப்பது நல்லதென்ற முடிவிற்கு வந்தவன், அன்றிரவு வெகுநேரம் கழித்து வீட்டிற்குச் சென்று தன் மனைவியைக் கண்ட நொடி, தான் கொண்டிருந்த உறுதி குலைந்து, தரையில் சரிந்து கதறினான். தன் கணவனின் கதறலைக் கண்டு கலங்கிய நிலா, அவன் ஆற்றாமையினால் அரற்ற, அதிலிருந்து தன் அண்ணனுக்கும் அண்ணிக்கும் நடந்த விபரீதத்தை அறிந்து அதிர்ச்சியில் மயங்கினாள். முதலுதவிகள் செய்து தன் மனைவியை எழுப்பிய சுரேஷ், செழியன் உயிருடன் இருக்கும் விபரத்தைக் கூற, தளிரில்லாமல் தன் அண்ணனால் இயல்பாக மூச்சுகூட விடமுடியாதே என்று எண்ணியவள், சுரேஷின் தோளில் சாய்ந்து அழுதபடியே உறங்கிப்போனாள்.

தங்கள் தேனிலவை முடித்துகொண்டு அதிகாலையில் தரையிறங்கிய கார்த்தியும் மஞ்சுவும் உற்சாகமாக காரிலிருந்து இறங்க, தங்களை வரவேற்க செழியனும் தளிரும் வாயிலில் காத்திருக்காததைக் கண்டு, குழப்பத்தோடு வீட்டிற்குள் சென்றவர்கள் முன்கூடத்தில் கண்கள் சிவந்து, அழுதழுது கன்றிய முகத்தோடு அமர்ந்திருந்த சுரேஷையும், அவன் தோளில் சரிந்திருந்த நிலாவையும் கண்டு அதிர்ந்து, இரண்டே எட்டில் அவனை நெருங்கிய கார்த்தி, அவன் தோள்களை

பிடித்து உலுக்க, வெறித்த கண்களோடு ஏறெடுத்துப் பார்த்த சுரேஷ், தன் நண்பனைக் கண்ட நொடி மடை உடைந்த அணையாய் கண்களில் நீர் பெருக, அவனை அணைத்துகொண்டு,

கதறினான். சுரேஷ் கூறிய விபரத்தைக் கேட்டு தரையில் அமர்ந்த மஞ்சு, தன் தோழியின் மரணத்தை எண்ணி பதறித் துடித்தாள். மெல்ல எழுந்து மஞ்சுவை அணைத்த நிலா, தொண்டைவரை அழுத்திய துக்கத்தை தாங்கமுடியாமல் அரற்றினாள்.

இரண்டு நாட்களாய், சொல்லமுடியா துயரம் தன் மனதை அழுத்த, தன் குலதெய்வத்தை மனதில் நிறைத்தபடி சதா வலம்வந்த கார்குழலி, தேனிலவு முடித்து வரும் குழந்தைகளைப் பார்க்க எண்ணி, தன் கணவனுடன் செழியனின் வீட்டிற்கு வந்தவர், நடுக்கூடத்தில் ஆளுக்கொரு மூலையில் அமர்ந்து அழுதுகொண்டிருந்தவர்களைக் கண்டதும், தன்னிச்சையாக மனமெங்கும் துயரம் பரவ, தன் மகளை நெருங்கி நடுங்கும் கைகளோடு அவளை உலுக்க, நிமிர்ந்து நோக்கிய நிலா,

"அம்மா", என்று கதறி, "அண்ணா, தளிர், அண்ணா, தளிர்", என்று அரற்றுவதைக் கேட்ட கார்குழலி,

"என் மகனுக்கு ஒன்றும் இல்லை, என் மகனுக்கு ஒன்றும் ஆகாது", என்று பிதற்றியபடி தரையில் சரிய அவரை தாங்கி பிடித்த மணிமாறன் சுரேஷையும் கார்த்தியையும் நோக்க, அவரிடம் விபரத்தை கூறியவர்களை கூர்ந்து நோக்கி,

"என் மகனை, உங்கள் நண்பனை இந்நிலைக்கு உள்ளாக்கியவனை ஒழித்துவிட்டு வாருங்கள்", என்று எரிமலை குழம்பென தகித்த கண்களோடு கூற, புதுவித உறுதி உடலில் பாய்ந்து நரம்புகளை முறுக்க ஒருவரையொருவர் பார்த்தபடி துள்ளியெழுந்த சுரேஷும் கார்த்தியும் தங்கள் மனைவிமார்களிடம் பார்வையால் விடைபெற்று செங்கோடனை சந்திக்கச் சென்றனர்.

மூன்று வாரங்கள் மயக்கத்திலும், விழிப்பிலும் கழித்த தளிர், விழித்திருந்த வேளைகளில் செழியனின் நினைவுகளை தன் கருவிற்கு உரமூட்டுனாள். தன்னைக் காப்பாற்றி தனக்கு

மருத்துவம் பார்த்த புலம் பெயர் பழங்குடியினருடன் தங்கியிருந்த தளிர், பலமுறை தன் நண்பர்களை தொடர்புகொள்ள எண்ணியவள், தற்பொழுது இருக்கும் சூழ்நிலையில், தனக்கு ஆதரவும் பாதுகாப்பும் அளிக்கும் மக்களை விடுத்து வெளியே செல்வது தனக்கும் தன் குழந்தைக்கும் தீங்கு விளைவிக்கக் கூடும் என்று நினைத்து, தன் குழந்தையின் பாதுகாப்பிற்காக தான் எந்தவித சூழ்நிலையிலும் இவர்களை மீறி எங்கும் செல்லக் கூடாது என்று முடிவெடுத்தாள். தங்கள் குடிசையின் அருகில் மயங்கி விழுந்த தன்னை மீட்டெடுத்து, மருத்துவரை அழைத்து குணப்படுத்தி, ஆதரவளித்த அன்னை மல்லியும் மகள் குறிஞ்சியும் தன் கருவின் செழுமையான வளர்ச்சிக்கு, தன் மகிழ்ச்சி பெரு உந்துதலாக இருக்கும் என்று கூறி தங்களால் இயன்ற அளவு தன்னை சொகுசாகவும், மகிழ்ச்சியாகவும் வைத்திருக்க முயல்வதை உணர்ந்தவள், குறிஞ்சி நாள்தோறும் தன்னுடன் அமர்ந்து, தங்கள் குழுவினரைப் பற்றியும், அவர்கள் செல்லும் இடங்களில் நடந்த நிகழ்வுகளை பற்றியும் நகைச்சுவை ததும்பக் கூற, அதற்கு வெற்றுப் புன்னகை ஒன்றை பதிலாக அளித்து வந்தாள். வழக்கம்போல் தான் தனிமையில் இருக்கும் வேளைகளில், செழியனுடனிருந்த தருணங்களை நினைவு கூர்ந்தபடி அமர்ந்திருந்த தளிர், இரு குவளைகளில் உணவை எடுத்து வந்து அருகில் அமர்ந்த குறிஞ்சியை நோக்கினாள்.

"அம்ம ஒன்ன இத சாப்ட சொன்னாக்கா", என்று கூற, தனக்கு உணவு வேண்டாமென்று இடம்வலமாக தலையை அசைக்க, "பாப்பாக்காச்சும் சாப்டுக்கா", என்று கெஞ்சியபடி ஒரு கவளத்தை எடுத்து ஊட்ட, உணவருந்திய தளிரின் வாயைத் துடைத்த குறிஞ்சி, அவளை நீர் அருந்த செய்து படுக்கவைத்தாள். மூலிகைகள் வைத்து அவள் கையில் போடப்பட்டிருந்த கட்டை வாரமொருமுறை பிரித்து, புதிதாக அரைத்த மூலிகை சாந்தை வைத்து கட்டினார் மருத்துவர். இரண்டுமுறை கட்டை மாற்றும் பொழுதும், மயக்கத்திலிருந்த தளிர், கையில் மூலிகை தளையுடன் குடிசைக்குள் நுழைந்த மருத்துவரைக் கண்டு திடுக்கிட்டு எழ, தடுமாறியவளை பிடித்த குறிஞ்சி,

"மருத்துவரயா வந்துருக்காககக்கா", என்று கூறினாள்.

தன் மார்பு வரை வளர்ந்த தாடியை வலக்கையால் வருடியபடி தரையில் அமர்ந்திருந்த மருத்துவர் மூலிகையை ஒவ்வொரு இலையாக பறித்து, சிறு கிண்ணத்தில் வைத்து, சுத்தம் செய்துவிட்டு தன் தோல் பையிலிருந்து சில திரவங்களை விட்டு, சிறு கல்வத்தில் வைத்து கூழாக அரைத்தார். அந்த கூழை கிண்ணத்தில் வைத்து மேலும் சில திரவங்களைச் சேர்த்து குழைத்தபடி தளிரின் அருகே வந்து அவள் தோளிலிருந்த கட்டை கூர்ந்து நோக்கியவர், மேலும் கீழும் தன் தலையை அசைத்தபடி, அதை பிரித்து ஒரு வெண்ணிற துணியை வெந்நீரில் நனைத்து துடைத்தவர், வெட்டுக்காயம் ஆறிவருவதைப் பார்த்து மனநிறைவுடன் குறிஞ்சியைப் பார்த்து புன்னகைத்துவிட்டு, புதிய சாந்தை வைத்து கட்டி, ஏதோ ஒரு பச்சிலையை கசக்கி தளிரின் மூக்கிற்கு நேராக நீட்ட, அடுத்த கணமே ஆழ்மயக்கத்தில் வீழ்ந்தாள்.

79

செங்கோடன், சுரேஷ், கார்த்தி என அனைவர் மனதிலும் இது ரணதீரனின் செயல்தான் என்று உறுதியாகத் தோன்றினாலும், தங்களின் தொடர் கண்காணிப்பில் இருப்பவனால், தங்களுக்கு சிறு விபரம்கூடக் கசியாமல் எப்படி இவ்வளவு பெரிய தாக்குதலை நிகழ்த்தியிருக்க முடியும் என்று குழம்பியவர்கள் தக்க சான்றுகள் இன்றி ரணதீரனைப் பற்றிய தங்களின் சந்தேகத்தை காவல் துறையினரிடமும் குடும்பத்தினரிடமும் கூறி, அவன்மேல் எந்தவித நடவடிக்கையும் எடுக்க முடியாததால் தங்கள் கைகள் கட்டப்பட்டிருப்பதுபோல் உணர்ந்தனர். செங்கோடனின் திட்டப்படி சுரேஷின் மெய்க்காப்பாளர் படை செழியனையும் கரணையும், வெளி உலகிற்கு தெரியாமல் முழு மருத்துவ வசதிகள் நிறைந்த ஒரு ரகசிய அறையில் பாதுகாக்க, கார்த்தியின் துப்பறிவாளர்கள் காவல்துறையினரோடு இணைந்து இந்த தாக்குதலைக் குறித்த புலனாய்வில் ஈடுபட, அவர் தன் ஆட்களுடன் ரணதீரனுக்கு எதிரான சான்றுகளைத் தேடுவதில் முனைந்தார்.

தாக்குதல் நடந்து இரண்டு நாட்களுக்குப் பிறகு, உடல்முழுவதும் கட்டுகளுடன் தன்னினைவின்றி படுத்திருக்கும் தன் மகனின் நிலையைக் கண்டு கதறிய கார்குழலியைத் தோளோடு அணைத்த மணிமாறன், முதன்

முதலில் ஃபாதர் மைக்கேலின் கால்களைக் கட்டிகொண்டு மருண்ட விழிகளை சுழற்றி தன்னை நோக்கிய குழந்தை, வளர்ந்து, தன் மனம் கவர்ந்த பெண்ணை மணந்து மகிழ்ச்சியுற்றிருந்தவேளை, யார் இப்படி செய்தார்களென்று கலங்க, சற்று தொலைவில் அழுதுகொண்டிருந்த அக்கா பூங்கொடியை தேற்றியபடி நின்றிருந்த தன் தமையன்மார்களைக் கண்டு தன் மனைவியை அழைத்துக்கொண்டு அங்கு சென்றார்.

முந்தைய நாள் கனத்த மனதுடன் குமரேசனிடம் விபரத்தைக் கூறியதை அடுத்து, உடனடியாகக் கிளம்பி வந்த குமரேசனும் ஆனந்தியும், ஆனந்தி சோர்ந்து ஒரு நாற்காலியில் அமர்ந்திருக்க, கண்ணாடி கதவு வழியே செழியனைப் பார்த்த குமரேசன், தன் மகள் தளிரின் முடிவை எண்ணி தன் தலையிலும் மார்பிலும் அடித்துகொண்டு,

"அன்று என் மகளுக்கு ஆபத்து வருமென்று என்னை மறைமுகமாக மிரட்டியபொழுதே அவன் கதையை முடித்திருக்கவேண்டும்", என்று அரற்றியவர், "இப்பொழுது... இப்பொழுது.... என் செல்வ மகளை பறிகொடுத்து நிற்கிறேனே", என்று கூறி தன் இருகைகளாலும் தன் முகத்தில் அறைந்தார்.

குமரேசன் கூறியதைக் கேட்டு திகைத்த மணிமாறன் குழப்பத்தோடு அவரைப் பார்த்தவர், அவர் கூறியதன் பொருள் என்னவென்று கேட்க எண்ணி அவர் அருகே வந்து தோளில் கைவைத்து,

"என்ன சொல்கிறீர்கள், மச்சான்?", என்று கேட்டார். அதேவேளை சுரேஷும் கார்த்தியும் ஒருவரையொருவர் பொருள் பொதிந்த பார்வையை பகிர்ந்துகொண்டு, குமரேசனிடம் ஏதோ கூற எத்தனிக்க, தன் பார்வையால் அவர்களைத் தேக்கினார். திருமணத்திற்கு பொன்னுருக்கு நிகழ்வில், ரணதீரன் விருந்தினர் விடுதியை சுற்றிக்காண்பித்த பொழுது, தன்னிடம் ஒரு சிறுவன் அளித்த தாளில் இருந்த மிரட்டலைத் தொடர்ந்து இந்த திருமணத்தை தான் மறுக்க, தன் மகளும் செழியனும் அவர்கள் அன்பில்

உறுதியாயிருந்ததால் சம்மதித்ததுவரை விம்மல்களினூடே கூறிய குமரேசன்,

"அன்று நல்லவன்போல் நடித்து, என் மகளை பாதுகாத்துக்கொள்ளும்படி மிரட்டிய ரணதீரனை அப்பொழுதே கவனித்திருக்கவேண்டும்", என்று கூறினார்.

அதைக்கேட்டு அவர்களின் அருகில் வந்த மகேந்திரவர்மன்,

"உங்கள் மகளின் மறைவிற்கு எங்கள் அத்தான் காரணமென்று கூறுகிறீர்களா? கருணையே வடிவான கடவுள் நம்பிக்கை மிகுந்து, எங்கள் குடும்பத்தினால் அவர் தங்கை மடிந்தபோதிலும், பெருந்தன்மையாக இருந்து, பலவிதங்களில் எங்களுக்கு வழிகாட்டியாய் திகழ்பவரைப் பற்றியா அவதூறு கூறுகிறீர்கள்? இவன் செய்யும் தொழிலுக்கு, இவனுக்கு எதிரிகள் இல்லையென்றால் தான் வியக்கவேண்டும்", என்று சலித்தபடி ஆழ்ந்த குரலில் கேட்க, திகைத்து அவரைப் பார்த்த குமரேசனின் கண்கள் கோபத்திலும் ஆற்றாமையிலும் சிவந்தன.

"உங்களுக்கு அண்ணனைப் பற்றி ஒன்றுமே தெரியாதல்லவா, பெரியப்பா?", என்று நிலா கேட்டதும், அனைவரும் திடுக்கிட்டு அவள்புறம் திரும்ப தன் கண்களில் கனல் தெறிக்க நின்ற நிலா, "அண்ணன் உண்மையிலேயே என்ன தவறு செய்துவிட்டானென்று உங்களுக்கு அவன்மேல் இவ்வளவு காழ்ப்பு? அவன் பெற்றோர் என்ன தவறு செய்துவிட்டார்கள் என்று இவனை தண்டித்தீர்கள்?", என்று கேட்டு மகேந்திரவர்மனை மேலும் கீழும் ஏளனமாய் பார்க்க, ஏதோ கூற வாயெடுத்த மணிமாறன், தன் மகளின் பார்வைக்குக் கட்டுப்பட்டு நிற்க, தானே தொடர்ந்த நிலா, அதியனின் மரணத்திலிருந்து தொடங்கி, தளிரின் விபத்து வரை தனக்கு தெரிந்த விபரங்களைக் கூற,

"இந்த தாக்குதலுக்கும் ரணதீரனுக்கும் தொடர்பு இருக்கும் என்பது என் சந்தேகம்", என்று கூறி மூச்சு வாங்கிய தன் மனைவியை பெருமிதத்தோடு பார்த்த சுரேஷ், நிலா கூறுவது கோர்வையாக இருந்தாலும், நாற்பது ஆண்டுகளுக்கு மேலாக

ரணதீரனுடன் பழகியிருப்பதால் தன் அண்ணன் அதை ஏற்றுகொள்ள முடியாமல் தவிப்பதைக் கண்ட குலசேகரன்,

"இவ்வளவு விபரங்கள் தெரிந்திருந்தால் அவர்மேல் இதுவரை எந்த நடவடிக்கையும் எடுக்கவில்லை என்னும் பொழுது நீ சொல்வதை ஏற்றுகொள்ள முடியவில்லை, நிலா?", என்று தன் தலையை இடம்வலமாக அசைத்தபடி கூற,

"நிலா கூறுவது உண்மை என்றுதான் தோன்றுகிறது, அண்ணா", என்று மெல்லிய குரலில் பூங்கொடி கூறினார்.

தன் தங்கையின் குரலிலிருந்த ஏதோ ஒன்று மனதில் உறுத்த, பூங்கொடியை கூர்ந்து நோக்கிய மகேந்திரவர்மன்,

"நிலா கூறுவதை என்னால் ஏற்க முடியவில்லை, அதேநேரம், சிறுகுழந்தையின் பிதற்றல் என்று உதறவும் முடியவில்லை. உனக்கு தெரிந்தவற்றை கூறினால், சீர்தூக்கி பார்த்து ஆராய்வதற்கு உதவும், கொடி", என்று அமைதியான குரலில் கூற,

"நான் விடுமுறையில் வீட்டிற்கு வந்தவேளை, அதியன் அண்ணனின் காதலைப் பற்றி அறிந்த குந்தவி பிடிவாதமாக நின்று அப்பாவிடம் தன்பேரில் இருந்த நம் குடும்பத்தினர் அளித்த சொத்துக்களை மாற்றி எழுதுமாறு கூறினாள். நாங்கள் எத்தனைமுறை கேட்டாலும் அதன் காரணத்தைக் கூற மறுத்துவிட்டதோடல்லாமல், யாரிடமும் இதைப்பற்றி கூறக் கூடாதென்றும் திடமாகக் கூறினாள்", என்றவர், சிறிதுநேரம் ஆழ்ந்து சிந்தித்தபடி, "அதை அடுத்து அவள் மரணம், பிறகு சில ஆண்டுகளில் அண்ணனின் மறைவு என ஒவ்வொன்றாக கோர்த்து பார்க்கையில்...", என்று கூற, அதேநேரம் ஒலித்த கார்த்தியின் கைபேசி அனைவரின் கவனத்தையும் கலைத்தது.

அழைப்பை எடுத்து மறுமுனையில் கூறியதைக் கேட்டுவிட்டு துண்டித்தவன், மணிமாறனை நோக்கி,

"மிக முதன்மையான ஒரு துப்பு கிடைத்திருக்கிறது, நானும் சுரேஷும் சென்று பார்க்கிறோம், அப்பா. எக்காரணத்தை முன்னிட்டும் செழியன் உயிருடன் இருப்பது இங்கிருப்பவர்களைத் தவிர யாருக்கும் தெரியவேண்டாம்", என்று கூற புரிந்ததற்கு அறிகுறியாக அனைவரும்

தலையசைக்க, சுரேஷை அழைத்துக்கொண்டு சென்றான். இருவரும் செல்வதை பார்த்துகொண்டிருந்த பெரியவர்கள் பூங்கொடியிடம் மேலும் சில விபரங்களை கேட்க, அழுது சோர்ந்து, தன் கணவனின் தோளில் சாய்ந்தபடி அமர்ந்திருந்த ரோஸிக்கு காபி கொடுத்த நிலா, அவளை அருந்தச்செய்தாள்.

கார்த்தியுடன் வெளியில் வந்த சுரேஷ், கார்த்தியின் கண்களில் இதுவரை கண்டிராத குரூரம் தென்பட, காரை கிளப்பியபடி,

"என்ன ஆயிற்று நண்பா?", என்று கேட்டான்.

கைபேசியில் தனக்கு வந்த தகவலை அறிந்த நொடி முதல் தன் மனதில் எரிமலையாக எழுந்த கோபத்தை கட்டுப்படுத்த முயன்று நீண்ட மூச்சுகளை இழுத்துவிட்ட கார்த்தி,

"பூபதியின் வழக்கறிஞர் கைது செய்யப்பட்டிருக்கிறார்", என்று கூறினான்.

அதைக்கேட்டு ஒன்றும் புரியாமல் விழித்த சுரேஷ் ஏதோ கேட்க வாயெடுக்க, தானே தொடர்ந்த கார்த்தி,

"ஒருநாள் தன் சொந்த விடுப்பு பிணையில் பூபதியை சிறையிலிருந்து வெளியே எடுத்திருக்கிறார். இரண்டு நாட்களாகியும் பூபதி சிறைக்குத் திரும்பாததால் காவல் துறையினர் இவரை கைது செய்திருக்கின்றனர்", என்று கூற, திடீரென்று ப்ரேக்கை மிதித்த சுரேஷின் கண்கள் வியப்பிலும் கோபத்திலும் சிவக்க, தன் நண்பனை பார்த்தான். தங்கள் நண்பனுக்கு நடந்த தாக்குதலுக்கும், பூபதிக்கும் ஏதேனும் தொடர்பிருக்கும் என்ற விபரம், தங்களின் புலனாய்வில் ஏற்பட்ட திருப்புமுனை என்று எண்ணிய சுரேஷ், மனதில் ஏதோ உந்த, காரை நேரே தாக்குதல் நடந்த இடத்திற்கு செலுத்தினான்.

செங்கோடனை அழைத்து விபரம் கூறிய சுரேஷ், தாங்கள் அந்த இடத்தை நெருங்கும் பொழுது, தங்களுக்காக காத்திருந்த இருவரை தலையை அசைத்து வரவேற்று, அந்த இடத்தை முழுவதுமாக சல்லடை போடும்படி கூறினான். வெகுநேரம் நால்வரும் தேடியும், எதுவும் கிடைக்காததால், சலிப்புற்று தன் காலுக்கருகிலிருந்த சிறு கல்லை எட்டி

உதைத்த கார்த்தி, அந்த கல் விழுந்த இடத்திலிருந்து மெல்லிய முனகல் சத்தம் கேட்க மணற்திட்டின் மேலேறி நின்று கூர்ந்து பார்த்தான். மாலை வெயில் பின்னாலிருந்து அடிக்க, மணற்திட்டின் நிழல் விழுந்த பகுதியிலிருந்து கேட்கும் முனகலைத் தொடர்ந்து சென்று, மரங்கள் அடர்ந்த இடத்தை அடைந்தான். கார்த்தியை பின்தொடர்ந்த சுரேஷ் மரங்களை நெருங்க, தரையில் மண்டியிட்டு இலைகளை அப்புறப்படுத்திக் கொண்டிருந்த கார்த்தியை நெருங்கி தானும் அவற்றை அப்புறப்படுத்தினான்.

இலைக்குவியலுக்கு நடுவே, தோளில் குண்டடிபட்டு விழுந்த வேகத்தில் தலையில் அடிபட்டு, அதனால் ஏற்பட்ட உதிரப்போக்கினால் கண்களை திறக்கக் கூட திடமில்லாமல் முனகியபடி படுத்திருந்த மணிகண்ட பூபதியைக் கண்ட நண்பர்கள் அதிர்ச்சியில் உறைந்தனர். உடனடியாக செங்கோடனிடம் கூற, அவர் ஆலோசனைபடி, இந்த தாக்குதலைப் பற்றி விசாரித்துக் கொண்டிருந்த ஆய்வாளரை அழைத்து விபரம் கூறிய சுரேஷ், வேறு ஏதும் துப்பு கிடைக்கிறதா என்று தேடும்படி கார்த்தியிடம் கூறினான்.

சிலநிமிடங்களில் தன் காவலர்களுடன் வந்த ஆய்வாளர் பூபதியைக் கைப்பற்றி, மருத்துவ ஊர்தியில் அனுப்பிவிட்டு தன் காவலர்களை அந்த இடத்தை அலசுமாறு கூற, தான் கண்டறிந்த ஒரு உடைந்த கைபேசியை தன் துப்பறிவாளர்கள் ஆய்வதற்குரிய வழிமுறைகளை முடித்துவிட்டு அவருக்கு நன்றி கூறி விடைபெற்று சுரேஷும் கார்த்தியும் செங்கோடனை சந்திக்கச் சென்றனர்.

செங்கோடனின் குழுவிலுள்ள தொழில்நுட்ப கலைஞன், மதனன் இரண்டு மணிநேரத்தில் அந்த கைபேசியை சரிசெய்து, அதை உயிர்ப்பிக்க அதிலிருந்த எண்ணைக் கண்டுபிடித்து, தன் முதன்மை துப்பறிவாளரான ராஜனை அழைத்து, அதன் விபரங்களை கண்டறியும்படி கூறினான், கார்த்தி. கைபேசியிலுள்ள கோப்புகளை ஆராய்ந்துகொண்டிருந்த மதனன், அதில் கடைசியாக வெளியில் சென்ற அழைப்பு பதியப்பட்ட கோப்பு ஒன்று உள்ளதைக் கண்டு, அனைவரும் கேட்கும்படி இயக்கினான்.

அழைப்பை எடுத்து யாரும் பேசாமலிருக்க,

"என் பகையை முடித்துவிட்டேன்", என்று பூபதியின் குரல் ஒலிக்க, அதையடுத்து பின்னணியில் ஏதோ அரவம் கேட்டது.

அதையடுத்து நீண்ட அமைதியைத் தொடர்ந்து,

"அவளை காரோடு வைத்து சமாதி செய்துவிடுகிறேன், இனிமேல் செழியன் வம்சத்தினரால் உங்களுக்கு பிரச்சனை வராது", என்று மீண்டும் பூபதியின் குரல் கேட்ட சில கணங்களில் அழைப்பு துண்டிக்கப்பட்டது. பூபதியின் கூறியதன் கடைசி பகுதியை வைத்து பார்க்கும்பொழுது, மறுமுனையில் இருந்தது ரணதீரன் என்று புரிந்தாலும் அவன் குரல் கேட்காமல் இருந்ததால், இந்த அழைப்பை அவனுக்கு எதிரான சான்று என நீதிமன்றத்தில் சமர்ப்பிக்க முடியாததால் சுரேஷைப் பார்த்து சலித்துகொண்ட கார்த்தியின் கருத்தை மதனனின் கணினி திரையிலிருந்த ஒரு புகைப்படம் கவர, துள்ளி எழுந்து அவனருகில் சென்று அந்த புகைப்படத்தை விரிவுபடுத்தும்படி கூறியவன், அதில் தென்பட்ட முகத்தைக் கண்டு ஒளிபெற்ற கண்களோடு சுரேஷையும் செங்கோடனையும் மாறி மாறி பார்த்தான்.

தன் நண்பனின் கண்களில் புதுவித ஒளி தோன்றுவதைக் கண்ட சுரேஷ்,

"என்ன ஆயிற்று நண்பா?", என்று கேட்க,

"ரணதீரனை பிடிப்பதற்கு, இவன்தான் நம் துருப்புச்சீட்டு", என்று கூறி திரையில் குண்டடிபட்டு மடிந்தவர்களின் படத்திலுள்ள ஒருவனை சுட்டிக்காட்டினான். அவன் கூறியதன் பொருள் புரியாமல் விழித்த சுரேஷை நோக்கி,

"நம் குழுவினர் அனைவருக்கும் போக்கு காட்டிகொண்டிருந்த மர்மகார் காரிகையை ஒருநாள் நான் பின்தொடர்ந்து சென்றபோது, அவள் கண்காணித்துகொண்டு பின்தொடர்ந்த ரணதீரனின் காரிலிருந்து ஒருவன் இறங்கி வேறு திக்கில் சென்றானென்று கூறினேன் அல்லவா?", என்று கேட்கவும் ஆழ்ந்து சிந்தித்தபடியே சுரேஷ் ஆமென்று தலையசைத்து,

"அவனா இவன்?", என்று கேட்டான்.

"ஆமாம் நண்பா, ரணதீரன் காரிலிருந்து இறங்கியவன், பூபதி நடத்திய தாக்குதலில் உடனிருந்திருக்கிறான் என்றால், இவன் இருவருக்கும் ஏதோ ஒரு வகையில் பாலமாக இருந்திருக்க வேண்டும்", என்று கூறினான்.

அதைப்பற்றி சற்றுநேரம் சிந்தித்த சுரேஷ்,
"அன்று நீ மர்மகார் காரிகையை பின்தொடர்ந்து செல்ல, உன் குழுவினரை இவனைப் பின்தொடருமாறு கூறினாயல்லவா, நண்பா? அவள் குழுவினர் கூட இவனை பின்தொடர்வதாக நமக்கு தகவல் கிடைத்ததே", என்று கூறியவன், தன் விரல்களை சொடுக்கிட்டு, "இவனைப் பற்றி உன் குழுவினர் அளித்த அறிக்கையையும், அந்த மர்ம கார் காரிகையின் குழுவினர் வைத்திருக்கும் அறிக்கையையும் ஒப்பிட்டு பார்த்து, இவனைப்பற்றி விசாரித்தால் நமக்கு ஏதேனும் துப்பு கிடைக்கும்", என்று கூறினான்.

அதேநேரம் தன் தந்தையிடம் ஏதோ கேட்கவேண்டும் என்று வந்த மகிழினி அவர்கள் தன்னைப் பற்றி கூறும்பொழுது, 'மர்மகார் காரிகை' என்று குறிப்பிடுவதை வாயிலில் நின்றபடி கேட்டுகொண்டிருந்த தன் மகளைப் பார்த்து இளமுறுவல் பூத்த செங்கோடன், தன் தொண்டையைச் செருமினார். அதன்பிறகே தாங்கள் அந்த மர்மகார் காரிகையின் தந்தையின் முன் இருக்கிறோம் என்ற எண்ணம் மனதில் உரைக்க திடுக்கிட்டு அவர்புறம் திரும்பிய சுரேஷும் கார்த்தியும் வாயிலில் நின்றிருந்தவளைக் கண்டு நாணத்தோடு வெவ்வேறு திக்குகளை நோக்கினர்.

பல நாட்கள் தளிரை பின்தொடர்ந்த ரணதீரனின் ஆட்களை கண்காணித்தவேளை, கரணைக் கண்டு தன் மனக்கோட்டையின் தலைவனாக அவனை வரித்து, தங்கள் கொள்கையின் பொருட்டு அதை வெளிக்காட்டாமல் இருந்தாள். இந்த தாக்குதலின் போது மார்பிலும் தலையிலும் குண்டடிபட்டு தன்னினைவின்றி கிடந்தவனை மடியில் கிடத்தி கதறிய மகிழினி, அவனை உடனடியாக தங்கள் ரகசிய இருப்பிடத்திற்கு அழைத்து வந்தது முதல் அவனை விட்டு நீங்காமல், எதுவும் உண்ணாமல் அவன் சிகையை வருடியபடி

அமர்ந்திருந்திருந்தாள். செழியனின் குடும்பத்தினர் செழியனைப் பார்க்கவேண்டுமென்றதால், சுரேஷ் செழியனையும் கரணையும் வேறு ஒரு இடத்திற்கு மாற்றிவிட, தன்னறைக்குள்ளே முடங்கிய தன் மகள், சுரேஷையும் கார்த்தியையும் கண்டு இளமுறுவலுடன் உள்ளே வந்ததைக் கண்ட செங்கோடனை நோக்கி,

"இதே புகைப்படங்களை தான் நானும் என் அறையிலிருந்து பார்த்துகொண்டிருந்தேன், அப்பா. இவனை விசாரித்தால் நமக்கு ஏதேனும் வழிகிடைக்கும் என்று கூறுவதற்காகவே வந்தேன்", என்றவள் கார்த்தியிடம் ஒரு விரலியை (பென் டிரைவ்) நீட்டியபடி,

"என் குழுவினர் இவனைக் குறித்து அளித்த அறிக்கையின் முழு விபரங்களும், புகைப்படங்களும் இதில் தரவேற்றப்பட்டிருக்கின்றன", என்று கூறியவள், "என்னை மகிழினி என்றே நீங்கள் அழைக்கலாம்", என்று கூறிவிட்டு அங்கிருந்து வெளியேறினாள்.

செங்கோடனிடமிருந்து விடைபெற்ற சுரேஷும் கார்த்தியும், தங்களுக்கு கிடைத்த புதிய சான்றுகளை ஆய்வதில் முழுவீச்சில் இறங்கினர். அடுத்த இரண்டு நாட்களில், அல்லும் பகலும் தங்கள் குழுவினருடன் இணைந்து பலவித தரவுகளை ஒருங்கிணைத்து ரணதீரனுக்கு எதிரான திடமான சான்றுகளைத் தொகுத்து மணிமாறனிடம் அளித்தனர். அவற்றின் சுருக்கமான குறிப்பு என்றிருந்த முதல் பக்கத்தை படிக்கத் தொடங்கிய மணிமாறன்,

1. குந்தவியின் உதவியோடு அதியன் தன் மேல் படிப்பிற்காக சிங்கப்பூர் சென்றது.

2. அங்கே பூந்தளிர் என்ற பெண்ணைக் கண்டு, மனம் கலந்தது.

3. குந்தவி தனக்கு மாறன் குடும்பத்தினர் அளித்த சொத்துக்களை, அதியனுக்கும் அவன் சந்ததியினருக்கும் மாற்றி எழுதியது.

4. அதையடுத்து, அதியன் - பூந்தளிர் திருமணம்.

5. *குந்தவியின் மரணம்.*

6. அதியன் - பூந்தளிர் விபத்து. (செங்கோடனின் விரிவான அறிக்கை)

7. அருணன் செழியனை மாறன் குடும்பத்தின் வாரிசாக அறிவித்தது.

8. செழியனின் பதினெட்டாம் பிறந்த நாளன்று, அதியன் மற்றும் குந்தவியின் சொத்துக்கள் அவன் பெயருக்கு மாற்றப்பட்டது.

9. செழியனுக்கு நடக்கவிருந்து கார்த்தியாலும் சுரேஷாலும் முறியடிக்கப்பட்ட தாக்குதல்களின் அறிக்கைகள்.

10. பூபதியின் தீச்செயலால் அவனை செழியன் பணிநீக்கம் செய்தது.

11. ரணதீரனால் தளிருக்கு நடந்த விபத்து.

12. பூபதியின் சதியை முறியடித்து செழியன் சிங்கப்பூரில் ஒரு நிறுவனத்தை கைப்பற்றியது (ரோஸியின் அறிக்கை)

13. செழியனைப் பழிதீர்க்கும் நோக்கத்தோடு, பூபதி தளிரைக் கடத்தி, பின் கார்த்தி மற்றும் கரணால் தளிர் மீட்கப்பட்டு, பூபதி சிறைக்குச் சென்றது

என்று படித்துவிட்டு, சிறுவயதிலிருந்து தன் அண்ணனின் குலக்கொழுந்தை தன் கண்ணுக்குள் வைத்து பார்த்துக்கொண்டதாக எண்ணி மன நிறைவுடன் இருந்த மணிமாறனின் மனதில், இத்தனை துன்பங்களை அனுபவித்தும், தனக்கு சிறு விபரம் கூட தெரியாமல் போய்விட்டதை எண்ணி மனம் கலங்கியவர், இளம் வயதில் ஒவ்வொரு நொடியும் தன் மரணத்தை எதிர்பார்த்து வாழ்ந்திருக்கும் தன் மகன், தன் மனைவியை இழந்து மரண தருவாயில் போராடிக்கொண்டிருக்கிறான் என்று உணர்ந்து அதுவரைக் கட்டுப்படுத்தி வைத்திருந்த துயரம் தாக்க, இரு

கைகளால் தன் தலையை அடித்துகொண்டு அழுதார். மணிமாறனின் கண்களிலிருந்த உணர்ச்சி போராட்டத்தை கண்ட கார்த்தியும், சுரேஷும் அவர் தன் கட்டுப்பாடு உடைந்து அழுவதைப் பார்த்து,

"அப்பா! மாமா!", என்றழைத்தபடி அவரை இரண்டே எட்டில் அடைந்து தோளோடு அணைத்து அமைதிப்படுத்தினர்.

சற்றுநேரத்தில் தன்னிலை அடைந்தவர், மேலும் படிக்கத் தொடங்கினார்,

14. பூபதி கைது செய்யப்பட்டு, அவனுக்கும் செழியனுக்குமிருந்த பகையை அறிந்த ரணதீரன், பூபதிக்கு அரசால் நியமிக்கப்பட்ட ஒரு வழக்கறிஞரின் குடும்பத்தின் நிதிநிலையை வைத்து மிரட்டி, தன் திட்டங்களுக்கு பணியவைத்தது.

15. பூபதியின் நெருங்கிய உறவினர் மரண தருவாயில் இருப்பதாக போலி சான்றுகள் உருவாக்கி, அவனை ஒரு நாள் விடுப்பு பிணையில் எடுத்து, செழியன் மற்றும் தளிரின் மேல் தாக்குதல் நடத்தியது.

இவற்றின் சான்றுகளைப் படித்து, சில கேள்விகளைக் கேட்டு தெளிவுபடுத்திக்கொண்ட மணிமாறன், தன் அண்ணன்மார்களை தன் இல்லத்திற்கு உடனடியாக வரும்படி அழைத்தார். மூன்று சகோதரர்களும் சில மணிநேரங்கள் கலந்தாலோசித்ததன் விளைவாக, தங்கள் மீது மிகுந்த அன்பும் மரியாதையும் கொண்டிருந்த தங்கள் செல்லத் தம்பியும், அவனது ஒரே மகனும் தங்கள் நெருங்கிய உறவினனால் பல இன்னல்களுக்குள்ளானதை எண்ணி துயரமடைந்த மகேந்திரவர்மன், ஏறத்தாழ நாற்பது ஆண்டுகள், தன்னிடம் இனிமையாகப் பழகி, தன்னை ஏமாற்றிக்

கொண்டிருக்கும் ரணதீரனை எண்ணி வெகுண்டவர், அவனை ஒழிக்கும் திட்டத்தை மனதில் வகுத்தார்.

80

ரணதீரனும் பூபதியும் இணைந்து நடத்திய தாக்குதலில், செங்கோடனால் மீட்கப்பட்ட செழியன் உடல்நிலையில் ஒரு வாரம் கடந்தும் எந்தவித முன்னேற்றமும் இல்லாதிருக்க, சுரேஷும் கார்த்தியும் அளித்த சான்றுகளை மணிமாறன் தன் தமையன்மார்களிடம் கலந்தாலோசிக்க, ரணதீரனின் இரட்டை நிலையை உணர்ந்த மகேந்திரவர்மன், தன்னுடனிருந்தே, தன் குடும்பத்திலுள்ள இன்ப துன்பங்களில் கலந்துகொண்டு தனக்கு உற்ற துணையாய் இருந்தவன், தன் தம்பியின் உயிர்குடித்த காலன் என்றறிந்ததிலிருந்து, மனதுக்குள் ஆழமாகச் சிந்தித்தார்.

தன் மனைவி தேன்மொழியின் உறவினனான ரணதீரன், பலமுறை தங்கள் இல்லத்திற்கு தன் தங்கை குந்தவியை அழைத்துவந்து தன் மனைவியின் பொறுப்பில் விட்டுச்செல்ல, இயல்பிலேயே அன்பே உருவான குந்தவியை தன் மனைவிக்கு பிடித்துவிட, அதியனுக்கு அவளை திருமணம் செய்துவைத்தால், அவனின் அமைதியான ஒதுக்கமான குணத்திற்கு பொருத்தமாக இருக்கும் என்று எண்ணி, இருவருக்கும் மணம்பேசி குந்தவியை தன் வீட்டிற்கு அழைத்து வந்ததை எண்ணிப்

பார்த்த மகேந்திரவர்மன், தங்கள் குடும்பத்து சொத்துக்களில் சிறுபங்கேனும் தனதாக்கிக் கொள்ளவேண்டி ரணதீரன் வெகுகாலம் முன்பிருந்தே திட்டமிட்டிருக்கிறான் என்று இப்பொழுது உணர்ந்தார்.

குந்தவியின் மறைவிற்கு பிறகு தன்னை சந்திக்கும்போதெல்லாம் ஒருமுறையேனும் தன் தங்கை உயிருடன் இருந்திருந்தால் எப்படியிருந்திருக்கும் என்று கூறும்போது அவன் கண்களில் தென்படும் துயரத்தைக் கண்டு தான் குற்றவுணர்ச்சியில் மருகியதை நினைவுகூர்ந்தவர், அப்பொழுதெல்லாம் அவர் தங்கையின் இழப்பை எண்ணி கலங்குகிறார் என்று எண்ணியிருந்தார். இன்று அனைத்து நிகழ்வுகளும் காலவரிசைப்படி, தக்க சான்றுகளுடன் தன் கண்முன் வைக்கப்பட்டிருக்க, ரணதீரனின் சொற்களுக்கும் பார்வைகளுக்கும் புதுவித பொருள் புலப்பட தான் ஏமாற்றப்பட்டதை எண்ணி கோபத்தில் கொதித்தவர், ஆழ்ந்த மூச்சுக்களை இழுத்துவிட்டு,

"மாறா, எல்லா ஊடகங்களிலும், செழியனும் தளிரும், சென்ற கார் விபத்துக்குள்ளாகி வெடித்ததில், இருவரையும் நாம் இழந்துவிட்டோம் என்று அறிவித்துவிடு", என்று கூற உயிருடன் இருக்கும் தன் மகனை இழந்துவிட்டதாக கூறுவதற்கு வளர்த்த பாசம் இடம்கொடாமல் தடுக்க, அதைக்கண்டு சிந்தித்தபடி ஆமென்று தலையசைத்த குலசேகரன், "தக்க சொற்களை பயன்படுத்தினால், அவரவருக்கு ஏற்றார்போல் பொருள் துலங்கும்", என்று கூறினார்.

முதன்மையான ஊடகங்களுக்கு தங்கள் குடும்பத்தின் சார்பில் ஒரு அறிக்கையை வெளியிட்ட மணிமாறன், அதில், கடந்தவாரம் நடந்த கோரமான விபத்தில், தங்கள் குலத்தில் உதித்த அருணன் செழியனும் அவன் மனைவி தளிர்மதியும் மறைந்துவிட்டதால், தன் குடும்பத்தினர் துயரத்தில் ஆழ்ந்திருப்பதாக கூறியிருக்க, அதையடுத்து, செழியன் இன்டர்நேஷனல் கார்பொரேஷன் நிறுவனத்தின் பொறுப்பு தலைமை நிர்வாக அதிகாரியாக நிறைநிலா பொறுப்பெடுப்பதாகவும், தளிர் அறக்கட்டளையின்

தலைமை நிர்வாக அதிகாரியான மஞ்சுவை அறிமுகப்படுத்தியும் முறையே ரோஸியும் திவ்யாவும் அடுத்தடுத்து அறிக்கைகள் வெளியிட, அதை தன் அலுவலகத்திலிருந்து ரணதீரன் மனதுக்குள் மகிழ்ச்சி கரைபுரண்டோட கேட்டுகொண்டிருந்த வேளை, திடீரென்று ஒரு சந்தேகம் எழுந்தது,

"எதற்காக ஒருவாரம் கழித்து அறிக்கை வருகின்றது?", என்று குழம்ப, எந்தவித தாக்குதல்களையும் பற்றி குறிப்பிட படாமல் விபத்து என்று கூறப்பட்டிருப்பதைக் கண்டு, எதற்கும் மகேந்திரவர்மனை சந்தித்து தெளிவுபடுத்திக்கொள்ள கிளம்பினான்.

தன் வீட்டின் முன்கூடத்தில் சோகமே உருவாக மகேந்திரவர்மன் அமர்ந்திருக்க, கண்களில் நீர் மல்க,

"மச்சான்", என்று கதறியபடி உள்ளே வந்த ரணதீரன், "இப்படி ஆகிவிட்டதே, மச்சான். இப்பொழுதுதான் குழந்தைகளின் திருமணத்தன்று பார்த்தது என் கண்ணுக்குள் நிற்கின்றது. அதற்குள்....", என்று கேவல்களினூடே கூற, தன் தம்பி மகனின் நிலையை எண்ணி கண்களில் கோர்த்த நீரைத் துடைத்த மகேந்திரவர்மன் மனதில் ரணதீரனின் அழுகையைக் கண்டு வியப்பு மேலிட,

"எல்லாம் எங்கள் விதி, அத்தான்", என்று நீண்ட மூச்சை இழுத்துவிட்டு, "முதலில் என் தம்பி, இப்பொழுது அவன் மகன்", என்றவர், "என்றைக்கு என் தம்பியின் அன்பிற்காக ஏங்கிய குந்தவி மடிந்தாளோ, அன்றிலிருந்து அதியனுக்கும், அவன் சந்ததியினருக்கும் விழுந்த சாபம்", என்று கூறி குலுங்கி அழுதார்.

சற்றுநேரம் மகேந்திரவர்மனின் தோளை தட்டிக்கொடுத்த ரணதீரன், நீண்ட பெருமூச்சை இழுத்துவிட்டபடி

"கன்னி சாபம் போல்தான் தெரிகிறது, மச்சான்", என்று குரலில் வருத்தம் தொனிக்க கூறியவன், "கடந்த வாரம் நடந்த விபத்து என்று கூறினீர்களே.....", என்று இழுத்தபடி மகேந்திரவர்மனின் முகத்தைக் கூர்ந்து நோக்க,

"ஆமாம் அத்தான், அவன் தொழிலை முன்னிட்டு உடனடியாகச் சொல்லவில்லை", என்று கவலையோடு

கூறினார். ஆழ்ந்து சிந்தித்த ரணதீரன் ஆமென்று தலையசைத்துவிட்டு,

"இருவருக்கும் அஞ்சலி செலுத்தக்கூட முடியாமல் போய்விட்டதே. இருவரின் மறைவை அரசாங்கத்தில் பதிந்துவிட்டீர்களா, மச்சான்?", என்று பதற்றத்தோடு கேட்டதும், தன்னைக் கூர்ந்து நோக்கிய மகேந்திரவர்மனைக் கண்டு, "இல்லையென்றால், அவர்களின் சொத்துக்களை உரிமை இல்லாதவர்கள் பறித்துக்கொள்வார்கள்", என்று கூறினான்.

"எல்லாம் முறைப்படி செய்தாயிற்று, அத்தான். இருவரின் பெயரிலுள்ள தனிப்பட்ட சொத்துக்களையும் அவர்கள் அறக்கட்டளைக்கென்று ஏற்கனவே எழுதியிருக்கிறார்கள்", என்று கூறிய கணம் ரணதீரனின் கண்களில் தோன்றி மறைந்த கனலைக் கண்டவர், ரணதீரன் மேல் சந்தேகத்தின் அடிப்படையில் தான் கொண்டிருந்த நல்லெண்ணத்தின் இறுதி சுவர் இடிந்துவிழுந்த அதேநேரம்,

"மிகவும் சிறப்பான செயல். இளம் உள்ளங்களில் என்ன என்ன சிந்தனைகள் இருக்கிறதென்று யாரால் அறிந்துகொள்ள முடிகிறது?", என்று ஏதோ சிந்தித்தபடி கூறியவன் முகத்தில் ஒருவித ஏமாற்றமும் குழப்பமும் தென்பட்டது.

அதைத்தொடர்ந்து,

"நாமொன்று நினைக்க, என் அப்பன் எம்பெருமானின் கட்டளை வேறாக இருக்கிறது", என்று தன் தலையை இடம்வலமாக அசைத்தபடி கூறிய ரணதீரன், தானே தொடர்ந்து

"என் தங்கை இந்த வீட்டின் குலமகளாக வாழ்ந்திருந்தால், இன்று நாமிருக்கும் நிலையே வேறு. தவறான சில முடிவுகளின் எதிர்வினை பலனை அறியாமலே மேலே போய்விட்டாள்", என்று கூறி நீண்ட மூச்சை இழுத்துவிட்டபடி,

"மவராசி கொடுத்துவைத்தது அவ்வளவு தான்", என்று கண்களைத் துடைத்தகொண்டு கூறினான்.

"என்ன சொல்லி என்ன செய்ய, அத்தான். அன்பால் கட்டுண்ட இளங்காதலர்கள் தங்கள் அன்பை முழுமையாக அனுபவிக்க முடியாமல் போய்விட்டதே, அதியனுக்கும் அருணனுக்கும் ஒரே மாதிரியாக நடந்துவிட்டதே", என்று கலங்கியவர் திடுக்கிட்டு விழித்து, "என் மனதில் இவையெல்லாம் ஏதோ சதிபோல் தோன்றுகிறது, அத்தான். நீங்கள் என்ன நினைக்கிறீர்கள்?", என்று கேட்க, பதில் கூறமுடியாமல் சற்றுநேரம் விழித்த ரணதீரன், இரண்டு முறை போலியாக செருமிக்கொண்டு,

"அப்படி எண்ணுகிறீர்களோ, மச்சான்?", என்று கூறிவிட்டு சற்றுநேரம் ஆழ்ந்து சிந்தித்தவன், "நீங்கள் கூறுவதைவைத்து பார்த்தால் அப்படித்தான் தோன்றுகிறது. ஆனால் தந்தைக்கும் மகனுக்கும் பொதுவான பகைவன் யாராக இருக்க கூடும்?", என்று கேட்ட கணம்,

"நீங்கள்தான், மச்சான்", என்று கூறிய மகேந்திரவர்மனை திடுக்கிட்டு பார்த்த ரணதீரனின் கையை பற்றிக்கொண்டு, "அதியனால் மிகவும் இழப்புக்குள்ளானவர் நீங்கள்", என்று தான் கூறவும், புரியாமல் விழித்த ரணதீரனை நோக்கி, "உங்கள் செல்லத் தங்கையை இழந்துவிட்டீர்கள். ஆனால் தெய்வ நம்பிக்கை மிகுந்த நீங்கள் எவ்வளவு பெருந்தன்மையாக எங்களுடன் பழகுகிறீர்கள். கனிவான மனம்கொண்ட நீங்கள் தீச்செயல்களில் ஈடுபடமாட்டீர்கள் என்ற காரணத்தால், இரண்டுமே விபத்து என்றபோதிலும், அதியனும் அருணனும் வெவ்வேறு எதிரிகளால் தாக்கப்பட்டிருப்பார்கள் என்று நான் நினைக்கிறேன்", என்று கூறினார்.

மகேந்திரவர்மனின் பேச்சு இயல்பாக இல்லாததை உணர்ந்த ரணதீரன், செழியனின் மரணம் தான் எதிர்பார்த்ததைவிட மகேந்திரவர்மனை தாக்கியிருக்கிறது என்று எண்ணியவன்,

"சரி மச்சான், நீங்கள் மிகவும் நொந்துபோயிருக்கிறீர்கள். சற்று ஓய்வெடுங்கள். நான் மீண்டும் சந்திக்கிறேன்", என்று கூறி எழ, பிடித்திருந்த அவன் கையைவிடாமல்,

"எங்கே செல்கிறீர்கள்? நீங்கள் உடனிருந்தால் மனதிற்கு ஆறுதலாக இருக்கிறது", என்று கூறியவர், தன் கைபேசியில் அழைப்பு வருவதைக் கண்டு, அதை எடுத்து காதில் பொருத்தினார்.

எதிர்முனையில் கூறுவதை அமைதியாகக் கேட்டவரின் கண்கள் தீப்பிழம்பாக சிவக்க, அதைக் கண்டும் காணாததுபோல், தெய்வத்தை எண்ணி ஏதோ முணுமுணுத்தபடி அமர்ந்திருந்த ரணதீரன், அழைப்பு முடிந்ததும்,

"என்ன ஆயிற்று, மச்சான்?", என்று கேட்க,

"விபத்து ஏற்படுத்தியவனை பிடித்துவிட்டார்களாம், அத்தான். உடனடியாக வரும்படி அழைக்கிறார்கள். நீங்களும் உடன்வரவேண்டும்", என்று கூறி அவன் மறுப்பு தெரிவிக்க இடம்கொடாமல் உடன் அழைத்துக்கொண்டு சென்றார்.

ஏதோ ஒரு வெற்று கூடத்தின்முன் தன் காரை நிறுத்திய மகேந்திரவர்மன் முன்னே நடக்க, பின்தொடர்ந்த ரணதீரன் காவல் நிலையத்திற்குச் செல்லாமல் இங்கே எதற்காக அழைத்துவந்திருக்கிறான் என்று மனதிற்குள் குழம்பியபடி நடந்தவன், உள்ளே ஒரு அறையில் மணிகண்ட பூபதி ஒரு கட்டிலில் படுக்கவைக்கப் பட்டிருப்பதைக் கண்டு திடுக்கிட்டான். தான் ஏதோ ஒரு சதியில் மாட்டிக்கொண்டதாக தன் மனதிற்குள் தோன்ற, அறையைச் சுற்றி தன் பார்வையை செலுத்தியவன், அங்கே தங்களைத் தவிர யாரும் இல்லாததை எண்ணி, நீண்ட மூச்சை இழுத்துவிட்டபடி,

"யார் மச்சான் இவன்?", என்று கேட்டான்.

"தெரியவில்லை அத்தான், அவர்கள் வந்ததும் தெரிந்துவிடும்", என்று ரணதீரனின் அழுத்தத்தைக் கண்டு மனதிற்குள் வியந்தபடி மகேந்திரவர்மன் கூறிய அதே நேரம், பக்கத்து அறையிலிருந்து ஒரு ஓலம் கேட்டது. இருவரும் அங்கு சென்றவேளை, அங்கே திரையில் விரிந்த புகைப்படத்தைக் கண்டு தலையில் அடித்துகொண்டு கதறியபடி அமர்ந்திருந்த ஒருவன், ஆள் வரும் அரவம் கேட்டு திரும்பி, ரணதீரனைப் பார்த்து,

"ஐயா, பாருங்கள் ஐயா, என் தம்பியை கொன்றுவிட்டார்கள். நீங்கள் அனைத்தையும் பார்த்துகொள்வீர்கள் என்று கூறுவானே, இப்பொழுது பார்த்தீர்களா, ஐயா....", என்று பூபதியின் வழக்கறிஞர் அரற்றுவதைக் கண்டு,

"யாரப்பா நீ?", என்று அமைதியாகக் கேட்க, வெகுண்டு எழுந்தவன், ரணதீரனின் சட்டையை பிடித்து இழுத்தபடி,

"நான் யாரா? நான் யாரா? உன் பகை தீர்ப்பதற்காக எங்கள் குடும்பத்தின் நிதிநிலையைப் பொருட்டு என் தம்பி செய்த தவறை பெரிதுபடுத்தி அவனை உன் ஆட்களோடு சேர்த்து, பின் பூபதியின் திட்டத்தை நிறைவேற்ற உங்களுக்கு பாலமாய்...", என்று கூறியவேளை தன் கன்னத்தில் பதிந்த ரணதீரனின் கரங்களைக் கண்டு அதிர்ந்தவன், கண்கள் சுழன்று கீழே விழுந்தான்.

தன் வலக்கையை உதறியபடி தன்னை நோக்கிய ரணதீரனின் கண்களில் தோன்றி கனலைக் கண்ட மகேந்திரவர்மன் அதிர்ச்சியில் உறைய,

"வளர்த்தவனையே கடிக்க வருகிற நாயை சும்மாவிடலாமா, மச்சான்?", என்று கூர்மையான குரலில் கேட்டு குரூரமாக விழித்தபடி, "காலுக்கு கீழ் இருக்கவேண்டியதுகள், என் முன்னே குரலை உயர்த்துவதா?", என்று கேட்டான்.

முதன்முறையாக ரணதீரனின் உண்மை குணத்தை அறிந்த மகேந்திரவர்மன், மனிதனுக்கு மனிதன் மதிப்பளிக்க வேண்டுமென்ற அடிப்படை நற்குணம் கூட இல்லாத ஒருவனிடம் உறவு பாராட்டியதை எண்ணி உடல்முழுவதும் அருவருப்பு பரவ,

"ரணதீரா", என்று அழைத்த மகேந்திரவர்மனின் கணீர் குரல் அறையில் எதிரொலிக்க, ஒரு கணம் ஆத்திரத்தில் ஏதேதோ உளறிவிட்டதை உணர்ந்து திடுக்கிட்ட ரணதீரன் முகத்தில் கலவரம் தோன்றி, வியர்வை துளிர்த்ததைக் கண்ட மகேந்திரவர்மன்,

"கோடாரிக் காம்பே, உறவென்று கொண்டாடிய என்னை அடுத்திருந்து கெடுத்துவிட்டாய்", என்று கூறியபடி தன்

கையை உயர்த்த, காவல் துறை ஆய்வாளரோடு வந்த சுரேஷும் கார்த்தியும் தங்களின் பல ஆண்டுகால முயற்சி வெற்றியடைந்ததை எண்ணி மனதில் ஒருவித அமைதி பரவ, அதேநேரம் செழியனுக்கு நேரந்த துயரத்தை எண்ணி கவலை படர நிற்க, அவர்களுக்கு பின்னால் வந்த செங்கோடனைக் கண்டு,

"செங்கோடா!", என்று வியப்புடன் அழைத்த ரணதீரன், "நம் குந்தவியைக் கொன்றவர்கள் இவர்கள்தான், அதற்கு பழிதீர்த்தேன். சிறு வயதில் தாயில்லா பிள்ளையாகிய உனக்கு தமக்கை முறையென்றாலும், தாயன்போடு வளர்த்த குந்தவியின் மரணத்திற்கு பழிதீர்த்துவிட்டேன்", என்று கூறி கெக்கலிக்க,

"சீ... வாயை மூடு, அந்த அன்பு தெய்வத்தின் பெயரை இன்னொரு முறை கூறினாயானால் உன் நாக்கை அறுத்துவிடுவேன்", என்று உருமிய செங்கோடன், கோபத்தைக் கட்டுப்படுத்த ஆழ்ந்து மூச்சுவாங்கியபடி நிற்க, சுரேஷின் சைகையின் பேரில், ரணதீரனை கைது செய்து அழைத்துச்சென்றார், ஆய்வாளர்.

ரணதீரன் செல்வதைப் பார்த்துகொண்டிருந்த செங்கோடன், ரணதீரனின் உள்நோக்கத்தை அறிந்தபின் தன்னை தனியே அழைத்து விபரம் கூறிய தன்னை வளர்த்த குந்தவி அம்மையிடம், தன் உயிரை கொடுத்தாவது அதியனையும் அவன் சந்ததியினரையும் பாதுகாப்பேன் என்று சபதமெடுத்து, அதன் பிறகு தனக்கு நம்பிக்கையானவர்களைத் தேர்ந்தெடுத்து சற்குண பாண்டியரின் முன் உறுதிபூண்டு நிழலுலகிலேயே தன் வாழ்க்கையைக் கழித்து, தன் பாதுகாப்பையும் மீறி, அதியன் மறைந்த கணம், குழந்தை உயிருடன் இருக்க அவனைக் காப்பாற்றி இத்தனை ஆண்டுகள் பாதுகாத்து இப்பொழுது அவன் மனைவியை இழந்து, உயிருக்கு போராடுவது என அனைத்தும் தன் கண்முன் வர, தரையில் அமர்ந்து தன் கைகளால் தலையில் அடித்தபடி கதறியவர், சற்றுநேரத்தில் ஏதோ முடிவுக்கு வந்ததுபோல் எழுந்து நின்றார். அவர் கண்களிலிருந்த விரக்தியைக் கண்ட சுரேஷ், அவரின் கையைப்பிடித்து,

"ஐயா, நீங்கள் எடுத்திருக்கும் முடிவை கைவிட்டு, எங்களோடு இணைந்து செழியனை பாதுகாப்பதற்கு வழிகாட்ட வேண்டும்", என்று ஆழ்ந்த குரலில் கூறினான். சுரேஷின் கூற்றிலிருந்து செங்கோடன் தன் உயிரை மாய்த்துகொள்ளவிருந்ததை உணர்ந்த கார்த்தி அவரை நெருங்கி,

"உங்கள் உதவியும் வழிகாட்டலும் எங்களுக்கு தேவை", என்று கூறினான். ஒருவரையொருவர் கூர்ந்து பார்த்தபடி நின்ற மூவரையும் பார்த்த மகேந்திரவர்மன், அவர்கள் பேசுவது புரியாதபோதும், தன் தம்பி மகனுக்கு கிடைத்திருக்கும் அரணை எண்ணி மனநிறைவோடு தன் காருக்குச் சென்றார்.

ரணதீரன் கைதுசெய்யப்பட்டதைத் தொடர்ந்து, செழியனும் கரணும் ரகசியமாக வீட்டிற்கு அழைத்துவரப்பட்டு, அவர்கள் அறைகளிலேயே முழு மருத்துவ வசதிகளுடன் சிகிச்சையளிக்கப்பட்டன. கம்போடியா சென்றிருந்த ஃபாதர் மைக்கேல் ஊர் திரும்பியதும், விமான நிலையத்திலேயே அவரை சந்தித்த சுரேஷ், அவரை தன் காரிலேயே அழைத்து வந்தபடி நிலவரத்தை எடுத்துக்கூற, கண்களை மூடி அமர்ந்திருந்தவர், தன் படுக்கையில் எந்தவித உணர்வுமின்றி ஆழ்மயக்கத்திலிருந்த செழியனைக் கண்டதும், கட்டுப்பாடின்றி கண்களில் வழிந்த நீரை துடைக்கும் திடமின்றி அவனருகே தரையில் அமர்ந்து, அவன் கன்னத்தையும், தலையையும் வருடியவர் பிறந்து முதன்முதலில் தன் கைகளில் தவழ்ந்த குழந்தையை நினைத்தபடி கண்கள் மூடி இறைவனைத் தொழுதார்.

இரண்டு வாரங்கள் கழித்து, நள்ளிரவு கடந்து சிலமணிநேரங்களில் கண்விழித்த கரண், தன் மார்பின் குறுக்கே ஒரு மென்கரம் படர்ந்து, தன் முகத்திற்கு அருகே தெரிந்த அடர் கார்குழலைக் கண்டு திடுக்கிட்டவன், அறையின் சிறுவெளிச்சத்திற்கு ஏற்றவாறு தன் பார்வையை சரிசெய்துகொண்டு அறையை நோக்கினான். தான் படுத்திருப்பது தன் அறையே என்றாலும், கடைசியாக தான் காரில் சென்றுகொண்டிருந்தது நினைவிற்குவர,

குழப்பத்தோடு எழ முயன்றான். தன் உடலில் மிதமிஞ்சிய வலி தோன்றுவதையும் தன் கைகளில் போடப்பட்டிருந்த கட்டுகளைக் கண்டு சிந்தித்தவன் மனதில், ஒவ்வொன்றாக நினைவிற்கு வந்தது. செழியனை அழைத்துக்கொண்டு தளிர் சென்ற காரை பின்தொடர்ந்து சென்றவன், அவர்களின் காரின் முன்னால் சென்ற தன் மெய்க்காப்பாளர்கள், வழியை மறித்து முட்கள் போடப்பட்டிருப்பதாகக் கூற, உடனடியாக என்னவென்று பார்க்கும்படி கூறினான். காரிலிருந்து இறங்கிய இருவரும் துப்பாக்கியால் சுடப்பட, உடனடியாக அனைத்து மெய்க்காப்பாளர்களையும் எச்சரிக்கையுடன் இருக்கும்படி கூறியவேளை, காரிலுள்ள தொலைதொடர்பு கருவியில் செழியனின் குரல் கேட்க, அவனுக்கு நிலவரத்தைக் கூறி, அவர்கள் தப்பிக்க வழிகாட்டியபடி வேற்று வழியாக சுற்றிவந்து அவர்களைக் கண்டு, நெருங்கியவேளை எதிர்பாராதவிதமாக பின்னாலிருந்து புதிதாக இரண்டு கார்களில் தங்களை நோக்கி துப்பாக்கிகளால் சுட்டபடி தங்களை நெருங்க, தன் காரை குறுக்கே திருப்பிய கரண், அவர்களை நோக்கிச் சுட்டான். அங்கு நடந்த துப்பாக்கிச் சண்டையில், தன் மார்பிலும், தோளிலும் இரண்டு குண்டுகள் பாய, தன்னினைவின்றி சரிந்தது நினைவிற்கு வர, செழியனும் தளிரும் என்னவானார்களோ என்ற குழப்பமும், விபரீதமாக எதுவும் ஆகியிருக்க கூடாதென்ற தவிப்பும் உந்த வெடுக்கென்று எழுந்தான்.

கரணின் அருகிலேயே இருந்து அவன் முகத்தைப் பார்த்தபடியே தன் நாட்களை கழித்த மகிழினி, அவன் மார்பில் தலைவைத்து, கண்ணீரில் கரைந்தபடி உறங்கினாள். திடீரென கரண் எழுந்ததால் உண்டான அதிர்வில் தடுமாறி விழபோனவள், சிறுவயது முதல் தன் உணர்வுகளைக் கூர்மையாக்கி பழகியிருந்ததால், துள்ளி எழுந்து திடமாக நின்று, எழுந்த வேகத்தில் தடுமாறிய கரணை விழவொட்டாமல் தாங்கினாள்.

தன் கண்களுக்கு முன், தன்னை தாங்கிப்பிடித்த கன்னியின் கைகளில் பச்சைக்குத்தப்பட்டிருந்த வடிவத்தைக் கண்டவன், வியப்பில் விழிவிரிய,

"மர்மகார் காரிகை", என்று முணுமுணுப்பாகக் கூறினான். செழியனை சார்ந்தவர்கள் அனைவரும் தன்னை 'மர்மகார் காரிகை' என்றழைக்க, தன் வேண்டுதல்கள் பலித்து, கண்விழித்த கரணும் அதற்கு விதிவிலக்கல்ல என்று எண்ணி புன்னகை பூத்த மகிழினி, மெல்லிய குரலில், "மகிழினி", என்றாள்.

ஒன்றும் புரியாமல் விழித்த கரணிடம், "என் பெயர் மகிழினி", என்று கூற, "ஓ", என்று கூறிய கரண், தனக்குள்ளே 'மகிழினி, மகிழினி', என்று சொல்வதைக் கண்டு புன்னகைத்தவள்,

"நீங்கள் மிகவும் சோர்ந்திருக்கிறீர்கள், கரண்", என்று கூற, அவள் குரலில் தன் பெயரைக் கேட்ட கரண் தன்னிச்சையாக புன்னகைக்க, "இப்பொழுது எழக் கூடாது. மூன்று வாரங்களுக்கு பிறகு நீங்கள் கண்விழித்ததால், மருத்துவர் வந்து உங்களை பரிசோதித்த பிறகே நீங்கள் எழ வேண்டும்", என்று கூறி, அவனை அமரச்செய்தாள்.

அமராமல் அவளைக் கூர்ந்து நோக்கியவன், "மூன்று வாரங்களா?", என்று கேட்க, அவனை உட்காரும்படி சைகை செய்தவள், அவன் அமராமல் அவளை நோக்க, தன் ஒற்றை புருவத்தை உயர்த்தினாள். அதற்கு கட்டுப்பட்டு அமர்ந்தவனின் அருகே அமர்ந்து அவன் கையோடு தன் கையைக் கோர்த்து ஆறுதலாக வருடியபடி, அன்று மயங்கிய நிலையிலிருந்து அவனை தான் மீட்டதிலிருந்து இன்று அவன் எழுந்ததுவரை விளக்கமாகக் கூறியவள், தளிரின் மறைவைக் கேட்டு குழந்தைபோல் குமுறியவனின் தோளை அணைத்தபடி அவனைத் தேற்றினாள். அனைத்தையும் முழுமையாகக் கேட்டு, ரணதீரனும் பூபதியும் இணைந்து நடத்திய செயலென்று உணர்ந்து கொதித்தவன், அவனை தன் தந்தையும், சுரேஷும், கார்த்தியும் திட்டமிட்டு பிடித்ததைப் பற்றி மகிழினி கூறவும் சற்றே தணிந்து, தான் உடனடியாக செழியனைக் காணவேண்டுமென்று கூறினான். மகிழினி,

தான் எவ்வளவு எடுத்து கூறியும் பிடிவாதமாக இருந்த கரணை மெல்ல அழைத்துக்கொண்டு அறைக்கு வெளியே வர, ஏதோ அரவம் கேட்டு தங்கள் அறையிலிருந்து வெளியில் வந்த சுரேஷ், மகிழினியின் தோள் பற்றி கம்பீரமாக நின்றிருந்த கரணைக் கண்டு இரண்டே எட்டில் அடைந்து அவனை அணைத்தான்.

81

தாக்குதல் நடந்து இரண்டு வாரங்களில் ரணதீரன் கைது செய்யப்பட்ட பிறகு, வீட்டிற்கு அழைத்துவரப்பட்ட செழியனும் கரணும் முழு மருத்துவ கண்காணிப்பிற்குள் வைக்கப்பட்டிருந்தனர். நிலா, ரோஸியின் ஏற்பாட்டின்படி செழியனின் நிறுவனத்தின் தலைமை நிர்வாக அதிகாரியாக பொறுப்பெடுக்க, மஞ்சு தளிர் அறக்கட்டளையின் முதற்கட்ட பணிகளில் ஈடுபட்டாள். ரணதீரனின் வழக்கை செங்கோடனும் அவரின் ஆட்களும் கவனித்துக்கொள்ள, கார்த்தியும் சுரேஷும் அவர்களை தங்கள் வீட்டிற்கு அழைத்து வந்து, அவர்கள் தங்குவதற்கு வேண்டிய ஏற்பாடுகளைச் செய்தனர். செழியனின் உடல்நிலையில் எந்தவித மாறுதலும் இல்லாததால் கனத்த மனதுடன், அவன் அருகே அல்லும் பகலும் அமர்ந்து, அவனைப் பார்த்துகொண்ட சுரேஷும் கார்த்தியும் தங்கள் நண்பனின் நிலையை எண்ணிக் கலங்கினர்.

ஒருவாரம் கடந்து ஒரு நாள் மாலை, என்றாவது ஒருநாள் அவன் கண்விழித்துவிடுவான் என்ற நம்பிக்கை மனமெங்கும் நிறைந்திருந்தாலும், அப்படி கண்விழிக்கும் நேரம், தன் மனைவியின் மறைவை அறிந்து அவன் எப்படி துடிப்பான், அவன் உயிரையே விட்டுவிடுவானே என்று பதைத்த நெஞ்சை முயன்று கட்டுப்படுத்தியபடி செழியனின் கட்டிலின் அருகே அமர்ந்திருந்த சுரேஷ், தன் கண்களில் துளிர்த்த நீரை கீழே விழவொட்டாமல் மேலே நோக்கி தன் கண்களை சிமிட்டியவேளை தன் தோளை சுற்றி கைகள் படர்ந்து முதுகில் படிந்த முகத்தை உணர்ந்தவன், ஒரு கணம் திகைத்து, அலுவலகத்திலுள்ள வேலைகளை முடித்துவிட்டு வந்திருக்கும் தன் மனைவி நிலாவின் அருகாமையில் தான் கொண்ட உறுதி குலைந்து,

"எழுந்து வந்து தளிர் எங்கே என்று கேட்டால், நான் என்ன செய்வேன்?", என்று கேட்டு அழுதான்.

தன் அண்ணனின் உடல்நிலை, தன் தோழியின் மறைவு என சில மணித்துளிகளில் சிதைந்துபோன தன் குடும்பத்தை எண்ணி கலங்கியிருந்த நிலா, தன் குழந்தைத்தனமான குணங்களைவிடுத்து, பண்பட்ட மனதுடன் அண்ணனின் நிறுவனத்தின் நிர்வாக பொறுப்பை ஏற்று, முடிந்த அளவு சிறப்பாக செயல்பட்டுக்கொண்டிருந்தாள். அலுவலகம் முடித்து வந்தவுடன், தன் அண்ணனைப் பார்க்க வந்தவள், தன் கணவனெனும் குழந்தை, அவன் தாயுமானவனின் அருகே தன் துயரத்தைக் கட்டுப்படுத்தியபடி அமர்ந்திருப்பதைக் கண்டு, இரண்டே எட்டில் நெருங்கி அவனை அணைத்தாள்.

மகிழினியின் அருகாமையினாலும், அவளின் அன்பான கவனிப்பினாலும் கண்விழித்த கரண், நடந்த விபரமறிந்ததும் செழியனை உடனே சந்திக்க வேண்டுமென்று வற்புறுத்த, மெல்ல அவனை அழைத்துக்கொண்டு வெளியில் வந்தவள், தன் அறையிலிருந்து வெளியே வரும் சுரேஷைக் கண்டாள். கரணைப் பார்த்த கணம், மூன்றுவாரங்கள் கழித்து மனது இலகுவானதாக உணர்ந்த சுரேஷ், உற்சாகமாக அவனை அணைக்க, தான் செழியனையும், தளிரையும் பாதுகாக்க முடியாமல் போனதை எண்ணி வருந்தியவன், எதிர்பாராத விதம் தன்னை சுரேஷ் அணைக்கவும்,

"என்னை மன்னித்துவிடுங்கள், சர்", என்று ஒருவித குற்றவுணர்ச்சி குரலில் தொனிக்க கூறினான். தன் அணைப்பிலிருந்து விலகிய சுரேஷ்,

"உயிர்பிழைத்து மீண்டதற்கு நன்றி, கரண். மச்சானையும் தம்பியையும் ஒருங்கே இழப்பதை என்னால் தாங்க முடியாது", என்று கூற, அவன் கூறியதன் பொருள் உணர்ந்த கரண், பேசும் திறனை இழந்து சுரேஷை அணைத்தான். சுரேஷும் மகிழினியும் உதவ செழியனின் அறையை அடைந்த கரண், அங்கே மருத்துவ கருவிகள் பொருத்தப்பட்டு, அவற்றின் சீரான ஒலிகளினூடே ஆழ்மயக்கத்தில் படுத்திருந்த செழியனைக் கண்டான். தன் உயிரினும் மேலான தன் மனைவியைக் காக்கும் பொறுப்பை தன்னிடம் செழியன் அளித்திருக்க, அதில் தான் தோற்று நிற்பதை உணர்ந்து வெட்கிய கரண் மகிழினியை நோக்க, அவன் பார்வையைப் புரிந்ததற்கு அறிகுறியாக மேலும் கீழும் தலையை அசைத்தவள்,

"நாம் அனைவருமே அதே மனநிலையில் தான் இருக்கிறோம், கரண்", என்று கூற, சுரேஷ் அதை ஆமோதித்தான்.

காலை உணவருந்தியபின், கரண் தான் செழியனின் அறையிலேயே இருந்து அவனை பார்த்துக்கொள்வதாகக் கூற, அதை மறுத்த அனைவரும், முதலில் அவன் உடல்நிலையைத் தேற்றும்படி கூறினர். எவ்வளவு கூறியும், அவன் பிடிவாதமாக இருக்க, அவன் மனநிலையை உணர்ந்து, நாள்தோறும் நன்கு ஓய்வெடுத்தால் மாலை சிறிதுநேரம் இருப்பதற்கு சம்மதித்த நிலா, அதை மறுத்துக்கூற முயன்றவனை நோக்கி தன் ஒற்றை புருவத்தை உயர்த்த, அந்த சிறு செயல் தளிரைக் கண்முன் நிறுத்தவும், சரியென்று தலையசைத்துவிட்டு, மகிழினியின் கையைப் பிடித்துக்கொண்டு தன் அறைக்குச் சென்றான்.

தன் மடியில் துடித்து மடிந்த தன் கணவன் செழியன், தங்கள் அறையில், தங்கள் படுக்கையில் ஆழ்மயக்கத்தில் கிடத்தப்பட்டிருக்கிறான் என்று அறியாத தளிர், தன் வெட்டுக்காயத்திற்கு மூலிகை மருந்துகளால் கட்டுப்போட்ட

மருத்துவர் தன் நாசியினருகே ஏதோ ஒரு பச்சிலையை கசக்கி தன்னை நுகரும்படி செய்ய, மயக்கத்தில் ஆழ்ந்தவள், வெகுநேரம் கழித்து நினைவு திரும்பியபோது, அறையில் பேச்சு குரல்கள் கேட்க மெல்ல கண்விழித்தாள். தன் கட்டிலின் அருகே வலப்புறத்தில் போடப்பட்டிருந்த நாற்காலியில் கால் மேல் கால் போட்டு அமர்ந்திருந்த ஒரு முதியவரைக் கண்டு திடுக்கிட்டு எழவும் தடுமாறிய அவளை தாங்கிபிடித்த மல்லி, மெல்லிய குரலில்,

"பெரிய ஐயா, ஒன்ன பாக்கணும்னாக கண்ணு, எந்திரிக்கியா?", என்று கேட்க குழப்பமும் கவலையும் ஆட்கொள்ள மருண்ட கண்களோடு தன்னைப் பார்த்த தளிரைக் கண்டு,

"இப்டிதா ஐயா, சின்னதுக்கும் பயந்துக்குது. வந்தப்பலேந்து மூணு வாரமாச்சுங்க, ஒரு வார்த்த பேச முடில, ஏதாச்சும் கேட்டாக்க அழுவுது", என்று கூற,

"உம்", என்று கேட்ட உறுமல் வந்த திக்கை நோக்கிய தளிர் அங்கே அமர்ந்திருந்தவரைக் கண்டு கலக்கத்துடன் மீண்டும் மல்லியை பார்கக,

"நம்ம ஐயா அவுக, கண்ணு, அவுகதா கெறிங்கி கெடந்த ஒன்ன தூக்கியாந்தாக", என்று கூறவும் வியப்புடன் திரும்பி அவரை நோக்கினாள். அவர் முகத்தில் அடர்ந்து, முறுக்கப்பட்ட மீசை ரணதீரனை நினைவுபடுத்த அதற்கு முற்றிலும் மாறாக, அவர் கண்களில் நிறைந்திருந்த அன்பையும் கருணையையும் கண்டவள் மனதில் சற்றே திடம் பரவ, ஏறெடுத்து நோக்கி, இரு கைகளையும் கூப்பினாள்.

அதைக் கண்டு தலையசைத்த பெரியவர்,

"நல்லா இருக்கியா, கண்ணு", என்று கேட்டார்.

அவர் குரலிலிருந்த கரிசனையை உணர்ந்து கண்கள் கரிக்க, ஆமென்று தலையசைத்தாள்.

"நல்லா சாப்டணும், என்ன?", என்று கூறி கூர்ந்து பார்க்க, அவர் கண்களுக்கு மேலே இருந்த வெட்டுக்காயத்தைக் கண்டதும், தன் அன்பனின் முகம் நினைவிற்கு வந்து, மடைதிறந்த வெள்ளமாய் துயரம் மனதில் பெருக குலுங்கி

குலுங்கி அழுதாள். ஓசையில்லாமல் அழுதவளைக் கண்டு மனம் கலங்கியவர், சற்று தொலைவில் நின்ற மருத்துவரை நோக்கி,

"பேச்சு வரல?", என்று ஆழ்ந்த குரலில் கேட்டார்.

இல்லையென்று தலையசைத்த மருத்துவர்,

"பெருசா பயந்துருக்கா, இப்ப புண்ணு ஆறணும், சின்ன உசுரு வளரணும், பேச்சு பொறவு பாப்போம்ணு நெனச்சேன்", என்று கூற, அதைக் கேட்டதும், தளிரை தான் மீட்ட சூழ்நிலையை நினைவுகூர்ந்தார்.

சுக்குநாரி, கோரை போன்ற காட்டுபுற்களை சேகரித்து பதப்படுத்தி கூரைகள் வேய்ந்து, அவற்றைக் கொண்டே கூடைகள், பாய்கள், கொங்காணிகள் என பலவகை பொருட்களை முடைந்து பல ஊர்களுக்குச் சென்று விற்பார்கள். தட்பவெட்ப மாற்றங்களுக்கு ஏற்ப பல இடங்களில் வளரும் புற்களை சேகரித்து பதப்படுத்துவதற்காக சிறு சிறு குழுக்களாக அவ்வூர்களுக்குச் சென்று அவற்றை சேகரித்து, தங்கள் ஊருக்கு எடுத்துச் செல்வர். அப்படி வரும் குழுவினருடன், ஒரு தலைவன், ஒரு மருத்துவர், சமையற்குழு என தற்சார்பு நிறைந்த சமூகமாக இடம்விட்டு இடம் புலம் பெயருபவர்கள், தாங்கள் சேகரித்து பதப்படுத்திய புற்களை அவ்வப்பொழுது தங்கள் ஊருக்கு அனுப்புவர். அப்படி புற்கள் சேகரிக்க வந்த குழுவின் தலைவன் இடும்பன், அன்றைய வேலைகளை முடித்து, இரவு உணவு தயாரித்து கொண்டிருந்த தன் ஆட்களிடம் பேசிவிட்டு, தன் குடிசைக்குத் திரும்பிய வேளை, யாரோ ஓடிவரும் அரவம் கேட்டு திரும்பினார். சற்று தொலைவில் ஒரு இளம்பெண் பதறியபடி வருவது தெரிந்ததும், இடையில் தொங்கிக்கொண்டிருந்த தன் பன்னரிவாளை கையில் எடுத்துக்கொண்டு, யாராவது துரத்தி வருகிறார்களா என்று தேடியபடி அவளை நெருங்கியவேளை, அந்த பெண், சோர்வு தன்னை ஆட்கொள்ள நிலத்தில் சரிந்தாள். பின்னால் யாரும் வரவில்லை என்று உறுதி செய்தவர், தோளிலிருந்து வழிந்த இரத்தத்தையும், அவள் கையிலிருந்த துப்பாக்கிகளையும் கண்டு, ஏதோ தாக்குதலுக்கு உள்ளாகியிருக்கிறாள் என்று

எண்ணினார். அந்த இளம்பெண்ணின் நாடியைப்பிடித்து பார்த்து, அவள் கருவுற்றிருக்கிறாள் என்று உணர்ந்ததும், அவள் கைகளிலிருந்த துப்பாக்கிகளை எடுத்து, அருகிலிருந்த சிற்றோடையில் வீசியவர், அவளை குழந்தைபோல் கைகளில் ஏந்திக்கொண்டு, அன்னையும் மகளுமாக இருந்த மல்லியின் குடிசையை அடைந்து, படுக்கையில் கிடத்தி, மருத்துவரை அழைத்து வருமாறு குறிஞ்சியை அனுப்பி, அவர் வந்ததும் விபரம் கூறினார்.

அன்றிலிருந்து நாள்தோறும் உணவு, உடை, உறையுள், பாதுகாப்பு, மருத்துவம் என அனைத்திற்கும் தான் பொறுப்பெடுத்து ஏற்பாடு செய்தவர், மூன்று வார காலமாகியும் அவளுக்கு பேச்சு வரவில்லை என்று மனவருத்தத்தோடு இருக்கையிலிருந்து எழுந்தபடி மருத்துவரை நோக்கி,

"ஆமா சாமி, சின்ன உசுரு தா முக்கியம்", என்று கூறி, தந்தைபோல் தளிரின் தலையை வருடிவிட்டு அவளிடம் தலையசைத்து விடைபெற்று சென்றார். வாயிலை அடைந்து திரும்பி, அவள் முகத்தை நோக்கியவர், இந்த பெண் யாராக இருந்தாலும், அவள் வாழ்க்கை முறை எவ்விதமாக இருந்தாலும், தன்னால் மீட்கப்பட்டதால், அவளையும் அவள் கருவில் வளரும் குழந்தையையும் காக்கும் பொறுப்பு தன்னுடையது என்று நினைத்தபடி வெளியேறினார். இடும்பன் வெளியே சென்றதும், தளிரின் அருகே வந்த மருத்துவர்,

"தாயி, புண்ணு ஆறுது, இன்னு ஒரு வாரத்துல நடமாடலாம் என்ன", என்று கூறி புன்னகத்தபடி விடைபெற்றபின்

"சுக்கு தண்ணி குடிக்கியா, கண்ணு?", என்று மல்லி கேட்க, சரியென்று தலையசைத்தாள்.

இரண்டு வாரங்கள் கடந்து, ஒரு நாள் மாலை சிறு அசைவுகளுக்கும் அயர்ந்துவிடும் தன் உடலை உறுதியாக்கி, மிக முயன்று எழுந்து, குடிசைக்கு வெளியே வந்து அருகே இருந்த மணற்திட்டின் மேல் அமர்ந்து, தன் வாழ்க்கையைப் பற்றி தீவிர சிந்தனையில் ஆழ்ந்தாள், தளிர். கடந்த இரண்டு

வாரங்கள் மயக்கத்தில் இல்லாமல் இருந்தபோது, ஒவ்வொரு நொடியும், செழியனின் முகம், தன்னைக் கண்ட நொடி அவன் கண்கள் ஒளிபெற்று மின்னுவது, அவன் இனிமையான குரல், தன் காது மடலை உரசும் அவன் இதழ்கள், நெற்றியில் அழுந்த பதியும் அவன் முத்தம், தன் நாசியில் நிறைந்து நின்ற அவன் வாசம் என்று அனைத்தும் நினைவிற்கு வந்து, இறுதியில் தன் மடியில் துடித்து உறைந்த தன் கணவனின் உடல் காட்சியளிக்க, அதற்குமேல் தாங்கமுடியாமல் அழுது ஓய்ந்த தளிர், இன்று தன் கருவிலிருக்கும் செழியனின் வாரிசைக் குறித்து சிந்தனையில் ஆழ்ந்தாள்.

முதலில், தன் பெற்றவர்களிடம் செல்லலாம் என்று எண்ணிய நொடியே, தன் குழந்தையைக் காப்பாற்றுவது அரிது என்று உணர்ந்தவள், சுரேஷும் கார்த்தியும் தன்னையும் குழந்தையையும் கண்ணுக்குள் வைத்து பார்த்துக்கொண்டாலும், அவர்கள் நண்பனை இழந்த வேதனையோடு சேர்த்து, தன்னைக் காணும் ஒவ்வொரு கணமும் அவர்களுக்கு ரணமாக இருக்கும் என்று எண்ணினாள். அதேநேரம், செழியனை இழந்து, தங்கள் வீட்டில் தான் இருப்பதை நினைத்து பார்த்த கணமே தனக்கு மூச்சு முட்டுவதுபோல் தோன்ற அந்த நொடியே, வீட்டிற்குச் செல்லும் எண்ணத்தை கைவிட்ட தளிர், தன்னை மகள்போல் பார்த்துகொள்ளும் இவர்களோடு இருப்பது தான் தனக்கும் தன் குழந்தைக்கும் பாதுகாப்பு என்று தோன்ற, இவர்களோடே இருப்பதென்று முடிவெடுத்தாள். காலையிலிருந்து மாலைவரை தேனீக்கள் போல் சுறுசுறுப்பாக சுழன்று வரும் மக்களுக்கு இடையில் தான் மட்டும் ஏதும் செய்யாமலிருப்பதை நினைத்து வருந்தியவள், விரைவில் முழுவதுமாகக் குணமடைந்து தன்னால் முடிந்த அளவு வேலைகள் செய்யவேண்டும் என்று நினைத்தாள். தன் கண்முன் மலைகளினூடே மறைந்த கதிரவனைக் கண்டு அதேபோல் தன் வாழ்வின் கதிரோன் மறைந்துவிட, இளஞ்சூரியனான தன் குழந்தைக்காக புது நாளை தொடங்கும் நம்பிக்கையோடு எழுந்தவள், தன்னை தேடிவந்த குறிஞ்சியோடு தங்கள் குடிசை நோக்கி நடந்தாள்.

அடுத்த மூன்று வாரங்களில் வெகுவாகத் தேறிய தளிர், புற்களை பதப்படுத்தும் முறையை படிக்கும் முன்பு, தன்னால் உடனடியாக உதவக்கூடிய சமையல் வேலையில் இறங்கினாள். அவள் எந்த வேலையும் செய்யவேண்டாம் என்று மறுத்த இடும்பன், அவளின் வாடிய முகத்தைக் கண்டு சம்மதித்தார். தன் ஆட்களிடம் அதிக உடல் உழைப்பில்லாத வேலையாகக் கொடுக்கும்படி சைகை செய்துவிட்டு தன் வேலையில் முனைந்தார். அங்கே கருவுற்றிருந்த மற்றொரு இளம் பெண்ணுக்கு கொடுக்கப்படும் அனைத்து மூலிகை சாறுகளும், மருந்துகளும் தளிருக்கும் கொடுக்கப்பட, இயல்பாக கருவுற்றிருக்கும் பெண்களுக்கு ஏற்படும் உணவு ஒவ்வாமை, தலைசுற்றல் ஏதும் இல்லாமல் இயல்பாக இருந்ததால், மூன்று மாத காலம், பல இன்னல்களுக்கு இடையில், செழியனுக்கும் தனக்கும் உள்ளான இறுதியான ஒற்றை பந்தத்தை மிகவும் கவனமாகப் பார்த்துக்கொண்டாள், தளிர். மல்லி மற்றும் குறிஞ்சியின் உதவியால் சிறிது சிறிதாக வெவ்வேறு புற்களை பதப்படுத்தும் முறைகளை பயின்றவள், பதப்பட்ட நார்களைக் கொண்டு, சிறுசிறு கைவினை பொருட்களை செய்ய முயன்றாள். புதுவிதமான வடிவங்களை சிறு தாளில் வரைந்து அவற்றை நார்களைக் கொண்டு செய்ய முயலும் தளிரின் ஆர்வத்தைக் கண்ட இடும்பன், நாள்தோறும் மாலை அவளுடன் அமர்ந்து அவள் வரைந்த வடிவங்களுக்கு உயிர்கொடுத்து, அவற்றை செய்யும் முறையை தளிருக்கு கற்றுக்கொடுத்தார். பகல் முழுவதும் பலவித வேலைகளில் தன்னை ஈடுபடுத்திய தளிர், மாலையில் தன்னவனின் நினைவுகளையும், அவன் அன்பையும் தன் கருவிற்கு ஊட்டி வளர்த்தாள்.

அதேநேரம், அரபு நாடுகளில் நடக்கவிருந்த ஒரு கலந்தாய்வு கூட்டத்திற்கு செழியனின் நிறுவனத்தின் சார்பில் ரோஸி பங்கெடுக்க வேண்டி இருக்க, அவள் கருவின் வளர்ச்சியில் தென்பட்ட பின்னடைவால், நெடுந்தூரம் மற்றும் வான் வழி பயணங்களுக்கு மருத்துவர்கள் தடைவிதிக்க, நிலா செல்ல வேண்டிய நிலை ஏற்பட்டது. புதிதாய் பொறுப்பெடுத்த பிறகு கடந்த ஆறு வாரங்களாக ரோஸியுடன் பலவித பயிற்சிகளில் ஈடுபட்ட நிலா, கன்னி முயற்சியாக புதிய தொழில் முறை ஒப்பந்தங்களுக்காக

நடத்தப்படும் கூட்டத்தில் பங்கெடுப்பதாக முடிவான பிறகு, அதற்கான குறிப்புகளை சேகரித்து பயிற்சியில் இறங்கினாள்.

நிலாவின் பயிற்சி முடிந்ததும், மன நிறைவுடன் புன்னகைத்த ரோஸி,

"வாழ்த்துக்கள், நிலா. உன் நிர்வாகத் திறன் மீது யாராவது ஐயம் கொண்டிருந்தால் நாளை அது மாறிவிடும்", என்று கூற இளமுறுவல் பூத்த நிலா,

"பார்ப்போம்", என்று கூறி ரோஸியிடம் விடைபெற்றாள். துபை விமான நிலையத்திலிருந்து தங்கும் விடுதிக்கு செல்லும் வேளை ஒருவித குழப்பத்தோடு தன்னருகே பயணித்த தன் மனைவியின் முகத்தைக் கூர்ந்து நோக்கிய சுரேஷ்,

"உன்னால் முடியும், நிலா", என்று கூறி பற்றியிருந்த அவள் கையை அழுத்தினான்.

முதல் இரண்டு நாட்கள் விவாதிக்கப்பட்ட மேம்படுத்தப்பட்ட மற்றும் புதிய வழிமுறைகளைப் பற்றி எந்த கருத்துக்களையோ, எதிர்ப்பையோ பதிவிடாமல், மற்றவர்களின் கருத்துகளை குறித்துக்கொண்டிருந்த நிலாவைக் கண்ட மற்ற போட்டி நிறுவனங்களின் தலைமை நிர்வாகிகள் மற்றும் பிரதிநிதிகள், செழியனின் நிறுவனம் ஒரு குழந்தையின் கையில் கொடுக்கப்பட்டிருக்கிறது என்று கேலியாக நிலாவின் காதுபடவே பல மொழிகளில் பேசிக்கொண்டனர். இறுதி நாளான மூன்றாம் நாள், காலை வழக்கம்போல் தொடங்கிய நிகழ்வில், புதிய வழிமுறைகளை அனைவரும் ஏற்று கையொப்பமிடும் முன்பு, யாரேனும் தங்கள் கருத்துக்களை பகிர வேண்டுமா என்று அரசு தரப்பு அதிகாரிகள் கேட்க, தன் கையை உயர்த்திய நிலாவைக் கண்ட அனைவரும் சற்றே ஏளனமாக புன்னகைத்தபடி நோக்கினர்.

தன்னை சூழ்ந்திருந்தவர்களைப் பார்த்த நிலா, தன் அண்ணனை மனதில் நிறுத்தியவள், கண்களை மூடி ஆழ்ந்த மூச்சை இழுத்துவிட்டு,

"அனைத்து அரசு அதிகாரிகள், பன்னாட்டு தலைமை நிர்வாகிகள், பிரதிநிதிகளுக்கு நன்றி", என்று தொடங்கியவள்

தானே மேலே தொடர்ந்து, "புதிய வழிமுறைகள் மேலோட்டமாக பார்ப்பதற்கு அனைத்து நிறுவனங்களுக்கும், அரசுக்கும் நன்மை பயப்பதாக இருந்தாலும், அவற்றை அப்படியே ஏற்றுகொண்டால் பல வளரும் மற்றும் வளர வேண்டிய நாடுகளிலுள்ள நிறுவனங்களில் பணிபுரியும் நடுத்தர மற்றும் கீழ்தட்டு மக்களின் தொழிலாளர் உரிமைகளை சீர்குலைக்க ஏதுவாக அமையக் கூடும். அதனால் நிறுவனங்களுக்கு ஏதும் பாதிப்பு ஏற்படாது என்று எண்ணி நாம் இன்று கையொப்பமிட்டால், இன்றிலிருந்து பத்து ஆண்டுகளில் நம் நிறுவனங்கள் இழப்பை சந்திக்கும்", என்று கூற அவள் கூறுவதைக் கேட்ட அனைவர் முகத்திலும், 'இது என்ன பிதற்றல்' என்று கேட்பதுபோன்ற சாயல் படர,

"இங்கே வந்திருக்கும் நிறுவனங்களில் எழுபது சதவீதங்களுக்கு மேல், நடுத்தர குடும்பங்களைக் குறிவைத்து பொருட்களை தயாரிக்கின்றனர். அந்நிலையில், இந்த புதிய வழிமுறைகளினால் அக்குடும்பங்களின் சராசரி வருமானம்", என்று கூறியபடி தன் குறிப்பை சரிபார்த்தவள் தொடர்ந்து, "ஆண்டுக்கு பதினைந்து விழுக்காடுகள் குறைவதால், ஏறத்தாழ பத்து ஆண்டுகளில் நம் நிறுவனங்களின் பொருட்களை வாங்குவோரின் எண்ணிக்கை குறைந்து, நமக்கு இழப்பை ஏற்படுத்தும்", என்று கத்திகள் உராயும் குரலில் கூறியவள், தன் கண்களை சுழற்றி, அறையை அளந்தாள்.

இதுவரை தன்னை சிறுபிள்ளை என்று எள்ளி நகையாடியவர்களின் கண்களில் வெளிப்படையாகவே வியப்பு தென்பட, ஆர்வத்தோடு தன்னை நோக்கியவர்களைக் கண்டு இளமுறுவல் பூத்தவள், அரசு அதிகாரிகள் சற்றே வாட்டமானதை உணர்ந்து,

"இதே வழிமுறைகளில் சில சீரமைவுகளை செய்தால், அரசுக்கும், நிறுவனங்களான நமக்கும், நம் தொழிலாளர்களுக்கும் நீண்ட காலத்தில் நன்மை பயக்கும்", என்று கூறியவள், அடுத்த அரைமணி நேரத்தில் தான் குறித்து வைத்திருக்கும் சீரமைவுகளை விளக்கமாக எடுத்துக் கூற, அனைவரும் எழுந்து நின்று கைதட்டி பாராட்டினர். தன்

கன்னி முயற்சியில் அனைவரையும் கவர்ந்துவிட்டு, தொழிலாளர்களுக்கு தேவையானவற்றை நிறுவனங்களின் நிர்வாகிகளுக்கு புரியும் விதம் எடுத்துரைத்து பெண் சிங்கமென கர்ச்சித்த தன் மனைவியின் கண்களோடு கண்கள் கலந்த சுரேஷ், ஒரே பேச்சில், போட்டி நிறுவனங்களின் நிர்வாகிகள் அனைவர் மனதிலும் ஒருவித கிலியை ஏற்படுத்திவிட்டு தன்னை பார்த்து குழந்தைபோல் கண்சிமிட்டுவதைக் கண்டு பெருமிதம் பொங்க புன்னகைத்தான்.

82

அரபு நாடுகளில் நடந்த தொழிலாளர் கலந்தாய்வில் புதிய வழிமுறைகளை உள்ளவாறே ஏற்றுகொள்வதால் நீண்ட காலத்தில் வரவிருந்த சிக்கல்களையும், பல நிறுவனங்களுக்கு ஏற்பட இருந்த இழப்புகளையும், இதே வழிமுறைகளில் எந்தவித மாற்றங்கள் செய்தால் அனைவருக்கும் நன்மை பயக்கும் என்று எடுத்துரைக்க, அதைக் கேட்டு பல தலைமை நிர்வாகிகளும் பிரதிநிதிகளும் தங்களுக்குள் கலந்தாலோசிக்கத் தொடங்கினர். அதன் முடிவில் அனைவரும் நிலாவின் கருத்தை ஆமோதிப்பதாகக் கூற, சில மாறுதல்களுடன் திருத்தப்பட்ட ஒப்பந்தத்தை கையெழுத்திட்டபின் விருந்திற்குச் சென்ற அனைவரும், தன் கணவன் சுரேஷுடன் நின்றிருந்த நிலாவைக் கண்டு தங்களை அறிமுகப்படுத்திக்கொண்டனர். முன்னர் தன்னை சிறு குழந்தை என்று உதாசீன படுத்தியவர்கள் தாங்களாக முன்வந்து தன்னிடம் பேசுவதைக் கண்ட நிலா, முகத்தில் பெருமிதம் பொங்க நின்றிருந்த சுரேஷிடம்,

"பார்த்தீர்களா சுரேஷ், எப்படி மாறிவிட்டார்கள்?", என்று கூறி கண்சிமிட்ட,

"அனைவருக்கும் செழியன் இன்டர்நேஷனல் கார்பொரேஷன் சோடை போகவில்லை என்று நிருபித்துவிட்டாய், குட்டிமா. ஐ லவ் யூ", என்று கூறினான்.

அரபு நாடுகள் பயணம் முடிந்து வீடு திரும்பிய ஒரு வாரம் கழித்து, ஒரு நாள் மாலை, செழியனின் அறையில் கரணும் மகிழினியும் அவனைப் பார்த்துகொள்ள, செழியனின் கட்டின் முன்கூடத்தில் அமர்ந்து தங்கள் மனைவிகளுடன் பேசிக்கொண்டிருந்த சுரேஷும் கார்த்தியும் செங்கோடனிடமிருந்து வந்த அழைப்பைத் தொடர்ந்து விரைந்து அவர் கூறிய இடத்திற்குச் சென்றனர். தன் தோளிலிருந்த துப்பாக்கி குண்டு அகற்றப்பட்டு, தலையில் உள்ள காயம் ஆறியபின், மயக்கத்திலிருந்து மணிகண்ட பூபதி விழித்துவிட்டானென்ற தகவலை செங்கோடன் கூறியதைத் தொடர்ந்து, கார்த்தியுடன் அங்கு சென்ற சுரேஷ், மருத்துவமனையின் ஓர் அறையில், காவல் துறை ஆய்வாளருடன் தங்களுக்காகக் காத்திருக்கும் செங்கோடனை நெருங்கிய வேளை, அவர் முகத்தில் இருந்த இனம் புரியாத உணர்ச்சியைக் கண்டு,

"என்ன ஆயிற்று, ஐயா?", என்று கேட்டான்.

தன் தலையை இடம்வலமாக அசைத்த செங்கோடனின் முகத்திலிருந்த உணர்ச்சி ஆய்வாளர் சுபாஷ் முகத்திலும் பிரதிபலிக்க,

"பூபதி எங்கே, மிஸ்டர் சுபாஷ்? அவனிடம் விசாரணையைத் தொடங்கி விட்டீர்களா", என்று கார்த்தி கேட்க, ஒருவரையொருவர் பார்த்துக்கொண்ட செங்கோடனும் சுபாஷும் முன்னே நடக்க, அவர்களை பின்தொடர்ந்த நண்பர்கள், மற்றொரு அறைக்குள் நுழைந்தனர். அங்கே, மருத்துவக்கருவிகளின் சீரான ஒலிகளுக்கிடையே ஏதோ முணுமுணுத்துகொண்டு காற்றில் தன் விரல்களால் கோலம் தன் கட்டிலில் படுத்திருந்த பூபதியைக் கண்ட நண்பர்கள் இருவரும் அதிர்ச்சியுடன் செங்கோடனை நோக்க,

"தலையில் ஏற்பட்ட அடியால் இவன் சித்தம் கலங்கிவிட்டது", என்று கூற குழப்பமும் ஏமாற்றமும் அடைந்த கார்த்தி அடித்தொண்டையில் உறுமினான். முன்பு தளிரை பூபதி கடத்தியபோது, அவளை மீட்ட கார்த்தியும் கரணும் தங்களின் கொடூரமான விசாரணைக்கு உட்படுத்தாமல் பாதுகாப்பாக காவல் துறையினரிடம் ஒப்படைத்துவிட்டதை எண்ணி பல நாட்கள் தங்கள் ஆதங்கத்தை அவ்வப்பொழுது தன்னிடம் வெளிப்படையாகத் தெரியப்படுத்த, தன் மனதிலும் சிறு ஏமாற்றமிருந்தாலும் செழியனும் தளிரும் ஒருகாலமும் அதற்கு உடன்பட மாட்டார்கள் என்று அறிந்ததால், அவர்களை அமைதிப்படுத்தி வந்த சுரேஷ், தளிர் மறைந்து, செழியன் ஆழ்மயக்கத்தில் உயிருக்கு போராடிக்கொண்டிருக்கும் நிலையில், அதற்கு முழுக் காரணமாக இருந்தது பூபதி என்று அறிந்ததிலிருந்து, அவனுக்கு தங்கள் மனம் ஆறும்வரை நன்கு பாடம் கற்பிக்க வேண்டும் என்று முடிவிலிருக்க, இப்பொழுது அவன் மனநலம் பாதிக்கப்பட்டிருப்பதைக் கண்டு ஏமாற்றத்தில் உறுமிய கார்த்தியின் மனநிலையை உணர்ந்த சுரேஷ்,

"உண்மையா?", என்று ஆழ்ந்த குரலில் கேட்டான்.

ஆமென்று தலையசைத்த சுபாஷ்,

"இங்குள்ள மனநல மருத்துவர்களும், முதன்மை மனநல மருத்துவமனையின் மருத்துவக் குழுவும், இவனை தனித்தனியே பரிசோதித்து சான்றளித்திருக்கிறார்கள்", என்று கூறினார். நீண்ட மூச்சுகளை இழுத்துவிட்டு தன்னைத் தானே அமைதிப்படுத்திக்கொண்ட கார்த்தியை கூர்ந்து நோக்கிய சுரேஷ், மீண்டும் சுபாஷை நோக்கி,

"இவனை எங்கள் ஆட்களின் முழுக் கண்காணிப்போடு மனநல மருத்துவமனையில் சேர்க்க அனுமதி வேண்டும், இன்ஸ்பெக்டர்", என்று கூறினான். சுரேஷையும் கார்த்தியையும் பற்றி நன்கு அறிந்திருந்த சுபாஷ், தங்கள் நண்பனின் வாழ்வில் பூபதி ஏற்படுத்திய இன்னல்களை நினைத்துப் பார்த்து பூபதியை அவர்களிடம் ஒப்படைப்பது அவன் உயிருக்கு ஆபத்து ஏற்படுத்தும் என்று எண்ணியவர்,

"ஐ அம் ஸாரி, மிஸ்டர் சுரேஷ். உங்களிடம் இவனை ஒப்படைப்பது, அவன் உயிருக்கு ஆபத்து என்று எனக்குத் தோன்றுகிறது. அதனால் என் கட்டுப்பாட்டிலேயே அவன் இருப்பது நல்லது", என்று வெளிப்படையாகக் கூற, இளமுறுவல் பூத்த சுரேஷ்,

"மனநலம் பாதிக்கப்பட்டவனை துன்புறுத்தி, உயிருக்கு ஆபத்து விழைவிக்கும் அளவு எங்களின் பண்பும் ஆண்மையும் குன்றிவிடவில்லை, மிஸ்டர்.சுபாஷ்", என்று கத்தி உராயும் குரலில் கூறியவன், "உங்கள் கட்டுப்பாட்டில் பூபதி இருந்தாலும் ஒவ்வொரு கணமும் அவன் எங்கள் கண்காணிப்பில்தான் இருப்பான் என்பதை தெரிவித்து கொள்கிறேன். அதற்கான முறையான ஏற்பாடுகளுடன் உங்களை மீண்டும் சந்திக்கிறேன்", என்று கூற, தன் குரல் கேட்டு மிரண்டு தன்னை நோக்கி, சற்று நேரம் கூர்ந்து பார்த்துவிட்டு மீண்டும் வேறுபுறம் திரும்பி காற்றில் கோடுகள் கிழித்த பூபதியைக் கண்டு ஒரு கணம் தன் மனம் இளகினாலும், அவன் செய்த தீச்செயல் நினைவிற்கு வர, தன் தலையை சிலுப்பிவிட்டு, கார்த்தியுடன் கிளம்பினான்.

ரோஸி கருவுற்று ஏழு மாதங்களில் கருவின் வளர்ச்சியில் எதிர்பாராத பின்னடைவு இருப்பதாகக் கண்டறிந்த மருத்துவர்கள் அவளை மிகவும் கவனமாக இருக்கும்படி கூறி, நெடுந்தூர மற்றும் வெளிநாட்டு பயணங்களுக்கு தடைவிதிக்க, அதை அறிந்த கார்குழலி உடனடியாகக் கிளம்பி வந்து முழுவீச்சில் அவளை கவனிக்கத் தொடங்கினார். முதலில் செழியனின் இல்லத்திற்கு ரோஸியை வரவழைக்க எண்ணியவர், செழியனை இந்த நிலைமையில் பார்க்க, தன் மனம் தாங்காது என்றும், ரோஸிக்கு மிக இலகுவான சூழ்நிலை இருக்க வேண்டும் என்றும் எண்ணியவர், ரோஸியின் இல்லத்தில் தங்கி, அவளை கண்ணுக்கு கண்ணாக பார்த்துகொண்டார். வாரமொரு முறை செழியனைப் பார்ப்பதற்காக வருபவர், நூலிழையில் தன் மூத்த மகனை இழக்கவிருந்ததை எண்ணி, அவன் பிழைத்துவிட்டாலும் அவன் தன் வாழ்வின் பொருளை இழந்து நிற்பதை உணர்ந்து, தன் வாழ்வில் முதன்முறையாக இன்புற்றிருந்த தன் மகனின் மகிழ்ச்சி இவ்வளவு விரைவாக முடிவுக்கு வரும் என்று

கனவிலும் கருதாததால், மிகுந்த மன உளைச்சலுக்கு உள்ளாகி, தன் மகனின் தலைமுடியைக் கோதியபடி அருகில் சற்றுநேரம் அமர்ந்துவிட்டு செல்வார். கார்குழலியின் தாயன்பு மிக்க கவனிப்பால் பொலிவுற்ற ரோஸி, மூன்றே வாரங்களில், தன் கருவின் வளர்ச்சி சீரடைந்துவிட்டது என மருத்துவர்கள் கூற கருவுற்ற பெண்களுக்கு தாயின் அருகாமையும், கணவனின் அரவணைப்பும் எவ்வளவு முக்கியம் என்று உணர்ந்தாள்.

'தளிர் அறக்கட்டளை' சார்பில், நகரின் பல இடங்களில் தொடங்கப்பட்டு, முழுவீச்சில் செயல்பட்டுக்கொண்டிருந்த உணவு விடுதிகளினால் பயன்பெற்ற எண்ணற்ற எளியோர்களின் விபரங்களை விரிதிரையில் கண்டு, அதன் மேம்பட்ட திட்டமான, கட்டுமான பணிகள், வயல்வெளிகள், நீர்நிலைகளை செம்மை படுத்தும் பணிகள், துப்புரவு பணிகள் போன்ற கடின உழைப்பில் ஈடுபடும் மக்களுக்கு சத்தான, சீரான உணவு அவர்கள் இருக்குமிடங்களை சென்றடையும் விதம், நடமாடும் உணவு விடுதிகளுக்கான திட்டத்தை தன் முதன்மைக் குழுவிலுள்ள இளைஞர்களுடன் கலந்தாலோசித்துக்கொண்டிருந்த மஞ்சு,

"அடுத்த வாரம், இந்த திட்டங்களை நாம் தேர்ந்தெடுத்திருக்கும் ஐந்து இடங்களில் தொடங்குவோம், அங்குள்ளவற்றின் நிறைகுறைகளை கண்டறிந்தபின், விரிவுபடுத்துவோம்", என்று கூற சரியென்று தலையசைத்து அனைவரும் ஆமோதிக்க, தன் கையை உயர்த்திய இளம்பெண்ணைக் கண்டு,

"என்ன ஆயிற்று, மைதிலி", என்று கேட்டாள். "மேம்", என்று மைதிலி தொடங்க, தன் கையை உயர்த்தி அவளை நிறுத்திய மஞ்சு, "கால் மீ மஞ்சு", என்று கூற, சரியென்று தலையசைத்தவள், "நாம் இப்பொழுது அனைவருக்கும் தரமான உணவு கிடைக்க ஏற்பாடுகள் செய்கிறோம். அதேபோல், நடுத்தர மக்களில் எத்தனையோ பேர் தங்கள் தட்டுப்பாடுகளை வெளியில் கூறமுடியாமல், நேரடியாக உணவை வாங்குவதற்கு தயங்கியும் இருப்பார்கள். அவர்களுக்கு ஒரு மாதத்திற்கான மளிகையை மலிவான

விலையில் மானியத்தில் அளித்தால், பயனடைவர்", என்று கூற அவளை வியப்புடன் நோக்கிய மஞ்சு,

"நல்ல சிந்தனை, மைதிலி. அதற்கான திட்டத்திற்கான வரைவை செய்து தருகிறாயா?", என்று கேட்க, "வரைவு ஆயத்தமாக இருக்கிறது", என்று கூற, உடனடியாக விளக்கத் தொடங்கினாள். ஒரு குடும்பத்திற்கு இயல்பாக ஒரு மாதத்திற்கு தேவைப்படும் மளிகை பொருட்களை பட்டியலிட்டு, அவற்றின் தெளிவான விரிவான வரைவைப் பார்த்த மஞ்சு, பெருமிதம் பொங்க அவளைப் பார்த்து,

"மிகத் தெளிவான திட்ட வரைவு, பாராட்டுக்கள் மைதிலி", என்று கூற, தன் கையை உயர்த்திய முகிலன், "மைதிலி, உன் பட்டியலில் பெண்களுக்கான ஸானிட்டரி நேப்கின்ஸ் சேர்த்துக்கொள்", என்று கூற, மிகவும் தேவையான அணையாடைகள் பட்டியலில் விடுபட்டதை எண்ணி தன்னைத் தானே தலையில் குட்டிக்கொண்ட மைதிலி,

"மாலைக்குள் திட்டத்திற்கான கோப்புகளை சமர்ப்பிக்கிறேன், மஞ்சு", என்று கூறியவளைப் பார்த்து புன்னகைத்த மஞ்சு, மேலும் சிறிதுநேரம், தங்கள் அறக்கட்டளையின் தங்கும் விடுதியில் அனுமதிக்கப்பட்டவர்களைக் குறித்து கலந்தாலோசித்தபின் அனைவருக்கும் விடைகொடுத்துவிட்டு, வீட்டிற்குச் சென்றாள்.

அடுத்தடுத்த வேலைகளில் நண்பர்கள் முனைந்திருக்க, இரண்டு மாதங்கள் ஆகிவிட்ட நிலையில் செழியனின் சூழ்நிலை மிக இலகுவாகவும் அன்பும் மகிழ்ச்சியும் நிறைந்தும் இருந்தால், அவன் உடல் நிலையில் முன்னேற்றம் ஏற்பட வாய்ப்புள்ளதாக மருத்துவர்கள் கருத, அன்றிலிருந்து அவன் நண்பர்கள் நாள்தோறும் அவன் அறையில் அமர்ந்து பழங்கதைகள் பேசினர். வழக்கம்போல் ஒரு நாளிரவு அவன் அறையில் அமர்ந்து தங்கள் கல்லூரி கால நகைச்சுவை நிகழ்வுகளை தங்கள் மனைவிமார்களுடன் பேசியபடி அமர்ந்திருந்த சுரேஷும் கார்த்தியும், கல்லூரி முதலாம் ஆண்டு விடுமுறை முடிந்து தன் வகுப்பிற்கு வந்தவேளை, யாரோ ஒரு இளம்பெண்ணைக் கண்டு ஏதோ கேலிசெய்தபடி பின்தொடர்ந்து செல்ல, அந்த பெண், தன் வகுப்பை

அடைந்ததைப் பார்த்து குழப்பத்தோடு வகுப்பிற்குள் நுழைந்தவன் அந்த பெண், தங்கள் வகுப்பிற்கு புதிதாக வந்திருக்கும் விரிவுரையாளர் என்று அறிந்து காதுமடல் சிவக்க தன் இருக்கையை அடைந்தவனை இடையில் நிறுத்தி கேள்விகள் கேட்டு துளைக்க, மற்றவர்களுக்கு ஏதும் புரியாமல் விழிப்பதை எண்ணி தன் விதியை நொந்துகொண்ட கார்த்தி, அதை விளக்கமாக கூறுவதைக் கேட்டு அனைவரும் சிரிக்க, தன் கைபேசிக்கு வந்த அழைப்பை எடுத்து காதில் பொருத்தியவன், அதிர்ச்சியோடு துள்ளி எழுந்ததைக் கண்ட அனைவரும் குழப்பத்தோடு நோக்க,

"ரோஸி", என்ற ஒற்றை வார்த்தையில், அனைவர் முகத்தில் ஒருவித பதற்றமும் எதிர்பார்ப்பும் தொற்றிக்கொள்ள, கரணும் மகிழினியும் செழியனைப் பார்த்துகொள்ள, அனைவரும் ஃப்ரான்ஸிஸ் கூறிய மருத்துவமனையை அடைந்தனர்.

இரவு முழுவதும் ரோஸி அனுமதிக்கப்பட்ட அறையின் வாயிலில் போடப்பட்டிருந்த சாய்வு நாற்காலிகளில் அமர்ந்தபடியே தன் தோளில் சாய்ந்து உறங்கிய தன் மனைவியை நாற்காலியில் நன்கு சாய்ந்து படுக்கும்படி செய்துவிட்டு எழுந்த கார்த்தி, சற்று தொலைவில் ஒருவர்மீது மற்றவர் சாய்ந்து உறங்கிக்கொண்டிருந்த சுரேஷையும் நிலாவையும் கண்டு புன்னகைத்தபடி அந்த அறையின் ஒரு மூலையிலிருந்த தானியங்கி காபி போடும் கருவியை இயக்கி, இரண்டு கைகளில் காபியோடு வந்து நாற்காலியில் அமர்ந்து, தன் மனைவியின் நெற்றியில் தன் இதழ்களை ஒற்றியெடுத்தான். அந்த சிறு தீண்டலில் கண்விழித்த மஞ்சு, கார்த்தி அளித்த காபியை அருந்தியவள், அறையின் கதவு திறக்கப்பட்டு, தன் கைகளில் சிறு பூத்துவாலைக்குள் சுற்றப்பட்ட பூக்குவியலை ஏந்தியபடி முகத்தில் வழிந்த வியர்வையை விஞ்சி பொழிந்த மகிழ்ச்சியுடன் வந்த ஃப்ரான்ஸிஸைக் கண்ட மஞ்சு துள்ளி எழுந்து அவனருகில் சென்றவள், தன் தந்தையின் கைகள் தந்த அரவணைப்பில் துறுதுறுவென்று கண்களை உருட்டி தன் உடலை முறித்துகொடுத்த குழந்தையைக் கண்டு பேச்சற்று நின்றாள்.

குழந்தையைக் கண்டு மெய்மறந்து நின்ற தன் நண்பர்களைப் பார்த்த ஃப்ரான்ஸிஸ்,

"ஃப்ரான்கிளின்", என்று கூறினான். தங்களின் அடுத்த தலைமுறையை தங்கள் கண்முன் கண்டு மலைத்த கார்த்தியையும் சுரேஷையும் கண்ட நிலா,

"ரோஸி எப்படி இருக்கிறாள்?", என்று கேட்க, "நன்றாக இருக்கிறாள், நிலா, களைப்பில் அயர்ந்து உறங்கிக்கொண்டிருக்கிறாள்", என்று கூறினான். அதேநேரம், உள்ளிருந்து தன் முகத்தில் வழிந்த வியர்வையை தன் சேலையில் துடைத்தபடி வெளிவந்த கார்குழலி, ஃப்ரான்ஸிஸை சுற்றிநின்று அவன் கையிலிருந்த குழந்தையைக் கண்டு மலைத்து நின்ற தன் குழந்தைகளைப் பார்த்து இளமுறுவலுடன் அருகே வந்தவர்,

"ஃப்ரான்ஸிஸ், குழந்தைக்கு உடற்சூடு தேவை, நான் பார்த்துக்கொள்கிறேன், நீ இப்பொழுது இருக்கவேண்டியது ரோஸியின் அருகாமையில்", என்று கூற, தன் குழந்தையை கார்குழலியின் கைகளில் கொடுத்துவிட்டு, தன் நண்பர்களிடம் விடைபெற்று உள்ளே சென்றான். மூன்றாம் நாள், ரோஸி வீட்டிற்கு வந்துவிட, ஏதாவது ஒரு காரணம் கூறியபடி, நாள்தோறும் அவளை சந்திக்கச்சென்று, நண்பர்கள் புதிய வரவைக் கொண்டாடிக்கொண்டிருந்தனர்.

அதேவேளை, புற்களை சேகரித்து பதப்படுத்திய இடும்பனின் ஆட்கள் தங்கள் ஊருக்கு கிளம்ப, தங்கள் பொறுப்பில் இருந்த தளிரை உடன் அழைத்துச் சென்றனர். மேற்கு தொடர்ச்சி மலையடிவாரத்தில் அருவிகளும் நீர்நிலைகளும் நிறைந்த பூம்பொழில் என்ற சிற்றூரை அடைந்தவேளை, மனதில் புலவன்மேடு நினைவிற்கு வர அங்கு செழியனோடு தான் கழித்த நாட்களை எண்ணிய தளிர், மாதக்கணக்கில் அழுதழுது வறண்ட கண்களோடு ஊரை சுற்றிப் பார்த்தாள். அங்கே அடுத்தடுத்து சீராக ஒன்றுடன் ஒன்று இணைக்கப்பட்டு வரிசை வரிசையாக கட்டப்பட்டிருந்த ஒற்றைத்தள வீடுகளைக் கண்டவள், ஒவ்வொரு வரிசையின் முடிவிலும் மற்றவற்றைவிட சற்றே உயரமான மச்சி வீடுகள் இருப்பதைக் கண்டாள். மச்சி

வீடுகளைக் கடந்து ஒரு பெரிய கூடமும், அதையடுத்து பெரிய வீடு ஒன்றும் இருக்க, அனைவரும் நேரே அங்கு செல்ல, தானும் சென்று அவர்களுடன் நின்றாள். அங்கே கூடத்தின் ஓரத்தில் இருந்த கதவு திறக்க வெளிவந்த ஒரு முதியவர் அனைவருக்கும் தலைவர் என்று உணர்ந்த தளிர், இடும்பனின் சாயல் தெரிவதைக் கண்டு சற்றே வியந்தவள்,

"ஐயா", என்றழைத்து முன்னே சென்ற இடும்பனை அணைத்த அந்த முதியவர்,

"எல்லாரும் பத்திரமா வந்துட்டீங்களா?", என்று கேட்க,

"ஆமா ஐயா", என்று அனைவரும் ஒருங்கே கூறினர்.

"விருந்து கொண்டாட்டம் இருக்கு, சந்தோசமா இருங்க", என்று கூறிவிட்டு, இடும்பனின் தோளில் கையைப் போட்டு உள்ளே செல்ல எத்தனித்தவர், சற்றே திரும்பி, தளிரை நோக்கி தன் கண்களை இடுக்கிப் பார்த்து,

"யாரு இந்த பாப்பா?", என்று கேட்டார். நடந்தவற்றின் சுருக்கத்தை இடும்பன் கூற, தன் வெண்ணிற தாடியை தன் கைகளால் வருடியபடி தளிரைக் கூர்ந்து நோக்கியவர், கண்களில் அன்பும், கவலையும் ஒருங்கே படர்வதை உணர்ந்த தளிர், தன் கைகளை கூப்பி வணக்கம் தெரிவித்தாள்.

"ரொம்ப பயந்துருக்கா, இன்னும் பேச்சு வரலப்பா", என்று இடும்பன் கூற,

"ம்", என்று ஆழ்ந்த குரலில் உறுமியவர், "வீட்டாளு?", என்று கேட்க, இடம்வலமாக இடும்பன் தலையசைத்தைக் கண்ட தளிர், இத்தனை காலம் இவர்களுடன் பழகியதில் வீட்டாள் என்றால் கணவன் என்றறிந்திருந்தவள், செழியனை நினைத்தநொடி முகம் வாடிவிட,

"இந்தாம்மா, இங்க பாரு", என்று கனிவுடன் அழைத்தவர், அவள் தன்னை நோக்கியதும், "ஒண்ணும் கலங்ககூடாது என்ன... சின்ன உசுருக்கு ஆவாது", என்று கூறி, இடும்பனின் மார்பில் கைவைத்து,

"எ மவன் இடும்பே, ஒன்ன தம்பொண்ணா பாத்துப்பான், சரியா?", என்று கேட்டார்.

மதிய உணவிற்குப் பிறகு ஆங்காங்கே கொண்டாட்டங்கள் தொடங்க, இடும்பனின் வீட்டில் தனக்கென்று ஒதுக்கப்பட்டிருந்த அறையில் அமர்ந்து சாளரத்தின் வழியே பார்த்துக்கொண்டிருந்த தளிர் அங்கே மிக அருகில் தெரிந்த சிற்றருவியைக் கண்டு தானும் செழியனும் இதேபோன்ற பல அருவிகளில், காதலில் கரைந்த கணங்கள் நினைவிற்கு வர ஆழ்ந்த சிந்தனையில் அமர்ந்திருந்தவளை,

"வாக்கா, வெளில போய் பாக்கலாம்", என்று கையோடு அழைத்துச்சென்ற குறிஞ்சி, கூட்டமில்லாத இடங்களை தளிருக்கு சுற்றிக் காண்பித்தாள். இடும்பனின் தந்தை பூங்குன்றன் இந்த மக்களின் தலைவன் என்றுணர்ந்த தளிர், குறிஞ்சி தங்கள் ஊரைப் பற்றியும், மக்களைப் பற்றியும் எடுத்துக்கூற, சற்றுநேரம் கவனித்தவள், அங்கு நடந்துகொண்டிருந்த கொண்டாட்டங்களில் மனம் லயிக்காமல், எழுந்து தன் அறைக்குச் சென்றாள்.

மலைகள் புரண்டு, கடல்கள் வறண்டாலும் யாருக்காகவும் காத்திராத காலதேவன் செவ்வனே தன் பணிகளைச் செய்ய, நாட்கள் வாரங்களாகி, வாரங்கள் மாதங்களாகி அவற்றில் நான்கு கரைந்துவிட, இன்னும் ஆழ்மயக்கத்தில் இருந்த செழியனின் உடல்நிலையில் எந்தவித மாறுதல்களும் இல்லாதிருக்க, உடல் முழுவதும் இருந்த வெட்டுக்காயங்கள் ஆறி, அனைத்து உடலுறுப்புகளும் சீராகப் பணி செய்தாலும், செழியன் கண்விழிக்காமல், ஆழ்மயக்கத்திலிருப்பது மருத்துவத்திற்கு அப்பாற்பட்டதாய் இருக்க, நாள்தோறும் அவனை பரிசோதித்த மருத்துவ குழுவினர் தங்கள் குழப்பத்தை பன்னாட்டு மருத்துவர்களிடம் கலந்தாலோசித்தும் எந்தவித விடையும் கிடைக்காததால், தங்களின் அன்றாட பரிசோதனைகளையும், மருத்துவத்தையும் தொடர்ந்தனர். பூம்பொழிலுக்கு வந்து மக்களோடு மக்களாய் கலந்துவிட்ட தளிர், அங்கு நடக்கும் வணிகத்தின் கணக்குகளை சரிபார்க்கும் பொறுப்பு தனக்கு அளிக்கப்பட, அதை செவ்வனே செய்து வந்தாள். ஒருநாள் தன்னறையிலிருந்து கணக்குகளை சரிபார்த்துக்கொண்டிருந்த தளிர், கைதவறி கீழே விழுந்த தாளை எடுப்பதற்காக, மேடிட்ட வயிறை கண்ணாடி வளையல்கள்

அடுக்கப்பட்டிருந்த கையால் பிடித்துக்கொண்டு எழுந்தவள், உச்சிமுதல் பாதம் வரை நரம்புகள் முறுகி, சுண்டி பாய்ந்த வலியில் கண்கள் இருள, நாற்காலியில் சரிய, அவளுக்கு உணவு எடுத்து வந்த குறிஞ்சி, உணவுக் கூடையை அப்படியே போட்டுவிட்டு தளிரின் அருகே வந்தாள். கீழே விழுந்த பாத்திரங்களின் ஓசைகேட்டு பதறியபடி வந்த பணிமகள், அங்கேயிருந்த நிலவரத்தை உணர்ந்து, மருத்துவமகளிரை அழைத்துவர ஓடினாள். தளிரின் அறைக்கு வந்த மருத்துவமகளிர் குழந்தையை வரவேற்பதற்கு ஆயத்தமான பணிகளைச் செய்ய, அவள் தலையருகே நின்று அவள் கண்களில் வழிந்த கண்ணீரையும், முகத்தில் பூத்த வியர்வை திவலைகளையும் துடைத்தபடி அவள் கையைப் பற்றி நின்ற மல்லி, மனதிற்குள் தங்கள் குலதெய்வத்தை வேண்டியபடி இருந்தார். சில நிமிடங்களில், தன் கைகால்கள் உடலோடு ஒட்டாமல் தன்னிச்சையாக செயல்பட, உயிரை கடைந்தாற்போல் வலி உடலெங்கும் பரவி, உச்சத்தை அடைந்தவேளை, "அருணன்", என்று வீறிட்டு அலறி மயங்கிய தளிர், சில கணங்கள் அமைதியில் கரைய, தன் காதருகே கேட்ட குழந்தையின் அழுகுரல் கேட்டு மிக முயன்று தன் கண்களைத் திறக்க, தனக்காக காத்திருக்கும் தன் அன்னையை மேலும் காக்கவைக்க மனமில்லாமல் விரைவாகத் தன்னைக் காண வந்த தன் குலக்கொழுந்தை, தங்கள் காதலில் உருவான ஒற்றை முத்தை, தன் துயர் தீர்க்க வந்த தன் மகனை தன் கண்ணருகே கண்டவள், மனதில் இன்பமும் அயற்சியும் அமைதியும் ஆட்கொள்ள உறக்கத்தில் ஆழ்ந்தாள்.

தளிர் தனக்கு வலி வந்து நாற்காலியில் சரிந்த அதேவேளை, அதுவரை எந்தவித மாறுதல்களும் இல்லாமல் ஆழ்மயக்கத்திலிருந்த செழியனின் உடலில் பொருத்தப்பட்டிருந்த கருவிகளின் சீரான ஒலிகள் திடீரென, வேகமாக ஒலிக்க, அவன் அருகே அமர்ந்திருந்த சுரேஷ், பதற்றத்துடன் எழுந்து மருத்துவரை அழைத்தான். உடனடியாக வந்த மருத்துவக்குழு பலவித பரிசோதனைகள் செய்தும், எந்தவித வேறுபாடும் கண்டறிய முடியாமல் குழம்ப, செழியனின் உடல் கட்டிலில் மேலும் கீழுமாக

எழுந்து எழுந்து தாழ்ந்து துடிக்க, அவனைச் சுற்றிநின்ற நிலா, சுரேஷ், மஞ்சு, கார்த்தி, மகிழினி, கரண், செங்கோடன் என அனைவரும் செழியனை இழந்துவிடப்போகிறோம் என்ற பயமும் தவிப்பும் நெஞ்சை அடைக்க கட்டுப்பாடின்றி வழிந்த கண்ணீரைத் துடைக்க திடமின்றி பார்த்துகொண்டிருக்க, இறுதியில் செழியனின் உடல் துடிப்பது நின்று எந்தவித சலனமும் இல்லாமல் உறைந்துவிட, மருத்துவக் கருவிகளின் ஓசை அடங்கி உயிரை வருத்தும் அமைதி அறையில் நிறைந்திருக்க, திடீரென்று ஆழ்ந்த மூச்சை இழுத்த செழியன், மெல்ல தன் கண்களைத் திறந்தான்.

83

முந்தைய நாள் பின்னிரவிலேயே கிளம்பி, தாய்லாந்தில் பல சந்திப்புகள் அடுத்தடுத்து இருந்ததால், களைத்த செழியன், விமானத்திலேயே உறங்க, விமானம் தரையிறங்கி, தான் விழித்தபின், வலித்த பின்னங்கழுத்தை அழுத்தியபடி படியிலிறங்கியவன், அங்கு தன் மனைவியைக் கண்டு திகைத்தான். தன்னவளைக் கண்ட நொடி, தன் வலியெல்லாம் மாயமாய் மறைந்து உற்சாகம் பொங்க, இரண்டே எட்டில் அடைந்து அவளை உயரை தூக்கி சுற்றியவன், தன் மனைவியின் பார்வையிட்ட கட்டளைக்கு கட்டுப்பட்டு அவளுடன் நடந்து அவள் காரை அடைந்தான். தளிர் காரை கடற்கரை நோக்கி செலுத்துவதைக் கண்டு மனதிற்குள் வியந்தாலும், தன் மனைவி காரோட்டும் லாவகத்தைக் கண்டு மகிழ்ந்தபடி பயணித்த செழியன், அவள் நெற்றில் விழுந்த முடி கீற்றுக்களை மெல்ல விலக்கினான். என்றுமில்லாத அளவு தன் மனைவியின் முகம் மிளிர்வதைக் கண்டவன்,

ஒருவித குழப்பமும் அதை மீறிய மகிழ்ச்சியும் தளிரின் கண்களில் தவழ, என்ன ஆயிற்று என்று கேட்க வாயெடுத்த வேளை,

"அருணன்", என்று தளிர் அழைக்க,

"சொல் கண்ணம்மா", என்றான்.

அதைத் தொடர்ந்து எதுவும் சொல்லாமல், தன் கையை எடுத்து, தளிர் தன் வயிற்றில் வைக்கவும் குழப்பத்தோடு தன் மனைவியைப் பார்த்த செழியன், அவள் செயலின் உட்பொருள் விளங்கி மெல்ல மெல்ல மனதிற்குள் பதிய, வியப்பும் மலைப்பும் மேலிட விரிந்த புன்னகையோடு அவளை நோக்க, திடீரென தங்களுக்கு முன்னால் சென்ற மெய்க்காப்பாளர்களின் செரோக்கி நிற்க, அவரசமாக ப்ரேக்கை மிதித்தாள், தளிர். அதிலிருந்து இறங்கிய தன் மெய்க்காப்பாளர்கள், துப்பாக்கி குண்டடிபட்டு நிலத்தில் சரிந்ததையடுத்து தொலை தொடர்பு கருவியின் வழியே கரணின் வழிகாட்டுதலின்படி தன் காரை இயக்கிய தன்னவளை பார்த்தவன், தன் மனைவிக்கும் அவள் கருவிலிருக்கும் குழந்தைக்கும் ஆபத்து என்று உணர்ந்த வேளை, மனமெங்கிலும் ஒருவித பதற்றம் தொற்றிக்கொள்ள, தன்னம்பிக்கையோடு காரோட்டும் தன் மனைவியைப் பதற்றம் அடைய விடக்கூடாது என்று எண்ணி தன் மனதில் தோன்றிய கலவரத்தை முயன்று கட்டுப்படுத்தினான்.

தொடர்ந்து துப்பாக்கிச் சுடும் ஓசையும், தோட்டாக்கள் தெறிப்பதுமாக இருக்க, தன் மனதில் எரிமலையென எழுந்த கோபத்தில் சிவந்த கண்களுடன் அமர்ந்திருந்த செழியன், சற்றுநேரத்தில், தங்களைத் தாக்கிய கார்கள் பின்வாங்கி, தாக்குதல் ஓய்ந்து அமைதி நிலவ, நீண்ட மூச்சை இழுத்துவிட்ட தளிரின் கன்னத்தை வருட தன் கையை உயர்த்தினான். அதேநேரம் பின்னாலிருந்து வெகுவேகமாக ஒரு கார் மோத, நின்ற இடத்திலேயே சுழன்ற தங்கள் காரை, மிக முயன்று தன் கட்டுக்குள் தளிர் கொண்டுவர, தன்னை ஒருநிலைப்படுத்திகொண்டு நிமிர்ந்தவன் கண்ணாடியில் வண்ணச்சாயங்கள் தெளிக்கப்பட்டிருந்ததைக் கண்டு சுற்றி

நோக்க, அனைத்து கண்ணாடிகளிலும் சாயங்களிருப்பதைக் கண்டான்.

என்ன செய்வதென்று அறியாது தன்னை நோக்கிய தளிரின் கண்களில் இருந்த குழப்பம், காரின் கூரை அரிவாள்களாலும், கடப்பாரைகளாலும் தாக்கப்பட கலவரமாக மாறியவேளை, உள்ளே நுழைந்த கடப்பாரையின் நுனி, தளிரின் இடது தோளில் இறங்கி, வலியில் துடித்த தன் மனைவியைக் கண்டு அதுவரை மனதில் தகித்த கோபம், கொலைவெறியென மாறிவிட, தன் இருக்கைக்கு கீழேயிருந்த சிறு பெட்டியை திறந்து துப்பாக்கியை எடுத்தபடி கதவைத் திறந்து வெளியில் பாய்ந்தவன், காரின் கூரையில் மேல் நின்ற மூவரையும் இரண்டே நொடிகளில் சுட்டுக்கொன்றான். அதைத் தொடர்ந்து இரு பக்கங்களிலிருந்தும் அரிவாள்கேளாடு அருகே வந்த கும்பலை நோக்கி, சரமாரியாகச் சுட்டான். அனைவரும் நிலத்தில் சரிய, தன் பின்னாலிருந்து வந்த இருவர் தன்னை பிடித்துக்கொள்ள, அவர்கள் பிடிகளுக்குள்ளே சுழன்று, தன் முன்னால் நின்றவனை கால்களால் உதைத்துத் தள்ளி, மற்றொருவனை நோக்கிச் சுட்டவன், தன் முதுகில் ஆழமாக இறக்கப்பட்ட கத்தி இடம்வலமாக திருக்கப்பட, அதனால் உச்சிமுதல் உள்ளங்கால் வரை பரவிய வலியால் தன்னிலையின்றி நிலத்தில் சரிந்தான். அதைத் தொடர்ந்து அரவம் கேட்க, கண்களைத் திறந்து, தன்னை நெருங்கிய ஒருவனைப் பிடித்து கீழே இழுக்க முயன்றவன் தன் கையில் அரிவாளால் விழுந்த வெட்டில் துடித்து கையை இறக்கினான். மற்றொரு கையை ஊன்றி எழ முயல, முதுகில் அடுத்த வெட்டு விழ, துவண்டு சரிந்தவன், அடுத்தடுத்து பல வெட்டுக்கள் தன் மேல் விழ, தன் மரணம் உறுதியென்று தெரிந்த உடன், தன் மனைவியை ஒருமுறையேனும் பார்க்க எண்ணி முயன்று கண்களை திறக்க, தன் கண்முன் எரிந்துகொண்டிருந்த தங்கள் காரைக்கண்டு, தன் மனைவி உள்ளே இருக்கிறாள், அவளைக் காப்பாற்ற முடியாமல் போய்விட்டதை எண்ணி, மனதில் எழுந்த வலி உடலெங்கும் பாய்ந்து உயிரை உருக்க, மயக்கத்தில் ஆழ்ந்தான்.

பல கோடி ஆண்டுகள் இருளில் மூழ்கியதைப் போன்று தோன்றிய செழியனுக்கு இதமான பஞ்சு மெத்தையில் படுத்திருப்பதைப் போன்ற உணர்வு, அமைதி உடலெங்கும் பரவ, மரணத்தை நெருங்கிய வேளை, தளிரை முதன்முதலில் மருத்துவமனையில் பார்த்ததிலிருந்து, அவளின் முதல் பார்வை, முதல் தீண்டல், முதல் முத்தம், அவள் புன்னகை, தீங்குரல், முதன்முதலில் காதலில் கரைந்த தருணம் என அனைத்தும் ஒவ்வொன்றாக நினைவிற்கு வர, தன் கட்டுப்பாட்டை மீறி உடல் துடித்து உறைய, தன் உயிர் மீண்டும் கொடும் இருளில் திக்கற்று செல்ல, அந்த உயிருக்கு வழிகாட்டும் ஒளியாக, தன் உடல் முழுவதும் இருந்த வலியைப் போக்கும் அருமருந்தாக, தன் இதழில் பாய்ந்த முத்தமெனும் ஒளியை நோக்கி வந்த உயிர், அந்த முத்தம் வழியில் நின்றுவிட, குழப்பத்தில் முத்தத்தை தேடி திக்கற்று அலைந்தது.

கழிந்த சில கணங்களில் பஞ்சுமெத்தையும் எங்கோ சென்றுவிட, செல்லும் வழியின்றி துடித்த உயிர், நெற்றியில் படிந்த இதழ் தீண்டலால், சிறு ஒளி தெரிய, மிக முயன்று, அதை அடைந்த வேளை தன் வாழ்க்கையின் ஒளிவிளக்கு தன்னை பிரிந்துவிட, பாதி உயிர் உடலோடு இணைய, பாதி உயிர் தன்னவளைத் தேடி அலைந்தது. பல நாட்கள் இருளிலும், அமைதியிலும் கழிய, தளிர் மயக்கத்தில் இருந்தவேளை தன்னவளின் உயிருக்கு அருகே நின்று அவளின் வலியைப் போக்க இயன்ற அளவு முயன்ற செழியனின் உயிர், அவள் மெல்ல மெல்ல குணமடைய, அவளைச் சுற்றி ஒரு கவசமாய் நின்றது.

மாதங்கள் உருண்டோட, தளிர் தன் உடல் முழுவதும் பரவிய வலியால் துடிக்க, அதை உணர்ந்த செழியனின் ஆன்மா, தன் ஒருபாதி உயிரோடு இணைந்து அவளைக் காக்க முயன்று செழியனின் உடலோடு மோத, தளிருக்கும் செழியனுக்கும் பாலமாய் நின்றது. அரை உயிரோடு அதுவரை அசைவின்றி இருந்த செழியனின் உடல், தளிரின் வலியாலும், தன் உயிருக்குள் நடந்த போராட்டத்தாலும் துடித்தது. இறுதியில் உயிரின் போராட்டம் ஓய்ந்து, மீண்டும்

இருள் சூழ்ந்த வேளை, "அருணன்", என்று கேட்ட தளிரின் அழைப்பால், உயிரும் உடலும் முழுமையாகப் பிணைய, தன் கண்களைத் திறந்த செழியன், தன் கண்களைச் சுழற்றி அறையைத் துழாவியபடி,

"தளிர்", என்று அழைத்தான்.

அவன் கண்களைத் திறந்தது முதல், அவனைக் கூர்ந்து நோக்கிக்கொண்டே தன் அண்ணனை நெருங்கிய நிலா, அவன் தன் மனைவியைத் தேடுவதைக் கண்டு, அதற்குமேல் தாங்கமாட்டாமல்,

"அண்ணா......", என்று கதறியபடி, அவன் அருகே கட்டிலில் அமர்ந்து, அவன் மார்பில் தலைவைத்து விம்மி அழுதாள். என்றும் புன்னகைத் தவழ உலா வரும் தன் தங்கையைக் கதறுவதைக் கண்டு, எழ முயன்றபடி,

"என்ன ஆயிற்று நிலா?", என்று கேட்டபடி தன்னைச் சுற்றி கவலையும், மகிழ்ச்சியும் கலந்து நின்றவர்களைப் பார்த்து,

"மச்சான், நண்பா, மஞ்சு, கரண்", என்று ஒவ்வொருவராக அழைத்தவன், மகிழினியைக் கண்டு ஏறயிறங்கப் பார்த்து, அவள் கையில் பச்சைக் குத்தப்பட்ட வடிவத்தைக் கண்டு, "ஓ!", என்று வியந்தவன், அவளருகில் நின்றிருந்த செங்கோடனைக் கண்டு அவர் யாரென்று சிந்தித்தவன், மறுபுறம் நின்ற மருத்துவக் குழுவைப் பார்த்து குழம்பினான். அறை முழுவதும் தேடியும், தன் மனைவியைக் காணாது தவித்தவன்,

"தளிர் எங்கே?", என்று கேட்டான். அனைவர் முகத்திலும் ஒருவித வலி பரவ, ஏதும் பேசாமலிருக்க, தன் உயிர் நண்பர்களைக் கூர்ந்து நோக்கியவன்,

"சுரேஷ், கார்த்தி", என்று அழைக்க, தங்கள் கண்களில் பெருகிய கண்ணீரை மறைக்க எங்கோ பார்த்தபடி இருவரும் தங்கள் கண்களை சிமிட்ட, கரணைக் கூர்ந்து பார்த்து,

"கரண், தளிரும் நானும் காரில் ஏறினோம் அல்லவா, அதன்பிறகு என்னவாயிற்று? தளிர் எங்கே? என்னை அழைத்தாளே, கீழே சமைத்துக் கொண்டிருக்கிறாளா? அவள் வெளியே சென்றிருந்தால், நீ எப்படி இங்கிருக்கிறாய்?", என்று கேட்க, அதற்குமேல் பொறுக்கமாட்டாமல்,

செழியனை நெருங்கிய கரண், அவன் கைகளை பிடித்துக்கொண்டு,

"ஐயோ", என்று அலறியபடி, செழியனின் கையால் தன் முகத்தில் அடித்தவன், "மொத்தமாய் பறிகொடுத்துவிட்டேனே. மன்னிப்பு கேட்கக்கூட அருகதையில்லாமல் போய்விட்டேனே", என்று அரற்ற குழப்பத்தோடு தன்னை பார்த்த தன் அண்ணனைக் கண்ட நிலா, விம்மல்களினூடே நடந்தவற்றைக் கூற, அதைக்கேட்டு தன் கண்கள் இருள கட்டிலில் சரிந்தான்.

தங்கள் காதலின் கனியை ஈன்றெடுத்த சோர்வில் உறங்கிய தளிர், தன் குழந்தையின் அழுகுரல் கேட்டு திடுக்கிட்டு விழித்தாள். அறையைச் சுற்றி தன் கண்களைச் சுழற்றியவள், தன் அருகே போடப்பட்டிருந்த தொட்டிலில் படுத்தபடி, தன் கைகளை காற்றில் உயர்த்தி உடலை முறுக்கி அழுதுகொண்டிருந்த தன் மகனைக் கண்டு மெல்ல எழுந்தவள், அருகே வந்த மல்லியைக் கண்டு புன்னகைத்தாள்.

"எங்கண்ணு", என்று அழைத்து பற்கள் தெரிய புன்னகைத்தபடி, "மவராசன் பொறந்துருக்கான்", என்று கூறியவர், அருகே வந்து குழந்தையை எடுத்து தளிரின் கையில் கொடுத்தார். சற்றுமுன்பு அரை மயக்கத்தில் தன் குழந்தையைப் பார்த்த தளிர், அதுவரை அழுது கொண்டிருந்த தன் மகன், தன் கைகளில் தவழ்ந்ததும் அழுகையை நிறுத்திவிட்டு தன் பெரிய கண்களை சுழற்றி அறையை சுற்றிப்பார்க்க, தன் மகனின் முகம், தன்னவனின் பிரதியாகக் கண்ட நொடி மனமெங்கும் மகிழ்ச்சி பரவ தன்னிச்சையாக புன்னகைத்தவள், அவன் நெற்றியில் அழுந்த முத்தமிட்டாள்.

தளிர் மறைந்துவிட்டாள் என்று தன் தங்கை நிலா கூறியதைக் கேட்டு கண்கள் சுழன்று படுக்கையில் சரிந்த செழியனை உடனடியாகப் பரிசோதித்த மருத்துவர் குழு, அவன் உடல்நிலை சீராக இருப்பதாகவும், மனதிற்கு ஏற்பட்ட அதிர்ச்சியை ஏற்றுக்கொள்ளும் வலிமை மனதிற்கும் உடலுக்கும் இல்லை என்று கூறியவர்கள், முடிந்த அளவு

ஓய்விலும், இலகுவான சூழ்நிலையிலும் செழியனை வைத்திருக்குமாறு கூறி விடைபெற்று சென்றனர். அவர்கள் சென்றதும், தன் மனைவியை ஆழ்ந்து பார்த்த சுரேஷ், கரணை நோக்கி,

"கரண், உன் கட்டுப்பாடு என்ன ஆயிற்று, நாம் எப்படி அவனிடம் பக்குவமாக கூறலாம் என்று கலந்தாலோசித்தபின் கூற வேண்டாமா?", என்று சற்றே கடுமையாகக் கேட்க, அதை ஆமோதித்து தலையசைத்த கார்த்தி,

"இந்த அதிர்ச்சியில் அவனுக்கு ஏதாவது ஆகியிருந்தால்", என்று கேட்டு கரணைக் கூர்ந்து நோக்க, குறிக்கிட்ட நிலா,

"கரண் செய்ததில் எந்தவித தவறும் இல்லை, அண்ணா தன் மனைவியைத் தேடுவதைக் கண்டு என்ன சொல்லி அவனை அமைதிப்படுத்துவீர்கள். நீங்கள் என்ன கூறினாலும், அண்ணா உடனடியாக அது பொய் என்று கண்டறிந்துவிடுவானே, அப்படியிருக்க உண்மைக்கு புறம்பாக எதைக் கூறுவது?", என்று கேட்டு தன் கணவனையும் உடன்பிறவா தமையனான கார்த்தியையும் ஆழ்ந்து பார்த்தவள், கரணை நோக்கி,

"அண்ணனுக்கு தெரியப்படுத்த வேண்டும் என்ற மிகப்பெரிய வேலையை மிக எளிதாக முடிக்க உதவியதற்கு நன்றி", என்று கூறினாள். சற்றுநேரத்தில், தன் நெற்றியில் தொடங்கி உடல் முழுவதும் பரவிய இனம்புரியாத மகிழ்ச்சியில் கண்விழித்த செழியன், தன் தங்கை கூறியது நினைவிற்கு வர, திடுக்கிட்டு எழுந்து அமர்ந்தான்.

மறுநாள், காலையிலேயே தங்கள் மகனைக் காண வந்த கார்குழலியும் மணிமாறனும், இலக்கற்று வெறித்தபடி தன் கட்டிலில் அமர்ந்திருந்த செழியனைக் கண்ட நொடி, அவன் விழித்துவிட்டான் என்ற மகிழ்ச்சியும், தன் வாழ்க்கையையே இழந்து நிற்கிறான் என்ற கவலையும் ஒருங்கே எழுந்து, மகிழ்ச்சியை மீறிய கவலை மனதில் நிறைந்து தொண்டை வரை அடைக்க, அவனை அணைத்த கார்குழலி, அவன் மார்பில் முகம் புதைத்து விம்மி அழுதார். தன்னிச்சையாக அவர் முதுகை ஆறுதலாக வருடிய செழியனின் கைகள், அவரை விலக்கி,

"கவலைப்படாதீர்கள் அம்மா, என் தளிர் எங்கோ எனக்காகக் காத்திருக்கிறாள். நான் அவளைத் தேடிச் சென்று

அவளுடன் இணைவேன்", என்று உறுதியான குரலில் கூற, திடுக்கிட்ட கார்குழலி, தன் மகனின் கண்களைக் கூர்ந்து நோக்கினார்.

ஒருவாரம் கடந்த நிலையில், கார்குழலியும் பூங்கொடியும் இணைந்து செலுத்திய முழுநேர கவனிப்பில் தேறிய செழியன், தன்னைக் காண வந்த தன் பெரியப்பாமார்களிடம் மிக இயல்பாகப் பேசினான். வழக்கமாக இருக்கும் உதாசீன போக்கு இல்லாமல், தங்களிடம் பொறுமையாகப் பேசும் செழியனைக் கண்டு சற்றே வியந்த மகேந்திரவர்மனும் குலசேகரனும், முடிந்தவரை அவனிடம் இயல்பாக, பொதுப்படையானவற்றை பேசிவிட்டுச் சென்றனர். அதைத் தொடர்ந்து சிறு சிறு குழுக்களாக தன்னை சந்தித்துவிட்டுச் சென்ற தன் குடும்பத்தினரிடமும் இயல்பாக பேசிய செழியன் மனதில், தளிரின் பெற்றோரைக் கண்டதும் ஒருவித குற்றவுணர்ச்சி பரவியது தளிர் தன்னை மணந்தால் அவளை தன் உயிருக்குள் வைத்து பாதுகாப்பேன் என்று தன் மாமனாருக்கு அளித்த வாக்குறுதி நினைவிற்கு வர, குமரேசனைக் கண்ட நொடி தளிர் தன்னுடன் இல்லாததும், நிலா கூறியதன் முழு விபரமும் தன் மனதில் உறைக்க, அதை விஞ்சி தன் மனதில் தளிர் தனக்காக காத்திருக்கிறாள், என்ற உணர்வு நிறைந்திருக்க, தன் மனதிற்குள் நடந்த போராட்டத்தால் தலைவலியால் துடித்தான். ரோஸி, தன் மகனை அழைத்துவர, சற்றுநேரம் குழந்தையுடன் விளையாடியவன், ஃப்ரான்கிளின் தன் விரலைப் பற்றிக்கொள்ள, இளமுறுவல் பூத்தபடி,

"தளிர், இங்கே பாரேன்", என்று தன்னிச்சையாக கூறிவிட்டு, தளிர் இல்லாதது உறைக்க, தன் தலையை சிலுப்பிவிட்டு விளையாட்டை தொடர்ந்தான்.

நாள்தோறும், யாருடனும் பேசாமல் இலக்கற்று வெறித்தபடி அமர்ந்திருந்த தன் நண்பனைக் கண்ட சுரேஷும் கார்த்தியும், செழியன் மனதிலுள்ள சிந்தனைகளை அறிய முடியாமல் குழம்பினர். ரணதீரனைப் பற்றியும், மணிகண்ட பூபதியைப் பற்றியும் கூறியபொழுது, அதற்கு எந்தவித எதிர்வினையும் இல்லாமல் வெறுமையான கண்களுடன்

தன்னை நோக்கிய தன் நண்பனைக் கண்ட சுரேஷ் மனதில் படர்ந்த கலவரத்தை தாங்க முடியாமல் கதறினான். அதேநேரம், தன் கன்னத்தில் தொடங்கி உடல் முழுவதும் படர்ந்த இன்பத்தை உணர்ந்த செழியன் புன்னகைக்க, உடனடியாக மனநல மருத்துவக் குழுவினரை வரவழைத்த சுரேஷ், செழியன் குணமாகும்வரை, இரவு பகலாய் அவர்களை உடனிருந்து பார்த்துக் கொள்ளும்படி கட்டளையிட்டான்.

பல மருத்துவக் குழுக்கள் பரிசோதித்து, செழியனுக்கு தன் மனைவியுடன் காரில் ஏறிய பிறகு, தன்னறையில் கண்விழித்ததைத் தவிர எதுவும் நினைவிற்கு இல்லை என்று உறுதி செய்ய, தன்னிடம் அந்த விபரத்தைக் கூறி கவலையோடுத் தன்னை பார்த்த சுரேஷைக் கண்ட ஃபாதர் மைக்கேல்,

"மனித மூளை மிகவும் விசித்திரமானது, சுரேஷ். தன்னால் ஏற்றுக்கொள்ளமுடியாத மிகுந்த துன்பம் அனுபவிக்கும் வேளை அந்த நினைவுகளை அழித்துவிடும். இல்லையென்றால் தனக்கு அதிகம் பாதிக்காத வகையில் நினைவுகளை மாற்றியமைக்கும் திறன் படைத்தது", என்று கூறியவர், இரண்டு நாட்களுக்கு முன் தான் அவனை சந்தித்த பொழுது, செழியன் தன்னிடம், 'தளிர் தனக்காகக் காத்திருப்பதாகவும், அவளைத் தேடி அவளுடன் இணைவதாகவும' கூறியதை எண்ணி நீண்ட பெருமூச்சை இழுத்துவிட்டார்.

குழந்தை பிறந்து இரண்டு வாரங்கள் கடந்த நிலையில், தன்னிடம் பேசவேண்டும் என்று வந்திருந்த இடும்பனையும், பூங்குன்றனையும் கண்டு இரு கை கூப்பி வணக்கம் தெரிவத்தவள்,

"வாருங்கள் ஐயா", என்றாள். தங்களை வரவேற்ற தளிரின் இனிமையான குரலைக் கேட்டு புன்னகைத்த இருவரும் அங்கே போடப்பட்டிருந்த நாற்காலிகளில் அமர,

"நல்லா இருக்கியா கண்ணு? மவன் என்ன சொல்லுதான்?", என்று கேட்டபடி, குழந்தையைத் தன் கையிலெடுத்து பூங்குன்றன் கொஞ்ச, அவரைப் பார்த்து புன்னகைத்தபடி,

"நல்லாயிருக்கிறேன், ஐயா", என்றாள்.

தன் தொண்டையைச் செருமியபடி, "ஓம்பேரு என்ன தாயி", என்று கேட்ட இடும்பனை ஒரு கணம் கூர்ந்து பார்த்தவள்,

"மதி", என்றாள்.

"வீட்டாளு?", என்று கேட்க, தன்னிச்சையாக கண்களில் நீர் பெருக கலவரத்துடன் தன்னைக் கண்டவளைப் பார்த்த இடும்பன்,

"நா வேற எதுவும் கேக்கல கண்ணு, ஆளு இருக்கானா", என்று கேட்க, இடம்வலமாக தன் தலையை அசைத்தாள். அதைக் கண்டு மனதில் ஒருவித வலி பரவ,

"நா அடுத்த வாரம், கூட்டத்தோட வெளியூர் போறேன், வர நாலு மாசம் மேல ஆகும்", என்று கூறி சற்று தயங்கிய தன் மகனைப் பார்த்து பூங்குன்றன் ஆறுதலாக புன்னகைக்க, மேலே தொடர்ந்தவர்

"போன வாரம் வந்த எநண்பே சுரேந்திரே, அவன் ஆபீஸுல ஒனக்கு ஒரு வேல போட்டு குடுக்கன்னு சொன்னான், பக்கத்து டவுணுல, தனியா வீடு குடுப்பான், நம்ம மல்லிய ஒன்கூட அனுப்புறே, போறீயா?", என்று கேட்க சற்றுநேரம் சிந்தித்தவள்,

"சரி, ஐயா", என்று கூறினாள்.

அதையடுத்து, அடுத்த இரண்டு மாதங்களில் புதிய வீட்டிற்கு மல்லி மற்றும் குறிஞ்சியுடன் குடிபெயர்ந்த தளிர், சுரேந்திரனை சந்தித்துவிட்டு வந்தவள், வீட்டிலிருந்து தன் அலுவலகப் பணிகளைக் கவனிக்கத் தொடங்கினாள். மேலும் சில வாரங்கள் கடந்து ஒருநாள், மடிக்கணினியில் ஏதோ ஒரு அறிக்கையைக் கூர்ந்து கவனித்துக் கொண்டிருந்த தளிர், தன் அருகே படுத்திருந்து தன் முகத்தை ஆழ்ந்து பார்த்த தன் மகனை நோக்கியவள், தன் முகம் பார்த்த நொடி தன் பொக்கை வாய் தெரிய புன்னகைக்க வாரியெடுத்து முகமெங்கும் முத்தமிட்டாள்.

அதேநேரம், தன் முகமெங்கும் ஒருவித பரவசம் பரவ, தன்னறையில் அமர்ந்திருந்த செழியன், மெல்ல எழுந்து கீழே வந்தான். தன் கட்டின் நடுக்கூடத்தில் அமர்ந்திருந்த சுரேஷைக் கண்டு இளமுறுவல் பூக்க நடந்து அவனை நெருங்கியவன்,

"மச்சான், நான் குறுங்கொன்றை தீவிற்கு செல்லப்போகிறேன்", என்று கூறினான்.

84

செழியனின் உடல் நிலை வெகுவாக முன்னேறி, இயல்பாக நடமாடும் நிலைக்கு வந்துவிட்டாலும், தளிரின் மறைவை குறித்த அவன் மனநிலை யாருக்கும் புரியாத புதிராகவே இருப்பதை எண்ணி, தன் உயிர் நண்பனும் மச்சானுமான தனக்கு தாயுமானவனை எப்படி பார்த்துகொள்ளப் போகிறோம் என்ற குழப்பத்தோடு, செழியனின் கட்டின் நடுக்கூடத்தில் அமர்ந்திருந்த சுரேஷ், தன் பின்னால் ஏதோ அரவம் கேட்டு திரும்பிய வேளை, நினைவு எங்கோ இருப்பதை போன்று கண்கள் ஒளிமங்கி இருக்க, முகமெங்கும் ஒருவித புன்னகை பரவ படியில் இறங்கிக்கொண்டிருந்த செழியனைக் கண்டான். வெகுகாலம் ஆழ்மயக்கத்திலிருந்து கண்விழித்தது முதல், பொதுவாக இலக்கற்று வெறித்த பார்வையுடன் வலம் வந்தாலும், பல சமயங்களில் இதே போல் இருக்கும் தன் நண்பனைக் கண்டிருந்த சுரேஷ், அதற்கு காரணம் புரியாமல்

குழம்பினாலும் தன்னருகே வந்தவனை வரவேற்கும் விதம் இளமுறுவலுடன் அமர்ந்திருக்க,

"மச்சான், நான் குறுங்கொன்றை தீவிற்கு செல்லப்போகிறேன்", என்று செழியன் கூறியதை அடுத்து அதிர்ச்சியில் துள்ளி எழுந்து,

"என்ன ஆயிற்று மச்சான்?", என்று கேட்டான்.

தன் கேள்வியைக் கேட்டு தன் ஒற்றை புருவத்தை உயர்த்திய செழியனைக் கண்டு தன்னிச்சையாக புன்னகைத்த சுரேஷ்,

"எதற்காக அங்கு செல்லவேண்டும், மச்சான்? இங்கேயே எல்லோரோடும் இருக்கலாமே...", என்று இழுத்தவன், செழியன் தன்னை ஆழ்ந்து பார்த்து,

"சுரேஷ், நான் குறுங்கொன்றை தீவிற்குச் செல்லப்போகிறேன், அதற்கு வேண்டிய ஏற்பாடுகளைச் செய்", என்று கட்டளையிடும் குரலில் கூற, நிமிர்ந்து நின்ற சுரேஷ், சரியென்று தலையசைத்து விட்டு வெளியேறினான். கார்த்தியையும் கரணையும் உடனடியாக தன்னை சந்திக்கும்படி கூறிவிட்டு, தன் அலுவலக அறைக்குள் நுழைந்தான்.

தன்னை முகம் பார்த்து சிரித்த தன் மகனை அள்ளியெடுத்து கொஞ்சிய தளிர், வாசலில் யாரோ வரும் ஓசை கேட்க, சமைத்துக்கொண்டிருந்த மல்லியின் குரல் கேட்டு துள்ளியெழுந்த குறிஞ்சி ஓடிச்சென்று கதவை திறக்க, உள்ளே நுழைந்த இரு பெண்களைக் கூர்ந்து நோக்கினாள். உடன் வந்த முதிய பெண், சற்று எட்ட இருந்த நாற்காலியில் அமர, புன்னகை தவழ்ந்த முகத்தில் பெரிய பொட்டிட்டு முன்னால் வந்து சோபாவில் அமர்ந்த நடுத்தர வயது பெண்ணை குழப்பத்தோடு நோக்கியபடி குழந்தையோடு எழுந்த தளிர்,

"வாருங்கள்", என்று இரு கை கூப்பி வரவேற்றாள்.

"நான் யாரென்று தெரியாதில்லையா, மதி?", என்று கேட்க, தன்னிச்சையாக இடம்வலமாக தலையசைத்த தளிரைப் பார்த்து புன்னகைத்தவர்,

"குழப்பாமல் கூறிவிடுகிறேன், நான் மிஸஸ்.சுரேந்திரன், மாலினி", என்று கூற, தன் முதலாளியின் மனைவி என்று உணர்ந்த தளிர், பதற்றத்துடன்,

"ஸாரி மேடம், எனக்கு முன்பே தெரியாது", என்று கூறினாள்.

"ரிலாக்ஸ் மதி, என்னை மேடம் என்று அழைத்து தள்ளிவைத்து விடாதே, ஆன்டி என்றே அழை", என்று கூறியவர், கைகளை நீட்ட, தன் குழந்தையை அவரிடம் கொடுத்தாள். சற்றுநேரம், குழந்தையுடன் விளையாடிய மாலினி, நிமிர்ந்து தளிரை நோக்கி,

"பெயர்", என்று கேட்க, "ஆதி", என்று கூறினாள். மாலினியின் அருகே வந்தமர்ந்த அந்த முதிய பெண், குழந்தையை சற்றுநேரம் கூர்ந்து பார்த்துவிட்டு, முகமெங்கும் மகிழ்ச்சி பரவ,

மாலினியை நோக்கி ஏதேதோ சைகைகள் செய்ய, அவரால் பேசமுடியாது என்றுணர்ந்த தளிர், அவர் கூறுவதன் பொருள் புரியாமல் விழிக்க,

"ஒன்றுமில்லை மதி, என் சித்தி வளர்த்த ஒரு குழந்தையின் நினைவு வந்துவிட்டதென்று கூறுகிறார்கள்", என்று கூறியவர் மேலும் சிறிதுநேரம் மல்லி, குறிஞ்சி மற்றும் தளிரிடம் பேசிவிட்டு விடைபெற்றார்.

அடுத்த இரண்டு நாட்களில், அனைத்து ஏற்பாடுகளையும் முடித்த சுரேஷ், மீண்டும் ஒருமுறை தன் முடிவை பரிசீலிக்கும்படி செழியனிடம் கூறுவதற்காக அவன் கட்டிற்குள் நுழைந்தவன், அங்கே தன் பயணத்திற்கு ஆயத்தமாக சுற்றுலாவிற்கு கிளம்பியிருக்கும் சிறுவன் போல், நடுக்கூடத்திலிருந்த சோபாவில் அமர்ந்திருந்த தன் நண்பனைக் கண்டு தன்னிச்சையாக விரிந்த புன்னகையோடு அவனை நெருங்கி,

"என்ன மச்சான், கிளம்பிவிட்டாயா?", என்று கேட்க, ஆர்வத்தோடு தலையசைத்த செழியன், சற்று நேரம் சுரேஷைக் கூர்ந்து பார்த்து,

"தளிரின் நினைவுகளுடனே வாழ்ந்துவிடுகிறேன், நண்பா", என்று கூறியவனின் கண்களில் துளிர்த்த நீரைக் கண்ட சுரேஷ் ஏதோ சொல்ல வாயெடுக்க,

"தளிருடன் நான் இணையும்வரை, அதுவே நல்லது", என்று கூறியவன், நிலா வரவும், அனைவரிடமும் விடைபெற்று, கரண், மகிழினி மற்றும் செங்கோடனின் ஆட்கள் உடன்வர தன் மனைவிக்கென்று பரிசளித்த தங்கள் தீவை நோக்கி தன் பயணத்தைத் தொடங்கினான்.

பல மணிநேர தொடர் பயணத்தையடுத்து, தீவில் காலடி வைத்த செழியன், அங்கிருந்த மணலில் மண்டியிட்டு அமர்ந்து கதறினான். கேவல்களினூடே,

"தளிர், தளிர்", என்ற வார்த்தைகளைத் தவிர வேறு ஏதும் புரியாமலிருக்க, மெல்ல அவனை நெருங்கிய கரணை தடுத்த செங்கோடன், தன் ஆட்களை உள்ளே செல்லுமாறு பணித்துவிட்டு, தன் மகளையும் கரணையும் அழைத்துக்கொண்டு முன்னே நடந்தார்.

ஆழ்ந்த உறக்கத்திலிருந்த தளிர், எங்கோ தொலைவிலிருந்து செழியன் தன்னை அழைப்பது கேட்டு திடுக்கிட்டு விழித்து, தன் கண்களை சுழற்றி அறையை நோக்க சுற்றிலும் இருள் சூழ்ந்திருக்க, சற்று தொலைவில் மல்லியும் குறிஞ்சியும் உறங்குவதைக் கண்டவள், எழுந்து சென்று தண்ணீர் அருந்திவிட்டு, தொட்டிலில் படுத்திருந்த தன் மகனைப் பார்த்தாள். தன் பெரிய விழிகளை சுழற்றியபடி காற்றில் தன் விரல்களால் ஏதோ வரைந்துகொண்டு சத்தமில்லாமல் புன்னகைத்துக் கொண்டிருப்பதைக் கண்டு, தன்னிச்சையாக இளமுறுவல் படர உறக்கம் பிடிக்காமலிருக்க, தன் மகனை கையில் தூக்கிக்கொண்டு முன்னறைக்கு வந்தவள், தன் மடியில் அவனை கிடத்தி, அவன் தலைமுடியைக் கோதியபடி, தன் கணவனின் அன்பை நினைத்து உருகி பெருமூச்சுவிட்டாள்.

தான் கண்விழித்தது முதல், தளிரைக் காணாது, கட்டளையிடும் அவள் பார்வை, காதில் நுழைந்து மனதை மயக்கும் அவள் குரல், தன்னை பித்தனாக்கும் அவள் அழகு,

உயிர்வதைக்கும் தீண்டலும், தன் உயிர் உருக்கும் அவள் முத்தம் என தன் உடலின் இயல்பான இயக்கமே சீராக இல்லாமல் மூச்சுவிடக்கூட சிரமமாக இருக்க, அவ்வப்பொழுது, தன் உடலில் பரவும் பரவசத்தை உணர்ந்து, தன் மனைவி தனக்காக எங்கோ காத்திருக்கிறாள், என்ற எண்ணம் நாளடைவில் மனதிற்குள் நிறைய, அனைவரிடமும் தன் மனதில் உள்ளதைக் கூறிய செழியன், அதேநேரம் தளிரை இழந்து தானும் ஆழ்மயக்கத்திலிருக்க உடனிருந்து கவனித்தவர்களுக்கு, தான் கூறுவதை ஏற்றுக்கொள்ள அவர்கள் மனதிலும் உடலிலும் திடமில்லை என்று அறிந்தான். ஒவ்வொரு கணமும் தன்னை உடனிருந்து பார்த்துகொள்ள சுரேஷும், கார்த்தியும் தன்னுடனே இருப்பதால், அவர்களின் இயல்பு வாழ்க்கை பாதிக்கப்படுவதை உணர்ந்து, தான் தன் மனைவியின் நினைவுகளுடன் வாழ்வதற்கு தங்கள் தீவே சிறந்தது என முடிவெடுத்து வந்தவன், அதில் காலடி எடுத்துவைத்த வேளை, தன் மனைவியின் அருகாமை இல்லாதது தன் உயிரைத் தகிக்க, மணலில் சரிந்து கதறியவன், தலையில் தொடங்கி உடல் முழுவதும் பாய்ந்த நிம்மதியையும் மகிழ்ச்சியையும் உணர்ந்து துள்ளியெழுந்து கண்கள் மூடி அனுபவித்தபடி, வீட்டிற்குள் நுழைந்து அறையை அடைந்து கட்டிலில் சரிந்தான்.

மறுநாள், காலையில் எழுந்து சிற்றருவியில் குளித்த செழியன், பகல் முழுவதும், கொன்றை மரங்களடர்ந்த சிறுகாட்டில் உலவியவன், மாலைகளில் அலைகள் காலை வருட, கடற்கரை மணலில் படுத்து தன் நாட்களைக் கழித்தான். முதல் இரண்டு நாட்கள் எவ்வளவு தேடியும் தன் கண்களில் சிக்காத புள்ளிமான்களை எண்ணி வியந்த செழியன் மூன்றாம் நாள், அங்கிருந்த கல் திண்டில் படுத்தபடி, தங்களுக்கு நடந்த விபத்து பற்றியும், அதில் தளிர் தீக்கிரையாகிவிட்டதை பற்றியும் சுரேஷ் கூற, பூபதியின் கைபேசி அழைப்பை தொடர்ந்து, செங்கோடனின் கண்கள் முன்னே கார் வெடித்து சிதறியதை வைத்தும், தளிர் மறைந்துவிட்டாள் என்று அனைவரும் கூறினாலும், தன் உணர்வுகள் அவற்றிற்கு முற்றிலும் முரணாக இருப்பதை

உணர்ந்து நீண்ட பெருமூச்சை இழுத்துவிட்டவன், தன் காலில் ஏதோ தட்டுப்பட திடுக்கிட்டு எழுந்து அமர்ந்தான். தன் காலுக்கடியில் பிறந்து கண்கள் கூட திறக்காத தன் குட்டியை கிடத்தி, தன் முகம் பார்த்து நிற்கும் ஒரு மானைக் கண்டவன், தானும் தளிரும் தங்கள் தேனிலவிற்கு வந்த பொழுது, தன் தாயுடன் வந்து, தங்களுடன் விளையாடும் இரு குட்டிகளில் ஒன்று என்று உணர்ந்த வேளை உடல் முழுவதும் ஒருவித தாய்மை உணர்வு பரவ, மெய்சிலிர்த்து கல்லாய்ச் சமைந்தான். அதேநேரம், தன் மகனுக்கு பாலூட்டி உறங்க வைத்த தளிர், தன் உடல் மெய் சிலிர்த்து, உடல் முழுவதும் மயிர்க்கால்கள் எழுந்து நின்று இனம்புரியாத உணர்ச்சி பரவ குழப்பத்தோடு அமர்ந்திருக்க, தன்னை உணவருந்த வருமாறு குறிஞ்சி அழைக்க, தன்னிலை அடைந்தவள், எழுந்து அவளுடன் சென்றாள்.

குழந்தை பிறந்து, ஆறு மாதங்கள் கடந்துவிட்ட நிலையில், தன் மடியில் துடித்து மடிந்த செழியனின் நினைவுகளை மனதில் சுமந்துகொண்டு, அவன் தனக்கு கட்டிய இரண்டு தாலிகளும் பலமிழந்து, அவனைக் காப்பாற்ற முடியாமல் போய்விட்டாலும், அவற்றை கழற்ற மனமில்லாமல், தன் ஆடைகளுக்கிடையே மறைத்துவைத்தபடி, நாள்தோறும் அலுவலகம் சென்று வந்த தளிர், மாலை தன் மகனுடனும் குறிஞ்சி மற்றும் மல்லியுடனும் கலகலப்பாக கழித்தாலும், இரவேறி தனிமையில் படுக்கையில் சரிந்தவேளை, தன்னவனின் வாசமும், அரவணைப்பும் தன்னை சுற்றி படர, கண்ணீரில் கரைந்தபடி உறங்கினாள். ஒரு நாள் மாலை கடற்கரை மணலில், தான் தீவிற்கு வந்து நான்கு மாத காலத்தில் வளர்ந்திருந்த தன் தாடியை வருடியபடி, கண்கள் மூடி படுத்திருந்த செழியனை எழுப்பிய மகிழினி, சற்றே சலிப்புடன் தன் கண்களைத் திறந்தவனைப் பார்த்து புன்னகையோடு,

"சுரேஷ் அண்ணா அழைத்திருக்கிறார்கள், நிலா அக்கா உங்களிடம் பேசவேண்டுமாம்", என்று கூற, பதிலேதும் கூறாமல் எழுந்தவன், நடுக்கூடத்திலிருந்த தொலைபேசியை அடைந்து காதில் பொருத்த,

"அண்ணா", என்று நிலா அழைக்க, இதுநாள் வரை தான் யாருடனும் பேசாமலிருக்க, தனக்கு தனிமை தேவையென்ற தன் எண்ணத்திற்கு மதிப்பளித்து தன்னை தொடர்பு கொள்ளாதிருந்த தன் குடும்பத்தினர், திடீரென்று அழைக்க, சற்றே துணுக்குற்றவன் தன் தங்கையின் இன்பக் குரல் கேட்டு தன்னிச்சையாக ஆறுதல் பெருமூச்சை இழுத்துவிட்டு புன்னகைத்து,

"நிலா, எப்படி இருக்கிறாய்?", என்று கேட்டான்.

"நன்றாக இருக்கிறேன், அண்ணா. உன் மருமகளும் தான்", என்று கூறினாள்.

தன் தங்கை கூறியதன் பொருள் புரியாமல் தன் கண்களைச் சிமிட்டியவன், சில நிமிடங்கள் அமைதியில் கரைய, மெல்ல பொருள் விளங்க,

"வாழ்த்துக்கள் நிலா!", என்று கூறியவன், "மச்சான் எங்கே?", என்று கேட்டான்.

"இதோ இருக்கிறார், அண்ணா. இப்பொழுதுதான் உறுதி செய்தோம், ஏதோ வேற்று உலகத்தில் வலம் வந்து கொண்டிருப்பது போல் விழித்துக்கொண்டிருக்கிறார்", என்று கூறியபடி கைபேசியை கொடுக்க,

"மச்சான்", என்று மெல்லிய குரலில் அழைத்த சுரேஷின் குரலைக் கேட்டு புன்னகைத்தவன், "வாழ்த்துக்கள் மச்சான்", என்றான்.

"மருமகள் என்றாளே? மருமகனாக இருக்கலாமே", என்று செழியன் கேட்டதை அடுத்து சில கணங்கள் அமைதியில் கரைய,

"நிலா, பெண் குழந்தை என்றே உறுதியாக இருக்கிறாள், மச்சான். தளிரே தனக்கு குழந்தையாக வருவதாக எண்ணுகிறாள்", என்று கூறியவன், சற்றுநேரம் பேசிவிட்டு அழைப்பைத் துண்டிக்க, தளிர் நிலாவின் மகளாகப் பிறக்கப்போகிறாள், என்று நிலா எண்ணுவதை அறிந்து மெய்சிலிர்த்த செழியன் மனதில், இன்னும் ஏழு மாதங்களில் தளிர் தன் கைகளில் தவழுவாள் என்ற எண்ணம் படர்ந்து

ஒருவித புத்துணர்ச்சி அளிக்க, அதை எதிர்நோக்கி தன் நாட்களைக் கடத்தினான்.

தன் மகன் பிறந்து எட்டு மாதங்களாகிய நிலையில், அலுவலகத்திலிருந்து வந்த தளிர், தன் மகன் சோபாவின் கைப்பிடியை பிடித்துக்கொண்டு எழ முயற்சிப்பதைக் கண்டு ஆர்வத்துடன் அவனைப் பார்த்தபடி நிற்க, தன் பெரிய கண்களை சுழற்றி அறையை அளந்தவன், தன்னைக் கண்டதும், தன் முகமெங்கும் விரிந்த புன்னகையுடன் ஒரே முயற்சியில் நின்றுவிட்டதைக் கண்ட மகிழ்ச்சி மனதில் நிறைந்திருக்க, இதை உடனே பகிர தன் கணவன் உடன் இல்லையென்ற எண்ணம் வந்து உயிரை வதைக்க, தன் கண்களை கூர்ந்து பார்த்த தன் மகன், தன்னிச்சையாக தன் ஒற்றை புருவத்தை உயர்த்த, ஓரே எட்டில் அவனை அள்ளியெடுத்து முகமெங்கும் முத்தமிட்டாள், தளிர்.

நிலா கருவுற்றிருக்கிறாள் என்று அறிந்து, ஆறுமாதங்கள் கடக்க, எப்பொழுது வேண்டுமானாலும் நிலாவிற்கு குழந்தை பிறக்கும் என்ற நிலையில், தன் தளிரை கையில் ஏந்தும் நாளை எண்ணி காத்திருந்த செழியன், ஒரு நாள் மாலை தன் வீட்டிற்குத் திரும்பினான். இரண்டு மாதங்களுக்குமுன் மஞ்சு கருவுற்றிருக்கும் விபரம் தெரியவர, வாசலில் நின்று தன்னை வரவேற்ற கார்த்திக்கு வாழ்த்து தெரிவித்தபடி உள்ளே நுழைந்த செழியன் தன்னிலையைக் கண்ட நொடி, தன்னை அணைத்து, கண்ணீர் வடிக்கும் தன் வளர்ப்பு அன்னையை அமைதிப்படுத்த முயன்றவன், நிறைமாத கருவைச் சுமந்தபடி சுரேஷின் கைகளை பிடித்துக்கொண்டு, உள்ளிருந்த வந்த நிலாவைக் கண்டான்.

புன்னகையுடன் தன்னை நெருங்கிய நிலாவின் கண்களில் தன் நிலை கண்டு ஒருவித கவலை படர, தன்னை நோக்கி மேலும் ஒரு அடி எடுத்துவைத்த நிலாவின் முகத்தில், அதுவரை இருந்த புன்னகையும் கவலையும் மாறி, வலி பரவி அவள் சரிய இரண்டே எட்டில் அவளை அடைந்து தாங்கினான். நிலாவை தன் கைகளில் ஏந்திய சுரேஷ், உடனடியாக பேறுகாலத்திற்கு என்று ஆயத்தமாக இருந்த

அறையின் நடுவிலிருந்த கட்டிலில் தன் மனைவியைக் கிடத்தினான். தன் கட்டளையின்படி அல்லும் பகலும் சுழற்சி முறையில் பணியாற்றிய மருத்துவக்குழுவினர் உடனடியாக நிலாவிற்கு உதவ, வலியில் துடித்த தன் மனைவியின் அருகே நின்ற சுரேஷ், அடுத்த அரைமணிநேரத்தில், சிறு பூத்துவாலையில் சுற்றப்பட்ட தன் குழந்தையை கையில் ஏந்தி, சோர்வில் உறங்கிய தன் மனைவியின் நெற்றியில் முத்தமிட்டு வெளியே வந்து, செழியனின் கைகளில் தன் குழந்தையை நீட்டி,

"இளந்தளிர்", என்று கூறினான்.

தன் மகனின் முதலாம் பிறந்த நாளைக் கொண்டாட எண்ணிய தளிர், செழியனில்லாமல் தன்னால் எதுவும் செய்ய முடியாதென்று அறிந்திருந்தாலும், தன் மகனுக்காகச் செய்யவேண்டும் என்று நினைத்து சுரேந்திரனையும், மாலினியையும் அழைத்திருந்தாள். அவர்கள் வருவதற்கு இன்னும் சிறிது நேரமிருக்க, அதற்குள் தன் மகனுக்கு புத்தாடைகளை அணிவித்துக்கொண்டிருக்க, தன் கன்னத்தில் கைவைத்த தன் மகனை நோக்கி புன்னகைத்தபடி,

"என் ராஜாக்கு என்ன வேண்டும்", என்று கேட்க,

"தயில்", என்று மழலையில் குழறியபடி கூற தன் முதல் சொல்லாக 'தளிர்' என்று கூறும் தன் மகனை வியப்புடன் பார்த்த தளிர், ஏதோ சொல்ல வாயெடுக்க, விருந்தினரை வரவேற்கும் மல்லியின் குரல் கேட்டு தன் மகனை தூக்கிக்கொண்டு முன் கூடத்திற்கு வந்தாள். தன் மகனைப் பார்த்த உடன், தன் கண்கள் மிளிர, வாரியணைத்து முத்தமிட்ட மாலினியின் சித்தியை கண்டு புன்னகைத்த தளிர், இத்தனை மாதங்களில், ஒவ்வொரு முறை தன் மகனைப் பார்க்கும்போதெல்லாம் அவர் கண்களில் பெருகும் அன்பையும் ஆர்வத்தையும் கண்டு பழகியிருந்தவள், சுரேந்திரனையும், மாலினியையும் வரவேற்று அமரச்செய்து பழச்சாறுகள் வழங்கினாள்.

"இளந்தளிர்", என்று சுரேஷ் கூறக் கேட்ட செழியன், தன் கைகளில் தவழ்ந்த தன் தங்கையின் மகளின் கண்களில் தன் தளிரின் பார்வையைக் கண்டு கலங்கிய கண்களைத்

துடைக்கும் திடமின்றி, குழந்தையின் நெற்றியில் முத்தமிட்டான். குழந்தையைக் காணும்போதெல்லாம், செழியனின் வெறுமை படர்ந்த கண்களில் சிறு ஒளி படர்வதை உணர்ந்த நிலா, தன் குழந்தையுடன் செழியன் விளையாட வேண்டுமென்றால், தான் கூறுவதையெல்லாம் செய்யவேண்டும் என்று கூறினாள். அதற்கு உடனடியாக ஒப்புக்கொண்ட செழியனைக் கண்டு புன்னகைத்த நிலா, முதலில் முடியைத் திருத்தி, தாடியை நீக்க வேண்டுமென்று கூற, அடுத்த அரைமணிநேரத்தில், உலக நாடுகளிலுள்ள நிறுவனங்களும், அரசாங்கங்களும் கண்டாலே நடுங்கும் 'செழியனாக' காட்சியளித்த தன் அண்ணனைக் கண்டு பெருமிதம் பொங்க புன்னகைத்தவள், நாட்கள் செல்லச் செல்ல, மெல்ல செழியனை தன் தொழிலை வீட்டிலிருந்தே கவனிக்கும்படி செய்தாள்.

செழியன் மீண்டுவிட்டான் என்று பெரிதாக விளம்பரம் செய்யாவிட்டாலும், செழியன் இன்டர்நேஷனல் கார்பொரேஷன் நிறுவனத்தில் நடந்த சில மாற்றங்களும், சில வாரங்களுக்குள் அதிரடியாக கையகப்படுத்தப்பட்ட புதிய நிறுவனங்களும் செழியனின் வரவை பறைசாற்ற, மற்ற நிறுவனங்கள் தங்களின் வணிகப் பரிவர்த்தனைகளில் மிகுந்த கவனத்தோடு செயல்பட்டனர்.

இந்நிலையில், தன் சொந்த முயற்சியில் சில ஆயிரங்களை முதலாகப் போட்டு தொடங்கி, இத்தனை ஆண்டுகளில் தன் தொழிலை மிக வெற்றிகரமாக நடத்திக்கொண்டிருந்த சுரேந்திரன், கடந்த இரண்டு ஆண்டுகளுக்கு முன், நண்பர் ஒருவரின் பரிந்துரையின் பேரில் ஒரு புதிய நிறுவனத்தின் பங்குகளை வாங்கியிருக்க, அந்த நிறுவனத்தின் முதலாளிகள் தங்களுக்குள் ஏற்பட்ட சண்டையில், தங்கள் சொத்துக்களை பிரித்துக்கொண்டு நிறுவனத்தை கேட்பாரற்று விட்டுவிட, அதன் பங்குகளை வாங்கியவர்களுக்கு இழப்பை ஏற்படுத்தியது. இதனால் பெரு நிதியை இழந்த சுரேந்திரன், கடன்பட்டுவிட தன் நற்பெயரைக்காக்கும்பொருட்டு, தன் நிறுவனத்தை விற்றாவது அனைவருக்கும் கடனை

அடைத்துவிட முடிவெடுத்து செழியன் இன்டர்நேஷனல் கார்பொரேஷனை அணுகினார்.

ரோஸி வெளிநாடுகள் பயணத்திலிருக்க, தான் தலைமை அலுவலகத்தில் சில சந்திப்புகளை முடிக்க வேண்டியிருந்ததால், செழியனைச் சென்று பார்த்துவரும்படி நிலா வற்புறுத்தியதன் பெயரில், தன் மெய்க்காப்பாளர்கள் புடைசூழ கரணுடன் சுரேந்திரனின் நிறுவத்தை அடைந்த செழியன், வானம் முழுவதும் சூழ்ந்து, கருத்திருந்த மேகங்களைக் கண்டு தன் புருவங்களைச் சுருக்கியபடி உள்ளே நுழைந்தான். தன்னை வரவேற்று கான்பெரன்ஸ் ஹாலிற்கு அழைத்துச் சென்ற சுரேந்திரனைக் கண்ட செழியனின் மனதில், மிக நேர்மையான மனிதர் என்ற எண்ணம் நிறைந்திருக்க, அவர் காட்டிய நாற்காலியில் அமர்ந்த செழியன்,

"நான் கேட்டிருந்த விபரங்கள் ஆயத்தமாக இருக்கின்றனவா, மிஸ்டர்.சுரேந்திரன்?", என்று கேட்டான்.

"இரண்டே நிமிடங்கள், சர்", என்று கூறியபடி, தன் இன்டர்காமை அழுத்தியவர், எதிர்முனையில் ஒரு இளம் பெண்ணின் குரல் கேட்கவும்,

"ஆரண்யா, மதி வந்தாயிற்றா?", என்று கேட்டார்.

'ஆமாம் சர்', என்று பதில் வர, ஆறுதல் பெருமூச்சை இழுத்துவிட்டவர்,

"உடனடியாக ரிப்போர்ட்டுகளை எடுத்துவரும்படி சொல்", என்று கூறி துண்டித்தார்.

சில நிமிடங்களில் கதவு இருமுறை தட்டப்பட்டு கையில் காபி கோப்பையும் சில கோப்புகளுடனும் உள்ளே நுழைந்த தன் மனைவியைக் கண்ட செழியனின் இதயம் துடிப்பதை நிறுத்திவிட்டு அவளைக் கூர்ந்து நோக்கியது. தன் தளிர் உயிருடன் இருக்கிறாள், தனக்காகக் காத்திருக்கிறாள் என்ற எண்ணம் அளித்த இன்பம் உடல்முழுவதும் பரவி, இதயத்தைத் துடிக்குமாறு பணிக்க, கூர்ந்த மூச்சை இழுத்த

செழியன், தன் மனைவியின் அழகை கண்களால் பருகிய வேளை,

விரிந்த புன்னகையோடு வரவேற்ற சுரேந்திரன்,

"வாம்மா மதி, இரண்டு நாட்கள் விடுப்பெடுத்திருந்தாயே? ஆதி எப்படி இருக்கிறார்?", என்று கேட்க,

'யாரந்த ஆதி' என்ற கேள்வி செழியன் மனதில் முளைத்த நொடி எழுந்த குழப்பம்,

"இரண்டு நாட்கள் காய்ச்சல் அதிகமாக இருந்தது, சர். நேற்றிரவிலிருந்து குறைந்திருக்கிறது. இன்று முக்கியமான மீட்டிங்கிற்கு குறிப்புகள் வேண்டுமென்று கூறியிருந்தீர்களே, அதனால் வந்துவிட்டேன்", என்ற தளிரின் பதிலைக் கேட்டு சிறு கோபமாக உருமாறி, அதைத் தொடர்ந்து,

"ஆமாம், இந்த மீட்டிங்கிற்கு தேவையான உன் குறிப்புகள் மிக முக்கியம். இல்லையென்றால் உன்னை வரவழைத்திருப்பேனா? ஆதிக்கு ஒன்றென்றால் நீ அங்குமிங்கும்

அகலமாட்டாயே", என்று கனிவாகக் கூறியவர், "மாலை ஆன்டி ஆதியைப் பார்க்க வருவதாக உன்னிடம் சொல்லச்சொன்னாள்", என்று சுரேந்திரன் கூற, எரிமலையாக தகிக்க, ஏதோ பேச வாயெடுத்த தளிரை பேசவிடாமல்,

"சுரேந்திரன், ரிப்போர்ட்டுகள் தயாரா?", என்று தன் கோபத்தை அடக்கிய மிக அமைதியான குரலில் கேட்டான். தன் குரலைக் கேட்டு திடுக்கிட்டு திரும்பிய தன் மனைவியை நோக்கி தன்னிச்சையாக புன்னகைக்கத் தொடங்கியவன், அவள் தன்னைப் பார்த்தவேளை அவள் கண்களில் தோன்றிய மருட்சி, தன் கோபத்தின் மடையைத் தட்டிவிட, எரிமலையாய்க் கனன்ற தன் கண்களால் அவளைக் கூர்ந்து நோக்கினான். செழியனின் கோபத்தின் பொருள் புரியாத சுரேந்திரன்,

"சாரி சர், இதோ எல்லாம் தயாராக இருக்கிறது", என்று கூற, தன்னிலை அடைந்த தளிரின் கண்களில் துளிர்த்த கண்ணீரைக் கட்டுப்படுத்தியபடி,

"நீங்கள் கேட்ட ரிப்போர்ட்டுகள் இங்கே இருக்கின்றன, சர். மேலே இருப்பவை அவற்றிற்கான சிறுகுறிப்புகள்", என்று அவசரமாகக் கூறியவள், "எக்ஸ்க்யூஸ் மீ, சர்", என்று

கூறிவிட்டு கான்பெரன்ஸ் ஹாலைவிட்டு வெளியேறியதைக் கண்டு திகைத்த செழியன் துள்ளி எழுந்து அவளைப் பின்தொடர்ந்தான்.

தன் அறைக்குள் சென்று தாழிட்ட தளிர் மனதில், தன் மடியில் துடித்து மடிந்த தன் கணவன் தன் கண்முன்னே முழு மனிதனாக, செழியன் இன்டர்நேஷனல் கார்பொரேஷனின் அதிபதி செழியனாக நிற்பதைக் கண்ட நொடி, மனதில் முதலில் தோன்றிய அதிர்ச்சியிலிருந்து விடுபடும் முன், எரிமலையாய் கனன்ற அவன் பார்வை தன்னைத் தகிக்க, மூச்சுமுட்டுவதுபோல் தோன்ற அங்கிருந்து வெளியேறியவள், ஆழ்ந்த நீண்ட மூச்சுக்களை இழுத்துவிட்டு தன்னை அமைதிப்படுத்தினாள். தன் கணவன் முன்பொருநாள், 'நீ முத்தத்தை பாதியில் நிறுத்தினால், மடிந்தாலும் மீண்டு வருவேன்', என்று கூறியதற்கிணங்க மரணத்தை வென்று தன்முன் நிற்கிறான் என்று உணர்ந்தவள், தன்னவனை உடனடியாகப் பார்க்கவேண்டுமென்ற எண்ணம் மட்டுமே மனதிலும் நினைவிலும் நிறைந்திருக்க, தன் அறையின் கதவைத் திறந்தவள், அங்கே கண்களில் ஒருவித தவிப்போடு நின்றிருந்த தன் கணவனைக் கண்டு அடுத்த கணம், அவன் அணைப்பில் தஞ்சம் புகுந்து மார்பில் முகம்புதைத்தாள்.

தளிரை அணைத்தபடி, அவள் அறைக்குள் நுழைந்த செழியன், கதவைத் தாழிட்டு அவள் முகத்தை உயர்த்தியவன், அவள் இதழ்களை தன் இதழ்களால் சிறையெடுக்க, தான் தளிரின் காரில் ஏறியதிலிருந்து, தான் கருவுற்றிருப்பதாக தளிர் கூறியது, அதையடுத்து நடந்த தாக்குதல், தளிரின் தோளில் கடப்பாரையால் ஏற்பட்ட காயம், தான் காரிலிருந்து இறங்கி காரை தாக்கியவர்களைத் தன் கைத்துப்பாக்கியால் சுட்டது, தன் முதுகில் இறங்கிய கத்தி, அதை தொடர்ந்து ஏற்பட்ட வெட்டுக் காயங்கள், தளிர் உள்ளே இருக்க, கார் தீவைக்கப்பட்டது என அனைத்தும் நினைவிற்கு வர, கட்டுப்பாடின்றி வழிந்த கண்ணீரைத் துடைக்கும் திடமில்லாமல், மூச்சு வாங்கியபடி விலகிய தளிரின்

கண்களைக் கூர்ந்து நோக்கிய செழியன், தன்னிச்சையாக தன் கையை அவள் அடிவயிற்றில் கைவைத்து,

"ஆதி?", என்று ஒற்றை புருவத்தை உயர்த்தி கேட்க,

அவன் கன்னத்திலிருந்த வெட்டுக்காயத் தழும்பை வருடியபடி ஆமென்று தலையசைத்த தளிர்,

"ஆதிரையன் செழியன்", என்றாள்.

85

ஒரு தவறான முதலீட்டால், பெருநிதியை இழந்து, அதிலிருந்து மீள்வதற்காக, தன் உழைப்பில் உருவாகிய, தன் நிறுவனத்தை விற்றுவிட முடிவெடுத்த சுரேந்திரன், பல நாட்கள் ஆராய்ந்து பார்த்ததில், செழியன் இன்டர்நேஷனல் கார்பொரேஷன் நிறுவனத்தினர், நலிந்த நிறுவனங்களுக்கு உதவுவதில் தலைசிறந்தவர்கள் என்று தெரியவர, மனதின் ஓரத்தில், தன் நிறுவனத்தை விற்காமலேயே தன் இழப்பை சரிசெய்யக் கூடும் என்ற எண்ணம் துளி நம்பிக்கை அளிக்க, உடனடியாகத் தொடர்புகொண்டார். இரண்டு நாட்கள் தொடர்ந்து, தலைமை நிர்வாகிகள் மிக பரபரப்பாக சுழன்று கொண்டிருப்பதாகவும் தன் கோரிக்கையை காத்திருப்பில்

வைத்திருப்பதாகக் கூற, தன் மனதிலிருந்த நம்பிக்கை சிறிதுசிறிதாகக் கரைய, சோர்ந்திருந்தார்.

ரோஸி மேல் நாடுகளிலுள்ள தங்கள் நிறுவனக் கிளைகளை பார்வையிடும் பணியிலிருக்க, உள்நாட்டு வேலைகளில் மூழ்கியிருந்த நிலா, தன் முன் இருந்த புதிய கோப்பைக் கண்டு, கீர்த்தியை அழைத்து விபரம் கேட்டவள், மாலை தன் அண்ணனுடன் கலந்தாலோசித்து, அவனை நேரில் சென்று பார்வையிட்டு வருமாறு வற்புறுத்திக் கூற, தன் மனதில் இனம்புரியாத ஒரு உணர்வு நிறைய, சரி என்று சம்மதித்தான், செழியன்.

இரண்டு நாட்களுக்கு முன் மாலை, செழியன் இன்டர்நேஷனல் கார்பொரேஷன் நிறுவனத்தின் முதலாளி தன் நிறுவனத்தைப் பார்வையிட வருவதாகவும், அவர் வரும் நேரத்தில் ஆயத்தமாக இருக்கவேண்டிய அறிக்கைகளின் பட்டியல்களையும் தெரியப்படுத்த, உடனடியாக வேலையில் இறங்கிய சுரேந்திரன், சில அறிக்கைகளின் சிறுகுறிப்புகளை திறம்பட தொகுக்க, தன் மனிதவள துறையின் ஒருங்கிணைப்பாளராக இருக்கும் மதியால்தான் அளிக்கமுடியும் என்று உணர்ந்து, விடுப்பில் இருந்தவளைத் தொடர்புகொண்டார்.

அதிகாலையிலிருந்தே கனமழைக்கான அறிகுறியிருக்க, விரைவாகக் கிளம்பி அலுவலகம் வந்த சுரேந்திரன், கூறியிருந்த நேரத்திற்கு கனகச்சிதமாக தன் அலுவலகத்தின் முன் வந்துநின்ற ஐந்து கார்களைக் கண்டு ஒருவித பதற்றம் தோன்ற நீண்ட மூச்சுகளை இழுத்துவிட்டு தன்னை ஒருநிலைப் படுத்தியவர், தன் மெய்க்காப்பாளர்கள் சூழ்ந்து நிற்க தன் காரிலிருந்து ஒரு இளைஞன் புருவங்களைச் சுருக்கியபடி இறங்கியதைப் பார்த்து முயன்று மிடறு விழுங்கியவர், அவனை வரவேற்று உள்ளே அழைத்துச் சென்றார். அதிகம் பேசாமல் இருந்தாலும், தன் அலுவலகத்தை பார்வையால் அளந்தபடி வந்த செழியன், கான்பெரன்ஸ் ஹாலில் நுழைந்து நாற்காலியில் அமர்ந்ததும்,

"நான் கேட்டிருந்த விபரங்கள் ஆயத்தமாக இருக்கின்றனவா, மிஸ்டர்.சுரேந்திரன்?", என்று கேட்க, உடனடியாக மதியை அறிக்கைகளை எடுத்துவருமாறு ஆரண்யாவிடம் கூறி காத்திருந்தவர், மதி வந்ததும், ஆதியைப் பற்றி விசாரித்தார். அதைத் தொடர்ந்து நெருப்பு துண்டங்களை போல் வந்துவிழுந்த செழியனின் குரலைக் கேட்டு துணுக்குற்றவர், அதைக் கேட்டு மிரண்டு விழித்த மதியைக் கண்டு செழியனும் மதியும் மிக ஆற்றல்மிகுந்த ஏதோ ஒரு ஈர்ப்பில் கட்டுண்டு நிற்பதைக் கண்டு குழம்பியபடி, செழியனின் கண்களில் தகித்த கோபத்தைக் கண்டு மெல்ல, அறிக்கைகள் ஆயத்தமாக இருப்பதாகக் கூறினார். தான் கூறியதைக் கேட்டு தன்னை முயன்று கட்டுப்படுத்தியபடி தன்னை நோக்கிய மதி, மெல்லிய குரலில் அறிக்கைகளின் விபரங்களைக் கூறி, விடைபெற, அதுவரை தான் கூறியதை கருத்தில் வாங்காமல் இருந்த செழியன்,

"தளிர்", என்று அழைத்தபடி அவளைப் பின்தொடர, குழப்பத்தோடு இருவரையும் பின்தொடர்ந்தார்.

தளிரைப் பின்தொடர்ந்த செழியன், அவள் தன்னறைக்குள் நுழைந்து கதவைத் தாழிட, தன் மனதில் தன் மனைவி உயிருடன் இருக்கிறாள், தன் உணர்வுகள் தன்னை ஏமாற்றவில்லை என்ற எண்ணம் தந்த மகிழ்ச்சியைத் தொடர்ந்து, அவளை உடனடியாகப் பார்க்கவேண்டும், அவளை அணைத்து, தன் மனமாற முத்தமிட வேண்டும் என்ற உந்தலில், கதவைத் தட்டுவதற்கு கையை உயர்த்தியவன், அதே கணம் கதவு திறக்கப்பட்டு, உள்ளேயிருந்து வந்த தன் தேவதையைக் கண்டவன், அவள் கண்களில் தனக்கான காதல் பிரதிபலிப்பதைக் கண்டு, அந்த ஆதி யாராக இருந்தாலும், தன்மீதான காதல் துளியும் மாறாமலிருப்பதை உணர்ந்து, தன் கைகளை விரிக்க, அதே கணம் தன் அணைப்பிற்குள் புகுந்து தன் மார்பில் முகம் புதைத்தவளின் உச்சிமுகர்ந்து, ஏறத்தாழ இரண்டு ஆண்டுகளுக்குப்பிறகு தன் நாசியை நிறைக்கும் தன் மனைவியின் வாசனையை கண்கள் மூடி அனுபவித்தவேளை, உடனடியாக அவளை முத்தமிடவேண்டும் என்ற உந்தலை அலுவலக

சூழ்நிலையை உணர்ந்து முயன்று கட்டுபடுத்தியவன், அவளை அணைத்தபடி அறைக்குள் சென்று தாழிட்டான்.

செழியனுடன் வந்த கரண், அவனுக்கு காபி எடுத்துவர, அலுவலகத்தின் காபி அறைக்கு, ஒரு உதவியாளுடன் சென்றவன், தனக்களித்த காபியை அருந்தியபடி, ஒரு தட்டில் செழியனுக்கு தேவையான காபி மற்றும் தின்பண்டங்களை எடுத்துவந்த உதவியாளுடன் வந்தவேளை, கான்பெரன்ஸ் ஹாலின் கதவு திறந்து அவசரமாக வெளிவந்த தளிரைக் கண்டு, ஏற்பட்ட மலைப்பில் தன் உடல் தரையோடு வேரூன்றிவிட நின்றவன், தன் கண்கள் தன்னை ஏமாற்றுகின்றனவோ என்ற குழப்பத்தில் இருக்க, சில கணங்களில்,

"தளிர்", என்றழைத்தபடி செழியன் வெளியே வருவதைக் கண்டு, தன் ஐம்புலன்களின் மீதும் நம்பிக்கை பிறக்க, தன் உயிரைக் கொடுத்தாவது தளிரைப் பாதுகாப்பதாக வாக்குகொடுத்து, அதில் தோல்வியுற்று இரண்டு ஆண்டுகளாக மனதிலிருந்த குற்றவுணர்ச்சி நொடியில் நீங்க, நீண்ட பெருமூச்சை இழுத்துவிட்டான். தளிரின் அறைக்கு வெளியே தன் உறுதிகுலைந்து உணர்ச்சி பிழம்பாக நிற்கும் செழியனைக் கண்டு ஒரு அடி முன்னே எடுத்துவைத்தவன், கதவு திறக்கப்பட்டு, செழியனின் அணைப்பிற்குள் தஞ்சம் புகுந்த தளிரைக் கண்டு தன்னிச்சையாக விரிந்த புன்னகையுடன் நிற்க, அந்த காட்சியைக் கண்ட அதிர்ச்சியிலிருந்து மெல்ல விடுபட்டு அவர்களை நெருங்க முனைந்த சுரேந்திரனை இரண்டே எட்டில் அடைந்து அவரின் வழியை மறைத்து நின்றான். தன் அலுவலகத்திற்கு வந்து தன்னையே வழிமறிக்கும்விதம் தன்முன் வந்து நின்றவனைக் குழப்பத்தோடு நோக்கியவரின் கண்களில் ஒருவித கோபம் தென்படுவதை உணர்ந்த கரண்,

"மன்னிக்கவேண்டும், சர், உங்களிடம் சில விபரங்களைக் கேட்கவேண்டும்", என்று ஆழ்ந்த குரலில் கூற, தளிரை அணைத்தபடி அறைக்குள் நுழைந்த செழியனைப் பார்த்துவிட்டு தன்னை நோக்கியவரின் கண்களில் குழப்பங்களை விஞ்சி, ஏதோ ஒரு புரிதல் தோன்ற,

"அவர்களைப் பற்றிதான்", என்று கூறி, கான்பெரன்ஸ் ஹாலை நோக்கி தன் கையை நீட்ட, சரியென்று தலையசைத்து அவனுடன் நடந்தார்.

தளிரை அணைத்தபடி, அவள் அறைக்குள் நுழைந்த செழியன், கதவைத் தாழிட்டு அவள் முகத்தை உயர்த்தியவன், அவள் இதழ்களை தன் இதழ்களால் சிறையெடுக்க, தான் தளிரின் காரில் ஏறியதிலிருந்து, தளிர் உள்ளே இருக்க, கார் தீவைக்கப்பட்டது வரை அனைத்தும் நினைவிற்கு வர, கட்டுப்பாடின்றி வழிந்த கண்ணீரைத் துடைக்கும் திடமில்லாமல், மூச்சு வாங்கியபடி விலகிய தளிரின் கண்களைக் கூர்ந்து நோக்கிய செழியன், தன்னிச்சையாக தன் கையை அவள் அடிவயிற்றில் வைத்து,

"ஆதி?", என்று ஒற்றை புருவத்தை உயர்த்திக் கேட்க,

அவன் கன்னத்திலிருந்த வெட்டுக்காயத் தழும்பை வருடியபடி ஆமென்று தலையசைத்த தளிர்,

"ஆதிரையன் செழியன்", என்றாள். அதைக் கேட்ட நொடி தன் உடல் முழுவதும் பரவிய பரவசத்தில் திளைத்து, கண்கள் மூடி அனுபவித்தவன், தன் வெட்டுக்காயத்தை வருடிய விரல்கள் முகமெங்கும் படர்ந்ததை அடுத்து தன் இதழ்களில் அழுந்த பதிந்த இதழ்களை உணர்ந்து கண்களைத் திறந்து, மீண்டும் தன் மனைவியை முத்தமிட்டான். அந்த முத்தத்தில், இருவரும் தங்கள் ஏக்கம், தவிப்பு, ஆற்றாமை, வலி என அனைத்தையும் புகுத்த, அதை உணர்ந்து ஒருவருக்கொருவர், அன்பு, காதல், அரவணைப்பு, மகிழ்ச்சி போன்ற நேர்மறை உணர்ச்சிகளால் நிரப்பினர். வெகுநேரம் கழித்து மூச்சுவாங்கியபடி விலக, தன் மனைவியின் கண்களிலிருந்து வழிந்த நீரை தன் இதழ்களால் ஒற்றியெடுத்த செழியன், அருகே இருந்த ஒற்றை சோபாவில் அமர்ந்து, தன் மடியில் அவளை அமரச்செய்து, அவளைக் கூர்ந்து நோக்கினான்.

இருவரும் ஒருவரையொருவர் மெய்மறந்து பார்த்தபடி அமர்ந்திருக்க, சுரேந்திரனுடன் உள்ளே நுழைந்த கரண்,

"தளிர் எப்படி இங்கே?", என்று கேட்டான்.

செழியனும் இவனும் மதியை தளிர் என்று விளிப்பதைக் கண்டு குழம்பிய சுரேந்திரன், மதியின் வாழ்க்கையில் உள்ள மர்மம், அவளுக்கும் இவ்வளவு பெரிய நிறுவனத்தின் முதலாளிக்கும் என்ன சம்மந்தம், இவர்கள் யார் என்று ஏதும் அறியாது தவித்தவர்,

"தளிர் யாரென்று எனக்குத் தெரியாது", என்று கூறினார்.

அவர் குரலிலிருந்த உண்மை மனதில் உறைக்க,

"தளிர்மதி, இப்பொழுது இங்கிருந்து வெளியேறினார்களே அவர்கள்", என்று பொறுமையை வரவழைத்த குரலில் கூறிய கரண், அவர் கண்களில் ஒருவித எச்சரிக்கை தென்பட,

"சர், நீங்கள் என்னைப் பற்றி என்ன நினைக்கிறீர்கள் என்று தெரியவில்லை. என் பெயர் கரண், என் உயிரைக் கொடுத்தாவது தளிரை ஒவ்வொரு கணமும் பாதுகாப்பேன் என்று வாக்கு கொடுத்திருக்கிறேன்", என்றவன், அவர் கண்களில் வியப்பு படர்ந்தாலும் எச்சரிக்கை முழுவதுமாக மறையவில்லை என்று உணர்ந்து,

"உங்களுக்கு உண்மையில் தளிர்மதி யாரென்று தெரியாதல்லவா?", என்று கேட்க, தன்னிச்சையாக இடம்வலமாக தலையசைத்தவர்,

"மதியின் வாழ்க்கையில் எங்களுக்கு தெரியாத, எங்களிடம் அவள் பகிர்ந்துகொள்ளாத ஏதோ மர்மம் இருக்கிறது என்று புரிகிறது", என்று கூறியவரின் குரல் இறங்கியிருக்க,

"தளிர், அதாவது நீங்கள் மதி என்று அழைப்பவர், மிஸஸ்.தளிர்மதி செழியன். செழியன் இன்டர்நேஷனல் கார்பொரேஷன் நிறுவனத்தின் அதிபதி மிஸ்டர்.செழியனின் மனைவி", என்று கூற, அதைக்கேட்ட சுரேந்திரனின் பார்வையில் அதிர்ச்சியுடன் கூடிய குழப்பத்தைக் கண்டு, மெல்லிய வலி பொருந்திய புன்னகையைத் தவழ விட்டவன், தன் கைபேசியை எடுத்து, செழியன்-தளிர் திருமண புகைப்படங்களைக் காட்டினான். ஒருவரையொருவர் பார்த்து மகிழ்ச்சி பொங்க சிரித்தபடி நிற்கும் காதல் பறவைகளைப் பார்த்த கணம், மதியின் ஒளிமங்கிய கண்கள் நினைவிற்கு வர,

"என்ன ஆயிற்று?", என்று கேட்டார்.

தளிர் மற்றும் செழியனுக்கு நடந்த தாக்குதலைப் பற்றி சுருக்கமாகக் கூறியவன், அன்று வெடித்துச் சிதறிய காரில் தளிர் தீக்கிரையாகிவிட்டதாக தாங்கள் கருதியதையும், ஆழ்மயக்கத்திலிருந்து மீண்ட செழியனின் நிலையைப் பற்றியும் கூறியவன், தன் கண்களில் கோர்த்த நீரைத் துடைத்தபடி

"நாள்தோறும் 'தளிர்', 'தளிர்' என்று ஏங்கும் எங்கள் செழியன் சர்ரை கண்டு நாங்கள் தவிக்காத கணமே கிடையாது. இன்று தளிரை உயிருடன் பார்த்தவேளை, அவர்கள் இருவரின் அன்பின் ஆழத்தை எண்ணி பிரமிப்பாக இருக்கிறது", என்று கூறி, "எங்கள் தளிர், எப்படி காப்பாற்றப்பட்டார் என்று உங்களுக்கு தெரியுமா?", என்று கேட்க, கவலை தோய்ந்த முகத்தோடு ஆமென்று தலையசைத்தவர்,

"மதி, தன் உயிரைப் பிடித்துவைத்து, வாழ்க்கையைச் செலுத்துவதே ஆதியின் முகம் பார்த்துதான் என்று எண்ணியிருந்தோம். ஆனால் அவளை ஒவ்வொரு கணமும் உயிர்வாழ உந்துவது அவள் தன் கணவன் மேல்கொண்ட காதல் என்று தெரியாமல் போய்விட்டது", என்று கூற,

"யாரந்த ஆதி?", என்று குழப்பத்தோடு கேட்ட கரணின் குரலில் குழப்பத்தை விஞ்சும் சிறு சீற்றம் தென்பட்டதைக் கண்டு, சற்றுமுன்பு செழியனின் கோபத்திற்கான பொருள் உணர்ந்து, 'ஓ' என்று வியந்தவர், கரணின் கண்களில் உள்ள சீற்றம் பதற்றமாக உருவெடுக்க,

"ஆதி, மதியின் குழந்தை", என்று கூறினார். அதைக்கேட்டு, சற்றுநேரம் ஒன்றும் புரியாமல் தன் கண்களை சிமிட்டியவன், சுரேந்திரன் கூறியதன் பொருள் மெல்ல மெல்ல புலப்பட, வியப்பும் மகிழ்ச்சியும் தோன்ற விரிந்த புன்னகையுடன் அமர்ந்திருந்த கரணின் கோலத்தைக் கண்டு தன் இதழ்களில் புன்முறுவல் தவழ,

"மதியைக் காப்பாற்றியது, என் உயிர் நண்பன் இடும்பன்", என்று தொடங்கி, தளிர் குறித்து தனக்கு தெரிந்த விபரங்களைக் கூற அதைக் கேட்டு தன் கண்களில் பல உணர்ச்சிகள் பரவ வெகுநேரம் அமர்ந்திருந்த கரண், ஏதோ சொல்லும் முன் கைபேசி ஒலிக்க எடுத்து காதில் பொருத்தி,

"தளிர், ஆதி", என்று ஏதோ கனவில் பேசுவதுபோல் கூறவும்

"என்ன உளறுகிறாய், கரண்?", என்று குழப்பம் நிறைந்த குரலில் சுரேஷ் கேட்க, ஆழ்ந்த மூச்சுகளை உள்ளிழுத்து தன்னிலை அடைந்தவன், எதிர்பாராத விதமாக தளிரைச் சந்தித்தது முதல், சுரேந்திரன் மூலம் தான் அறிந்ததுவரை அனைத்தையும் கூறினான்.

பேச்சிழந்து ஒருவரையொருவர் பார்த்தபடி அமர்ந்திருந்த செழியனும் தளிரும், இரண்டு ஆண்டுகள் ஒருவரையொருவர் பிரிந்து மற்றவர் பட்ட இன்னல்களைப் பற்றிய எண்ணம் சிறிதும் இல்லாமல், இந்த நொடி ஒருவர் அணைப்பில் மற்றவர் இருப்பது மட்டுமே உணர்ந்து நிறைவுடன் இருக்க, அங்கு நிலவிய அமைதியைக் கிழித்தபடி ஒலித்த தன் கைபேசியை எடுத்த தளிர், அதில் வீட்டு எண்ணைக் கண்டு, துள்ளி எழுந்தவள் கீழே விழாமல் அவளைத் தாங்கிய செழியன், எழுந்து அவளைத் தன் மார்போடு அணைத்தபடி நின்றான். அழைப்பை எடுத்து பேசிய தளிரின் முகத்தில் ஒருவிதக் கலவரம் படர, என்னவென்று கேட்டு ஒற்றை புருவத்தை உயர்த்த, தன் வாழ்வில் காணமுடியாமலே போய்விட்டதை மீண்டும் கண்டவள், தன்னிச்சையாக அவன் நெற்றியை வருடியபடி அழைப்பைத் துண்டித்து,

"அம்மா அழைத்தார்கள், அருணன். ஆதி நான் கிளம்பியதிலிருந்து அழுதுகொண்டே இருக்கிறானாம். எவ்வளவு முயன்றாலும், அமைதி அடைய மறுக்கிறானாம். உடனே வரும்படி கூறினார்கள்", என்று கூற, குழப்பத்தோடு விழித்த செழியனைக் கண்டவள்,

"நான் அனைத்து விபரங்களும் பிறகு கூறுகிறேன்", என்று கூறி, அவனை அழைத்துக்கொண்டு சுரேந்திரனை தேடிச் சென்றாள்.

கரண் கூறிய விபரங்களைக் கேட்டு, செழியன் மற்றும் தளிரின் காதலின் ஆழத்தையும் மகிமையையும் எண்ணி வியந்த சுரேந்திரன், தன் முன்னே யாருடனோ கைபேசியில் பேசிக்கொண்டிருந்த கரணைப் பார்த்தபடி அமர்ந்திருக்க,

கதவைத் தட்டிவிட்டு, தன் கணவனுடன் உள்ளே நுழைந்த மதியைக் கண்டு தன்னிச்சையாக புன்னகைத்தபடி,

"வாம்மா மதி", என்றவர் முகத்தில் குறும்பு மிளிர, "தளிர் என்று அழைக்கவா?", என்று கேட்க, குழப்பத்தோடு அவரை நோக்கிய தளிர், நாற்காலியிலிருந்து எழுந்து, தன் முன் வந்து நின்ற கரணைக் கண்ட நொடி முகம் மலர,

"கரண் அண்ணா!", என்று திகைத்தவள், தன்னை கூர்ந்து நோக்கியபடி தன்னருகே வந்தவன், தோளோடு அணைத்து,

"உயிருடன் இருந்ததற்கு நன்றி, தங்கச்சி", என்று கூறி, "மருமகனைப் பார்க்க ஆவலுடன் காத்திருக்கிறேன்", என்றவன், செழியனைப் பார்த்து,

"கிளம்புவதற்கு ஆயத்தம் செய்கிறேன்", என்று கூற, அதைக்கேட்டு தலையசைத்த செழியனிடம் விடைபெற்று சென்றான்.

தளிர் சுரேந்திரனிடம் ஆதி குறித்த விபரத்தைக் கூறி, விடுப்பு எடுத்துக்கொண்டு கிளம்ப, தன் கைபேசியை எடுத்து தன் மனைவியையும் நண்பனையும் அழைத்த சுரேந்திரன், சுருக்கமாக விபரம்கூறி உடனடியாகத் தளிரின் வீட்டிற்கு வரும்படி கூறிவிட்டு தானும் கிளம்பினார். அலுவலகத்திலிருந்து வெளியேறி, செழியனுடன் காரில் ஏறிய தளிர், மீண்டும் மெய்க்காப்பாளர்கள் புடைசூழ செல்வதைக் கண்டு தன்னிச்சையாக புன்னகைத்தாள். தான் வீட்டு முகவரியை கூறாமலிருக்க, இயல்பாக கார்கள் தன் வீட்டை நெருங்குவதைக் கண்ட தளிர், வியப்புடன் செழியனை நோக்க,

"கரண், கண்ணம்மா" என்று இயல்பாக தோள்களை உலுக்கியபடி கூற, தன்னவன் 'கண்ணம்மா', என்று அழைத்தவேளை மனமெங்கும் நிறைய, அவன் கண்களில் தோன்றிய ஒருவித பதற்றம் உடல் முழுவதும் பரவி, சிறு நடுக்கம் இருப்பதைக் கண்டு தன் கணவனின் மனநிலையை உணர்ந்து, அவன் கையோடு தன் கையை கோர்க்க, தன்னிச்சையாக தன் முன்தலையில் செழியன் முத்தமிட, வீட்டின் வாயிலில் கார் நிற்க, நீண்ட மூச்சை இழுத்துவிட்டு, தளிருடன் இறங்கினான்.

உள்ளே குழந்தையின் அழுகுரலும், ஒரு இளம்பெண்ணின் குரலும் கேட்க, ஒன்றும் புரியாமல் தளிருடன் உள்ளே நுழைய, அங்கே மூங்கிலினால் ஆன தொட்டிலைப் பார்த்தபடி,

"அம்ம, மதிக்கா வந்திருச்சி, வாக்கா, நீ போனதுலேந்து தம்பி அழுதுகிட்டே இருக்கான்", என்று கூறியவள் வாயிலை நோக்க, தளிரின் கையோடு கைகோர்த்தபடி நின்ற செழியனைக் கண்டு விழிவிரித்து பார்த்த குறிஞ்சி, ஒன்றும் புரியாமல் தன் கண்களைச் சிமிட்டியபடி சற்றுநேரம் அவனைப் பார்த்தபடி நின்றாள். தன்னைப் பார்த்து மலைத்த இளம்பெண்ணைக் கண்டு இளமுறுவல் பூத்த செழியன், திடீரென அவள்,

"அம்ம", என்றழைத்தபடி உள்ளே நுழைந்தாள். அதைக்கண்டு செழியன் தளிரை நோக்க, தொட்டிலிலிருந்து தன் மகனை கையில் எடுத்த தளிர், அழுதழுது கனிந்திருந்த முகத்தில் முத்தமிட, தன் முகமெங்கும் ஒருவித பரவசம் பரவ, இத்தனை நாள், தனக்கு உண்டான உணர்வுகளுக்கு பொருள் உணர்ந்து திகைத்து நின்றான். அவனை நெருங்கிய தளிர், அழுதுகொண்டிருந்த தன் மகனை செழியனிடம் நீட்ட, 'தன் மகன்' என்ற எண்ணம் மனமெங்கும் பரவியிருக்க, முதன்முதலில் தன் குழந்தையை நடுங்கும் கைகளால் வாங்கினான். தன் கைபட்டதும் தன் அழுகையை நிறுத்திவிட்டு தன்னைப் பார்த்த தன் மகனைக் கண்டு இனம்புரியாத ஒரு உணர்வு உடல்முழுவதும் பரவ, மெய்மறந்து நின்ற செழியன், தன்னைக் கூர்ந்து பார்த்த தன் மகன், தன் ஒற்றை புருவத்தை உயர்த்தியபடி தன் இடக்கன்னத்திலுள்ள வெட்டுக்காயத்தை தன் பிஞ்சு கைகளால் வருட, அதுவரை முயன்று கட்டுபடுத்தியிருந்த கண்ணீர் மடைதிறந்து வழிய நின்ற கணவனைக் கண்டு அவனை நெருங்கி அவனை அணைத்த தளிர், தன் இரு குழந்தைகளின் நெற்றியிலும் தன் இதழ்களை ஒற்றியெடுத்தாள்.

86

தளிருடன் கையோடு கைகோர்த்தபடி உள்ளே வந்த தன்னைப் பார்த்து மலைத்த இளம்பெண்ணைக் கண்டு இளமுறுவல் பூத்த செழியன், திடீரென அவள்,

"அம்ம", என்றழைத்தபடி உள்ளே நுழைய தளிரை நோக்கினான். தன்னவனின் மனநிலையை நன்கு உணர்ந்திருந்த தளிர், தொட்டிலிலிருந்து தன் மகனை கையில் எடுத்து, அழுதழுது கனிந்திருந்த முகத்தில் முத்தமிட்டபடி தன் கணவனை நெருங்கி, அழுதுகொண்டிருந்த தன் மகனை அவனிடம் நீட்ட, தன் நடுங்கும் கைகளை நீட்டி குழந்தையை முதன்முதலில் வாங்கியவன், தன் கைபட்டதும் தன் அழுகையை நிறுத்திவிட்டு தன்னைக் கூர்ந்து பார்க்கும்

தங்கள் காதலின் ஆணிமுத்தைக் கண்டு மெய்மறந்து நின்றான்.

தன்னைக் கூர்ந்து பார்த்த தன் மகன், தன் ஒற்றை புருவத்தை உயர்த்தியபடி தன் இடக்கன்னத்திலுள்ள வெட்டுக்காயத்தை தன் பிஞ்சுக் கைகளால் வருட, அதுவரை முயன்று கட்டுபடுத்தியிருந்த கண்ணீர் மடைதிறந்து வழிய நின்ற கணவனைக் கண்டு அவனை நெருங்கி அவனை அணைத்த தளிர், தன் இரு குழந்தைகளின் நெற்றியிலும் தன் இதழ்களை ஒற்றியெடுத்தாள். மதி வந்துவிட்டாள் என்று கூறியபின், மிதமிஞ்சிய அதிர்ச்சியோடு உள்ளே வந்த தன் மகள் கூறிய விபரம் புரியாமல் விழித்த மல்லி, அவள் தன்னைக் கையோடு இழுத்துக்கொண்டு முன்னறைக்குச் செல்ல, உடன் நடந்தவர் அங்கே கண்களில் வழிந்த நீரைத் துடைக்கும் திடம் இல்லாமல், தன் கைகளில் ஏந்திய குழந்தையைப் பார்த்தபடி நின்ற ஒருவனின் நெற்றியில் தளிர் முத்தமிடுவதைக் கண்டு திகைத்தார்.

அங்கே கண்ட காட்சி தன் மனதை உருக்கி நெகிழச்செய்ய, இடும்பனால் காப்பாற்றப்பட்டு தன் குடிலுக்கு வந்ததிலிருந்து எப்பொழுதும் வெறித்த பார்வையுடன் இருக்கும் மதி, தற்பொழுது கண்கள் களிப்பில் மிளிர, உடல் முழுவதும் உற்சாகமும் மகிழ்ச்சியும் கரைபுரண்டோட நிற்பதைக் கண்டு, மனதிற்குள் ஏதோ புரிந்த நொடி, தளிரை நோக்கி

"வீட்டாளா?", என்று கேட்டார். குரல் வந்த திக்கை நோக்கிய தளிர், அங்கே கண்களில் மலைப்பும், குழப்பமும் மற்றும் ஒருவித புரிதலோடும் நிற்கும் குறிஞ்சியையும் மல்லியையும் கண்டு, விரிந்த புன்னகையுடன் ஆமென்று தலையசைத்தாள்.

அதைக் கண்டு இரு கைகளையும் உயர்த்தி, நன்றாக இருக்கும்படி சைகையில் வாழ்த்திய மல்லி, தன் கண்களில் துளிர்த்த நீரைத் துடைக்க,

"மச்சானாக்கா? மச்சான் பாக்க நம்ம வாத்தியாரு மாறி சும்மா நச்சுனு இருக்கு", என்று குரலில் ஆனந்தமும்

ஆர்வமும் பொங்கக் கூற, இருமகளிரையும் பார்த்த செழியன், குழப்பத்தோடு தன் மனைவியைப் பார்க்க,

"அம்மா, குறிஞ்சி", என்று இருவரையும் சுட்டிக்காட்டி கூறினாள். தளிர் காப்பாற்றப்பட்டு, தன் மகனுடன் நன்றாக இருப்பதற்கு உதவியவர்களில் இவர்களும் உண்டென்று எண்ணிய செழியன், தன் மகனை தளிரிடம் கொடுத்துவிட்டு, மல்லியை நெருங்கி,

"அம்மா, என் மனைவியையும் மகனையும் காப்பாற்றி, என் வாழ்வைக் காத்ததற்கு நான் என்ன கைமாறு செய்யப்போகிறேன்", என்று கூறி அவர் கைகளைப்பிடித்து தன் கண்களில் ஒற்றினான். கண்ட நொடியே மதியை தன் மகளென்று ஏற்றுகொண்ட தாயுள்ளம், அவள் கணவன், தன் கையைப் பற்றி கண்களில் ஒற்றி நன்றி தெரிவிக்க, இயல்பாய் ஒருவித கூச்சம் மேலிட,

"இருக்கட்டு ஐயா", என்று சின்ன குரலில் கூறியவரைக் கண்ட தளிர், வாயிலில் யாரோ நிற்பதை போன்று உணர்வு தோன்ற நோக்கியவள், உள்ளே நுழைந்த மாலினியையும், அவர் சித்தியையும் கண்டு

"வாருங்கள் ஆன்டி, வணக்கம் பாட்டி", என்று இருகரம் கூப்பி வரவேற்றாள்.

தன் மனைவியின் குரல் கேட்டு வாயிலை நோக்கிய செழியன், உள்ளே நுழைந்தவர்களைக் கண்டு மலைத்து நின்றவன், உலகம் எவ்வளவு சிறியதென்றும், காலம் கூடினால் எண்ணற்ற அதிசயங்களும் நடக்கும் என்றும் எண்ணியபடி, கூர்ந்த மூச்சை உள்ளிழுத்து,

"தேவிம்மா", என்று கூற, மிதமிஞ்சிய திகைப்பினால் குரல் வெளிவராமல் போக, தன் கணவனின் மலைப்பைக் கண்டு குழப்பத்தோடு அவனைப் பார்த்த தளிர், அவன் இதழ்கள் அசைந்து, 'தேவிம்மா', என்றழைத்ததை உணர்ந்தவேளை, இதுநாள்வரை தன் மகனைப் பார்க்கும்போதெல்லாம் மாலினியின் சித்தி மகிழ்ச்சியுடனும் ஆர்வத்துடனும் விளையாடுவதைக் கண்டிருந்த தளிர் மனதில் அதன் உட்பொருள் புலப்பட வியந்து நின்றாள்.

மாலினியுடன் உள்ளே வந்து, தளிர் கையிலிருந்த குழந்தையைக் கண்டு கொஞ்சுவதற்கு வழக்கமான

ஆர்வத்துடன் நெருங்க, சற்றுதொலைவில் ஆறடி உயர ஆண்மகன் ஒருவன் நிற்பதைக் கண்டு ஒருகணம் தயங்கி, சில கணங்கள் அவனைக் கூர்ந்து நோக்கியவர், அவன் முகத்தைக் கண்டதும் மலைத்து நின்றார். தான் காதலித்த பெண்ணை கைப்பிடித்த தன் நண்பன் சற்குணத்தின் மகனை, எதிரிகளிடமிருந்து பாதுகாக்கும் பொருட்டு, தன் நண்பர்கள் சற்குணமும், மைக்கேலும் கூறியதன் பேரில், அதியனையும் அவன் மனைவி பூந்தளிரையும் தன் குழந்தைகளைப் போல் பார்த்துகொண்ட வீரமாதேவி, அவர்கள் மகன் அருணன் பிறந்தது முதல் தன் பேரனாகவே வளர்த்தார்.

கோர விபத்தில் அதியனும் பூந்தளிரும் விபத்து நடந்த இடத்திலேயே மடிந்துவிட, தன் தலையில் அடிபடுவதற்கும், தன் மடியில் படுத்திருந்த குழந்தை எகிறி காரின் உடைந்த சாளரத்தில் மோதி மூர்ச்சையாவதற்கும் சரியாயிருக்க, மருத்துவமனையில் விழித்தபிறகு, விபத்தின் துணுக்குகள் நினைவிற்குவர, குழந்தையும் மறைந்துவிட்டது என்ற எண்ணம் மேலோங்க திடுக்கிட்டு எழுந்தவர், தன்னை நம்பி பொறுப்பை ஒப்படைத்த தன் நண்பர்களை பார்க்கும் திடமில்லாததால் அங்கிருந்து வெளியேறினார்.

விபத்தில் அடிபட்டதால் பேச முடியாமல் போய்விட, தான் கண்ணுக்கு கண்ணாக வளர்த்த குழந்தையைப் பறிகொடுத்ததை எண்ணி நாள்தோறும் மருகினார். ஒருநாள் மாலினியுடன் தளிரைச் சந்திக்க வந்தவேளை, அவள் மகன் அருணனின் சாயலில் இருப்பது கண்டு மகிழ்ச்சியும் ஆர்வமும் பெருக கொஞ்சியவர், எல்லாவற்றிற்கும் முத்தாய்ப்பாய், அதியனின் சாயலில் தன் கண்முன்னே, இடக்கன்னத்தில் தாடைவரை நீண்டிருந்த வெட்டுக்காயத் தழும்புடன் நின்ற மதியின் கணவனைக் கண்டு மலைத்து நின்றார். தன்னிச்சையாகத் தன்னை நோக்கி வந்தவனைப் பார்த்து இயல்பாய் புன்னகைத்தவர், தன்னருகே வந்து, "தேவிம்மா", என்று அவன் அழைக்க, அதுவரை கட்டுப்படுத்தியிருந்த கண்ணீர் கரைபுரண்டோட அவன் முகத்தை தன் கைகளால் வருடியபடி, கண்களால் தன் தவிப்பையும், நிறைவையும் ஒருங்கே உணர்த்தியவர், மாலினியை நோக்கி ஏதோ சைகையில் கூறினார்.

அதுவரை தான் கண்ட காட்சியின் பொருள் விளங்காமல் நின்ற மாலினி, தன் சித்தி கூறுவதன் பொருள் உணர்ந்து வியப்பில் கூர்ந்த மூச்சை உள்ளிழுத்தவர் மற்றவர்களை நோக்கி,

"என் சித்தி வளர்த்த குழந்தையை ஒரு விபத்தில் பறிகொடுத்துவிட்டதாக எண்ணியிருந்தார்கள். நம் மதியின் கணவன்தான் அந்த குழந்தை என்று கூறுகிறார்கள்", என்று ஒருவித குழப்பத்தோடு கூற,

"அது உண்மைதான் ஆன்டி", என்று கூறிய தளிரை வியப்புடன் பார்த்தவர் மேலே ஏதோ கேட்கும் முன், உள்ளே வந்த சுரேந்திரன், தன் மனைவியின் கூற்றைக் கேட்டு, கரண், ரணதீரனைப் பற்றி கூறியிருந்த குறிப்புகளை ஒத்திருப்பதை உணர்ந்து, சூழ்நிலையை இலகுவாக்க,

"அடடே நம் ஆதி அழுகையை நிறுத்திவிட்டார்போல் இருக்கிறதே?", என்று கூறியபடி தளிரின் கையிலிருந்த குழந்தையை வாங்கி கொஞ்சினார்.

தளிரும் செழியனும் வீட்டிற்குள் நுழைந்த பின் சுரேஷை அழைத்த கரண், சுரேஷும் கார்த்தியும் கேட்ட தொடர் கேள்விகளுக்கு தனக்கு தெரிந்தவரை பதில்களைக் கூறியவன், சுரேந்திரன் காரிலிருந்து இறங்குவதைக் கண்டு விபரத்தைக் கூறி அழைப்பைத் துண்டிக்க எத்தனிக்க,

"கரண்", என்று அழைத்து சுரேஷ் அவனைத் தடுத்து, "நீ கூறும் விபரங்களை வைத்து பார்த்தால், செழியன் தளிரையும் குழந்தையையும் அழைத்துக்கொண்டு இன்றே கிளம்பமாட்டான். உன் ஆட்கள் தங்குவதற்கு வேண்டிய ஏற்பாடுகளை உடனடியாக செய். மேலும்", என்று கூறி, சில கூடுதல் விபரங்களைக் கூற, அதற்கு ஆவன செய்வதாக கரண் சம்மதித்து அழைப்பைத் துண்டித்தான்.

சுரேந்திரனுடன் உள்ளே நுழைந்த கரண், உணர்ச்சி பிழம்பாக முதிய பெண்மணி ஒருவர், செழியனுக்கு முன் நின்று, ஏதோ சைகையில் கூறுவதைக் கண்டவன், தளிரின் கையிலிருந்தபடி தன் பெரிய கண்களை சுழற்றி, அறையை அளந்துகொண்டிருந்த குழந்தையைக் கண்டு மலைத்து

நின்றான். சுரேந்திரனின் உற்சாகக் குரல் கேட்டு, தன்னிலை அடைந்த கரண், அவர் குழந்தையை கொஞ்சி விளையாடுவதைக் கண்டு அருகே சென்று தயங்கி நிற்க, தன்னைக் கண்டதும், தன் காதில் பொருத்தப்பட்டிருந்த காதொலிப்பான் (ஹெட்செட்) அவன் கவனத்தைக் கவர, நொடியில் தன்னை நோக்கிப் பாய்ந்த குழந்தையை தன்னிச்சையாக வாரியெடுத்தவன், தன் மார்போடு அணைத்தான்.

சிறிதுநேரம் கரணின் தொலைதொடர்பு கருவிகளுடன் விளையாடிய ஆதி, களைப்பு ஆட்கொள்ள, தன் அன்னையைத் தேடியவன், தளிரின் அருகே நின்றுகொண்டிருந்த செழியனைக் கண்டு புன்னகைக்க, தன் மகனை கையிலெடுத்த செழியன், முகமெங்கும் முத்தமழை பொழிந்தான். 'க்ளுக்' என்று சிரித்த குழந்தையின் கண்களில் உறக்கத்தின் சாயல் தெரிய, தன் மார்பில் சாய்த்து அறைக்குள் நடமாடிய செழியன், குழந்தை உறங்கவும், தளிரை நோக்கினான். ஆங்காங்கு சிறுகுழுக்களாக முன்னறையில் அமர்ந்திருந்த அனைவருக்கும் சுரேந்திரனும் கரணும் விபரங்களைக் கூற, தன் மகனை உறங்கவைத்த தன் கணவனை விழியிமைக்காமல் பார்த்த தளிர், உள்ளறையை தன் கண்களால் சுட்டிக்காட்ட அவளின் ஒற்றை பார்வைக்கு கட்டுப்பட்டு உள்ளே சென்றவன், அங்கேயிருந்த தொட்டிலில் கிடத்தினான்.

ஆழ்ந்து உறங்கிய தன் மகனைப் பார்த்தபடி நின்றவன், தன் மனைவியை தோளோடு அணைத்து அருகேயிருந்த ஒற்றை சோபாவில் அமர்ந்து, அவளை தன் மடியில் அமரச்செய்து, தளிரின் காதோரம் முத்தமிட்டு,

"நன்றி, கண்ணம்மா", என்று கூறினான். தன்னவனின் குரல் தழுதழுத்திருக்க, தன் ஒற்றை புருவத்தை உயர்த்தி அவனை கேள்வியாய் நோக்க,

"என் வாழ்வில் வந்து, என் வாழ்வாய் அமைந்து, எனக்கு உயிரளித்து, நீ உயிருடன் மீண்டதற்கு", என்று கூற, தன் விரலை அவன் உதட்டின் மீது வைத்து, பேசவொட்டாமல் செய்த தளிர், "மீண்டும் உயிருடன் வந்ததற்கு நன்றி,

அருணன்", என்று கூறியவளின் கருவிழிகள் மரணத்தை நேரில் கண்டாற்போல் அடர்ந்து கறுத்து விரிய, அவள் நெற்றியில் அழுந்த முத்தமிட்ட செழியன்,

"உன்னை தவிக்கவிட்டதற்கு என்னை மன்னித்துவிடு, கண்ணம்மா", என்று கூறினான். பிறகு, தானே தலையை இடம்வலமாக அசைத்துவிட்டு, மேலும் தொடர்ந்து, "வீட்டிற்குச் சென்றபின், உன்னையும் ஆதியையும் பார்த்து அனைவரும் திகைப்பில் ஆழப்போகிறார்கள்" என்று ஏதோ சிந்தித்தபடி கூறினான். அவன் கூறிய தொனியில் ஏதோ உள்ளதென்று உணர்ந்த தளிர், ஆழ்ந்து சிந்தித்தபடி கூர்ந்து நோக்கி ஏதோ சொல்ல வாயெடுக்க, அவள் இதழ்களில் தன் விரலை வைத்த செழியன்,

"இங்கே உன்னையும் ஆதியையும் சுற்றி ஒரு குடும்பம் இருக்கிறது என்று புரிகிறது, கண்ணம்மா", என்றவன் நெற்றியில் விழுந்த அவள் முடி கீற்றுகளை ஒதுக்கியபடி, "அனைவரையும் நம்முடன் அழைத்துச் செல்வோமா?", என்று கேட்க, செழியனின் தீண்டல்கள் இல்லாமல் வற்றியிருந்த உள்ளத்தில், அவனின் சிறு செயலால் உணர்வுகள் துளிர்விட மெய்மறந்து தன் கணவனைப் பார்த்தபடி அமர்ந்திருந்தவள், அவன் கூறியதன் பொருள் உணர்ந்ததும் கண்களில் புத்தொளி படர புன்னகைத்தாள்.

வீரமாதேவி தலைமையில், மாலினியும் மல்லியும் முதன்முறை வீட்டிற்கு வந்த மருமகனுக்காக பெரும் விருந்து படைக்க, நன்கு உண்ட அனைவரும் இளப்பாற, சுரேஷ் தன்னிடம் கூறிய விபரங்களை சுரேந்திரனிடம் கூறி, அதற்கான ஏற்பாடுகளை செய்யும்படி கரண் வேண்டுகோள்விடுக்க உடனடியாகத் தன் நண்பனை தொடர்புகொண்டார். இடும்பன், தன் ஆட்களுடன் சென்றிருந்த ஊரிலிருந்து பூம்பொழிலுக்கு வந்து கொண்டிருப்பதாகவும், இரவுக்குள் வந்து விடுவதாகவும் தெரிவிக்க, அதை கரணிடம் கூறியவர், உள்ளறையின் வாசலில் நிழலாட, நிமிர்ந்து நோக்க, அங்கே நின்றிருந்த செழியன், கரணை நோக்கி ஒற்றை புருவத்தை உயர்த்துவதைக் கண்டார். செழியனைக் கண்டதும் எழுந்த

கரண், அவன் பார்வையில் தொக்கி நின்ற கேள்வியை உணர்ந்து,

"இடும்பன் சர் தான், நம் தளிரைக் காப்பாற்றி தன் பொறுப்பில் வைத்து மருத்துவம் செய்து பாதுகாத்தவர்", என்று கூற, 'ஓ' என்று கூறி சற்றுநேரம் புருவத்தை சுருக்கி சிந்தித்தவன், "நாம் இப்பொழுதே கிளம்பிச் சென்று அவரை சந்திப்போம்", என்று கூறினான்.

சரியென்று தலையசைத்து வெளியே சென்ற கரண், சில நிமிடங்களில் உள்ளே வந்து பயணத்திற்கு அனைத்தும் ஆயத்தமாகிவிட்டதென கூற, இருவரையும் வியந்து பார்த்த சுரேந்திரன், தனக்குள்ளே புன்னகைத்தபடி, தன் மனைவியை அழைத்து விபரம் கூறினார். அதையடுத்து அடுத்த அரைமணிநேரத்தில் அனைவரும் கிளம்ப, வீட்டிலிருந்து வெளிவந்த மல்லியும் குறிஞ்சியும், வாயிலில் வரிசையாக காத்திருந்த கார்களைக் கண்டு குழம்பியபடி தளிரை நோக்க, சிறு புன்னகையோடு அவர்களை நெருங்கிய தளிர்,

"இவர்கள் நம் பாதுகாப்பிற்கு, அம்மா", என்றவள் மேலே தொடர்ந்து, "நாம் இந்த காரில் செல்வோம்", என்று கூறி அவர்களை அழைத்துக்கொண்டு செழியனின் காரில் அமரச்செய்து, செழியனை நோக்கினாள். தன் மனைவியின் ஒற்றை பார்வைக்கு கட்டுப்பட்டு,

"கரண்", என்று கூற, காரிலிருந்து இறங்கிய கரண், முன்னாலிருந்த செரோக்கியில் ஏற, புன்னகையோடு ஓட்டுநர் இடத்திலமர்ந்த செழியன் தளிரை நோக்க, மல்லிக்கும் குறிஞ்சிக்கும் இடையில் சிறு மெத்தை அமைத்து, ஆதியை படுக்கவைத்துவிட்டு தன் கணவனின் அருகில் அமர்ந்தாள். சுரேந்திரனின் காரில், மாலினியும் வீரமாதேவியும் அமர, இரண்டு செரோக்கிகள் பின்தொடர பயணம் தொடங்கியது.

சிலமணிநேரங்கள் வெகுவேகமாகக் கரைய, பூம்பொழில் என்ற சிற்றூரைக் கண்ட செழியன் மனது இயல்பாக புலவன்மேட்டை நினைவுபடுத்த, குடும்பத்துடன் அங்கு சென்று வரவேண்டும் என்ற எண்ணம் மேலிட தளிரை நோக்கியவன், தன் எண்ணவோட்டத்தை உணர்ந்து,

"செல்வோம், அருணன்", என்று அவள் கூற தன்னிச்சையாக புன்னகைத்தான். வரிசையாக அமைந்திருந்த வீடுகளை கடந்து இருந்த ஒரு பெரிய வீட்டின் முன் கார்கள் நிற்க, அதே கணம் தன் உறக்கத்திலிருந்து விழித்து சிணுங்கிய தன் மகனை புன்னகைத்தபடி கையிலெடுத்த தளிர், தன் குண்டு கண்களை சுழற்றி ஏதோ தேடிய குழந்தை செழியனைக் கண்டதும் 'க்ளுக்' என்று சிரித்தபடி தன்னை நோக்கி,

"ம்மாம்மாம்மா", என்று கூறியபடி கன்னத்தை அடிக்க கலகலவென சிரித்த தன் மனைவியை இமைக்க மறந்து பார்த்த செழியன், வெளியில் ஆட்கள் வரும் அரவம் கேட்டு நோக்க, பின்னால் நோக்கியவள், பூங்குன்றன் தன் உதவியாளருடன் வருவதைக் கண்டு காரிலிருந்து இறங்கினாள்.

பூங்குன்றனைக் கண்ட நொடி, துள்ளி அவர் கைகளில் பாய்ந்த ஆதியை அள்ளி அணைத்தவர்,

"வாடா பேராண்டி, என்ன சொல்லுத? அப்பாவுக வந்துட்டாகளா?", என்று கூறி தன் தலைக்குமேல் உயர்த்திக் கொஞ்சியபடி, தன் கணவனுடன் கைகோர்த்தபடி தன்னை நோக்கி வந்த மதியைக் கண்டவர்,

"வாம்மா, நல்லாருக்கியா, வீட்டாளா? நல்லா மயில காளபோல இருக்கான்", என்று கூறி, செழியனின் தோளில் தட்டியவர், அனைவரையும் அழைத்துக்கொண்டு இடும்பனின் வீட்டிற்குள் நுழைந்தார்.

அனைவரும் தேநீரும் தின்பண்டங்களும் அருந்தி அமர்ந்திருக்க, முன்கூடத்தில் தரையில் அமர்ந்து விளையாடிக் கொண்டிருந்த குழந்தை திடீரென வீரிட்டு அலறியதைக் கண்டு பதறியபடி துள்ளி எழுந்த அனைவரும், தொடர்ந்து இடியிடியென வந்த நகைப்பொலியும், அதைத் தொடர்ந்து, ஆதியின் சிரிப்பொலியும் கேட்க, ஆதி முறுக்கப்பட்ட தன் மீசையை இழுத்து விளையாட, அவனைக் கையில் ஏந்தியபடி உள்ளே நுழைந்த இடும்பனைக் கண்ட தளிர் உற்சாகம் பெருக, செழியனைக் கையோடு இழுத்தபடி அவரை நெருங்க,

"நல்லா இருக்கியா தாயி, வீட்டாளு பர்மா தேக்கு மாறி இருக்கான. எங்கய்யா போன, புள்ள ரொம்ப துடிச்சிட்டு", என்று கூறியவரின் குரலில் உள்ள துயரம், சுருக்கென்று மனதில் தைக்க, பேச்சிழந்து நின்ற செழியனைக் கூர்ந்து பார்த்தது, "சுரேந்திரே சொன்னான். நீயும் ரொம்ப துடிச்சிருக்க, எங்க ஆத்தா யாரையும் கைவிடமாட்டா", என்று கூறியபடி தன் தந்தையை நெருங்கி ஆசி வாங்கியபடி குழந்தையுடன் தரையில் அமர்ந்தார்.

பூங்குன்றனின் கட்டளையின்படி, இரவு கொண்டாட்டத்திற்கு ஏற்பாடுகள் மாலை தொடங்க, செழியனை அழைத்துக்கொண்டு ஊரை சுற்றி காண்பிக்க கிளம்பிய தளிர், குறிஞ்சியும் இணைந்துகொள்ள, இடும்பனுடனும் பூங்குன்றனுடனும் விளையாடிய ஆதியை விட்டுவிட்டு மூவரும் நடந்தனர். குறிஞ்சியின் வெளிந்தியான பேச்சிலிருந்து, தளிர் அனுபவித்த வலிகளை உணர்ந்த செழியன், இயன்ற அளவு தன் மனதில் தோன்றிய வலியை மறைத்தபடி, உற்சாகமாகப் பேசிக்கொண்டிருந்த குறிஞ்சியின் கூற்றைக் கேட்டு புன்னகைத்தபடி உடன் நடக்க, தன்னவனின் மனநிலையை உணர்ந்து அவன் கைகளை இறுக கோர்த்தபடி நெருங்கி நடந்தாள், தளிர்.

வெகுநேரம் கழித்து இடும்பனின் வீட்டை அடைந்த வேளை, வரிசையாக நின்ற கார்களைக் கண்டு சற்றே வியப்போடு தளிரை அழைத்துக்கொண்டு உள்ளே நுழைந்த செழியன், தளிரைக் கண்ட நொடி பாய்ந்து வந்து அவளை அணைத்த நிலாவைக் கண்டு இளமுறுவல் பூத்தான். தன்னை அணைத்த நிலாவைக் கண்டு வியந்த தளிர், அவள் பின்னால் சுரேஷ், கார்த்தி, மேடிட்ட வயிறுடன் மஞ்சு, கார்குழலி, மணிமாறன், பூங்கொடி, கவின் மாறன் உடன் தன் பெற்றோரும் தங்கையும் கண்ணீர் பெருக நிற்பதைக் கண்டு மிதமிஞ்சிய களிப்பில் மனம் நிறைய நின்றாள்.

87

தளிருடன் கைகோர்த்து நடந்தபடி, உடன் வந்த குறிஞ்சி கூறிய விபரங்களைக் கேட்டுக்கொண்டே பூம்பொழில் ஊரைச் சுற்றிப்பார்த்த செழியன், இடும்பனின் வீட்டிற்கு திரும்பியவேளை, வாயிலில் நின்றிருந்த கார்களைக் கண்டு, வியந்தபடி தளிருடன் நுழைய, அதே கணம் வில்லிலிருந்து பாய்ந்த அம்புபோல் பாய்ந்து வந்து தளிரை அணைத்த நிலாவைக் கண்டு இளமுறுவல் பூத்தவன், நடுக்கூடத்தில், தன் குடும்பத்தினர் நிற்பதைக் கண்டான். நிலா, சற்றே விலகியதும், சித்திரக்கொடி முன்வந்து தன் தமக்கையை அணைத்தபடி,

"அக்கா, அக்கா", என்று கண்களில் நீர் பெருகக் கூறியவள், அதற்குமேல் எதுவும் பேசும் ஆற்றலின்றி தன் உடன்பிறந்தாளை வியந்து விரிந்த கண்களால் பார்க்க,

"நானேதான் கொடி", என்று கூறி கண்களை சிமிட்டிய தளிர், தன் தங்கையின் கன்னத்தில் வழிந்த கண்ணீரைத் துடைத்தாள்.

சற்றுதொலைவில், அருகருகே நின்ற சுரேஷையும், கார்த்தியையும் கண்ட தளிர் புன்னகைக்க, அவர்கள் கண்கள் மகிழ்ச்சியில் மிளிர்ந்தாலும், அதை விஞ்சி ஏதோ ஒரு இனம்புரியாத உணர்வு நிழலாடுவதைக் கண்டு, அவர்களை நெருங்கி, இருவரையும் கூர்ந்து நோக்க, சற்றே தலைகுனிந்த சுரேஷைப் பார்த்து,

"நான் உயிருடன் இருப்பேன் என்று உங்களுக்குத் தெரிய வாய்ப்பில்லை, அண்ணா. அருணன் இல்லாத வாழ்க்கையில் திக்கற்று தவித்தபொழுது, உங்கள் நண்பனை இழந்து நீங்கள் படும் துயரத்தோடு, என்னைப் பற்றிய கவலையும் வேண்டாமென்றுதான், நான் வீட்டிற்கு வரவில்லை. மேலும் அவரில்லாமல் அங்கு என்னால் இயல்பாக மூச்சுகூட விடமுடியாது", என்று மெல்லிய குரலில் தங்கள் இருவருக்கும் மட்டும் கேட்கும்படி தளிர் கூறியதைக் கண்டு நிமிர்ந்தவன், தளிரை இழந்து செழியன் அனுபவித்த துயரத்தின் நினைவுகள் கண்களில் நிழலாட பேச்சற்று நிற்க,

"நாங்கள் இன்னும் கூர்ந்து ஆய்ந்து உன்னைத் தேடியிருந்தால்....", என்று கார்த்தி தொடங்க, தன் பார்வையால் அவனை தேக்கியவள்,

"என் மடியில் துடித்து மடிந்த, அருணன் மீண்டு வருவார் என்று நான் அறிந்திருக்க வாய்ப்பில்லாத நிலையில், ரணதீரனிடமிருந்து, பூபதியிடமிருந்தும் எங்கள் குழந்தையைக் காக்க தலைமறைவாவதைத் தவிர வேறு வழி தெரியவில்லை", என்றவள் நீண்ட மூச்சை இழுத்துவிட்டபடி, "அவரை காப்பாற்றியதற்கு நன்றி", என்று கூற, இருவரும் அவளை தோளோடு அணைக்க,

"உயிருடன் இருந்ததற்கு நன்றி, தளிர்", என்று இருவரும் ஒருங்கேகூற கூற, தன் கண்களை சிமிட்டி, கண்ணீரை தடுக்க முயற்சித்தபடி கார்த்தி மேலே பார்த்து,

"உண்மையிலேயே எங்கள் நண்பனின் உயிரை மீட்டது உன் அன்புதான் என்று நினைக்கிறேன்", என்று கூறினான்.

மூவருக்கும் நடந்த உரையாடல் மற்றவர்களுக்கு புரியமால்போனாலும், சுரேஷும், கார்த்தியும் முன்பிருந்த இறுக்கம் தளர்ந்து நிற்பதைக் கண்டு இளமுறுவல் பூக்க, தன் தோழியை அணைத்த மஞ்சு, அவள் தோளில் முகம் புதைக்க, தோளில் படர்ந்த ஈரத்தை உணர்ந்து தன் தோழியை விலக்கி அவள் கண்களை துடைத்த தளிர், விரிந்த புன்னகையுடன் மஞ்சுவின் மேடிட்ட வயிறை தன் கைகயால் வருடியபடி, கார்த்தியையும் மஞ்சுவையும் பார்த்து "வாழ்த்துக்கள்", என்று கூறினாள்.

சற்று தள்ளியிருந்த பெரியவர்கள் தளிர் இளவட்டங்களிடம் பேசுவதை கண்களில் பெருகிய நீரும், இதழில் பொருந்திய புன்னகையுடனும் பார்த்துகொண்டிருக்க, இரண்டே எட்டில் தன் தமக்கையை அடைந்த சித்திரக்கொடி,

"எங்களைப் பிரிந்து எப்படி இருக்க மனம் வந்தது, உனக்கு", என்று கேட்டு தளிரின் தோளில் தன் இரு கைகளால் அடிக்க, தன் தங்கையைப் பார்த்து இளமுறுவல் பூத்த தளிர், எட்டி தன் பெற்றோரைப் பார்க்க, கொடியின் கேள்வி தன் தந்தையின் கண்களிலும் தொக்கி நிற்பதைக் கண்டு, தன் தங்கையை அணைத்து,

"என் உயிரே என்னை விட்டு பிரிந்தபின், என்னால் எப்படி இயல்பாக வாழ்க்கையில் பொருந்தி இருக்கமுடியும்?", என்று கேட்டாள். அதைக் கேட்டு கூர்ந்த மூச்சை உள்ளிழுத்த சித்திரக்கொடியை விடுவித்தவள், தன் பெற்றோரை நெருங்க, 'தாயறியா சூல் இல்லை', என்ற கூற்றிற்கிணங்க, தன் மகளின் மனதை புரிந்திருந்த ஆனந்தி,

"அனைவரின் வேண்டுதல்களும் நிறைவேறியதன் விளைவு நீ பிழைத்திருப்பது என்று கூறினால் மிகையாகாது. ஆனால், உன்னை இழந்த உன் கணவனின் ஆற்ற முடியா வலியும், கடக்கும் நொடிகளிலெல்லாம் கரையும் அவர் உயிரும் என் துயரத்தையும் விஞ்சியதாயிருக்க, அதற்காகவேனும் நீ பிழைத்திருந்தால் நன்றாயிருக்குமே

என்று பல நாட்கள் வேண்டினேன்", என்று கூறி, தன் மகளின் நெற்றியில் தன் இதழ்களால் ஒற்றியெடுத்தார். தன் மகள் உயிருடன் இருந்தும் தன்னிடம் வரவில்லையே என்ற எண்ணம், மனமெங்கும் நிறைந்து இருக்க, அந்த வலி பொருந்திய கண்களோடு தன்னை நோக்கிய தந்தையைக் கண்ட தளிர்,

"அப்பா", என்றழைத்தபடி அவர் கன்னத்தில் கைவைத்து, "அன்று என் கண்முன்னே அருணன் வஞ்சகத்தால் வீழ்ந்து என் மடியில் மடிந்த நிலையில், அதே வஞ்சகத்திற்காக வேறு யாரையும் பலிகொடுக்கும் மனநிலையில் இல்லை. நான் மறைந்துவிட்டால் எல்லோருக்கும் நன்மை...", என்று மேலும் கூறும் முன் வெடுக்கென்று நிமிர்ந்த குமரேசனின் கண்களில் வலியை விஞ்சும் கோபம் தென்பட்டது. அதைக் கண்ட தளிர்,

"என் செயலிலுள்ள உண்மை புரிந்தாலும், ஏற்றுக்கொள்வது கடினமே, அப்பா", என்று கூறி அவர் கண்களைக் கூர்ந்து நோக்க, தன் மனதை தன் மகள் புரிந்துகொண்டாள் என்று உணர்ந்த குமரேசன், அவளைத் தோளோடு அணைத்து குலுங்கி அழுதார்.

சற்றுநேரம் தன் தந்தையைத் தேற்றிய தளிர், அவர் தன்னிலை அடைந்ததும், தன் மாமியாரை நோக்கிச் சென்றாள். தன்னை ஆர்வத்துடன் பார்த்தபடி நின்ற கார்குழலியை நெருங்கியவள் மனதில் முதன்முறையாக, தலைமறைவாக வேண்டும் என்று தான் எடுத்திருந்த முடிவைக் குறித்து ஐயம் ஏற்பட சற்றே தயக்கத்தோடு நோக்கியவளை, தன் இறுக்கமான அணைப்பிற்குள் உள்ளாக்கியவர்,

"எந்த அன்னையும் உன் முடிவைதான் எடுத்திருப்பாள், தளிர்", என்று கூற அருகில் ஆமென்று தலையசைத்த பூங்கொடி, "உன்னை எண்ணி பெருமிதம் அடைகிறோம், தளிர்", என்று கூறி அவள் கன்னத்தில் முத்தமிட, அவள் கன்னத்தில் கைவைத்த கார்குழலி,

"எங்களுக்கெல்லாம் இன்ப அதிர்ச்சி வைத்திருக்கிறாய் என்று கூறினார்களே, எங்கே என் பேரன்?", என்று கேட்க, அறையில் ஆதி இல்லாததை உணர்ந்த தளிர், குழப்பத்தோடு

தன் கண்களை சுழற்றி தேட, அப்பொழுதுதான் வீட்டிற்குள் நுழையும் இடும்பனின் கையிலிருந்து தன்னிடம் பாயும் தன் மகனை வாரி அணைத்துக்கொண்டு தன்னை நெருங்கும் செழியனைக் கண்டாள்.

செழியனின் கையிலிருந்தே தன் அன்னையைப் பார்த்து,

"ம்ம்ம்ம்மா", என்றழைத்து புன்னகைத்த ஆதி, தன்னைச் சுற்றி நின்ற புது முகங்களைக் கண்டு புருவங்களை சுருக்கி சிந்தித்தவன், தன்னை நோக்கி, தன் ஒற்றை புருவத்தை உயர்த்த, ஒரு கணம் மலைத்த மணிமாறன், தன்னை நோக்கி பாய்ந்த குழந்தையை தன்னிச்சையாக அள்ளி அணைத்தார். ஆதியின் செயலைக் கண்டவர்கள் அனைவரும், செழியனின் சாயலில் இருக்கும் குழந்தையைப் பார்த்தபடி நிற்க, மணிமாறனின் தோளிலிருந்தபடி சோபாவில் கிடத்தப்பட்டிருந்த சிறு மெத்தையில் படுத்தபடி அசைந்த குழந்தை 'இளந்தளிரை' பார்த்த ஆதி, அவர் கையிலிருந்து குதித்தபடி,

"ம்ம்மா... தயில்", என்று சோபாவை கைகாட்டியபடி கூற, அனைவரும் அதிர்ந்து நோக்கினர்.

ஆதி முதன் முதலில் கூறிய முழுச் சொல்,

"தயில்", என்று எண்ணிய தளிர், அனைவரும் மதியென்று தன்னை அழைக்க, தன் குழந்தை தன் மழலையில் 'தளிர்' என்று அழைப்பதை உணர்ந்து குழம்பியவள், இப்பொழுது அவன் காட்டும் திக்கை நோக்க, அங்கே பூக்குவியலாய் புன்னகைத்தபடி படுத்திருக்கும் குழந்தையைக் கண்டு, குழப்பத்தோடு தன் கணவனை நோக்கி ஒற்றை புருவத்தை உயர்த்த,

"நிலா - சுரேஷின் குழந்தை இளந்தளிர்", என்று வியப்பு மிஞ்சிய குரலில் மெல்ல கூறியவன், "ஆனால் ஆதிக்கு எப்படி தெரியும்?", என்று குழம்பினான். தன் கணவனின் கேள்வி அனைவரின் கண்களிலும் தொக்கி நிற்பதைக் கண்டவள், முன்பொரு நாள் நடந்ததை அனைவருக்கும் எடுத்துக் கூற, மலைப்பு மிகுந்து பேச்சற்று நின்றவர்களில் முதலில் தன்னிலை அடைந்த சுரேஷ்,

"அந்த நாள் நினைவிருக்கிறதா, தளிர்?", என்று கேட்டான்.

ஆமென்று தலையசைத்த தளிர்,

"ஆதியின் முதல் பிறந்தநாள், பிப்ரவரி இருபத்தியாறு", என்று கூற அனைவரும் கூர்ந்த மூச்சை உள்ளிழுக்க, அதன் காரணம் புரியாமல் விழித்தவள், தன் கணவனை நோக்க,

"அன்றுதான் இளந்தளிர் பிறந்தாள், கண்ணம்மா", என்று செழியன் கூற வியந்து தன் மகனை நோக்கியவள்,

"யாரது, ஆதி?", என்று கேட்க,

"தயில்", என்று மிக எதார்த்தமான விபரத்தைக் கூறுவதுபோல் கூற, அவனை இறுக அணைத்த மணிமாறன்,

"அண்ணா, அண்ணா", என்று அழைத்து அவன் முகமெங்கும் முத்தமிட்டார்.

தன் வாழ்வில் பல நன்மை தீமைகளை கடந்து வந்திருந்த பூங்குன்றன், தன் கண் முன்னே, ஒன்றிணையும் குடும்பத்தைக் கண்டு தன் கண்களில் பெருகிய நீரைத் துடைத்தவர், அருகே தன் கண்களைத் துடைத்தபடி தன்னை பார்த்த இடும்பனை நோக்கி புன்னகைத்தார். சிறுவயதிலேயே தன் மனைவியை இழந்து வாழ்க்கை கருகிவிட, உயிர் வாழ அவள் நினைவுகளே போதுமென்று மறுமணம் புரியாமல், தன் இனத்தின் குழந்தைகளைத் தன் குழந்தைகளாகப் பாவிக்கும் தன் மகன் இடும்பனைக் கண்டவர், அவன் வாழ்வில் மகள் உறவில் தளிரும், அதைத் தொடர்ந்து ஒரு குடும்பமும் கிடைத்ததை எண்ணி மகிழ்ந்து சைகை செய்ய, உள்ளே வந்த சில இளம்பெண்கள் அனைவருக்கும் பழச்சாறுகளும் தின்பண்டங்களும் வழங்க ஆங்காங்கு சிறு சிறு குழுக்களாக அமர்ந்து பேசியபடி அருந்தினர். நிலாவின் குழந்தையை தன் மடியில் கிடத்தியபடி அவளுடன் உரையாடிய தளிர், தன் மகன் நிலாவின் மடியிலமர்ந்து இளந்தளிரை ஆர்வம் பெருகும் விழிகளால் பார்த்தபடி அமர்ந்திருக்க, அதைக் கண்டு புன்னகைக்க, குழந்தைகளையும், தளிரையும் பார்த்து,

"அன்பின் ஆழத்தால் நடக்கும் நிகழ்வுகளுக்கு பொருள் புரிவது கடினமே என்றாலும், கண்முன்னே நடப்பதை ஏற்றுக்கொள்ளாமல் இருக்க முடியவில்லை, தளிர்", என்ற நிலா, சற்று தொலைவில் தன் நண்பர்களுடன்

பேசிக்கொண்டிருந்த தன் அண்ணன், தங்களை நோக்கி வருவதைக் கண்டு,

"அண்ணன் உன்னுடன் மீண்டும் இணைவதைப் பற்றி எப்பொழுதும் பேசிக்

கொண்டேயிருப்பான். அவன் கூறுவதை ஏற்றுக்கொள்ள முடியாமல், அவன் மனநலத்தை பரிசோதித்து நோகடித்துவிட்டோம், தளிர்", என்று குற்றவுணர்ச்சி நிறைந்த குரலில் மெல்ல நிலா கூற, அவள் கையைப்பிடித்து ஆறுதலாக வருடிய தளிர், மெல்லியதாய் புன்னகைத்தாள்.

தன் மனைவியை சில நிமிடங்கள் கூட பிரியமுடியாமல் தவித்த செழியன், சற்றுதொலைவில் தன் தங்கையுடன் பேசிக்கொண்டிருப்பவளை நெருங்க, நிலாவின் முகத்தைக் கூர்ந்து பார்த்தவன் தளிரின் அருகே அவளை அணைத்தபடி அமர, தன்னை நோக்கி கைகளை உயர்த்திய ஆதியையும் இளந்தளிரையும் பார்த்து கலகலவென சிரித்தபடி இருவரையும் ஒருங்கே கைகளில் எடுத்து ஆதியை தன் கையில் அமரச் செய்து, இளந்தளிரை தன் மடியில் கிடத்தினான். நெடுநாட்கள் கழித்து மனம்விட்டு சிரித்த தன் அண்ணனைப் பார்த்த நிலா, அதற்கு மேல் தன்னைக் கட்டுப்படுத்த முடியாமல் குலுங்கி அழ, அவளைத் தோளோடு அணைத்து முதுகை வருடியபடி அவளைத் தேற்றிய தளிர், செழியனை நோக்க, அவள் ஒற்றை பார்வைக்கு கட்டுப்பட்டு,

"நிலா", என்று அழைத்தான். அவளிடமிருந்து பதிலேதும் வராமலிருக்க, "நிறைநிலா", என்று ஆழ்ந்த குரலில் அழைத்தான். தன் அண்ணனின் குரலில் நிமிர்ந்த நிலா, அவன் பார்வையை தவிர்த்து எங்கோ பார்க்க,

"நிலா, உன்மேல் எந்த வருத்தமும் இல்லை", என்று கூறியவன், தானே மேலே தொடர்ந்து,

"நீங்கள் அனைவரும் கூறியது, உண்மையே. தாக்குதல் நடந்த இடத்தில் கிடைத்த சான்றுகளை ஆய்ந்து பார்க்கும் யாரும் வரும் முடிவுக்குத்தான் நீங்கள் அனைவரும் வந்தீர்கள்", என்றவன், ஏதோ சொல்ல எத்தனித்த நிலாவை தன் கையை உயர்த்தி தேக்கி,

"ஆனால், தளிரும் நானும் உயிரால் இணைந்தவர்கள், நிலா. எங்கள் உணர்வுகள், உயிரை இயக்குகின்றன", என்று கூறி தன் மனைவியின் கண்களோடு தன் கண்களைக் கலந்தான். சற்றுநேரம் கண்கள் கலந்து அமர்ந்திருந்த செழியனையும், தளிரையும் கண்ட நிலா, சுரேஷை நோக்க, இருவரும் குழந்தைகளை எடுத்துக்கொண்டு அங்கிருந்து அகன்றனர்.

இரவேறியதும், பூங்குன்றனின் ஆணைக்கிணங்க பூம்பொழில் மக்கள் ஏற்பாடு செய்திருந்த விருந்தில் கலந்து கொண்ட இளையவர்கள் அனைவரும் அங்குள்ள ஆடல் பாடல்களில் களித்திருக்க, குழந்தைகளுடன் நேரம் கழித்த பெரியவர்கள், அவர்கள் உறங்கத் தொடங்கியதும் இடும்பனின் வீட்டிற்குத் திரும்ப, சற்றே ஒதுக்கமாக இருந்த மரத்தடியில், தன் தோளில் சாய்ந்திருந்த தன் மனைவியை அணைத்தபடி அமர்ந்திருந்த செழியன், காலை தளிரை சந்தித்ததிலிருந்து நடந்தவற்றை எல்லாம் சிந்தித்தபடி அமர்ந்திருந்தவன் மனதில், தளிர் எப்படி தப்பித்தாள், எவ்வாறு இடும்பனால் கண்டெடுக்கப்பட்டாள், என்னயென்ன துயரங்களை அனுபவித்திருக்கிறாள் என்று அறிந்துகொள்ள வேண்டுமென்ற எண்ணம் இருந்தாலும், அவற்றைப் பற்றி அவள் தன்னிடம் கூறவேண்டுமென்றால், இத்தனை நாட்கள் அவளில்லாமல் தான் அனுபவித்த வலிகளை எல்லாம் கூற வேண்டியிருக்கும் என்ற எண்ணம் தோன்ற, அவற்றையெல்லாம் கூறி தன் மனைவிக்கு துயரத்தை அளிக்காமல் இருக்கவேண்டுமென முடிவெடுத்தவன், நீண்ட மூச்சை இழுத்துவிட, அதைக் கேட்டு நிமிர்ந்து அவன் கண்களோடு தன் கண்களைக் கலந்த தளிர், தன் மனதில் உள்ள எண்ணத்தின் பிரதிபலிப்பு தன்னவனின் கண்களில் உள்ளதைக் கண்டு புரிதலோடு புன்னகைத்தவள், அவன் மார்பில் முகம் புதைத்தாள்.

சற்றுநேரம் அணைத்தபடி, தன்னவனின் அருகாமையை உணர்ந்து அனுபவித்த தளிர், சற்று விலகி தன் கண்களை சுழற்றி ஆங்காங்கு அமைக்கப்பட்டிருந்த சுடரொளிகளின் அருகே கூட்டமாகவும், ஒருவரிருவராகவும் அமர்ந்து கதைகள் பேசியபடியும், பாடல்கள் பாடியபடியும்

அமர்ந்திருக்க சற்று தொலைவில் சில இளங்காதலர்கள் கலகலவென சிரிக்கும் ஒலிகள் கேட்க அவற்றின் உட்பொருள் உணர்ந்தவள், செழியனை நெருங்கி தன் இதழ்களால் அவன் இதழ்களை சிறையெடுத்தாள். தளிரில்லாமல் வறண்டிருந்த தன் வாழ்வில் இன்ப ஊற்றாக பிறந்த உணர்வுகள் நெருப்பாய் தகிக்க, தன் வாழ்வே அந்த ஒற்றை முத்தத்தில் அடங்கியிருப்பது போன்று தன் மனைவியை முத்தமிட்டான், செழியன். மனதில் தன்னவளைத் தவிர அனைத்தும் மறைந்துவிட, தன்னவளின் இதழ்களை விடுவித்து, தளிரின் கழுத்தில் முகம்புதைத்து, நீண்ட மூச்சை உள்ளிழுத்து அவள் வாசனையை தன் நாசியில் நிரப்பியவன் தொண்டையிலிருந்து சிறு உறுமல் வெளிவர, மூச்சுவாங்கியபடி அவன் தலையை வருடிக்கொண்டிருந்த தளிர்,

"என் ராஜா", என்று கூறி, சற்றே திரும்பி செழியனின் காது மடலை தன் பற்களால் மெல்ல கடித்தாள். சட்டென்று விலகி தன்னவளைப் பார்த்த செழியனின் கருவிழிகள் கறுத்து விரிந்திருக்க, அதில் தகிக்கும் காதல் பிழம்பைக் கண்டு அவன் நிலையை உணர்ந்தவள், அவன் கண்களைக் கூர்ந்து பார்த்தபடி இடப்புறம் திரும்பி நோக்க, அங்கு நோக்கியவன், எட்ட சிறு குடில்கள் இருப்பதையும் அவற்றில் ஓர் குடிலை நோக்கி தன் மனைவியை கையில் ஏந்தியபடி ஒருவன் செல்வதையும் கண்ட செழியன்,

"ஓ", என்று கூறி, தன் மனைவியை நோக்கி தன் ஒற்றை புருவத்தை உயர்த்தினான். அவள் ஒற்றைப் பார்வைக்கு கட்டுப்பட்டு வெடுக்கென்று எழுந்து, அடுத்த கணம் அவளை தன் கைகளில் ஏந்திக்கொண்டு குடில்களை அடைந்து, திறந்திருந்த ஒன்றிற்குள் நுழைந்து தாழிட்டான். அங்கு இருந்த சிறு விளக்களித்த வெளிச்சத்தில், தன் மனைவியின் முகம் மிளிர்வதைக் கண்டு, தன் தலையை உயரே உயர்த்தி சிலுப்பிய செழியன், அவளை அங்கிருந்த மஞ்சத்தில் கிடத்தி நெற்றியில் முத்தமிட்டு, அவள் முகத்தின் ஒவ்வொரு அங்குலத்தையும் தன் முத்தங்களால் தொழுதவன், அவள் கழுத்தையடுத்து தோளை நெருங்கியவேளை, கடப்பாரை இறங்கியதால் உண்டான வெட்டுக்காயத் தழும்பைக் கண்டு உறைந்தான்.

௮௮

காலை, எதிர்பாராத விதமாகத் தளிரை சந்தித்தது, தங்களின் குழந்தையைப் பற்றி அறிந்து அவனைக் கையில் ஏந்திய நொடி, தங்கள் குடும்பத்தினர் தளிரைக் கண்டு மீண்டும் அனைவரும் ஒன்றிணைந்தது என்று வரிசையாகக் காட்சிகள் வலம்வர, இந்த இன்பமான தருணத்தை முன்னிட்டு, பூங்குன்றன் விருந்திற்கும் கொண்டாட்டத்திற்கும் ஏற்பாடுகள் செய்ய, அனைவருடனும் கலகலப்பாகப் பேசியபடி உணவருந்திய செழியனும் தளிரும் ஆடல்பாடல்கள் தொடங்கி, அனைவரும் களித்திருக்க, கையோடு கைகோர்த்தபடி சற்று ஒதுக்கமாக இருந்த ஒரு மரத்தை நோக்கிச் செல்ல,

அவர்களுக்கு மிகவும் தேவையான தனிமையை அளிக்க விரும்பிய அனைவரும் புன்னகையுடன் கேளிக்கைகளில் ஈடுபட்டனர்.

ஆழ்மயக்கத்திலிருந்து விழித்த நாள் முதலாய், தன் மனைவியின் அருகாமை இல்லாமல் தவித்த செழியன், அவள் மறைந்துவிட்டாள் என்று அனைவரும் கூறினாலும் தன் உணர்வுகள் தன் மனைவி எங்கோ இருக்கிறாள் என்று தொடர்ந்து பறைசாற்றிக்கொண்டே இருந்தன. இப்பொழுது செழியனின் அணைப்பிற்குள் பொருந்தி, அவன் தோளில் தலைசாய்த்து கண்கள் மூடி அமர்ந்திருந்த தளிர், தன்னவன் தன் மடியில் துடித்து மடிந்ததைக் கண்டு மீளா இருளில் தன் வாழ்க்கை மூழ்கிவிட்டதென எண்ணி தன் நாட்களைக் கடத்த, அவன் மரணத்தினின்று மீண்டு வந்ததை எண்ணி பிரம்மிப்பு மனமெங்கும் நிறைந்திருக்க, அவன் பிழைத்து வந்ததன் விபரம் அறிய விரும்பியவள், அதைக்கேட்டால், தாக்குதலுக்கு பிறகு தன்னால் பேசமுடியாமல் இருந்ததும், நாள்தோறும் தான் அனுபவித்த வலிகளையும் கூறவேண்டுமே என்று எண்ண, செழியன் நீண்ட மூச்சை இழுத்துவிட்டதை உணர்ந்து அவனை நிமிர்ந்து நோக்கினாள். தன் எண்ணவோட்டத்தை அவன் கண்களில் கண்டவள், இந்த நொடி தன் கணவனின் அருகாமைக்கும், அவன் தீண்டலினால் பெருகும் உணர்வுகளுக்குள்ளும் கரைந்தவள், தன்னவனின் இதழ்களை தன் இதழ்களால் சிறையெடுத்தாள்.

ஒருவரின் தீண்டல், மற்றவரின் நரம்புகளில் காதல் தீயைப் படரச் செய்ய, தன்னவளின் பார்வைக்குக் கட்டுப்பட்டு அவளைக் கையில் ஏந்தியபடி சற்று எட்ட இருந்த குடில்களில் ஒன்றுக்குள் சென்று தாழிட்ட செழியன், மங்கிய வெளிச்சத்தில் மிளிர்ந்த தன் மனைவியின் அழகு தன் கட்டுப்பாட்டை இழக்கச்செய்து ஊசிமுனையில் தன்னை நிறுத்த, காற்றில் கலந்த அவள் வாசனை தன் மதியை கிறங்கச்செய்ய, அவளை அங்கிருந்த மஞ்சத்தில் கிடத்தியவன், நெற்றியில் விழுந்த முடியை ஒதுக்கிவிட்டு அழுந்த முத்தமிட்டான். தன் கணவனின் தகிக்கும் இதழ் தன் நெற்றியில் அழுந்த, தன்னிலை இழந்த தளிர், தன்

இடக்கையால் அவன் சிகையை அளைந்தபடி, வலக்கையால் அவன் இடக்கன்னத்திலிருந்த வெட்டுக்காயத் தழும்பை வருட இதுநாள்வரை இருந்த வெறுமை நீங்க, தன்னவளை முத்தங்களால் தொழுதான். மெல்ல அவள் கழுத்து வளைவுகளில் முத்தமிட்டபடி, அவள் இடத்தோளை நெருங்க, வழுவழுப்பான பளிங்கு போன்ற தளிரின் உடலில் புதிதாய் தோன்றிய வடுவைக் கண்டு குழம்பியவன், தாக்குதலின்போது தளிரின் தோளில் இறங்கிய கடப்பாரையினால் உண்டான வெட்டுக்காயத்தின் தழும்பு என்றுணர்ந்து உறைந்தான்.

தான் இதுவரை கண்டிராத ஒருவித வேகத்துடனும், முரட்டுத்தனத்துடனும் தன்னை அணுகிய செழியனைக் கண்ட தளிர், தனக்கும் அவை தேவையென்று உணர்ந்து களித்திருக்க, சட்டென்று செயலற்று உறைந்த தன் கணவனை எண்ணி குழப்பத்தோடு அவன் முடியை அளைந்த கரத்தால் அவன் முகத்தை உயர்த்தி கலங்கியிருந்த அவன் கண்களைக் கண்டு அதிலிருந்த வலியையும், அதில் தொக்கி நின்ற கேள்வியையும் உணர்ந்தவள், எழுந்து அமர்ந்தபடி அவனை தன் மார்போடு அணைத்து,

"நாம் ஒருவரையொவர் பிரிந்திருந்ததே நரகம். அப்பொழுது நாம் அனுபவித்த வலியை தாங்குவது நம்மால் இயலாது. ஆனால் அவற்றை பற்றி அறியாமல் நம்மால் இயல்பாக வாழ்க்கையில் பொருந்தமுடியாது", என்று கூற, நிமிர்ந்து அவள் கண்களோடு தன் கண்களைக் கலந்தவன், "அன்று என்ன நடந்தது, அதற்குபிறகும் என்ன நடந்ததென்று நம் இருவருக்கும் மட்டுமே தெரியும், கண்ணம்மா, நாம் அதைப்பற்றி பேசியாக வேண்டும்", என்றவன் கண்கள் நிர்மலமாய் இருக்க, முள் தைத்த இடம், வலித்தாலும் அதைக் கிளறி முள்ளை வெளியே எடுக்காவிட்டால் சீழ்பிடித்துவிடும் என்பதுபோல், வலித்தாலும் இதை செய்யவேண்டும் என்று உணர்ந்த இருவரும் ஒருவரையொருவர் பார்த்தபடி அமர்ந்திருக்க, அன்றைய நினைவுகளால் சிலிர்த்து நடுங்கிய தளிரின் உடலை தன் கைகளால் வருடிய செழியன், தளிரின் தோளிலிருந்த வெட்டுக்காயத் தழும்பை கூர்ந்து பார்த்தபடி,

"உன் மேல் துரும்பு படிந்தாலும் என்னால் தாங்கிக்கொள்ள முடியாது, கண்ணம்மா. அப்படியிருக்க, உன் தோளில் கடப்பாரையின் நுனி இறங்குவதைக் கண்டநொடி நான் கொண்டிருந்த கட்டுப்பாடுகள் காற்றில் பறந்துவிட, துப்பாக்கியை எடுத்துக்கொண்டு இறங்கினேன்", என்று தொடங்கியவன், தங்கள் காரின் கூரை மீது நின்றிருந்தவர்களை நோக்கிச் சுட்டு வீழ்த்தியதையும், தன்னைத் தாக்க வந்த மற்றவர்களை வீழ்த்தியதையும் கூறியவன், தன்னை பூபதி முதுகில் குத்தியபின், அவன் ஆட்களில் இருவர் தன்னை சரமாரியாக வெட்டியதைக் கூறினான். அதைக்கேட்டு, அன்றைய நாளின் நினைவுகள் மனதில் வலம்வர, கட்டுப்பாடின்றி வழிந்த கண்ணீரை துடைக்கும் மனமில்லாமல், யாரும் அறியாத வண்ணம் காரிலிருந்து இறங்கியதைப் பற்றி கூறிய தளிர், இருளில் மறைந்து நின்று, தன் துப்பாக்கியால் பூபதியைச் சுட்டது, பின்னர் செழியன் தன் மடியில் துடித்து மடிந்ததைக் கூற, அவள் கண்கள் இருண்டு அவள் உடலின் நடுக்கம் அதிகரிப்பதைக் கண்ட செழியன், தான் அவளுடன் இருப்பதை உணரமுடியாமல் நடுங்கிய தளிரின் இதழ்களில் தன் இதழ்களை அழுந்த பதித்தான். தன்னவனின் இதழ் தீண்டலால் தன்னிலை அடைந்த தளிர், அவன் துயரம்தோய்ந்த கண்கள் தன்னைக் கூர்ந்து பார்ப்பதைக் கண்டு, மடிந்த செழியனின் இதழ்களை சிறையெடுத்து தன் உயிரை அவன் உடலுக்குள் புகுத்தமுயன்றதை கூறியவள் சற்றுதொலைவில் கேட்ட துப்பாக்கிச் சூட்டின் ஒலிகேட்டு போராட முயல, தன் வயிற்றில் வளரும் தங்கள் காதலின் அருங்கனியைக் காக்கும் பொருட்டு, இரத்தப்போக்கினால் சோர்ந்திருந்த தன் உடலை மிக முயன்று எழச்செய்து, இருளுக்குள் ஓடி, மரங்களடர்ந்த பகுதியில் அமைக்கப்பட்டிருந்த குடிசைகளைக் கண்டு அதை நோக்கி ஓடியவேளை மயங்கி நிலத்தில் சரிந்ததையும், பின்னர் இடும்பனால் கண்டெடுக்கப்பட்டு, அவர்கள் மருத்துவரால் தோளிலிருந்த வெட்டுக்காயத்திற்கு மருத்துவம் செய்யப்பட்டதையும் அவர்களுள் ஒருவளாகக் கலந்தது, ஆதி பிறந்தது என்று அனைத்தையும் கூறினாள்.

தளிர் கோர்வையாகக் கூறினாலும் ஏதோ ஒன்று விடுபடுகிறதென்று உணர்ந்த செழியன், தலையை ஒருபுறம் சாய்த்து ஒற்றை புருவத்தை உயர்த்த,

"அங்கே மயங்கி விழுந்ததிலிருந்து, நம் ஆதி பிறக்கும் வரையில் என்னால்....", என்று தயங்கியவள், தன் கணவன் தன்னைக் கூர்ந்து நோக்க, "என்னால் பேசமுடியாமல் இருந்தது", என்று எங்கோ பார்த்தபடி கூற, கூர்ந்த மூச்சை உள்ளிழுத்த செழியன், சற்றுநேரம் ஆழ்ந்து சிந்தித்தபடி தன் தலையை மேலும் கீழும் அசைத்தவன், தன்னை செங்கோடன் காப்பாற்றி, மறைவாக வைத்து மருத்துவம் செய்ததைப் பற்றி கூறி, செங்கோடனைப் பற்றிய விபரங்களைக் கூறி, கார்த்தியும் சுரேஷும் செங்கோடனுடன் இணைந்து, ரணதீரனை சிறையிலடைத்ததை பற்றி விளக்கியவன், "கண்ணம்மா, அன்று உன் இதழ்கள் அளித்த அமுதம் எனக்கு உயிரளித்தாலும், நீ என்னை அழைக்கும் வரை நான் ஆழ்மயக்கத்திலிருந்து விழிக்கவில்லை", என்று கூறக்கேட்ட தளிர், குழப்பத்துடன் அவனை நோக்க, தான் ஆழ்மயக்கத்திலிருந்ததற்கான காரணத்தை மருத்துவர்களால் அறியமுடியாமல் இருந்ததையும், அதன்பிறகு ஒருநாள் திடீரென தன் உடல் துடித்து, பிறகு உறைந்து சற்றுநேரம் கழித்து தான் கண்விழித்ததைப் பற்றி நிலா கூறிய விபரங்களைக் கூறியவன்,

"அன்று நீ என்னை அழைத்தது என் உயிர்வரை சென்று என்னை உலுக்கியது", என்று கூற, ஆதி பிறக்கும்போது, தான் 'அருணன்', என்று அழைத்தது நினைவிற்குவர, வியப்பில் விரிந்த விழிகளால் தன் கணவனை நோக்கி, அந்த விபரத்தைக் கூறினாள்.

அதன்பிறகு செழியன் தனக்கு அவ்வப்போது ஏற்படும் புதுவித இனம்புரியாத உணர்வுகளைப் பற்றி கூறியவன், காலை தளிர் ஆதியின் முகத்தில் முத்தமிட்டபோதும் அதே உணர்வு தன்னுள் படர்ந்ததைக் கூறினான். அதைத் தொடர்ந்து தான் குறுங்கொன்றை தீவிற்குச் சென்றதைப் பற்றி கூறியவன், அங்கே கடற்கரை மணலில் காலடி எடுத்துவைத்த நொடி முதன்முறையாக வெறுமை தாக்க கதறியதைக் கூற, அன்றொருநாள் இரவு செழியன் தன்னை அழைப்பதை

உணர்ந்து திடுக்கிட்டு தான் விழித்ததைக் கூறிய தளிர், ஆதியின் குழலை வருடியபடி அமர்ந்திருந்ததைக் கூற, அன்று தனக்கு திடீரென தனக்குள் ஒருவித இதம் பரவியதைக் கூறி, ரோஸியின் மகன் குறித்தும், நிலாவின் மகள் குறித்தும் கூறினான். தான் சுரேந்திரனிடம் வேலைக்குச் சேர்ந்ததைப் பற்றி கூறிய தளிர், ஏதோ சிந்தித்தபடி,

"நம் உயிர்கலந்து உருவான செல்வமகன், நம் உயிர்களை இணைக்கும் பாலமாக இருந்திருக்கிறான், அருணன்", என்று கூறினாள்.

அவள் கூறியதைக் கேட்டு தன் கண்களை மூடி அனுபவித்த செழியன், சற்றுநேரம் கழித்து தன் கண்களைத் திறந்து,

"நாம் உயிரால் இணைந்தவர்கள், கண்ணம்மா", என்று கூற, மீண்டும் ஏதோ சிந்தனையில் ஆழ்ந்த தளிர், தன் கண்கள் குறும்பில் மிளிர, அவன் இதழ்களில் தன் இதழ்களை அழுந்த பதித்து விலக,

"முத்தத்தை பாதியில் நிறுத்தாதே", என்று ஆழ்ந்த குரலில் தன்னிச்சையாகக் கூறிய செழியன் அவள் இதழ்களை தன் இதழ்களால் சிறையெடுத்தான். சற்றுநேரம் கழித்து மூச்சுவாங்கியபடி விலகிய செழியனை நோக்கி இன்பமாக புன்னகைக்க, அதைக் கண்டு கிறங்கிய செழியன் கண்கள் கறுத்து அடர்ந்து அதில் காதல் பெருக நோக்கினான். தளிரின் சிகைகோதி தன்னருகே இழுத்த செழியன், அவள் கழுத்தில் முகம் புதைத்து, அவள் தோளிலிருந்த தழும்பை தன் இதழ்களால் தீண்டினான். துளிர்ந்த வடுவில் முதன்முறையாக தன்னவனின் வெப்பமான இதழ் தீண்டியதும் சிலிர்த்த தளிர், தன்னிச்சையாக அவன் மார்பில் சாய, விலகியிருந்த அவன் சட்டையின் வழியே தெரிந்த வடுக்களைக் கண்டு, அவன் சட்டையை அகற்றி, மார்பிலிருந்த வெட்டுக்காய தழும்புகள் ஒவ்வொன்றிலும் தன் இதழ்களை பொருத்தியெடுத்தாள்.

தன்னவளின் சைகையில் அதிர்ந்து சிலிர்த்த செழியன், தன்னிலை இழக்க, ஒருவரைப்பிரிந்து மற்றவர் அடைந்த துன்பத்தைத் துடைக்கும் வகையில் ஒருவரில் மற்றவர் கரைந்து, ஒருவரால் மற்றவரை நிறைத்து, வலிபோக்கும் அருமருந்தாய் மாறிய தங்களின் காதலில் திளைத்து

கரையேறிய வேளை, தான் தளிருக்கு அணிவித்த தாலிகளிரண்டையும் ஒருங்கே கையில் எடுத்து முத்தமிட்டு, அவள் கண்களில் வழிந்த நீரை தன் இதழ்களால் ஒற்றியெடுத்து மஞ்சத்தில் சாய்ந்த செழியனின் நெற்றியில் அழுந்த முத்தமிட்ட தளிர், அவன் மார்பில் முகம்புதைத்து அவன் வாசத்தை நுகர்ந்தபடி உறங்கினாள்.

விடிந்து வெகுநேரம் கழித்து, உறக்கத்திலேயே வெறுமையை உணர்ந்து திடுக்கிட்டு விழித்த தளிர், தான் பஞ்சணையில் படுத்திருப்பதைக் கண்டு குழப்பம் மேலிட எழுந்து அமர்ந்தவள் சுற்றுமுற்றும் தன் கண்களை சுழற்றி அறையை அளந்தாள். முன்னிரவு சிறு குடிலின் மண் மஞ்சத்தில் உறங்கியது நினைவிற்கு வர, தற்பொழுது சொகுசான பஞ்சணையில் படுத்திருப்பது மேலும் குழப்பமளிக்க, மரணத்திலிருந்து தன் செழியன் மீண்டு வந்தது, அவன் தன்னை தன் அலுவலகத்தில் சந்தித்தது எனத் தொடங்கி, இரவு உயிர்கலந்ததுவரை அனைத்துமே கனவு என்ற எண்ணம் தோன்றி, நொடிக்கு நொடி மனதிற்குள் உறைக்க தன்னிச்சையாக கண்களில் பெருகிய கண்ணீரைத் துடைக்கும் திடமில்லாமல் வெறித்தபடி அமர்ந்திருக்க, அறைக்குள் யாரோ நுழையும் அரவம் கேட்டாலும், விழிகளில் நீர் திரையிட்டு பார்வையை மறைக்க, தன் கன்னத்தில் அழுந்த பதிந்த தன் கணவனின் இதழ்களை உணர்ந்தவள் மனதில் நேற்றைய நிகழ்வுகள் அனைத்தும் உண்மையே என்ற உணர்வு எழ, செழயனை அணைத்து அவன் மார்பில் முகம் புதைத்து குமுறி குமுறி அழுதாள்.

அதிகாலையிலேயே விழித்த செழியன், தன்னைச் சுற்றி படர்ந்திருந்த தன்னவளின் கை அளித்த நிறைவை கண்கள் மூடி ஆழ்ந்து அனுபவித்தவன், காலை பனி படர்ந்த மலரைப்போன்று, நெற்றியில் முத்துக்கள் போல் துளிர்த்த வியர்வைத் துளிகளைக் கண்டு மெல்ல தன் இதழ்களை குவித்து அவள் நெற்றியில் ஊதினான். அந்த சிறு செயலில் இன்பமாக இதழ்விரித்து புன்னகைத்தபடி உறங்கிய தன் மனைவியின் அழகில் மயங்கியவன், முயன்று தன்னைக் கட்டுப்படுத்திக்கொண்டு, உறக்கம் கலையாதவாறு எழுந்து

மண்மஞ்சத்திலிருந்து அவளை தூக்கி கையில் ஏந்தி குடிலின் வெளியே வர, தொலைவில் ஆட்கள் நடமாடும் அரவம் கேட்டாலும், குடில்கள் அமைந்த பகுதியில் அமைதி குடிகொண்டிருக்க, புரிதலோடு புன்னகைத்தபடி, இடும்பனின் இல்லத்தை நோக்கி நடந்தான். அதிகாலையிலேயே தன் தந்தையுடன் உடற்பயிற்சி செய்வதற்காக கிளம்பி வெளியில் வந்த இடும்பன், தளிரை ஏந்தியபடி வந்த செழியனைக் கண்டு புன்னகைத்தவர், தளிரின் அறையைக் காட்ட, அவருக்கு தலையசைத்து நன்றி கூறிவிட்டு அறைக்குள் நுழைந்து, தாழிட்டு அங்கிருந்த கட்டிலில் தளிரை கிடத்தி, அருகே அமர்ந்து, புலரும்வேளையின் முதல் ஒளியில் மிளிர்ந்த தன் மனைவியின் அழகை மனதில் இருத்துவதுபோல் கூர்ந்து பார்த்தான்.

சற்றுநேரம் கழித்து தளிருக்கு காபி எடுத்துவர அறையிலிருந்து வெளியேறிய செழியன், சிறு தட்டில் காபியும், வடையும் எடுத்து உள்ளே வர, கண்களில் நீர் பெருகி நிற்க, வெறித்தபடி அமர்ந்திருந்த தன் மனைவியைக் கண்டு பதறியவன், இரண்டே எட்டில் அவளை அடைந்து அவளை அணைத்து கன்னத்தில் இதழ் பதித்தான். தன் மார்பில் முகம் புதைத்து குலுங்கி குலுங்கி அழுதவளின் முதுகை தன்னிச்சையாக வருடியபடி,

"என்னாயிற்று கண்ணம்மா?", என்று கேட்க,

"என்னைவிட்டு போய்விடாதே.... என்னால் தாங்க முடியாது.... நீயில்லாமல் கழித்த ஒவ்வொரு நொடியும் என் மரணத்தை நெருங்கும் ஒரு அடியென்றே கடத்தினேன்", என்று கேவல்களின் ஊடே கூற,

"என் உயிரை பிரிந்து நான் எங்கே செல்வேன், கண்ணம்மா", என்று கூறி அவள் நெற்றியில் தன் இதழ் பதித்தான்.

சற்றுநேரம் அமைதியில் கரைய, தன் மீது படிந்த பிஞ்சு கரத்தை உணர்ந்து தன்னவனின் அணைப்பிலிருந்த விலகிய தளிர் குனிந்து நோக்க, தன்னையும் செழியனையும் மாறி மாறி பார்த்த ஆதி இருவரின் கண்களிலிருந்தும் நீர் வழிவதைக்

கண்டு கரிசனையோடு நோக்கியவன், தளிரின் மடியில் ஏறி அமர்ந்து, அவள் முகத்தைக் கூர்ந்து நோக்கி ஒற்றைப் புருவத்தை உயர்த்த, விரிந்த புன்னகையுடன் அவனை அள்ளி அணைத்த தளிரை தன் மகனோடு சேர்த்தணைத்த செழியன், இருவருக்கும் இடையே சிக்கிக்கொண்டதால், விழித்த ஆதியைக் கண்டு கலகலவென சிரித்தான்.

மதிய உணவு முடிந்த சற்றுநேரம் ஊரைச் சுற்றிப்பார்த்த செழியன் குடும்பத்தினர், மாலை தங்கள் வீட்டிற்கு கிளம்ப ஆயத்தமாக, திருமணம் முடிந்து முதன்முறையாக புகுந்த வீட்டிற்குச் செல்லும் தன் மகளை வழியனுப்புவதுபோல் உணர்ந்த இடும்பன், காலையிலிருந்தே புதுவித உணர்வோடு வலம் வருவதைக் கண்ட பூங்குன்றன், தன் மகனை அழைத்து,

"குறிஞ்சி மல்லி கூட நீயும் போய் ஒன் மவா வூட்ட பாத்துட்டு, கொஞ்ச நா இருந்துட்டு வா", என்று கூற திடுக்கிட்டு விழித்த இடும்பன், ஏதோ சொல்லத் தொடங்க,

"கருக்கல்ல, நம்ம செவ்வந்தி மவன, ஒன் கூட்டத்த பாத்துக்க சொல்லி அனுப்பிட்டேன், நீ கலங்காத", என்று கூறி விடைகொடுக்க, உற்சாகமாக புன்னகைத்தபடி வீட்டிற்கு வந்த இடும்பனைக் கண்ட செழியன்,

"ஐயா", என்றழைத்தான்.

"சொல்லுப்பா"

"என் மனைவியை காப்பாற்றியதில் நீங்கள் அவளையும், குழந்தையை மட்டும் காப்பாற்றவில்லை, என் உயிரையும், என் குலத்தையும் காத்திருக்கிறீர்கள்", என்று கூறி அவர் கைகளைப்பிடித்து தன் கண்களில் ஒற்றியவன்,

"உங்களுக்கு என் நன்றியை ஒரு சொல்லில் கூறிவிட முடியாது, நீங்கள் எங்களுடன் வந்து சிலகாலம் தங்க வேண்டும்", என்று கூறி ஆர்வத்தோடு தன்னை பார்க்கும் செழியனைக் கண்ட இடும்பன், முறுக்கிய தன் மீசை பெரிதாக விரியும்படி புன்னகைத்து,

"சரி, வாரேன்", என்று கூறி, தன்னை நோக்கி தத்தி தத்தி வந்த ஆதியை கையில் அள்ளி எடுத்தபடி உள்ளே நுழைந்தார்.

தன்னிடம் ஆசிபெற்ற தளிரையும் செழியனையும் வாழ்த்திய பூங்குன்றன், ஆதியை கையில் வாங்கி முகமெங்கும் முத்தமிட்டவர், தன்னிடம் விடைபெற்ற அனைவரையும் வழியனுப்பிவைத்தார். முந்தைய நாள் மாலை தளிரை சந்தித்தபிறகு, சுரேந்திரன் குடும்பத்தினருடன் பேசிக்கொண்டிருந்த மணிமாறன், கார்குழலி மற்றும் பூங்கொடி, வீரமாதேவியைப் பற்றி அறிந்து மலைத்தவர்கள், மாலினியின் உதவியோடு அவருடன் உரையாடி, தங்கள் அண்ணனின் அன்பு வாழ்க்கையைப் பற்றி அறிந்தார்கள். செழியனின் இளம் வயதைப் பற்றி பல நிகழ்வுகளை நகைச்சுவை ததும்ப சைகையில் கூற, அதைக் கண்டு கலகலவென சிரித்தபடி மாலினி எடுத்துரைக்க, அவற்றைக் கேட்டு தாங்கள் பார்த்த செழியனுக்கும், இவர் கூறும் குழந்தை செழியனுக்கும் இருந்த வேறுபாடு மனதை உருக்க, கதறி அழுத கார்குழலியின் முதுகை வருடி அமைதிப் படுத்த முயன்ற மணிமாறன், குழப்பத்தோடு தங்களை பார்க்கும் மாலினியையும், வீரமாதேவியையும் கண்டு தன் கண்களில் வழிந்த நீரைத் துடைத்தபடி செழியனைப் பற்றிக் கூறினார்.

கார்குழலியின் அழைப்பிற்கிணங்க சுரேந்திரன் குடும்பத்தினரும் அவர்களோடு இணைந்துகொள்ள, இடும்பனையும் மல்லி மற்றும் குறிஞ்சியையும் தங்கள் காரில் அழைத்துச்சென்ற செழியன், தன் மெய்க்காப்பாளர் படை புடை சூழ கிளம்பிய கார்களின் அணிவகுப்பு, நள்ளிரவை நெருங்கும்பொழுது, செழியனின் வீட்டை அடைந்த வேளை, இரண்டு ஆண்டுகளுக்கு பிறகு வீட்டிற்குத் திரும்பும் தங்கள் வீட்டரசியை வரவேற்கும் விதம் வேட்டுகள் விண்ணில் சீறி பாய, மேரியின் தலைமையில் குழுமியிருந்த தன் பணிமக்களைப் பார்த்து புன்னகைத்தபடி செழியனின் கையோடு கைகோர்த்தபடி காரிலிருந்து இறங்கினாள், தளிர்.

89

மெய்க்காப்பாளர் படை புடை சூழ வந்த கார்களின் அணிவகுப்பு, நள்ளிரவை நெருங்கும்பொழுது, வீட்டை அடைந்த வேளை, இரண்டு ஆண்டுகளுக்கு பிறகு வீட்டிற்கு திரும்பும் தன்னை வரவேற்கும் விதம் வேட்டுகள் விண்ணில் சீறிப் பாய, அதைக் கண்டு ரசித்த தளிரின் மனதில், முன்னொரு நாள், விபத்தில் அடிபட்டு, மருத்துவமனையில் தனக்கு தாலிகட்டிய செழியனின் மனைவியாக முதன்முறை வீட்டிற்கு வந்ததும், அதன்பிறகு, தன் தந்தையின் விபத்தையடுத்து அவரின் சிகிச்சைகள் முடிந்தபின் வீட்டிற்கு வந்தபொழுது தன் பிறந்தநாளைக் கொண்டாடுவதற்காக செழியன் செய்திருந்த ஏற்பாட்டின்படி நடந்த

வாணவேடிக்கைகளையும் நினைவுகூர்ந்த தளிர், வாயிலில் மேரியின் தலைமையில் குழுமியிருந்த தன் பணிமக்களைப் பார்த்து புன்னகைத்தபடி செழியனின் கையோடு கைகோர்த்தபடி காரிலிருந்து இறங்கினாள்.

தன்னைக் கண்ட நொடி, படியிலிருந்து இறங்கி வந்து தன்னை அணைத்த மேரியை தன்னிச்சையாக அணைத்த தளிர், தன் தோளில் படிந்த நீர்த்துளிகளை உணர்ந்து சற்றே விலகி, அவர் முகத்தை கூர்ந்து நோக்கியவள், எப்பொழுதும் ஒருவித தொழில்முறை கனிவை தவிர்த்து வேறெந்த உணர்வுகளையும் வெளிக்காட்டாத மேரியின் கண்களிலிருந்து வழிந்த நீரை தன் விரல்களால் துடைத்து,

"வந்துவிட்டேனே", என்று தன் கண்களை சிமிட்டியபடி கூறி, பின்னால் நின்றிருந்த மல்லியின் தோளில் உறங்கிக்கொண்டிருந்த தன் மகனை தூக்கி, மேரியின் கைகளில் ஒப்படைத்தாள். தன் அன்னையின் கரம் பட்டதும் விழித்த ஆதி, சுற்றிலும் நோக்க, செழியனின் சாயலில் இருந்த குழந்தையைக் கண்ட அனைவரும், மேரி அவனை உயரே தூக்கிக் காட்டவும் தங்கள் இதயத்தில் கைவைத்து தலைவணங்க, தன் முன்னால் நின்றிருந்த நூற்றுக்கணக்கான மக்களைப் பார்த்து சற்றே குழம்பினாலும், அடுத்த கணம், தன் கைகளை உயரே தூக்கி புன்னகைத்தான்.

ஒரு கணம் கூட தயங்காமல், புகழ்பெற்ற மாறன் குடும்பத்தின் உண்மையாக வாரிசு என்றும், வீரன் மாற வளவனின் குலம் என்று அனைவருக்கும் உணர்த்தும்விதம் இயல்பாக பொருந்திய தன் மகனைக் கண்டு பெருமிதம் பொங்கப் பார்த்த செழியன், செங்கோடனும் அவர் ஆட்களும் முன்னால் வருவதைக் கண்டு திகைத்தான். ஆதியின் முன்னால் நின்ற செங்கோடன், சிறு கட்டாரியினால், தன் உள்ளங்கையில் கீறி தன் கையை நீட்ட, ஒவ்வொருவராக முன்வந்த அவர் ஆட்கள் அதே போல் தங்கள் கைகளைக் கீறி செங்கோடனின் கைமீது தங்கள் கைகளை வைத்து ஏதோ முணுமுணுக்க அங்கு நடப்பதைக் கண்டு கலங்கி, ஆதியை கையிலெடுக்க ஒரு அடி எடுத்தவைத்த தளிரை தோளோடு அணைத்த செழியன் ஆழ்ந்து நோக்க, அந்த பார்வை அளித்த

நம்பிக்கையில் சரியென்று தலையசைத்து நின்றாள். சற்றுநேரம் அவர்களைக் கூர்ந்து நோக்கிய தளிர், அவர்கள் கைகளில் பச்சை குத்தப்பட்டிருந்த வடிவத்தைக் கண்டு விழிவிரித்து செழியனை நோக்க, அவள் புரிந்துகொண்டாள் என்றுணர்ந்த செழியன், அதை உறுதிசெய்யும் பொருட்டு,

"செங்கோடன்", என்று அவளுக்கு மட்டும் கேட்கும்படி கூறினான். அனைவரும் தங்கள் உறுதிகளை எடுத்தபிறகு, ஆதியின் முன், மார்பில் கைவைத்து வணங்கிய செங்கோடன், தளிரை அன்பொழுகும் கண்களோடு நோக்கி,

"குந்தவி அன்னையின் படையைக் காத்த குலசாமி", என்று கூறியவர், செழியனையும் தளிரையும் சற்றுநேரம் கூர்ந்து பார்த்து,

"உயிருடன் இருந்ததற்கு, நன்றி", என்று கூறி, தன் ஆட்களோடு இருளில் மறைந்தார்.

அவர் கூறியதைக் கேட்டு குழம்பிய தளிர் அவர்கள் செல்வதைப் பார்த்துகொண்டிருக்க,

"நல்லா இருக்கியா, தாயி", என்ற தழுதழுத்த குரல் கேட்ட திரும்பியவள், கண்களில் நீர் பெருக முருகானந்தமும், அவரைத் தாங்கியபடி கரீமும் நிற்பதைக் கண்டு புன்னகைத்தாள். தளிருக்கு நெட்டிமுறித்த முருகானந்தம், ஆதியின் முகவாயை தடவி, "மவராசன்", என்று கூறி அவன் கன்னத்தில் முத்தமிட்டார். தன் பணிமக்கள் அனைவரிடமும் நலம் விசாரித்த தளிர், உள்ளேயிருந்து பன்னிரு மங்கல மகளிர் ஆரத்தி தட்டுகளுடன் வர, மேரி, ஆதியை தன் கையில் ஒப்படைத்த வேளை, தன்னை தோளோடு அணைத்தபடி தன்னருகே வந்த செழியனைக் கண்டவள், இன்பமாக புன்னகைக்க, கண்ணேறு கழித்தபின் உள்ளே நுழைந்தாள்.

அங்கு நடந்த காட்சிகளை வியப்போடு பார்த்த இடும்பன், மல்லி, குறிஞ்சி, சுரேந்திரன், மாலினி அனைவரையும் பார்த்த வீரமாதேவி புன்னகைக்க, கார்குழலியுடன் உள்ளே நுழைந்தார்கள். விருந்தினர் கட்டின் நடுக்கூடத்தில் ஆங்காங்கு அமர்ந்திருக்க, தளிர் பெரிய இடத்து பெண் என்று அறிந்தபோது அடைந்த வியப்பு, அவள் வீட்டை அடைந்து, அங்கு நடந்த வரவேற்பைக் கண்டு பன்மடங்காக அதிகரிக்க,

சற்றே ஒதுக்கமாக அமர்ந்திருந்தவர்களை நெருங்கிய தளிர், இடும்பனை நோக்கி,

"உங்களைத்தான் தேடுகிறான், அப்பா. உங்களுடன்தான் உறங்குவேன் என்று அடம்பிடிக்கிறான்", என்று கூறியபடி உறக்கம் கண்களைத் தழுவினாலும் உறங்கமாட்டேன் என்று பிடிவாதமாகத் தன் கண்களை திறந்துவைக்க முயற்சிக்கும் குழந்தையைக் கண்டு புன்னகைத்தவர்,

"என்ன பேராண்டி, உறங்கணுமா?", என்று கேட்டு தன் கைகளில் எடுத்த கணமே, தன் கழுத்தை கட்டிக்கொண்டு உறங்கிய குழந்தையைக் கண்டு சத்தம் வராமல் மெல்ல குலுங்கி சிரித்த இடும்பன், சுற்றிலும் நோக்க,

"இப்படி வாருங்கள் ஐயா", என்று கூறியபடி செழியன் நெருங்க, அதேவேளை முன்னே வந்த சுரேஷ், அழைக்க அவனுடன் சென்றவர், தனக்கென ஒதுக்கப்பட்ட அறையை அடைந்தார். சிறிதுநேரம் தன் கைகளில் உறங்கிய ஆதியை ஏந்தியபடி அறைக்குள் நடந்தவர், அவன் ஆழ்ந்து உறங்குவதை உணர்ந்து, கட்டிலில் கிடத்திவிட்டு, அங்கே வைக்கப்பட்டிருந்த தன் உடைமைகளிலிருந்து ஒரு வேட்டியை எடுத்துக்கொண்டு குளியலறைக்குள் நுழைந்தார்.

பிரம்மிப்புடன் சுற்றிப்பார்த்து கொண்டிருந்த குறிஞ்சியின் அருகில் வந்தமர்ந்த தளிர்,

"நாளை உனக்கு வீட்டை சுற்றி காண்பிக்கிறேன், குறிஞ்சி. தோட்டத்தையும் சுற்றிப்பார்ப்போம், சரியா?", என்று தலையை ஒருபுறம் சாய்த்து கேட்ட,

"இது ஒன் வீடாக்கா. எம்மாம்பெருசு", என்று தன் பெரிய கண்களை விரித்து கூற, ஆம் என்று தலையசைத்த தளிர்,

"பிடித்திருக்கிறதா?", என்று கேட்க, ஆமென்று வேகமாக தலையசைத்த குறிஞ்சியை கலகலவென சிரித்தபடி அணைத்த தளிர், "நீயும், அம்மாவும் உறங்க வேண்டுமல்லவா. வாருங்கள் உங்கள் அறையை பார்ப்போம்", என்று கூறியபடி எழுந்து, குறிஞ்சியையும், மல்லியையும் அழைத்துக்கொண்டு, மேரி வழிகாட்ட சென்றாள். சுரேந்திரன் குடும்பத்தினரை அவர்களுக்கு ஒதுக்கப்பட்ட அறையில் தங்கச்செய்துவிட்டு வெளியே வந்த கரணைக் கண்டு புன்னகைத்த தளிர், மல்லியின் அறையை

அடைந்ததும், அவர்களோடு உள்ளே நுழைந்து, அவர்கள் வசதியாக தங்குவதற்கு ஏற்பாடுகள் செய்துவிட்டு நடுக்கூடத்திற்குவர, அனைவரும் தங்கள் அறைகளுக்குள் முடங்கிவிட, பெரிய அறையின் நடுவிலிருந்த சோபாவில், மங்கிய வெளிச்சத்தில் அமர்ந்திருந்த தன் கணவனைக் கண்டு அருகே சென்றவள், அவனை நெருங்கி உரசியபடி அமர, ஒருகணம் திகைத்தவன், மெல்ல அவள் காதுமடலை தன் பற்களால் தீண்டியபடி,

"நம் கட்டிற்குச் செல்வோமா?", என்று ஆழ்ந்த குரலில் கேட்டான்.

தன் கணவனின் குரலிலிருந்தே அவன் நிலையை உணர்ந்த தளிர், அவன் இதழ்களில் தன் இதழ்களை ஒற்றி எடுத்து தன் கைகளை உயரே தூக்க, சத்தமின்றி இன்பமாகச் சிரித்த செழியன், அவளை கைகளில் ஏந்திகொண்டு, தன் இதழ்களால் அவள் இதழ்களை சிறையெடுத்தபடி நடந்தான். காலநேரமின்றி தொடர்ந்த நடை சட்டென்று நிற்க, தன் தலையை உயர்த்திய தளிர் தங்கள் அறையின் வாயிலில் வேரூன்றி நின்றுவிட்ட தன்னவனின் கன்னத்திலிருந்த வெட்டுக்காயத்தை வருட, அடுத்த கணமே தன்னிலை அடைந்த செழியன், அவள் நெற்றியில் அழுந்த முத்தமிட்டு, அறைக்குள் நுழைந்தான். தன் மனைவியை கட்டிலில் அமரச்செய்த செழியன், அறையில் நிறைந்த அவளின் நறுமணத்தை தன் கண்களைமூடி அனுபவிக்க, சற்றே எம்பி அவன் மார்பில் முகம் புதைத்த தளிர், அவன் மார்பில் முத்தமிட்டு மீள, ஒரு கணம் சிலிர்த்த செழியன், அவள் இதழோடு தன் இதழ் கலந்து, அவளைத் தன்னிலை இழக்கச் செய்தான்.

அதிகாலையிலேயே கண்விழித்த தளிர், தன் இடையை இறுக அணைத்திருந்த செழியனின் கைகளை மெல்ல வருட, சற்றே புரண்டு, தன் கழுத்தில் முகம் புதைத்தபடி தன்னை மேலும் நெருங்கி அணைத்த செழியனைக் கண்டு புன்னகைத்து, தாயின் அரவணைப்பில் உறங்கும் குழந்தைபோல், மனம் நிறைந்து உறங்கிக்கொண்டிருக்கும் தன் கணவனெனும் குழந்தையை ரசித்தபடி, அவன் சிகையை

அளைந்துகொண்டே பலவாறு சிந்தித்தபடி படுத்திருந்தவள், தன் கன்னத்தில் அழுந்த பதிந்த இதழ்களால் தன்னிலை அடைந்து திரும்ப,

"குட் மார்னிங், கண்ணம்மா", என்று உற்சாகமாகக் கூறிய செழியன், "ஏதோ சிந்தனையில் ஆழ்ந்திருப்பதுபோல் தெரிகிறதே?", என்று கூறி, தன் தலையை சாய்த்து நோக்க,

"ஐ லவ் யூ, அருணன்", என்று கூறி அவன் முகமெங்கும் முத்தமழை பொழிந்தாள். தன் மனைவியின் செயலால் சிலிர்த்த செழியனின் கண்களில் லேசாக நீர் திரையிட,

"என் மகாராணி, மிக நல்ல மனநிலையில் உள்ளதுபோல் இருக்கிறது. இந்த பரிசை பெறுவதற்கு அடியேன் செய்தது என்னவென்று சொல்லலாமா?", என்று களிப்பில் மிளிர்ந்த கண்களோடு கேட்க, சற்றுநேரம் சிந்தித்த தளிர்,

"என் கணவனை முத்தமிடுவதற்கு காரணம் வேண்டுமா?", என்று கேட்டு தன் ஒற்றை புருவத்தை உயர்த்த, இல்லையென்று தலையசைத்தவன், தன் இதழ்களால் அவள் இதழ்களை சிறையெடுத்தான்.

அதிகாலையில் நடந்த காதல்போரில் வென்ற இருவரும் வெகுநேரம் கழித்து விழித்து, குளித்து கிளம்பி விருந்தினர் கட்டிற்கு வந்தவேளை, மல்லியிடம் தன் பெரிய கண்களை விரித்து ஏதோ கதையைக் கூறியபடி அவர் ஊட்டும் உணவை அருந்திகொண்டிருந்த ஆதியைக் கண்ட தளிர், புன்னகைத்தபடி பெரியவர்களை சந்தித்து, அனைவரும் நன்றாக உறங்கினார்களா என்று விசாரித்தபடி, உணவருந்திக்கொண்டிருந்த மஞ்சுவின் அருகில் வந்தமர்ந்து,

"அம்மணி எப்படி இருக்கிறீர்கள்?", என்று இன்பமான குரலில் கேட்க அதேவேளை,

"யாத்தே", என்று வீட்டையே உலுக்கும் பெரிய குரலைக் கேட்டு திடுக்கிட்ட அனைவரும் வாயிலை நோக்க, குடுகுடுவென ஓடி வந்து, தளிரை அணைத்துக்கொண்டு,

"யாத்தே, யாத்தே, எந்தங்கம், எவைரம், எஞ்சாமி", என்று கூறியபடி அவள் முகமெங்கும் முத்தமிட்ட குணசீலி பாட்டியைக் கண்ட அனைவரும் முதலில் தோன்றிய அதிர்ச்சி நீங்கி புன்னகை தவழ நிற்க,

"எத்தனை முறை கூறினாலும் கேட்பதே கிடையாது", என்று முணுமுணுத்தபடி உள்ளே நுழைந்த மதுசூதனன், தன் தங்கை ஆனந்தியையும் அவள் கணவன் குமரேசனையும் சலிப்புடன் நோக்க,

"வாருங்கள் அத்தான்", என்று குமரேசனும், "அண்ணி எங்கே, அண்ணா?", என்று ஆனந்தியும் கேட்க, மதுசூதனன் பின்னால் சைகை செய்ய அங்கே பார்த்த ஆனந்தி, பழுத்த பழமான தன் அத்தை மணிமேகலையை கைத்தாங்கலாக அழைத்து வந்த சாந்தியைக் கண்டு அருகே சென்றார்.

சற்றுநேரம் அனைவரும் நலம் விசாரித்து, ஆதியைச் சந்தித்து, அவனைக் கொஞ்சி, அவனுடன் விளையாடி என பெரு அலை அடித்து ஓய்ந்தபின், ஆங்காங்கு சிறு குழுக்களாக அமர்ந்திருந்தவேளை,

"தளிர்!!", என்ற கீச் குரல் கேட்டு, அனைவரும் நோக்க, தன் குழந்தையை தன் கணவன் சந்திரசேகரனின் கையில் கொடுத்தபடி இரண்டே எட்டில் தளிரை நெருங்கி இறுக அணைத்த கயலைத் தொடர்ந்து, அவள் பெற்றோரும் வர, சுந்தரமூர்த்தியைக் கண்ட மதுசூதனன், அவரை நெருங்கி, மெல்ல புன்னகைத்தார்.

தாங்கள் இருவரும் தாய்மாமனாக முன்னின்று நடந்திய திருமண உறவு பாதியிலேயே முறிந்ததை எண்ணி மனதிற்குள் மருகிய இருவரும், செழியனும் தளிரும் நலமுடன் இருந்து, அவர்களின் குலக்கொழுந்துடன் மீண்டும் ஒன்றுசேர்ந்துவிட, உலகில் அன்பின் ஆற்றலை எண்ணி வியந்து, தங்கள் மனதிற்குள் குடைந்த குற்றவுணர்ச்சி நீங்கி அதன் பாரம் குறைய, ஒருவரை ஒருவர் ஆறுதலாகப் பார்த்தனர்.

அடுத்த இரண்டு நாட்களில் தங்களை சந்திக்க வந்த குடும்பத்தினருடன் கழித்த தளிர், மூன்றாம் நாள் மாலை, விருந்தினர் கட்டின் நடுக்கூடத்தில் சற்றே ஓய்வாக அமர்ந்து பேசிக்கொண்டிருக்க, திடீரென குறிஞ்சிக்கு அளித்த வாக்கு நினைவிற்கு வர துள்ளியெழுந்தவள், மல்லி மற்றும் குறிஞ்சியின் அறைக்குச் சென்று அவர்களோடு பேசிக்கொண்டிருந்துவிட்டு, அவர்களுக்கும்

மற்றவர்களுக்கும் வீட்டையும், தோட்டத்தையும் சுற்றிக்காண்பிக்கக் கிளம்பினாள். மேல் நாட்டுச் சுற்றுப்பயணத்திலிருந்த ரோஸிக்கு சென்ற இடத்தில் ஒரு நிறுவனத்தில் சில வேலைகள் இழுத்தடிக்கப்பட, இரண்டு நாட்கள் பொறுத்திருந்தவள் மனதில், அந்த நிறுவனம் ஏதோ ஒன்றை மறைப்பதற்காக தன்னை வேண்டுமென்றே அங்கே தேக்குவதாகத் தோன்றிய தன் சந்தேகத்தை செழியனிடம் தெரியப்படுத்த, உடனடியாக களத்திலிறங்கிய செழியனும் நிலாவும், கார்த்தியின் துப்பறிவாளர்களின் உதவியோடு, ரோஸியின் சந்தேகம் சரியென்று உறுதியாகிவிட உடனடியாக அதற்கான நடவடிக்கைகளில் இறங்கிய செழியன், முதலில் யாருக்கும் சந்தேகம் வராதவண்ணம் ரோஸியின் பாதுகாப்பு ஏற்பாடுகளை இரட்டிப்புச் செய்தவன், தான் கிளம்புவதற்கு வேண்டிய ஏற்பாடுகளை செய்யும்படி சுரேஷிடம் கூறினான். இரண்டு நாட்களே என்றாலும் தளிரைப் பிரிய வேண்டுமே என்று கலங்கி தன் அலுவலக அறையில் சோபாவில் அமர்ந்திருக்க, இரவேறியபிறகு அனைவருடனும் உள்ளே நுழைந்த தளிர், செழியனைக் காணாது தங்கள் கட்டிற்குச் சென்றவள், தன் பின்னங்கழுத்தை தேய்த்தபடி தீவிர சிந்தனையில் அமர்ந்திருந்த தன் கணவனை நெருங்கி அவன் கழுத்தை அழுத்திக்கொடுக்க, ஒருகணம் கண்கள் மூடி அனுபவித்தான். மெல்ல தன் கண்களை திறக்க, அதிலிருந்த குழப்பத்தையும் கலக்கத்தையும் கண்டு அவன் நெற்றியில் அழுந்த இதழ்பதித்த தன் மனைவியின் கையை தன் கையோடு இழுத்து, தன்னருகே அமரச் செய்து, அவள் கால்களை தன் மடியில் வைத்து அழுத்தியபடி நிலவரத்தை கூறியவன், தன்னைக் கூர்ந்து பார்த்த தளிரின் பார்வையில் கரைய,

"சென்று வாருங்கள், அருணன்", என்று உற்சாகமாக கூறியவள், தன்னை வியந்து பார்த்த தன்னவனின் கன்னத்தில் கைவைத்து,

"இதுதான் நீங்கள், அருணன். ஒரு சிக்கலென்றால், அதன் அடிவரைச்சென்று வேரறுக்கும்வரை உங்களால் இயல்பாக இருக்க முடியாது. இரண்டு நாட்கள் தானே, ரோஸிக்கு உங்கள் உதவிதேவை, அந்த நிறுவனத்தினருக்கு, என் ராஜாவின் திறன் புரிய வேண்டும். அப்பொழுதுதான், இதுபோல்

குள்ளநரித்தனமான வேலைகளில் மற்ற நிறுவனத்தினர் ஈடுபடுவதற்கு தயங்குவர்", என்று கூறியவள், சட்டென்று எழுந்து,

"வேண்டிய உடைகளை எடுத்துவைக்கிறேன்", என்று கூறி தங்கள் அறைக்குள் நுழைய, அவள் பின்னே சென்று பின்னாலிருந்து அணைத்த செழியன், அவள் கழுத்தில் முத்தமிட்டு அவளைத் தன்புறம் திருப்ப, திரும்பி கலங்கிய கண்களோடு தன்னை நோக்கியவளைக் கண்டு,

"உன்னால் இயல்பாக இருக்க முடியுமா, கண்ணம்மா?", என்று கேட்க, இல்லையென்று தலையசைத்தவள்,

"சில கணங்களே என்றாலும், உங்களை பிரிவதை எண்ணினால், என் உடல் தன்னிச்சையாக நடுங்குகிறது, அருணன். ஆனால், எந்த அளவு நாம் நம்மிருவருக்கும் கட்டுப்பட்டவர்களோ, அதே அளவு நம்மை சார்ந்தவர்களுக்கும் கட்டுப்பட்டவர்கள்", என்று கூறி அவன் நெற்றியில் இதழ் பதித்தாள். அடுத்த இரண்டு மணிநேரத்தில், தன் அதிவேக ஜெட் விமானத்தில் சுரேஷுடன் பயணித்த செழியன் மனதிற்குள் தன் மனைவியின் இன்முகத்தை இருத்தியவன், நாளை நடக்கவிருக்கும் சந்திப்புகளுக்கு தேவையான குறிப்புகளை எடுப்பதில் முனைந்தான்.

மறுநாள் காலை ரோஸியை சந்தித்து, கலந்தாலோசித்த செழியன், சற்றுநேரம் ஓய்வெடுத்துவிட்டு, மாலை நடக்கவிருக்கும் சந்திப்பிற்கு கிளம்பினான். தங்கள் அலுவலகத்தின் கிளைகளுள் ஒன்றில் திடீரென தொழிலாளர்கள் போராட்டம், அவர்களின் விட்டேற்றியான மனப்போக்கு என்று தென்பட, அதைக் குறித்து ஆராய்ந்துகொண்டிருந்த ரோஸி, தன்னிடம் ஒப்படைக்கப்பட்ட குறிப்புகளில் பல தொழிலாளர்கள் தொடர் விடுப்புகளில் இருப்பதை உணர்ந்து, அதைப்பற்றி விசாரிக்க, உரிய காரணங்கள் தெரியவராததோடு, மேலும் தொழிலாளர்கள் விடுப்பில் செல்வது தொடரவும், அங்கு ஏதோ தப்பு நடக்கிறது என்று உணர்ந்தவள், செழியனிடம் தெரியப்படுத்தினாள். கார்த்தியின் துப்பறிவாளர்கள் அளித்த அறிக்கையின்படி, அந்த நிறுவனத்தின் முன்னாள் முதலாளி, தங்கள் எதிரி நிறுவனத்தினருடன் இணைந்துகொண்டு,

இந்நிறுவனத்தின் தொழிலாளர்களை அவர்கள் நிறுவனத்திற்கு மிக குறைந்த சம்பளத்திற்கு வேலைக்கு வரும்படி அழைக்க, அதற்கு மறுப்பவர்களை, அவர்களின் தனிப்பட்ட விபரங்களை வைத்து மிரட்டி பணியவைக்க முயற்சிப்பது தெரியவர, அதற்கு சில மேலாளர்களும் காரணமென்று அறிந்து வெகுண்ட செழியன், கார்த்தியின் துப்பறிவாளர்களிடம் தனக்கு தேவையான சில விபரங்களை சேகரிக்குமாறு கூறியிருந்தான். அவற்றை தனக்கு மின்னஞ்சல் செய்தவர்களுக்கு நன்றி தெரிவித்துவிட்டு அழைப்பைத் துண்டித்தவன், தன் இதழ்களில் குரூர புன்னகை தவழ, தன் மெய்க்காப்பாளர்கள் புடைசூழ அந்த நிறுவனத்திற்குள் நுழைந்தான்.

90

செழியன் கிளம்பிய பிறகு, விருந்தினர் கூடத்தில் அனைவருடனும் சற்றுநேரம் உரையாடிக் கொண்டிருந்த தன்னைச் சுற்றிலும் தன்னை அன்பு செய்பவர்கள் இருந்தபோதிலும், தன்னவனின் அருகாமை இல்லாததால் உண்டான வெறுமை தகிக்கத் தவித்த தளிர், ஒருவரிருவராக தங்கள் அறைக்குள் முடங்க, தன் மடியில் உறங்கிபோன தன் மகனை கையில் எடுத்துக்கொண்டு தங்கள் கட்டிற்குச் சென்று, இரண்டு நாட்களில் பலவித விளையாட்டு பொருட்களும், பொம்மைகளும் நிறைந்திருக்க, வண்ண வண்ண ஓவியங்கள் வரையப்பட்ட ஆதியின் அறைக்குள்

நுழைந்து அவனை படுக்கச் செய்தவள், தானும் அங்கேயிருந்த கட்டிலில் உறங்கினாள்.

அதிகாலையிலேயே தன் கழுத்தில் படிந்த பிஞ்சுக்கையை உணர்ந்து விழித்த தளிர், தன் மகன் தன்னைக் கூர்ந்து பார்த்தபடி படுத்திருப்பதைக் கண்டு புன்னகையுடன் எழுந்தாள். பொழுது விடியும் முன்னே மிக உற்சாகமாக இருந்த தன் மகனின் உற்சாகம் தன்னையும் தொற்றிக்கொள்ள, அவனுடன் விளையாடியபடி, அவனைக் குளிக்கச் செய்து, தானும் கிளம்பி முன் கூடத்திற்கு வந்தவள், அங்கே மஞ்சு பரபரப்பாக உணவருந்திக் கொண்டிருப்பதைக் கண்டு அவளை நெருங்கி,

"என்ன ஆயிற்று மஞ்சு?", என்று கேட்டாள்.

"ஹாய் மதி, குட்மார்னிங். குட்மார்னிங் ஆதி", என்று கூறி குழந்தையை கையில் எடுக்க, "கும்மானிங் சித்தி", என்று கூறியபடி அவள் முன் தன் சிறு வாயை திறக்க, சிரித்தபடி சிறுதுண்டு பூரியை விண்டு ஊட்டியவள், தளிரை நோக்கி,

"இன்று, நம் அறக்கட்டளையின் மூலம் புதிதாகத் தொடங்கப்படும் கல்வித்திட்டத்தின் முதல் நாள்", என்றவள், தன் கைக்கடிகாரத்தைப் பார்த்தபடி, "இன்னும் ஐந்து நிமிடங்களில் கிளம்பாவிட்டால், செல்வது கடினம்", என்று கூற, அதேநேரம் உணவருந்தும் அறைக்குள் நுழைந்த கார்த்தி,

"என்ன டார்லிங், சாவகாசமாக பேசிக்கொண்டிருக்கிறாய்? அதிகாலையிலேயே கிளம்பவேண்டும் என்று கூறினாயே?", என்று திகைத்தாற்போல் கேட்டான். அதில் தொக்கியிருந்த கேலியை உணர்ந்து,

"பண்ணுவதையெல்லாம் பண்ணிவிட்டு என்னை வம்பிழுக்க வந்துவிடுவது, உன்னால்தானே....", என்று ஏதோ கூறத் தொடங்கியவள், தன் தோழி அருகே இருப்பதையும், குழந்தை ஆதி தன்னைக் கூர்ந்து பார்ப்பதையும் உணர்ந்து கன்னங்கள் சூடேற இடையில் நிறுத்த, அதைக் கண்டு கலகலவென சிரித்த கார்த்தி, தன் மனைவியின் கன்னத்தில் முத்தமிட்டு அமர, ஒரே எட்டில், "சிப்பா!", என்றழைத்தபடி தன்னிடம் பாய்ந்த ஆதியை வாரி அணைத்தவன், "ராஜா, சிப்பா இல்லையடா, சித்தப்பா", என்று கூற, அவனை நோக்கி

தன் ஒற்றை புருவத்தை உயர்த்தி சற்றுநேரம் சிந்தித்த ஆதி, "சிப்பா", என்று கூறி தன் கைகளைத் தட்ட,

"வெல்டன், கண்ணா", என்று கூறி அவன் கன்னத்தில் முத்தமிட்ட மஞ்சு,

"நான் கிளம்புகிறேன்", என்று கூறி எழ, அவள் கையைப்பிடித்து அமரச்செய்த தளிர்,

"ரிலாக்ஸ் மஞ்சு, நீ பொறுமையாக உணவருந்து. நான் உன்னை அழைத்துச் செல்கிறேன்", என்று கூறியவள், தான் கடைசியாகக் காரோட்டிய அன்று நடந்த தாக்குதல் நினைவிற்கு வர தன் உடல் லேசாக நடுங்க அமர்ந்திருந்த தளிரைக் கண்ட கார்த்தி, தன் தொண்டையை பலமாக செருமியவன்,

"அம்மணிகளுக்கு சம்மதம் என்றால், உங்களை அழைத்துச்செல்ல அடியேன் காத்திருக்கிறேன்", என்று கூறினான்.

கார்த்தியின் குரலைக் கேட்டு தன்னிலை அடைந்த தளிர், தன்னிச்சையாக சரியென்று தலையசைத்துவிட்டு, உணவில் கவனம் செலுத்தினாள். நிலா தன் அலுவலகத்திற்கு கிளம்பவும், இளந்தளிரையும், ஆதியையும் பெரியவர்களிடம் விட்டுவிட்டு, கார்த்தி மற்றும் மஞ்சுவுடன் கிளம்பினாள், தளிர். ஏறத்தாழ இரண்டு ஆண்டுகளுக்கு முன் அறக்கட்டளைக்கான கட்டிடத்தின் தொடக்க விழா அன்று வெற்றுவெளியாக இருந்த நிலத்தில், இன்று பலமாடிகள் கொண்ட அலுவலகக் கட்டிடங்களும், அடுக்குமாடி குடியிருப்புகளும் அமைந்திருந்த வளாகத்தில் கார் நுழைய ஆவலுடன் பார்த்த தளிர், அங்கே தலைமை அலுவலகத்தை நெருங்கவும் உற்சாகமாக ஒரு இளைஞனுடன் சிரித்தபடி வந்த ஒரு இளம்பெண், தங்கள் காரைக் கண்டதும் ஓடி வந்து கதவை திறந்து,

"வாருங்கள் மஞ்சு", என்று வரவேற்க, அருகே அமர்ந்திருந்த தன்னைக் கண்டு குழப்பமும் அதிர்ச்சியும் ஆட்கொள்ள நின்றவள், தன் தொண்டையை செருமியபடி தன்னிலை அடைய அவளை நோக்கி குழப்பத்தோடு தன் ஒற்றை புருவத்தை உயர்த்தினாள், தளிர்.

"ஹாய் மைதிலி, முகிலன் என்ன சொல்கிறான்?", என்று மைதிலியை நோக்கி கேட்ட மஞ்சு, அவள் இன்பமாக சிரிக்க, தளிருடன் இறங்கியவள்,

"மதி, இவர்கள்தான் நம் அறக்கட்டளையின் தூண்கள், மைதிலி, முகிலன்", என்று அறிமுகம் செய்து, அவர்களை நோக்கி,

"தளிர்மதி", என்று கூறத்தொடங்க, "மிஸஸ்.தளிர்மதி செழியன்!", என்று வியப்பு விஞ்சிய குரலில் கூறிய மைதிலி, முகிலனை நோக்க, அவன் முகத்திலும் அதே அதிர்ச்சி தென்பட இருவரின் எண்ணவோட்டத்தை அறிந்த தளிர், தன்னிச்சையாகப் புன்னகைத்தாள். தளிரின் புன்னகையைக் கண்டு முதலில் தன்னிலை அடைந்த மைதிலி,

"சாரி மேம்", என்று ஏதோ கூறத் தொடங்க, தன் கையை உயர்த்தி அவளை தேக்கிய தளிர், "கால் மீ தளிர்", என்று புன்னகையோடு கூற, ஒருகணம் தயங்கி, தன் தலையை இடம்வலமாக அசைத்த மைதிலி, "சாரி தளிர், அன்று நடந்த விபத்தில்", என்று தொடங்க, "அது பெரிய கதை மைதிலி, முதலில் நம் தொடக்க விழாவை கவனிக்கலாம், பிறகு சொல்கிறேன்", என்று கூறிய மஞ்சு, அனைவரையும் உள்ளே அழைத்துச் சென்றாள்.

அடுத்த சில மணிநேரங்கள், தரமான கல்வியும், அதைச் சார்ந்த மற்ற திறன் வளர்ப்பு பயிற்சிகளும் அனைவருக்கும் கிடைக்கும் வண்ணம் முகிலன் தான் தலைமை எடுத்து செய்த திட்டத்தை விவரித்து, முதற்கட்டமாக செயல்படுத்தவிருக்கும் சிற்றூர்களிலிருந்து தங்களுடன் இணைந்து பணியாற்ற விரும்பி தங்கள் அறக்கட்டளையோடு கைகோர்க்கும் இளைஞர்களை வரவேற்க, அவர்கள் ஒவ்வொருவராக முன்வந்து தங்கள் ஊரைப்பற்றியும், அங்குள்ள கல்வி தரத்தையும், மக்களின் வாழ்வாதாரங்களைப் பற்றியும் விவரித்தனர். அவற்றில் சிலவற்றைக் கேட்டு கண்கலங்கிய தளிர், மஞ்சுவை நோக்க தன் தோழியின் பார்வையின் பொருளை உணர்ந்த மஞ்சு, தன் கைபேசியை எடுத்து சில குறுஞ்செய்திகளை அனுப்பினாள்.

தொடக்கவிழா முடிந்து அனைவரும் உணவருந்தச் செல்ல, மஞ்சுவுடன் அவள் அறைக்குச் சென்ற தளிர், அங்கே ஒரு வெண்பலகையில் சில வண்ண குறிப்பொட்டிகளைக் கண்டவள், அதை நெருங்க, கல்வி திட்டம் தொடங்கப்படும் ஊர்களிலுள்ள மக்களின் பொருளாதாரத்தையும், வாழ்வாதாரத்தையும் பன்மடங்கு மேம்படுத்தும் திட்டங்களைக் கண்டு, திகைத்து நோக்க, தன் ஒற்றை பார்வையின் பொருள் புரிந்து அதற்கான ஏற்பாடுகளைச் செய்த தன் தோழியை அணைத்தாள். அதேநேரம் கதவைத் தட்டிவிட்டு உள்ளே நுழைந்த மைதிலி,

"மஞ்சு, நீங்கள் கூறிய அனைத்து திட்டதிற்கும் வரைவுகள் ஆயத்தமாக உள்ளன", என்று கூற, நன்றி ததும்பிய கண்களோடு அவளைப் பார்த்த தளிர், மஞ்சுவை நோக்கி,

"ஒத்த மனம்படைத்த குழுவினர் கிடைத்திருப்பது அரிதே, மஞ்சு", என்றவள், சற்று தொலைவில் புதிதாக வந்தவர்களை ஒருங்கிணைத்து ஒவ்வொரு தளமாக சுற்றிக்காண்பித்துக்கொண்டிருந்த முகிலனைக் கண்டு,

"திட்டங்கள் இருக்கட்டும், மைதிலி, முகிலனிடம் எப்பொழுது கூறப்போகிறாய்?", என்று கேட்க, திடுக்கிட்டு விழித்தவளைக் கண்டு ஒருவரையொருவர் பார்த்தபடி தோழிகளிருவரும் கலகலவென சிரிக்க,

"நீங்கள் இருவரும் ஒருவர்மீது மற்றவர் கொண்ட காதலை சொல்லாமல் எதற்காக காத்திருக்கிறீர்களோ, புரியவில்லை", என்று மஞ்சு கூற, "முகிலன் மனதில்...", என்று மைதிலி ஏதோ கூறத் தொடங்க, "உன்னைத் தவிர யாருமில்லை", என்ற கூறி தன் கண்களைச் சிமிட்டினாள், தளிர்.

மூவரும் பேசியபடி உணவருந்த, தளிரைப் பற்றி மஞ்சுவும், மஞ்சுவைப் பற்றி தளிரும் கூறக்கேட்ட மைதிலி, காதலின் வலிமையை உணர்ந்து, உடனடியாக முகிலனை சந்தித்து, தன் மனதிலுள்ளதை தெரியப்படுத்தப்போவதாகக் கூறி விடைபெற்று சென்றாள். அவள் செல்வதைப் பார்த்து புன்னகைத்த தளிர்,

"எத்தனை காலமாகிவிட்டது மஞ்சு, நாம் இப்படி சிரித்துபேசி. நம் நண்பர்கள் எல்லோரும் எப்படி இருக்கிறார்கள்?", என்று கேட்க,

"அனைத்து வானரங்களும் சிறப்பாக உள்ளனர்", என்று தொடங்கிய மஞ்சு, தங்கள் நண்பர்களைப் பற்றிக் கூறினாள்.

பின்னிரவில் தரையிறங்கி ரோஸியை சந்தித்துவிட்டு, பொழுது விடிவதற்கு சில மணிநேரங்களே இருக்க, தங்கள் அறைகளில் ஓய்வெடுத்த செழியனும் சுரேஷும் காலை உணவை உண்டபின், ரோஸியின் அறையை ஒட்டியிருந்த சந்திப்பறையில் நிலா மற்றும் கார்த்தியுடன் காணொலி அழைப்பின் மூலம் சந்தித்து, அன்று மாலை நடக்கவிருந்த சந்திப்பைக் குறித்து கலந்தாலோசித்தனர். அனைத்து வகையிலும் அந்த எதிரி நிறுவனத்தினரை பணியவைப்பதற்கான விபரங்கள் சேகரிக்கப்பட்டு ஆயத்தமாக இருக்க, செழியன் மனதில் ஏதோ ஒன்று விடுபடுகிறதென்ற எண்ணம் விடாமல் உறுத்திக்கொண்டிருக்க, தன் சந்தேகங்களை எடுத்துக் கூறி, கார்த்தியிடம் அதைக் குறித்து ஆராய்ச்சி செய்யும்படிக் கூறினான். மாலை அந்நிறுவனத்தின் தலைமை அலுவலகத்தை அடைந்த செழியன், தன் மெய்க்காப்பாளர்கள் புடைசூழ ரோஸியுடனும், சுரேஷுடனும் நுழைந்த வேளை தன் கைபேசி சிணுங்க எடுத்தவன், தனக்கு தேவையான விபரங்கள் கிடைத்துவிட்டதற்கான குறுஞ்செய்தி வர, அதைக் கண்டு தன் கண்கள் குரூரமும் களிப்பும் கலந்து மிளிர வரவேற்பறையை அடைந்தான்.

அனைவரையும் வரவேற்ற வரவேற்பாளர், மெய்க்காப்பாளர்களை முதல் தளத்தில் காத்திருக்கும்படி கூறிவிட்டு, மூவரையும் அழைத்துக்கொண்டு மூன்றாம் தளத்திலிருந்த ஒரு அறையில் காத்திருக்கச் செய்தார். உள்ளே நுழைந்த கணம் முதல், தன் ஐம்புலன்களையும் கூர்மையாக்கிய சுரேஷ், தன் கண்களை சுழற்றி அறையை அளந்தவன், உள்ளே நுழைந்த நடுத்தர வயதுடைய ஐவரையும் கண்ட நொடி அவர்கள் அனைவரின் கண்களில் ஒரேவிதமான ஏளனமும், விட்டேற்றியான போக்கும் தென்பட, அதைக்கண்ட நொடி செழியனின் கண்கள் ஒரு கணம் கறுத்து, இயல்புநிலைக்கு மீண்டதைக் கண்டு இந்த

சந்திப்பின் போக்கை கணித்து மனதிற்குள் சிரித்தவன், முகத்தில் எந்தவித உணர்ச்சிகளையும் வெளிக்காட்டாமல் அமர்ந்திருந்தான்.

ஒருவரையொருவர் அறிமுகம் செய்துகொண்டு தொடங்கிய சந்திப்பில், முதலில் ரோஸி தான் கண்டறிந்த விபரங்களை விளக்கமாகக் கூற, அதை முற்றிலுமாக மறுத்த அந்நிறுவனத்தின் மனிதவள துறையின் இயக்குநர், ரோஸி அடிப்படை சான்றுகளற்ற குற்றச்சாட்டுகளை முன்வைப்பது கண்டிக்கத்தக்கது என்று கோபமாகக் கூற, அதை சிறிதும் சட்டை செய்யாமல் தக்க சான்றுகளை எடுத்துவைக்க, இரு குழுவினருக்கிடையே பேச்சுவார்த்தை சூடுபிடிக்கத் தொடங்கியது. முதலில் கொக்கரித்த ஐவருள் ஒவ்வொருவராக சற்றே நிதானித்து ரோஸியின் கூற்றிற்கு பணிய, தலைமை நிர்வாக அதிகாரி செழியன் இன்டர்நேஷனல் கார்பொரேஷன் நிறுவனத்தில் நடந்த தொழிலாளர் ஒழுங்குமுறை நடவடிக்கைகளின் தொகுப்பைக் காண்பிக்க, அவை தொகுக்கப்பட்ட விதத்தை வைத்து பார்க்கும் யாருக்கும் தங்கள் நிறுவனம் தொழிலாளர்களுக்கு எதிராக செயல்படும் நிறுவனமாக காட்சிப்படுத்தப்படும் என்பதையும், இவர்கள் உண்மையை தங்களுக்கு சாதகமாக திரித்துக் கூறும் கயவர்கள் என்று உணர்ந்த ரோஸியும், சுரேஷும் செழியனை நோக்கினர். அதுவரை அமைதியாக அனைத்தையும் கவனித்துக் கொண்டிருந்தவன், தன் இதழ்களில் புன்முறுவல் படர எழுந்து,

"உங்கள் ஆராய்ச்சியைக் கண்டு வியக்கிறேன். மிகக் துல்லியமாக, எங்கள் நிறுவனத்தின் உள்விபரங்கள் உள்ளது உள்ளபடி உங்களுக்கு எப்படி தெரியவந்தது என்று சற்றே அதிர்ச்சியும், நீங்கள் தொகுத்துள்ள விதத்தைப் பார்த்து தொழிலாளர்கள் மீது உங்களுக்கு இருக்கும் அக்கறையைக் கண்டு உங்கள் நிறுவனத்தின் மீது பெருமதிப்பும் வருகிறது", என்று கூறி, ரோஸியை நோக்கி தலையசைக்க, அவள் விரிதிரையில் பகிர்ந்த கோப்பை சுட்டிக்காட்டிய செழியன், "எங்கள் நிறுவனத்தின் மீது நடத்திய ஆய்வில், சிறு பங்கை உங்கள் நிறுவனத்தின் மீது நடத்தியிருந்தால், இன்று இந்த

நிலைமை வந்திருக்காது", என்று கூற, விரிதிரையில் தங்கள் நிறுவனத்தின் மேல் பல தொழிலாளர்களும், மற்ற சிறு குறு நிறுவனங்களும் பல நாடுகளில் கொடுக்கப்பட்டுள்ள குற்றச்சாட்டுகளின் பகுப்பாய்வைக் கண்ட ஐவர் முகத்திலும் ஒருவித கலவரம் படர, விரிந்த புன்னகையுடன் அவர்களைப் பார்த்த செழியன் மேலே தொடர்ந்து,

"பட்டியலில் பெண்கள் மீதான குற்றங்களும், உரிய பாதுகாப்பு ஏற்பாடுகளற்ற உங்கள் தொழிற்சாலைகளுக்குள் தொழிலாளர்களுக்கும், அவற்றிலிருந்து முறையற்று வெளியேற்றப்படும் கழிவுகளால் மற்றவர்களுக்கும் விளைந்த இன்னல்கள் இவை", என்று கூறியபடி அடுத்த காட்சி வில்லைக்குச் சென்றவன்,

"இவற்றை ஒருபோதும் நானோ, என் நிறுவனமோ அனுமதித்ததில்லை. உங்கள் நிறுவனத்தின் செயல்பாடுகளும், அதன் விளைவுகள் அனைத்தும் உங்கள் நிறுவனத்திற்குரிய பிரச்சனைகள். ஆனால், என்னைச் சீண்டாமல் இருந்ததுவரை. எப்பொழுது என் நிறுவனத்தைக் குறிவைத்தீர்களோ, அந்தக் கணம் முதல் உங்கள் நிறுவனத்தின் மீது என் பார்வை விழுந்துவிட்டது. பொதுவாக, என் கண்முன் நடக்கும் தவறுகளுக்கு உரிய நடவடிக்கைகள் எடுக்காமல் நான் கடந்து செல்வதில்லை", என்றவன் குரல் ஆழ்ந்து, அவன் கண்களில் ஆழ்கடல் அமைதி தெரிந்தாலும், அதன் அடியிலிருந்த எரிமலை பிழம்பின் வெப்பம் அறையில் படர, தங்கள் இருக்கைகளில் சற்றே அசைந்த ஐவரும், அவனைக் கூர்ந்து பார்த்தபடி அமர்ந்திருக்க, ஒவ்வொருவரையும் தன் கூர்மையான கண்களால் அளந்தவன்,

"உங்கள் நிறுவனத்திற்கு பின்புலமாக இருக்கும் நிதி நிறுவனம், இந்த நொடி என் நிறுவனத்தால் வாங்கப்பட்டுவிட்டது. இந்த கணம் முதல், உங்கள் நிறுவனத்திற்கு அனுப்பப்படும் நிதி நிறுத்தப்பட்டது. நாளை மாலைக்குள், நீங்கள் இதுவரை வாங்கியிருக்கும் கடன் முழுவதும் எங்களிடம் செலுத்தப்பட வேண்டும். இல்லையென்றால், என் நிறுவனம் சட்டப்படி நடவடிக்கைகளில் இறங்கும்", என்று இளமுறுவலுடன் அமைதியாகக் கூறி தன் இருக்கையில் அமர்ந்தான், செழியன்.

செழியனின் குரல் தங்கள் காதுகளில் எதிரொலிக்க, அவன் கூறியதன் பொருள் உணர்ந்த ஐவரும் மிகுந்த அதிர்ச்சியில் திகைத்து விழிக்க, முதலில் தன்னிலை அடைந்த தலைமை நிதி அதிகாரி, கலகலவென சிரித்தபடி

"எங்களை சிறுகுழந்தைகள் என்று எண்ணினீர்களா? ஒரு நொடியில் அவ்வளவு பெரிய நிறுவனத்தை வாங்கிவிட முடியுமா? அதற்கு எத்தனை பேச்சுவார்த்தைகள் நடக்க வேண்டும், எவ்வளவு பணம் கைமாற வேண்டும்? இது என்ன விளையாட்டு பொருளா, நினைத்தவுடன் வாங்குவதற்கு? நீங்கள் சொல்வதையெல்லாம் நம்பவேண்டுமா?", என்று கேட்டு மீண்டும் கலகலவென சிரிக்க, அவர் கூறுவதைக் கேட்ட மற்றவர்கள் முகத்திலும் சற்று தெளிவும், ஒருவித ஏளனமும் பரவ புன்னகைக்க, அதைக் கண்டு தன் தலையை சிலுப்பியபடி, தன் ஒற்றை புருவத்தை உயர்த்திய செழியன் அமைதியாக அமர்ந்திருக்க, சிணுங்கும் தன் கைபேசியை எடுத்த தலைமை நிர்வாக அதிகாரியின் புன்னகை அவர் இதழ்களில் உறைய, திடுக்கிட்டு செழியனை நோக்கினார். மறுமுனையில், அவரை அழைத்த தலைமை வழக்கறிஞர் செழியன் கூறியதெல்லாம் உண்மையென்றும், இன்று இரவுக்குள் கடன் தொகை முழுவதையும் திருப்பிக் கொடுக்கவேண்டும் என்று சட்டரீதியான ஆணை வந்திருக்கிறது என்று அவர் கூற, அதை மற்றவர்களுக்கு தலைமை நிர்வாக அதிகாரி தெரியப்படுத்த, அதைக் கேட்டு வெகுண்ட தலைமை நிதி அதிகாரி செழியனை நோக்கி,

"நாளை மாலைக்குள் செலுத்தவேண்டும் என்று கூறினீர்களே, இப்பொழுது இன்றிரவுக்குள் என்று ஆணை வந்திருக்கிறதே?", என்று கேட்க, கலகலவென சிரித்த செழியன்,

"நான் சொல்வதையெல்லாம் நம்பவேண்டுமா?", என்று தலையைச்சாய்த்து கேட்டு மீண்டும் கலகலவென சிரிக்க, தன் நண்பனின் விளையாட்டை எண்ணி புன்னகைத்த ரோஸி, அவன் தன் கண்களிலிருந்து கண்ணீர் தெறிக்க சிரிப்பதைக் கண்டு, மற்றவர்களை நோக்கி,

"இந்த சந்திப்பு முடிவடைகிறது. உங்கள் கையிலிருக்கும் நேரத்தை வீணாக்காதீர்கள்", என்று கூறி எழ, அவளுடன்

எழுந்த செழியனும் சுரேஷும் சிரித்தபடி வெளியேறினர். கீழே வரவேற்பறைக்கு வந்தவேளை, தன் வழக்கறிஞர் குழுவும் இதர மேலாளர்களும் உள்ளே நுழைவதைக் கண்டு புன்னகைத்த செழியன், அவர்களில் இருவரை அழைத்து, இந்த நிறுவனத்திற்கு தங்கள் நிறுவனத்தின் உள்விபரங்களை தெரியப்படுத்தியவர்களை அடையாளம் கண்டு, நாளைக்குள் அவர்களுக்கு உரிய நடவடிக்கைகள் எடுக்கும்படி ஆணையிட்டு, தன் நண்பர்களுடன் கிளம்பினான்.

வேலை முடிந்து, மனது இலகுவாகிவிட தன் மனைவியின் அருகாமைக்காக ஏங்கிய செழியன், தன் நண்பர்களை நோக்க, அவன் பார்வையின் பொருள் உணர்ந்த சுரேஷ், தன் கைபேசியை எடுத்து சில எண்களை அழுத்த, அடுத்த அரைமணிநேரத்தில் மூவரும் செழியனின் அதிவிரைவு விமானத்தில் பயணித்தனர். மதிய உணவிற்குப்பிறகு, மஞ்சுவுடன் தங்கள் அறக்கட்டளை அலுவலகத்திலிருந்து, அங்கே முன்னெடுத்து நடத்தப்படும் திட்டங்களை மஞ்சு கூற விழிவிரித்துக்கேட்ட தளிர், அங்கிருந்த குடியிருப்பு பகுதியில் தங்கியிருந்த ஆதரவற்றவர்களைச் சந்தித்தாள். அவர்களுடன் உரையாடியதில், உலகில் பொருளுக்காக ஏங்கும் மக்களைவிட தன்னை அன்பு செய்ய யாருமற்று வாழ்பவர்களை எண்ணி கலங்கினாள். அவ்வாறு அன்பற்று இருப்பது, எவ்வளவு கொடுமை என்றும், அதனால் எண்ணற்ற குற்றங்கள் நடக்கின்றன என்றும் நினைத்தவள் மனதில் தன்னிச்சையாக ரணதீரனின் முகமும் பூபதியின் முகமும் காட்சியளிக்க ஒருகணம் நடுங்கிய தளிர், நீண்ட மூச்சுகளை உள்ளிழுத்து தன்னை ஒருநிலைபடுத்திக் கொண்டாள். மஞ்சு சோர்வுறுவதைக் கண்டு அவளை அழைத்துக் கொண்டு வீட்டிற்குச் செல்ல, உள்ளே நுழைந்தவேளை அங்கே முன்கட்டில் சோபாவில் ஒரு இளம்பெண்ணின் கையோடு கைகோர்த்தபடி பேசிக்கொண்டிருந்த கரணைக் கண்டு திகைத்து நின்றாள். தன் மனதில் குறும்பு மிளிர அவர்களை நெருங்கிய தளிர், பலமாகத் தன் தொண்டையைச் செரும, திடுக்கிட்டு துள்ளியெழுந்த கரணைக் கண்டு கலகலவென சிரித்தவள், கரணின் கையைப்பற்றியிருந்த மென்கரத்தில்

பச்சைகுத்தப்பட்டிருந்த வடிவத்தைக் கண்டு வியந்து நோக்கியவள், மனதில் ஏதோ உறைக்க,

"மர்மகார் காரிகை", என்று மெல்ல கூறினாள்.

எதிர்பாராதவேளை தளிரைக் கண்டு திகைத்த மகிழினி, அவள் கூறியதைக் கேட்டு கலகலவென சிரித்தபடி,

"மகிழினி", என்று கூற, "ஓ! சாரி" என்று கூற, இதமாய் புன்னகைத்த மகிழினி,

"பரவாயில்லை அக்கா, எல்லோரும் முதலில் என்னை அப்படிதான் அழைத்தார்கள்", என்று கூறி இன்பமாக சிரித்தாள். ஓய்வெடுக்கப்போவதாக கூறிவிட்டு மஞ்சு உள்ளே செல்ல, சற்றுநேரம் கரண் மற்றும் மகிழினியுடன் பேசிக்கொண்டிருந்த தளிர், உணவருந்தும் நேரம் நெருங்க உள்ளே சென்று ஆதிக்கு உணவையளித்துவிட்டு தானும் உண்டவள், ஆதி இடும்பனுடன் உறங்கச் சென்றுவிட தன் கட்டிற்குச் சென்று, கட்டிலில் சரிந்து தன் அலைபேசியை எடுத்து தன் கணவனின் இருப்பிடத்தைத் தேடினாள்.

செழியன் பேச்சுவார்த்தைக்குச் சென்ற இடத்திலிருப்பதைக் கண்டவள், அவனை தொந்தரவு செய்யவேண்டாமென்றும், தன் வேலை முடிந்ததும் அவனே அழைப்பானென்றும் எண்ணியபடி முகநூலிலும், படவரியிலும் உள்ள செய்தி ஊட்டங்களைப் பார்த்தபடி படுத்திருந்தவள், தன்னை மீறி உறங்கிவிட்டாள். வெகுநேரம் கழித்து, கதிரவனின் முதல் கீற்றுக்கள் அறைக்குள் நுழைய, செழியனின் அழைப்பை தவறவிட்டுவிட்டதாக எண்ணி திடுக்கிட்டு விழித்த தளிர், தன்னைச் சுற்றி படர்ந்திருந்த வலிய கரங்களைக் கண்டு பதற்றத்தோடு திரும்பியவள், தன்னை அணைத்தபடி குழந்தைபோல் உறங்கிக் கொண்டிருக்கும் தன் கணவனைக் கண்டு குழம்ப, ஆழ்ந்து உறங்கிக்கொண்டிருப்பவனை எழுப்ப மனமில்லாமல் தன் விரல்களால் அவன் சிகையை அளைந்தபடி படுத்திருந்தவள், முந்தையநாள் இருந்த வெறுமை காற்றில் கரைந்த கற்பூரமாய் கரைந்துவிட, தன்னவனின் வாசத்தை தன் நாசியில் நிறைத்தபடி உறங்கினாள்.

91

பொழுதுவிடிய சில மணிநேரங்களே இருக்க, அதிவிரைவு விமானத்திலிருந்து தரையிறங்கிய நண்பர்கள் மூவரும் வீட்டை அடைந்து அவரவர் அறைகளுக்குள் முடங்க, தன் கட்டிற்குள் நுழைந்து தங்களறைக்குச் சென்ற செழியன், தன் கைபேசியை கையில் பிடித்தபடி உறங்கிக்கொண்டிருந்த தன் மனைவியைக் கண்டவன், தன் அழைப்பிற்காகத் தான் காத்திருக்கிறாள் என்று உணர்ந்து உள்ளே சென்று அவள் கைபேசியை எடுத்து உரிய இடத்தில் வைத்துவிட்டு, குளியலறைக்குள் நுழைந்தான். குளித்துவிட்டு இலகுவான உடையில் வந்தவன், தன் மனைவியின் நெற்றியில் முத்தமிட்டு கட்டிலில் சரிய,

லேசான சிணுங்கலுடன் புரண்டு படுத்த தன் மனைவியின் புருவங்களை நீவிவிட்டு அவளை உறங்கச்செய்து தானும் உறங்கினான்.

பகலவன் வானில் வலம் வரத் தொடங்கி சில மணிநேரங்கள் ஆகியிருந்த நிலையில், தன் காதுமடலைத் தீண்டிய இதழ்களால் சட்டென்று கண்களைத் திறந்தபடி இன்பமாகப் புன்னகைத்தபடி விழித்தவன், தன் எதிரே ஈரமான குழலிலிருந்து நீர் சொட்ட, கனல் பறக்கும் கண்களுடன் அமர்ந்திருக்கும் தன் மனைவியைக் கண்டு திடுக்கிட்டு எழுந்து அமர்ந்தான். ஒன்றும் புரியாமல் விழித்த தன் கணவனின் முகத்தைக் கண்டு வந்த சிரிப்பை முயன்று கட்டுப்படுத்திய தளிர், தன் இரு கைகளையும் மார்புக்கு குறுக்கே கட்டியபடி,

"எதற்காக நேற்று முழுவதும் என்னை அழைக்கவில்லை?", என்று கேட்டாள்.

தன் மனைவியின் கோபத்திற்கான காரணம் புரிய, "ஓ!!", என்று கூறிய செழியன், தான் கூறியதைக் கேட்டு தன் மனைவியின் கண்களில் கோபம் ஏறுவதைக் கண்டு முயன்று தன் தொண்டையைச் செருமியவன், தன் இதழ்விரிந்த புன்னகையோடு,

"நானே வந்துவிட்டேனே, கண்ணம்மா?", என்று கூறி தன் தலையை சாய்த்து கேட்க, குழந்தைத்தனமான அவன் முகமெங்கும் முத்தமிடவேண்டுமென பெருகிய ஆசையை முயன்று கட்டுப்படுத்தியவள்,

"எதற்காக என்னை அழைக்கவில்லை?", என்று மீண்டும் கேட்டாள். அவள் குழலிலிருந்து வழிந்த நீர் தன் கவனத்தை ஈர்க்க, குழலிலிருந்து கிளம்பி அறைமுழுவதும் பரவிய நறுமணத்தை மீண்டும் மீண்டும் உள்ளிழுத்து தன் நாசியில் நிரப்பி தன் தலையை உலுக்கியவன், அவள் குழலை கையில் கோதி, அவள் காதுமடலில் தன் இதழ்கள் உரச,

"நானே வந்துவிட்டேனே, கண்ணம்மா?", என்று ஆழ்ந்த குரலில் கூற, அதைக் கேட்டு சிலிர்த்த தளிர், தன் ஓரப்பார்வையில் செழியனின் கண்கள் கறுத்திருப்பதைக் கண்டவள், கொஞ்சும் கணவனின் முன் தன் கோபம்

மெய்யோ, பொய்யோ அது நிலைத்திருப்பது அரிது என்று உணர்ந்தவள் மனதில் தன் கணவனைச் சீண்டவேண்டும் என்ற எண்ணம் மேலோங்க, அவன் தன்னை அணைத்தால் நொடியில் தன் மனம் கரைந்துவிடும் என்றறிந்து துள்ளி எழுந்து அவன் தன்னைப் பிடிக்கும்முன் கடகடவென்று படியிறங்கி சமையலறைக்குள் புகுந்தாள்.

சிறிதுநேரத்தில் தன்னை பின்னாலிருந்து ரசிக்கும் தன் கணவனின் பார்வையின் வெப்பத்தை உணர்ந்து மனதிற்குள் புன்னகைத்த தளிர், மிக மும்முரமாக சமையலைக் கவனிக்க, சட்டென்று பின்னாலிருந்து தன்னை இடையோடு அணைத்த வலிய கரங்களை உணர்ந்து

"ஓ", என்று வியந்தவள், அவன் அணைப்பிற்குள்ளேயே திரும்பி, அவன் மார்பில் கைவைத்து தள்ளி எட்ட நிறுத்த, சற்றே ஏமாற்றமடைந்த கண்களோடு பின்வாங்கிய தன் கணவனைக் கண்டு, அவன் பனியனை பிடித்து இழுத்து நிறுத்தியதை உணர்ந்த அடுத்த கணம் தன்னவனின் கண்கள் மிளிர, அவனை நெருங்கி,

"எதற்காக என்னை அழைக்கவில்லை?", என்று கேட்டாள்.

தன் மனைவியின் செயலால் ஒரு கணம் மகிழ்ந்த செழியன், அவள் கேள்வியைக் கேட்டு சலிப்புற்று தன் கண்களைச் சுழற்ற, தன் ஒற்றைப் புருவத்தை உயர்த்திய தளிரின் கண்களைக் கூர்ந்து நோக்கியபடி அவள் இதழ்களை நெருங்க, நடுக்கூடத்தில் கேட்ட பேச்சுக்குரல்களை உணர்ந்து அவ்வெண்ணத்தை கைவிட்டுவிட்டு நடுக்கூடத்தை அடைந்தான். ஃப்ரான்ஸிஸ் தன் மகனுடன் சோபாவில் அமர்ந்திருக்க, சமையற்கட்டை அடைந்து தளிரை அணைத்த ரோஸி,

"உயிருடன் இருந்ததற்கு நன்றி, தளிர்", என்று கூறியவள் சமையலில் இணைந்துகொள்ள, நடுக்கூடத்திற்கு வந்த செழியன் தரையில் அமர்ந்திருந்து, விளையாட்டுப் பொருட்களை தன் முன்னால் வைத்துவிட்டுச் சென்ற பணிமகனைப் பார்த்து புன்னகைத்து விடைகொடுத்துவிட்டு, ஆதியை உயரே தூக்கி தன்னோடு அணைத்து மடியில் அமர்த்த, அருகே அமர்ந்திருந்த தன் வயதை ஒத்த சிறுவனை

சற்றுநேரம் கூர்ந்து பார்த்தவன், இளமுறுவலுடன் அவனை அணைக்க, கலகலவென சிரித்த ஃப்ரான்ஸிஸ், தன் மகனுடன் தரையில் அமர, அனைவரும் அங்கு சிதறிக்கிடந்த விளையாட்டுப்பொருட்களில் மூழ்கினர்.

சற்றுநேரம் கழித்து உணவுப்பொருட்களை எடுத்தபடி வெளியே வந்த ரோஸியும் தளிரும் அங்கே கண்ட காட்சியைப் பார்த்து திகைத்து நின்றனர். ஆதியும் ஃப்ரான்க்ளினும் இளந்தளிருடன் விளையாடிக்கொண்டிருக்க, அவர்களுடன் அமர்ந்து நிலா இளந்தளிருக்கு உணவை ஊட்ட, ஒற்றை சோபாவில் அமர்ந்து தன் மேடிட்ட வயிறை தடவியபடி மஞ்சு அமர்ந்திருக்க, அவர்களுக்கு முன் கிடந்த விளையாட்டு பொருட்களைக் கொண்டு மிக மும்முரமாக ரயில் தண்டவாளத்தைப் பதித்து, ரயிலின் உதிரி பாகங்களைக் கொண்டு கொடுக்கப்பட்ட விதத்தில் அடுக்கி, அதைச் செழியன் இயக்க, தண்டவாளத்தில் ஒலியெழுப்பியபடி செல்லும் ரயிலைக் கண்டு உற்சாகம் பொங்க துள்ளிக்குதித்த செழியன், ஃப்ரான்ஸிஸ், கார்த்தி மற்றும் சுரேஷைக் கண்ட மகளிர், தங்கள் கணவன்மார்களுக்கும் குழந்தைகளுக்கும் உருவத்தில் மட்டுமே வேறுபாடு உள்ளதென்று எண்ணி ஒருவரையொருவர் புரிதலோடு பார்த்துக் கொண்டனர். தன்னை ஆர்வம் பொங்க தேடிய செழியனின் விழிகள் கெஞ்சலோடு பார்க்க, அவனைக் கூர்ந்து பார்த்தபடி ரோஸியுடன் சமையற்கட்டிற்குள் நுழைந்தாள், தளிர்.

நண்பர்கள் அனைவருடனும் கலகலப்பாக பேசியபடி உணவருந்திய செழியனும் தளிரும் தங்களுக்குள் அவ்வளவாக பேசிக்கொள்ளவில்லை என்று உணர்ந்த ரோஸியும், நிலாவும் தளிரை நோக்கி என்னவென்று கேட்க, இருவரையும் கூர்ந்து நோக்கி தன் கண்களைச் சிமிட்டி பொய்க்கோபம் என்றுணர்த்திய களிப்பில் மிளிர்ந்த தளிரின் கண்களைக் கண்ட ரோஸி, செழியனின் சோர்ந்த பார்வையைக் கண்ட நொடி, நேற்று, பல்லாயிரம் கோடிகள் மதிப்புள்ள ஒரு நிறுவனத்தை சில நிமிடங்களில் கலங்கச்செய்து சிங்கமென கர்ச்சித்த தன் தோழன், தன்

மனைவியின் பொய்க் கோபத்தைக் கண்டு கலங்குவதை எண்ணி இன்பமாகப் புன்னகைத்தாள்.

தோட்டத்தின் ஒரு பகுதியில் செழியன் தன் நண்பர்களுக்கு என்று பரிசாகக் கட்டத் தொடங்கிய வீடுகளின் கட்டுமான பணிகள் விபத்திற்குபிறகு நின்றுவிட, செழியன் கண்விழித்தபிறகு சிறிது சிறிதாக தொடங்கிய பணி, தளிர் உயிருடன் இருக்கிறாள் என்று தெரிந்த நாள் முதல் மீள்தொடங்கப்பட்டு, முழுவீச்சில் நடைபெற்றுக்கொண்டிருக்க, உணவருந்தியபின், அவற்றைச் சென்று பார்வையிட்டவர்கள், அருகிருந்த பழத்தோட்டத்தில் சிறுசிறு குழுக்களாக இளைப்பாறினர். தன் தோளில் உறங்கிய ஆதியை தட்டிகொடுத்தபடி நடைபயின்ற தன்னை ரசித்துக்கொண்டிருந்த தளிரைக் கண்ட செழியன், மெல்ல அவளை நெருங்கி, விரிக்கப்பட்டிருந்த கம்பளத்திலிருந்த சிறு மெத்தையில் ஆதியை படுக்கச்செய்தவன், தன் மனைவியை பின்னிருந்து அணைத்தபடி அமர்ந்து, அவள் காதோரம் தன் இதழ்களால் தீண்டியவன், அவள் குழலில் கமழ்ந்த நறுமணத்தை உள்ளிழுக்க அவன் மார்பில் சாய, அவள் கழுத்தில் முகம் புதைத்து,

"நான் என் மனைவியை பிரிந்த ஒவ்வொரு கணமும் தகித்தது",

"ம்ம்ம்ம்",

"என்னவளின் கண்கள் மனதில் நின்றுகொண்டு உடனே வரும்படி கட்டளையிட்டன"

"ம்ம்ம்ம்",

"அதனால், ஒரு நொடி கூட வீணாக்காமல் வேலையில் மூழ்கினேன்"

"ம்ம்ம்ம்",

"இரவு வேலை முடிந்ததும் உடனடியாக கிளம்பி உன்னிடம் வந்து சேர்ந்தேன்"

"ம்ம்ம்ம்",

"வேலை முடிந்ததும் உன்னை அழைக்க வேண்டும் என்று எண்ணினேன், ஆனால் இங்கு இரவு வெகுநேரமாகியிருக்கும், உனக்கு குறுஞ்செய்தி அனுப்பலாம் என்று எண்ணினேன்...",

"ம்ம்ம்ம்",

"நீ உறங்கிக்கொண்டிருக்கும் காட்சி மனதில் எழ, உன் அணைப்பிற்குள் கரைய வேண்டும் என்ற எண்ணம் மனமெங்கும் நிறைந்திருக்க, உடனடியாகக் கிளம்பி வந்தேன்",

"ம்ம்ம்ம்",

"உன்னையே மனதில் இருத்தியிருந்ததால், உன்னை அழைக்கவேண்டுமென்ற எண்ணம் தோன்றவில்லை, கண்ணம்மா. மன்னிப்பாயா?", என்று ஆழ்ந்த குரலில் கேட்ட செழியன் தன் இதழ்களை தன் இடத்தோளிலுள்ள வெட்டுக்காயத் தழும்பில் அழுந்த பதிக்க, சிலிர்த்த தளிர், தன் தலையை திருப்பி தன் இதழ்களால் செழியனின் இதழ்களை சிறையெடுத்தாள். சற்றுநேரம் கழித்து விடுவித்த தளிர், தான் அறக்கட்டளைக்குச் சென்றதைக் குறித்து கூறியவள், ரணதீரனையும் பூபதியையும் பற்றிய தன் சிந்தனையை செழியனுக்கு தெரியப்படுத்த, சற்றுநேரம் சிந்தித்தவன்,

"நீ சொல்வது உண்மை, கண்ணம்மா. அன்பு என்னும் இன்ப ஊற்று இல்லாதிருந்தால், நானும் அவ்வாறே ஆகியிருப்பேனோ என்று தோன்றுகிறது", என்று கூற,

"ஒருகாலமும் இல்லை, அருணன்", என்று அழுத்தமாகக் கூறியவள், "நீங்கள் இயல்பிலேயே அன்பானவர்", என்று கூறி, தானே தொடர்ந்து, "நேற்று அதிகமான வேலையா? என்ன நடந்தது?", என்று கேட்டாள்.

விரிந்த புன்னகையோடு நேற்று நடந்ததை விவரித்த செழியன் கூறியதைக் கேட்டு, அவன் கன்னத்திலிருந்த வெட்டுக்காயத்தை வருடியவள்,

"என் ராஜா", என்று கூறி சற்றுநேரம் ஆழ்ந்து சிந்தித்தவள், "புதிய பிரச்சனைகள், புதிய வணிகங்கள் மூலம் புது எதிரிகளும் பகைகளும் வருகின்றன. ஆனால், இவை உன் வாழ்க்கையில் இன்றியமையாதவை. நான் உனக்கு உறுதுணையாக இருப்பேனேயொழிய, ஒருபோதும் தடுப்பாக மாறமாட்டேன்", என்று கூறக் கேட்டு சிலிர்த்த செழியன், அவள் நெற்றியில் அழுந்த முத்தமிட்டான்.

இரண்டு நாட்கள் கழித்து, தன் நிறுவனத்திலுள்ள பணிகளை முன்னிட்டு ஊருக்கு கிளம்ப வேண்டும் என்று சுரேந்திரன் கூற, விருப்பமற்று சம்மதித்த செழியன், மேலும் இரண்டு நாட்கள் தங்கும்படி கேட்டுக்கொண்டதற்கு இணங்க சம்மதித்தார். தன் நிறுவனத்திற்காக தான் கேட்டிருந்த உதவியைப் பற்றி செழியன் ஏதும் கூறாததால், தானே எவ்வாறு கேட்பதென்ற குழப்பத்தில் விழித்தவர், ஏதோ சிந்தித்தபடி சரியென்று தலையசைத்தார். ஃப்ரான்க்ளினும் ஆதியும் உயிர் நண்பர்களாகிவிட, புது வீட்டிற்கு அனைவரும் குடிபுகும் வரை, இங்கேயே இருக்கும்படி ரோஸியிடமும் ஃப்ரான்ஸிஸிடமும் செழியனும் தளிரும் வேண்டினர். அதற்கு அவர்கள் சம்மதித்தவுடன் வழக்கமாக அவர்கள் பயன்படுத்தும் அறையையே தானே முன்னின்று மேம்படுத்திய தளிர், அதை ஒட்டியிருந்த சிறு அறையை ஃப்ரான்கிளினுக்கென்று வடிவமைத்தாள்.

மஞ்சுவும் கார்த்தியும் கிளம்பி, ஃப்ரான்ஸிஸை அவன் அலுவலகத்தில் விட்டுவிட்டு முறையே தங்கள் அலுவலகங்களுக்குச் செல்ல, மற்றவர்கள் அனைவரும் செழியனுடன் அலுவலகம் செல்ல, சுரேந்திரனையும் உடன் அழைத்துச் சென்றனர். மற்றவர்களுடன் தோட்டத்தில் கழித்த தளிர், மதிய உணவிற்கு பிறகு கரணும் மகிழினியும் உடன்வர, அனைவரையும் அழைத்துக் கொண்டு மாலிற்குச் சென்றாள். காலை உணவு முடிந்ததும் தன்னை அழைத்த செழியன், அவனுடன் அலுவலகத்திற்குச் செல்ல ஆயத்தமாக இருக்கும்படி கூற, அதற்கு சம்மதித்த சுரேந்திரன், செழியன், ரோஸி, சுரேஷ் மற்றும் நிலாவுடன் அவர்கள் அலுவலகத்தை

அடைந்தவர், செழியனின் கூற்றிற்கிணங்க, அவன் அறையை ஒட்டியிருந்த சந்திப்பறையில் காத்திருந்தார். உள்ளே நுழைந்த நொடி முதலே சீராக அமைக்கப்பட்டிருந்த அலுவலகத்தை சுற்றிப்பார்த்தபடி வந்த சுரேந்திரன், அங்கு நடக்கும் பரிவர்த்தனைகளையும், வணிகத்தின் மதிப்பையும் உணர்ந்து, இளைஞர்களே என்றாலும் உலகில் பல நாடுகளை நடுங்கச் செய்பவர்கள் என்றுணர்ந்தவர் முயன்று மிடறு விழுங்க, அறையின் கதவைத் தட்டிவிட்டு புன்னகையோடு உள்ளே நுழைந்து பழச்சாறு அளித்த இளம்பெண்ணுக்கு நன்றி கூறியபடி அதை அருந்த

"சற்றுநேரத்தில் உங்கள் மீட்டிங் தொடங்கவிருக்கிறது, சர்", என்று கூறிவிட்டு வெளியேறினாள்.

ஆர்வமும் ஒருவித பதற்றமும் ஒருங்கே மனதை நிறைக்க, அடுத்த சில நிமிடங்களில் விரிந்த புன்னகையோடு உள்ளே நுழைந்த செழியன் அவர் அருகே இருந்த நாற்காலியில் அமர்ந்து,

"சாரி சர், காலை முதல் வேலையாக உங்களை சந்திக்க வேண்டும் என்று எண்ணினேன். ஆனால், ஒரு சிறு வேலை குறுக்கிட்டதால், உடனே வரமுடியவில்லை", என்று மன்னிப்பு கேட்க, தன் தலையை இடம்வலமாக அசைத்து,

"நீங்கள் அனைவரும் மிக பரபரப்பாக சுழன்று வருகிறீர்கள். இங்கே நடக்கும் பரிவர்த்தனைகள் நொடிக்கு பல லகரங்கள் மதிப்பிலானவை என்று புரிகிறது", என்று கூறி தன் முன் அமர்ந்திருக்கும் மூவரையும் தந்தையன்புடன் பார்த்தார்.

அவரைப் பார்த்து புன்னகைத்த செழியன், ரோஸியை நோக்க, தன் கையில் இருந்த கோப்பை திறந்தபடி,

"நாங்கள் உங்கள் நிறுவனத்தின் விபரங்களை கூர்ந்து பார்த்ததில், மிக நேர்மையாக, தொழிலாளர் நலனுக்கான சிறப்பான பல முறை உங்கள் கொள்கைகளில் மாறாமல் நின்றிருந்திருக்கிறீர்கள் என்று விளங்குகிறது. உங்கள் நிறுவனத்தை விற்றுவிடும் முடிவிற்கு எதற்காக வந்தீர்கள் என்று புரிகிறது. ஆனால் உண்மையிலேயே விற்கும் முடிவில்தான் எங்களை அணுகினீர்களா?", என்று கேட்ட

ரோஸி தன்னைக் கூர்ந்து நோக்க, அவள் தன் உள் மனதின் எண்ணத்தை கணித்துவிட்டதை எண்ணி விழிவிரித்து நோக்கிய சுரேந்திரன், தன் தலையை இடம் வலமாக அசைத்தபடி,

"இல்லை, உங்கள் நிறுவனம் பல நிறுவனங்களை பல சூழ்நிலைகளில் வாங்கி, சில நிறுவனங்களை உருத்தெரியாமல் சிதைத்திருந்தாலும், அனைத்திலும் ஒரு நியாயம் இருப்பதை அறிந்தேன். என் நிறுவனத்தை நேரில் பார்த்தால், என் நிறுவனத்தைப் பற்றி எடுத்துக்கூறி, வேறு வழிகள் உள்ளனவா என்றறிய முயற்சிக்கலாம் என்று எண்ணினேன்", என்று கூறியவர் செழியனை நோக்கி, "அன்று நீங்கள் வந்தது உங்கள் வாழ்க்கையையே புரட்டிபோடும் நிகழ்வாக அமையும் என்று ஒருபோதும் எண்ணவில்லை", என்று புன்னகையுடன் கூறினார்.

சுரேந்திரன் கூறியதைக் கேட்டு விரிந்த புன்னகையுடன் அவரை நோக்கிய செழியன்,

"என்றென்றும் உங்களுக்கும் என் உயிரினும் மேலான மனைவியை காத்த அனைவருக்கும் நான் நன்றிக்கடன் பட்டிருக்கிறேன்", என்று கூறியவன், தானே மேலே தொடர்ந்து,

"உங்கள் நிறுவனத்திற்கு வந்தபோதே நீங்கள் அதை விற்கும் மனநிலையில் இல்லை. என்பதை உணர்ந்தேன். உங்கள் மனதில் ஆயிரம் கவலைகள், எதிர்மறை எண்ணங்கள் இருந்தாலும், அதன் சாயல்கூட உங்கள் தொழிலாளர்களை நெருங்கவிடமால், அனைத்து சுமைகளையும் உங்கள் அளவிலேயே வைத்திருப்பதை அறிந்தேன்", என்று கூற, அவன் தன் அலுவலகத்திற்கு உள்ளே நுழைந்த சில நிமிடங்களில் தன்னை பற்றி துல்லியமாக கணித்திருக்கிறான் என்று உணர்ந்தவரின் வியப்பு பெருமளவில் அதிகரிக்க அமர்ந்திருந்தவர், நிலா தன்னிடம் அளித்த ஒரு கோப்பை கையில் வாங்கி படித்துவிட்டு பேச்சற்று உரைந்தார்.

சற்றுநேரம் தன்னை நோக்கியபடி பேச்சற்று அமர்ந்திருந்த சுரேந்திரனைப் பார்த்து புன்னகையோடு அமர்ந்திருந்த

செழியன், எழுந்து அவரை நெருங்கி அவர் கைகளை பிடித்தபடி,

"நீங்கள் என் வாழ்க்கைக்கு செய்திருக்கும் உதவிக்கு எதை கொடுத்தாலும் ஈடாகாது, சர். என் எளிய அன்பளிப்பை நீங்கள் ஏற்றுக்கொள்ளவேண்டும்", என்று மென்மையாக கூறி, தன்னைக் கூர்ந்து நோக்கிய செழியன் அளித்த அந்த 'எளிய' பரிசு, தான் பங்குகள் வாங்கி ஏமாறிய அந்த நிறுவனத்தை தன் பெயரில் வாங்கி, அதற்கான கோப்புகளை தன்னிடம் ஒப்படைத்து சிறு குழந்தைபோல் தன்முன் நிற்பவனைப் பார்த்த சுரேந்திரன் இதழ்களில் தன்னிச்சையாக இளமுறுவல் பூக்க,

"இதை நான் எதிர்பார்க்கவில்லை", என்றவர், "என் நிறுவனத்தையும் அதன் ஊழியர்களையும் பாதுகாத்தால் போதுமென்றே எண்ணினேன்", என்று மெல்லிய குரலில் கூற,

"இந்த நிறுவனம் உங்கள் நிறுவனத்தைப் போல் பல நிறுவனங்களை ஏமாற்றி, அதன் தொழிலாளர்களின் வாழ்வாதாரத்தை சிதைத்திருக்கிறது. சில காலமாக எங்கள் கண்காணிப்பில் இருந்து வருகிறது", என்று கூறிய நிலா, மேலே தொடர்ந்து, "உங்கள் தலைமையில் பல சீர்திருத்தங்கள் பெற்று, பலர் வாழ்வாதாரம் உயர்வதற்கு ஏதுவாக இருக்கும் என்று நம்புகிறோம்", என்று கூறினாள். அந்நிறுவனத்தின் தற்போதைய நிலவரத்தை குறித்து மேலும் சில விபரங்களை ரோஸி கூற, அதைக் கேட்டபடி தன் முன்னிருந்த கோப்புகளில் கையொப்பமிட்ட சுரேந்திரன், சில கணங்களில் தன் சொத்து மதிப்பு பல மடங்கு உயர்ந்ததை எண்ணி மனதில் இருந்த மலைப்பை முகத்தில் காட்டாத வண்ணம் முயன்று கட்டுப்படுத்தியவர் அடுத்த சில மணிநேரங்கள், பல அறிக்கைகளையும் குறிப்புகளையும் ஆராய்ந்து, தான் உடனடியாக எடுக்க வேண்டிய நடவடிக்கைகளை குறித்து முடிவெடுத்தார்.

சுரேந்திரனின் அலுவலகத்தில், செழியன் தளிரை சந்தித்ததை கரண் மூலம் அறிந்ததிலிருந்து கம்போடியா சென்றிருந்த ஃபாதர் மைக்கேலை தொடர்பு கொள்ள முயற்சி செய்த சுரேஷ், அவர் கைபேசி தொடர்பெல்லைக்கு

வெளியில் இருப்பதாக தகவல் மீண்டும் மீண்டும் வர நாள்தோறும் முயற்சி செய்து கொண்டிருந்தான். கம்போடியாவின் மிக பிரபலமான ஏல மலைகளில் ஆண்டுக்கொருமுறை நடக்கும் இயற்கை அன்னை வழிபாட்டிற்கு அங்குள்ள மக்களோடு சென்றிருக்கிறார் என்று உணர்ந்த சுரேஷ், குறுஞ்செய்திகளாவது அனுப்பலாம் என்று கருதி, பலவிதங்களில் முயற்சித்து பின்னர், இங்கே நடந்த அனைத்தையும் சுருக்கமாகவும் தெளிவாகவும் எழுத முடியாது என்றுணர்ந்து குறுஞ்செய்தி அனுப்பும் எண்ணத்தை கைவிட்டான். தன் அலுவலகத்தில் பலவாறு சிந்தித்தபடி அமர்ந்திருந்த சுரேஷ், கதவை தட்டிவிட்டு உள்ளே நுழைந்த தன் மனைவியைக் கண்டு தன்னிச்சையாக விரிந்த புன்னகையுடன் எழுந்தவன், இரண்டே எட்டில் அவளை அடைந்தான். சுரேஷின் அறையை கடந்து சென்ற நிலா, ஏதோ ஆழ்ந்த சிந்தனையில் இலக்கற்று வெறித்தபடி அமர்ந்திருந்த தன் கணவனைக் கண்டு, கதவைத் தட்டிவிட்டு உள்ளே நுழைந்தவள், அடுத்த கணம் அவன் கண்கள் ஒளிபெற்று, தன்னை நெருங்கியதை எண்ணி மனதில் பெருமிதம் பரவ புன்னகைத்தபடி,

"என்ன ஆயிற்று சுரேஷ்? ஆழ்ந்த சிந்தனையில் இருப்பதுபோல் தெரிகிறது", என்று கேட்க,

"ஃபாதரை தொடர்பு கொள்ள முடியவில்லை, நிலா. பலவிதங்களில் முயன்றுகொண்டிருக்கிறேன்"

"ஃபாதர் மலையிலிருந்து இறங்கியபின் தானே, நாம் அவரை தொடர்புகொள்ள முடியும்? விரைவில் வந்துவிடுவார்...", என்று மேலே கூறும் முன், ஒலித்த தன் கைபேசியை எடுத்தவன், அதில் ஃபாதரின் எண்ணைக் கண்டு, தன் மனைவியின் சொற்கள் உடனடியாக பலித்ததை உணர்ந்து, அவள் இதழ்களில் தன் இதழ்களை ஒற்றியெடுத்துவிட்டு, அழைப்பை எடுத்து,

"வணக்கம் ஃபாதர்", என்று தொடங்கி நலம் விசாரிப்புகளுக்குப் பிறகு தளிரைப் பற்றி கூறியவன், வீரமாதேவியைப் பற்றி வேண்டுமென்றே கூறாமல் விட்டான். சுரேஷ் கூறியவற்றை கேட்டு,

"காட்ஸ் கிரேஸ்", என்று கூறியவரின் குரல் தழுதழுத்ததை உணர்ந்த சுரேஷ், என்ன கூறுவதென்று தெரியாமல் அமைதியாக இருக்க, தன் தொண்டையைச் செருமி, தன்னிலை அடைந்த ஃபாதர்,

"இன்றிரவு அங்கே இருப்பேன், சுரேஷ்", என்று கூறி அழைப்பை துண்டித்தார்.

மாலை அனைவரும் தங்கள் அலுவலகங்களிலிருந்தும், ஷாப்பிங்கில் இருந்தும் வீட்டிற்கு திரும்பி, அவரவர் அறைகளில் சற்றுநேரம் இளைப்பாறியவர்கள், இரவு உணவிற்கு அனைவரும் முதன்மை உணவருந்தும் அறையாக மாறியிருந்த விருந்தினர் கட்டின் உணவருந்தும் அறையில் கூட, பல பணிமக்கள் சுழன்று சுழன்று பரிமாற கலகலப்பாக பேசியபடி உணவருந்தினர். உணவருந்தியபின் அனைவருடனும் கலகலப்பாக பேசியபடி அமர்ந்திருந்த செழியன், தன் கைபேசி ஒலிக்க எடுத்தவன் ஃப்ரென்ச்சில் பேசுவதைக் கண்ட தளிர், அவனை நோக்கி புன்னகைத்து விடைகொடுக்க, அவள் நெற்றியில் தன் இதழ்கள் ஒற்றியெடுத்துவிட்டு தங்கள் கட்டிற்குள் நுழைந்தான்.

தன் அலுவலக அறையிலிருந்த தன் மடிக்கணினியில் தனக்கு அனுப்பப்பட்டிருந்த அறிக்கைகளை படித்து, அதற்கான குறிப்புகளை இணைத்து ரோஸிக்கு அனுப்பியவன், மடிக்கணினியை மூடிவைத்தபடி சுவரிலிருந்த கடிகாரத்தில் மணியைப் பார்த்து, அதற்குள் இரண்டு மணிநேரங்கள் கடந்துவிட்டதை உணர்ந்து வியந்தபடி எழுந்தான். தன்னறைக்குள் நுழைந்து குளித்து உடைமாற்றி வந்த செழியன், அறையில் தன் மனைவியைக் காணாது துழாவியவன், முதற் தளத்தின் மறுகோடியிலிருந்த ஆதியின் அறையிலிருந்த தன் மகனின் மழலைக் குரலும், தன்னவளின் இன்பமான நகைப்பொலியும் காற்றில் கலந்து செவியில் நுழைய, தன் கண்களை மூடி அனுபவித்த செழியன், அங்கே சென்று அறையின் வாயிலில் நின்றபடி உள்ளே நோக்க, அங்கே தன் கையில் இரண்டு பொம்மைகளை வைத்து ஆதிக்கு கதை சொல்லிக்கொண்டிருந்த காட்சியைக் கண்டு தன் இதழ்களில் புன்னகைவிரிய நின்றவன், குழந்தையோடு குழந்தையாக

மாறிய தன் மனைவியைக் கண்ட நொடி தன் மனதில் பெருகிய காதலோடு உள்ளே நுழைந்து அவள் மடியில் தலைவைத்து படுத்தான்.

தன் முதற் குழந்தையான தன்னவனின் குழலை கோதியபடி ஆதிக்கு கதை கூறுவதை தொடர்ந்த தளிர், உற்சாகம் பொங்க கதையை கேட்டுக்கொண்டிருந்த தன் மகன் தன் குறுங்கட்டிலிலிருந்து எழுந்து, தன் தந்தையின் மார்பில் படுத்த சில நிமிடங்களில் உறங்கியதைக் கண்டு புன்னகைத்த தளிர், தன்னவனின் மார்பில் தலைசாய்த்து அவன் இதயத்துடிப்பு அளித்த இதத்தில் உறங்கினாள்.

மறுநாள் காலை அனைவரும் அவரவர் அலுவலகங்களுக்கு பரபரப்பாக கிளம்பிக்கொண்டிருக்க, ஃபாதர் மைக்கேல் வருவதை உணர்ந்து, வாயிலில் நின்று அவரை வரவேற்ற செழியனும் தளிரும் அவரிடம் தங்கள் குழந்தையோடு ஆசிபெற, இருவரின் தலையில் கையை வைத்து,

"காட் ப்ளஸ் யூ", என்றவர், "அன்பு பல அற்புதங்களை நிகழ்த்தும்", என்று கூறியபடி ஆதியைக் கையில் எடுக்க, சற்றுநேரம் தன்னைக் கூர்ந்து பார்த்த குழந்தை இன்பமாகப் புன்னகைக்க, அவன் கன்னத்தில் முத்தமிட்டு அவனை ஏந்தியபடி உள்ளே நுழைந்து, விருந்தினர் கட்டின் நடுக்கூடத்தை அடைந்தவர், அங்கே ஒரு சோபாவில் அமர்ந்து யாரோ ஒரு பெண்ணுடன் சைகை மொழியில் பேசிக்கொண்டிருந்த தன் சிறு வயது தோழி, வீரமாதேவியைக் கண்டு வாயிலில் வேரூன்றி நின்றார்.

92

தளிர் உயிருடன் இருப்பதாகவும், செழியன் - தளிர் காதலின் ஆணி முத்தாக அவர்களுக்கு ஒரு மகன் உள்ளதாகவும் சுரேஷ் கூறக் கேட்ட ஃபாதர் மைக்கேல், தான் இன்றிரவே கிளம்பி வருவதாகக் கூறி அழைப்பைத் துண்டித்தார். சுரேஷ் கூறிய விபரம் தனக்கு அதியன் - பூந்தளிர் தம்பதியின் அன்பு வாழ்க்கையில் ரணதீரனால் ஏற்பட்ட கோரத்தையும், அதனூடே செழியன் பிழைத்து, பல துயரங்கள், ஆபத்துகளை கடந்து தன் துன்பங்களை எல்லாம் ஒற்றைப் பார்வையில் நீக்கிவிடக்கூடிய தன்னவளை அடைந்து இன்புற்றிருந்தவேளை, மீண்டும் அதே ரணதீரனால் அவன் வாழ்க்கை சீர்குலைந்துவிட்டதே என்று கலங்கியிருக்க, இறைவன் அருளால் தளிரையும் ஆதியையும் பற்றி சுரேஷ் கூறியதைத் தன் மனதில் அசைபோட்டவர்,

இறைவனின் கருணையையும், அன்பின் வலிமையையும் எண்ணியபடி அமர்ந்திருக்க, சுரேஷ் கூறியவை கோர்வையாக இருந்தாலும், ஏதோ ஒன்று விடுபடுகிறதென்று உணர்ந்து சற்றுநேரம் சிந்தித்தபடி, தான் கிளம்புவதற்கு தேவையான ஏற்பாடுகளில் முனைந்தார்.

தான் கிளம்புவதை உணர்ந்து பிரியா விடை கொடுத்த கம்போடிய மக்களிடம், விரைவில் மீண்டும் வருவதாக உறுதியளித்த ஃபாதர் மைக்கேல், குறிப்பிட்ட நேரத்திற்கு முன்னதாகவே விமான நிலையத்தை அடைந்து சுரேஷை கைபேசியில் அழைத்தார். அவனுடன் பேசிவிட்டு அழைப்பைத் துண்டித்தபின், அவன் அனுப்பியிருந்த ஆதியின் புகைப்படத்தைக் கண்டு முப்பது ஆண்டுகளுக்குமுன் தன் கைகளில் தவழ்ந்த குழந்தை செழியனை பார்ப்பதுபோலிருக்க திகைப்பில் வெகுநேரம் காத்திருக்கும் அறையில் மெய்மறந்து அமர்ந்திருந்திருந்தவர் மூன்றாம் முறையாக தன் பெயரை ஒலிபெருக்கியில் அழைக்கவும், பரபரப்பாக எழுந்தார். பலமணிநேர விண்வழி பயணத்தையடுத்து, பின்னிரவில் தன் விமானம் தரையிறங்கியதும் தன் உடைமைகளை எடுத்துக்கொண்டு சுரேஷ் அனுப்பிய காரை நெருங்கி காரை மடத்திற்குச் செலுத்தும்படி கூறினார்.

அதிகாலையிலேயே உற்சாகத்தோடு எழுந்து கிளம்பியவர், கார் செழியனின் வீட்டை நெருங்கவும் ஒருவித புத்துணர்ச்சி மனமெங்கும் பரவ, சாளரத்தின் வழியே பார்த்தவர், புன்னகை படர்ந்த முகமாய், குளிர் நிலவாய் தன் கணவனின் கையோடு கைகோர்த்தபடி வாயிலில் நின்ற தளிரையும், செழியனின் கையில் அமர்ந்து தன் பெரிய கண்களை உருட்டி ஏதோ கதை கூறிக்கொண்டிருந்த குழந்தையையும் பார்த்து மலர்ந்த முகத்துடன் இறங்கினார். தன்னைக் கண்டதும் தன்னருகே வந்து ஆசிபெற்ற குழந்தைகளுக்கு இறைவனின் அருள் என்றும் நிறைந்திருக்க வாழ்த்தியவர், குழந்தையை கையில் ஏந்த சற்றுநேரம் அவரை உற்றுப் பார்த்த ஆதி, அவர் கன்னங்களை பிடித்தவன், எம்பி முத்தமிட்டு விலகி அவர் முகத்தைப் பார்த்து சிரிக்க கலகலவென சிரித்தபடி அவனை

முத்தமிட்டு அணைத்தபடி வீட்டிற்குள் நுழைந்து விருந்தினர் கட்டின் நடுக்கூடத்தை அடைந்தவேளை, அங்கே தன் சிறுவயது தோழி வீரமாதேவி யாரோ ஒரு பெண்ணுடன் சைகையில் பேசிக்கொண்டிருந்ததைக் கண்டு வேரூன்றி நின்றார்.

அவர் மலைத்து நின்றதைப் பார்த்த சுரேஷ், ஃபாதரின் பின்னால் வந்த செழியனை நோக்கி கண்களைச் சிமிட்ட இருவரையும் பார்த்த தளிரும் நிலாவும், இருவரும் திட்டமிட்டே ஃபாதரிடம் தேவிம்மாவைப் பற்றி கூறவில்லை என்றுணர்ந்து தங்கள் கணவன்மாரைப் பார்த்து புன்னகைத்தனர். யாரோ உள்ளே வரும் அரவம் கேட்டு திரும்பிய வீரமாதேவி, வாயிலில் கையில் ஆதியை ஏந்தியபடி தன் சிறுவயது தோழன் நிற்பதைக் கண்டு உற்சாகமாக எழுந்து அவரை நெருங்கியவர், ஃபாதர் மைக்கேலின் கைகளிலிருந்து தன்னிடம் தாவிய குழந்தை ஆதியை அள்ளி அணைத்தார். ஆதியின் செயலால் தன்னிலை அடைந்த ஃபாதர் மைக்கேல், தன்முன்னால் நிற்கும் வீரமாதேவியைக் கண்ட திகைப்பு மாறாமல் நிற்க, அவர் கையை பிடித்து அழைத்துச் சென்று சோபாவில் அமரச்செய்த தன் சித்தி, தன்னிடம் ஏதோ சைகையில் கூற, புரியாமல் விழித்த ஃபாதரை நோக்கி புன்னகைத்த மாலினி,

"வணக்கம் ஃபாதர்", என்று இருகை கூப்பி வணங்கியவர், "என் சித்தி உங்களைப் பற்றி அடிக்கடி கூறுவார்கள்", என்று கூறி, தன்னைப் பற்றியும், தன் சித்தியைப் பற்றியும் ஃபாதரிடம் விளக்கமாகக் கூறினார்.

வீரமாதேவி சைகையில் தொடர்ந்து ஏதேதோ கூறிக்கொண்டேயிருக்க, அவர் கூறுவது புரியாமல் மாலினியின் உதவியை நாடிய ஃபாதர், சிறிதுநேரத்தில் வீரமாதேவியுடன் தொடர் உரையாடலில் ஈடுபட்டார். சிறுவயது நண்பர்கள் ஏதோ தீவிரமாக உரையாடிக் கொண்டிருப்பதைக் கண்ட மற்றவர்கள் அவ்விருவரையும் தனியே விட்டுவிட்டு மற்ற வேலைகளில் முனைந்தனர். வெகுநேரம் உரையாடிய பின், உணவருந்த வந்த ஃபாதர், அருகே அமர்ந்திருந்த சுரேஷின் தோளைத் தட்டி

புன்னகைக்க, ஃபாதர் தன்னைக் கண்டு கொண்டுவிட்டதை உணர்ந்து பதிலுக்கு புன்னகைத்தான். உணவருந்தியதைத் தொடர்ந்து, அனைவரும் தங்கள் அலுவலகங்களுக்குச் சென்றுவிட, செழியன் மற்றும் தளிருடன் அவர்கள் கட்டிற்குச் சென்று, நடுக்கூடத்தில் இருந்த சோபாவில் அமர்ந்து, அவர்களுடன் பேசியபடி ஆதியுடன் விளையாடிய ஃபாதர் மைக்கேல், மதிய உணவை சமைப்பதற்காக தளிர் சமையற்கட்டிற்குச் செல்ல, அவள் செல்வதை உறுதி செய்துகொண்ட செழியன், தன் மனதிலுள்ள திட்டத்தை ஃபாதரிடம் கூறினான்.

அவன் கூறியதை கேட்டு சற்றுநேரம் அவனைக் கூர்ந்து நோக்கிய ஃபாதர், கலகலவென சிரிக்க, ஏதும் சொல்லாமல் அவர் முகத்தை பார்த்தபடி அமர்ந்திருந்த செழியன், தன் தொண்டையைச் செருமி தன்னிலை அடைந்தவர்,

"ரணதீரனை நீங்கள் சென்று சந்திக்க வேண்டும்?", என்று கேட்க,

"ஆமாம் ஃபாதர்", என்று அமைதியாக கூறினான்.

"உன் குழந்தையையும் அவனிடம் காண்பிக்க வேண்டும்?"

"ஆமாம் ஃபாதர்"

"இதனால் அன்போடு இருப்பதன் மகத்துவத்தை நீங்கள் இருவரும் சேர்ந்து ரணதீரனுக்கு உணர்த்தப் போகிறீர்கள்?",

"ஆமாம் ஃபாதர்"

"நீ சொல்வதன் பொருள் உனக்குப் புரிகிறதா, செழியா? தளிருக்கு உன் திட்டத்தைப் பற்றி தெரியுமா? நீங்கள் இருவரும் எவ்வளவு துன்பத்திற்கு உள்ளானீர்கள் என்று மறந்துவிட்டதா?", என்று கேட்க, தன் கடைசி கேள்வியின் தாக்கத்தில் அடிப்பட்டாற்போல் தன்னை நோக்கிய செழியனை நெருங்கி, அவன் தலையை வருடியவர், தானே தொடர்ந்து,

"செழியா, உன் அன்பிற்கோ, கருணைக்கோ ரணதீரன் தகுதியுடைவன் தானா?", என்று கேட்டார்.

"ஃபாதர்", என்று ஆழ்ந்த குரலில் அழைத்த செழியன், "பிரிவின் வலியை நேரடியாக அனுபவித்தவர்கள் தளிரும் நானும். எங்கள் வலியைக் கண்டு, அறிந்து, புரிந்து, உணர்ந்த உங்கள் அனைவருக்கும், அந்த வலி தெரியாது. ஒவ்வொரு கணம் மூச்சுவிடும்போதும், என் மனைவி இல்லாமல் உயிருடன் இருப்பதற்கு அருகதையற்றவன் என்ற எண்ணம் மனமெங்கும் நிறைந்திருக்க, உள்ளிழுத்த மூச்சுக்காற்று தகிக்க, அதன் வீரியத்தின் தாக்கத்தை நொடிக்கு நொடி அனுபவித்த நான், அந்த துன்பத்தை அடுத்த பிறவியிலும் மறப்பது கடினம்", என்று கூறி, சில கணங்கள் கூர்ந்த மூச்சுகளை இழுத்துவிட்டவன், கலங்கிய தன் கண்களோடு ஃபாதரை ஏறிட்டுப் பார்த்து,

"அறக்கட்டளையில் தங்கியிருக்கும் ஆதரவற்றோர்களை சந்தித்த தளிர், அவர்கள் அனைவரும் ஒருவருக்கொருவர் அன்போடும் ஆதரவோடும் இருப்பதைக் கண்டு, இதுபோல் ரணதீரனுக்கும் பூபதிக்கும் அவர்கள் மனதில் அன்பை விதைத்திருந்தால், அவர்கள் தவறான பாதையில் சென்றிருக்கமாட்டார்கள் என்று எண்ணுகிறாள், ஃபாதர். அவள் கூறியதைக் கேட்ட கணம், என் மனதில் தோன்றிய முதல் எண்ணம் என்னவென்று தெரியுமா?", என்று கேட்டான்.

செழியனின் கூற்றை ஆழ்ந்து கேட்டபடி நின்ற ஃபாதர்,

"சொல் செழியா", என்று கூற, "நீங்கள், சித்தப்பா, சித்தி, நிலா, சுரேஷ், ரோஸி, கார்த்தி என அனைவரும் அவ்வப்பொழுது எனக்கு உறுதுணையாக இல்லாதிருந்தால். எந்த நிலையிலும் தளிரைக் கண்டு, கருத்தொருமித்து, அவள் கண்களில் என் வாழ்க்கைக்கு ஒளியையும், அவள் அன்பில் என் வாழ்க்கைக்கு பொருளையும் உணராமல் இருந்திருந்தால் நானும் ரணதீரனைப் போல், பூபதியைப் போல் ஆகியிருப்பேனோ என்று தோன்றிய எண்ணம் என் மனதைவிட்டு நீங்காமல் இருக்கிறது", என்று கூறக் கேட்டு கூர்ந்த மூச்சை உள்ளிழுத்த ஃபாதர்,

"செழியா, நீ இயல்பிலேயே அன்பானவன். உன் பெற்றோர் அன்பும் கனிவும் நிறைந்தவர்கள். அந்த அன்பில் விளைந்த மலர் நீ. காலம் எவ்வளவு துன்பத்திற்குள் உன்னை அழுத்தினாலும், அன்பென்ற துடுப்பைக்கொண்டு கரையேறுவாயே ஒழிய, ஒருநாளும் பாதை மாறி போகமாட்டாய் என்பதை உன் மனதில் பதியவைத்துக்கொள்", என்று திடமாகக் கூறியவர் தன் நாற்காலியில் அமர்ந்து சற்றுநேரம் சிந்தித்துவிட்டு, "உனக்கிருக்கும் நம்பிக்கை எனக்கில்லை. எல்லோரிடமும் ஏற்றத்தாழ்வு இல்லாத அன்பைப் பகிரவேண்டும் என்று கூறும் இறைவனை துதிப்பவன் நான், இருந்தும் வாழ்க்கையில் பலமுறை சிலரை, சிலவற்றை அவரவரின் இயல்பு குணத்திற்கு உகந்தபடி ஏற்றுக்கொள்ள கற்றுக்கொண்டேன். என் கணிப்பு சரியென்றால், ரணதீரன் இயல்பிலேயே அன்பற்றவன். அவனிடம் யாரேனும் அன்பு பாராட்டினாலும், அவர்கள் அன்பை உணர்வதைக் காட்டிலும், அவர்களால் கிடைக்கும் ஆதாயத்தில் குறியாக இருப்பான். இருந்தாலும், உன் மன நிம்மதிக்காக, அவனை நீங்கள் சந்திப்பதற்கு வேண்டிய ஏற்பாடுகளைச் செய்கிறேன்", என்று கூறினார்.

மதிய உணவு ஆயத்தமாக இருக்கிறது என்று கூறி உணவருந்த அழைத்த தன் மனைவியை நோக்கிய செழியன், அவள் கண்களில் இனம்புரியாத ஒரு சாயல் தெரிவதை உணர்ந்து தன் ஒற்றை புருவத்தை உயர்த்த, அவள் பதிலேதும் கூறாமல் உள்ளே செல்ல, ஃபாதரிடம் தளிருக்கு உதவுவதாகக் கூறிவிட்டு அவளைப் பின்தொடர்ந்தவன், உள்ளே தனக்காகக் காத்திருக்கும் தன் மனைவியைக் கண்டு நெருங்கி அவளை இடையோடு அணைத்தபடி நின்று,

"என்ன?", என்று கேட்டான்.

அவன் கழுத்தில் தன் கைகளை கோர்த்து முகத்தை தன்னருகே இழுத்த தளிர், அவன் முகத்தை திருப்பி, அவன் காதோரம் தன் இதழ்களால் உரசியபடி,

"ஐ லவ் யூ", என்றாள். இந்த மூன்று சொற்களை தன் மனைவியின் குரலில் ஆயிரம் முறை கேட்டாலும், முதன்முறை கேட்பதுபோல் உடல் சிலிர்க்க,

"ஐ லவ் யூ, கண்ணம்மா", என்று தன்னிச்சையாகக் கூறியவன், தன் மனைவியைக் கூர்ந்து நோக்க,

"நாம் செல்வோம்", என்று கூறினாள். தளிர் கூறியதன் பொருள் புரியாமல் விழித்த செழியன், விரிந்த புன்னகையோடு தன்னைப் பார்க்கும் தன் மனைவியைக் கண்டு இளமுறுவல் பூத்தான். தன் கணவனின் குழப்பத்தை உணர்ந்த தளிர்,

"நாம் சென்று ரணதீரனை சந்திப்போம்", என்று அழுத்திக் கூற, தான் ஃபாதரிடம் கூறியது இவளுக்கு எப்படி தெரிந்தது என்று குழம்ப, "உன்னை நான் அறிவேன்", என்று கூறி புன்னகைத்த தளிர், அவனை மேலும் குழப்பாமல், "எனக்கும் இந்த எண்ணம் தோன்றிக்கொண்டே இருந்தது, அருணன். ஆதி விளையாடும் குரல் கேட்காததால், உறங்கிவிட்டானோ என்று பார்க்க வந்தபொழுது, நீ ஃபாதரிடம் பேசிக்கொண்டிருந்ததைக் கேட்டேன்", என்று கூறினாள்.

தன் மனைவியின் கூற்றை கேட்டவன்,

"ஆதி உறங்கவில்லை தளிர்", என்று கூறினான்.

"தெரியும். ஃபாதர் கொண்டு வந்திருந்த புதிய காரை, துண்டுத் துண்டாக கழற்றிக்கொண்டிருக்கிறான்", என்று கூறி கலகலவென சிரித்தவள், தன் சிரிப்பில் கிறங்கி தன்னை நெருங்கும் தன் கணவனை, ஒரு கையை நீட்டி எட்ட நிறுத்தி, அவன் கையில் உணவு தட்டுகளைக் கொடுத்து உணவருந்துவதற்கு ஏற்பாடு செய்யும்படிக் கூற, ஏமாற்ற பெருமூச்சுடன் திரும்பிய தன்னவனின் கையைப்பிடித்து நிறுத்தி, அவன் இதழ்களில் அழுந்த இதழ் பதிக்க, தன்னை ஒரு கணம் கூர்ந்து பார்த்துவிட்டுச் சென்றவனைக் கண்டு புன்னகைத்தபடி திரும்பினாள்.

கலகலப்பாக பேசியபடி உணவருந்திய ஃபாதர், மாலைவரை ஆதியுடன் விளையாடிவிட்டு, வீரமாதேவியுடன் தேநீர் அருந்திவிட்டு, சுரேஷுடன் காரில் தன் மடத்திற்குச் சென்றார். செல்லும் வழியில் அவனிடம் செழியனின் திட்டத்தைப் பற்றிக் கூறி, அதற்கு ஆவன செய்யும்படி கூற, செழியனிடம் தான் கேட்ட கேள்விகளை ஒன்றுவிடாமல் சுரேஷ் தன்னிடம் கேட்க கலகலவென

சிரித்தார். கண்ணாடி வழியே ஃபாதரைக் கூர்ந்து பார்த்த சுரேஷ்,

"என்ன ஃபாதர், நான் எவ்வளவு தீவிரமான விபரங்களைக் கேட்டுக்கொண்டிருக்கிறேன், நீங்கள் என்னவென்றால், குழந்தைபோல் சிரிக்கிறீர்கள்", என்று சலிப்போடு கூற, அதைக் கண்டு மேலும் சிரித்தவர், அவன் பொறுமையிழப்பதை உணர்ந்து, செழியனுக்கும் தனக்கும் நடந்த உரையாடலை விளக்கமாகக் கூறினார்.

அதை முழுமையாகக் கேட்ட சுரேஷ்,

"செழியனின் எண்ணங்கள் எங்கிருந்து உதயமாகின்றன என்று வியப்பாக இருக்கின்றது, ஃபாதர். உலக நாடுகள் நடுங்கும், எவ்வளவு பெரிய நிறுவனம் என்றாலும், சில நொடிகளில் தன் கூரறிவினாலும், பேச்சுவன்மையாலும் அவர்களை தன்முன் மண்டியிட வைக்கும் செழியன் இன்டர்நேஷனல் கார்பொரேஷனின் செழியன், தன் சொந்த வாழ்வில், தான் பிறந்தது முதல் தன்னை அழிக்க வேண்டுமென்ற ஒரே குறிக்கோளுடன் செயல்பட்டு, தன் பெற்றோரைக் கொன்று, தன் வாழ்க்கை அழிந்துவிட்டதென்ற நிலைக்குத் தள்ளப்பட்டு மீண்டிருக்க இவற்றிற்கு முழுமுதற் காரணமானவனை மன்னித்து, அவனுக்குள் அன்பை விதைக்க முயலும் அளவு கனிவானவன் என்று கூறினால் யார்தான் நம்புவார்கள், ஃபாதர்", என்று கூறியவன், "எனக்கு ஒரு சந்தேகம் ஃபாதர்", என்று நிறுத்தினான்.

"கேள் சுரேஷ்",

"செழியனின் அன்பிற்கு ரணதீரன் தகுதியுடையவனா?", என்று கேட்டான்

சற்றுநேரம் அமைதியாக இருந்த ஃபாதர் மைக்கேல்,

"இல்லை சுரேஷ், ஆனால் செழியனின் முயற்சியை தடுக்கும் நிலையில் நானில்லை", என்றார்.

அடுத்த மூன்று நாட்களில் சுரேந்திரன், மாலினி, வீரமாதேவி கிளம்பிவிட, இரண்டு வாரங்களில் சுரேஷும் கார்த்தியும் தங்கள் தொடர் முயற்சியால் ரணதீரனை சந்திக்கும் அனுமதியைப் பெற்றனர். தளிரும் செழியனும் ரணதீரனை சந்திக்கும் அன்று காலை குளித்து, கிளம்பி தங்கள் கட்டில் காலை உணவருந்திவிட்டு நடுக்கட்டிற்கு வர, அங்கே கூடத்தில் குழுமியிருந்த பெரியவர்கள் ஒருவரையொர் பொருள் பொதிந்த பார்வையை பார்த்துக்கொண்டாலும் யாரும் எதுவும் கூறாமலிருக்க, அவர்களை நெருங்கிய தளிர்,

"உங்கள் மனநிலை புரிகிறது, ஆனால் இதை நாங்கள் செய்யவேண்டும்", என்று கூறியவள் தன் தந்தையை நோக்கி, "ஒருவன் தவறான வழியில் சென்றான் என்றால், அதை அவனுக்கு உணர்த்தி, சரியான பாதையைக் காட்ட சிறு முயற்சிகூட எடுக்காவிட்டால் நாமும் குற்றவாளியே என்று நீங்கள் பலமுறை கூறியிருக்கிறீர்கள், அப்பா. இது எங்களின் சிறு முயற்சி", என்று கூறி தன் தந்தையைக் கூர்ந்து நோக்க, சற்றுநேரத்தில் இளமுறுவல் பூத்த குமரேசன்,

"இவ்வளவு நல்ல குழந்தையாக உன்னை வளர்த்திருக்க வேண்டாமோ என்று என்னை அடிக்கடி சிந்திக்க வைக்கிறாய்", என்று கூறி சிரித்தவர், தன் மகளின் நெற்றியில் விழுந்த முடியை நீக்கிவிட்டு, நெற்றியில் முத்தமிட்டு,

"பார்த்து, பத்திரமாகச் சென்று வாருங்கள்", என்று தளிரையும் செழியனையும் பார்த்து கூறினார். அவர் கூறியது மற்றவர் பார்வைகளிலும் தென்பட, சிறு புன்னகையை சிந்திய தளிர், தன் மகனை கையில் ஏந்திக்கொண்டு செழியனுடன் நடந்தாள்.

வாயிலை அடைந்தவேளை வழக்கமாக நிற்கும் செரோக்கிகளின் ஊடே பலவித கார்கள் நிற்க குழம்பியவள், கரணுடன் கைகோர்த்தபடி மகிழினியும் தன் ஆட்களுடன் செங்கோடனும் வருவதைக் கண்டு, அவர்களை நோக்கி புன்னகைத்த தளிர், நடுவில் நின்ற காரைக் கண்டு மலைத்து நின்றாள். தன் பிறந்தநாளன்று தனக்கு செழியன் பரிசளித்த தன் காரை ஒத்திருந்த காரைக் கண்டு அதிர்ச்சியோடு தன் கணவனை நோக்க, புன்னகைத்தபடி தன் கையை நீட்டி குழந்தையை வாங்கிய செழியன்,

"அதே கார்தான் கண்ணம்மா", என்று கூறி மேலும் விரிந்த புன்னகையோடு கூறினான். தான் கடைசியாகக் காரோட்டிய அன்று நடந்த தாக்குதல், அதை தொடர்ந்து தன் மடியில் செழியன் துடித்து மடிந்தது தொடங்கி அனைத்தும் நினைவிற்கு வர, தன் கால்கள் வலுவிழப்பதை உணர்ந்த தளிர், செழியனின் கையைப்பிடித்து தன்னை திடப்படுத்திக்கொள்ள, அவளை ஒற்றைக்கையால் சேர்த்தணைத்த செழியன்,

"ஐ லவ் யூ, கண்ணம்மா. ரிலாக்ஸ்", என்று கூற, அவன் கண்களிலிருந்த ஒளியைக் கண்டு சற்றே நம்பிக்கை வர, படிகளில் இறங்கி காரை அடைந்தவள், காரின் சாவியில் அதே வெண்தங்கத்தினாலான சாவிக்கொத்தைக் கண்டு தன் கண்களில் நீர்கோர்க்க அதை பார்த்தபடி நிற்க, தன் கன்னத்தில் வழிந்த நீரைத் துடைத்த பிஞ்சு கையை உணர்ந்து நிமிர,

"அம்மா, கார்", என்று கூறி தன் முகம் பார்த்து சிரித்து, தன் கன்னத்தில் முத்தமிட்ட தன் மகனைக் கண்டு புன்னகைத்த தளிர், ஓட்டுனர் இருக்கையில் அமர, அவளருகில் தன் மடியில் ஆதியை அமரச்செய்தபடி செழியன் உட்கார்ந்து தன்னை நோக்கி புன்னகைக்க, காரை உயிர்ப்பித்தாள்.

தனக்கு முன்னும் பின்னும் வரிசையாக வந்து பாதுகாப்பு வாகனங்களைக் கண்ட தளிர், முதலிலிருந்த தயக்கம் சற்றுநேரத்தில் தளர, லாவகமாக காரைச் செலுத்தினாள். தன் கணவனும் மகனும் எதிர்க்காற்று முகத்தில் பட, விரிந்த புன்னகையோடு அமர்ந்திருப்பதைக் கண்டு தன்னிச்சையாக புன்னகைத்த தளிர், தன் காரின் வேகத்தை அதிகரித்தாள். ஒன்றரை மணிநேர பயணத்தை தொடர்ந்து, ஒதுக்குபுறமாக இருந்த சிறைச்சாலையின் வாயிலில் தன் காரை நிறுத்திய தளிர், அங்கு சுரேஷ் மற்றும் கார்த்தியுடன் ஃபாதர் மைக்கேல் காத்திருப்பதை உணர்ந்து செழியனோடு அவர்கள் அருகே சென்றாள். உள்ளே செல்வதற்கான வழிமுறைகளை முடித்துவிட்டு காத்திருப்பறையில் போடப்பட்டிருந்த சோபாவில் அமர்ந்திருந்தவர்கள், ரணதீரனை அழைத்து வந்துவிட்டதாகவும் உள்ளே சென்று பார்க்கலாமென்றும் ஒரு காவலர் வந்து கூற அவருக்கு நன்றி தெரிவித்துவிட்டு உள்ளே நுழைந்தனர்.

மகேந்திரவர்மனுடன் சென்ற இடத்தில் தானே ஏதோ உளறி மாட்டிக்கொண்டாலும், செழியனையும் தளிரையும் அழித்துவிட்டோம் என்ற மனநிறைவுடன் சிறையில் தன் நாட்களை கழித்த ரணதீரன், ஏறத்தாழ ஓராண்டு கழித்து ஒரு பன்னாட்டு மாநாட்டை குறித்த செய்திக் குறிப்பின் காணொலியில் செழியனைக் கண்டு, அதிர்ச்சியடைந்தாலும், ஒளியிழந்த அவன் கண்கள், அவன் வாழ்க்கை இருண்டுவிட்டதை பறைசாற்ற, ஆறுதல் அடைந்தவன், திடீரென ஃபாதர் மைக்கேல் தன்னை சந்திக்க விரும்புவதாக சிறைக் காவலர் தெரிவிக்க, சற்றே குழப்பமடைந்தாலும், என்னவென்றாலும் பார்த்துக்கொள்ளலாம் என்று எண்ணி தன் சம்மதத்தை தெரியப்படுத்தினான்.

இன்று தன்னைச் சந்திக்க ஃபாதர் மைக்கேல் வருவதாக நேற்று காவலர் கூற, மனதிற்குள் சலித்துக்கொண்டாலும், சரியென்று கூறியவன், காலை முதலே மனதில் ஒருவித இனம்புரியாத உணர்ச்சி நிறைந்திருக்க, முயன்று அதை உதறிவிட்டு காவலருடன் நடந்தான். சந்திப்பறையில் தன்னை அமரச்செய்த காவலர் சற்று தொலைவில் நிற்க, ஒருவித ஆர்வத்தோடு வாயிலைப் பார்த்த ரணதீரன், ஃபாதர் மைக்கேலும் செங்கோடனும் உள்ளே நுழைய, குழப்பத்தோடு அவர்களை நோக்கினான். உள்ளே வந்த இருவரும் சற்றே ஒதுக்கமாக நிற்க, அடுத்து வந்த சுரேஷையும் கார்த்தியையும் கண்டு குழப்பமும் ஒருவித கோபமும் தலைக்கேற தன் இருக்கையிலிருந்த எழுந்தவன், அவர்களைத் தொடர்ந்து தன் உருவத்தின் சிறு பிரதிபலிப்பை ஒரு கையில் ஏந்திக் கொண்டு மற்றொரு கையால் தன் மனைவியை அணைத்தபடி உள்ளே நுழைந்த செழியனைக் கண்டு அதிர்ச்சி மிகுதியில் தன் நாற்காலியில் தொப்பென்று சரிந்தான்.

93

ரணதீரனை சந்திப்பதற்காகத் தங்கள் குழந்தையை கையில் ஏந்தியபடி, ஃபாதர் மைக்கேல், சுரேஷ், கார்த்தி மற்றும் செங்கோடன் புடைசூழ காத்திருப்பறையில் அமர்ந்திருந்த செழியனும் தளிரும் உள்ளே செல்லுமாறு காவலர் கூற, அவருக்கு நன்றி தெரிவித்துவிட்டு உள்ளே நுழைந்தனர். தன் திருமணத்தன்று வாழ்த்துவதற்காக மேடைக்கு வந்த ரணதீரனை அதற்கு பிறகு பார்க்கவில்லையென்றாலும், அவனால் தான் அடைந்த இன்னல்கள் மனதில் வலம்வர, செழியனுடன் நடந்த தளிர், அறையிலிருந்து வந்த வெளிச்சத்தில் அவன் நிழலைப் பார்த்து பயத்தில் சிலிர்க்க, அவளைத் தன் தோளோடு சேர்த்தணைத்த செழியன் ரணதீரன் முன் வந்து நின்றான். சந்திப்பறையில் தன்னை அமரச்செய்த காவலர் சற்று

தொலைவில் நிற்க, ஒருவித ஆர்வத்தோடு வாயிலைப் பார்த்த ரணதீரன், ஃபாதர் மைக்கேலும் செங்கோடனும் உள்ளே நுழைய, குழப்பத்தோடு அவர்களை நோக்கினான். உள்ளே வந்த இருவரும் சற்றே ஒதுக்கமாக நிற்க, அடுத்து வந்த சுரேஷையும் கார்த்தியையும் கண்டு குழப்பமும் ஒருவித கோபமும் தலைக்கேற தன் இருக்கையிலிருந்த எழுந்தவன், அவர்களைத் தொடர்ந்து தன் உருவத்தின் சிறு பிரதிபலிப்பை ஒரு கையில் ஏந்திக் கொண்டு மற்றொரு கையால் தன் மனைவியை அணைத்தபடி உள்ளே நுழைந்த செழியனைக் கண்டு அதிர்ச்சி மிகுதியில் தன் நாற்காலியில் தொப்பென்று சரிந்தான்.

அதிர்ச்சி மிகுதியால் வெகுநேரம் இலக்கற்று வெறித்தபடி அமர்ந்திருந்த ரணதீரனின் பார்வையிலிருந்து, அவன் தன் கண்முன் காண்பது அவன் மனதிற்குள் உறைக்கவில்லை என்று உணர்ந்த ஃபாதர் அனைவரையும் அமரும்படி கூறி, ரணதீரன் அதிர்ச்சியிலிருந்து மீளும்வரை காத்திருந்தார். மெல்ல தன் தொண்டையை செருமிய ஃபாதரை நோக்கிய ரணதீரன், மீண்டும் செழியனையும் தளிரையும் உற்றுப்பார்த்துவிட்டு, செழியன் கையில் அமர்ந்து தன்னை உற்ற நோக்கிய குழந்தையைக் கண்டவன், குழந்தை ஆதி தன்னைப் பார்த்து புன்னகைக்க தன் தலையை இடம்வலமாக உலுக்கியபடி கடகடவென இடி இடிப்பதுபோல் சிரித்தான். அவன் சிரிப்பைக் கேட்ட தளிரின் நரம்புகளில் ஒருவித குளிர் பரவி, மனதைக் கவ்வ, செழியனின் கையை இறுகப்பற்றியபடி அவனை நெருங்கி அமர்ந்தாள்.

தளிரின் கண்களில் தோன்றிய கலவரத்தைக் கண்டு, மனநிறைவு பெற்று தன்னிலை அடைந்த ரணதீரன் அவளைக் கூர்ந்து நோக்கியபடி,

"வெட்ட வெட்ட முளைக்கும் களை", என்று ஆழ்ந்த குரலில் கூறி ஆதியைக் கூர்ந்து நோக்கினான்.

"நாவை அடக்கிப் பேசு, இரணதீரா", என்று உறுமிய செங்கோடனைக் கண்டு ஏளனமாக புன்னகைத்த ரணதீரன்,

"முப்பது ஆண்டுகள் பகை, முப்பது நிமிடங்களில் முடிந்துவிட்டதென பூபதி கூறியபோது, மனதில் ஏமாற்றமே விஞ்சியது. ஏன் தெரியுமா?", என்று ஃபாதரை நோக்கி கேட்டான்

ரணதீரனின் பார்வையை நேரடியாக சந்தித்த ஃபாதர், ஏதும் கூறாமல் அமைதியாக அமர்ந்திருக்க, தானே தொடர்ந்து,

"கையாலாகாத அதியன், என் தங்கையை விடுத்து யாரையோ காதலித்து திருமணம் செய்துகொண்ட ஏமாற்றத்தை பின்னுக்கு தள்ளியது, என் தங்கையின் துரோகம். ஒன்றுமறியா மங்கை என்று நான் எண்ணியிருந்த குந்தவி, என்னைக் கவிழ்க்கும் முழு நோக்கத்தோடு எத்தனை ஏற்பாடுகள் செய்திருக்கிறாள்", என்று கூறியபடி செங்கோடனை நோக்கியவன், செழியனின் கண்களை நேராக நோக்கி,

"உன் பெற்றோரை நான் கொன்றபோது, மனதில் ஒருவித நிறைவு இருந்தாலும், மணிமாறன் உன்னை தத்தெடுத்தவேளை, அந்த நிறைவு மறைந்து ஏக்கம், பிடிவாதம், வெறி துளிர்த்தது. ஒவ்வொருமுறையும் என் திட்டங்கள் தோல்வியடைய, வெறி அதிகமாகியது", என்று கூறியவன் தளிரை நோக்கி,

"உன் விபத்திற்கு பிறகு, இவனிடமிருந்து நீ விலகியிருக்க வேண்டும். தவறு செய்துவிட்டாய். உன் பெற்றோர் சொல் கேளாமல் மறுபடியும் அதே பிழையைச் செய்தாய். அதற்கான தண்டனையை வழங்க வேண்டுமல்லவா? சொகுசு வாழ்க்கைக்கு ஆசைப்பட்டு இவனை விட மனமில்லை அல்லவா? அதைத் தவிர மற்ற ஆண்களால் கிடைக்காத எவற்றை இவன் உனக்கு அளித்துவிட முடியும்?", என்று கேட்டு அவள்மேல் தன் பார்வையைப் படரவிட்டான்.

தன்மேல் படிந்த ரணதீரனின் பார்வை, தன்மீது கம்பளி பூச்சி ஊறுவதைப்போன்ற உணர்வளிக்க, அவனை எரித்துவிடுவது போல் விழித்த தளிர், தன்னைச் சுற்றி அரண் போல் நின்ற தன் காதல் அளித்த உறுதியால், அவன்முன் நன்றாக நிமிர்ந்து அமர்ந்தாள். எவ்வளவு உறுதியான

பெண்களையும் அடக்கும் நீச பார்வையைக் கண்டு கலங்காமல் நிமிர்ந்து அமர்ந்து தன்னைக் கூர்ந்து நோக்கிய தளிரின் உறுதியான பார்வையைக் கண்டு தயங்கிய ரணதீரன் தன் தொண்டையை இருமுறை செருமி, குழந்தையை நோக்கி,

"பிழையால் விளைந்த பிழை", என்று கூறினான்.

ரணதீரன் கூறியவற்றை எல்லாம் தன் பொறுமையை இழுத்துபிடித்தபடி அமர்ந்திருந்த செழியன்,

"ரணதீரன், நானும் என் மனைவியும் நீங்கள் எங்கள் வாழ்க்கையில் ஏற்படுத்திய இன்னல்களால் விளைந்த வலியை புறம் தள்ளி, வாழ்க்கையின் அடிப்படையான அன்பை உணர்த்தும் எண்ணத்தில், குந்தவி அம்மையின் சொத்துக்களை உங்களிடமே அளித்துவிடலாம் என்று எண்ணியிருந்தோம்", என்று ஒவ்வொரு சொல்லையும் அழுத்தம் திருத்தமாகக் கூறியவன், சுரேஷும் கார்த்தியும் திடுக்கிட்டு ஒருவரையொருவர் பார்த்துக்கொள்வதை சட்டை செய்யாமல் ரணதீரனைக் கூர்ந்து பார்த்தவன், அவன் கண்களில் ஒருவித ஒளி தோன்றி சில கணங்களில் மறைந்ததைக் கண்டவன்,

"ஆனால், அன்பை அங்கீகரிக்கும் நிலையில் உங்கள் மனநிலை இல்லை என்று உணர்ந்துகொண்டோம். இதற்குமேல்...", என்று இழுத்தபடி எழுந்தான்.

தனக்குச் சேரவேண்டிய சொத்துக்கள் மீண்டும் தன் கையிலிருந்து தட்டிப்போவதுபோல் உணர்ந்த ரணதீரன், "செழியா!", என்று ஆழ்ந்த குரலில் அழைக்க, கேள்வியாய் தன் ஒற்றை புருவத்தை உயர்த்திய செழியனை நோக்கி, "நீங்களிருவரும் உயிருடன் இருப்பதால், நான் கொலை செய்யவில்லை. பழைய வழக்கு நிற்காது, நான் வெளியே வந்தபின்...", என்று கூறி ஆதியை குரூரமாக பார்த்த அடுத்த கணம் கண்கள் ஒருவிதமாய் சொருக, உதடுகள் இடப்புறம் இழுக்க, வலது கையும் காலும் செயலிழந்து விழ நாற்காலியில் துவண்டவனைத் தாங்கிய செழியன், தன் நண்பர்களை நோக்க, காவலரை அழைக்க வெளியே ஓடிய

கார்த்தி, சில கணங்களில் காவலர்கள், மருத்துவர்கள் சூழ உள்ளே நுழைந்தான்.

அடுத்த அரைமணிநேரத்தில் சிறைச்சாலை மருத்துவமனையின் அவசர சிகிச்சை பிரிவில் அனுமதிக்கப்பட்டிருந்த ரணதீரனை பரிசோதித்த மருத்துவருடன் தீவிர பேச்சுவார்த்தையிலிருந்த சுரேஷ் காத்திருப்பறைக்குள் நுழையவும் அனைவரும் அவனை நோக்க,

"உயர் இரத்த அழுத்தத்தினால் முடக்குவாதம் ஏற்பட்டிருக்கிறது. தொடர்ந்து மருத்துவமும் கவனிப்பும் இருந்தால், உடல்நிலையில் முன்னேற்றம் ஏற்பட வாய்ப்பிருக்கிறது", என்று கூற, உடனடியாக தன்னை நோக்கிய தன் மனைவியின் எண்ணவோட்டங்களை அறிந்து இளமுறுவலுடன் தலையசைத்த செழியன், தளிரின் கையோடு தன் கையைக் கோர்க்க,

"ஐயா, ரணதீரனுக்கு தேவையான மருத்துவத்திற்கான ஏற்பாடுகளையும், அவன் உடல்நலத்திற்கான முழு பொறுப்பையும் நீங்கள் எடுத்துக்கொள்ள வேண்டும்", என்று செங்கோடனை நோக்கிக் கூறினாள்.

குந்தவியின் வாழ்க்கையிலும், செழியன் வம்சத்தினருக்கும் பலவகை இன்னல்கள் விளைவித்த ரணதீரனைக் கொன்றுவிடும் வெறி மனதிலிருந்தாலும், சட்டம் தன் கடமையை செய்யும் என்று எண்ணி அவனை பழிவாங்க முடியாமலிருக்கும் தவிப்பை ஏற்றுக்கொண்ட செங்கோடன், இப்பொழுது அவன் உடல்நலத்தை பேணும் பொறுப்பை தான் ஏற்றுக்கொள்ள வேண்டும் என்று கூறிய தளிரை திகைத்து நோக்கியவர், அவளின் சொற்களை அசைபோட, அவள் தனக்கிட்டது கட்டளையே ஒழிய, கோரிக்கை இல்லை என்றுணர்ந்து தலைதாழ்த்தி அதை ஏற்று வணங்கினார். தன் மனைவியின் கூற்றால், அவர் மனதின் கொந்தளிப்பு புயலில் சிக்குண்ட கப்பலை ஒத்திருக்கும் என்றறிந்த செழியன், அவரை நோக்கி புரிதலோடு புன்னகைத்தான். அங்கிருந்து கிளம்பிய தளிரும் செழியனும், பூபதி அனுமதிக்கப்பட்டிருந்த மனநல மருத்துவமனையில்,

அவனுக்கு தேவையான வசதிகள் செய்யப்பட்டிருப்பதை மேற்பார்வையிட்டுவிட்டு மாலை வீடுதிரும்பினர்.

காலையிலிருந்து வெளியில் சுற்றியதால் உண்டான களைப்பில், வீட்டிற்குள் நுழைந்து இடும்பனின் தோளை அணைத்தபடி உறங்கிய தங்கள் மகனைப் பார்த்து புன்னகைத்தபடி, அனைவரிடமும் விபரங்களைக் கலந்துபேசிய செழியனும் தளிரும் இரவு உணவை முடித்துக்கொண்டு ஃபாதர் கிளம்ப, தங்கள் கட்டிற்குள் நுழைந்து குளித்து உடைமாற்றிவிட்டு படுக்கையில் சரிந்தனர். வெகுநேரம் எதுவும் பேசாமல் அன்றைய நிகழ்வுகளை மனதிற்குள் அசைபோட்டபடி ஒருவரையொருவர் அணைத்துகொண்டு படுத்திருக்க, சத்தமில்லாமல் குலுங்க சிரித்த தன் கணவனை ஏறிட்டு நோக்கிய தளிர், எம்பி அவன் மார்பில் முகம் வைத்து, கேள்வியாய் தன் ஒற்றை புருவத்தை உயர்த்தினாள். அதைக்கண்டு மேலும் சிரித்த செழியன்,

"உன் கட்டளையைக் கேட்ட கணம், செங்கோடனின் முகம் மாறியதை எண்ணினேன், கண்ணம்மா", என்று கூறி மேலும் சிரிக்க, விரிந்த புன்னகையுடன்,

"ரணதீரனைக் கொல்லவேண்டும் என்ற எண்ணம் அவருக்கில்லை, அருணன்", என்று கூறினாள்.

தன் மனைவியின் கணிப்பை எண்ணிக் களித்தவன்,

"உண்மைதான் கண்ணம்மா. ஆனால் ரணதீரனை அழிக்க வேண்டும் என்ற வெறி அவர் மனதில் இருந்துகொண்டே இருக்கிறது", என்றான்.

ஆமென்பதற்கு அறிகுறியாக தன் தலையை மேலும் கீழும் அசைத்த தளிர்,

"அவர் குந்தவி அம்மைக்கு அளித்த வாக்கினால், நம் குடும்பத்திற்கு நேர்ந்த இன்னல்களினால் அதற்கு தாம் ஏதும் செய்யமுடியவில்லையே என்ற இயலாமையினால் உருவாகியிருக்கும் வெறியே ஒழிய, அவர் மனதில் ரணதீரனை அழிக்கும் எண்ணம் இல்லை"

"மிகச் சரியான கணிப்பு கண்ணம்மா", என்று பாராட்டிய செழியன், "இத்தனை ஆண்டுகளில், ரணதீரனை அழிக்கும் ஒரு வாய்ப்புக்கூட செங்கோடனின் ஆட்களுக்கு கிடைக்கவில்லை என்பதே அதற்கான அத்தாட்சி. முதலில் உன் கட்டளையை நிறைவேற்றுவதற்காகச் செய்தாலும், விரைவில் தன்னைத் தானே புரிந்துகொள்வார்", என்று தன் மனைவியின் காது மடல்களை தன் இதழ்களால் உரசியபடி கூறினான். தன் கணவனின் செயலால் உடல் சிலிர்க்க, அவன் கண்களோடு தன் கண்களை கலந்தவள், மேலும் எம்பி, அவன் இதழ்களை தன் இதழ்களால் சிறையெடுத்தாள்.

எத்தனை நாட்கள், எத்தனை முறை இக்காதற் ஆட்டதில் ஈடுபட்டாலும், ஒவ்வொரு முறையும் தித்திப்பு குன்றாமலிருக்க, இருவரும் மூழ்கி திளைத்து, களைத்து கரையேறி மீள ஒலித்த தன் கைபேசியை குழப்பத்தோடு எடுத்த செழியன், கார்த்தியின் எண்ணைக் கண்டு உடனடியாக எடுத்து ஒலிபெருக்கியை இயக்கியபடி,
"சொல் கார்த்தி", என்றான்.

"செழியன், மஞ்சு, மஞ்சு", என்று கூறியவனின் பேச்சு குளற, ஒருவரையொருவர் பார்த்துக்கொண்ட செழியனும் தளிரும் புன்னகைக்க, "ஐந்தே நிமிடங்களில் அங்கேயிருப்போம், கார்த்தி", என்று கூறி அழைப்பைத் துண்டித்த செழியன், தளிரின் நெற்றியில் தன் இதழ்களை அழுந்த பதித்து முத்தமிட்டான்.

அடுத்த ஒருமணிநேரத்தில், பூக்குவியலாய் பட்டுப்போன்ற சிறு மெத்தையில் தன் மகனை அணைத்தபடி மஞ்சு அனுமதிக்கப்பட்டிருந்த அறையிலிருந்து வெளியே வந்த கார்த்தியை சூழ்ந்துகொண்ட நண்பர்கள், புதுவரவை கையிலேந்தியும் முத்தமிட்டும் வரவேற்றனர். மஞ்சுவிற்கு குறித்திருந்த நாளுக்கு இன்னும் நான்கு வாரங்கள் இருக்க, திடீரென வலியில் துடித்த தன் மனைவியைக் கண்ட கலவரத்தில் செழியனை அழைத்த கார்த்தி, அடுத்த பத்து நிமிடங்களில், அனைவரும் கார்களில் கிளம்பி மருத்துவமனையை அடைந்த இருபது நிமிடங்களில்

தன்னையும் மஞ்சுவையும் சரிக்குச் சரியாக கலந்தாற்போன்ற சாயலில் பிறந்துவிட்ட 'கார்முகிலன்'-ஐ தன் கைகளில் செவிலியர் ஒப்படைக்க, அரை மயக்கத்திலிருந்த தன் மனைவியின் நெற்றியில் முத்தமிட்டு குழந்தையை அனைவருக்கும் அறிமுகப்படுத்த வெளியில் வந்தான். தன் நண்பர்களின் மகிழ்ச்சியும், பெரியவர்களின் ஆசிகளும் நிரம்பப் பெற்ற தன் மகனின் நெற்றியில் முத்தமிட்டு நிமிர்ந்தவன், எதிரே தன் அன்னையும் தந்தையும் நிற்பதைக் கண்டு தன்னை மீறிய ஏதோ ஒன்று தன்னை இயக்க, முகத்தில் பெருமிதம் பொங்க தன் மகனை தன் அன்னையின் கைகளில் கொடுத்தான்.

அனைவரும் கார்முகிலனின் பெரிய கண்களில் சிக்குண்டிருக்க, சற்றே ஒதுக்கமாக நின்றிருந்த தன்னவனின் கண்களில் ஒருவித ஏக்கம் தொனிப்பதைக் கண்டு அவனை நெருங்கிய தளிர், அவன் கையோடு கைகோர்த்து எம்பி அவன் கன்னத்தில் தன் இதழ்களை பதித்து மீண்டாள். இருவரின் கண்களும் பனித்திருக்க, தங்கள் காதலின் ஆணிமுத்து பிறந்த சூழ்நிலையையும் எண்ணி ஒருவருக்கொருவர் அருகில் இல்லாமல் அடைந்த வலியையும் எண்ணிக் கலங்க, சுற்றுப்புறம் உணர்ந்து தங்கள் மனதை ஒருநிலைபடுத்தினர். தன் கண்களில் கோர்த்த நீர் கீழே வழியா வண்ணம், தன் கண்களை சிமிட்டிய தன் மனைவியின் நெற்றியில் முத்தமிட்டான், செழியன்.

இரண்டு வாரங்கள் கழித்து, பெரியவர்களின் பராமரிப்பினால் பொலிவுற்ற மஞ்சு, அறக்கட்டளையின் அறிக்கைகளைக் குறித்து கலந்தாலோசிக்கும் சாக்கில் ஐந்து நாட்களில் ஆறாம் முறையாக தன் குழந்தையைப் பார்க்க வந்த மைதிலியையும் முகிலனையும் கண்டு புன்னகைத்தவள், அவர்களிடமிருந்த கோப்புகளை கையில் வாங்கிக்கொள்ள துள்ளிக்குதித்துச் சென்று குழந்தையை அள்ளியெடுத்த மைதிலியைக் கண்டு கலகலவென சிரித்தான் முகிலன்.

மூன்று மாதங்கள் கழித்து, அனைவரும் தத்தம் வேலைகளில் மூழ்கியிருக்க, மல்லியையும், குறிஞ்சியையும் அழைத்துக்கொண்டு இடும்பன் ஊருக்கு கிளம்பி மூன்று நாட்கள் ஆகியிருக்க, மதிய உணவிற்கு பிறகு, தங்களறையில் ஆதியோடு விளையாடிக்கொண்டிந்த தளிர், அறையின் வாயிலில் நிழலாடுவதை உணர்ந்து நோக்க, தன் மனைவியின் அழகை தன் கண்களால் பருகியபடி நின்ற செழியனை வியப்புடன் நோக்கினாள்.

விரிந்த புன்னகையோடு அவளருகே வந்தமர்ந்த செழியன்,
"நாம் ஒரு இடத்திற்குச் செல்லவேண்டும், கண்ணம்மா", என்று கூறினான்.

அதைக்கேட்டு ஒரு கணம் தயங்கிய தளிர், எவ்வளவு முயன்றாலும் தன் ஆர்வத்தை கட்டுப்படுத்த முடியாமல் விழித்த செழியனை நோக்கி கலகலவென சிரித்தவள்,
"ஐயா ஏதோ ஆர்வத்துடன் இருப்பதுபோல் இருக்கின்றது?", என்று கேட்டாள்.

மேலும் விரிந்த புன்னகையுடன் ஆமென்று தலையசைத்த செழியன் ஏதும் கூறாமல் அமைதியாக இருக்க, தன் மகனை அள்ளியெடுத்த செழியனுடன் நடந்து முன்கட்டை அடைந்த தளிர், விரிந்த புன்னகையுடன் தங்களுக்காக காரோடு காத்திருந்த கரணையும் மகிழினியையும் பார்த்து புன்னகைத்தபடி காரில் ஏற, காரைச் செலுத்திய கரண், நகருக்கு வெளியே ஒரு படகுக் குழாமை அடைந்து காரை உரிய இடத்தில் பார்க் செய்தான். கரும்பச்சை நிறத்தில், சலனமற்று உறங்கிக்கொண்டிருந்த மிகப்பெரிய ஏரி, தங்கள் படகு செல்லுவதால் உறக்கம் கலைந்து புரண்டு படுக்கும் குழந்தைபோல் சிற்றலைகளை இருபுறமும் செலுத்திக்கொண்டிருப்பதைப் போன்று தோற்றம் அளிக்க, அதை ரசித்தபடி அமர்ந்திருந்த தளிர், ஆதி கலகலவென சிரிக்கும் ஒலி கேட்டு படகின் மறுகோடியை நோக்க அங்கே தங்கள் மகனுடன் விளையாடிக்கொண்டிருக்கும் தன்னவனைப் பார்த்து புன்னகைத்தபடி அமர்ந்திருந்தாள். மிகக் கொடூரமான முறையில் இருவரும் பிரிந்து எதிர்பாராத

விதமாக சந்தித்தபின், பிரிவின் ஏக்கத்தில் செழியன் தன்னிடம் முன்பைவிட பலமடங்கு அன்பை வெளிக்காட்ட அதைவிட ஆதியிடம் எப்பொழுதும் சற்றே குறைவாக இருப்பதாக உணர்ந்த தளிர், ஒரு நாள் அவனிடம் அதை பற்றிக் கேட்க, சற்றுநேரம் தன் மனைவியை உற்று நோக்கியவன்,

"கண்ணம்மா, நம் மகன் மேல் உயிரையே வைத்திருக்கிறேன், உலகில் உள்ள அனைத்தையும் அவன் அனுபவிக்க நல்ல நண்பனாக உடனிருப்பேன். தீமையின் நிழல்கூட படாமல் பார்த்துக்கொள்வேன் என்று சொல்லமாட்டேன், ஆனால் எந்த ஒரு சூழ்நிலையையும் தனியே அவன் அனுபவிக்கும்படி விடமாட்டேன்", என்று கூறி தானே மேலே தொடர்ந்து, "நீ எனக்கு கிடைத்த அரும்புதையல், கண்ணம்மா. ஊசி போடுவதற்குள் அந்த மருத்துவரை ஒரு வழி செய்துகொண்டிருந்த உன்னை முதன்முறை பார்த்த கணம்முதல், பல ஆண்டுகள் வறண்டிருந்த என் மனதில் புதிதாய் அன்பு ஊற்றெடுக்க தொடங்கியது, உன்னை இழந்துவிட்டேன் என்று தவித்த நாட்களின் வலி, ரணம் மீண்டும் உன்னைக் கண்ட நொடி மறைந்து, மனதில் மீண்டும் அன்பும் மகிழ்ச்சியும் பெருகின. உன்மேல் எனக்குள்ள அன்போடு எதையும் ஒப்பிடாதே", என்று கூறியவனின் கண்களில் நீர் கோர்த்திருக்க, அதை தன் இதழ்களால் ஒற்றியெடுத்ததை இப்பொழுது எண்ணிய தளிர், ஆதியும் செழியனும் தன்னை நோக்கி விரிந்த புன்னகையுடன் வருவதைக் கண்டாள்.

வெகுநேரம் படகில் செல்ல ஏரியைப் போலவே மனதிலும் அமைதி நிறைந்திருக்க, மறுகோடியின் கரையில் படகு ஒதுங்கியதைக் கண்டு குழப்பத்தோடு செழியனை நோக்க, அவன் கண்கள் ஆர்வத்தில் மிளிர தன் ஒற்றை புருவத்தை கேள்வியாய் உயர்த்தினாள். எதுவும் கூறாமல், விரிந்த புன்னகையுடன் தன் கையை நீட்டிய தன் கணவனெனும் குழந்தையைக் கண்டவள், அவன் உற்சாகம் தன்னையும் பற்றிக்கொள்ள, அவனுடன் நடக்க, படகுக் குழாமை ஒட்டியிருந்த பாதையில் திரும்ப, ஒரு ரிசார்ட்டின் உள்ளே இருப்பதை உணர்ந்த தளிர், தங்களை வரவேற்ற

குழுவினர் வழிகாட்ட, அவர்கள் அழைத்துச் சென்ற அறையில் ஒப்பனைக் கலைஞர்கள் காத்திருப்பதைக் கண்டு தன் கணவனை நோக்கி இன்பமாக புன்னகைத்தாள்.

ஒப்பனைக் கலைஞர்களின் கைவண்ணத்தில், மாதுளை முத்து நிற மேற்கத்திய ஆடையில் பொலிவுடன் தோன்றிய தன் மனைவியின் நெற்றியில் தன் இதழ்களை ஒற்றியெடுக்க, அவன் இதழ்களின் வெப்பத்தை உணர்ந்து செழியனை நோக்கியவள், தன் கணவனும் மகனும் ஒரு மாதிரியான அடர் பழுப்பு நிற கோட் - சூட் அணிந்திருப்பதைக் கண்டாள். ஆதியைக் கையில் ஏந்தி முத்தமிட்ட செழியனுடன் கைகோர்த்தபடி நடந்த தளிர் அலங்கரிக்கப்பட்ட புல்வெளியில் போடப்பட்டிருந்த நாற்காலிகளில் தன் பள்ளி, கல்லூரி மற்றும் அலுவலக நண்பர்கள், தன் ஒன்றுவிட்ட சகோதர சகோதரிகள், மாறன் குடும்பத்து இளம்வட்டங்கள் அமர்ந்திருப்பதைக் கண்டு திகைப்படைந்தவள், செழியனின் கன்னத்தில் இதழ்பதித்துவிட்டு அவர்களிடம் சென்றாள்.

உணவருந்தியபடி அனைவருடனும் உரையாடிய தளிர், ஆதியுடன் தன் அலுவலக நண்பர்கள் அமர்ந்திருந்த டேபிளை நெருங்க, குதித்தெழுந்து தன்னை அணைத்த ரம்யாவைக் கண்டு,

"எப்படி இருக்கிறீர்கள், ரம்யா?", என்று கேட்க,

"நாங்கள் எல்லோரும் நன்றாக இருக்கிறோம், தளிர். நீ புதுப்பிறவி எடுத்து வந்திருக்கிறாயே", என்று கூறியவளின் கண்களில் நீர் கோர்க்க, அதை முயன்று கட்டுப்படுத்திவிட்டு, ஆதியை கையில் எடுத்து அவனுடன் விளையாடத் தொடங்கினாள். விமலின் அருகே புன்னகையோடு அமர்ந்திருந்த அவன் மனைவி ரோகிணி, மெல்ல எழுந்து தளிரை அணைத்து,

"உங்களைப் பற்றியும், உங்கள் காதலைப் பற்றியும் இவர் அடிக்கடி கூறிக்கொண்டே இருப்பார். ஒருவிதத்தில் நீங்கள் எனக்கு மிகப்பெரிய இன்ஸ்பிரேஷன்", என்று கூறி கண்களைச் சிமிட்ட கலகலவென சிரித்த தளிர் அவர்களுடன் சற்றுநேரம் உரையாடிவிட்டு எழ,

"தளிர்", என்றழைத்த விமல் சற்று தயங்க, "சொல்லுங்கள் விமல்", என்றாள்.

"மீண்டும் நம் அலுவலகத்திற்கு வருவதைப் பற்றிய உன் கருத்து என்ன?", என்று ஏதோ சிந்தித்தபடி கேட்டான். அவன் குரலில் ஏதோ ஒன்று மனதிற்குள் உறுத்த, அவனைக் கூர்ந்து நோக்கிய தளிர், அடுத்த கணமே விரிந்த புன்னகையுடன்,

"நாளை வருகிறேன், விமல்", என்று கூறினாள். அதைக்கேட்டு, மகிழ்ந்த விமலின் முகத்தில் சிறு தயக்கம் விஞ்சியிருப்பதைக் கண்டவள்,

"என்ன ஆயிற்று, விமல்?", என்று கேட்க,

"செழியன் சர்ரிடம் கலந்தாலோசிக்க வேண்டுமல்லவா?", என்று தயக்கத்தோடு கேட்க,

"என்னிடம் எதைப் பற்றி கலந்தாலோசிக்க வேண்டும், விமல்?", என்று கேட்டபடி அருகே இருந்த நாற்காலியில் அமர்ந்த செழியன், தன்னிடம் பாய்ந்த தன் மகனை அள்ளி அணைத்து முத்தமிட்டபடி தளிரை நோக்கினான்.

"மீண்டும் அலுவலகத்திற்கு வரும்படி விமல் கேட்டார், நாளை வருவதாகக் கூறினேன்", என்றவள் மேலும் ஏதும் கூறும் முன், "வாழ்த்துக்கள் தளிர். இவ்வளவு சுருக்கமான நேர்காணலும் வேலைக்கான ஒப்புதலும் வரலாற்றில் எங்குமே பார்க்க முடியாது", என்று விளையாட்டாகக் கூறினாலும், அவன் குரலிலும், கண்களிலும் நிறைந்திருந்த பெருமிதத்தைக் கண்டவர்கள் புன்னகைக்க, நீண்ட ஆறுதல் மூச்சை இழுத்துவிட்ட விமல், மனதில் பெரும் பாரம் இறங்கியதைப் போன்று உணர்ந்தான்.

அடுத்த நாள், பெரியவர்கள் குழந்தைகளைப் பார்த்துக்கொள்ள, பரபரப்பாக தத்தம் அலுவலகங்களுக்கு கிளம்பிய இளவட்டங்களுடன் கிளம்பிய தளிர், வாயிலில் தனக்கென உரிய காருடன் கரணும் மகிழினியும் காத்திருக்க,

"குட் மார்னிங் கரண், மகிழினி", என்று உற்சாகமாகக் கூறியபடி காரில் ஏறினாள். அலுவலகத்தை அடைந்து உள்ளே நுழைந்த கணம், ஒருவித நிறைவு மனதிற்குள் பரவ, இத்தனை

நாட்கள் அலுவலகத்தை மனது தேடியிருப்பதை உணர்ந்து புன்னகையோடு விமலின் அறையை நோக்கி நடந்தவள், கதவை இருமுறை தட்டிவிட்டு காத்திருக்க, "கம் இன்", என்ற விமலின் குரலைக் கேட்டு உள்ளே நுழைந்தாள்.

நிறுவனத்தின் பெரு நிர்வாகிகள் அனைவரும் குழுமியிருக்க, உள்ளே நுழைந்த தன்னைக் கண்ட நொடி, அவர்களின் முகபாவனைகளைக் கண்டு எழுந்த சிரிப்பை முயன்று கட்டுப்படுத்திய தளிர், ரம்யாவின் அருகே இருந்த நாற்காலியில் அமர்ந்து, அங்கே நடந்துகொண்டிருந்த கலந்துரையாடலை கவனித்தாள். இரண்டு மணிநேரத்திற்கு பிறகு, அனைவரும் விடைபெற, இனம் புரியாத ஒளி கண்களில் தவழ தன் முன் அமர்ந்திருந்த தளிரை நோக்கிய விமல்,

"சொல் தளிர்", என்று கூறி தன் நெற்றியை அழுத்தி பிடித்தபடி நாற்காலியில் நன்கு சாய்ந்து அமர்ந்தான்.

இரண்டு ஆண்டுகளில் இல்லாத அளவு கடந்த காலாண்டில் ஏற்பட்ட இழப்பை சரிகட்டும் வேளையில், புதிதாக விற்பனைக்கு வரும் ஒரு நிறுவனம், தங்கள் நிறுவனத்தைவிட பெரியதாகவும், பல நாடுகளில் வர்த்தகத்திற்கான அங்கீகாரம் பெற்றதுமாக இருக்க, அதை வாங்க வேண்டுமென்ற எண்ணம் விமலின் மனதில் நிறைந்திருக்க, தற்சமயம் இருக்கும் இழப்பை வைத்துக்கொண்டு புதிய, அதுவும் இந்த அளவு பெரிய முதலீடுகளில் ஈடுபட வேண்டாமென்று மூத்த நிர்வாகிகள் எண்ணுகின்றனர். தான் கவனித்த கலந்துரையாடலின் சாரத்தை சுருக்கமாகக் கூறிய தளிர்,

"இரண்டு குறிப்புகளை நாம் கனகச்சிதமாக ஆராய வேண்டும். ஒன்று, புதிய நிறுவனத்தின் பொதுவில் தெரியாத நிறைகுறைகளை நாம் ஆராய்ந்து, அக்குறைகளை நமக்கு சாதகமாக்க முயல வேண்டும். இரண்டு, கடந்த காலாண்டின் இழப்பிற்கான அடிப்படை காரணங்களைக் கண்டறிந்து உரிய நடவடிக்கை எடுக்க வேண்டும்", என்றவள், அதற்கான வேலைகளில் உடனடியாக இறங்க, தளிருடன் பணியாற்ற ஒரு டீமை உருவாக்கினாள் ரம்யா.

இரண்டு மாதங்களில், தளிரின் தீவிர ஆராய்ச்சியின் விளைவுகளால் தன் நிறுவனத்தின் இழப்பிற்கு காரணமான இரண்டு நிர்வாகிகளின் மேல் சட்டபடி நடவடிக்கைகளை எடுத்த விமல், அந்த பெரிய நிறுவனத்தின் மிகப்பெரிய பலவீனத்தை ரோஸி மற்றும் கார்த்தியின் உதவியோடு கண்டறிந்து, அதன்மூலம் முன்பு கணித்த தொகையின் மூன்றின் ஒரு பங்கு தொகைக்கு நிறுவனம் தன் கைக்கு மாறுவதற்கு பின்னணியில் உதவிய செழியனுக்கு நன்றி தெரிவித்த விமல், தளிரை தன் நிறுவனத்தின் தலைமை வர்த்தக அதிகாரியாக பதவி உயர்த்தினான்.

தளிரை மீண்டும் சந்தித்து ஆறு மாதங்கள் கடந்த நிலையில், காலைக் கதிரவனின் கீற்றுகள் தன்னைத் தழுவ விழித்த செழியன், தன்னைக் கொடிபோல் சுற்றியிருந்த தன் மனைவியின் கைகளை வருடியபடி படுத்திருந்தான். சற்றுநேரத்தில் தங்கள் அறையின் வாயிலில் அரவம் கேட்க சற்றே திரும்பியவன், தன் மகன் ஒருவித துள்ளலோடு நின்றிருப்பதைக் கண்டு, குறும்பு மிளிர, தன் கண்களை இறுக மூடிக்கொண்டான். சற்றுநேரம் வாயிலில் நின்ற ஆதி, தன் பெற்றோரிடம் அரவமில்லாமல் போக, தன் புருவங்களைச் சுருக்கியபடி, மெல்ல நடந்து கட்டிலில் ஏறி, தளிரின் மீது அமர்ந்து,

"அம்மா...", என்று எழுப்பினான். உறக்கம் சற்றே கலைந்த தளிர், "அம்மாக்கு தூக்கம் வருது, கண்ணா.. அப்பாவை எழுப்பு", என்று கூற, மெல்ல தன் மேல் ஊர்ந்து ஏறிய தன் மகனை அள்ளி அணைக்க வேண்டுமென்ற ஆவலைக் கட்டுப்படுத்தியபடி படுத்திருந்த செழியன், ஆதி தன்னை எழுப்பியதும்,

"அப்பாக்கு தூக்கம் வருதுடா", என்று போலி தூக்கத்தில் கரகரத்த குரலில் கூற, சற்றுநேரம் அமைதியாக இருந்த ஆதி, என்ன செய்கிறான் என்று பார்க்க தன் கண்களை மெல்லத் திறந்த செழியன், தன் மகன் பலம் கொண்டமட்டும் ஓங்கி தன் கன்னத்தில் குத்த, கலகலவென சிரித்தபடி எழுந்து அவனை வாரியணைத்த தன் மனைவியைக் கண்டு பொய்கோபத்துடன்,

"இது அநியாயம், நீ உறங்க வேண்டுமென்றால் ஒன்றுமில்லை, நான் உறங்க வேண்டுமென்றால், குத்து விடுகிறானா பொடியன்", என்று குமுறியவன், "இதற்கு தான், எனக்கு சார்பாக இருக்க எனக்கொரு மகள் வேண்டுமென்பது", என்று அங்கலாய்த்தபடி நீட்டிக் கூற, தன் கணவனின் முகபாவத்தைக் கண்டு கலகலவென சிரித்தபடி அவன் கன்னத்தில் இதழ்பதித்த தளிர், மீளும் முன்,

"வரும் வரும்", என்று முணுமுணுக்க, தன்னிச்சையாக புன்னகைத்தவன், அவள் கூறியதன் பொருள் உணர்ந்து கல்லாய் சமைந்தான்.

94

தன்னவள் மீண்டும் கருவுற்றிருப்பதை உணர்ந்த செழியன் மனது மகிழ்ச்சியில் துள்ளிக் குதித்தாலும், இனம் புரியாத ஒருவித பயம் மனமெங்கும் பரவ மலைத்து அமர்ந்திருந்தவனை உற்று நோக்கிய ஆதி, தன் ஒற்றை புருவத்தை உயர்த்தியபடி, "அப்பா", என்றழைக்க, இதுவரை இல்லாத வண்ணம் புதுவித உணர்ச்சி உடல் முழுவதும் பரவி, சிலிர்க்கச் செய்ய, அவனை வாரியணைத்து முத்தமிட்ட தன் கணவனின் கண்களில் திரையிட்ட நீர் கீழே வழியும் முன் தன் இதழ்களால் அவற்றை ஒற்றியெடுத்த தளிர், தானும் தன் கணவனின் அணைப்பிற்குள் தஞ்சம் புகுந்தாள். தங்கள் குடும்பம் என்ற நிறைவுடன் அவ்வண்ணமே சற்றுநேரம் மூவரும் அமர்ந்திருக்க, ஆதியின் வயிறு பசியில் குறுகுறுக்க, கலகலவென சிரித்தபடி அவனை கைகளில் எடுத்தபடி கட்டிலிலிருந்து இறங்கினாள், தளிர்.

சிறிதுநேரம் கழித்து ஆதிக்கு உணவு ஊட்டுவதற்காக அவனுடன் விருந்தினர் கட்டின் உணவருந்தும் அறைக்கு தளிர் செல்ல, அவள் செல்வதை பார்த்தபடி நடுக்கூடத்திற்குள் நுழைந்த செழியன் மனதில் இரண்டு குழந்தைகளுடன் தன் மனைவி வலம் வரும் காட்சி மனதில் எழ, தன்னிச்சையாக விரிந்த புன்னகையுடன் அருகில் அமர்ந்த தன் நண்பனை ஒரு கணம் கூர்ந்து நோக்கிய கார்த்தியும் சுரேஷும் ஒருவரையொருவர் பார்த்துக்கொண்டு,

"வாழ்த்துக்கள் நண்பா", என்று புன்னகைத்தபடி ஒருங்கே கூற திடுக்கிட்டு தங்களை நோக்கிய செழியனின் முகத்திலிருந்த உணர்ச்சியைப் பார்த்த இருவரும் கலகலவென சிரிக்க, இளந்தளிரையும் கார்முகிலனையும் இரு கைகளிலும் ஏந்தியபடி வந்த ஃப்ரான்ஸிஸ் மூவரையும் ஒரு கணம் தன் பார்வையால் அளந்தவன், செழியனின் அருகே குனிந்து,

"வாழ்த்துக்கள் செழியன்", என்று கூறிவிட்டு குழந்தைகளுடன் ஒற்றை சோபாவில் அமர்ந்தான்.

குழந்தைகள் அனைவரும் ஃப்ரான்ஸிஸுடன் எப்பொழுதும் சற்று அதிக உரிமையுடன் பழகுவதை உணர்ந்திருந்த தந்தைமார்கள், புன்னகையோடு தத்தம் குழந்தைகளை எடுத்து மடியில் கொஞ்ச தன் நண்பர்களை திகைப்புடன் பார்த்த செழியன்,

"எப்படி கண்டுபிடித்தீர்கள், மச்சான்?", என்று சுரேஷை நோக்கி அப்பாவியாக கேட்டான்.

"எல்லாம் அனுபவம் தான், நண்பா", என்று கூறிய கார்த்தி, சுரேஷை நோக்க செழியனின் அருகே குனிந்த சுரேஷ், தன் குரலை தளர்த்தியபடி, "ஆதி பிறந்தபோது இருந்த சூழ்நிலைகள் வேறு, மச்சான், இந்த இன்பமான உணர்வு உனக்கு கிடைக்காமலே போய்விடுமோ என்று நாங்கள் ஏங்கிய நாட்கள் ஏராளம்", என்று கூறினான்.

"எனக்கு பயமாக இருக்கிறது", என்று குரல் சிறு நடுக்கத்துடன் கூறிய செழியனை தமையனைப்போன்ற உணர்வுடன் பார்த்த ஃப்ரான்ஸிஸ், "பயம் இருப்பது இயல்புதான், செழியன், தளிரை கண்ணுக்குள் வைத்து

பார்த்துக்கொள். எல்லாம் இயல்பாக நடக்கும்", என்று கூறினான்.

வழக்கமாக நால்வரும் இணைந்திருந்து, அங்கே குழந்தைகள் இருந்தால் ஒருவித கலகலப்பும் களேபரமுமாக இருப்பதை அறிந்திருந்த மகளிர், தங்கள் கணவன்மார்கள் மெல்லிய குரலில் ஏதோ தீவிரமாகப் பேசிக்கொண்டிருப்பதைக் கண்டு குழப்பத்தோடு ஒருவரையொருவர் பார்த்தபடி உள்ளே நுழைய, கையில் ஆதியுடன் வந்த தளிர், தன் கணவனின் கண்களில் படர்ந்திருந்த கலவரம், அவன் அழகுக்கு அழகு சேர்ப்பதை உணர்ந்து, இன்பமான புன்னகையை உதிர்க்க, ஆதியுடன் தன் மழலையில் ஏதோ பேசியபடி தன் கைகளிலிருந்து கீழே இறங்க முயன்ற ஃப்ரான்க்ளினை பிடித்த ரோஸி, தளிரின் முகத்திலிருந்த ஏதோ ஒன்று உறுத்த,

"தளிர்....", என்றழைக்க, ரோஸியின் குரலைக் கேட்டு தன்னை நோக்கிய நிலாவும், மஞ்சுவும் குழப்பத்தோடு விழிக்க, அதற்குமேல் தன்னை கட்டுப்படுத்த முடியாமல் கலகலவென சிரித்த தளிரை அணைத்த நிலா,

"நன்றி தளிர்", என்று கண்கள் பனிக்கக் கூறினாள்.

அனைவர் முகங்களிலும் இன்பமான புன்னகை தவழ்வதைக் கண்ட பெரியவர்கள் விபரமறிந்த உடன், தளிரை சூழ்ந்துகொள்ள, நடுக்கூடம் விழாக் கோலம் பூண்டது. தன் மகள் தாய்மை அடைந்தபோது உடனிருந்து பார்த்துக்கொள்ள முடியாமல் போனதை எண்ணி கலங்கியிருந்த ஆனந்தியும், தன் குலமகளின் நலனைப் பேணி, அவளுக்கு வளைகாப்பு விழா நடத்த முடியாமல் போனதை எண்ணி குமுறிய கார்குழலியும் உடனடியாக தளிரைக் கவனிக்கும் பணியில் இறங்கினர். இருவரின் வேகத்தைப் பார்த்து ஒருகணம் பதறிய தளிர், தன் கணவனை நோக்க, அவளை தோளோடு அணைத்த செழியன்,

"என் கவனிப்பையும் சேர்த்துக்கொள், கண்ணம்மா", என்று மெல்லிய குரலில் கூறி கண்களைச் சிமிட்டினான்.

உடனடியாக பெரும் விருந்திற்கான வேலைகளில் இறங்கிய கார்குழலி, தன் வேலைக்கு இடைஞ்சலாக இருக்காமல், எங்காவது சென்றுவரும்படி இளவட்டங்களைப் பணித்தார். திடீரென வீட்டிலிருந்து வெளியேற்றப்பட்ட நண்பர்கள் அனைவரும், வெளியில் செல்வதற்கான பாதுகாப்பு ஏற்பாடுகள் செய்வது கடினமாதலால், தங்கள் குழந்தைகளுடன் தோட்டத்திலிருக்கும் செயற்கை குளத்திற்கருகே செல்லலாம் என்று முடிவெடுத்தனர். முன் கூடத்தைக் கடப்பதற்குள், தன்னை பார்த்து வாழ்த்துக் கூற வந்த பணிமக்களையும், அவர்கள் குடும்பத்தினரையும் கண்ட தளிர், திடீரென அனைவரின் கவனமும் தன்புறம் இருப்பதை எண்ணி சற்றே நாணத்துடன் செழியனுடன் நடந்தாள். தோட்டத்தை அடைந்து ஆங்காங்கே அமர்ந்து பொழுதைக் கழிக்க, அவ்வப்பொழுது பணிமக்கள் வந்து பழங்கள், பழச்சாறுகள், தின்பண்டங்கள் அளித்துச் செல்ல இளைப்பாறியவர்கள், ஏறத்தாழ இரண்டு மணிநேரங்கள் கழித்து கார்குழலி அழைக்க வீட்டிற்குச் சென்றனர்.

விருந்தினர் கட்டை அடைந்தவேளை, பலவித பேச்சுக்குரல்கள் கேட்க குழப்பத்தோடு உள்ளே நுழைந்தவர்கள், அங்கே மகேந்திரவர்மனும் குலசேகரனும் தங்கள் மனைவிமாருடன் ஒருபுறம் அமர்ந்திருக்க, பூங்கொடியும் அவர் கணவரும் மறுபுறம் அமர்ந்திருப்பதைக் கண்டனர். அனைவரும் தளிருக்கும் செழியனுக்கும் ஆசிகள் வழங்கி, கலகலப்பாக பேசியபடி உணவருந்திவிட்டு, குழந்தைகளுடன் விளையாடி பொழுதைக் கழித்தனர். மாலை, தளிரின் அத்தை சாந்தி, குணசீலி பாட்டியுடன் வந்து தளிரைச் சூழ்ந்துகொள்ள தன் மனைவியின் அருகாமைக்காக ஏங்கிய செழியன், இரவு உணவருந்தியதும், காலைமுதல் விளையாடிய குழந்தைகள் அனைவரும் உறங்கிவிட, தன் உறக்கத்தை கட்டுப்படுத்தியபடி, பூங்கொடியின் மடியிலமர்ந்து ஏதோ கதைகள் பேசிக்கொண்டிருந்த தன் மகனை உறங்கச்செய்ய எண்ணி, அவனை தன் கைகளில் எடுத்தான். திடீரென உயரே தூக்கப்பட்டதால், தன் ஒற்றை புருவத்தை உயர்த்தி நோக்கிய ஆதி, தன் தந்தையின்

முகத்தைக் கண்டு நிறைவான புன்னகையுடன் கழுத்தை கட்டிக்கொண்டு உறங்க, அவனை அணைத்தபடி தங்கள் கட்டிற்குச் சென்றான்.

ஆதியை படுக்கச்செய்து, அவனருகே படுத்திருந்த செழியன் மனதில் பலவித உணர்வுகள் கரைபுரள, ஏதேதோ எண்ணிக்கொண்டு இலக்கற்று வெறித்தபடி படுத்திருந்தான். வெகுநேரம் கழித்து, ஏதோ ஒன்று உறுத்த அறையின் வாயிலை நோக்கியவன், அங்கே வானிலிருந்து இறங்கிய தேவதையைப் போன்று நின்ற தன் மனைவியின் அழகு தாக்க, அவள் பார்வையில் கட்டுண்டு எழுந்து அவளை நெருங்கினான். தன்னை நெருங்கும் தன் கணவனின் கருவிழிகள் கறுத்து அடர்ந்திருப்பதைக் கண்ட தளிர், இரு கைகளையும் அவன் கழுத்தை வளைத்து அவன் இதழ்களைத் தன் இதழ்களால் சிறையெடுத்தாள். தன் மனைவியின் முத்தத்தில் கரைந்த செழியன், அவளை கையில் ஏந்தியபடி, தங்கள் அறைக்குள் நுழைந்தவேளை மூச்சுவாங்கியபடி இருவரும் விலக, தளிரை படுக்கையில் கிடத்தினான். சற்றுநேரம் அவள் அடிவயிறை கடவுளை பார்க்கும் பக்தன்போல் பார்த்தவன், அருகே அமர்ந்து, தன் கைகளால் மிக மென்மையாக வருடியபடி, குனிந்து முத்தமிட்டு மீண்டான். எதுவும் கூறாமல் அருகே படுத்த கணவனைக் கூர்ந்து நோக்கிய தளிர், அவன் உடல் லேசாக நடுங்குவதை உணர்ந்து அவன் புறம் திரும்பி படுத்து அவன் நெற்றியில் அழுந்த முத்தமிட்டாள். சற்றே நடுக்கம் குறைந்தாலும், தன்னை நோக்கிய தன்னவனின் விழிகளில் காதலும் கலவரமும் போட்டிபோடுவதைக் கண்டவள், புரிதலோடு புன்னகைத்தபடி அவன் மார்பில் முகம் புதைத்து முத்தமிட்டாள்.

மனதில் காதலுக்கும் கலவரத்துக்கும் நடந்த போராட்டத்தில் காதலே வென்றாலும், மனதில் நீங்காமலிருந்த கலவரத்தை தணிக்கும் வகையில், மிக மென்மையாக இழைந்தான் செழியன். எப்பொழுதுமிருக்கும் வேகம் அறவே அழிந்து, நிதானமும், கவனமும் நிறைந்திருக்க காதலாட்டத்தில் இணைந்தாடிய இருவரும்,

புதுவித மகிழ்ச்சியில் திளைத்து, களைப்பில் கண்ணயர்ந்தனர்.

அல்லும் பகலும் தன் கணவன், அன்னை, அத்தை, நண்பர்கள் என புடைசூழ்ந்து தன்னை கவனித்துக்கொள்ள, நாளுக்கு நாள் மெருகேறிய தளிர், இரண்டு வாரங்கள் கழித்து ஒரு நாள் காலை, தன்னை கவனித்துக்கொள்ள வந்திருந்த மல்லி அரைத்து கொடுத்திருந்த மருந்தை மிக முயன்றபடி அருந்தியவள், பலகோணங்களில் சென்ற தன் முகத்தை, ஆர்வத்துடன் ரசித்துப் பார்த்தபடி புன்னகைத்த தன் கணவனின் அருகே சென்று அவன் சிகையைத் தன் விரல்களால் அளைந்தபடி,

"ஏதோ உலக அழகியைப் பார்த்த கல்லூரிச் சிறுவன்போல் விழிப்பதைப் பார்", என்று சீண்ட,

"உலக அழகிகள் படையெடுத்து வந்தாலும், என் மனைவியின் கண்ணசைவிற்கு ஈடாகமாட்டார்கள்", என்று தன் டீ-சர்ட் காலரை உயர்த்திவிட்டவனைக் கண்டு கலகலவென சிரித்தபடி அவன் நெற்றியில் முத்தமிட்டு தன் அலுவலகத்திற்குச் சென்றாள்.

ஒவ்வொரு நொடியும் இன்பமாய்க் கழிந்து நாட்கள் உருண்டோட, நண்பர்களுடன் குடும்பமாக இணைந்திருக்க கட்டப்பட்ட இல்லத்தின் கட்டுமான பணிகள் இனிதே நிறைவுற, இறுதிகட்ட சில பணிகளை முடித்து, அனைத்து இல்லங்களுக்கும் உரிய சாவிகளையும், தானியங்கி அமைப்புகளுக்குரிய சிறு இயந்திரங்களையும் செழியன் கையில் ஒப்படைத்த தளிரின் ஒன்றுவிட்ட தமையனும், இந்த கட்டுமான பணியின் பொறியாளருமான இளங்கோ, புன்னகையோடு தன்னிடமிருந்து வாங்கிய சாவியை தன் மனைவியிடம் கொடுத்துவிட்டு, அவள் கொடுத்த ஒரு தாம்பூலத்தை தன்னிடம் அளித்ததை தன்னிச்சையாக வாங்கியவன், திகைத்து நின்றான். தாம்பூலத்தில், வெற்றிலை பாக்கு, பழங்கள், புத்தாடைகள் இருப்பது இயல்பென்றாலும், அவற்றுடன் பொன்னாலான கைசங்கிலி, சங்கிலி, மோதிரம் அதற்கருகில், கத்தையான இரண்டு கட்டுகள் பணமும், ஒரு கார் சாவியும் இருப்பதைக் கண்டு

மெய்மறந்து நின்ற இளங்கோவைப் பார்த்து புன்னகைத்த செழியன்,

"இவ்வளவு கலைநயமான இல்லத்தை வடிவமைத்து, நிறுவியதற்கு நன்றி, மச்சான்", என்று உறவுமுறை வைத்து கூற,

"அத்தான்", என்று அழைத்து, ஏதும் கூற இயலாமல் தளிரைப் பார்த்து தலையசைத்து விடைபெற்று சென்றான்.

ஆதியின் இரண்டாம் பிறந்தநாளும், இளந்தளிரின் முதலாம் பிறந்தநாளும் அடுத்த வாரம் வருவதையொட்டி, அதை புதுமனையில் கொண்டாட விரும்பிய தளிரும் நிலாவும், ரோஸி மற்றும் மஞ்சுவுடன் இணைந்து புதுமனை புகுவிழாவிற்கான ஏற்பாடுகளில் முனைந்தனர். தளிரை எந்த வேலைகளிலும் ஈடுபடவிடாமல் பார்த்துக்கொண்ட தோழியர், அவள் மனமறிந்து அனைத்து அலங்காரங்களையும் நேர்த்தியாகச் செய்விக்க, விளக்கொளியில் மிளிர்ந்த இல்லத்தைப் பார்த்து பெருமிதம் பொங்க தன் கணவனின் மார்பில் தலை சாய்த்தாள். அதிகாலையிலேயே எழுந்து பரபரப்பாக வலம் வந்த மகளிருக்கு இடைஞ்சலாக இருக்காமல், தங்கள் குழந்தைகளுடன் தோட்டத்திற்குள் ஒளிந்துகொண்ட கணவன்மார்கள், தாங்கள் உள்ளே வரலாமென்ற குறிப்பை உணர்ந்து, வீட்டிற்குச் சென்று குளித்து, புத்தாடைகள் அணிந்து கிளம்பி புது வீட்டை அடைந்து உள்ளே நுழைந்தவர்கள், பட்டுச்சேலை சரசரக்க, மெல்லிய பொன்னகைகள் மிளிர, கூந்தலில் கோர்க்கப்பட்ட மல்லிகை அரும்புகளுடன் வலம் வந்த தங்கள் மனைவிமார்களைக் கண்டு வாயிலில் சொக்கி நின்றனர். வெகுநேரம் வேரூன்றி நின்றவர்கள், தங்களுக்கு வெகு அருகில் யாரோ இருவர் வேண்டுமென்றே தங்கள் தொண்டையை செரும, கண்களை மனைவியிடமிருந்து விலக்க விரும்பாமல் சலிப்புடன் திரும்ப, அங்கே ஃபாதர் மைக்கேலுடன், நின்றிருந்த மணிமாறனையும், குமரேசனையும் கண்டு பரபரப்புடன் உள்ளே நுழைந்து ஆளுக்கொரு வேலையில் மூழ்கினர்.

நான்கு இல்லங்களையும் உட்புறமாக இணைக்கும் கூடத்தில், விளையாட்டு அறை, உணவருந்தும் அறை, இளைப்பாறும் அறை உள்ளிட்ட பல உள்ளறைகள் இருக்க, முதன்மையான கூடத்தில் பால் காய்ச்சுவதற்கு ஏற்பாடுகள் செய்திருந்த ரோஸி, முன்னின்று நடத்த, மகளிர் நால்வரும் இணைந்து ஆளுக்கொரு பணிகளைச் செய்ய, பால் பொங்கியதும் மகிழ்ச்சியுடன் அனைவருக்கும் பகிர்ந்தனர். மாறன் குரூப்ஸ் மற்றும் தளிரின் குடும்பத்து பெரியவர்களும், நகரிலிருந்த இளவட்டங்களுமே கலந்துகொண்டாலும், பணிமக்கள் அனைவருக்கும் சேர்த்து, ஏறத்தாழ முந்நூறு பேர் கலந்துகொண்ட விழா ஆயினும் அப்பெரிய மாளிகையில், சிறு குழு போலவே தோன்றியது. மைதிலியும் முகிலனும் குழந்தைகளைப் பார்த்துக்கொள்ள, பெரியவர்களுக்கு வீடுகளை சுற்றிக்காண்பித்தனர் செழியனும் அவன் நண்பர்களும்.

வெளிர் நிற சுவர்களில், சங்க கால காதல், அரசவை மற்றும் போர்க்காட்சி அழகாக செதுக்கப்பட்டு நேர்த்தியாக வண்ணம் பூசப்பட்டிருக்க, நாசியை துளைக்காதவாறு மெல்லிய மணம்வீசும் மரப் படிக்கட்டுகள், சாளரங்கள், தூண்கள், அறைகளிலும் விரிந்த நிலா முற்றங்களிலும் உள்ள அறைகலன்கள் என பழமையும், அனைத்து அறைகளிலும், மாடங்களிலும் தானியங்கி விளக்குகள், குளிரூட்டும் கருவிகளும், தானியங்கி கதவுகள் என புது தொழில் நுட்பங்களும் ஒன்றுக்கொன்று விஞ்சாமல் இதமான கலவையாக இருக்க, இந்த புதினத்தை ரசித்து வியந்த அனைவரும் பெருமையாகப் பேசியபடி உணவருந்தச் சென்றனர். உணவு பரிமாறுவதை மேற்பார்வையிட்ட தளிர், சற்று இளைப்பாற எண்ணி ஒரு அறைக்குள் நுழைய எத்தனித்தவள், அங்கே மறுகோடியில் தீவிரமான வாக்கு வாதத்திலிருந்த தன் தங்கை சித்திரக்கொடியையும், கவின்மாறனையும் கண்டு, சற்றே நிதானிக்க, தன்னை நெருங்கி ஏதோ சொல்ல வந்த கவின்மாறனை எரித்துவிடுவதுபோல் நோக்கிவிட்டு மறுகோடியிலிருந்த வாயிலின் வழியே சென்ற சித்திரக்கொடியை நீர் பெருகிய விழிகளால் பார்த்த கவின்மாறன், அவள் பின்னே செல்வதா

வேண்டாமா என்று சிந்தித்தவன், தன் தலையை இடம்வலமாக அசைத்துவிட்டு, தன் கண்களை துடைத்தபடி வேறுபுறம் சென்றதைக் கண்டு திகைப்புடன் நின்றாள்.

தொலைவிலிருந்தே தன் மனைவியின் அழகை ரசித்தபடி பின்தொடர்ந்த செழியன், அவள் அறை வாயிலில் வேரூன்றி நின்றதைக் கண்டு குழப்பத்தோடு நெருங்க, உள்ளே நடந்தவற்றைக் கண்டு இளமுறுவலுடன் தன் மனைவியை தோளோடு அணைத்தான். எதிர்பாராத தீண்டலில் திடுக்கிட்ட தளிர், தன்னவன் நிற்பதைக் கண்டு புன்னகையுடன் ஏதோ கூறத் தொடங்க,

"பார்த்தேன் கண்ணம்மா, என்னவென்று கண்டுபிடிப்போம். ஆனால், அவர்களாக நம்மிடம் வரும்வரை நாமாக தலையிடுவது நன்றாக இருக்காதல்லவா?", என்று கேட்க, ஆமென்று தலையசைத்த தளிரை, அங்கிருந்த சோபாவில் அமரச்செய்து, அவள் பாதங்களை தன் மடியில் வைத்து அழுத்திக்கொடுத்தான்.

இரண்டு நாட்களில் ஆதிக்கும், இளந்தளிருக்கும் பிறந்த நாளாகையால், விருந்தினர் அனைவரும் செழியனின் வீட்டில் தங்குவதற்கு ஏற்பாடுகள் செய்யப்பட்டிருக்க, நண்பர்கள் நால்வரும் தங்கள் குடும்பத்துடன் புது இல்லத்தில் தங்கினர். மறுநாள் சற்றே தாமதமாக எழுந்த நண்பர்கள், தங்கள் இல்லத்திலிருந்த நீச்சல் குளங்களிலும், விளையாட்டு அறைகளிலும் பொழுதுபோக்க, மாலை மறுநாளைக்கான விழாவிற்கான அலங்காரங்களில் முனைந்தனர். இரவேறி வெகுநேரம்வரை சென்ற வேலைகளை முடித்து அவரவர் இல்லங்களில் முடங்கிய நண்பர்கள், மறுநாள் காலை கதிரவனுக்கு முன்பே எழுந்து கிளம்பி விருந்தினரை வரவேற்று உபசரிக்க முன் கூடத்திற்குச் சென்றனர்.

இளவரசன் இளவரசி போன்ற ஒப்பனையோடு பார்ப்பவர் கண்படும் விதம், கைகோர்த்தபடி வலம் வந்த ஆதிரையனும் இளந்தளிரும் பெரிய கேக்கை அழகாக வெட்டி ஒருவருக்கொருவர் ஊட்ட, அவர்கள் அருகே செழியன், லேசாக மேடிட்ட வயிறுடன் நின்ற தன் மனைவியைத்

தோளோடு அணைத்தபடி நின்றான். அனைவரும் கேக் அருந்தி, குழந்தைகளுக்கு பரிசுகள் அளித்துவிட்டு விருந்து முடிந்து கிளம்ப, பரிசுப்பொருட்களை பிரித்து விளையாடிய குழந்தைகளைப் பார்த்தபடி நண்பர்களும் பெரியவர்களும் அமர்ந்திருக்க, தன்னை நோக்கி தலையசைத்த செழியனைப் பார்த்து புன்னகைத்த சுரேஷ், செங்கோடனை நோக்கி,

"ஐயா, கரணுக்கு மகிழினியை மணமுடித்துக் கொடுக்கும்படி கரண் சார்பில் நான் கேட்கிறேன், உங்களுக்கு சம்மதமென்றால், மேலே பேசலாம்", என்று கூறினான்.

திடுக்கிட்டு விழித்த கரணும் மகிழினியும் எதிர்பார்ப்போடு செங்கோடனை நோக்க, கைகோர்த்தபடி அமர்ந்திருந்த இருவரையும் நோக்கிவிட்டு, சுரேஷிடம்,

"சம்மதமில்லாமல் இது நடக்க வாய்ப்பில்லை", என்று இதழ்களில் சிறு புன்னகை தவழக் கூறினார். வெடுக்கென்று தன் கையை எடுத்த கரணை நோக்கி, இடி இடியென சிரித்தவர்,

"மேலே பேசுவதற்கு என்ன இருக்கிறது. வளவ பொங்கலில் மணமுடித்து விடலாம்", என்று கூறினார்.

அவர் கூறியது புரியாமல் விழித்த தளிரை நோக்கி,

"ஆண்டுதோறும் ஆடி முழுநிலவன்று நம் குல தெய்வக் கோவிலில் நடக்கும் திருவிழா, கண்ணம்மா. பெரும்பாலும், திருமணங்கள், காதுகுத்துதல் போன்றவை நடைபெறும்", என கூறக்கேட்டு மிளிர்ந்த கண்களோடு தன்னை நோக்கிய தன்னவளின் மனதைப் புரிந்துகொண்டு, "ஆதிக்கும் அப்பொழுதுதான்", என்று கூறினான். , புரிந்ததற்கு அறிகுறியாக தலையசைத்த தளிரின் தலையில் முத்தமிட்ட செழியனை நோக்கிய சுரேஷ், புன்னகையோடு செங்கோடனைப் பார்த்து,

"நன்றி ஐயா", என்றவன், "அப்பா", என்றழைக்க அவனை நோக்கிய குமரேசனிடம் "நம் கொடிக்கு ஒரு நல்ல வரன் வந்திருக்கிறது, அப்பா. நம் நிறுவனத்தின் மலேசிய கிளையில் இணை நிர்வாக இயக்குநராக இருக்கிறார். எங்கள் கணிப்பு சரியென்றால், இன்னும் இரண்டு ஆண்டுகளில் நிர்வாக இயக்குநர் பதவியைப் பிடித்துவிடுவது உறுதி,

அவ்வளவு துடிப்பான இளைஞன். பெற்றோர் இல்லையேயொழிய, தன் அக்காவின் குடும்பத்தினரால் வளர்க்கப்பட்டதால், உறவுகளின் முக்கியத்துவம் உணர்ந்தவர்", என்று கூறியவன், ஆனந்தியை நோக்கி, "உங்களுக்கு விருப்பமிருந்தால், அவர் விபரங்களை அனுப்பும்படி கூறுகிறேன்", என்று கூற, ஒருவரையொருவர் பார்த்துக் கொண்ட குமரேசன் தம்பதியினர்,

"நீ இவ்வளவு கூறியபின் எங்களுக்கு என்ன, சுரேஷ். உன் தங்கையின் திருமணம். நீ நம்பிக்கையாக இருக்கும்போது எங்களுக்கும் விருப்பம்தான்", என்று குமரேசன் கூறினார்.

"என் விருப்பம் தேவையில்லையா", என்று முணுமுணுத்த சித்திரக்கொடியை நோக்கிய சுரேஷ்,

"என்ன கொடி?", என்று கேட்க,

"ஒன்றுமில்லை, அண்ணா. பெரியவர்கள் விருப்பப்படி செய்யுங்கள்", என்று கூறினாள். அதைக்கேட்டுத் திடுக்கிட்டு விழித்த கவின்மாறனின் ஒற்றை பார்வை, உள்ள கதை அனைத்தையும் பறைசாற்ற, அதை சட்டை செய்யாமல்,

"தெளிவாக உன் மனதிலிருப்பதைச் சொல், கொடி. உன் விருப்பமே முக்கியம்", என்று கூற எதுவும் கூறாமல் தலையைக் குனிந்தவளைக் கண்டு,

"அடடே கொடிக்கு வெட்கமெல்லாம் வருமென்று முன்பே தெரியாமல் போய்விட்டதே", என்று செழியன் முத்தாய்ப்பாய் கூற, வராத அழைப்பை எடுத்தபடி அவசரமாக வெளியேறிய கவினைப் பார்த்து மனதிற்குள் புன்னகைத்தான் செழியன்.

நிறைவு

சித்திரக்கொடியின் திருமணம் குறித்த பேச்சுத் தொடங்கி இரண்டு மாதங்கள் கழிந்திருந்த நிலையில், அவரவர் வேலைகளில் மூழ்கியிருக்க, ஒருநாள் மாலை தங்கள் மாளிகையின் முன்கூடத்தில் அமர்ந்திருந்த தளிரை நெருங்கிய கவின்மாறன்,

"அண்ணி", என்றழைத்து, அவள் அருகே அமர்ந்தான்.

"சொல் கவின்", என்று ஆர்வமாகக் கூறியவள், சற்றே திரும்பி அமர்ந்தாள். தளிர் வசதியாக அமருவதற்கு உதவிய கவின்மாறன், அவள் தன் முகத்தைக் கூர்ந்து நோக்கி,

"அண்ணி", என்றழைத்து தயக்கத்தோடு தலை குனிய, அவன் முடியைத் தன் கைகளால் கலைத்தபடி,

"என்ன ஆயிற்று, கவின்? என்னிடம் கூறுவதற்கு என்ன தயக்கம்?", என்று அன்பு நிறைந்த குரலில் கேட்க, இரண்டு முறை நீண்ட மூச்சுக்களை உள்ளிழுத்தவன், தன் தலையை இடம் வலமாக அசைத்தபடி,

"என்னை மன்னித்துவிடுங்கள், அண்ணி", என்று கூறி, நான்காண்டுகளுக்கு முன் தான் கல்லூரியின் மூலம் விளையாட்டு போட்டிக்கு சென்றிருந்த இடத்தில், கலை நிகழ்ச்சிக்காக வந்திருந்த சித்திரக்கொடியை முதன்முதலில் சந்தித்தது முதல், இருவருக்கும் இடையில் ஏற்பட்ட மோதலில் தொடங்கிய உறவு, நாளடைவில் காதலாக மாறி, எதிர்காலம் குறித்த இருவரின் மாறுபட்ட கருத்துக்களால் ஏற்பட்ட வேறுபாடுகள் என அனைத்தையும் கூறியவன், தளிரின் கையைப் பிடித்தபடி,

"அண்ணி, எத்தனை வேறுபாடுகள் இருந்தாலும், சித்ரா இல்லாத வாழ்க்கையை என்னால் கனவிலும்கூட நினைக்க இயலாது", என்று தழுதழுத்த குரலில் கூறிய கவின் மாறனின் கண்களில் நீர் பெருகி நின்றதைக் கண்ட தளிர் தன் கையை நீட்டி துடைக்கும் முன்னர், கவின்மாறனை பின்னாலிருந்து அணைத்த நிலா, தன்னைவிட இரண்டு ஆண்டுகளே இளையவனான தன் தம்பியின் தலையைக் கோதியபடி,

"இவ்வளவு காதலையும், வலியையும் மனதில் வைத்துக்கொண்டு, எப்பொழுதும் இளமுறுவலுடன் உன்னால் எப்படி இருக்க முடிந்தது, கவின். அழுத்தக்காரனடா நீ", என்று வியந்தவள், தளிரைப் பார்த்து, "கொடியும் அழுத்தக்காரி", என்று கூற, ஆம் என்று தலையசைத்த தளிர்,

"கவின், இருவருமே ஒருவரையொருவர் அதிகமாக காயப்படுத்தியிருக்கிறீர்கள், அதேநேரம் ஒருவர் மற்றவர் மீதுள்ள காதலும் குறையாமல் இருக்கிறீர்கள்", என்று கூறி சற்றுநேரம் சிந்திக்க, அவள் மனநிலையை உணர்ந்த நிலா,

"நீங்கள் இருவரும் கலந்துபேசி பெரியவர்களிடம் உங்கள் மனநிலையை தெரியப்படுத்துங்கள், கவின்", என்று கூறினாள். தன் தமக்கையையும் அண்ணியையும் மாறி மாறி பார்த்த கவின்மாறன் தலையைக் குனிந்தபடி,

"அத்தான் சித்ராவுக்கு பார்த்திருக்கும் வரன்", என்று தொடங்க, அதுவரை அதைப் பற்றி முற்றிலுமாக மறந்துவிட்ட தளிரும் நிலாவும் நொடியில் விழித்துக்கொண்டு ஒருவரையொருவர் பொருள் பொதிந்த பார்வையோடு பார்த்துக்கொண்டனர். சில கணங்கள் அமைதியாகக் கழிய,

"நீ முதலில் கொடியிடம் பேசு, கவின்", என்று தளிர் கூற அவள் குரலிலிருந்த ஏதோ ஒன்று திடமளிக்க,

"சரி அண்ணி", என்றவன், நீண்ட பெருமூச்சு விட்டபடி, தன் தலையை அழுந்த கோதிக்கொண்டு எழுந்து இருவரிடமும் விடைபெற்று சென்றான்.

அவன் செல்வதைப் பார்த்தபடி தளிரின் அருகே அமர்ந்த நிலா,

"சிறுவர்கள் என்று எண்ணினோம். நம்மைவிட பயங்கரமானவர்கள். அடுத்த தலைமுறையை எண்ணினால் இப்பொழுதே தலைசுற்றுகிறது", என்று கூறி கலகலவென சிரித்தாள். அவளுடன் உடன் சிரித்த தளிர், செழியனும் சுரேஷும் வருவதைக் கண்டு புன்னகைத்தபடி வரவேற்றாள்.

தன் மனைவியை அணைத்து அவள் வயிறை லேசாக வருடியபடி அவள் நெற்றியில் முத்தமிட்ட செழியன், சுரேஷின் அணைப்பிலிருந்த நிலாவைப் பார்த்து புன்னகைத்தபடி, தளிரின் அருகே அமர்ந்தான். சுரேஷும் நிலாவும் எதிரே இருந்த சோபாவில் அமர்ந்து, கவின்மாறன் வந்தது பற்றியும், அவன் காதல் பற்றியும் கூறிய நிலாவும் தளிரும் அதைக்கேட்டு கண்களில் நீர் தெறிக்கும்படி கலகலவென சிரித்த செழியனையும் சுரேஷையும் குழப்பத்தோடு பார்க்க, சற்றுநேரத்தில் தங்கள் சிரிப்பைக் கட்டுப்படுத்திக்கொண்டு, சித்திரக்கொடி அவர்களை ஒருவழி செய்ததைப் பற்றிக் கூறியதைக் கேட்டு அவர்கள் சிரிப்பில் தாங்களும் கலந்துகொண்டனர்.

பெரியவர்களின் பக்குவமான கவனிப்பும், தன் கணவனின் பாதுகாப்புடனான காதலும், நண்பர்கள், குழந்தைகள் என இனிய சிறுகூட்டிற்குள் மிகுந்த இன்பமாக நாட்களை கழித்த தளிர், மூன்று மாதங்கள் சென்றது தெரியாத வண்ணம் சென்றுவிட, கடந்த சில நாட்களாக இரவில் அவ்வப்பொழுது வரும் கால் வலிகளைப் பற்றி பகலில் யாரிடமும் கூறும் நினைவுகூட இல்லாமல் இருந்தாள். வழக்கம்போல் தன் மனைவியின் கால்களை உருவிவிட்ட செழியன், அவள் அயர்ந்து உறங்கும் அழகை ரசித்தபடி படுத்திருந்தவன்,

தன்னிச்சையாக அவள் கழுத்தில் முகம் புதைத்து கண்ணயர்ந்தான். இரண்டு நாட்களில் இல்லாத அளவு, பாதத்தில் வலி சுண்டி இழுக்க, திடுக்கிட்டு விழித்த தளிர், தன்னருகே அயர்ந்து உறங்கும் தன் கணவனைக் கண்டு தன்னிச்சையாக புன்னகைத்தாள். ஒருநாள் கூட தன்னை பிரியக் கூடாதென்று, தொலை தூர பயணங்களையெல்லாம் ரோஸியிடம் ஒப்படைத்த செழியன், சிலமணிநேர பயணங்களை தான் ஏற்றுக்கொண்டதால், ஓய்வின்றி சுழன்று வந்ததை உணர்ந்த தளிர், அவன் உறக்கம் கலையாத வண்ணம் எழுந்து அறைக்குள்ளே சற்றுநேரம் நடந்தாள்.

உறக்கத்திலேயே தன் மனைவியின் அருகாமை இல்லாததை உணர்ந்து திடுக்கிட்டு விழித்த செழியன், அருகில் தளிரைக் காணாது துள்ளி எழுந்து அமர, அவன் கண்கள் இலக்கற்று வெறித்ததைக் கண்ட தளிர், கட்டிலை நெருங்கி அவனை படுக்கச்செய்து அருகே அமர்ந்து அவன் புருவங்களை நீவியபடி உறங்கச் செய்ய, மீண்டும் கண்ணயர்ந்தவன், கண்களை மூடும் முன் தளிரின் கண்களில் தென்பட்ட வலியைக் கண்டு சட்டென்று விழித்து,

"என்ன ஆயிற்று கண்ணம்மா?", என்று கேட்டான்.

தன் கணவனின் கண்களில் தெரிந்த வலியிலிருந்து, அவன் புரிந்துகொண்டான் என்றுணர்ந்த தளிர், இடம்வலமாக தன் தலையை அசைத்தபடி,

"ஒன்றுமில்லை அருணன், படுத்துக்கொள்ளுங்கள்", என்று கூற தன் ஒற்றை புருவத்தை உயர்த்தியபடி தன்னை நோக்கிய தன் கணவனைக் கண்டு,

"பாதத்தில் லேசாக வலிக்கிறது", என்று மெல்லிய குரலில் கூறி நிறுத்த, ஏதோ விடுபடுகிறதென்று உணர்ந்து அவளை கூர்ந்து நோக்க, "மூன்று நாட்களாக", என்று முணுமுணுத்தாள். அதைக்கேட்ட செழியன் அடிப்பட்டாற்போன்று வலியோடு அவளைப் பார்த்துவிட்டு, ஏதும் கூறாமல் தளிரின் கால்களை தன் மடியில் வைத்து, பாதங்களை அழுத்திக்கொடுக்க தொடங்கினான். உள்ளங்கையினால் அழுத்தியபடி, பெருவிரல்களால் வட்டமாக சுழற்ற சில கணங்களில் வலி மறைந்துவிட,

ஆறுதல் பெருமூச்சை இழுத்துவிட்ட தளிர், ஏதும் பேசாமல் தன் வேலையில் முனைந்திருந்த தன் கணவனின் குழலை தன் கைகளால் அளைந்தவள், தன் பாதத்தில் விழுந்த நீர்த் துளியை உணர்ந்து செழியனின் முகத்தை நிமிர்த்தி, அவன் கண்களில் கோர்த்திருந்த நீரை தன் இதழ்களால் ஒற்றியெடுத்தாள்.

"என்மேல் நம்பிக்கை குறைந்துவிட்டதா, தளிர்", என்று கேட்டு, பதிலேதும் வராதிருக்க, தன் மனைவியை நோக்கிய செழியன், அவள் விழிகளில் தெரிந்த ஒருவித ஆழ்ந்த அமைதியைக் கண்டு மேற்கொண்டு ஏதும் கூறாமல் தன் வேலையைத் தொடர்ந்தான். சற்றுநேரம் காதைத் துளைக்கும் அமைதியில் கரைய,

"கண்ணம்மா", என்றழைத்த செழியனின் இதழ்களை தன் இதழ்களால் சிறையெடுத்தவள், சற்றே விலகி,

"இரவில் உள்ள வலிகளை பகலில் மறந்துவிட்டேன்", என்று கூற தன்னிச்சையாக புன்னகைத்தான்.

வழக்கமான மருத்துவ ஆய்வின்போது இதை பற்றி மருத்துவரிடம் கலந்தாலோசித்த செழியன், கருவிலிருக்கும் குழந்தை வளர வளர இது போன்ற வலிகள் இயல்பென்று கூறிவிட, அன்றிலிருந்து பெரும்பாலான வேலைகளை வீட்டிலிருந்தே கவனித்தான்.

இரண்டு வாரங்களில் நடக்கவிருந்த தளிரின் வளைகாப்பிற்கு வேண்டிய ஏற்பாடுகளில் முனைந்த கார்குழலி வளைகாப்பிற்கு இரண்டு நாட்களுக்கு முன்பே வந்த சுற்றங்களை வரவேற்று, செழியனின் பழைய வீட்டில் அவர்கள் தங்கும்படி செய்தார். விழாவன்று அதிகாலையிலே எழுந்து குளித்து ஈரம் சொட்ட இருந்த தலையை மெல்ல துவட்டியபடி அமர்ந்திருந்த தன் மனைவியின் பொலிவை கட்டிலில் படுத்தபடி ரசித்த செழியன், எழுந்து அவளை பின்னிருந்து அணைத்தபடி அவள் குழலில் முகம் புதைத்து அவள் வாசத்தை தன் நாசியில் நிறைத்தவன், அவள் கையிலிருந்த துண்டை எடுத்து, உலர்த்துவதற்கு உதவினான். நன்கு உலர்ந்தபின், ஒப்பனை கலைஞர்கள் வருவதற்குள் அனைவருக்கும் ஒப்பனைகள் செய்வதற்கு என்று ஒதுக்கப்பட்ட அறைக்குச் செல்ல எத்தனித்து எழுந்த தளிரை

அமரச்செய்து, அவள் முன் மண்டியிட்ட செழியன், மேடிட்ட அவள் வயிறை பரவசம் மிகுந்த கண்களோடு பார்த்து முத்தமிட, தன் இதழ்களில் படர்ந்த அதிர்வை உணர்ந்து வியந்து தன்னவளை நோக்க, தன் கண்களில் மகிழ்ச்சியும் கண்ணீரும் போட்டியிட, ஆமென்று தலையசைத்தாள்.

பல முறை எதிர்பார்த்து கிடைக்காமல் மனம் வருந்தி, செழியன் இருக்கும்போது முதன்முதலில் தங்கள் குழந்தை உதைத்ததை உணர்ந்த இருவரும், பேச்சற்று அந்த தருணத்தில் கரைய, தளிருக்கு ஒப்பனைகள் செய்விக்க வந்த கலைஞர்கள் வந்துவிட்டார்களென மேரி கூறவும், தளிரின் இதழில் முத்தமிட்டு மீண்ட செழியன், தளிர் முன்கூடத்திற்குச் செல்வதைப் பார்த்தபடி, ஆதியை எழுப்பி, கிளம்பச் செய்ய அவன் அறைக்குச் சென்றான். சில மணிநேரங்கள் கழித்து, இருவீட்டு சுற்றங்கள் சூழ இருந்த மன்றத்தில், கையில் ஆதியுடன் தன் நண்பர்களுடன் நின்றிருந்த செழியன், தங்கள் திருமணத்தன்று அணிந்த பட்டில், ஆர்ப்பாட்டமில்லாத ஒப்பனையுடன் தன் தோழியர் புடைசூழ வந்த தளிர் நாற்காலியில் அமரவும், தன் குடும்பத்தின் முதுமகளிர், ஏதோ பாடல்கள் பாடியபடி தளிருக்கு கண்ணேறு கழித்துத் தொடங்க, அதற்கு பிறகு நடந்த நிகழ்வுகள் எதுவுமே தன் கருத்தில் பதியா வண்ணம் நின்ற செழியன், யாரோ தன்னை உலுக்க வலதுபுறம் நோக்கினான். புன்னகையைக் கட்டுப்படுத்தியபடி அவனை நோக்கிய சுரேஷ், தன் கண்களால் சைகை செய்ய தளிரின் கண்களோடு தன் கண்களை கலந்தபடி, கனவில் நடப்பவன்போல் தன் மனைவியை நெருங்கிய செழியன், தன்னிடம் நிலா அளித்த கண்ணாடி வளையல்களை தன்னவளுக்கு அணிவித்தான். விழா நிறைவேறி அனைவரும் உணவருந்தச் செல்ல, உள்ளறையில் அமர்ந்திருந்த தன் மனைவியின் நெற்றியில் முத்தமிட்ட செழியன்,

"ஐ லவ் யூ, கண்ணம்மா", என்று கூறியபடி அவள் முன் மண்டியிட்டு மேடிட்ட அவளின் நிறைமாத வயிறை முத்தமிட்டான்.

நாட்கள் உருண்டோட, ஒரு நாளிரவு வழக்கம்போல் தளிரின் கால்களை அழுத்திய செழியன், திடீரென தன் கையை இறுகப்பற்றிய தன் மனைவியை நோக்கியவன், அவள் கண்களில் தோன்றிய வலியைக் கண்டு பதறியபடி எழுந்து, கணப்பொழுதில் அவள் நிலை புரிந்த அடுத்த கணம், நிலாவை அழைத்து

"நிலா, தளிர்", என்று கூறி அழைப்பைத் துண்டித்துவிட்டு, அவளை தன் கைகளில் ஏந்தியபடி உள்கூடத்திற்குச் சென்றான். அங்கே மருத்துவ குழுவினருடன் ஆயத்தமாக நின்ற தன் நண்பர்களைக் கண்டவன், அவர்கள் வழிகாட்டிய அறையில் தளிரை படுக்கச்செய்தான். தன் நண்பர்கள் வெளியில் சென்றதையும், தன் வளர்ப்பு அன்னை, தன் அத்தை, தளிரின் அன்னை மற்றும் மல்லி நுழைந்ததையும் உணராமல் வேதனையை பிரதிபலித்த தன்னவளின் முகத்தை நோக்கியவன், வலியைத் தாங்க முடியாமல் அவள் அலறியதைக் கேட்ட செழியனின் உயிர் நாடி நின்று சில கணங்கள் கழித்து துடிக்க, தன் மனைவியின் கண்களிலிருந்து தன் பார்வையை அகற்றாமல், அவள் நெற்றியில் விழுந்த முடிக்கீற்றுக்களை தன் இடக்கையால் ஒதுக்கியபடி, வலக்கையை பிடித்திருந்த அவள் கையை முத்தமிட்டபடி நின்றான். சில கணங்கள் தளிரின் கதறலைத் தவிர ஏதும் கேட்காமலிருக்க, திடீரென கேட்ட குழந்தையின் அழுகையை உணர்ந்த செழியன் கண்களிலிருந்து தடையின்றி வழிந்த நீரை துடைக்கும் திடமின்றி தளிரை நோக்க, தன் அயற்சியையும் மீறி தன்னைப் பார்த்து புன்னகைத்த தன்னவளின் நெற்றியில் தன் இதழ்களை அழுந்தப் பதித்து மீண்டவன், சிறு பூத்துவாலையில் சுற்றப்பட்ட தங்கள் மகளை தளிரிடம் காட்டியபடி,

"குட்டி தளிர், கண்ணம்மா", என்று கூறி தன் மகளுக்கும் மனைவிக்கும் முத்தமிட தளிர் தன் காதில் முணுமுணுத்ததை எண்ணி வியப்புடன் தன்னவளை நோக்க, அயர்ந்து உறங்கியவளைப் பார்த்து மலைத்து நின்றான்.

குழந்தையைக் காண ஆர்வமுடன் நின்ற பெரியவர்களிடம் குழந்தையை நீட்டியபடி

"குந்தவி பூங்குழலி", என்று கூறக்கேட்டு கண்கள் பனிக்க குழந்தையை கையில் ஏந்திய கார்குழலி குழந்தையை முத்தமிட்டு அணைத்தார். பெரியவர்கள் அனைவரும் குழந்தைக்கு ஆசி வழங்க, தன் மகளை கையில் ஏந்தியபடி வெளியே வந்த செழியனை சூழ்ந்துகொண்ட நண்பர்கள் போட்டிபோட்டுக்கொண்டு குழந்தையை கொஞ்சுவதற்கு வரிசையில் நிற்க குழந்தையைப் பிரிய மனமில்லாது, தளிரிடம் செல்லவேண்டும் என்று குழம்பிய செழியனை நோக்கிய ரோஸி, அவன் தோளைத் தட்டி புன்னகைக்க, தலையசைத்துவிட்டு மீண்டும் அறைக்குள் நுழைந்தவன், உறங்கிக்கொண்டிருந்த தன்னவளின் கையை பிடித்தபடி, அவள் முகம் பார்த்து அமர்ந்திருந்தான். ஏறத்தாழ நான்கு ஆண்டுகளுக்கு முன் மருத்துவமனையில் அனுமதிக்கப்பட்டிருந்த தன் மகளைப் பார்க்க வந்தபோது, முதன்முதலில் செழியனைப் பார்த்த காட்சி நினைவிற்கு வர, தன் மகளும் மருமகனும் கடந்துவந்த பாதையை நினைவுகூர்ந்த ஆனந்தி, தன் கண்களை துடைத்தபடி அறையிலிருந்து வெளியேறினார்.

இரண்டு வாரங்கள் கழித்து, தன் மகளுக்கு பாலூட்டிக்கொண்டிருந்த தளிர், தரையில் தங்கள் மகனுடன் விளையாடிக்கொண்டிருந்த தன் கணவனைக் கண்டவள் மனதில், குந்தவி பிறந்த மறுநாள், அவளைக் கண்ட ஆதி தன்னை நோக்கி புருவத்தை உயர்த்த,

"தங்கச்சி, கண்ணா", என்று கூறிய தளிர், ஏதோ சிந்தித்தபடி தன் தலையை இடம்வலமாக அசைத்துவிட்டு ஓடியவனைக் கண்டு கலகலவென சிரித்தாள். அதன் பிறகு அவ்வப்பொழுது சற்று தொலைவிலிருந்து எட்டிப்பார்த்த ஆதி, இன்று காலை முதன்முறையாக, குந்தவியின் நெற்றியில் முத்தமிட்டதை எண்ணினாள்.

நாட்கள் இன்பமாகக் கரைய, அனைவரும் வளவ பொங்கலிற்கு ஆயத்தமாகிக்கொண்டிருந்தனர். ஒரு வாரம் புலவன்மேட்டில் நடக்கும் திருவிழாவில், விழாவின் மூன்றாம் நாள் கரணுக்கும் மகிழினிக்கும் திருமணம் நடக்கவிருப்பதால், அதற்கான ஏற்பாடுகளில் மூழ்கியிருந்த

தளிரும் அவள் தோழியரும் திருமணத்திற்கு தேவையானவற்றை வாங்குவதற்கு சென்றிருக்க, உள்கூடத்தில் குழந்தைகளுடன் விளையாடியபடி அவர்களுக்கு உணவு ஊட்டிக்கொண்டிருந்த தன் நண்பர்களைக் கண்ட செழியன், சண்டையில் தனித்தனியே பத்து பேரை ஒரே நேரம் எதிர்த்து போரிடக்கூடிய தன் நண்பர்கள் குழந்தைகளோடு குழந்தைகளாக மாறியிருப்பதைக் கண்டு தன்னிச்சையாக புன்னகைக்க, "ங்ஙா", என்ற ஓசை கேட்டு, தான் கையில் ஏந்தியிருந்த தன் மகளை நோக்கியவன், உறக்கம் கலைந்து தன்னை ஆர்வத்துடன் பார்த்து தன் பொக்கை வாய் தெரிய சிரிப்பதைக் கண்டு இனம்புரியாத உணர்வு தன்னை ஆட்கொள்ள,

"உன்னை தீங்கின் நிழல்கூட நெருங்காமல் பார்த்துக்கொள்வேன்", என்று கூறி, தன் மகளின் நெற்றியில் முத்தமிட்டான்.

வளவப் பொங்கலின் விழாவின் முந்தையநாள் மதியம் அனைவரும் தங்கள் கார்களில் கிளம்ப, மெய்க்காப்பாளர்கள் புடைசூழ கிளம்பிய செழியனும், தளிரும் அந்தி சாய்ந்து சில மணிநேரங்கள் கழித்து புலவன்மேட்டை அடைந்தனர். மாறன் குடும்பத்தினர், சிறு சிறு குழுக்களாக வரத் தொடங்க, அனைவரும் உணவருந்திவிட்டு தத்தம் அறைகளில் முடங்கினர். திருவிழாவின் முதல்நாள் அதிகாலையில் எழுந்து குளித்து கிளம்பிய செழியனும், தளிரும் நண்பர்கள் குடும்பத்துடன் கிளம்பி கோவிலை அடைய, அங்கே தங்களுக்கு முன்பே வந்திருந்த பெரியவர்களிடம் ஆசிபெற, மாற வளவன் சிலைக்கு உரிய பூசைகளைச் செய்த முதியவரும், இரண்டு இளைஞர்களும் மஞ்சள் பூசப்பட்ட கொடிக்கம்பத்தை நோக்கி கையில் ஆரத்தி தட்டை ஏந்தியபடி நெருங்க, மாறன் குடும்பத்திலுள்ள தம்பதியினர் அவரைத் தொடர, கடந்த ஆண்டு தளிர் இல்லாமல் தான் ஒதுங்கி நின்றது நினைவிற்கு வர, தன் மனைவி தனக்கு மீண்டும் கிடைத்தது தனக்கு கிடைத்த வரமென்ற எண்ணம் மனதில் நிறைந்திருக்க, அவளை தோளோடு அணைத்தபடி சென்றான்.

கொடியேற்றம் முடிந்து, அனைவரும் உணவருந்திய பிறகு, தங்கள் குழந்தைகளோடு ஆற்றங்கரைக்குச் சென்று, குழந்தைகளோடு குழந்தைகளாக ஆற்றில் விளையாடி பொழுதைக் கழித்தனர். இரவு ஊர் மக்களுக்கென்று நடந்த விருந்தில் கலந்துகொண்டவர்கள் களைப்பு ஆட்கொள்ள தங்கள் அறைக்குச் சென்றனர். மறுநாள் நடக்கவிருந்த நிகழ்ச்சியை எண்ணி வியப்போடு உறங்கச்சென்ற தளிர், அதிகாலையிலேயே வெறுமையை உணர்ந்து விழித்தவள், குளித்து பட்டு வேட்டி, பட்டு சட்டை அணிந்து தன் தலையை துவட்டியபடி தன்னை நெருங்கிய தன் கணவனை நோக்கி, இன்பமாக புன்னகைக்க, அவள் எண்ணமறிந்து தன்னிச்சையாக புன்னகைத்தபடி நெருங்கிய செழியன்,

"உயிருடன் இருந்ததற்கு நன்றி, கண்ணம்மா", என்று கூறி நெற்றியில் முத்தமிட்டான்.

தன் மனைவியிடம் விடைபெற்ற செழியன், கீழ்த் தளத்தை அடைய, அங்கே நின்ற தன் நண்பர்களை நெருங்கியவன், குடும்பத்திலுள்ள மணமான ஆண்களோடு சேர்ந்து கோவிலுக்குச் சென்றான். தங்களின் நலன்வேண்டி வளவ கோவிலின் உட்புற குகையில் நாள் முழுதும் விரதமிருக்கச் சென்ற ஆண்களை வழியனுப்பிய மனைவிமார், மறுநாள் காலை அவர்கள் வருவதற்குள், அன்று நடக்கவிருந்த திருமண நிகழ்ச்சிகளுக்கான ஏற்பாடுகளில் முனைந்தனர். குழந்தைகள் அனைவரையும் இல்லத்திலிருந்த செவிலித் தாய்கள் கவனித்துக்கொள்ள, இளைஞர்கள் அருவிக்கரைக்குச் சென்றுவிட, தங்கள் வேலைகளை எந்தவித இடைஞ்சல்களும் இல்லாமல் முடித்த மகளிர், இரவு பெண்களுக்கென்று நடந்த விருந்தில் கலந்துகொண்டனர்.

நாள் முழுவதும் ஏதும் உண்ணா நோன்பிருந்த செழியனும் அவன் நண்பர்களும் பொழுது சாய்ந்ததும், குகை முழுவதும் சிறு விளக்குகள் ஏற்றி, அல்லாராதனை முடிந்தபின், வளவனின் இளமைகால கதைகளையும், தங்கள் முன்னோர்களில் பலர் தங்கள் மனைவிகளுக்கென்று செய்த தியாகங்களையும் வீரதீர செயல்களையும் குருமார்கள் கூறி, ஒவ்வொருவரும் வரமாய் அமைந்த தங்கள் மனைவிமாரை

போற்றி காக்க வேண்டுமென்பதை உணர்த்தினர். நாள் முழுவதும் உண்ணாமல், இரவு முழுக்க விழித்திருந்தாலும் மறுநாள் புத்துணர்ச்சியுடன் தன் அறையை அடைந்த செழியன், அங்கே பட்டுச்சேலை சரசரக்க குழந்தைகளுக்கு புத்தாடைகள் அணிவித்துக்கொண்டிருந்த தன் மனைவியின் அழகை அறையின் வாயிலில் நின்றபடி தன் கண்களால் பருகியவன், மெல்ல உள்ளே நுழைந்து, தன்னவளை பின்னாலிருந்து அணைத்து அவள் கழுத்தில் முகத்தை புதைத்து நுகர்ந்தபடி அவள் தோளில் அழுந்த முத்தமிட்டான்.

வெப்பமான தன் கணவனின் இதழ் தன்னைத் தீண்ட, அவன் நிலையை உணர்ந்த தளிர், அணைப்பிற்குள்ளேயே திரும்பி, அவன் முகத்தை உயர்த்தி அவன் இதழ்களில் தன் இதழ்களால் ஒற்றியெடுத்துவிட்டு, தன் குழந்தைகளை கிளப்புவதில் முனைந்தாள். தன்னவள் தன்னைச் சீண்டுவதை உணர்ந்த செழியன், அவள் காதோரம் முத்தமிட்டு,

"இரவு வராமல் போவதில்லையே", என்று ஆழ்ந்த குரலில் அவள் காதுமடலை உரசியபடி கூறிவிட்டு, தன்னை நோக்கி தன் கையை உயர்த்திய ஆதியை ஏந்தியபடி வெளியேறினான். புலவன்மேட்டில் பல இளங்காதலர்கள், வளவ பொங்கலில் மணமுடிக்க வேண்டி, தங்கள் காதல் வெற்றிபெற்றதை கொண்டாடிய இளங்காளையர்கள் மாறன் குடும்பத்து மூத்தவர்கள் வணங்கி அளித்த தாலிச் சங்கிலிகளை தங்கள் காதலிகளுக்கு அணிவித்து மனைவியராக்க, கரணையும் மகிழினியையும் சூழ்ந்திருந்த செழியனும் அவன் நண்பர்களும், செங்கோடனின் ஆட்களும் போட்டிபோட்டு மணமக்களை கேலி செய்ய, அவர்களுக்கு இணையாக பதிலளித்த தன் மனைவியை பெருமிதத்தோடு பார்த்த கரண், 'என் மனைவி' என்ற எண்ணம் மேலோங்க, அவள் கன்னத்தில் தன் இதழ்களை அழுந்த பதித்து மீள, இளவட்டங்களின் கேலி அதிகரித்ததைக் கண்டு புன்னகைத்தபடி அங்கிருந்து அகன்றார் செங்கோடன்.

மாலை மங்கும் வேளையில் கரணையும் மகிழினியையும் அவர்களுக்கென்று ஒதுக்கப்பட்ட இல்லத்தில் விட்டுவிட்டு, தங்களறைக்கு வந்து குளித்து உடைமாற்றிய தளிர், தான்

உள்ளே நுழைந்த நொடி முதல் கட்டிலில் அமர்ந்தபடி தன்னை பார்வையால் தொடரும் தன் கணவனை வேண்டுமென்றே சட்டை செய்யாமல், படுக்கையில் சரிந்து ஒருக்களித்து படுத்தவள், அடுத்த கணமே தன் பின்னங்கழுத்தில் அழுந்த பதிந்த தன் கணவனின் வெப்பமான இதழை உணர்ந்து கலகலவென சிரித்தபடி அவன் புறம் திரும்ப, அவள் இதழ்களை தன் இதழ்களால் சிறையெடுத்து தன்னவளை தன்னிலை இழக்கச்செய்தான்.

திருவிழாவின் ஐந்தாம் நாளன்று ஆதிக்கும் இளந்தளிருக்கும் காதணி விழா நடைபெற ஏற்பாடு செய்திருக்க, செழியன் மடியில் இளந்தளிரும், சுரேஷ் மடியில் ஆதிரையனும் அமர்ந்திருக்க, அவ்விருவரும் முடி வழிக்கப்பட்டு சந்தனம் பூசப்பட்ட தங்கள் தலையை வருடிக்கொண்டு ஒருவரையொருவர் பார்த்து, புன்னகைத்தபடி இருக்க இருவருக்கும் ஒருங்கே அவர்கள் காதுகளில் நால்வர் துளையிட, தன் வலியை கட்டுப்படுத்திக்கொண்டு, இளந்தளிரின் கண்ணீரை துடைத்த ஆதியைக் கண்ட பெரியவர்கள் அனைவரும் தன்னிச்சையாக புன்னகைத்தனர்.

திருவிழா முடிந்த நாள், இரவு விருந்தில் கலந்துகொண்ட மாறன் குடும்பத்தினர் மறுநாள் அதிகாலையிலேயே ஒருவரிருவராகக் கிளம்பினர். வீட்டிற்கு வந்து இரண்டுநாட்கள் அலுப்பு தீர ஓய்வெடுத்த தளிர், அலுவலகம் கிளம்பிய செழியன், கல்லூரி சிறுவன்போல் தன்னை சுற்றிச்சுற்றிவர, ஒருவழியாக இரண்டு நீண்ட முத்தங்களுக்குப் பிறகு அவனை அனுப்பியவள், ஆதி மற்ற குழந்தைகள் அனைவருடனும் தங்கள் இல்லத்திலுள்ள சிறுவர் அறையில் விளையாட, தன் மகளை அலுவலக அறையிலுள்ள சிறு தொட்டிலில் படுக்கச் செய்தவிட்டு, தன் மடிக்கணினியை உயிர்ப்பித்து தன் வேலையைத் தொடங்கினாள்.

இரண்டு மாதங்கள் கழித்து, குழந்தைகள் அனைவரும் மகிழ்ச்சியில் துள்ளிக்குதித்தபடி உணவருந்த, அவர்களுக்கு

உணவை ஊட்டிய மஞ்சுவின் கண்களிலும் அளவற்ற ஆர்வம் மிளர, அதே ஆர்வம் குழந்தைகளுக்குத் தேவையானவற்றை பட்டியலிட்டு எடுத்துவைத்த ரோஸியின் கண்களிலும், கார்த்தியுடன் ஏதோ பேசியபடி வந்த சுரேஷிடம் ஒரு பட்டியலை கொடுத்துவிட்டு, மஞ்சுவின் அருகே அமர்ந்த நிலாவின் கண்களிலும், உள்ளறையிலிருந்து தன் கைபேசியில் பேசிவிட்டு அழைப்பைத் துண்டித்தபடி ரோஸியிடமிருந்து பட்டியலை வாங்கி எடுத்துவைக்க உதவிய ஃப்ரான்ஸிஸின் கண்களிலும் இருப்பதை, கூடத்திலிருந்த சோபாவிலமர்ந்து ரம்யாவிற்கும் விமலிற்கும் மிகவும் முக்கியமான மின்னஞ்சலை அனுப்பிவிட்டு தன் மடிக்கணினியை மூடியபடி பார்த்த தளிர், தங்கள் மகளின் அரையாடையை மாற்றிவிட்டு அவளுக்கு ஏதோ கதைகள் கூறியபடி வந்து தன் மடியில் அமரச்செய்து, நெற்றியில் முத்தமிட்ட தன் கணவனைப் பார்த்து இன்பமாகப் புன்னகைத்தாள். அனைவரின் ஆர்வத்தையும் பார்த்து புன்னகைத்தபடி தன் மகளுடன் உள்ளே நுழைந்த செழியன், எல்லோருமாகச் சேர்ந்து குறுங்கொன்றை தீவிற்குச் சென்று வரலாமென்ற தளிரின் ஏற்பாட்டை எண்ணி பெருமிதத்தோடு நோக்கியவன் தன்னவளின் நெற்றியில் முத்தமிட்டுவிட்டு, சுரேஷும் கார்த்தியும் பேசிக்கொண்டிருந்த இடத்தை அடைந்தான்.

அடுத்த பல மணிநேரங்கள், தளிரின் அதிவிரைவு விமானத்தில் பயணித்து, ஃப்ரான்ஸில் காத்திருந்த சொகுசு கப்பலில் தரையிறங்கி, அங்கிருந்து அக்கப்பலில் பயணித்து, குறுங்கொன்றை தீவினை அடைந்தபோது மாலை ஆகிவிட, அனைவரும் தங்களுக்கென்று ஒதுக்கப்பட்ட அறையில் தங்கள் உடைமைகளை பணிமக்கள் அடுக்க, தங்கள் குழந்தைகளோடு கடற்கரையை அடைந்து ஆங்காங்கே அமர்ந்து இளைப்பாறினர். வேலை நிமித்தமாக வந்திருந்தாலும், கரணுக்கும் மகிழினிக்கும் இது தொழில்முறை தேனிலவு என்றுணர்ந்த நண்பர்கள், அவ்விருவரும் கைகோர்த்தபடி சிற்றருவியை நோக்கிச்செல்வதைக் கண்டு புன்னகைத்தனர். குழந்தைகள் கடற்கரை மணலில் சிப்பிகள் சேகரித்துவிட்டு,

மணற்கோட்டை கட்டத் தொடங்க, கார்த்தியும் சுரேஷும் தங்கள் மனைவிமாருடன் கடலில் குதித்து குளித்து விளையாடினர். மற்றோர் புறத்தில், அலைகளோடு விளையாடியபடி நடந்துகொண்டிருந்த ரோஸியை தன்னோடு அணைத்தபடி கடலில் குதித்த ஃப்ரான்ஸிஸ், அலைகளில் எழும்பிய ரோஸியிடம் அடி வாங்குவதை கடற்கரை மணலில் தன்னவனின் அணைப்பிற்குள் அமர்ந்தபடி கண்டு கலகலவென சிரித்த தளிர், செழியனிடமிருந்து ஏதும் பதில் வராமல்போக, மெல்லத் திரும்பியவள், அவன் கண்கள் எங்கோ வெறித்தபடி இருக்க, தன்னை இழந்துவிட்டதாக எண்ணி தவித்த காலத்தில் இங்கே வந்ததை நினைத்துக்கொண்டிருக்கிறான் என்றுணர்ந்தவள், மெல்ல எம்பி, அவன் இதழ்களை தன் இதழ்களால் சிறையெடுத்து உயிரை உருக்கும்படி முத்தமிட்டாள்.

வெகுநேரம் கழித்து விலகிய இருவரும் ஒருவரையொருவர் பார்த்தபடி அமர்ந்திருக்க, திடீரென மழை தூறலடிக்க, நண்பர்கள் குழந்தைகளை ஏந்திக்கொண்டு வீட்டிற்குள் செல்ல, தானும் எழுந்து தளிரைக் கைகளில் ஏந்திய செழியன்,

"என் கண்ணில் பாவையன்றோ

கண்ணம்மா என்னுயிர் நின்னதன்றோ", என்று முணுமுணுத்தபடி மழையில் நனைந்த அவள் இதழ்களை தன் இதழ்களால் சிறையெடுத்தான்.

முற்றும்

www.ingramcontent.com/pod-product-compliance
Lightning Source LLC
LaVergne TN
LVHW040550051026
849519LV00004B/1287
* 9 7 8 9 3 5 5 3 3 5 3 0 2 *